AF755061

आपल्या
स्नेहीजनांना
पुस्तके
ट द्या

'Wild Himalaya' या इंग्रजी पुस्तकाचा अनुवाद

# हिमालयारण्यक

पृथ्वीवरच्या सर्वांत मोठ्या पर्वतरांगांचा नैसर्गिक इतिहास

**स्टीफन ऑल्टर**

अनुवाद
**आश्लेषा गोरे**

मेहता पब्लिशिंग हाऊस

5

All rights reserved along with e-books & layout. No part of this publication may be reproduced, stored in a retrieval system or transmitted, in any form or by any means, without the prior written consent of the Publisher and the licence holder. Please contact us at **Mehta Publishing House,** Pune.
Email : production@mehtapublishinghouse.com
Website : www.mehtapublishinghouse.com

- *या पुस्तकातील लेखकाची मते, घटना, वर्णने ही त्या लेखकाची असून त्याच्याशी प्रकाशक सहमत असतीलच असे नाही.*

**WILD HIMALAYA** by STEPHEN ALTER
© STEPHEN ALTER 2019
Translated into Marathi Language by Ashlesha Gore

**हिमालयारण्यक** / माहितीपर

अनुवाद : आश्लेषा गोरे
author@mehtapublishinghouse.com

मराठी अनुवादाचे व प्रकाशनाचे हक्क : मेहता पब्लिशिंग हाऊस, पुणे

संस्थापक : अनिल मेहता आणि सुनील मेहता

प्रकाशक : अखिल सुनील मेहता, मेहता पब्लिशिंग हाऊस, १९४१, सदाशिव पेठ, पुणे ३०.

मुद्रक : ट्रिनिटी अ‍ॅकॅडमी फॉर कॉर्पोरेट ट्रेनिंग लिमिटेड, सर्व्हे नं. २६/५, नऱ्हे इंडस्ट्रिअल एरिया, झील कॉलेज रोड, नऱ्हे, पुणे – ४१.

प्रथमावृत्ती : एप्रिल, २०२२

किंमत : ₹ ६५०

P Book ISBN 9789394258464
E Book ISBN 9789394258471
E Books available on : play.google.com/store/books
www.amazon.in
books.apple.com

---

* पायरेटेड पुस्तकांची खरेदी-विक्री हा कायद्याने गुन्हा आहे आणि अशा गुन्ह्याविरोधात कायदेशीर कारवाई होऊ शकते.

*एलेन स्टुअर्ट ऑल्टर*
*रॉबर्ट कॉपली ऑल्टर*
*या माझ्या आई-वडिलांच्या स्मृतीस*
*आणि हिमालयाचं संरक्षण व जतन करण्यासाठी*
*काम करणाऱ्या सर्वांना अर्पण*

खूप खूप पूर्वी जेव्हा पृथ्वी आणि आकाशाची निर्मिती झाली नव्हती तेव्हाची गोष्ट. सर्वशक्तिमान झोंगमाला दोन मुलं होती - निपू आणि नीली.

निपू आणि नीली दोघंही निराकार होते. ते ना माणूस होते, ना जनावर. ते दगडासारखेही नव्हते. अशीच कित्येक युगं लोटली. मग नीलीनं पृथ्वी निर्मिली आणि निपूनं आकाश. पृथ्वी निर्माण झाली तेव्हा ती खूप मोठी होती. निपूनं एखाद्या झाकणासारखं तिच्यावर आकाश ठेवलं. हे झाकण मात्र खूप लहान झालं. निपू म्हणाला, 'अरे, तू पृथ्वीचा आकार जरा लहान कर.म्हणजे आकाश त्यावर बरोबर बसेल.' मग नीलीनं जमीन जरा पुढे-मागे खेचली. पृथ्वीचा आणि आकाशाचा आकार एकसारखा झाला आणि म्हणून जगात काही-काही ठिकाणी पर्वत तयार झाले.

- अरुणाचल प्रदेशातल्या बुगून जमातीत सांगितली जाणारी
विश्वाच्या उत्पत्तीची कथा
(व्हेरिअर एल्विन लिखित
*'मिथ्स ऑफ द नॉर्थ-ईस्ट फ्रन्टिअर ऑफ इंडिया'* मधून)

# पुस्तकाविषयी

सुमारे अडीच हजार किलोमीटर लांब आणि ३५० आणि १५० किलोमीटर रुंद एवढं अंतर हिमालयाच्या पर्वतराजींनी व्यापलं आहे. समुद्रसपाटीपासूनची त्याची जास्तीत जास्त उंची जवळजवळ नऊ किलोमीटर आहे. पुरस्कारविजेते लेखक स्टीफन ऑल्टर 'वाइल्ड हिमालय' या पुस्तकातून रौद्र सौंदर्य, भव्यता आणि व्यामिश्रता या सर्व वैशिष्ट्यांसकट पृथ्वीवरच्या सर्वांत महान पर्वतरांगांना आपल्यासमोर जिवंत करतात. हिमालयाच्या रांगा ज्या पाच देशांमधून जातात त्या भारत, पाकिस्तान, भूतान, नेपाळ आणि चीन या पाचही देशांत भ्रमण करून ऑल्टर तिथल्या मातीतून आलेली कथनं एकत्र विणतात. त्यातून इतिहास, विज्ञान, भूविज्ञान, पर्यावरण, वनस्पती, प्राणी, मिथकं, लोककथा, अध्यात्म, हवामान आणि त्या-त्या भागातल्या मानवी वसाहती या सर्व गोष्टींची सखोल समज आणि अभ्यास दिसून येतो आणि या अलौकिक पर्वतांचं सूक्ष्मभेदात्मक आणि समृद्ध असं चित्र तयार होतं. एव्हरेस्ट ऊर्फ चोमोलुंगमा, कांचनगंगा, अन्नपूर्णा, धौलगिरी, नंगा पर्बत आणि इतर अशा चिकार किस्से असणाऱ्या शिखरांविषयीच्या गुंगवून टाकणाऱ्या कथा लेखक बाहेर काढतात आणि या कथनात अधिकच रंग भरत जातात.

हे पुस्तक आठ भागांमध्ये विभागलेलं असून, त्यातला प्रत्येक भाग हिमालयाच्या एकेक वैशिष्ट्याचा सखोल अभ्यास करतो. 'गिरीजनन' या विभागात पर्वतांची उत्पत्ती, उत्क्रांती, भूविज्ञान, भूगोल आणि इतर अशाच महत्त्वाच्या पैलूंचा शोध घेतला आहे. 'तिसरा ध्रुव' हा विभाग हवामान, हिमनद्या, पाणथळ प्रदेश आणि नद्यांशी संबंधित आहे. 'हिमालयातली वनस्पतिसृष्टी' मध्ये हिमालयातल्या वैशिष्ट्यपूर्ण वनस्पतींचं आणि झाडांचं तपशीलवार वर्णन येतं. 'उडते स्थलांतरित' हा विभाग हिमालयातल्या पक्ष्यांच्या आणि कीटकांच्या जगात आणखी खोलवर जाण्याचा प्रयत्न करतो. 'पहाडांमधले सस्तन प्राणी' या विभागात आपण उंचावरच्या खिंडी ओलांडतो आणि तपकिरी अस्वलांच्या, निळ्या मेंढ्यांच्या आणि हिमबिबट्यांच्या

शोधात वृक्षरेषेच्याही वर जातो. ‘पूर्वजांच्या सफरी’ हिमालयातल्या मानवी वसाहतींकडे आणि प्राचीन व समकालीन उत्पत्तीकथा आणि स्थलांतरांकडे जवळून बघतात. ‘पैलतीराच्या काठावर’ हा विभाग लोकोत्तर साहसं आणि गिर्यारोहणातल्या मोठ्या यशाच्या कथा सांगतो. अखेरच्या, ‘हजारो देवयुगं लोटली तरीही’ या भागात लेखक हिमालयातल्या कलेचा, लोककथांचा आणि पुराणकथांचा, तसंच यतीच्या अस्तित्वासारख्या अनाकलनीय रहस्यांचा धांडोळा घेतात, तसंच संवर्धनाविषयी काही महत्त्वाचे प्रश्न उपस्थित करतात.

चीन
हिमालय
तिबेट
भारत
पाकिस्तान
नेपाल
गिलगिट
नंगा पर्वत
स्कर्दू
देवसाई राष्ट्रीय उद्यान
के२
लडाख
श्रीनगर
लेह
पँगाँग
काश्मिर
मनाली
शाही हिमालयन राष्ट्रीय उद्यान
हिमाचल प्रदेश
दोदी ताल
गंगोत्री
उत्तरकाशी
केदारनाथ
मसुरी
देहराडून
नंदा देवी
उत्तराखंड
कॉर्बेट नॅशनल पार्क
नैनिताल
कैलास
मानसरोवर
टाकलाकोट
महाकाली (शारदा) नदी
मुक्तीनाथ
धौलागिरी
अन्नपूर्णा
अन्नपूर्णा संभाषण क्षेत्र
काली गंडकी नदी
पोखरा
काठमांडू
च्यो ओयू
एव्हरेस्ट
ल्होत्से
सागरमाथा राष्ट्रीय उद्यान
कांचनजंगा
सिक्कीम
गंगटोक
दार्जिलिंग
जिग्मे दोरजी राष्ट्रीय उद्यान
थिंपू
भूतान
शाही मानस राष्ट्रीय उद्यान
तवांग
गरुड राष्ट्रीय अभयारण्य
ल्हासा
त्सांगपो नदी
नामचे बरवा
अरुणाचल प्रदेश
आसाम
गुवाहाटी
ब्रह्मपुत्रा नदी
तीस्ता नदी
कोसी नदी
गंडक नदी
घाघरा नदी
गोमती नदी
गंगा नदी
यमुना नदी
इंडस नदी
गिलगिट नदी
मीटर्स
२००० च्या वर
२००-२०००
०-२००
० १०० २०० ३००
किलोमीटर्स

# अनुक्रमणिका

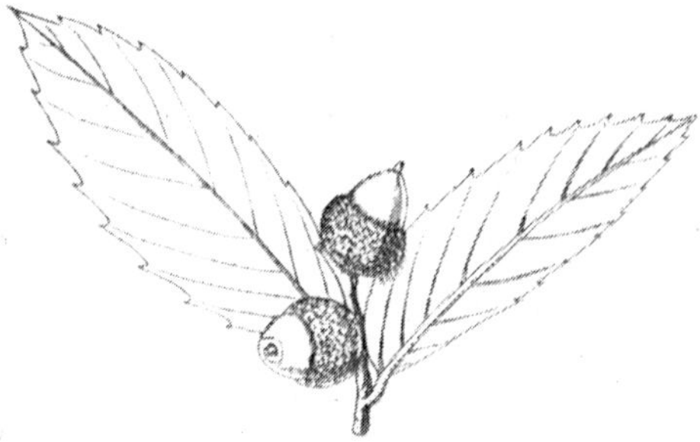

## प्रस्तावना

# ओकव्हिल

मध्य हिमालयातल्या माझ्या घरी असलो की मला बऱ्याचदा आपण स्थानिक प्रजातीपैकी आहोत असंच वाटतं. विस्तारित मसूरी प्रांताच्या लँडॉर भागात माझा जन्म झाला आणि त्यानंतर आजतागायत मी इथेच समुद्रसपाटीपासून २२५० मीटर उंचीवर राहतो आहे. आमच्या कुटुंबाच्या मालकीच्या ओकव्हिल नावाच्या घरात बसून मी लिहितो. माझ्यासाठी हीच जागा सगळ्या गोष्टींचा मापदंड आहे आणि माझा दृष्टीकोनही त्यावरूनच घडलेला आहे. खाली पसरलेल्या दरीपलीकडे किंवा मागे उभ्या असलेल्या पर्वतरांगांकडे नजर टाकत, घरातल्या मोक्याच्या ठिकाणी बसून एकाचवेळी परिचित आणि अनोळखी अशा दोन्ही प्रकारच्या गोष्टींचं निरीक्षण करता येत असल्यानं डोंगराळ भागात राहून माणसाचा एक दृष्टीकोन घडत असतो.

एका वनाच्छादित सोंडेच्या पूर्व टोकाला डोंगराच्या एका बाहूवर असलेलं ओकव्हिल म्हणजे त्या टेकाडाचा एक भागच होऊन गेल्यासारखं वाटतं. गेरूच्या रंगात रंगवलेलं आणि चार दणकट चिमण्या राखून असलेलं पन्हळीदार पत्र्याचं छप्पर डोंगराच्या टोकदार शिखराकडे झेपावत असतं. जाळीदार खिडक्या भवतालच्या ओक, देवदार, मेपल आणि बुरांशाच्या झाडांच्या दाट महिरपीची नक्कल करत उभ्या असतात. एकोणिसाव्या शतकातल्या एका लष्करी इंजिनिअरने या वास्तूची रचना केलेली असली तरीही त्यातून निसर्गाची रेखाकृतीच प्रतिबिंबित होताना दिसते. जमिनीतून सहजगत्या वर आलेल्या एखाद्या भूगर्भशास्त्रीय रचनेसारखं किंवा चक्क

एखाद्या महाकाय वारुळासारखं ते दिसतं.

दक्षिणेकडे घरापासून खाली दोन हजार फुटांवर देवदारांच्या फांद्यांच्या जाळीमधून पाहिलं तर पलीकडे गंगेचं पठार दिसतं. टेकडीचा माथा पश्चिमेकडे तीव्र चढण घेऊन ३०० मीटर उंचीवर स्थिरावला आहे. उत्तरेकडच्या क्षितिजावर सोंडेच्या बगलेत किंचित वरच्या बाजूला हिमालयाच्या बर्फाच्छादित पर्वतराजींचं विस्तीर्ण दृश्य बघायला मिळतं. गेल्या शतकात फोटो काढायला वापरल्या गेलेल्या एखाद्या व्हिंटेज कॅमेऱ्यावरच्या भात्यासारख्या दिसणाऱ्या मध्य हिमालयाच्या पर्वतरांगांचा पट्टा पूर्वेकडे पसरलेला दिसून येतो.

ओकव्हिलच्या इतिहासाबद्दल जेव्हा मला विचारलं जातं तेव्हा हे घर १८४० साली बांधलं असं सांगण्याकडे माझा कल असतो; पण हे साल काही निश्चित नव्हे. मसूरी आणि लँडॉरमधली बरीचशी जुनी घरं याच काळात म्हणजे सेंट पॉल्स चर्चची स्थापना झाली तेव्हा बांधली गेली. इथलं पहिलं पक्कं बांधकाम म्हणजे 'शूटिंग बॉक्स'. १८२५ साली कॅप्टन फ्रेडरिक यंग यांनी ते बांधलं. गुरखा लढाईत भाग घेतल्यानंतर ते इथे स्थायिक झाले होते. नंतर ईस्ट इंडिया कंपनीच्या कित्येक अधिकाऱ्यांनी त्यांचं अनुकरण केलं. तिकडे पठारी प्रदेशात उन्हाळा तापला की ते आराम आणि करमणुकीसाठी मसूरीला येत. १८३० साली लँडॉरला एक सॅनेटोरियम आणि उष्ण कटिबंधीय रोगांसाठीचं ब्रिटिश मिलिटरी हॉस्पिटल बांधलं. ओकव्हिल ज्यानं बांधलं तो बहुधा लष्करी इंजिनिअर असावा. हॉस्पिटल आणि लष्करी भागातल्या इतर सुविधा बांधण्याचं काम त्याच्याकडे असावं.

१८३६ सालच्या ऑक्टोबर महिन्यात इथलं मूळ घर आगीत जळालं. मेजर जनरल हेन्री हॅवलॉक केसीबी यांच्या 'वे टु ग्लोरी' या जॉन पोलॉक यांनी लिहिलेल्या चरित्रातून ही माहिती मिळते. मेजर जनरल हेन्री हॅवलॉक यांच्या स्मरणार्थ ट्रफालगर स्क्वेअरला एक पुतळा उभारलेला आहे. शिवाय न्यूझीलंडपासून अंदमान बेटांपर्यंत त्यांच्या नावाची शहरं किंवा गावं आहेत. हॅवलॉक यांची पत्नी हॅना मार्शमन म्हणजे श्रीरामपूरच्या बाप्टिस्ट मिशनऱ्यांची मुलगी. १८३६ सालच्या वसंत ऋतूत ती लँडॉरला आली. तिच्याबरोबर तिची तीन लहान मुलं, ल्युसी नावाची एक दासी, एक आया आणि इतर बरेच नोकरचाकर होते. त्यांनी उन्हाळ्यासाठी म्हणून ओकव्हिल भाड्यानं घेतलं. लष्करात कॅप्टन असलेल्या हॅवलॉकची नेमणूक तेव्हा कर्नाळला झाली होती. हॅना आपल्या मुलांना घरीच शिकवायची आणि पेपरपॉट टेकडीवर त्यांना सहलीला घेऊन जायची. वेगवेगळे पक्षी जमवून आणि त्यांची कातडी सोलून त्यात पेंढा भरून ती स्वत:ची देखील करमणूक करत असे.

जवळपासच्या गवताच्छादित टेकड्यांवरून गोळा करून आणलेल्या गवतानं त्या काळी ओकव्हिलचं छप्पर शाकारलेलं असणार. हेमंत ऋतू संपताना हवेत

गारठा वाढला असणार आणि हॅवलॉक कुटुंबानं दिवसभर शेकोटी चालू ठेवली असणार. एके दिवशी रात्री सगळी निजानीज झाल्यावर गवताच्या छपरानं पेट घेतला आणि हॅना आणि तीन मुलं आत अडकली. मोलकरीण ल्युसी आणि ती आया दोघी मरण पावल्या आणि लहान बाळाच्या डोक्यावर तुळई पडून तिच्या कवटीला गंभीर इजा झाली. आगीच्या ज्वाळांमधून आणि धुरातून वाट काढत हॅनानं स्वत:च्या दोन मुलांना सोडवलं; पण तिला मात्र चांगलंच भाजलं.

कर्नाळमध्ये हॅवलॉकला ही बातमी मिळाली तसा तो ताबडतोब घोड्यावर स्वार होऊन लँडॉरला आला. आग लागून गेल्यावर दहा दिवसांनी तो पोहोचला तेव्हा त्याची बायको जिवंत होती; पण तान्ही मुलगी मात्र नुकतीच मृत्युमुखी पडली होती. शोकाच्या आवेगात लिहिलेल्या पत्रात तो 'आम्ही त्या बाळाला टेकडीच्या उत्तरेकडे, लांडग्यांचा आणि चित्त्यांचा वावर असलेल्या दरीत कसं पुरलं,' याचं वर्णन करतो. भाजल्यामुळे हॅना भयंकर विद्रूप झाली होती आणि तिचे हात-पाय आता निकामी झाले, असंच सुरुवातीला काही काळ वाटलं होतं. 'तसं घडलं असतं तरीही माझं तिच्यावरचं प्रेम कमी झालं नसतं असा मला विश्वास वाटतो,' असं हॅवलॉकनं लिहिलं. सुदैवानं ती बरी झाली आणि पुढे जाऊन त्या जोडप्याला दहा मुलं झाली. त्यातली सात जिवंत राहिली. अफगाणिस्तानच्या मोहिमेत लढत असताना हॅवलॉक भराभर मेजर जनरल पदापर्यंत पोहोचला. त्याला पदोन्नतीसाठी कसलीही वशिलेबाजी करावी लागली नाही; पण १८५७ च्या शिपायांच्या बंडावेळेस तो खऱ्या अर्थाने वसाहतवाद्यांचा नायक म्हणून नावाजला गेला. कानपूरवर (त्या काळी ते कॉनपोर म्हणून ओळखले जाई) पुन्हा कब्जा मिळवणाऱ्या निष्ठावान सैन्याच्या तुकडीचं नेतृत्व त्यानं केलं होतं. त्यानंतर तो लखनौ ताब्यात घ्यायला गेला आणि काही दिवसांनी तिथेच त्याचा आमांश होऊन मृत्यू झाला. हॅवलॉक हा निष्ठावंत ख्रिश्चन सैनिक होता. ईस्ट इंडिया कंपनीच्या सैन्यात बायबल वाटणं आणि दारू न पिण्याचा प्रचार करणं यासाठी देखील हॅवलॉक प्रसिद्ध होता. या दोन्ही गोष्टींचा विशेष काही उपयोग झाल्याचं मात्र कधी दिसून आलं नाही.

नंतर ओकव्हिलमध्ये वास्तव्याला आलेली माणसं हॅना आणि हेन्री हॅवलॉकच्या बाबतीत घडलेल्या दुर्दैवी घटनेमुळे नाउमेद झाली नाहीत. ज्या माणसानं पुन्हा ते घर बांधलं तो विल्यम हेन्री जेमीसन देखील आणखी एक मेजर जनरलच होता. सेंट पॉल्स चर्चमध्ये त्याच्या स्मृतिप्रीत्यर्थ एक शिला बसवलेली आहे. त्या काळातले मसूरीचे आणखी काही महत्त्वाचे रहिवासी म्हणजे सर जॉर्ज एव्हरेस्ट. ते भारताच्या सर्वेक्षण विभागाचे प्रमुख होते. ते गावाच्या दुसऱ्या टोकाला पार्क इस्टेट इथे राहायचे. १८३२ ते १८४३ या काळात तिथूनच ते हिमालयाच्या नकाशाच्या कामावर देखरेख करत असत.

मसूरीतल्या जुन्या घरांनी अजून वसाहतवादी काळाच्या खुणा जपल्या असल्या तरीही ही घरं म्हणजे त्या भागातल्या नैसर्गिक इतिहासाचा देखील एक भाग आहेत. प्रत्येक घर म्हणजे एक स्वतंत्र परिसंस्थाच आहे. जवळच्या जंगलातून आणि आसपासच्या जमिनीतून मिळालेल्या सामग्रीचा वापर करून ओकव्हिल बांधलं. ते घर ज्या टेकडीवर उभं आहे तिथूनच खणून काढलेल्या खडकांपासून त्याच्या अर्धा मीटरपेक्षाही जास्त जाडीच्या दगडी भिंती तयार झाल्या आहेत. त्या भिंतींना धरून ठेवणारा मळलेला चुना आजूबाजूच्या टेकड्यांमधूनच खणून काढला आहे. समुद्री गाळाचा हा पट्टा सबंध मध्य हिमालयातून जातो. इथे पर्वत उभे राहण्याच्या कितीतरी आधीपासून अस्तित्वात असलेल्या आदिम समुद्रात राहणाऱ्या कालवांच्या आणि प्रवाळांच्या जीवाश्मीय अवशेषांपासून तो गाळ तयार झाला आहे. एकेकाळी चुनखडकावर प्रक्रिया करण्यासाठी वापरण्यात येणाऱ्या भट्ट्यांचे अवशेष लँडॉरमधल्या मलिंगर टेकडीजवळ अजूनही बघायला मिळतात. भिंतींना गिलावा करण्यासाठी आणि रंग देण्यासाठीदेखील चुना वापरला जात असे.

ओकव्हिल बांधणारे गवंडी नक्कीच पठारी प्रदेशातून आले असणार. मेरठ, दिल्ली किंवा लखनौला त्यांनी असेच बंगले बांधले असणार. त्यानंतर बऱ्याच वर्षांनी म्हणजे १९८०च्या दशकात सौरऊर्जा यंत्रणेला लागणाऱ्या झडपा बसवण्यासाठी खोदत असताना माझ्या वडिलांना जमिनीखाली पन्हाळीची एक जाळी सापडली. ओलसरपणा शोषून घेऊन घर कोरडं राहावं म्हणून त्यात कोळसा भरलेला होता. घराची पायाभरणी करताना पुरलेल्या, गवंडी वापरतात तसल्या दोन लाकडी थाप्याही त्यांना मिळाल्या. हातानं तयार केलेल्या या साध्या साध्या गोष्टी म्हणजे थेट आमच्या घराच्या उगमाशी जोडणारा धागा आहे. भिंती सुशोभित करणारे नक्षीदार मोल्डिंग घडवण्यासाठी बहुधा त्या थाप्या वापरल्या असाव्यात.

मळलेला चुना, प्लास्टर आणि चुना या बहुगुणी आणि टिकाऊ गोष्टी आहेत. धातूच्या सळया वापरून मजबूत केलेलं काँक्रीटचं बांधकाम कालानुरूप खराब होत जाऊ शकतं. त्याउलट कॅल्शियम कार्बोनेटची ही मिश्रणं जितकी जुनी होतील तितकी पक्की होत जातात. घराची जमीन चुन्याच्या एक प्रकारच्या प्लास्टरनं सारवलेली होती. त्यावर चकचकीत पॉलिश बसतं आणि तसं केलं की ती फरशी संगमरवरासारखी दिसते. वास्तुकलेच्या दृष्टीनं बघितलं तर आमचं मुख्य घर हे मध्य-एकोणिसाव्या शतकातल्या पठारी प्रदेशातल्या बंगल्यांवर बेतलेलं आहे. उकाड्यातही घराची वास्तू थंड राहावी यासाठी बांधलेली उंच छपरं आणि रुंद व्हरांडे. अर्थात त्यामुळे इथे पहाडी प्रदेशात हिवाळ्यात फरशी बर्फासारखी गार पडल्यावर घर गरम ठेवणं अशक्य होऊन बसतं.

ओकव्हिलच्या छपरांना सालाच्या लाकडाच्या (शोरिया रोबस्टा) मोठाल्या

तुळयांचा आधार दिला आहे. इतक्या उंचीवर सालाची झाडं वाढत नाहीत. इथून सर्वांत जवळचं जंगल म्हटलं तरी ते इथपासून १४ किलोमीटर लांब आणि डोंगरउतारावर १५०० मीटर खाली राजपूर जवळ आहे. म्हणजे त्या अरुंद आणि वळणावळणाच्या रस्त्यावरून वाट काढत लाकडाचे ओंडके डोंगरावर वाहून आणण्यासाठी पुष्कळ माणसं लागली असणार. प्रत्येक तुळई सहा मीटर लांबीची आणि निदान अर्धा टन तरी वजनाची असेल. साल हे भारतातलं सर्वांत दणकट आणि सर्वांत लवचिक लाकूड आहे. सुतारकामासाठी मात्र ते तितकंसं सोयीस्कर नाही; कारण ते चक्क एखाद्या धातूइतकं टणक असतं आणि त्याचा भुस्सादेखील खरखरीत असतो. असं असलं तरी, ओलसर हवेत ते इतर कोणत्याही लाकडापेक्षा अधिक टिकतं. १७८ पावसाळे उलटले तरीही थोडेफार किरकोळ चरे वगळता ओकव्हिलमधल्या तुळया अगदी उत्तम स्थितीत आहेत आणि जराही वाकलेल्या नाहीत.

दारं-खिडक्यांच्या चौकटीदेखील सालाच्या लाकडापासूनच तयार केलेल्या असल्या तरी इतर लाकूडकाम मात्र शिसवी लाकडापासून (डाल्बेर्जिया सिसो) केलेलं आहे. हे लाकूडसुद्धा दून खोऱ्यातून आलं होतं. शिसवीला नॉर्थ इंडियन रोझवूड म्हणूनही ओळखतात. त्याचा भुस्सा छान मऊसर असतो आणि लाकडावर सुरेख लालसर चकाकी असते. ओकव्हिल ज्या काळात बांधलं तेव्हा जवळचं सगळ्यात मोठं गाव असणार ते सहारणपूर. सहारणपूरमधले लाकडी कोरीव काम करणारे कारागीर शिसवीपासून नाजूक नक्षीदार पडदे आणि इतर फर्निचर तयार करतात. सहारणपूरला भारतातलं सर्वांत पहिलं वनस्पती उद्यान तयार झालं. जंगलातील स्रोतांचा आणि इतर पिकांचा आवाका अभ्यासता यावा म्हणून ब्रिटिशांनी १७५०च्या दशकात हे उद्यान तयार केलं. जॉन फोर्ब्ज रॉयल आणि ह्यू फॉकनर या व्हिक्टोरियन काळातल्या दोन प्रसिद्ध वनस्पतिशास्त्रज्ञांनी उद्यानाचे व्यवस्थापक म्हणून काम पाहिलं.

ओकव्हिलच्या बांधकामात स्थानिक लाकूड वापरलं नाही याचं कारण म्हणजे १८४०च्या सुमारास आजूबाजूला फारसं लाकूडच नसणार. त्या काळातलं कोरीव काम पाहिलं तर असं दिसतं की, या इथल्या टेकड्या आणि विशेषत: दक्षिणेकडचा उताराचा भाग बराचसा गवताळ होता आणि झाडं अगदी तुरळक होती. आता लँडॉरमध्ये सर्वत्र आढळून येणारा देवदार (सेड्रस देवदारा) ब्रिटिशांनी आणखी जास्त उंचीच्या प्रदेशातून इथे आणून लावला. ती झाडं वाढायला अर्ध्या शतकाहून अधिक काळ लागतो. ओकव्हिलचं नाव पडलं ते बंज ओक (क्वेर्कस ल्युकोट्रीकोफोरा) प्रकारातल्या झाडांवरून. ओकची ती इथे सर्वांत जास्त आढळणारी स्थानिक प्रजाती आहे. दणकट आणि टिकाऊ असले तरी हिमालयातले बहुतेक ओकवृक्ष वेड्यावाकड्या

आकारात वाढतात. त्यावर भरपूर गाठी असतात आणि त्यामुळे त्या लाकडाच्या फळ्या तासता येत नाहीत. गढवाली भाषेतल्या एका लोकप्रिय म्हणीत या झाडाची तुलना एखाद्या तिरसट म्हाताऱ्याशी केली आहे. या घराच्या आवारात जे काही थोडेफार ओक होते त्यांचा वापर सरपणासाठी झाला असणार. एकोणिसाव्या शतकाच्या मध्यावर जेव्हा मसूरीला पहिली दारूभट्टी सुरू झाली तेव्हा कित्येक ओकची झाडं तोडली किंवा पाडली गेली आणि त्यापासूनच बीअर गाळण्यासाठी इंधन म्हणून लागणारा कोळसा तयार करण्यात आला.

ओकव्हिल मसूरी नगरपालिकेच्या हद्दीत येत असलं तरी माणसांनी जम बसवण्याच्या कितीतरी आधीपासून इथे अस्तित्वात असलेल्या डोंगराळ अधिवासाशी त्याचं चिरस्थायी नातं आहे. लँडॉरमध्ये सर्वप्रथम फुलणाऱ्या जंगली फुलांपैकी गडद पिवळ्या रंगाच्या एका जातीला गढवाली भाषेत 'फ्यूंली' म्हणतात. त्याचं शास्त्रीय नाव आहे - राईनवॉर्डटिया इंडिका. ताठ, लाकडासारखं दिसणारं खोड असलेलं हे काटक झुडूप काश्मीरपासून पूर्व तिबेटपर्यंत आणि त्याच्याही पलीकडे सबंध हिमालयभर उगवताना दिसतं. हिवाळ्याचे थंड आणि कोरडे महिने संपले की इतर कोणत्याही रंगाआधी याच्या दिमाखदार पिवळ्या पाकळ्या डोकावू लागतात.

गढवाली लोककथांमध्ये हे फूल लोकप्रियता कमावून आहे. फ्यूंलीच्या अनेक कथा सांगितल्या जातात. हिंदू जनगणनेनुसार येणाऱ्या पहिल्या महिन्यात म्हणजे चैत्रात फुलणाऱ्या या फुलाला वसंत ऋतूचा अग्रदूत मानलं जातं. चंद्रमोहन रतुरी या गढवाली लेखक महाशयांनी फ्यूंलीवर एक अख्खं पुस्तक भरून कविता लिहिली आहे. लोककथेच्या सर्वांत प्रसिद्ध आवृत्तीनुसार फ्यूंली म्हणजे हिमालयात वास्तव्य करणाऱ्या एका ऋषींची मुलगी होती. पशु-पक्ष्यांच्या सहवासात वाढल्यामुळे ही निसर्गपुत्री अगदी निरागस आणि जगाच्या रीतीभातींपासून अनभिज्ञ होती. एके दिवशी तिच्या वाटेत एका माणसाची सावली पडली. पाहते तर, हातात धनुष्य-बाण घेतलेला एक तरुण माणूस तिच्यासमोर उभा होता. 'तू कोण आहेस?' असं तिनं विचारल्यावर आपण पठारी प्रदेशातले राजकुमार असून, शिकारीच्या मोहिमेवर इथे पहाडात आल्याचं त्यानं सांगितलं. आपल्या घराजवळच्या पशु-पक्ष्यांना त्यानं मारू नये म्हणून राजकुमाराची मनधरणी केल्यावर फ्यूंली त्याच्या प्रेमात पडली. तिच्या सौंदर्यानं मोहित होऊन तो राजघराण्यातला शिकारी तिला आपली नवरी करून पठारी प्रदेशातल्या आपल्या महालात घेऊन गेला.

राजकुमारानं फ्यूंलीला हवं ते सगळं बहाल केलं, विलासी आयुष्य देऊ केलं; पण लवकरच ती पोरगी पहाडी प्रदेशाच्या आठवणीनं व्याकूळ झाली. जिथे ती लहानाची मोठी झाली होती त्या जंगलांच्या आठवणीनं इकडे मैदानी भागात बसून ती कुढायला लागली. हळूहळू ती अशक्त व्हायला लागली आणि राजकुमाराला

काहीही करता येईना. आपण मेल्यावर आपलं पार्थिव पहाडात न्यावं आणि आपल्या वडिलांच्या घराजवळ असलेल्या एका टेकडीच्या शिखरावर पुरावं असं वचन मृत्युशय्येवर असताना फ्यूंलीनं राजकुमाराकडून घेतलं. त्यानं तिची शेवटची इच्छा पुरवली. तिच्यावर जिथे अंतिम संस्कार झाले होते तिथे पुढल्या वसंतात तिच्या राखेतून मुबलक पिवळी फुलं उमलली.

डेलिया, हायड्रांजिया, बांकशिया गुलाब, कॉर्नफ्लॉवर्स, पॉपी आणि पिनिया अशा परदेशी फुलांनी ओकव्हिलच्या बागा बहरल्या आहेत. आयरिस आणि डेल्फीनियमसारखी यातली काही फुलझाडं युरोपियन बागकामतज्ज्ञांनी युरोपात जाऊन, संकरित होऊन आलेल्या हिमालयातल्या रानटी झुडपांच्या बिया आणि बल्ब वापरून तयार केली आहेत. टेकडीच्या दक्षिणेकडच्या उतारावर आखलेल्या भाज्यांच्या वाफ्यांमुळे एकेकाळी ओकव्हिल 'बगीचावाली कोठी' म्हणून ओळखलं जायचं. आता ओक आणि इतर झाडांच्या मंहिरपीखाली झाकले गेले असले तरी त्या बगीच्यांचे अवशेष अजून बघायला मिळतात. इस्टेटमध्ये जलवाहिनी यायच्या आधी सोंडेच्या उत्तरेकडे असलेल्या झऱ्यातून पाठुंगळीला बांधलेल्या चामड्याच्या पिशवीतून खेचरं पाणी वाहून आणत. हे घर बांधलं तेव्हाच पाणी साठवण्यासाठी मोठा हौदही बांधला. १९८१ साली माझ्या आई-वडिलांनी हे घर विकत घेतलं आणि त्यानंतर लवकरच माझ्या वडिलांनी त्या हौदाचा वापर पावसाचं पाणी साठवणाऱ्या यंत्रणेसाठी केला. पाणी जमवण्यासाठी ओकव्हिलच्या छताचा वापर करून त्यांनी ही यंत्रणा उभारली होती. त्याच छताचा वापर त्यांनी घर गरम ठेवण्यासाठी लागणाऱ्या सौरऊर्जेवर चालणाऱ्या यंत्रणेत केला. त्या यंत्रणेत पोटमाळ्यावरची गरम हवा घरभर फिरवली जाते.

२००४ मध्ये माझे आई-वडील कायमचे अमेरिकेला निघून गेल्यानंतर मी आणि अमीता ओकव्हिलला परत येऊन स्थायिक झालो, तेव्हा आमचा एक उद्देश जमेल तितक्या मूळ स्वरूपात घराची पुनर्बांधणी करण्याचा होता. आधीच्या मालकांनी घर चार अपार्टमेन्ट्समध्ये विभागलं होतं. बऱ्याच खोल्या वाढवल्या होत्या आणि व्हरांडे बंद करून आत घेतले होते. दाटीवाटीनं बांधलेली, अंगावर येणारी बिळं असावीत तसं स्वरूप त्या जागेला आलं होतं. मूळ स्वयंपाकघर हे शेजारच्या वास्तूत होतं. त्याचं रूपांतर लहानशा घरात केलं. तिथे आता माझ्या चुलतभावाचं कुटुंब राहतं.

बारा वर्षांच्या कालावधीत हळूहळू अमितानं या वास्तूचा कायापालट केला. फरश्या आणि भिंती दुरुस्त केल्या, लाकूडकाम तोडून पुन्हा केलं. चुन्याचे थरच्या थर खरवडल्यावर कित्येक दशकं लपून राहिलेल्या दगडी शेकोट्या आणि नक्षीदार मोल्डिंग दिसू लागले. घराच्या मुख्य दिवाणखान्याची रचना जाणीवपूर्वक भव्य

केली होती. ऐषोआरामी आशियाई संस्कृतीविषयी असलेल्या वसाहतवाद्यांच्या कल्पना लक्षात याव्यात अशा काही विक्षिप्त खुणाही त्यात होत्या. दिवाणखान्याच्या मध्यभागी शिंपल्याच्या आकाराची एक कमान आहे. बसायच्या आणि जेवणाच्या अशा दोन खोल्यांच्या दारांमधल्या कोनाड्यातून ती कमान वरच्या बाजूला चढत गेली आहे. ज्या समुद्री जीवांपासून तो चुनखडक तयार करण्यात आला असेल त्या प्राण्यांच्या आकाराशी कमानीचा आकार मिळताजुळता आहे. त्या कमानीभोवती लखनौच्या महालासारखी मुघल पद्धतीच्या नक्षीदार जाळीची रचना केलेली आहे. कलात्मकतेने गुंफलेल्या वेली आणि लतातंतूंचे आकार मिळून ही वेलबुट्टी तयार झालेली असते. कमानीच्या मध्यभागी कोनाड्याच्या वरच्या बाजूला पदकासारखं दिसणारं एक मोठं फूल आहे. त्यावर प्लास्टरचे दोन लहान पोपट विसावले आहेत. ब्रिटिश ट्यूडर गुलाब, फ्रेंच लिली आणि मुघल वेलबुट्टी या सगळ्या गोंधळात मध्येच आलेल्या कोरिंथियन खांबांच्या एका जोडीमुळे हलकासा ग्रीक स्पर्शही जाणवतो.

इथल्या पहाडी भागात हा बंगला विसंगत वाटायला बरीच कारणं असली तरीही त्यानं आजूबाजूच्या परिसरात आणि आमच्या भोवताली विपुल पैदास असणाऱ्या वन्यसृष्टीत स्वतःला सामावून घेतलं आहे. आमच्याकडच्या तिबेटी कुत्र्यांवर ताव मारता येईल या आशेनं बिबटे चोरपावलांनी बागेच्या फाटकाशी फिरत असतात, तर तीच तिबेटी कुत्री आमच्या बागेत हैदोस घालणाऱ्या माकडांवर आणि वानरांवर डोळा ठेवून स्वतःची भूक भागवण्याच्या व्यर्थ प्रयत्नात असतात. त्यांच्या अंगावरून गळून पडणाऱ्या लोकरीचा किंवा पश्मचा वापर काळ्या कंठाचे पक्षी स्वतःची घरटी बांधण्यासाठी करतात. बखळीच्या काठावरून मला भेकरं, कालिज पक्षी, कोल्हे, शिवाय रानडुकरं, साळींदरं आणि या फांदीवरून त्या फांदीवर उड्या मारत रात्रीच्या अंधारात गुडूप होणारी शेकरं असे अनेक निशाचर पाहुणे दिसले आहेत.

काही जनावरं घरातही येण्याचं धाडस करतात. विशेषतः, पावसाळ्यात न्हाणीघरांमध्ये कोळी आणि विंचवांची वस्ती असते. एका वर्षी माझ्या पुतण्यांनी काचेच्या बरण्यांमध्ये कोळी जमवले होते. कोळ्यांच्या माद्या आपापल्या बारक्या बारक्या, पारदर्शक अंगाच्या पिलावळीला पाठुंगळी घेऊन फिरत होत्या. खिडक्यांच्या फटींमधून वटवाघळं आत शिरतात आणि अंगात आलेल्या सावल्यांसारखी इकडून तिकडे उडत असतात. गेली कित्येक वर्षं ओकव्हिलमध्ये वास्तव्य करून असलेल्या उंदरांनी आणि घुशींनी अनेक दारं खालच्या बाजूने पोखरली आहेत. काही काळ बाहेरच्या लहानशा घराच्या छपरावर पिवळ्या कंठाच्या मुंगसांनी बस्तान बसवलं होतं. वाशाखालच्या पोळ्यातल्या मधावर ताव मारणे हा त्यांचा मुख्य हेतू होता.

बिबट्याची कातडी, चितळाचं शिंगं असलेलं मुंडकं, शिवाय जंगली मेंढ्यांच्या

एका जातीची एक-दोन मुंडकी, काळविटासारख्या दिसणाऱ्या मेंढ्यांच्या जातीतली दोन मुंडक्यांची जोडी अशी जॉन कोपमननं करून आणलेल्या शिकारीची मानचिन्हं आमच्या घराच्या भिंतींवर लटकत असत. तो आमचा लांबचा नातेवाईक आणि मित्र होताच. शिवाय शिकार हा त्याचा व्यवसाय होता. पंधरा वर्षांपूर्वी मी ती सगळी मानचिन्हं काढून माळ्यावर टाकून दिली. अलीकडेच ही शिकार कायदेशीर असल्याचा पुरावा देणारी कोणतीही कागदपत्रं नसल्यामुळे मी जंगलखात्यातल्या एका वरिष्ठ अधिकाऱ्याचा सल्ला मानून ती सगळी चिन्हं वीस लिटर केरोसीन वापरून जाळून टाकली. आगीच्या ज्वाळा आणि धूर त्या स्मृतिचिन्हांना गिळताना बघून माझ्या मनात एक वेगळीच पश्चात्तापाची भावना उमटली. ती चिन्हं नष्ट झाली म्हणून मी हळहळत नव्हतो तर काही वर्षांपूर्वी मी जॉनची रक्षा जवळच्याच टेकडीवर विखरून दिली होती म्हणून. एकेकाळी आम्ही दोघं तिकडे एकत्र शिकारीला जात असू.

आमच्या वास्तव्यात ओकव्हिलमध्ये बस्तान बसविलेल्या रानटी जनावरांपैकी कोल्ह्याचं एक कुटुंब अगदी नेमानं असायचं. हवा खेळती राहावी म्हणून केलेल्या घराखालच्या एका चरीत त्यांनी घर केलं होतं. आपल्या डायनिंग रूमखाली कोल्ह्याची पिलावळ जन्मली आहे, असा इशारा देणारा दरवळ एकदा आम्हाला आला. पहाटे-पहाटे आणि संध्याकाळच्या वेळी त्यांचे आई-बाप शिकारीला आणि कुजलेलं मांस शोधायला बाहेर पडायचे. यथावकाश ती चारही पिल्लं मोठी झाली आणि आवारात फिरू लागली. आम्ही काचेच्या बंदिस्त पोर्चमधून त्यांना बघत असू. एकमेकांच्या शेपट्या पकडायचा खेळ खेळत ती गवतावर बागडत असायची. मग मात्र त्यांनी गुलाबांना लावलेलं टेकण आणि इतर झाडं उपटायला सुरुवात केली आणि आमच्या घरच्या माळीबुवांनी त्यांना हुसकावून लावायचा तगादा लावला. ते काम काही सोपं नव्हतं. पिल्लं माझ्या मानानं भारीच चपळ होती. लाकडी फळकूट टाकून त्यांचं बीळ बंद करायच्या आत ती बिळात धावत जात. शेवटी एकदाचे ते सगळेजण बाहेर असताना मी बिळाचं तोंड बंद केलं. सुमारे आठवडाभर ते कोल्हे जवळच्याच एका बंद गटाराशी राहू लागले आणि मग जंगलात गुडूप झाले.

रानाच्या आणि रानटी जनावरांच्या इतक्या जवळ राहणं हे आम्हाला आवडणाऱ्या विशेष गोष्टींपैकी एक.

शीळ घालत येणाऱ्या पक्ष्यांनी हिमालयातलं आमचं घर गजबजून जात असतं. देवदारच्या फळांवर ताव मारणारे टोई पोपट (प्लम हेडेड पॅराकीट), मन्सुराबेरींकडे आकर्षित होणारे हिरवे पारवे, ओकच्या फांद्यांमधून शिकार करत फिरणारे सर्पगरुड आणि पक्ष्यांना अंघोळीसाठी ठेवलेल्या पाण्यात येऊन पंख फडफडवणारे शुभ्र कंठाचे हसरे कस्तूर (लाफिंगथ्रश) यातला एकही पाहुणा भेटायला आला नाही तर मला आसपास एकही माणूस नसताना वाटणार नाही इतकं एकटं वाटेल.

घराच्या आग्नेयेकडच्या कोपऱ्यात माझी अभ्यासिका आहे. अभ्यासिकेच्या मोठ्या तावदानाच्या खिडकीतून टिहरी पर्वतरांगा दिसतात. गढवालपासून कुमाऊंपर्यंत पसरलेल्या त्या निळ्याशार रांगांमधून सूर्य उगवताना दिसतो. मी लिहिण्यासाठी टेबलाशी जाऊन बसलो की, करड्या पंखाचा काळा कस्तूर (ब्लॅकबर्ड) गाण्याचा रियाज चालू करतो. खालच्या दरीतून कुटूरगे (बार्बेट) आक्रोश करत त्याला एकसुरात साथ देऊ लागतात. खिडकीच्या तावदानांवर किडे आणि भुंगे चिकटून बसलेले असतात. तिकडे देवदारच्या फांद्यांवर वानरांच्या कसरती चालू असतात. आसपास नजर टाकली तर उजव्या हाताला असलेल्या पुस्तकांच्या कपाटात माझ्या आजी-आजोबांचा एक फ्रेम केलेला फोटो ठेवलेला असतो. १९१६ साली ते लँडॉरला आले त्याला आता एक शतकापेक्षाही अधिक काळ उलटून गेला आहे. दुसरा फोटो आहे माझ्या आई-वडिलांचा. १९४८ साली नोव्हेंबर महिन्यात त्यांचं इथेच लग्न झालं. १९७८ साली अमीता आणि मी लग्नानंतर लगेचच ओकव्हिलला येऊन राहू लागलो. आमचा मुलगा आणि मुलगी इथेच लहानाचे मोठे झाले आणि त्यांच्याबरोबरीनं आमचे पुतणे, पुतण्या आणि चुलतभावंडं देखील. माझे दोन भाऊ आणि त्यांची कुटुंबं दरवर्षी ओकव्हिलला राहायला येतात.

एव्हाना मला पर्वतरांगांच्या खालून कुठूनतरी तीत्तर पक्ष्याचा चिरपरिचित आवाज ऐकू येत असतो. ऑलिव्ह, करड्या आणि तपकिरी पंखांमुळे आजूबाजूच्या झाडीत बेमालूम मिसळून जाणारे हे पक्षी एरवी एकच दर्दभरी शीळ घालतात आणि मादीला हाकारताना मात्र दोन सुरावटी असलेली शीळ घालतात. त्यावरून गढवाली भाषेत त्यांना 'प्युरा' असं नाव पडलंय. तारा दत्त गैरोला आणि ई. एस. ओकले तीत्तर पक्ष्याची एक लोककथा सांगतात. ती पक्षीविषयक दंतकथा तर आहेच, शिवाय जंगली साधनसंपत्तीचा आपण कसा विनियोग करत असतो त्यावरची सूक्ष्म टिप्पणीदेखील आहे.

खूप खूप पूर्वी, ब्रिटिश लोक भारतात येण्याआधी हे सगळे डोंगर सरंजामशाही राजघराण्यांमध्ये वाटले गेले होते. एकदा एक प्युरा नेहमीप्रमाणे जंगलात जमिनीवर पडलेल्या वाळक्या पानांमधून बिया आणि किडे हुडकून काढायच्या कामात गढला होता. शोधता शोधता चुकून त्याला एक लहानसं तांब्याचं नाणं मिळालं. नवीन शोधानं खूष होऊन प्युरानं ते नाणं चोचीत धरलं आणि तो ओरडायला लागला : मी राजापेक्षाही श्रीमंत आहे हो! त्याचं हे गाणं चालूच राहिलं तशी राजवाड्यापर्यंत त्याची वार्ता गेली. राजानं आपल्या जंगलरक्षकांना प्युराची संपत्ती ताब्यात घ्यायची आज्ञा केली. सबंध जंगल पिंजून रक्षकांनी त्या पक्ष्याला शोधून काढला आणि त्याच्या चोचीतून नाणं हिसकावून घेतलं. प्युरा मात्र मुळीच विचलित झाला नाही. तो गायला लागला : माझ्या पैशांनी राजा श्रीमंत झाला हो! पुन्हा एकदा तीत्तरच्या

गाण्याची वार्ता राजवाड्यापर्यंत गेली. त्याला गप्प करण्याच्या उद्देशानं राजानं रक्षकांना प्युराचे पैसे परत करण्याची आज्ञा केली. आपलं नाणं आनंदानं चोचीत धरून तीत्तर आता आणखी मोठ्यांदा गायला लागला : मी राजाला इतकी संपत्ती दिली की त्याला ती सगळी खर्चच करता आली नाही हो!

या अशा नीतीकथा म्हणजे हिमालयाच्या नैसर्गिक वारशाचा एक अविभाज्य भाग आहेत. इथल्या पर्वतांच्या आणि त्यात वास्तव्य करणाऱ्या आपल्या मानवजमातीसकट सर्व प्रजातींच्या कहाण्या त्यातून उलगडत जातात. ओकव्हिल म्हणजे केवळ आमचं घरच नाही, तर त्याहून विशाल सृष्टीचा तो एक भाग आहे. सूक्ष्मजीव, वनस्पती, झाडं, किडे, अष्टपाद प्राणी, सरपटणारे प्राणी, पक्षी आणि सस्तन प्राणी अशा शेकडो, हजारो जीवजंतूंचा तो आवास आहे. हिमालयातल्या वैशिष्ट्यपूर्ण प्रजाती, हिमालयाचा भूगोल आणि तिथलं पर्यावरण यांचा उलगडा करणाऱ्या आणि त्यांची कल्पना करणाऱ्या शोधमोहिमांची वैज्ञानिक स्पष्टीकरणं हिमालयाच्या नैसर्गिक इतिहासात येतात, भौतिक आणि आधिभौतिक परिघांची उत्पत्ती आणि उत्क्रांती येते, हे दोन्ही परीघ जेव्हा एकमेकांना छेदून जातात तेव्हा येणाऱ्या अनुभवांच्या आपल्या एकत्रित आठवणी आणि स्वप्नं येतात, तसाच त्या इतिहासात दंतकथा, आख्यायिका आणि लोककथांचाही समावेश होतो. या कथांचं पुनर्कथन करण्यासारखी साधीशी कृती निसर्गाच्या विविधतेवर शिक्कामोर्तब करून जाते आणि सर्व काही नामशेष होणार असल्याच्या दाव्याला आव्हान देते.

## १

# गिरीजनन

खडकांमधील चिवट स्मृती

१

# अनिश्चित उंची

पर्वतांची ओळख सहसा त्यांच्या उंचीवरून करून दिली जाते. असं असलं तरी, एखाद्या सुळक्याचं शिखर म्हणजे दुसरं-तिसरं काही नसून डोंगर संपून ढग आणि आकाशाची हद्द जिथे सुरू होते तो बिंदू असतो इतकंच. पर्वताचं खरं सत्त्व आणि बांधणी असते ती त्या खाली. घळीदार हिमपठारावर विसावलेल्या कड्यांमध्ये आणि सूर्यप्रकाशात न्हाऊन निघालेल्या घडीव बर्फात ती असते. पर्वताचं अस्तित्व हे त्याच्या उंचीपेक्षाही त्यावरच्या सोंडेची वळणं, त्याच्या उतरणींचे कोन, त्याच्या पायाचा भक्कमपणा, खोली, शिवाय त्याच्या पायथ्याशी वाढणारी कुरणं आणि जंगलं अशा इतर घटकांमुळे ठसतं. एखाद्या पर्वताच्या अशा क्लिष्ट भूमितीचं मोजमाप करताना इतर शिखरांच्या तुलनेत तो पर्वत कुठे आहे यासकट त्याच्या विविध अंगांचा विचार करावा लागतो.

हिमालयाच्या रांगा या पृथ्वीवरच्या सर्वांत उंच पर्वतरांगा असतीलही; पण केवळ उंचीवर लक्ष केंद्रित केलं, तर आपल्या दृष्टीकोनाला मर्यादा पडतातच शिवाय त्या रांगांचं महत्त्वही कमी होतं. या पर्वतरांगांची भव्यता जेवढी त्यांच्या तीव्र चढणींमध्ये आहे तेवढीच त्यांच्या दऱ्याखोऱ्यांमध्येही आहे. हिमालयाच्या गिरीपिंडांच्या प्रेरणादायी अस्तित्वाचा संबंध त्याच्या उंचीशी फारसा नसून बर्फाच्या घळ्यांमधून वाहणाऱ्या हिमझऱ्यांचे ओघळ, ग्रॅनाइटच्या शिळेत अडकलेले गारगोटीचे अर्धपारदर्शक स्फटिक, सैलसर हिमोढांना घट्ट धरून ठेवणारी ज्युनिपरची वेडीवाकडी

मुळं किंवा दूरच्या एखाद्या खिंडीवर पडणाऱ्या जंगली बकऱ्यांच्या कळपाच्या सावल्या अशा निसर्गाच्या ज्या सूक्ष्म भेदाभेदांतून ते गिरीपिंड उभे राहतात त्याच्याशी आहे.

जसजसे आपण हिमालयाच्या जवळ जातो आणि त्याच्या भौतिक वैशिष्ट्यांचं निरीक्षण करू लागतो तसतशी आपली नजर बर्फावरच्या चमकत्या उन्हामुळे खडकांवर पडलेल्या वेड्यावाकड्या सावल्यांमधून तयार होणाऱ्या थरथरत्या रेखाकृतीवर फिरते. सतत बदल घडत असल्यामुळे कधी कधी हे पर्वत अक्षरश: जिवंत वाटतात. झीज होण्याच्या प्रक्रियेचे किंवा धडपडत वर चढणाऱ्या जंगली बकऱ्यांचे खूर एखाद्या तीव्र चढणीला घट्ट धरून राहतानाचे प्रतिध्वनी घसरून पडणाऱ्या दगडगोट्यांच्या धडधडाटातून उमटत असतात. हिमस्खलनाच्या गडगडाटी आवाजामुळे पांढऱ्या कणांचे ढग उधळले जात असतात. ते कण हलक्या धुक्यासारखे हवेत तरंगत असले तरी एकदा बसले की काँक्रीटइतके घट्ट होऊन जातात आणि त्याखाली जे काही असेल ते गाडून घेतात. हिमालयात थरारक सौंदर्य, तीव्र उंचीचे प्रदेश आणि हवामानाची इतकी दोन टोकं बघायला मिळतात की त्यातून आश्चर्य आणि भीती या दोन्ही भावना जन्म घेतात. हिमालयाची भव्यता बघून तो अनंत काळापासून इथेच आहे असं वाटत असलं तरी वास्तविक तो पृथ्वीवरच्या सर्वांत अर्वाचीन पर्वतरांगांपैकी एक आहे आणि दरवर्षी कित्येक मिलिमीटरने वाढतो आहे. या पर्वतरांगा सतत वरच्या दिशेने ढकलल्या गेल्यानं त्यांच्या वळणदार कमानींची एक शृंखलाच तयार झाली आहे. ही शृंखला बाल्टिस्तानच्या शुष्क सीमारेषेपासून ते अरुणाचल प्रदेशातल्या उष्णकटिबंधीय जंगलांपर्यंत पसरली आहे.

सुमारे अडीच हजार किलोमीटर लांब आणि ३५० किलोमीटरपासून १५० किलोमीटरपर्यंत रुंद असा हिमालय पसरलेला आहे आणि त्याची सर्वाधिक उंची समुद्रसपाटीपासून जवळजवळ नऊ किलोमीटर आहे. जगातली एकूण मिळून चौदा सर्वोच्च शिखरं आठ हजार मीटरपेक्षा जास्त उंचीची आहेत आणि त्यातली दहा हिमालयात आहेत. उरलेली चार जवळच्याच काराकोरम पर्वतावर आहेत. पृथ्वीवरच्या सर्वोच्च अशा पन्नास शिखरांपैकी निम्म्याहून अधिक शिखरं हिमालयाच्या पर्वतरांगांमध्ये आहेत. चीन, भूतान, भारत, नेपाळ आणि पाकिस्तान अशा पाच देशांच्या हद्दीत हिमालयाचा एक भाग येतोच. अर्थात त्यातल्या बऱ्याच हद्दी वादग्रस्त आहेत. उलथून टाकलेलं तिबेटचं सरकारदेखील चीनव्याप्त भागावर अजून दावा सांगत आहे.

हिमालय हे संस्कृत नाव पहिल्यांदा इंग्रजीत लिहिलं गेलं तेव्हापासून गेली कित्येक शतकं त्याच्या स्पेलिंगवर आणि उच्चारावर वाद आहेत. तसंच, सुसंगतपणे

किंवा अखंडपणे या पर्वतांची व्याप्ती ठरवणंही भूगोलतज्ज्ञांना जमलेलं नाही. माझ्यासारखे बहुतेक लेखक हिमालयाची व्याप्ती पूर्वेकडे त्सांग पो किंवा ब्रह्मपुत्रा नदीपासून पश्चिमेकडे सिंधू नदीपर्यंत धरत असले तरी काहीजण ही व्याख्या आणखी लवचिक करतात. मग त्यात बहुतेक वेळा काराकोरम आणि हिंदूकुश पर्वतांचा काही भाग येतोच. शिवाय आणखी पूर्वेकडच्या काही पर्वतांचाही त्यात समावेश होतो. अशी मतांतरं असली तरीदेखील हिमालयाच्या दोन टोकांना असलेली दोन मोठी शिखरं म्हणजे आग्नेय तिबेटमधलं नामचा बारवा आणि काश्मीरच्या वायव्येकडे असलेलं नंगा पर्बत. हिमालयाच्या पर्वतरांगांची उत्तर आणि दक्षिण सीमारेषा कशी ठरवायची हा देखील तेवढाच कठीण प्रश्न आहे. उदाहरणार्थ, तांत्रिकदृष्ट्या पाहिलं तर हिमालयाचा 'मुकुटमणी' म्हणून ओळखलं जाणारं सर्वांत पवित्र असं कैलास शिखर उत्तरेकडे हिमालयाच्या पलीकडच्या बाजूला आहे. त्याउलट, दक्षिणेकडे असलेल्या शिवालिक टेकड्या अनेक ठिकाणी हिमालयात विलीन होताना दिसल्या तरी त्या स्वतंत्र पर्वतरांगा समजल्या जातात. तसंच, ईशान्य भारतातल्या अधिक उंचीच्या पर्वतांचे 'द्वार' समजल्या जाणाऱ्या दुआर पर्वतरांगा हिमालयाला जवळजवळ स्पर्शच करताना दिसतात. तिबेट पठाराच्या वरच्या अंगाला असलेली हद्द जिथे हिमालयाच्या उत्तरेकडे असलेल्या चार हजार मीटर उंचीच्या उतरणीला स्पर्श करते तो हिमालयाचा अविभाज्य भाग आहे. तशीच मध्य हिमालयाच्या पायथ्याशी असलेल्या टेकड्यांना वेढून असलेली ५०० मीटरपेक्षा कमी उंचीवरची भाबर आणि तेराईची जंगलं आणि कुरणं हीदेखील हिमालयाचा अविभाज्य भाग आहेत. काही म्हणा, नकाशावर कितीही संदिग्ध दिसले तरी हे पर्वत त्यांना विभागणाऱ्या नकाशाशास्त्राच्या आणि राजकारणाच्या वादग्रस्त आणि गोंधळास्पद सीमारेषांना पुरून उरतात.

हिमालयाचे गुणगान करायला हजारो देवयुगंदेखील पुरणार नाहीत. असे उद्गार वैदिक काळातल्या एका ऋषींनी काढले आहेत तर आणखी एक ऋषी लिहितात : सूर्य जसा पहाटेचं दव शोषून घेतो तसंच हिमालयाकडे नुसती नजर टाकली तरी माणसाची पापं वाहून जातात. हे पर्वत कितीही दूरस्थ आणि शब्दातीत वाटले तरी पृथ्वीवरची कोणतीच गोष्ट अशी अलगपणे अस्तित्वात नसते. आपण या उंचावरच्या ठिकाणांविषयी आणि त्यातल्या आपल्या स्थानाविषयी काहीही सांगायचं ठरवलं तरी ते कथन जितकं आपल्याबद्दल असेल तितकंच त्या पर्वतांबद्दलही असेल.

हिमालयाच्या उत्पत्तीविषयीच्या हिमालयाच्याच विविध भागांतल्या लोककथा या पर्वतांची निर्मिती कशी झाली ते सांगताना आढळतात. वेरियर एल्विनच्या 'मिथ्स ऑफ द नॉर्थ-ईस्ट फ्रन्टियर ऑफ इंडिया' या पुस्तकानुसार अरुणाचल

प्रदेशातल्या न्हुसो जमातीत (ही जमात अका नावाने ओळखली जाते) अशी समजूत आहे की, दोन अंड्यांपासून जगाची उत्पत्ती झाली. ती अंडी उबल्यावर एकातून आकाश तयार झालं, तो होता पुरुष. दुसऱ्यातून जमीन तयार झाली. ती होती स्त्री. आकाशाने पृथ्वीबरोबर संभोग करायचा प्रयत्न केला तेव्हा त्याच्या असं लक्षात आलं की, तिला कवेत घ्यावं तर ती आपल्यापेक्षा खूपच मोठी आहे. मग त्यानं आपल्या पार्थिव प्रेयसीला स्वत:चा आकार लहान करायला सांगितला. तिनं तसं केल्यावर तिचं लवचिक शरीर आक्रसलं आणि त्याला वळ्या पडून टेकड्या, पर्वत आणि दऱ्याखोऱ्यांची निर्मिती झाली. आकाशाने पृथ्वीशी संभोग केल्यानंतर हरप्रकारची झाडं, गवत आणि सर्व सजीव प्राणी अस्तित्वात आले.

तिराप जिल्ह्यातल्या नोक्ते जमातीत सांगितली जाणारी सुरुवातीला पृथ्वी पाण्यानं कशी व्यापलेली होती याची कथा एल्विनच्या संग्रहात आहे. पाण्यात खोलवर 'पू' नावाचा एक साप राहात होता. कालांतरानं तो सर्वव्यापी समुद्र हळूहळू आटला आणि जमीन दिसू लागली. सुरुवातीला सगळा चिखल होता. मग त्यावरून जेव्हा तो साप चालत गेला तेव्हा एक लांबलचक नागमोडी वाट तयार झाली. ती वाट म्हणजेच ज्यातून नद्या वाहू शकतील अशी दरी. चिखल वाळल्यावर जमिनीचा काही भाग सपाट झाला आणि काही भागात टेकड्या तयार झाल्या.

सिंधू नदी जिथे नंगा पर्वताला वळसा घालते त्या हिमालयाच्या विरुद्ध टोकाला आणखी एक लोककथा प्रचलित आहे. एकेकाळी जग आदि सागराखाली बुडालेलं होतं. १९०५ साली गुलाम महंमद यांनी जी कथा नोंदवून ठेवली आहे त्यात ते सांगतात की, काही ठिकाणी ते पाणी गोठून गेलं होतं. यथ नावाची एक राक्षसी जमात या ओसाड हिमप्रदेशात राहत होती. आपल्या राज्यात राहणं अधिक सुसह्य व्हावं म्हणून त्यांनी समुद्रकिनाऱ्यावरची वाळू उपसून पाण्यावर टाकायचं ठरवलं. त्याप्रमाणे राक्षसांच्या राजाने आणि त्याच्या मंत्रीमंडळाने मिल्गामोक नावाच्या ठिकाणी राहणाऱ्या 'बोजारे शाल' नावाच्या एका लांडग्याला निरोप धाडला. तो प्रचंड हुशार असल्यामुळे हे काम करायला अगदी योग्य वाटत होता. सुरुवातीला लांडग्याने आढेवेढे घेतले; पण अखेर तो तयार झाला. त्याने यथ लोकांना गोराई पट्टान नावाच्या एका पक्ष्याला आणि जवळच राहणाऱ्या एका उंदराला बोलावणं पाठवायला लावलं. लांडग्याने मग राक्षसांच्या राजाला सांगून त्या पक्ष्याला स्वत:च्या खांद्यावर बसायला लावलं. तो पंख पसरून बसला आणि एकीकडे उंदराला बर्फात बीळ करण्याचं काम दिलं. प्रत्येकानं दिलेली आज्ञा पाळली. पक्ष्याच्या पंखांनी सर्व पाणी झाकलं गेलं आणि मग उंदरानं पाण्याखालची सगळी वाळू बाहेर काढली. मग गोराई पट्टानच्या पंखांवर माती पसरली आणि अशा तऱ्हेने

जमीन आणि पर्वत तयार झाले.

हिमालयाच्या उत्पत्तीबद्दल विसाव्या शतकातल्या भूगर्भ शास्त्रज्ञांनी जो शास्त्रीय दृष्टीकोन मांडला त्यातून असं दिसतं की टेथिस समुद्राच्या पृष्ठभागाखाली हिमालयाचा जन्म झाला. त्याच्या बीजधारणेची आणि जन्माची कथा ही उत्पत्तीच्या जबरदस्त कथांपैकी एक आहे. महाभारत आणि रामायणातल्या आदिवासी लोककथांइतकीच ही कथादेखील गुंतागुंतीची आणि विस्मयचकित करणारी आहे. माणसाच्या पूर्वजांची उत्क्रांती होण्याच्या कितीतरी आधी, भाषा आणि विचार जन्माला यायच्या खूप पूर्वी, खुद्द जीवन अस्तित्वात यायच्याही आधी ही उत्पत्तीकथा निर्मिली गेली आणि इथल्या जमिनीवर कोरली गेली.

पृथ्वीच्या गर्भातून हिमालय बाहेर येऊ लागला तेव्हा पहिल्या कळा सुरू झाल्या त्या सुमारे शंभर दशलक्ष वर्षांपूर्वी. सुरुवातीला अस्तित्वात असलेल्या पँजिआचा खंड थंड होऊन त्याचे तुकडे होऊ लागले. पृथ्वीच्या कवचाला भेगा पडून ते खाली ओघळलं आणि त्यात एक खोल खळगा तयार झाला. तो खळगा टेथिस समुद्राने भरला. भूद्रोणी म्हणून ओळखला जाणारा हा खळगा पुढे हळूहळू आणखी खोल आणि रुंद झाला. दरम्यान, भयानक वादळं होऊन वेगाने वाहणाऱ्या नद्या त्या खंदकात रित्या झाल्या आणि लाखो वर्षं दररोज त्यांच्या टनावारी गाळाचे थर तिथे साचत राहिले. या प्राचीन, निनावी झऱ्यांमधून आलेल्या गाळ आणि मातीतून हिमालयाचा पाया तयार झाला. गाळाच्या या प्रचंड थरांचं वजन आणि दाब जसा वाढायला लागला तशा या प्रसूतीकळा आणखी वाढल्या. भूकवचातून ज्वालामुखी बाहेर पडला आणि वितळलेला मॅग्मा थंड होऊन अग्निज स्तर तयार झाले. घर्षणाने प्रचंड उष्णता निर्माण होऊन ग्रॅनाइट आणि पट्टीताश्मांसाठी भट्टी तयार झाली. त्यानंतर पुष्कळ काळाने जलचर प्राण्यांच्या अवशेषांमधून चुनखडकाचे थर जमले आणि या मुशीत भर पडली.

भूशास्त्रीय काळ जसा पुढे सरकत होता तशी लांबलेल्या ओहोटीमुळे आणि पृथ्वीच्या पृष्ठभागांच्या हालचालीमुळे जमीन आणि जलप्रदेशांची पुनर्रचना झाली. यथावकाश, बहुधा पन्नास दशलक्ष वर्षांपूर्वी भारतीय उपखंडाची उर्वरित आशिया खंडाशी टक्कर झाल्यावर लागोपाठ तीन मोठी घर्षणं झाली. भूशास्त्रज्ञ ज्याला 'नॅप्स' म्हणतात असे मोठाले स्तर समुद्रातून वर आले आणि त्यांनी तो खंदक बुजवला. ज्या ठिकाणी ही टक्कर झाली आणि खंड एकमेकांना जोडले गेले त्या रेषांना 'सांधा' किंवा 'सीवनी' असं म्हणतात. त्यातली एक सीवनी म्हणजे सिंधू नदीचं खोरं आणि दुसरं त्सांग पो किंवा ब्रह्मपुत्रेचं खोरं. या दोन नद्या म्हणजे हिमालयाच्या दोन सीमारेषाच आहेत. पर्वतनिर्मितीच्या या अखंड चालणाऱ्या क्रियेला 'ओरोजेनी' किंवा 'गिरीजनन' असं म्हणतात. ग्रीकमध्ये 'ओरो' म्हणजे

पर्वत आणि 'जेनेसिस' म्हणजे सुरुवात.

सुरुवातीच्या काळात झालेल्या या उलथापालथीचे अवशेष आडव्या वळ्यामध्ये असलेल्या खडकांच्या नव्या-जुन्या विभागांच्या रूपात अजूनही सबंध हिमालयभर ठळकपणे आढळून येतात. पृथ्वीचे स्तर एकामागून एक वरच्या दिशेने ढकलले न जाता त्यांची आडव्या दिशेने हालचाल होऊन पृथ्वीच्या कवचाचा एक स्तर दुसऱ्या स्तराखाली ढकलला जातो. अशा तऱ्हेने एकमेकांवर पडलेले विविध युगांमधले थर पत्त्यांसारखे पिसले जातात. अशा क्षणिक दाबामुळे तयार होणाऱ्या घर्षणातून खडकांमध्ये बदल होऊ शकतात. सुटी माती एकत्र दाबली जाऊन त्यातून पिंडाश्म तयार होतात तर टक्कर झाल्याने तयार होणाऱ्या उष्णतेमुळे आणि दाबामुळे रूपांतरित खडक तयार होतात. शेवटी, क्षरण झाल्याने थरांचे उभे छेद बाजूला होत भूगर्भीय इतिहासाच्या प्राचीन कालरेषा उकरल्या जातात. वाऱ्या-पावसाच्या संथपणे चालणाऱ्या छिन्नीतून पर्वतांच्या जन्मखुणा असलेली, नक्षीदार कोड्यासारखी दिसणारी, दगडात बंदिस्त झालेली वळणदार रेखांकनं सर्वांसमोर उघडी पडतात.

पर्वत म्हणजे दगड आणि मातीपासून बांधलेल्या तराफ्यांसारखे असतात आणि ते हिमाच्छादित असून, एखाद्या वितळलेल्या समुद्रावर तरंगत असतात ही कल्पना आजमितीला आपण मान्य केली आहे. हिमालयाची निर्मिती समजून घेण्यासाठीची कळ प्लेट टॅक्टॉनिक्स किंवा भूपट्ट विवर्तनिकी जाणून घेण्यात आहे. भूखंडांच्या अपवहनाचा सिद्धान्त जर्मन हवामानशास्त्रज्ञ आणि भूगर्भशास्त्रज्ञ अल्फ्रेड वेगनरने १९१२ साली पहिल्यांदा मांडला. तरीदेखील पृथ्वीच्या उत्क्रांतीविषयीची ही मूलभूत कल्पना स्वीकारली गेली ती १९६०च्या दशकाच्या मध्यात. तोवर भूखंड अपवहनाचा सिद्धान्त पोकळ आणि कपोलकल्पित असल्याचं बहुतेक सर्व भूगर्भशास्त्रज्ञांचं म्हणणं होतं. त्या प्रश्नाकडे बघण्याच्या भूगर्भ शास्त्रज्ञांच्या दृष्टीकोनामुळे प्लेट टॅक्टॉनिक्सवर पूर्वग्रहदूषित टीका कशी होते ते 'द व्हॅलिडेशन ऑफ कॉन्टिनेन्टल ड्रिफ्ट' या आपल्या निबंधात स्टीफन जे. गोल्ड स्पष्ट करून सांगतात. ते असं म्हणतात की, 'अनुभवजन्य वादातीत पुरावा असूनही जवळजवळ प्रत्येक शास्त्रज्ञानं भूखंड अपवहनाची कल्पना मोडीत काढली होती. वरवर बघता अभेद्य वाटणाऱ्या समुद्री पृष्ठभागावरून वाट काढत खंड हालचाल करू शकतील असं प्रत्यक्ष तंत्र कोणीही शोधून काढू शकलं नव्हतं. ती कल्पना नाकारण्यामागचं कारण हेच होतं. असं कोणतंही संभाव्य तंत्र नसल्यामुळे भूखंड अपवहनाची कल्पना निरर्थक म्हणून नाकारण्यात आली.'

गोल्ड पुढे असा दावा करतात की, ज्ञान पुढे नेण्यासाठी विज्ञानाला 'सर्जनशील विचारा'ची गरज लागते. तेव्हा कल्पनाशक्तीची भरारी घेतल्याशिवाय हा असा

सिद्धान्त मांडता येत नाही. जॉन मॅकफीदेखील आपल्या पुलित्झर विजेत्या 'ॲनल्स ऑफ द फॉर्मर वर्ल्ड' या पुस्तकात गोल्डच्या मुद्द्याला पाठिंबा दर्शवतात. ते करत असताना, 'नेचर' मासिकाचे संपादक १९६३ सालापर्यंत प्लेट टॅक्टॉनिक्सवरचे लेख नाकारत होते; कारण त्यांच्या मते नव्याने उदयाला येणारा हा सिद्धान्त ओढूनताणून आणलेला होता, तर दुसरीकडे 'द जर्नल ऑफ जिओफिजिकल रिसर्च'मधल्या त्यांच्या सहकाऱ्यांच्या मते भूखंड अपवहनाचं निरूपण कॉकटेल पार्टीतल्या संभाषणासाठी अधिक साजेसं होतं, हे ते स्पष्ट करून सांगतात. पुढे जाऊन ते असं म्हणतात की, या सिद्धान्ताला पुष्टी देणारा पुरावा पर्वतांच्या उंचीत किंवा उघड्या डोळ्यांना दिसणाऱ्या पृथ्वीच्या पृष्ठभागावर नसून खोलवर समुद्रात आहे. आरमारी युद्धतंत्रामुळे समुद्राच्या पोटात गडप झालेली ही रहस्यं बाहेर आली आहेत. मॅकफी लिहितात : दुसरं महायुद्ध म्हणजे तंत्रज्ञानाच्या दृष्टीने पाहिलं तर अलिबाबाची गुहाच होती. नवीनच वापरात आलेल्या फॅदोमीटर आणि प्रोटॉन-प्रिसेशन मॅग्नेटोमीटरच्या मदतीनं १९५० सालातल्या सागर वैज्ञानिकांनी समुद्राच्या तळाचा इतका तपशीलवार नकाशा तयार केला की एका अर्थी त्यांना तो तळ प्रथमच दिसला असं म्हणता येईल. कोलंबिया विद्यापीठाचे ब्रूस हिझेन आणि मेरी थार्प ही त्या वैज्ञानिकांपैकी काही उल्लेखनीय नावं. पाणबुड्यांचं निश्चित स्थान कळू नये म्हणून सागरी तळाचे हे आरमारी तक्ते गुप्त ठेवण्यात आले असले तरीही सबंध पृथ्वीवरच्या प्रत्येक समुद्राखाली असलेले खोल खंदक आणि पर्वतरांगा त्यात दिसून येत होत्या. भूखंड अपवहनामुळे पडलेल्या त्या सुरकुत्या आणि वळ्याच होत्या.

प्लेट टॅक्टॉनिक्स आणि हिमालयाचं गिरीजनन या दोन्हीचा पुरावा शत्रूच्या यू-बोटींचा माग घेणाऱ्या अमेरिकन नौदल अधिकाऱ्यांनी उजेडात आणला. १९५० आणि १९६० च्या दशकात अणुचाचण्यांवर लक्ष ठेवण्यात व्यग्र असलेल्या लष्करी वैज्ञानिकांनी भूकंपमापी वापरून जो डेटा गोळा केला त्यातून या शोधांना आणखी पुष्टी मिळाली. यापूर्वी कधीही हाताला लागला नसेल इतक्या मोठ्या प्रमाणावर मिळालेला भूकंपशास्त्रसंबंधित डेटा ही शीतयुद्धाची देणगी. युद्धासाठी लागणारी साधनं तयार करण्याच्या नादात भूखंड हद्दींच्या एकमेकांत अव्याहत चालू असणाऱ्या मारामारीची कथा म्हणजेच सबंध प्लेट टॅक्टॉनिक्सचा सिद्धान्त पुढे आला.

सागरी तळाची विखुरलेली बाह्यरेषा आणि पाण्याखाली बुडालेल्या भूपट्ट्यांच्या कडेने होणाऱ्या ज्वालामुखी आणि भूकंपसंबंधी हालचाली यावरून सागर वैज्ञानिकांनी असा निष्कर्ष काढला की, भूखंड एकमेकांपासून दूर गेल्याने ज्या फटी तयार होतात त्या वितळलेल्या मॅग्माने बुजवल्या जातात. या मॅग्माचे बुडबुडे पृथ्वीच्या

पोटातून बाहेर आल्यावर थंड होतात आणि त्यामुळे समुद्राखाली खपल्या आणि व्रण तयार होतात. मॅकफी हिमालयाचं वर्णन 'इंडो-ऑस्ट्रेलियन भूपट्टीचा मुकुटमणी' असं करतात. ही भूपट्टी तिबेटला धडकून पृथ्वीच्या कवचाला भेगा पडल्या आणि त्या भेगांमुळे झालेले विभाग समुद्रसपाटीपासून आठ हजार मीटर उंचीपर्यंत वर उचलले गेले. १९५३मध्ये तेनसिंग आणि हिलरी एव्हरेस्ट पर्वताच्या शिखरावर पोहोचले तेव्हा त्यांनी पाय ठेवला तो चक्क एकेकाळी टेथिस समुद्रात राहणाऱ्या जलचरांच्या जीवाश्मांवर, असंही मॅकफी दाखवून देतात.

उत्पत्तीची कोणतीही कथा मग ती वैज्ञानिक असो किंवा पौराणिक, त्यात कित्येक मूलभूत प्रश्न अनुत्तरितच राहतात. हिमालयाची निर्मिती केव्हा झाली याबद्दल समकालीन भूगर्भ शास्त्रज्ञांमध्ये एकमत नाही. प्लेट टॅक्टॉनिक्सच्या सिद्धान्तामुळे त्या प्रश्नाला एक ढोबळ उत्तर मिळत असलं आणि त्यातून विविध शक्यता दिसून येत असल्या तरीही ही प्रत्यक्ष प्रक्रिया किती आधी सुरू झाली आणि पृथ्वीचं कवच वर उचललं जाण्याची क्रिया सावकाश झाली का एकामागून एक अचानक आणि वेगाने घडून येणाऱ्या घटनांमुळे ते घडलं याविषयी चांगलेच मतभेद आहेत. हिमनदीशास्त्र, हवामानशास्त्र, वनस्पतिशास्त्र अशा विविध शाखांमधल्या वैज्ञानिकांनी आपापल्या क्षेत्रातले पुरावे तपासून हिमालयाच्या भूरूपाविषयी आणि निर्मितीविषयी उलटसुलट प्रमेयं मांडली आहेत. प्राचीन काळातल्या शाकाहारी प्राण्यांच्या हनुवटीच्या हाडातून मिळालेल्या दाताच्या इनॅमलचे म्हणजे लुकणाचे कार्बन डेटिंग, कुजलेल्या पालापाचोळ्यात टिकून राहिलेल्या परागकणांचे नमुने, नद्यांच्या प्रणालीची किंवा एखाद्या विशिष्ट काळातल्या हवामानाची संगणकावर तयार करण्यात आलेली मॉडेल्स या सर्वांचा त्यासाठी लागणाऱ्या डेटामध्ये समावेश आहे. एकेकाळी काळ्या दगडावरची पांढरी रेघ समजल्या जाणाऱ्या जुन्या सिद्धान्तांचे आता पृथक्करण आणि विश्लेषण होत आहे, तर कोड्याचे नवीन हाती आलेले तुकडे अजून सुसंगत आणि एकसंधपणे एकत्र बसवायचे आहेत. हिमालयाच्या उत्पत्तीबद्दल आपल्याला जितकी जास्त माहिती मिळते आहे तितकं आपलं कमी एकमत होताना दिसतंय. कोणत्याही महाकाव्याप्रमाणे ही कथादेखील अनेक पातळ्यांवर वाचता येते आणि परस्परविरोधी प्राधान्यक्रम, पूर्वग्रह आणि दृष्टीकोनानुसार त्याच्या प्रत्येक प्रकरणाचा अर्थ लावता येतो.

हिमालय आणि तिबेटमधलं गिरीजनन १०० ते ४५ दशलक्षवर्षांपूर्वी कधीतरी घडून आलं असं काही सिद्धान्त सुचवतात तर इतर काहींच्या मते ही घटना त्यापेक्षा बरीच अलीकडची असून, गेल्या २५ दशलक्ष वर्षांत घडून आली आहे. काही भूगर्भ शास्त्रज्ञांच्या मते हे पर्वत एकाच घटनेमुळे तयार न होता दोन टप्प्यांत तयार झाले. पहिल्यांदा भारतीय उपखंड आणि युरेशियाच्या किनाऱ्याशेजारी असलेला

द्वीपसमूह यांची टक्कर झाली. त्यामुळे हिमालय त्याच्या सध्याच्या उंचीपर्यंत वर उचलला गेला आणि मग शेवटी तो तिबेटच्या पठारावर जाऊन आदळला. गेल्या काही वर्षांत अक्षरश: मती गुंग होईल इतक्या प्रकारचे कालावधी आणि टेक्टॉनिक पुनर्रचना मांडण्यात आल्या आहेत.

मानवी बुद्धीला मागे टाकणाऱ्या अतिवेगवान संगणकांमुळे विज्ञानाने मांडलेले सिद्धान्त सतत बदलत राहतात. तरीदेखील आद्य काळात धीम्या गतीने होणाऱ्या या पर्वतांच्या उत्पत्तीची आपण व्यवस्थित कल्पना करू शकतो. खडक आणि पाण्यातून जन्मलेल्या या पर्वतांना अजूनही आकार मिळतो तो झीज घडवणारी वाहत्या झऱ्यांची ऊर्जा, त्यांचं गोठणं आणि वितळणं या घटकांमुळेच. अडीच दशलक्ष वर्षांपूर्वी सुरू झालेल्या हिमयुगांच्या शृंखलेमुळे हिमालयाच्या रंगरूपाचं घर्षण झालं. कडेकडेने हिमोढांचे ठसे सोडत हिमनद्यांनी रुंद दऱ्या आखल्या. वरवर पाहिलं तर ही प्रक्रिया म्हणजे द्रव आणि घन पदार्थांमध्ये, क्षार आणि आर्द्रतेमध्ये, झीज आणि वृद्धीमध्ये निरंतर चालू असलेल्या द्वंद्वाचं प्रतिनिधित्व करते.

ज्या वेळेस हिमालयात गिरीजननाची भव्य अभियांत्रिकी प्रक्रिया घडून येत होती त्याच वेळेस दगड आणि मातीमधल्या पाणथळ जागेत एकपेशीय आणि इतर सूक्ष्मजीवांसारखे जीवजंतू वाढीस लागले. ते सूर्यप्रकाशामुळे उबायला लागले, खनिज आणि क्षारांवर पोसले जाऊ लागले आणि पाण्यामुळे रुजले. अगदी सुरुवातीच्या काळातल्या पर्वतीय वनस्पतींना दगडफूल, लिव्हरवर्ट्स, शेवाळ आणि नेच्यांचेदेखील पूर्वज म्हणता येईल. या पुरातन नमुन्यांच्या जीवाश्मांचे छाप खडकांवर आढळतात. जणू मृत्युसमयीचे त्यांचे नाजूक मुखवटे कठीण होऊन बसलेल्या गाळात जतन केले गेले आहेत.

पुढली लाखो वर्षं जसजसे पर्वत वर येऊ लागले तसतसे ते अधिकाधिक वनस्पतींना, गवतांना, कीटकांना, पक्ष्यांना, सरपटणाऱ्या प्राण्यांना, घुशी, रानटी बकऱ्या, मेंढ्या अशा सस्तन प्राण्यांना, त्याचबरोबर लांडगे, हिमबिबटे आणि इतर व्याघ्रजमातीचा पूर्वज 'पँथेरा ब्लाइथ' अशा शिकारी प्राण्यांना आश्रय देऊ लागले. हिमालयाच्या वरच्या भागात असलेलं मानवजातीचं अस्तित्व हे त्यामानानं अलीकडे झालेलं अतिक्रमण आहे. नवाश्मयुगात मांसाच्या शोधार्थ पहिलेवहिले भटके शिकारी उंचावरच्या खिंडी पार करून गेले तेव्हाचा म्हणजे सुमारे दहा हजार ते सात हजार वर्षांपूर्वीचा हा काळ आहे.

२

# खडकांवरची कलाकुसर

लडाखमधल्या झंस्कार नदीपासून शंभरेक मीटर उंचीवर असलेल्या एका झिजलेल्या तटावर हिमबिबट्या किंवा स्नो लेपर्ड उभा आहे. एका गुळगुळीत शिळेवर चढलेल्या ताम्रपटासारख्या आवरणाच्या पार्श्वभूमीवर त्याची रेखाकृती उठून दिसते आहे. त्याच्या कातडीवरच्या ठिपक्यांसारखं आणि मागे वळलेल्या शेपटीसारखंच त्याचं कमानदार शरीरही ताबडतोब ओळखू येतं. खाली वाकून मी त्या आकृतीची प्राचीन घडण न्याहाळतो आहे. हजारो वर्षांत ती घडण जराही बदललेली नाही. उन्हातान्हात भाजून निघालेली आणि वाऱ्यानं तुकतुकी आलेली अशी ती कालातीत प्रतिमा आहे. लडाखमधली कडक थंडी, वेगाने वाहणारे झरे आणि नद्या यांच्यामुळे आमच्या आजूबाजूच्या सगळ्या पर्वतांवर व्रण उमटलेले दिसतात. या स्नो लेपर्डला (पँथेरा अन्सिया) मात्र ढिम्म फरक पडलेला दिसत नाही. एखाद्या पाषाणासारखा पवित्रा घेऊन तो माझ्यावर लक्ष ठेवून आहे. धोक्याबद्दल सावध असला तरी भक्ष्य टप्प्यात असल्याची त्याची जाणीवही तेवढीच दिसून येत आहे.

जवळच असलेल्या खडकांच्या आणखी एका ढिगाऱ्याकडे पाहिलं तर लांब, वळणदार शिंगं आणि वेगवान खूर असलेल्या जंगली बोकडांचा एक कळप शिकाऱ्याच्या धनुष्यातून सुटणारे बाण चुकवत जाताना दिसतो आहे. तरंग उठल्यासारख्या दिसणाऱ्या, चकाकणाऱ्या पृष्ठभागावर ते धावताना दिसतात. समोरच्या दृश्यात दिसणाऱ्या प्राण्यांमध्ये एका आदिम सौंदर्याचं प्रदर्शन आहे. त्यातून त्यांचं

प्राचीन असणं अधोरेखित होतं. हिमालयी शिलाचित्रं सबंध लडाखभर म्हणजे पार पूर्वेकडच्या लाहौल-स्पितीपासून ते पश्चिमेकडे काराकोरमपर्यंत आणि त्याच्याही पलीकडे उत्तरेला मॅग्नोलियापर्यंत आणि मध्य आशियात पामिर पर्वतरांगांपर्यंत आढळतात. दगडांवर जशी पर्वतांच्या निर्मितीची कहाणी लिहिलेली दिसते तशीच अश्मयुगीन शिकारी मानवाच्या स्थलांतराची देखील दिसते. या मानवाने केलेली खडकांवरची कलाकुसर म्हणजे माणसाच्या आगमनाची आणि शोधाची, त्याच्या यशापयशाची बोलकी नोंदच म्हणायला हवी. ज्या जीवजंतूंबरोबर आपण इतक्या खतरनाक उंचीवर वास्तव्य करतो त्यांना आश्रय देणारी अशी ही कलाकुसर आहे.

शिलाचित्रं ही हिमालयातल्या जंगलांसाठी असलेली पहिली मार्गदर्शक पुस्तिका. काळजीपूर्वक प्रत्येक प्रजातीचं वर्णन केलेलं इथे सापडतं. जंगली याक (बोस मुटूस) ची शिकार माणसं घोड्यावर स्वार होऊन करत असत. त्यांच्याबरोबर कुत्र्यांची एक झुंड असे. ती झुंड त्या केसाळ जनावराला शिकाऱ्याच्या धनुष्याच्या टप्प्यात आणून सोडत असे. पंख पसरून उडताना दिसणारा तो पक्षी म्हणजे एखादा गरुड किंवा गिधाड, क्वचित हिमालयी गिधाड (जिप्स हिमालयेनिस) असावं. ज्या कलाकारांनी या प्रतिमा चितारल्या त्यांना जंगली बोकडांचं आणि मेंढ्यांचं वर्गीकरण कळत होतं. आपल्या वस्तीच्या आजूबाजूला असलेल्या दगडांवर ते त्यांचं वर्गीकरण आणि नोंदी करत होते.

शिलाचित्रांचं कौतुक करतानाच त्यांच्यामुळे कोणता उद्देश साध्य होत असेल असा मी विचार करतो. ठरावीक ठिकाणी ठरावीक प्राण्याचं वास्तव्य असल्याचा इशारा देण्यासाठी ती वापरली जात असतील का? का शेकोटीभोवती आपल्या शिकारी कौशल्याच्या आणि शूरपणाच्या बढाया मारण्यासाठी त्यांचा वापर होत असेल? ज्युनिपरच्या काटक्यांमुळे प्रज्वलित होणाऱ्या धुमसत्या गोवऱ्यांचा मिणमिणता जाळ माझ्या डोळ्यांसमोर उभा राहतो. शिकाऱ्यांच्या हातांच्या सावल्यांमुळे सावजाच्या पाठलागाचं वर्णन करताना होणाऱ्या हातवाऱ्यांचा कठपुतलीसारखा एक खेळच समोर उभा राहतो. किंवा मग यश मिळावं, शत्रूसमोर निभाव लागावा म्हणून करायच्या प्रार्थनेसाठी काढलेल्या या विधिवत प्रतिमा तर नसतील? मार्गदर्शन आणि रक्षणासाठी प्राण्यांच्या आत्म्यांना आवाहन करणाऱ्या तांत्रिकांचे मंत्रोच्चार या प्रतिमांकडे बघून ऐकू येऊ लागतात.

शिलाचित्रं म्हणजे 'ॐ मणि पद्मे हूँ' (कमळात वसणाऱ्या पवित्र मण्याचा जयजयकार असो) अशासारख्या प्रार्थनांचे बौद्ध शिलालेख कोरलेल्या मणी दगडांची पूर्वावृत्तीच म्हणता येईल. सबंध हिमालयभर अशा प्रार्थना दगडांवर आणि यात्रेच्या मार्गावरच्या भिंतींवर किंवा शिलाराशींवर कोरलेल्या दिसतात. लडाखमधला माझा सोबती आणि गाईड त्सेवांग रिगझेन भरालच्या म्हणजेच निळ्या मेंढ्याच्या प्रतिमेच्या

बाह्यरेषेवरून बोटं फिरवत त्याच्या शिंगांची कमान रेखाटतो. पुढे काही सेंटिमीटर अंतरावर सूर्यदेवाचं प्रतीक म्हणून वलयाकार उगवता सूर्य आहे किंवा ती प्रतिमा कदाचित आणखी एखाद्या पहाटेची सूचना देणारीही असू शकेल. काही खडकांवर हातांचे ठसे दिसतात. काही अनामिक कलाकारांनी उघड्या तळव्याच्या छापानं आपल्या कलाकृतीवर केलेली ती सहीच आहे.

मध्य आशियाच्या किनाऱ्यावर भारताच्या रूपातलं गलबत जाऊन रुतलं असावं अशी जागा म्हणजे लडाख. प्रखर विरोधाभास आणि रिकामे अवकाश असलेला हा प्रदेश आहे. पँगॉन्ग त्सो सारख्या गोठलेल्या सरोवरात इथे आकाशाच्या विशालतेचं प्रतिबिंब पडलेलं दिसतं तर विरळ गवताची कुरणं, शुष्क जमीन आणि ओसाड सोंडेचे सापळ्यासारखे दिसणारे आकार या सगळ्यातून मरणप्राय एकांताचं सूचन होतं. सात ते दहा हजार वर्षांपूर्वी इथे येऊन खडकांवर प्राण्यांच्या प्रतिमा कोरणाऱ्या अश्मयुगीन मानवाला जे एकाकीपण जाणवलं असेल तेच एकाकीपण अतिउंचीवरच्या या वाळवंटातून फिरताना मलाही जाणवतं. तेव्हापासून आत्तापर्यंत इथल्या भूदृश्यात क्वचितच काही फरक पडला असेल. तेच कोरडे, शुष्क दगडगोटे आणि अस्ताव्यस्त पसरलेल्या हिमनद्या. त्या नद्यांमधून स्रवणारं, जमिनीत चर आणि पन्हळ्या आखणारं बर्फाचं पाणी. सर्वेक्षण नकाशापेक्षा जमिनीच्या झीजेचा माग काढत त्याचा नकाशा तयार केला तर त्यावरून त्या प्रदेशाची अधिक नेमकी कल्पना करता येते. झीज झाल्यामुळे वाळूत नैसर्गिक सीमारेषा आणि रेखाटनं तयार होतात. सुटी, भुसभुशीत मृदा म्हणजे कोणताही आकार न दिलेल्या, न भाजलेल्या चिकणमातीसारखी असते. इथे हिमालयाच्या पश्चिम हद्दीपाशी पर्वतांना अजून आकार यायचा आहे असं वाटतं. लडाख म्हणजे जणू काही आदिम काळापासून चालत आलेलं मोठं बांधकाम असावं आणि हे पर्वत निर्मितीच्या उंबरठ्यावर उभे असावेत असं वाटतं.

सिंधू नदीच्या काठानं या रुक्ष प्रदेशातून प्रवास करत असताना हिरव्यागार शेतांचा एक पट्टा अचानक नजरेस पडतो. त्याच्या बांधावर चिनार वृक्षांची एक रांग दिसते आहे. ज्या अरुंद खिंडीतून एक झरा वाहतो तिथे कोणीतरी सातूचं पीक काढलंय. तरीही एखाद्या उत्स्फूर्त निर्मितीची झलक असावी तसं ते दिसतं. रिकाम्या, तपकिरी कॅनव्हासवर कुंचल्याने जीवनाचा पहिला फटकारा उमटावा तसं काहीसं. पुढे जाऊन रस्त्याचं आणखी एक वळण मागे टाकलं की समोरचा उतारही हिरवाईनं आच्छादलेला दिसतो. हिरव्या रंगाची ही अधिकच गडद, फिरती छटा आहे. ते बघून वांझ जमिनीतून अचानक जीवनाचे अंकुर फुटावेत तसं वाटतं; पण या वेळेस त्या सोंडेला असा आभासी रंग आलेला असतो तो खनिजद्रव्यांमुळे. पहिल्या दृष्टिक्षेपात सुपीक डोंगरउतार वाटलेला तो भाग म्हणजे

हिरव्या रंगाचा ओसाड, नापीक खडक सोडून आणखी काही नसतं.

झंस्कार नदीच्या पूर्वेला १०० किलोमीटरपेक्षाही जास्त अंतरावर ख्यामार छू नावाची लहानशी उपनदी वाहते. ती उपशीपाशी सिंधू नदीला जाऊन मिळते. संगमापासून वरच्या बाजूला थोड्या अंतरावर रिगझेन मला एका डगमगत्या पुलावरून घेऊन जातो. वाळुंजाच्या फांद्यांपासून तयार केलेला हा पूल पलीकडच्या किनाऱ्यावर आहे. उतारावरून तीत्तर पक्ष्यांचा एक लहानसा थवा उडत जातो आणि वरती छत्र धरून असलेल्या खडकांमध्ये अदृश्य होतो. आम्ही निसटत्या डबरीवरून कसेबसे वर चढत जातो आणि हेमंतऋतूच्या उन्हात पिकणारी केशरी करवंदं खायला थांबतो. त्याची उग्र, आंबट चव माझ्या घशात उतरत जाते.

मघाशी रस्त्यावरून येताना रिगझेननं नदीच्या पलीकडल्या किनाऱ्यावर एक शिलाचित्र दाखवलेलं असतं. सुमारे १५ सेंटिमीटर लांबीच्या एका सरड्याची ती प्रतिमा आहे. त्याच्या वंशजांपैकी कोणी एक आम्हाला आडवा येतो आणि एका खडकाखालच्या फटीत सूर मारून नाहीसा होतो. काही पावलं पुढे गेल्यावर मला पुन्हा एकदा तो सरडा बाहेर येताना दिसतो. थंड खुनशी नजरेनं तो आमच्याकडे बघतो आहे. शेवटी आम्ही त्या शिलाचित्रापाशी पोहोचतो तर ती सरपटणाऱ्या प्राण्याची प्रतिमा एखाद्या मानवनिर्मित जीवाश्माप्रमाणे दगडावर कोरलेली दिसते. आमच्या आजूबाजूला सगळीकडे काळेकभिन्न गुळगुळीत खडक दिसताहेत. खडकावर कलाकुसर करणाऱ्या कलाकारांना आवडतात तसले खडक. लडाखसारख्या तीव्र हवामानाच्या भट्टीत तावूनसुलाखून निघाल्यामुळे आणि खडकांच्या पृष्ठभागावर होणाऱ्या रासायनिक क्रियांमुळे त्यांच्यावर चढलेला तांब्याचा रंग म्हणजे चिनी मातीला आलेल्या तुकतुकीसारखा आहे.

सरपटत खाली जात जवळून बघितल्यावर मला काही ओळखीच्या आकृत्या आणि आकार दिसतात. एका कुत्र्यानं एका जखमी याकचं नरडं धरलंय. एका शिकाऱ्यानं अणकुचीदार दगडी टोक असलेला बाण सोडल्याने जंगली बोकडांचा कळप उधळला आहे. एका मरणाऱ्या मेंढ्याभोवती माणसं गोळा झाली आहेत. आणखी एका दगडावर पडलेल्या शिंपल्याकृती खळग्यातून एकसारख्या दिसणाऱ्या ठिपक्यांची वलयाकार रचना बाहेर येताना दिसते. त्याच्या शेजारीच घोड्यावर स्वार झालेल्या शिकाऱ्यापासून दूर पळणाऱ्या सांबराची प्रतिमा आहे. त्याचे पाय लांब काटक्यांसारखे आहेत आणि एकसारखी दिसणारी शिंगं डोक्यावर गोलाकार वळलेली दिसत आहेत. या प्रतिमांमध्ये कैद झालेली हालचाल दगडाच्या स्तब्धतेला मागे टाकते.

शिलाचित्रांमधून प्राचीन कहाण्या समजतात; पण ते कथन एकरेषीय नाही किंवा त्यात कुठे अवकाशविषयक दृष्टीकोनही नाही. त्याऐवजी खडकांच्या नैसर्गिक

चढ-उतारांवरूनच आकारउकारांची रचना ठरते. अस्पष्ट दिसणाऱ्या काही आकृत्यांचा पुंजका ओळखण्याच्या प्रयत्नात मी 'ते काय आहे?' असं रिगझेनला विचारतो. त्यावर तो खडकाच्या दुसऱ्या बाजूकडे बोट दाखवतो. तिकडे पाहिल्यावर मग कुठे मला याकचा कळप ओळखू येतो. खडकांवर कोणतीच भाषा लिहिलेली दिसत नाही, फक्त काही अमूर्त चिन्हं दिसतात. मध्यभागी ताऱ्यासारखा काहीतरी आकार असलेला तो पंचकोन म्हणजे सहज मारलेल्या गिरगोट्या असाव्यात असं वाटतं. आकृतीचा विचित्र आकार सोडला तर इतर कोणताही अर्थ नसलेलं भित्तिचित्र असावं तसं वाटतं.

प्रवाहाच्या आणखी वरच्या बाजूला लाटो नावाच्या गावापाशी आल्यावर रिगझेन परत एका ठिकाणी थांबतो. वरून डोकावणाऱ्या कभिन्न पाषाणांपर्यंत चढून गेल्यावर आम्हाला आणखी काही शिलाचित्रं सापडतात. त्यातल्या रानमेंढ्यांच्या (आयबेक्स) प्रतिमा मी ओळखतो आहे तोवर उतारावरून एक गोटा गडगडत येतो. वर पाहिलं तर दोन प्राणी त्या दरडीवरून खाली उतरून येताना दिसतात. युरियल जातीची मेंढी आणि तिचा नर असे ते दोघे आहेत. उताराच्या तपकिरी रंगाच्या पार्श्वभूमीवर त्यांच्या लोकरीचा हलका मोतिया रंग उठून दिसतो. खडकावर ज्या मेंढ्यांची प्रतिमा आहे त्याच जातीचे हे दोघे दिसताहेत. लडाखी भाषेत नराला 'शापो' आणि मादीला 'शामो' म्हणतात. माझी नजर जाते नेमकी तेव्हाच ती दोन जनावरं थांबून माझ्याकडे बघतात. एखाद्या कालातीत चित्रमालिकेत असावं तसं आम्ही एकमेकांचं निरीक्षण करत राहतो.

थोड्याच वेळात मला ख्यामार छूच्या वरच्या अंगाला असणाऱ्या अरुंद खोऱ्यात त्यांचा उरलेला कळप चरताना दिसतो. त्या ओसाड उतारांवर क्वचितच काही गवत उगवत असेल. तिथेच असलेल्या काही तुरळक झुडपांवर युरियल चरतात. आमच्या गाडीतून उतरून मी हळूच त्यांच्या जवळ जातो. एरवी दुर्मिळच असणाऱ्या, कित्येक वर्षांपूर्वी झालेल्या ढगफुटीत आलेल्या पाणलोटामुळे तयार झालेल्या खंदकात मी आसरा घेतो. दबकत, पुढे होत धनुष्याच्या टप्प्यात येईल इतक्या म्हणजे सुमारे ३० मीटर अंतरावरून युरियलवर लक्ष ठेवतो. हळूच उभा राहत मी कॅमेरा फोकस करतो तेव्हा त्यांना माझ्या उपस्थितीची जाणीवच नसावी असं वाटतं. मनातल्या मनात मी धनुष्याला बाण लावून नेम धरणाऱ्या अश्मयुगीन शिकाऱ्याच्या जागी स्वतःला ठेवून बघतो. कॅमेरा झूम केल्याचा जेमतेम ऐकू येईल इतपत आवाज झाल्यानं त्यांच्यापैकी एक जंगली मेंढी डोकं वर करते. मला तिच्या कानांमध्ये असलेली लहानशी शिंगं दिसतात. डझनावारी फोटो काढून झाल्यावर मी युरियलकडे पाठ फिरवतो. ताबडतोब त्यांचं माझ्याकडे लक्ष जातं आणि धूम ठोकत ते आसपासच्या कड्यांमध्ये अदृश्य होतात.

# ३

## दगडधोंड्यांचा अभ्यासक

जम्मूच्या प्रिन्स ऑफ वेल्स कॉलेजात १९०६ साली एका तरुण भूगर्भशास्त्रज्ञानं व्याख्याता म्हणून काम स्वीकारलं. तो इंग्रजी आणि विज्ञान हे दोन्ही विषय शिकवत असे. त्याच्या वर्गाच्या खिडकीतून त्याला पंजाबच्या पठारी प्रदेशातून वर येणाऱ्या पर्वतांची रांग दिसायची. त्यापुढे दिसणाऱ्या मातकट रंगाच्या टेकड्यांच्या घड्या खुरट्या झाडांनी आच्छादलेल्या आणि डझनावारी कोरड्या नदीपात्रांनी आखलेल्या दिसायच्या. शिवालिक टेकड्या जिथे पश्चिम हिमालयातल्या धौलधार आणि पीरपंजाल पर्वतरांगांमध्ये विलीन होतात त्या गहन प्रदेशाचा या शास्त्रज्ञानं धांडोळा घ्यायला सुरुवात केली.

दऱ्याखोऱ्यातून आणि पडक्या सोंडेवरून भटकताना त्या वैज्ञानिकाला पाण्याचे हंगामी प्रवाह दगडगोट्यांनी भरलेले दिसले. पावसाळ्यातल्या पुरामुळे ते दगड घासून गुळगुळीत आणि गोलाकार झाले होते. त्यांच्यातल्या रंगांच्या आणि पोताच्या वैविध्याकडे त्याची नजर गेली. मोतिया रंगाचा क्वाट्र्झाइट, गुलाबी चुनखडक आणि जांभळ्या रंगाचा शेल त्याला सापडला. काही धोंडे कबुतराच्या अंड्याएवढे होते तर काही फुटबॉलपेक्षाही मोठ्या आकाराचे. काही गोटे तर बैलाइतके मोठे होते. मागे उभ्या असलेल्या पर्वतांशी तुलना केली तर मात्र हे नदीतले गोटे म्हणजे वाळूच्या कणासारखे वाटावेत. हिमालयाच्या गर्भातून निघालेले आणि उंचावरून खाली ढकलले गेलेले हे गोटे म्हणजे विस्मृतीत गेलेल्या युगांचे

भग्नावशेषच जणू वालुकापात्रातून घसरून खाली येत होते. पृथ्वीच्या निर्मितीची महत्त्वाची रहस्यं वाहून नेणाऱ्या खनिजद्रव्यांनी त्यातला प्रत्येक अवशेष बनला असावा असं वाटत होतं.

नदीपात्रातले बहुतेक सगळे दगडगोटे शिवालिक टेकड्यांच्या घडणीहून पुष्कळच वेगळे होते. पुढच्या भागातली ही रानटी आणि खडबडीत जमीन बरीचशी सुटे पिंडाश्म आणि तांबड्या मातीपासून बनलेली होती. नदीपात्रातले दगडगोटे एकदम वेगवेगळ्या काळातले होते. जसजसा तो भूगर्भ शास्त्रज्ञ आपली निरीक्षणं नोंदवून ठेवू लागला आणि इतरांनी केलेल्या संशोधनाचा तपास करू लागला तसतसं सामोऱ्या आलेल्या रहस्यांमुळे त्याचं कुतूहल आणखीनच जागृत होऊ लागलं.

कॉलेजच्या ग्रंथालयात त्यानं सुरुवातीच्या काही ब्रिटिश शास्त्रज्ञांच्या 'पॅलेंटॉलॉजिकल मेमॉयर्स अॅन्ड नोट्स ऑफ द लेट ह्यू फॉल्कनर' यासारख्या नोंदी वाचल्या. पश्चिम हिमालयाचा धांडोळा घेणारा फॉल्कनर हा चार्ल्स डार्विनचा समकालीन. जम्मूच्या पूर्वेला ४५० किलोमीटरवर सहारणपूरच्या वनस्पती उद्यानाचा तो अधीक्षक होता. १८३०च्या दशकात त्याला शिवालिक पर्वतरांगांमध्ये जीवाश्मांचा खजिनाच सापडला. त्यात चौदा फूट लांबीचे सुळे असलेला हत्तींचा पूर्वज स्टेगडॉन गणेश, प्रागैतिहासिक काळातले पाणघोडे आणि अडीच दशलक्ष वर्षांपूर्वी नामशेष झालेले, काळविटासारखी शिंगं असलेले सिवाथेरियम जायगांटियम नावाचे जिराफ होते. शिवालिक टेकड्यांमधल्या चिकणमातीत सिवापिथेकस या सुरुवातीच्या काळातल्या होमिनाइडची म्हणजे आदिमानवाची हाडं मिळाली. बारा ते सात दशलक्ष वर्षांपूर्वी तो या डोंगरांमध्ये फिरत होता. मानवाचा हा दूरचा पूर्वज ओरांगउटानसारखा दिसायचा आणि तो चार फूट उंच होता.

उन्हाळ्यात जम्मूतलं तापमान ४०° सेल्सिअसच्या वर जाऊ लागल्यावर त्या शास्त्रज्ञानं सहामाही संपेपर्यंत दिवस मोजले असणार. कधी एकदा इथून निसटून डोंगरांमध्ये जातोय, पर्वतांच्या देखाव्यांकडे आणि काश्मीरच्या थंड वातावरणाकडे कधी एकदा धाव घेतोय असं त्याला झालं असणार. त्या काळी श्रीनगरला जाणारा पारंपरिक मार्ग आणखी उत्तरेकडे म्हणजे रावळपिंडी आणि मुरीच्या पलीकडे झेलम नदीच्या काठानं होता; मात्र जम्मूवरून त्याला थेट पीरपंजाल चढून जाता आला. पीरपंजालच्या दुसऱ्या बाजूला काश्मीर आहे. पंजाल पर्वतरांगा जिथे हिमालयात घुसतात तो भाग शिवालिक पर्वतरांगांच्या वरच्या बाजूला दाट जंगलांनी व्यापलेल्या सोंडेच्या आणि दऱ्याखोऱ्यांच्या समूहाकडे झुकलेला आहे.

भूगर्भ शास्त्रज्ञ दारशॉ नोशेरवान वाडिया यांचा जन्म समुद्रसपाटीजवळ गुजरातच्या पश्चिम बाजूला असलेल्या सुरत या सागर किनाऱ्यावरील शहरात झाला. त्यांचं कुटुंब झोरास्ट्रियन होतं. कुटुंबाच्या पूर्वजांना नवव्या आणि दहाव्या शतकाच्या

दरम्यान केव्हातरी इराणमधून भारतात हद्दपार करण्यात आलं. वाडिया कुटुंबाचा पिढीजात व्यवसाय होता तो जहाजबांधणीचा; पण त्यांनी कापड व्यापारापासून ते फिल्म तयार करण्यापर्यंत सर्व उद्योगांत आपले हात-पाय पसरले. डी. एन. वाडियांचं कुटुंब म्हणजे या परिवाराची एक गरीब शाखा होती. डी. एन. वाडियांचे वडील रेल्वे स्टेशनमास्तर होते. सुरतमध्ये प्राथमिक शिक्षण घेतल्यानंतर ते उच्च माध्यमिक शिक्षणासाठी बडोद्याला गेले. तिथे त्यांना विज्ञानाची गोडी लागली. त्यांनी वनस्पतिशास्त्राचा आणि प्राणिशास्त्राचा अभ्यास केला, तसाच भूगर्भ विज्ञानाचाही केला व बी.एस्सी. आणि एम.एस्सी. अशा दोन्ही पदव्या मिळवल्या. बडोद्यावरून त्यांनी जम्मूमध्ये शिक्षकाची नोकरी धरली आणि तिथे त्यांची हिमालयाशी पहिली ओळख झाली.

वाडिया अतिशय स्वतंत्र वृत्तीचे आणि हिकमती होते. भूविज्ञान शिकवण्यासाठी योग्य असं कोणतंही पाठ्यपुस्तक न मिळाल्यामुळे त्यांनी स्वत:च एक पुस्तक लिहायचं काम हाती घेतलं. १९१६ साली प्रकाशित झालेल्या 'जिओलॉजी ऑफ इंडिया' या त्यांच्या पुस्तकाच्या अनेक आवृत्त्या निघाल्या आणि जवळजवळ एक शतकभर ते पुस्तक भारतीय कॉलेजांमध्ये अभ्यासासाठी लावलं गेलं. या विषयावरील इतर बहुतेक पुस्तकांच्या तुलनेत या पुस्तकातील लिखाण स्पष्ट आणि सुसूत्र आहे. त्यामुळे सर्व वयोगटाच्या विद्यार्थ्यांना तो विषय समजायला सोपा जातो. भूगर्भविज्ञान हा मोजक्या विशेष लोकांनी शिकावा असा गूढ विषय नसून, प्रत्येकानं समजून आस्वाद घ्यावा अशी गोष्ट आहे; कारण पृथ्वीच्या उत्पत्तीविषयी तार्किक आणि वैज्ञानिक स्पष्टीकरण त्यात मिळतं, असा वाडियांचा विश्वास होता.

उन्हाळ्याची सुट्टी लागली तसे डी. एन. वाडिया जम्मूवरून काश्मीरला निघाले. कधी पायी तर कधी घोड्यावरून जात असताना त्यांचा मार्ग हिमालयाच्या पश्चिम सिंटॅक्सीज (अक्षकेंद्रण) वरून गेला. जिथे डोंगराच्या सोंडेचा पट्टा एकदम काटकोनात वळून पूर्व-पश्चिम दिशेकडून दक्षिणोत्तर होतो, असा हा अतिशय तीव्र वळण असलेला भाग आहे. या प्रचंड मोठ्या बिजागरीने काश्मीरला उर्वरित आशिया खंडाशी जोडलेलं आहे. त्यामुळे हिमालयाच्या मुख्य पर्वतरांगा, पश्चिमेकडचा हिंदूकुश पर्वत आणि उत्तरेकडचा काराकोरम पर्वत यांच्यामध्ये एक विभाजन रेषा दिसते.

जम्मूवरून श्रीनगरला चालत जाताना घाटाच्या बाजूनं कडे चढून आणि दऱ्या उतरून जायला निदान दोन आठवडे तरी लागले असणार. सकाळच्या चढाईत गाठलेला उंचीचा बहुतेक सगळा पल्ला संध्याकाळपर्यंत शून्य होऊन जायचा. असं असलं तरी वाडिया हळूहळू पहाडात आत-आत चालले होते. जाताना वाटेतले सिल्टस्टोन किंवा रेवाश्मासारख्या स्तरित खडकांचे पट्टे हळूहळू मागे

पडून शिस्टसारख्या रूपांतरित खडकांचे थर दिसू लागले. एका दिवसाच्या चढाईत त्यांनी कँब्रिअनपूर्व काळापासून इओसीन कालखंडापर्यंत अनेक युगं जणू पालथी घातली. त्या घाटरस्त्यावरून जाताना त्यांना अरुंद कच्च्या रस्त्यांवरून आणि दरडी ओलांडून जावं लागलं आणि जवळजवळ काटकोनात उभे असलेले चढ धाप लागेपर्यंत चढावे लागले. वाडियांच्या दृष्टीनं मात्र हे डोंगर कष्टप्रद नव्हतेच. उलट एकामागून एक येणाऱ्या चढ-उतारांमध्ये भूशास्त्रीय काळाचा संकोच करणाऱ्या सोंडांची आणि नदीपात्रांची एक विलक्षण मालिका होती. तिथला प्रत्येक सुरकुतलेला थर म्हणजे पुस्तकातल्या एखाद्या प्रकरणासारखा होता, दगडगोट्यांच्या बखरीतला नवीन भाग उजेडात आणणारा.

हळूहळू, लहान लहान टप्पे घेत आणि वाटेवरच्या वेगवेगळ्या वैशिष्ट्यांचं निरीक्षण करत ते पुढे जात होते. अधूनमधून दगडांचे नमुने गोळा करायला धडपडत एखादा चढ चढून जात. बारीक अंगकाठीचे, बिनकाड्यांचा चष्मा घालणारे आणि कोट-टाय असा पोशाख करणारे वाडिया अर्थातच कोणी गिर्यारोहक नव्हते; पण त्यांच्या उत्सुकतेने उंचीच्या भीतीवर मात केली. गवताच्या पुंजक्यांचा आणि दगडांचा आधार घेत बर्फाची कुऱ्हाड घेऊन जावं इतक्या निश्चयानं ते आपला हातोडा घेऊन पुढे जात. त्यांच्या खिशातली वही ओलसर होऊन तिला घामाचे डाग पडत. त्यांची निरीक्षणं ते वहीत लिहून काढत, विविध स्तरांच्या नोंदी करत आणि सोंडेच्या रेखाकृती काढत. दररोज संध्याकाळी एखाद्या झऱ्याकाठी किंवा दोन डोंगरांच्या मध्ये असलेल्या कुरणावर तंबू ठोकून ते दिवसभरात केलेल्या नोंदी नजरेखालून घालत, त्यात दुरुस्त्या करत, गोळा केलेल्या नमुन्यांना नावं देत आणि दिवसभरात पाहिलेल्या गोष्टींवर चिंतन करत.

नेमक्या आणि चित्रमय भाषेत वाडिया आपल्या पायाखाली पसरलेल्या प्राचीन कहाण्या सांगतात. डोंगराचे थर वर सरकून अर्धवट चिरा पडलेल्या आणि वर्ख तयार झालेल्या (फोलिएटेड) मातीच्या थरात, वालुकामय पट्ट्यात, ग्रेवॅकमध्ये आणि काही भिंगाकार चुनखडकात मिसळतात. या खडकांवरच्या तरंगांमध्ये आदिम जीवनाच्या खुणा होत्या. पीरपंजाल पर्वतरांगांत केलेल्या भटकंतीतून पॅलिओझोईक म्हणजेच पुराजीवी इतिहासाच्या जवळजवळ प्रत्येक कालखंडाचे पुरावे त्यांच्यासमोर आले. कँब्रियन स्तरांमध्ये त्यांना ट्रीलोबाइट्स आणि ब्रेकिओपॉड्स सापडले. सायल्युरियन थरातून प्रवाळ निघाले. निम्न कार्बोनीफेरस थरात त्यांनी 'सायरिंगोथायरीस चुनखडक' सापडल्याची नोंद केली. सायरिंगोथायरीस कप्सिडेटा या प्रागैतिहासिक काळातल्या शिपीवरून (क्लॅम किंवा एक प्रकारचा शिंपल्यातला मासा) ते नाव पडलं आहे. त्यावर मध्य कार्बोनीफेरस काळाची खूण दर्शविणारे फेनेस्टेला शेलचे पट्टे असून, त्यात फेल्डस्पार आणि गारगोटीचे (क्वार्ट्झ) स्फटिक सापडतात.

समुद्रसपाटीपासून २८३२ मीटर उंचीवर असलेली बनिहाल खिंड पार करून गेल्यावर वाडियांना अखेर काश्मीर खोऱ्याचं पहिलं दर्शन झालं. सुजलाम् सुफलाम् असं हे खोरं पाहिल्यावर कित्येकांनी जशा अतिशयोक्तिपूर्ण अद्‌भुतरम्य प्रतिक्रिया व्यक्त केल्या आहेत, त्याचं अनुकरण न करता त्यांनी अभ्यासू आणि चिकित्सक नजरेनं त्या भूप्रदेशाची पाहणी केली. नुकत्याच पार केलेल्या पीरपंजाल पर्वतरांगांबद्दल '... त्या सर्वसाधारणपणे पठारी प्रदेशाच्या दिशेने तीव्र उताराच्या असून, काश्मीरच्या दिशेने लांब अंतरापर्यंत, सौम्य उतार असलेल्या आहेत. पर्वतांच्या अशा रचनेला लिहिण्याच्या टेबलासारखा आकार असलेली 'ऑर्थोक्लिनल' रचना असं म्हणतात. अशी टिप्पणीही त्यांनी केली.

कमी वयात परिपक्व झालेला हा पारशी स्टेशनमास्तरांचा मुलगा केवळ शास्त्रज्ञच नव्हे तर इंग्रजी साहित्याचा शिक्षकही होता. जितक्या सहजपणे तो थॉमस मूरच्या कवितांविषयी बोलत असे तितक्याच सहजतेने तो हिमालयाच्या स्तरालेखाबद्दलही बोलत असे. एखादी कविता वाचावी एवढ्या कौशल्याने तो खालच्या बाजूच्या हिमालयाचा दाब रेखाटून दाखवत असे.

*काश्मीरच्या खोऱ्याबद्दल ऐकलं नसेल असं कोणी असेल काय,*
*पृथ्वीच्या गर्भातून बाहेर आलेले सर्वांत ओजस्वी गुलाब जिथं फुलतात,*
*जिथली देवळं, लेणी आणि कारंजी सगळंच कसं शुद्ध*
*त्या तरंगांवर डोलणाऱ्या प्रीत उजळल्या डोळ्यांसारखं?*

उन्हाळ्यात काश्मीरभर केलेल्या भटकंतीत वाडिया खोऱ्यातल्या वेगवेगळ्या भागात फिरले आणि त्यांनी खडकांमध्ये दडलेलं काव्य अनुभवलं. 'सिल्युरिअन स्तराचा अगदी बारीक पण अखंड पट्टा' बघितल्यावर त्यांना कोलाहोई शिखरापर्यंत जाणाऱ्या लिड्डर खोऱ्यातली मनोहर दृश्यं आणि हिमनद्या अजूनच नाट्यमय आणि मोहक वाटू लागल्या. वाडियांनी त्या पट्ट्याचं वर्णन 'वालुकामय शेल (एक प्रकारचा गाळाचा खडक) आणि शेलयुक्त वालुकाश्म (सॅन्डस्टोन)' असं केलंय. आणखी वरच्या भागात 'झेवान बेड्स' नावाने ओळखले जाणारे पर्मियन काळाचे स्तर होते आणि सर्वांत वरच्या भागात पश्चिम हिमालयाचा सर्वोच्च बिंदू असलेले, जिवंतपणाचा क्वचित किंवा जराही मागमूस नसलेले उत्तुंग शांतिस्तंभ म्हणावेत असे ग्रॅनाइटचे सुळके होते.

काश्मीरचा अभ्यास इतक्या काळजीपूर्वक आणि पारखी नजरेनं फार कमीजणांनी केला आहे. 'जिओलॉजी ऑफ इंडिया' या पुस्तकातलं एक अख्खं प्रकरण स्वहस्ते काढलेल्या आकृत्या आणि चित्रांकनं देत डी. एन. वाडियांनी या प्रदेशासाठी खर्ची

घातलं आहे.

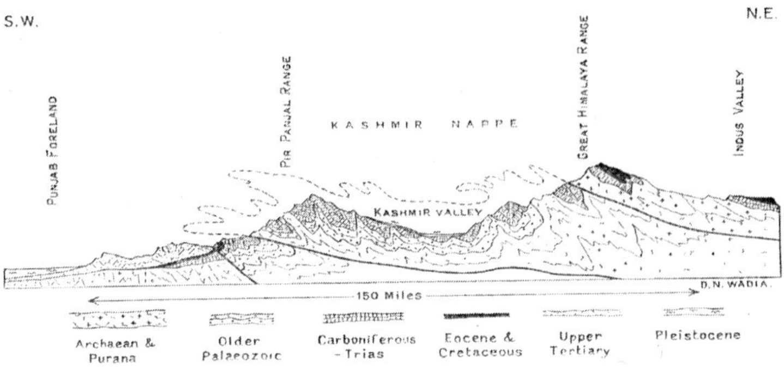


**ढोबळमानाने भूसंरचना वैशिष्ट्यं दर्शविणारा काश्मीरमधील हिमालयाचा आकृतिबंध**

वाडियांचं या विषयावरचं प्रभुत्व काव्यात्मक पद्धतीनं प्रकट होतं. जणू 'लिखाणाच्या टेबलासारख्या' दिसणाऱ्या ज्या पीरपंजाल पर्वतरांगांमध्ये बसून त्यांनी भूशास्त्रीय निरीक्षणं नोंदवली त्याच रांगांमधून त्यांना साहित्यिक उपमा आणि रुपकं सुचली असावीत. एका परिच्छेदात ते पृथ्वीच्या निर्मितीची संभोगकथा रचणाऱ्या कथाकाराचा हेतू विशद करून सांगतात. भूगर्भविज्ञान म्हणजे केवळ जीवाश्म आणि खनिजद्रव्यांच्या माहितीची रुक्ष सूची नसून, एका गतिमान प्रक्रियेची सुरस कथा आहे. ते लिहितात, वाळूचा एखादा कण किंवा खडकाचा एखादा तुकडा म्हणजे केवळ एखाद्या निर्जीव द्रव्याचा तुकडा नव्हे. तो पृथ्वीच्या इतिहासातला जणू एक शब्द किंवा वाक्समूहच आहे. तिच्या निर्मितिप्रक्रियेशी जोडलेल्या नैसर्गिक घटनांच्या दीर्घ साखळीबद्दल तो तुकडा खूप काही सांगून जातो.

भारतीय भूगर्भशास्त्राचे जनक म्हणून ओळखल्या जाणाऱ्या डी. एन. वाडियांना अनेक मानसन्मान मिळाले. देहराडूनच्या 'द वाडिया इन्स्टिट्यूट ऑफ हिमालयन जिओलॉजी' या संस्थेचं नामकरण त्यांच्यावरूनच झालं आहे. संस्थेत एक लहानसं वस्तुसंग्रहालय आहे. त्यात वाडिया आणि इतर अभ्यासकांनी गोळा केलेल्या दगडांचे विविध नमुने ठेवलेले आहेत. हे दगड सर्व आकारांत आणि तरंग, ओहोळ, लाटा असे सर्व प्रकारचे पोत असलेले आहेत. 'माथ्यावर विवर असलेले वालुकाश्म', मायका शिस्ट आणि पॉरफिरिटिक (गुरुस्फटी) ग्रॅनाइटच्या जोडीला तिबेटवरून आलेल्या सैंधवाचे नमुने ठेवलेले आहेत. त्यांचा वापर करूनच वाडियांनी

निर्मितीचा घटनाक्रम जोडला आहे.

वाडियांच्या काही वैयक्तिक वापराच्या वस्तूदेखील तिथे मांडलेल्या आहेत. त्यांच्याबरोबर अनेक काश्मीर मोहिमांमध्ये सहभागी झालेल्या त्यांच्या पत्नी मेहेर यांनी त्या वस्तू देणगी म्हणून दिल्या आहेत. वस्तुसंग्रहालयात त्यांची ब्रीफकेस, चष्मा, एक होकायंत्र आणि हातोडा बघायला मिळतो. उत्तरायुष्यात वाडियांना मिळालेल्या विविध पदकांमध्ये 'जिओलॉजिकल सर्व्हे ऑफ इंडिया'चा छाप असलेली ताम्रचिन्हंदेखील मांडून ठेवली आहेत. १९८४ साली त्यांचा मरणोत्तर सन्मान करण्यासाठी एक रुपया किमतीचं पोस्टाचं तिकीट छापण्यात आलं; मात्र संग्रहातल्या वस्तूंपैकी सर्वांत रोचक काय असेल तर प्रत्यक्ष फील्डवर असताना वाडियांनी नोंदलेल्या निरीक्षणांच्या वह्या. त्यांचं लिखाण व्यवस्थित हस्ताक्षरात पण कमी जागेत लिहिलेलं आहे. पानं जराही वाया घालवलेली नाहीत. अक्षरं आणि आकडे पट्टीताश्मात (एक प्रकारचा रूपांतरित खडक – नाइस) असलेल्या नक्षीदार आकृतिबंधासारखेच नेमक्या आणि घट्ट वळणाचे आहेत. बहुतेक सर्व नोंदी थोडक्यात आणि सांकेतिक भाषेत केलेल्या आहेत. त्यात पेन्सिलने काढलेल्या सोंडेच्या आकृत्यांच्या जोडीला तारखा, ठिकाणांची नावं आणि विविध स्तरांचं वर्गीकरण सोडून क्वचितच आणखी काही आहे. त्या प्रदेशाबद्दलच्या या त्यांच्या प्रथमदर्शनी नोंदी होत्या. त्यात पहाडी प्रदेशाचं आणि त्याच्या पृष्ठभागाखाली दडलेल्या कहाण्यांचं मनापासून केलेलं कौतुक दिसून येतं.

४

# समतोल आणि उलथापालथ

सामर्थ्य आणि अविचल धैर्याचं प्रतीक म्हणून पर्वतांना आपण बऱ्याचदा रूपकात्मक वैशिष्ट्यं चिकटवतो. शिवाय दीर्घायुष्य आणि चक्क दैवी अमरत्वही बहाल करतो. असं असलं तरी वास्तविक ते दिसतात त्यापेक्षा बरेच ठिसूळ आणि कमी लवचिक असतात. डी. एन. वाडिया आणि इतर अभ्यासकांनी नोंदवलेल्या निरीक्षणानुसार 'पृथ्वीच्या आवरणावर असलेल्या कमकुवत पट्ट्याचं' प्रतिनिधित्व डोंगर करतात, हा त्यांच्या बाबतीतला विरोधाभासच म्हणायला हवा. भूगर्भातल्या घडामोडींमुळे त्यांच्यावर सर्वांत जास्त परिणाम होत असतो. सतत हलणाऱ्या आणि दाबल्या जाणाऱ्या टेकणामुळे हिमालय किती अस्थिर असू शकतो हे पुन्हा-पुन्हा होणाऱ्या भूकंपांनी दाखवून दिलं आहे. वरवर बघता टणक वाटणारा खडक हलतो किंवा वर येऊन खाली जात भ्रंश रेषेला (फॉल्ट लाइन) जाऊन चिकटतो; मात्र वारंवार बसणारे हे जोरदार हादरे जितके नाट्यमय असतात तितक्याच इतर अधिक सूक्ष्म विकृती आणि विसंगतीदेखील डोंगरात आढळतात. त्यातून या पर्वतरांगांची अस्थिरताच सामोरी येते आणि हिमालयाच्या उत्पत्तीबद्दल अधिक मोठे आणि मूलभूत प्रश्न उभे करते.

१८०२ साली ग्रेट ट्रीगॉनोमेट्रिकल सर्व्हे ऑफ इंडियाची स्थापना झाल्यावर ईस्ट इंडिया कंपनीतल्या सर्वेक्षकांनी त्रिभुजन (triangulation) पद्धत वापरून भारतीय उपखंडाची मापणी करायचं आणि नकाशे बनवण्याचं कष्टप्रद काम हाती

घेतलं. नकाशाशास्त्रातलं हे भयंकर किचकट काम कसं साध्य झालं याचं वर्णन जॉन के नावाच्या इतिहासकारानं आपल्या 'द ग्रेट आर्क : द ड्रामॅटिक टेल ऑफ हाउ इंडिया वॉज मॅप्ड अ‍ॅन्ड एव्हरेस्ट वॉज नेम्ड' या पुस्तकात केलं आहे. थिओडोलाइट्स, बाबागाड्या, स्पिरिट लेव्हल्स, मेजरिंग रॉड्स आणि प्लेन टेबल्स वापरून सर्वेक्षकांनी मापदंड तयार केले आणि भारताच्या एकदम दक्षिणेच्या टोकापासून ते हिमालयाच्या शिखरांपर्यंत मापलेल्या रेषांचं आणि कोनांचं किचकट जाळं विणलं. अँग्लो-इंडियन बोलीत सांगायचं तर हे 'कंपासवाले' जसजसे भारतीय द्वीपकल्पात वरवर जाऊ लागले तसतसं गुरुत्वाकर्षणाच्या बलामुळे काही गोंधळास्पद विसंगती त्यांना सापडल्या. त्यांची गणितं भरकटायला लागली आणि भौतिकशास्त्राच्या नियमांवर प्रश्न उभे राहिले. आश्चर्याची गोष्ट अशी की, यावर उत्तर शोधलं ते कोणा शास्त्रज्ञाने नव्हे तर एका धार्मिक माणसाने. १८५४ साली, कलकत्त्याच्या मुख्य पाद्र्यांचे सहायक रेव्हरंड जे. एच. प्रॅट यांनी 'पर्वतांच्या भरपाईची' (mountain compensation) कल्पना मांडली. थोडक्यात सांगायचं तर या सिद्धान्तानुसार पर्वतरांगांच्या प्रचंड वस्तुमानामुळे गुरुत्वाकर्षण विचलित होतं.

प्रॅटचा हा सिद्धान्त 'सर्व्हे ऑफ इंडिया'नं आपल्या देहरादूनच्या मुख्यालयात तपासून पाहिला, असं के पुढे सांगतात. हे मुख्यालय मध्य हिमालयाच्या पायथ्याशी आणि हिमालय पर्वतरांगांच्या उत्तर टोकाशी आहे. पर्वतांमुळे गुरुत्वाकर्षणात होणारे विचलन मोजण्यासाठी ओळंबे (plummet lines) आणि लंबक वापरून त्यांनी विविध प्रयोग करून पाहिले. सगळेच निकाल काही सहायक पाद्र्यांच्या आकाशवाणीसारख्या घोषणेला पुष्टी देणारे नव्हते. क्वचित कधीतरी पर्वतांच्या अनुपस्थितीतसुद्धा सर्वेक्षकांच्या यंत्रांवर भलत्याच नोंदी दिसत होत्या. त्या ठिकाणी हिमालयाचं वस्तुमान मोजलं तर नजरेला दिसणाऱ्या त्याच्या एकंदर आकार आणि उंचीशी 'भूमीस्वरूप विचलना'चा (topographic deflection) प्रक्षेपित कोन मिळताजुळता नव्हता; मात्र त्या सर्वेक्षकांना लवकरच असं लक्षात आलं की, आपल्याला दिसणारे पर्वत म्हणजे हिमनगाच्या टोकासारखे असतात. खाली असलेल्या कितीतरी मोठ्या वस्तुमानाचा केवळ आपल्या नजरेला दिसणारा भाग म्हणजे पर्वत. प्रॅटच्या सिद्धान्तातून समस्थायित्वाची (isostasy) म्हणजे पृथ्वीच्या आवरणात अस्तित्वात असणाऱ्या समतोलाची कल्पना पुढे आली. वरती आकाशाकडे झेपवणारी शिखरं आणि खालच्या बाजूला खोलवर आत गेलेला अध:स्तर. विविध घनतेच्या घनरूप आणि वितळलेल्या अवस्थेतल्या खडकांच्या प्रचंड मोठ्या पायावर हिमालयाच्या रांगांचा बराच मोठा भाग वसलेला आहे, असं त्यानंतर झालेल्या भूपृष्ठमितीय सर्वेक्षणातून दिसून आलं आहे.

भूशास्त्रज्ञांना आणि सर्वेक्षकांना गोंधळात टाकणारी आणखी एक विसंगती

म्हणजे काही विशिष्ट खडकांमुळे कधी कधी होकायंत्राची सुई उत्तर दिशेपासून ढळते. सुरुवातीला विजा कडाडल्यानं असं होतं असं म्हटलं गेलं. विजांच्या कडकडाटामुळे खडकांच्या पृष्ठभागावरील चुंबकत्व बदलतं; मात्र या स्पष्टीकरणाने बहुसंख्य शास्त्रज्ञांचं समाधान झालं नाही. यथावकाश त्यांच्या असं लक्षात आलं की, काही दगडांमध्ये त्यांच्या निर्मितीची, विशेषतः, पृथ्वीच्या चुंबकीय ध्रुवतेच्या तुलनेत एकेकाळी त्यांची काय स्थिती होती त्याची 'स्मृती' वज्रलेपासारखी टिकून राहते. याचाच अर्थ असा की, जसं पृथ्वीचं आवरण हललं आणि भूपट्ट्या सरकल्या तसं खडकांच्या प्रत्येक थरानं आपापल्या उत्पत्तीला अनुसरून दिशांचं एक अंगभूत ज्ञान जतन केलं.

एकोणिसाव्या शतकाच्या सुरुवातीला पॅलेओमॅग्नेटिझम किंवा पुराचुंबकत्व क्षेत्राचा गांभीर्यानं अभ्यास होऊ लागला. त्याची सुरुवात मुख्यत्वे अलेक्झांडर वॉन हमबोल्ड्ट या जर्मन शास्त्रज्ञाने केली. तेव्हा चालू असलेल्या ग्रेट ट्रीगोनॉमेट्रिकल सर्व्हेच्या जोडीला भारताच्या चुंबकीय क्षेत्राचं सर्वेक्षण करावं म्हणून त्यानं ब्रिटिश ईस्ट इंडिया कंपनीचा पाठपुरावा केला. रॉबर्ट, हर्मन आणि अडॉल्फ या श्लेगिंटवाइट बंधूंना त्या कामगिरीवर रवाना करण्यात आलं. त्यांची बरीचशी शोधमोहीम हिमालयात सिक्कीममधल्या कांचनगंगापासून ते पार काश्मिरातल्या नंगा पर्बतपर्यंत चालली. प्लेट टॅक्टॉनिक्सच्या सिद्धान्ताला पुष्टी देणाऱ्या, खडकांमधल्या चुंबकत्वाचं कोडं एकोणिसाव्या शतकातून विसाव्या शतकात जातानाही शास्त्रज्ञांना उलगडलं नव्हतं. १९०६ साली मोटोनोरी माटुयूमा आणि बर्नार्ड ब्रून्हेस या दोघांनी असं दाखवून दिलं की, पृथ्वीच्या चुंबकीय ध्रुवांची उलटापालट होऊन आठ लाखांपेक्षाही कमी वर्षं उलटली आहेत. पृथ्वीच्या पृष्ठभागाच्या हालचालीनुसार जुळवून घेत खडकांच्या कित्येक पिढ्यांनी आपापली मूळ दिशा कायम ठेवल्यामुळे पृथ्वीच्या उत्पत्तीची अचूक कालरेषा ठरवायला भूवैज्ञानिकांना मदत झाली. मॅग्नेटोमीटरसारखी नवनवीन यंत्रं वापरून भूशास्त्रज्ञांना हिमालयातल्या विविध स्तरांचं आयुर्मान मोजता आलं. भूपट्ट्यांमध्ये झालेल्या उलथापालथीमुळे हे स्तरदेखील वर-खाली झाले होते.

हिमालयातल्या खडकांचे विविध स्तर आपल्याला विरुद्ध दिशा दाखवतात, या अस्वस्थ करणाऱ्या कल्पनेतून एवढंच सिद्ध होतं की, जेवढे दिसतात तेवढे काही हे पर्वत निरंतर किंवा अविचलही नाहीत. भूसांरचनिक (टेक्टॉनिक) स्थलांतरातून ते तयार झालेले आहेत. पृथ्वीच्या आवरणाच्या ज्या स्तरित अंशांपासून हे एकमेकांवर रचलेले थर तयार झाले आहेत ते अंश जगाच्या भिन्न भागातून आणि भिन्न युगांमधून प्रवास करत इथे आले आहेत. या भूसांरचनिक प्रवासांचे उगम दगडांच्या चुंबकीय स्मृतीत कायमचे अडकून राहिले आहेत. त्यातला प्रत्येक दगड म्हणजे एक होकायंत्रच आहे – आता अस्तित्वातही नसलेल्या खंडांच्या दिशेकडे निर्देश करणारं.

# ५

## खडकांमध्ये जन्मलेलं काव्य

*साक्षात देवाच्या पोटी जन्मलेला*
*नगाधिराज हिमालय उत्तरेकडे झेपावतो आहे*
*पूर्व-पश्चिम पसरलेल्या समुद्रांमध्ये नाहत*
*सबंध पृथ्वी मापेल एवढ्या मानदंडासारखा तो पसरला आहे*

कालिदासाच्या 'कुमारसंभव' काव्यातलं हे पहिलं कडवं हिमालय पर्वताचा भूगोल डोळ्यांसमोर उभा करता-करता त्याला देवत्व देखील बहाल करतं. हिमालयाची तुलना मोजमाप करणाऱ्या मानदंडाशी करून कवी नुसताच त्याच्या उंचीचा आणि रुंदीचा अंदाज देत नाही, तर त्याचं पौराणिक आणि आध्यात्मिक श्रेष्ठत्वदेखील सुचवून जातो. 'कुमारसंभव' हे संस्कृतातल्या आद्य काव्यांपैकी एक. त्यात हिमालयाची मुलगी पार्वती आणि भगवान शंकर यांची कथा सांगितली आहे. हे विश्व तयार करणारे आणि त्याचा नाश करणारे भगवान शंकर कैलास पर्वतावर ध्यानमग्न होऊन बसलेले असतात. केवळ तुकड्यातुकड्यात उपलब्ध असलेल्या या काव्यात त्यांच्या मुलाच्या म्हणजे कार्तिकेयाच्या जन्माची कथा सांगितली आहे. हँक हिफेट्झनं केलेलं आधुनिक भाषांतर पाहिलं तर ते समकालीन स्पंदनं असलेलं कालातीत कथन वाटतं.

कालिदासाविषयी फारशी किंवा काहीच माहिती उपलब्ध नाही. तो बहुधा

चौथ्या-पाचव्या शतकात एखाद्या राजदरबारातला कवी असावा. त्याचा आश्रयदाता राजा गुप्त राजघराण्यातला एखादा राजा आणि तोही बहुधा विक्रमादित्य असावा. त्याने उत्तर आणि मध्य भारतातल्या बऱ्याच मोठ्या प्रदेशावर राज्य केलं. मेघदूतासारख्या कालिदासाच्या इतर बहुतेक सर्व साहित्यकृतींमध्ये हिमालयाचा उल्लेख असला तरी त्यानं स्वत: कधी प्रत्यक्ष हिमालय बघितला होता का नाही ते सांगणं अवघड आहे. त्याच्या दृष्टीनं हिमालय म्हणजे हिरव्यागार जंगलांवर छत्र धरून असलेली उंच बर्फाच्छादित शिखरं, त्या जंगलांमध्ये भरभरून असलेल्या जादुई आणि औषधी वनस्पती आणि जमिनीच्या पोटात दडलेले सोन्याचे आणि मौल्यवान रत्नांचे खनिजसाठे असं रमणीय, अतिशय सुंदर जग आहे.

हिमालयातल्या रहिवाशांच्या जननक्षमतेचं आणि त्यांच्या निरागस कामवासनेचं सूचन करणारी शृंगारिक चित्रमयता कुमारसंभवात पुरेपूर दिसते. पार्वतीची शिवावर असलेली मोहक भक्ती त्यातून अधोरेखित होत जाते. हिमालयाची लावण्यवती मुलगी जेव्हा कौतुकानं आणि अभिलाषेनं त्या दैवी विश्वनिर्मात्याला सामोरी जाते तेव्हा उत्कटता आणि भक्तीचा मिलाफ होताना दिसतो. कालिदासाच्या अद्‌भुत कविकल्पनेनुसार, उंच पहाडी प्रदेशात राहणारी माणसं एका बेधुंद, आदिम पण तरीही परिपूर्ण अशा जगात राहतात. सुंदर-सुंदर स्त्रिया जमिनीतून खणून काढलेल्या तांबड्या खनिजांपासून तयार केलेल्या शाईने भोजवृक्षाच्या सालींवर प्रेमपत्रं लिहितात. अंधारात चमकणाऱ्या एका पौराणिक वनस्पतीमुळे अंधारात दडलेल्या गुहा उजळून निघतात आणि कामपीडित युगुलं तिथे प्रणयाराधन करतात.

पर्वतरूपी देव असा हिमावत स्वत: विपुल नैसर्गिक साधनसंपत्ती असलेल्या या उंचावरच्या प्रदेशावर राज्य करतो. हिमालयाचा रक्षणकर्ता स्वभाव, तसंच त्याची भव्यता आणि औदार्याची प्रशंसा करून कालिदास खुद्द स्वत:च्या आश्रयदात्या राजालाच आदरांजली अर्पण करतो.

*ज्यांच्या शेपटीपासून राजे चवऱ्या तयार करतात असे याक*
*नगाधिराज म्हणून त्याचा मनापासून आदर करतात*
*धवल चांदण्यासारखे हवेत विहरत ते*
*डौलदार हालचालीतून त्याला वारा घालीत असतात*

याकच्या शेपटीपासून तयार केलेल्या चवऱ्यांची प्रतिमा राजदरबाराला ओळखीची असणार. कित्येक शतकांपूर्वी तिबेटहून आयात केल्या जाणाऱ्या चैनीच्या वस्तूंपैकी ती एक होती. विविध उपमा आणि पौराणिक कथा एकत्र करत कालिदास हिमालयपुत्री पार्वतीची प्रशंसा करतो. भगवान शंकरांच्या पहिल्या पत्नीचा उमाचा ती अवतार

आहे. उमानं आत्मदहन केलं होतं. त्यानंतर ती देवी पार्वतीच्या नवीन रूपात येते. कैलास पर्वतावर वास्तव्य करणाऱ्या रानटी बैराग्याला म्हणजेच आपल्या देवाला आणि धन्याला ती आई-वडिलांच्या इशाऱ्याविरुद्ध जाऊन आवाहन करते. कर्तव्यपरायण वृत्तीने ती सर्वसंगपरित्याग करून शंकराच्या तपश्चर्येत सहभागी होते आणि पतिगृहातल्या खडतर वास्तव्याचा स्वीकार करते.

थोडक्यात सांगायचं तर कुमारसंभवातली सुरुवातीची कडवी हिमालयाला वंदन करणारी, कामवासनेविषयी विधान करणारी आणि पर्वतात दडलेल्या रहस्यांची दखल घेणारी आहेत. कालिदासाच्या काव्यपंक्तींमध्ये धार्मिक लोककथा, दंतकथा आणि हिमालयाच्या भूप्रदेशाचं बारीक निरीक्षण यांचा उत्तम मिलाफ आहे, बहुप्रसव, जन्मदात्या विश्वाचा उत्सव आहे. त्या विश्वात कवीची कल्पनाशक्ती देवी-देवतांच्या स्वर्गीय आवासापासून पृथ्वीवरच्या तेवढ्याच मोहक रानावनात आणि कुरणात मुक्तपणे विहार करते. असामान्यत्वाची सांगड परिचिताशी घालत कालिदास पहाडांच्या नैसर्गिक सौंदर्याचे पोवाडे रचतो. हे पहाड गंगेसारख्या जीवनदायिनी नद्यांचं उगमस्थान आहेत.

संस्कृतचा भाषांतरकार म्हणजे खरंतर जीवाश्मांच्या अवशेषातून अर्थ शोधू पाहणारा भूशास्त्रज्ञच. सगळी विरामचिन्हं काढून टाकलेल्या, व्याकरण आणि वाक्यरचनेची मोडतोड झालेल्या एखाद्या प्राचीन भाषेचं पुनरुत्थान करू पाहणारा. कधीमधी शाई विरघळून पानावर नवीनच नक्षी तयार झालेली असते. एखादा चांगला भूशास्त्रज्ञ काय किंवा कवी काय, दोघेही आपल्या 'दगडी प्रेरणादेवते' पासून प्रेरणा घेऊन पृथ्वीच्या पृष्ठभागावर किंवा भूर्जपत्रांवर लिहिलेल्या प्राचीन कहाण्या पुन्हा कथन करतात. कित्येक वर्षांपूर्वी काय घडून गेलं असेल ते आपल्याला समजावं आणि निसर्गाच्या अफाट संग्रहात आपलं अस्तित्व म्हणजे एखाद्या स्वल्पविरामापेक्षा अधिक नाही, ही जाणीव व्हावी हा त्यामागचा उद्देश.

भूगर्भीय इतिहासाच्या आपल्या अफाट वृत्तान्तात जॉन मॅकफी भूखंड अपवहनाच्या आणि पर्वत तयार होण्याच्या प्रक्रियेबद्दल लिहितोच; पण 'भूकाव्य' नावाच्या संकल्पनेवरही प्रकाश टाकतो. ही कल्पना वापरून पृथ्वीच्या अमूर्त रहस्यांचा धांडोळा घेता येतो आणि त्यांचा उलगडाही करता येतो असं तो सुचवतो. कवी जशी आयुष्याची क्षणभंगुरता व्यक्त करतात तसेच भूवैज्ञानिक पूर्वी घडून गेलेल्या उलथापालथींविषयी, लुप्त झालेल्या खंडांच्या अवशेषांविषयी, लाखो वर्षांपूर्वी अस्तंगत झालेल्या प्राण्यांच्या जीवाश्मांविषयी आणि सांगाड्यांविषयी उत्कटतेनं लिहितात. हे सगळं वापरूनच ते पर्वताच्या विविध स्तरांचा काळ, त्यांच्या सावकाश होणाऱ्या हालचाली आणि त्यांना पडणाऱ्या वळ्या टिपत असतात. आता झिजून दुर्लक्षित होऊन गेलेल्या अरवली आणि सातपुडा पर्वतरांगांच्या

तुलनेत हिमालयाचं वर्णन बऱ्याचदा 'तरुण' पर्वतरांगा असं केलं जातं. तारुण्याच्या भरात असतानादेखील पृथ्वीच्या वयोवृद्ध आवरणावरच्या सुरकुत्या, आदिम काळातल्या भूपट्ट विवर्तनीच्या खाणाखुणा आणि भूकंपसदृश हालचालीतून उरलेला गाळ हिमालयानं जतन केला आहे.

# ६

# स्वप्ननगरीतले पर्वत

डब्ल्यू. एच. ऑडेन नावाच्या कवीचा थोरला भाऊ जॉन बिकनेल ऑडेन हा हिमालय भूगर्भशास्त्राचा आणखी एक उद्गाता. तो कलकत्त्याचा असून, १९२६ ते १९५३ या काळात 'जिओलॉजिकल सर्व्हे ऑफ इंडिया'मध्ये नोकरीला होता. तरुणपणी नुकताच भारतात आलेला असताना त्यानं उन्हाळ्यात सिमला, मसूरी आणि दार्जिलिंग अशा थंड हवेच्या ठिकाणांना भेटी दिल्या. तेव्हा हिमालयानं त्याला भुरळ घातली. माउंटन क्लब ऑफ इंडियाचा तो संस्थापक सदस्य होता. नंतर १९२८ साली ती संस्था हिमालयन क्लबमध्ये विलीन झाली. नेपाळला भेट देणारा ऑडेन हा पहिला युरोपीय माणूस होता. १९३४ साली एक भयंकर विध्वंसक भूकंप होऊन त्यात काठमांडू खोऱ्यातले कित्येक भाग जमीनदोस्त झाले. त्यानंतर तो तिकडे गेला होता. राणा राजघराण्याच्या आमंत्रणावरून करण्यात आलेल्या नेपाळच्या पहिल्या भूशास्त्रीय सर्वेक्षणात ऑडेनने आपल्यापेक्षा वीस वर्षांनी ज्येष्ठ असलेल्या डी. एन. वाडियांबरोबर भाग घेतला होता. एव्हरेस्ट शिखराजवळ जाऊन उन्हाळ्यातल्या धूसर हवेतदेखील त्याच्या दक्षिणेकडील बाजूचा फोटो ऑडेनला घेता आला.

स्तरण आणि हिमनद्या डोळ्यांसमोर ठेवून गढवाल प्रदेशात त्यानं सर्वेक्षणं केली. त्यामुळे आपल्याला हिमालय समजून घ्यायला बरीच मदत झाली आहे आणि हेच ऑडेनचं मुख्य योगदान आहे. चुनखडकाचा क्रोल पट्टा त्यानं शोधून

काढला. सिमल्याजवळच्या एका टेकडीवरून त्याला हे नाव पडलं आहे. खालच्या बाजूच्या सबंध हिमालयातलं हे एक महत्त्वाचं वैशिष्ट्यं आहे. १९३५ साली सप्टेंबर महिना संपता संपता मिळालेली रजा इंग्लंडमध्ये घालवण्याऐवजी डी. जी. मॅकडोनाल्ड या आपल्या मित्राच्या सोबतीने जॉन ऑडेन गंगेच्या उगमाचा धांडोळा घ्यायला निघाला. डा तोनद्रूप, आंग त्सेरिंग आणि पसंग अंग्जू या दार्जिलिंगहून आलेल्या तीन शेर्पांना आणि पंचवीस गढवाली हमालांना बरोबर घेऊन त्यांनी डोंगर चढायला सुरुवात केली. त्यांचा मुख्य उद्देश जरी धावतं सर्वेक्षण करण्याचा असला तरी आसपासच्या काही शिखरांवर, विशेषतः, गंगोत्रीच्या आग्नेयेला असलेल्या सतोपंथ या शिखरसमूहावर चढाई करण्याचाही त्यांचा बेत होता. ऑडेन काय किंवा मॅकडोनाल्ड काय, दोघेही अनुभवी गिर्यारोहक नव्हते. त्यामुळे चाचपडत थोडेफार प्रयत्न केल्यावर त्यांनी परत फिरायचा शहाणपणा दाखवला.

गंगेची उपनदी भागीरथी थेट पर्वतांच्या मुख्य प्रणोदातून (thrust) जिथे वाट काढत जाते तिथे असलेलं गंगोत्रीचं खोरं आणि भैरोघाटी खिंड या मध्य हिमालयातल्या सर्वांत विलक्षण बाबींपैकी आहेत. गंगोत्रीला तयार झालेल्या ल्युकोग्रॅनाइट रचना हिमनदीतून येणाऱ्या पाण्याच्या ओहोळांमुळे अद्भुत आकार धारण करतात. गंगानदी स्वर्गातून पृथ्वीवर आल्याच्या हिंदू पुराणकथांमुळे तिच्या नैसर्गिक गूढतेला पवित्र लोककथांची जोड मिळून त्यात भरच पडते आणि भारतभरातल्या यात्रेकरूंना गंगोत्रीची ओढ लागते.

गंगोत्रीपासून जवळच असलेल्या एका लहानशा मोहिमेवर असताना केदारनाथच्या वरच्या बाजूला असलेल्या शिखरांपैकी एखादं सर करता येईल, अशा आशेनं ऑडेन रुद्रगैरा खोरं चढून गेला. एका भूगर्भ शास्त्रज्ञाच्या नजरेतून तो या शिखरांचं वर्णन करतो : हिमालयाच्या मुख्य पर्वतरांगांच्या दक्षिणेकडील शिखरं ज्या रूपांतरित खडकांच्या पट्ट्यापासून तयार झाली आहेत, त्या पट्ट्याच्या उत्तरेला ग्रॅनाइटचा प्रदेश आहे. एकमेकांना जोडलेल्या दोन मोठ्या भूप्रतलांना समांतर अशी या ग्रॅनाइटची झीज झाली की त्यापासून भयंकर दरडी तयार होतात. सतोपंथच्या वायव्य बाजूला आणि केदारनाथ हिमनदाच्या खालच्या बाजूला विळखा घातलेल्या दरडी अशाच आहेत.

'द लास्ट इंग्लिशमेन : लव्ह, वॉर ॲन्ड द एन्ड ऑफ एम्पायर' या आपल्या पुस्तकात डेबोरा बेकर, जे. बी. ऑडेनना असलेल्या हिमालयाच्या आकर्षणाविषयी लिहितात. ब्रिटिश साम्राज्य अस्तंगत होत असताना त्यांच्या वर्तुळातले बहुपदरी नातेसंबंध कसे एकत्र येत गेले आणि त्यांच्यात कसे संघर्ष झाले याबद्दलही त्या लिहितात. गढवालला दिलेल्या पहिल्या भेटीनंतर ऑडेन आणि मायकल स्पेंडर हे दोघे मिळून एरिक शिप्टन आणि बिल टिलमन यांच्या नेतृत्वाखाली काराकोरम

मोहिमेत सहभागी झाले. मायकल स्पेंडर म्हणजे स्टीफन स्पेंडर नावाच्या आणखी एका प्रसिद्ध कवीचा भाऊ. आपापले भाऊ आधुनिक इंग्रजी काव्यात मोलाची भर घालत असताना इकडे जे. बी. ऑडेन आणि मायकल स्पेंडर हिमालयाच्या प्रदेशाचं सर्वेक्षण आणि तक्ते तयार करत होते. के२ शिखराजवळच्या गिरीपिंडांचे आणि हिमनद्यांचे मापन करून त्यांनी या प्रदेशाचे पहिले काही नकाशे तयार केले.

इकडे लंडनमध्ये डब्ल्यू. एच. ऑडेन आणि ख्रिस्टोफर आयशरवूडने मिळून एक नाटक लिहिलं होतं. त्याचं नाव होतं 'द असेन्ट ऑफ एफ ६ : अ ट्रॅजेडी इन टू ॲक्ट्स.' जॉन ऑडेनच्या धाडसी गिर्यारोहण मोहिमांवरून प्रेरणा घेऊन ते लिहिलं होतं. त्या नाटकाचा नायक - मायकल रॅन्सम हा वसाहतींमध्ये राहणारा पण संकटात सापडलेला शूर वीर असतो. लॉरेन्स ऑफ अरेबियावरून हे पात्र बेतलेलं होतं. एका राक्षसानं कबजात घेतलेल्या एफ६ नावाच्या काल्पनिक पर्वतावर चढाई करण्याचे त्याचे प्रयत्न त्यात दर्शविले होते आणि एकंदरच त्यात पुष्कळ फ्रॉइडियन ध्वनितार्थ लपलेले होते. त्यातून इंग्लंड आणि एकंदर ब्रिटिश साम्राज्याविषयी असलेली दोघा ऑडेन बंधूंची द्विधा मन:स्थिती दिसून येते. 'ऑटम साँग' नावाच्या कवितेत विस्टन हिमालयाला उद्देशून हुरहुरत म्हणतो :

*समोर दृग्गोचर होणारे हे अतुलनीय पर्वत*
*म्हणजे जणू समांतर दुनियेतले*
*त्यातून खळाळणारे थंडगार जलप्रपात*
*केवळ स्वप्ननगरीतच आस्वादावेत*

१९३९ सालच्या उन्हाळ्यात हिटलर पोलंडवर चढाई करण्याच्या तयारीत असताना इकडे जे.बी. ऑडेन परत गढवालला आले. या वेळेस ते आणखी चांगले नकाशे बरोबर घेऊन त्या प्रदेशाचं सर्वेक्षण पूर्ण करायचा निश्चय करूनच आले होते. या वेळेस ते फक्त हमालांबरोबर प्रवास करत होते. त्यांनी आपला बहुतेक वेळ तिबेटमधल्या नेलांग पासजवळ असलेल्या जढ गंगा खोऱ्याच्या वरच्या बाजूला घालवला. एका गरुडाने त्यांच्या कॅम्पजवळ टाकून दिलेल्या एका लांडग्याच्या पिल्लाची सुटका केल्याचा किस्सा त्यांनी लिहिलेल्या नोंदीत वाचायला मिळतो. ऑडेननं नंतर ते पिल्लू पाळलं. 'रात्री ते बिनधास्त माझ्याबरोबर माझ्या स्लीपिंग बॅगमध्ये झोपायचं.' अस्तंगत झालेल्या हिमनगांविषयी देखील ते एकदम चित्रमय पद्धतीनं लिहितात, 'प्राणवायूशी संयोग होऊन कुजक्या गाळाच्या ढिगासारखे मोडून पडणारे जुने झालेले हिमोढ अरुंद खिंडीच्या बाजूला सरकले आणि सुटकेचा नि:श्वास सोडत आम्ही एका हिमनगाच्या वरच्या टप्प्यात पोहोचलो. प्लाइस्टोसीन

हिमयुगात हा टप्पा तयार झाला असावा. भर पावसात तिरधाराच्या पश्चिमेला १४,८०० फूट उंचीवर आम्ही तळ ठोकला.'

ऑडेन यांनी पुनर्भेट दिलेल्या ठिकाणांपैकी एक ठिकाण म्हणजे गंगोत्रीच्या वरच्या बाजूला असलेलं रुद्रागैरा खोरं. १९३५ साली त्यांना तिकडे आतल्या बाजूला असलेली एक खिंड सापडली. ती खिंड भागीरथी खोऱ्यापासून ते थेट भिलंगणच्या पाणलोट क्षेत्रापर्यंत असलेल्या हिमालयाच्या तटबंदीवरून जात होती. आपल्या हमालांबरोबर ही खिंड पार करून जे.बी. ऑडेन खाटलिंग हिमनगावर उतरले. प्रवास संपता-संपता युरोपवर जमा होणाऱ्या महायुद्धाच्या ढगांची जाणीव होऊन ते आपल्या अहवालामध्ये एक खिन्न तळटीपही टाकतात. जढ गंगेच्या खोऱ्यातल्या रहिवाशांना 'शांतता, युद्ध, साम्राज्यं, बॉम्ब आणि छळछावण्यांविषयी मी काय सांगू?' असं ते म्हणतात. 'या प्रदेशातले लोक खडतर आणि कठीण आयुष्य जगत असले तरी इथल्या एकांतामुळे हिटलरच्या फॅसिस्ट महत्त्वाकांक्षेच्या तावडीतून त्यांची सुटका झाली आहे,' ऑडेनचे हे शब्द वाचून त्यांच्या बंधूंची आठवण होते. नेमके त्याच वेळेस ते स्वखुशीने आपला देश सोडून न्यू यॉर्क शहरात राहत होते. तिथे 'बावन्न क्रमांकाच्या रस्त्यावर असलेल्या एका लहानशा बारमध्ये बसून' त्यांची 'सप्टेंबर १, १९३९' ही सुप्रसिद्ध कविता लिहीत होते. ही कविता त्यांनी जागतिक युद्ध सुरू व्हायच्या आदल्या दिवशी संध्याकाळी लिहिली.

ब्रिटिश साम्राज्याचा एक भाग असूनही जॉन ऑडेनला वसाहतवादी उतरंडी आणि साम्राज्याच्या नियमांविषयी जराही आस्था नव्हती. भारतीय स्वातंत्र्यलढ्यातल्या भ्रंशरेषा (फॉल्ट लाइन्स), आभासी शिखरं आणि अहंकाराचं टॅक्टॉनिक घर्षण त्यांना समजत होतं. डेबोरा बेकर आपल्या 'साम्राज्याच्या शिखरावरून' या निबंधात म्हणतात त्याप्रमाणे : ब्रिटिश साम्राज्य लयाला जात असताना उदयाला आलेला फाजील देशाभिमान जॉन ऑडेन यांनी नाकारला. दुसऱ्या महायुद्धाला तोंड फुटल्यामुळे त्यांच्या भावाला विस्टनला वाटणारी काळजी आणि उदासीची भावना त्यांनाही जाणवत होती.

> आपल्या भावाच्या पावलावर पाऊल ठेवून त्यांनी युद्धातल्या हौतात्म्यापेक्षा मागचा-पुढचा विचार न करता केलेल्या प्रेमाची निवड केली. कलकत्त्यातल्या आपल्या देशबांधवाच्या 'ज्ञानातून आलेल्या मग्रूरीला' आणि 'वर्णसंकराला एखाद्या नाझी बूर्झ्वाइतकाच कट्टर विरोध करण्याच्या' वृत्तीला तोंड देत त्यांनी एका बंगाली स्त्रीशी विवाह केला. त्यांच्या नवीन पत्नी शीला बॅनर्जी या एक चित्रकार होत्या. इंडियन नॅशनल काँग्रेसचे संस्थापक आणि पहिले अध्यक्ष डब्ल्यू. सी. बॅनर्जी यांची ती

नात. सॅटरडे आणि टोलीगंज क्लबमध्ये आपल्या पत्नीला प्रवेश नाकारला जातो हे बघून त्यांनी कोणतीही खंत न बाळगता दोन्ही ठिकाणी आपला राजीनामा दिला.

स्वातंत्र्य मिळाल्यानंतर ऑडेन आपल्या कुटुंबासह भारतातच राहिले. 'जिओलॉजिकल सर्व्हे ऑफ इंडिया'मधून पायउतार होणारे ते शेवटचे इंग्रज. त्यांनी आणि शीलाने मिळून कलकत्ता आणि लंडन अशी दोन्ही ठिकाणची घरं सांभाळली. रीटा नावाच्या त्यांच्या एका कन्येनं हिमालयन जर्नलमध्ये त्यांची निधनवर्ता लिहिली. 'डॉ. ऑडेन यांचे २१ जानेवारी, १९९१ रोजी लंडन येथे निधन झाले. ते सत्याऐंशी वर्षांचे होते. २९ तारखेला वेस्टमिन्स्टर कॅथेड्रल येथे झालेल्या धार्मिक विधीनंतर त्यांचे दफन करण्यात आले. त्यांच्या इच्छेनुसार त्यांच्या अस्थींचे विसर्जन ऋषिकेश येथे गंगानदीत करण्यात येईल.'

ऋषिकेशपासून दीडशे किलोमीटर वरच्या अंगाला, गंगोत्रीच्या वर रुद्रगैरा खोरं आणि भिलंगणचं पाणलोट क्षेत्र यांना जोडणारी खिंड आहे. खडकांमध्ये दडलेल्या तोडक्यामोडक्या, सांकेतिक कथांचा अर्थ लावणाऱ्या या माणसाचं नाव त्या खिंडीला देऊन त्यांना समर्पक श्रद्धांजली वाहिली आहे. ५,४९० मीटर उंचीवर हिमालयाच्या तटबंदीच्या थेट वरती ऑडेनची खिंड उभी आहे.

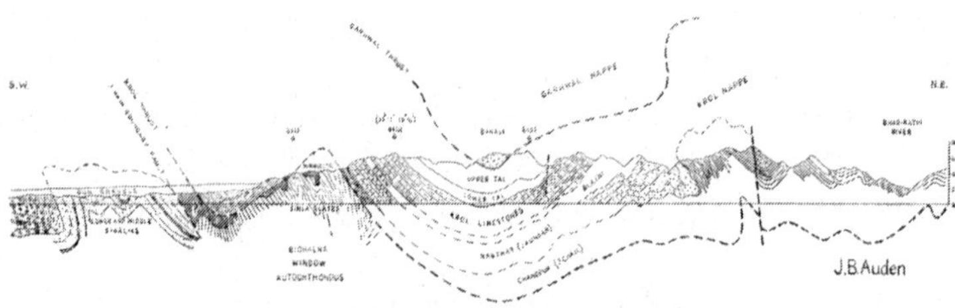


**गढवाल हिमालयाच्या नॅप संरचनेची आकृती**

७

# भंगलेले दगड

विसाव्या शतकाच्या सुरुवातीच्या काळापर्यंत ट्रान्स-हिमालय प्रदेशातल्या व्यापारात एक परंपरा होती. भागीदारीवर शिक्कामोर्तब करायचं असेल तर एखादा दगड फोडला जायचा. १८८६ साली प्रसिद्ध झालेल्या इ. टी. अटकिन्सच्या 'द हिमालयन गॅझेटीयर'मध्ये म्हटल्याप्रमाणे समोरासमोरच्या डोंगरांवर असलेला प्रत्येक भोटिया व्यापारी त्यातला अर्धा दगड स्वतःकडे ठेवायचा. त्यावरून त्याची ओळख पटत असे आणि व्यवहार झाल्याची ती खूणही समजली जाई. एखादा माल इकडून तिकडे पाठवला की त्याबरोबर दगडाचा अर्धा भाग पाठवला जाई. माल पलीकडे पोहोचला की, दगडाचे दोन्ही अर्धे भाग एकत्र जोडून माल मिळाल्याची पावती म्हणून परत पाठवले जात. अशा तऱ्हेनं दगड कर्जाला तारण म्हणून वापरले जात आणि डोंगराच्या दोन बाजूंच्या एकमेकांशी असलेल्या संबंधाचं प्रतीक म्हणूनही त्यांचा वापर केला जाई. व्यापाऱ्यांमधला अलिखित विश्वास तर तो असेच; पण त्यापेक्षाही तो त्या जमिनीशी केलेला त्याहून मोठा आणि अधिक टिकणारा करार असे.

उत्तराखंडात उपहासानं एक म्हण वापरली जाते : 'पत्थर तोडोगे तो पत्थर ही मिलेंगे' - 'दगड फोडले तर आणखी दगडच हाती लागणार.' असं असलं तरी हिमालयात माणसाने केलेल्या लुडबुडीचे परिणाम प्लेट टेक्टॉनिक्सइतकेच खोलवर झालेले आहेत. माणसाने या पर्वतरांगांवर जे बदल लादले त्यामुळे झालेली

पर्यावरणाची हानी ही हजारो वर्षांची झीज आणि भूगर्भातल्या उलथापालथींमुळे होणाऱ्या हानीपेक्षा खूप जास्त आहे.

आधुनिक युगापूर्वी मानवी वसाहतीचा सगळ्यात हमखास पुरावा म्हणजे डोंगरउतारावर पायऱ्यापायऱ्यांनी आखलेली शेतं (मजगी शेतं). अशी शेतं हिमालयाच्या खालच्या आणि मध्य भागात अजूनही सगळीकडे दिसतात. डोंगरउतारावरून खणून काढलेले दगड वापरून शेतकरी स्वत:च्या जमिनीला आधार देणाऱ्या भिंती बांधतात आणि पिकांसाठी जमीन एकसारखी करून घेतात. या पायऱ्यांमुळे किंवा पुष्तांमुळे जमिनीची धूप होत नाही आणि पावसाचं मौल्यवान पाणी वाहून जात नाही. काही विशिष्ट ठिकाणी सबंध उतार आणि सोंडेलाच शेकडो मीटर वर-खाली करत उभ्या मोझेकसारखा आकार दिला आहे. दरीखोऱ्यात जिथे जमीन त्यामानाने सपाट असते तिथल्या पायऱ्या रुंद असतात. उतार जितका तीव्र होत जाईल तितकी शेतं अरुंद होत जातात. कधी कधी तर त्यांची रुंदी एखाद्या खोबणीहून जास्त नसते. बहुतेक वेळा, या पायऱ्या कंटूर नकाशावरच्या रेषांप्रमाणेच जाताना दिसतात. जणू प्रत्येक पायरी उंचीत झालेली वाढच दर्शवत असते.

हिमालयातल्या गावांमधून घरं बांधण्यासाठी प्रामुख्यानं दगडांचा वापर केला जातो. घरांच्या भिंती दगडी आणि छपरं स्लेटची असतात. शेगडी, उंबरठे, खांब, पायऱ्या आणि कठडे असे सर्व आकार दगडातून घडवले जातात. जलसिंचनासाठी पाण्याच्या ओहोळांना दिशा देण्याचं काम स्लेटची भिंत असलेले कालवे करतात. रस्ता वाहून जाऊ नये किंवा चिखलात बुडून जाऊ नये म्हणून त्या रस्त्यावर दगड आच्छादले जातात. गुरांना आणि खेचरांना पाणी पिण्यासाठी चुनखडक फोडून पाण्याचं कुंड तयार केलं जातं, तर सर्वांत टणक दगडांचा वापर कोयत्यांना आणि कुऱ्हाडींना धार लावण्यासाठी केला जातो. गावागावात अंगणात जिथे-जिथे धान्याची मळणी चालू असेल तिथे-तिथे खुणेचे दगड लावून ठेवलेले दिसतात. गहू, सातू आणि बाजरी दळण्यासाठी ग्रॅनाइटची चक्की वापरतात. त्यासाठी वापरली जाणारी ऊर्जा उंचावरून जोरात पडणाऱ्या पाण्यापासून तयार केली जाते. शेतकऱ्यांच्या पहिल्या पिढीने इथे पाऊल ठेवायच्या कितीतरी आधी पाण्याच्या याच प्रवाहाने दगडांना आकार दिला होता आणि त्यांचा पार चुरादेखील केला होता.

दगडांचा वापर देवळं बांधण्यासाठीसुद्धा केला जातो. दगड फोडून आणि कोरून त्यांच्यापासून पवित्र मूर्ती आणि चिन्हं तयार केली जातात. हिंदू आणि बौद्ध लोक दगडापासून तयार केलेल्या मूर्तींची पूजा करतात. त्या मूर्तींमध्ये पवित्र शक्ती असते असं ते मानतात. बहुतेक वेळा अशी पूजाविधीसाठी वापरली जाणारी मूर्ती म्हणजे खापराच्या झिजलेल्या तुकड्यापेक्षा अधिक काही नसते. त्यावर असणाऱ्या चित्रविचित्र रेषांचा अर्थ आपापल्या आध्यात्मिक कल्पनाशक्तीनुसार

भक्त लावत असतात. आणखी काही प्रकार सांगायचे तर, कधी दगडांना देवांसारखा आकारही दिला जातो. वाघावर स्वार झालेली देवीमाता किंवा शिव-पार्वतीच्या प्रजनन शक्तीचं प्रतीक असलेली योनीच्या आकाराच्या खाचेत बसवलेली लिंगाची प्रतिकृती, ही त्याची काही उदाहरणं.

विकासकामं, दळणवळण आणि उद्योगधंद्यांच्या सध्या होत असलेल्या वेगवान प्रसारामुळे पर्वतांवर होणाऱ्या माणसाच्या अतिक्रमणाचे परिणाम वाढत चालले आहेत आणि ते या प्रदेशावर वर्चस्व गाजवू लागले आहेत. रस्तेबांधणीमुळे मुळात ठिसूळ असलेला भाग अस्थिर होतो आणि उतारांवर दरडी कोसळल्याच्या खुणा दिसू लागतात. सरपणासाठी किंवा जनावरांना चारा म्हणून झाडं तोडली जातात आणि त्यामुळे त्यांची मुळं जमीन धरून ठेवू शकत नाहीत. दगड किंवा वाळू मिळवण्यासाठी नदीपात्रं खणली जातात आणि त्यामुळे जमिनीची धूप वाढते. काँक्रीट किंवा मातीच्या धरणांमुळे नद्या अडतात आणि पाण्याचे प्रचंड साठे तयार होतात. त्यातून वीजनिर्मिती होते, तसंच पाण्याचा प्रवाहदेखील नियंत्रित केला जातो. खाणकामामुळे सोंडेमध्ये खोबणी तयार होतात. त्यातून चुनखडकाचे आणि बारीक खडीचे पट्टे उघडे पडतात. ते खणून काढून आणखी घरं बांधली जातात. फॉस्फेट आणि इतर मौल्यवान खनिजांचे साठे मिळवण्यासाठी खाणकामगार पर्वतांच्या छाताडात आत खोलवर बोगदे खणतात.

एकदम उंचावर असलेली शिखरं आणि खिंडी, मानवी वसाहतींच्या आवाक्याबाहेर जातील इतक्या उंचीवर असल्यामुळे अबाधित राहिली आहेत; मात्र इथेही माणसानं आपल्या पाऊलखुणा उमटवल्या आहेत. हिमालयात दोन रस्ते जिथे छेदतात त्या प्रत्येक ठिकाणी दगडांची एक रास उभी केलेली दिसते. स्थलांतर करणारे, यात्रेकरू, व्यापारी आणि शोधयात्रेला निघालेले असे सर्व मनुष्यप्रवासी इथे येऊन गेल्याच्या स्मृती त्यातून जतन केल्या जातात. त्या मार्गावरून जाणारा प्रत्येक माणूस आपसूकच एखादा दगड उचलतो आणि आधीच्या दगडावर ठेवतो. आपली सामाईक स्वप्नं, इच्छा, भीती आणि भविष्य दर्शवणारी एक ओबडधोबड रचना त्यातून तयार होत जाते.

हिमालयाच्या वायव्य सरहद्दीच्या लगेच पलीकडे हिंझिल गावाजवळ खडकांची एक मोठी रास आहे आणि त्यामागे एक लोककथा आहे. गुलाम महंमद यांच्या 'फेस्टिव्हल्स ॲन्ड फोकलोर ऑफ गिलगिट'मध्ये ही कथा नोंदवलेली आहे. ते लिहितात, 'खूप खूप वर्षांपूर्वी एक मोठं सैन्य स्कर्डूवरून चित्रालच्या सैन्यावर चाल करून जात होतं. मोहिमेचं नेतृत्व करणाऱ्या दोन्ही बाजूच्या राजकुमारांनी असं ठरवलं की, 'सैन्यातल्या प्रत्येक माणसानं एकेक दगड टाकून त्या दगडांची एक मोठी रास तयार करायची. परत फिरताना त्याच ढिगातून प्रत्येकानं एकेक

दगड उचलायचा म्हणजे एकंदर किती माणसं मेली ते कळेल.'

उद्देश काही असो, दगडांच्या या राशी म्हणजे आदिसंकेत आहेत. हिमालयाचा प्रचंड आवाका आणि उंचीची त्या दखल घेतातच; पण त्याबरोबरीनं त्याला मानवी मितीही मिळवून देतात. दगडांची एक साधीशी रास तयार करून प्राचीन खंडांची टक्कर होऊन तयार झालेल्या, आकाशाकडे झेपावणाऱ्या मोठाल्या शिळांच्या प्रतिकृती आपण तयार करू बघत असतो. राशीतल्या प्रत्येक दगडात हे पर्वत ओलांडणाऱ्या व्यक्तीची स्मृती जतन केलेली असते. दगडांच्या त्या सामाईक अनामिकतेपुढे ती व्यक्ती शरण आलेली असते. शिस्ट आणि ग्रॅनाइटचे किंवा स्लेट आणि मायकाचे तुकडे त्या दगडाच्या स्वत:च्या स्थलांतराचे पुरावे जतन करतातच; पण आपल्या भटकंतीचीही साक्ष देत असतात. यातले काही दगड म्हणजे काळानं कोरून ठेवलेल्या कविता असतात, तर इतर काही दगड म्हणजे कहाण्या असतात - कोणताही आदि किंवा अंत नसलेल्या. काही प्रार्थना असू शकतात, काहींमध्ये मूक आळवणी असते, आदर भावनेची वैयक्तिक कबुली असते किंवा आशीर्वादासाठी, मार्गदर्शनासाठी आणि क्षमेसाठी केलेली याचनादेखील असते.

गढवालचे सुप्रसिद्ध कवी मंगलेश डबराल यांनी हिमालयासाठी एक लहानशी विलापिका लिहिली आहे. तिचं हिंदी शीर्षक आहे *'अभी भी आग हैं।'* मोजक्या नऊ ओळींमधून ते उत्पत्ती, हानी आणि स्मृती, टिकाव धरणं आणि झुंजार वृत्ती यावर भाष्य करतात.

*इथल्या दगडांमध्ये*
*अजूनही निखारे पेटलेत*
*आणि इतिहासदेखील पेटलाय*
*त्यातून एक घर उभं राहील,*
*शेताला बांध घालता येईल,*
*लढली जाईल*
*आणखी एक लढाई,*
*लवकरच*
*या दगडांनी*

२

# तिसरा ध्रुव

## हिमनद्या, नद्या आणि ढग

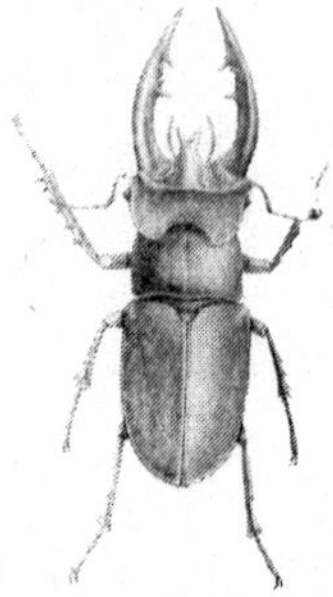

# ८

# हिमालय वितळतो आहे

भरतीच्या उसळत्या लाटांनी समुद्रकिनाऱ्यावरची भिंत तोडून आत घुसावं तशी पावसाची झड आणि गारा देवदाराच्या फांद्यांमधून घराच्या व्हरांड्यात घुसू पाहतात. माझ्या चेहऱ्यावर पाण्याचा फवारा उडतो आणि अंगातला शर्ट ओलाचिंब होऊन जातो. एकीकडे पत्र्याच्या छपरावर तोफांचा भडिमार झाल्यासारखा, कानठळ्या बसतील एवढा मोठा आवाज ऐकू येतो आणि त्याच्या जोडीला विजांचा कडकडाट होऊन समोरच्या झाडांमधून वाऱ्याचे वेगवान झोत वाहू लागतात. विस्टेरियाच्या वेली आणि हायड्रेंजियाची झुडपं गारांच्या तडाख्यात सापडतात. आमच्या माळीबुवांनी सौम्य हवामानाच्या दिवसांसाठी लावलेली ही झाडं. पावसाचं पाणी वाहून जाण्यासाठी केलेल्या मोऱ्या गारांनी तुडुंब भरून वाहत राहतात. डांबराच्या गोळ्यांचा पूर यावा अशा प्रकारे समोरची हिरवळ गारांनी झाकून जाते. जवळच्या एका उंच झाडावर वीज कडाडते आणि डोळे दिपवणारी उजेडाची शलाका दिसून त्यामागोमाग जोराचा गडगडाट ऐकू येतो. इतका की, जणू आकाश दुभंगलं की काय असं वाटावं.

दरवर्षी जेव्हा हिमालयात मॉन्सून येतो तेव्हा येताना तो दोन हजार किलोमीटरहून अधिक अंतर कापून आलेल्या एखाद्या महापुराच्या गतीनं येतो. मलबारच्या किनाऱ्यापासून प्रवास करत तो दख्खन पठार आणि गंगेच्या मैदानाच्या तप्त विस्तारावरून येतो. भारताचा आकार एखाद्या नरसाळ्यासारखा असून, त्याच्या दोन्ही बाजूंना पाणी आहे. विषुववृत्तापासून आठ अंश वर असलेल्या कन्याकुमारीहून ते थेट ३४

अंशावरच्या उत्तर प्रतलावर असलेल्या लडाखपर्यंत जमिनीचा हा मधला निमुळता तुकडा उन्हाळ्यात ५० अंश सेल्सिअस इतक्या जास्त तापमानापर्यंत तापलेला असतो आणि समुद्रातली सर्व आर्द्रता त्याने शोषून घेतलेली असते. भारतीय उपखंडाच्या मस्तकावर विराजमान झालेली हिमालयाची कमान म्हणजे हवामानदृष्ट्या एक बांधच आहे. खालच्या बाजूचे डोंगरउतार उन्हाळ्यातली उष्णता शोषून घेतात तर डोंगरांच्या सर्वांत उंच भागातलं तापमान वर्षभर गोठणबिंदूच्याही खाली असतं.

हिमालयाच्या पलीकडच्या बाजूला बघितलं तर जसजसा दिवस मोठा होत जातो तसतसा तिबेटच्या पठाराचा प्रचंड विस्तार वितळू लागतो. त्यामुळे औष्णिक चूषण (thermal suction) आणि वाऱ्यांचे ठरावीक आकृतिबंध तयार होऊन ते मॉन्सूनला जमिनीवर खेचून घेतात. पंचमहाभूतांच्या या वार्षिक संगमामुळे हिंदी महासागरातल्या पाण्याची वाफ होऊन ती आकाशात जमा होते आणि ढगांचा एक मोठा समूह पर्वतांना अडेपर्यंत उत्तरेकडे सरकू लागतो. आर्द्रतेचा ताफा ३० नॉट वेगानं (हवाई युद्धात आक्रमण करायला जाणाऱ्या विमानाची गती ३० नॉट असते.) प्रवास करत येऊन हिमालयाच्या भूशिरावर धडकतो.

ही अशी वादळं काही नवीन नाहीत. हजारो वर्षं असल्या झंझावातांनी इथल्या पर्वतांची नासधूस केलेली आहे. सुमारे दहा हजार वर्षांपूर्वी घडून आलेल्या हिमायनानंतर पृथ्वी हळूहळू तापायला लागली, त्याच्याही आधीपासून हे चालू आहे. हवामानाचं रौद्र रूप पाहिलं की आपला मानवी वंश किती तकलादू आहे त्याची जाणीव होते. जगाच्या निर्मितीचा एकंदर आवाका बघितला तर मानवी इतिहास म्हणजे एक क्षणिक घटना आहे - याआधी होऊन गेलेलं शेवटचं हिमयुग आणि आता आपल्या वंशजांपुढे जे काही भविष्य वाढून ठेवलं आहे ते, या दोन्हीच्या मधली ती घटना आहे. तरीदेखील औद्योगिकीकरणाच्या १५० वर्षांच्या अगदी थोड्या कालावधीत आपण हवामानबदलाची गती बदलून आपल्या ग्रहाच्या तापमानवाढीचा वेग चिंताजनक वाटेल इतक्या मोक्याच्या वळणावर आणून सोडला आहे.

जवळजवळ प्रत्येक धार्मिक परंपरेत विनाशकारी पुराची कथा ही एक कायम टिकून राहिलेली दंतकथा आहे (आणि तो एक प्रकारे मानवजातीवर केलेला दोषारोपदेखील आहे). त्या कथेत जगाच्या अंताचं वर्णन केलेलं असतं किंवा निदान पृथ्वीवरच्या आपल्याला ठाऊक असलेल्या जगाचा नाश झाल्याचं तरी सूचित केलेलं असतं. समुद्रसपाटीजवळ राहणाऱ्या कोणाच्याही बाबतीत जलसमाधीची शक्यता आता पौराणिक कथेपुरती मर्यादित राहिलेली नाही. भरतीच्या सर्वांत उंच लाटेपासून दोन किलोमीटर अंतरावर असलेल्या पहाडी भागात समुद्राची वाढती पातळी ही काही लगोलग काळजी करावी अशी गोष्ट नाही. मात्र, गेल्या काही वर्षांत विनाशकारी ढगफुटी, दीर्घ काळ चालणारा दुष्काळ, दूरवर पसरणारे जंगलातले

वणवे, अचानक मोठ्या प्रमाणात येणारे पूर (फ्लॅश फ्लड्स) आणि इतर टोकाच्या घटना इथे घडताना आपण बघितल्या आहेत. त्यातून आपल्या वातावरणातले अस्वस्थ करणारे, अशुभसूचक प्रवाह दिसून येतात.

२८ अंशावरच्या उत्तर प्रतलावर येणाऱ्या एव्हरेस्ट पर्वताच्या अक्षांशाचा माग काढत गेलो आणि ती रेष पुढे जगभरात कुठे कुठे प्रवास करते ते बघितलं तर ती आपल्याला नेपाळ आणि उत्तर भारतातून पश्चिमेकडे राजस्थानच्या वाळवंटात, मग सिंध प्रांतात, तिथून पुढे पर्शियाच्या आखातात आणि तिथून अरबी द्वीपकल्पाकडे (अरेबियन पेनिन्सुला) घेऊन जाते. तांबड्या समुद्राला दुभंगून ती रेषा इजिप्त आणि नंतर सहारच्या वाळवंटातून पुढे उत्तर आफ्रिका खंड ओलांडून मेडिटरेनियन समुद्राच्या दक्षिण किनाऱ्याच्या पुष्कळ खालून मोरोक्कोपर्यंत जाते. अटलांटिक महासागरात ही २८ अंशावरच्या उत्तर प्रतलावरची रेषा कॅनरी बेटांना घासून पुढे फ्लोरिडात घुसते आणि टेक्सासच्या ओसाड प्रदेशातून मेक्सिकोच्या बाहा द्वीपकल्पात शिरते. तिथून ती हवाईच्या जरासं उत्तरेला पॅसिफिक ओलांडून पिवळ्या समुद्रात जाते आणि त्यानंतर दक्षिण चीनमधून बर्मापर्यंत फिरून अरुणाचल प्रदेश, भूतान, सिक्कीम आणि अखेर नेपाळच्या ईशान्य कोपऱ्यापर्यंत जाऊन जगाभोवतीचं वर्तुळ पूर्ण करते.

कधी कधी हिमालयाला 'तिसरा ध्रुव' असं म्हटलं जातं; कारण अंटार्क्टिका आणि आर्क्टिकनंतर सर्वांत जास्त बर्फाचा साठा इथे आहे; मात्र आपण मनातल्या मनात जगाची सफर करून आलो तर असं दिसतं की, पृथ्वीवरच्या सर्वांत थंड हवेच्या ठिकाणांपैकी एका ठिकाणाचा आणि आपल्या ग्रहावरच्या कित्येक गरम हवेच्या, शुष्क प्रदेशांचा अक्षांश एकच आहे. सौदी अरेबिया, लिबिया किंवा दक्षिण टेक्सासच्या तुलनेत हिमालयात बराच ओलावा आहे. इथल्या गोठलेल्या पाण्याच्या साठ्यांचा वापर दक्षिण आणि आग्नेय आशियात जलसिंचनाकरता केला जातो. याच कारणासाठी त्याला 'आशिया खंडाच्या पाण्याच्या टाक्या' असंही म्हटलं जातं. हवामान बदलांचा हिमालयावर एवढा जास्त परिणाम होण्याचं एक कारण म्हणजे त्याचा अक्षांश. काही शास्त्रज्ञ म्हणतात त्याप्रमाणे हिमालयातल्या हिमनद्या खरंच कोरड्या पडून लुप्त झाल्या तर हा सबंध प्रदेश सहारच्या वालुकामय गाळासारखा दिसू लागेल. उत्तर आणि दक्षिण ध्रुवावर तापमान वाढत असलं तरी विषुववृत्ताच्या जवळ असल्यामुळे हिमालय त्याहून जास्त तापू शकतो.

हिमालय जेव्हापासून अस्तित्वात आहे तेव्हापासून त्यानं हवामान बदलाचे परिणाम सोसले आहेत. हजारो वर्षांच्या कालखंडातल्या फुलांच्या विविधतेचा अभ्यास केला तर, दमट आणि समशीतोष्ण हवामानापासून ते दीर्घ काळ राहणाऱ्या

कोरड्या आणि थंड हवामानापर्यंत शतकाशतकांमध्ये हवामानाचे कल बदलत गेलेले दिसतात. मृदेच्या नमुन्यांमधून मिळालेल्या परागकणांचा डेटा आणि जीवाश्म यावरून वनस्पतींची रूपरेखा तयार केली तर असं दिसतं की, विविध कालखंडात पाइन्स, इतर सूचिपर्णी वृक्ष, मोठ्या पानांचे ओक वृक्ष आणि आल्डर्स अशा वृक्षांच्या जातींचं आलटूनपालटून वर्चस्व होतं. जंगलांचा आणि कुरणांचा विस्तार किंवा संकोच हा त्या सबंध प्रदेशातल्या हवामान बदलाचा आरसा आहे.

हिमालयातल्या हवामानाचा बदलता स्वभाव आणि त्यातले विरोधाभास जाणून घ्यायचे असतील तर उंच खिंडींच्या प्रदेशात वर्षभरात विविध ऋतूंत आणि पर्वतांच्या विविध भागांत असलेल्या हवामानाची तुलना करून बघता येईल. हिमालयाच्या पूर्व टोकाला सिक्कीममध्ये कांचनगंगा शिखराच्या पायथ्याशी गोएचा ला (४,९४० मीटर) आहे. मे महिन्यात युकसामच्या मार्गानं आम्ही तीन दिवसांत तीन हजार मीटर चढून जातो. दमट, अर्ध-उष्णकटिबंधीय हवामानातून वर चढत आम्ही अभ्राच्छादित जंगलांच्या (क्लाउड फॉरेस्ट) दाट पट्ट्यात शिरतो. ती जंगलं धुक्यात आणि रिपरिप पावसात बुडून गेलेली असतात. आमचा शेवटचा कॅम्प वृक्षरेषेच्या वरच्या बाजूला पडलेला असतो. तिथे रात्री आमच्या तंबूंवर दहा सेंटिमीटर बर्फ पडतो. नंतर त्याच वर्षी डिसेंबर महिन्याच्या सुरुवातीला मध्य नेपाळमध्ये आम्ही मारस्यांग्डी आणि काली गंडकी पाणलोट क्षेत्राच्या मधून थोरंग ला (५,४१६ मीटर) ओलांडतो. आकाश निरभ्र असलं तरीही बहुतेक सगळे झरे आणि नाले गोठलेले असतात. बर्फावरून परावर्तित होणारा प्रकाश डोळे दिपवून टाकतो. रात्रीचं तापमान शून्याखाली पंधरा अंशांपर्यंत जाऊन पोहोचतं. पश्चिमेकडे हजार किलोमीटर अंतरावर लडाखमध्ये ऑगस्ट महिन्यात आम्ही शिंगोला (५,०९१ मीटर) ओलांडतो. झंस्कार खोऱ्यातलं हे अति-उंचावरचं वाळवंट. तिथली हवा आत्ता इतकी उष्ण आणि कोरडी असते की, आमच्या अंगातलं पाणी झपाट्यानं कमी होतं आणि कातडी उन्हात भाजून निघते.

इतक्या टोकाचं हवामान जर मुळातच हिमालयात अस्तित्वात असेल तर गेल्या शंभरेक वर्षांत झालेल्या एखाद-दोन अंशाच्या वाढीविषयी आपण एवढी चिंता कशाला करायची? त्याचं कारण बहुधा असं सांगता येईल की, पूर्वी झालेल्या हवामानबदलांच्या तुलनेत आत्ताचे बदल हे मानवी उपभोगवादाचे आणि उधळपट्टीचे झालेले थेट परिणाम आहेत. वरवर पाहता किरकोळ वाटणाऱ्या तापमानातल्या बदलांचे परिणाम फार भयंकर आहेत - बर्फाचे बांध तोडून वाहणारी हिमसरोवरं, अख्खी गावं गाडून टाकणारं भूस्खलन, मॉन्सूनचा लहरीपणा, नाहीशा होणाऱ्या प्रजाती आणि स्थलांतराचे विस्कळीत झालेले आकृतिबंध.

ज्या लडाखमध्ये पावसाची वार्षिक सरासरी १०० मिलिमीटर आहे तिथे

२०१० साली प्रलयंकारी ढगफुटी झाली. काही भागांत तर अवघ्या काही तासांत २५० मिलिमीटर इतका पाऊस पडला. त्यामुळे भयंकर फ्लॅश फ्लड्स आणि भूस्खलन घडून आलं, पुष्कळ गाळ वाहून आला आणि त्यामुळे लडाखच्या राजधानीचे - लेहचे काही भाग पार उद्ध्वस्त होऊन गेले. सरकारी अहवालानुसार २३४ माणसं मारली गेली आणि सुमारे नऊ हजार माणसं विस्थापित झाली. मात्र, त्यानंतर काही वर्षांनी जेव्हा मी इथे भेट दिली तेव्हा मला असं कळलं, किती लोक आपत्तीग्रस्त झाले याचा नक्की आकडा कधीच कळणार नाही. इथले जे स्थानिक लोक मेले त्यांना आम्ही ओळखत होतो; पण नेपाळ आणि इतर ठिकाणांहून येणाऱ्या मजुरांचं काय? त्यांची काहीच नोंद नाही. कंत्राटदार कधीच त्या लोकांची नावं किंवा दूरध्वनी क्रमांक देणार नाहीत; कारण मग ते त्यांच्या मृत्यूला जबाबदार ठरतील. हवामान बदलाचे इतरही अनेक परिणाम आहेत असं माझा ड्रायव्हर आणि वाटाड्या असलेल्या रिगझेनचं म्हणणं होतं. लडाखच्या वायव्येकडे असलेल्या धा हानू जिल्ह्यात किडीनं सगळ्या अक्रोडांचा नाश केला; कारण ती कीड खाऊन टाकणारे पक्षी आलेच नाहीत. त्यांच्या स्थलांतरात अडथळे आले होते, असं तो म्हणाला. त्याचे आई-वडील आणि आजी-आजोबा लडाखमधल्या तीन ऋतूंबद्दल काय बोलायचे तेही त्यानं मला सांगितलं - हिवाळ्याचे चार महिने (जेव्हा कोणीच काही करत नाही), वाऱ्याचे चार महिने आणि उबदार हवेचे चार महिने. आता ते सगळं बदललंय. जुलैपर्यंत वारे वाहतात आणि नोव्हेंबरमध्ये आमच्याकडे उबदार हवा असते.

हवामान बदलावरून होणाऱ्या सध्याच्या वादावादीत विज्ञानाचा चलाखीने वापर केल्याबद्दल दोन्ही बाजू एकमेकांना दोष देतात; मात्र ध्रुवीकरण करणाऱ्या वक्तव्यांच्या नादात विज्ञान ही काही निखालसपणे साचेबंद असणारी गोष्ट नव्हे हे समजूनच घेतलं जात नाही. जीवजंतूंच्या उत्पत्तीविषयी असो किंवा भूपट्ट विवर्तनिकी (प्लेट टेक्टॉनिक्स) विषयी असो, विज्ञान हे सतत बदलणारं आणि स्वतःची गृहीतकं सतत तपासून सुधारणारं असतं हे सत्य उरतंच. 'वस्तुस्थिती स्वतःहून काही स्पष्ट करून सांगत नाही,' स्टीफन जे. गोल्ड लिहितात, 'ती सिद्धान्ताच्या निकषावर तपासून पाहिली जाते. कलेप्रमाणे विज्ञानातदेखील सर्जनशील विचार हीच मतपरिवर्तनामागची प्रेरणा असते. विज्ञान ही निखालसपणे मानवी प्रक्रिया आहे. वस्तुनिष्ठ माहितीचा यंत्रवत्, यंत्रमानवी पद्धतीने होणारा तो साठा नव्हे. तर्काचे नियम लावून अनिवार्य निष्कर्ष काढण्याची ती प्रक्रिया आहे.'

हवामान बदल म्हणा किंवा जागतिक तापमानवाढ म्हणा, बहुतेक सर्व शास्त्रज्ञांनी आज ते स्वीकारलं आहे आणि पर्यावरणविषयक चर्चेत नवीन कट्टर पंथाचा उदय झाला आहे. ते नाकारणारे किंवा त्याच्या सामर्थ्याला प्रश्न विचारणारे बहुतेक

सर्वजण जुन्या कट्टर पंथाचे पुरस्कर्ते असतात. या कट्टर पंथाचा उदय औद्योगिक क्रांतीतून झालेला असतो. माणसाच्या प्रगतीच्या, उद्यमशीलतेच्या आणि कल्पकतेच्या मुशीतून नागरीकरण आणि आधुनिकता कशी घडते हे त्यात सांगितलं जातं.

भूखंड अपवहनाच्या सिद्धान्तातून हिमालयाच्या निर्मितीचं सबळ स्पष्टीकरण जसं हाती लागतं आणि हिमालयाची भूशास्त्रीय रचना समजून घेण्यासाठी जशी मदत होते तसंच हवामानविषयक घटना आणि कल याबद्दलची खात्रीलायक उत्तरं जागतिक तापमानवाढीत मिळू शकतात. गोल्ड म्हणतात त्याप्रमाणे त्याकडे कितीही संशयानं बघायचं ठरवलं तरी अनुभवजन्य आणि दंतकथात्मक अशा दोन्ही प्रकारच्या वाढत्या पुराव्यांकडे दुर्लक्ष करणं अवघड आहे. बर्फाचे थर वितळल्यामुळे आणि हिमनद्या आटल्याने सरत्या दशकात कित्येक गिर्यारोहकांनी हिमालयाच्या शिखरांमध्ये जाणवलेला फरक नमूद केला आहे. काही ठिकाणी तर, आपण अगदी वेगळाच पर्वत चढतो आहे, असं त्यांना वाटतं; कारण एकेकाळी ज्या खडकांच्या थरांना बर्फ लगडलेला असे ते आता उघडेबोडके झालेले दिसतात. ठरलेल्या मार्गांवर आता नेहमीचे अडथळे किंवा आव्हानं समोर येत नाहीत तर याउलट इतर काही मार्ग पूर्वीपेक्षाही अधिक खडतर झालेले दिसतात. जॉर्ज ले मॅलोरीसारखा गिर्यारोहक सुमारे एक शतकापूर्वी इथे नाहीसा झाला. त्याचे अवशेष आता बर्फाखाली गाडले गेलेले दिसत नाहीत. ही सगळी निरीक्षणं आणि त्याच्या जोडीला वार्षिक तापमान, पर्जन्यमान आणि वाऱ्यांची गती, तसंच हिमनद्यांची रुंदी आणि खोली याबद्दलची आकडेवारी बघितली तर हवामानबदल आणि त्याच्या जोडीला येणाऱ्या त्याच्या परिणामांवर शिक्कामोर्तबच होतं.

हवामानाच्या वार्षिक आकृतिबंधांच्या जोडीला हिमालयातल्या उंचीच्या फरकानुसार आणि भूप्रदेशानुसार असंख्य सूक्ष्म हवामानाचे प्रदेश आहेत. काही डोंगरउतार आणि दऱ्या पर्जन्यछायेच्या प्रदेशात मोडतात, तर इतर काही भागात अतिवृष्टी होते. मी जिथे राहतो त्या मध्य हिमालयाच्या पायथ्याशी असणाऱ्या टेकड्यांवर सोंडेची उत्तर बाजू सहसा ओलसर हवामानाची आणि घनदाट जंगलांची आहे. दक्षिणेकडची बाजू मात्र अधिक कोरडी आणि गवताच्छादित आहे. अधिक उंचीच्या प्रदेशात गेल्यावर ही मांडणी बरोबर उलटी होते आणि उत्तरेकडच्या डोंगरउतारावर कमी पाऊस पडतो. गंगेसारख्या नदीच्या प्रवाहाचा माग काढत कोणी गेलं असेल तर डोंगररांगांमधून वळणं घेत जात असताना तिचा प्रवाह जंगलांच्या अतिशय भिन्न-भिन्न पट्ट्यांतून जातो. जास्त उंचीच्या प्रदेशातल्या चंदेरी सालीच्या भोज वृक्ष (सिल्व्हर बर्च) आणि देवदारापासून (सेड्रस देवदार) ते आणखी खालच्या भागातल्या वेलीकांचन किंवा कॅक्टससारख्या दिसणाऱ्या युफोर्बिया रॉयलेनापर्यंत. तापमान आणि आर्द्रतेनुसार त्या-त्या भागातल्या वनस्पती आणि प्राणी बदलत जातात.

मानवी वसाहतीदेखील पिकांसाठी आणि गुरेचराईच्या कुरणांच्या उपलब्धतेसाठी एकदम अनुकूल हवामानाच्या शोधात असतात.

हिमालयातलं हवामान हे कारणही आहे आणि परिणामही. माझं जन्मगाव अस्तित्वात येण्यामागचं कारणच मुळी वसाहतवादी स्थलांतर हे आहे. पठारी प्रदेशातलं कडक तापमान, जीव घुसमटून टाकणारी आर्द्रता आणि तापाच्या उग्र साथी यापासून सुटका मिळवण्यासाठी पहिले ब्रिटिश रहिवासी इकडे आले. मे आणि जून महिन्यात जेव्हा दिल्लीतली उष्णता ४५ अंशांपर्यंत जाते तेव्हा आमचे तापमापक क्वचितच ३० अंशाच्या वर जातात. लँडॉर, मसूरी, मुरी, डलहौसी, सिमला, नैनिताल आणि दार्जिलिंग आजही उन्हाळ्यातली आश्रयस्थानं आहेत. सखल प्रदेशातल्या कडक उन्हाळ्यामुळे दरवर्षी पर्यटक इकडे येत असतात.

हवामानाचा परिणाम हिमालयातल्या प्रत्येक गोष्टीवर होत असतो. इथली जैवविविधता आणि हिमनद्यांपासून ते गिर्यारोहण आणि तत्त्वज्ञानापर्यंत. उंचातल्या उंच शिखरांवर चढाई करताना झालेल्या मृत्यूंपैकी उच्चताजन्य अस्वस्थता (Altitude Sickness), हिमलोट आणि जीवघेणे कडेलोट मिळून जेवढे मृत्यू होत असतील जवळजवळ तेवढेच मृत्यू खराब हवामान आणि वादळांशी निगडित असतात. हिमालयातली बहुतेक सर्व शेती संपूर्णपणे मोसमी पावसावर अवलंबून असते, दऱ्याखोऱ्यातल्या भातशेतीपासून ते वृक्षरेषेच्या वरच्या बाजूला लावलेल्या बकव्हीट (एक प्रकारचं धान्य) पर्यंत. हिमालयातल्या जंगलांची घडण नैसर्गिक आर्द्रतामापक (हायड्रोमीटर) म्हणून काम करते. हवेतल्या दमटपणाची आणि जमिनीतल्या आर्द्रतेची पातळी त्यावरून समजत असते. नेचे किंवा ऑर्किडसारख्या दुसऱ्या झाडावर वाढणाऱ्या जातीच्या वनस्पती (एपिफिटिक जाती) अभ्राच्छादित जंगलांमधल्या (क्लाउड फॉरेस्ट) संपृक्त फांद्यांवर मूळ धरतात आणि पावसाइतक्याच त्या धुक्यावरही अवलंबून असतात.

कमजोर मॉन्सूनमुळे सरकारं पडली आहेत, तापमान वर-खाली झाल्यामुळे लढाया सुरू झाल्या आहेत किंवा संपल्या आहेत. कलाकार आणि कवींना मॉन्सूनने स्फूर्ती दिली आहे. पहाडी भागातल्या लघु तसबिरी पाहिल्या तर त्यात वादळाचं आगमन हे अभिलाषेचं प्रतीक म्हणून दाखवलं जातं. उदाहरणार्थ, काळ्याकुट्ट वादळी ढगांनी आकाश भरून येत असताना सज्जात उभी राहून आपल्या प्रियकराची वाट बघणारी युवती. धार्मिक श्रद्धांमार्फत हवामानासंबंधित शिकवण दिलेली असते. उंचावरच्या ओसाड प्रदेशातल्या भिक्खूंच्या मठातल्या सर्वसंगपरित्यागी वैराग्यापासून ते जिच्या बहुप्रसव आशीर्वादानं धरती सुजलाम् सुफलाम् होते अशा देवीमातेच्या दैवी कामासक्ततेत हीच शिकवण दिसते. इंद्र ही वादळांची देवता स्वर्गातून वज्राचा मारा करते आणि भगवान शंकर आपल्या जटांमध्ये पावसाच्या धारा

पकडून ठेवतात. इंद्रधनुष्य हे जसं स्वर्गात प्रवेश करण्यासाठीची कमान आहे, तसेच पांढरे ढग हे बौद्धगुरूंसाठी शुचितेचं आणि अशाश्वततेचं प्रतीक आहे.

स्थलांतर ऋतूंवर अवलंबून असतं. वाऱ्यांची दिशा बदलली आणि तापमानात वाढ किंवा घट झाली की त्याप्रमाणे गोरली (रोझफिंच पक्षी) आणि काळ्या मानेचे क्रौंच दक्षिणेकडे किंवा उत्तरेकडे प्रवास करतात. हवामानाच्या लहरीनुसार भटके मेंढपाळ आपला जाण्या-येण्याचा काळ ठरवतात. पावसाळ्यात मुबलक गवत आणि चरण्यासाठी योग्य अशी झुडपं उगवली की ते आपापले कळप घेऊन उंचावरच्या कुरणांकडे जातात. ओलसर हवामानात मासे, नेचे आणि बुरशी फोफावते, तर जमिनीची धूप होऊन सोंडेला आकार येतात, हिमनद्यांचा गाळ वाहून गेल्याने घळी तयार होतात आणि झाडं उखडली जातात. देव आणि त्यांचे भक्तगणसुद्धा दऱ्यांमधून चढ-उतार करतात. थंडीत हिमरेषेच्या खालच्या बाजूला आश्रय घेतात आणि उन्हाळ्यात नदीच्या उगमापाशी असलेल्या देवळात जातात. गढवाल आणि कुमाऊंमध्ये वर्षातून दोनदा होणाऱ्या तीर्थयात्रांमध्ये वसंतऋतूत देवी-देवतांना कमी उंचीच्या प्रदेशातून अधिक उंचीच्या प्रदेशात नेतात आणि पानगळती सुरू झाली की पुन्हा खाली आणतात. या विधिवत प्रवासाची तुलना बऱ्याचदा आपल्या आई-वडिलांचं घर सोडून जाणाऱ्या किंवा पतीच्या घरून परत येणाऱ्या नवरीशी केली जाते. त्यातून लग्नामुळे होणारं स्थलांतर, तसंच गर्भ राहण्याची, तो धारण करण्याची आणि जन्म देण्याची प्रजनन क्रिया सूचित केली जाते. ज्या प्रदेशात ऋतुमानानुसार स्थलांतर केलं जातं तिथल्या माणसांचा आत्म्याच्या देहांतरावर विश्वास असणं साहजिकच म्हणायला हवं.

हिमालयातले हवामानबदल ही प्रत्येकाची समस्या आहे. त्याची कारणं सहसा दूर कुठेतरी, क्वचित जगाच्या दुसऱ्या टोकाला असतात. १९९१ साली जेव्हा पहिल्या आखाती युद्धात कुवेतमधल्या तेलाच्या विहिरींना आग लावली तेव्हा धुराचा एक मोठा लोट हजारो किलोमीटर पूर्वेकडे सरकला. त्या वर्षी विमानाने घरी भारतात जाताना मला क्षितिजाकडे झेपावणारा एक धुरकट काळा डाग बघितल्याचं आठवतं. मी मसूरीला पोहोचलो तेव्हा ओकच्या पानांवर तेलकट थर जमला होता. युद्धात पेट घेतलेल्या जीवाश्म इंधनाचे ते अवशेष होते. हीच मेणचट काजळी हिमशिखरांवर आणि हिमनद्यांवर जमून डाग पडले होते. त्यामुळे हिमालय नुसताच विद्रूप झाला होता असं नव्हे तर त्याचा वितळण्याचा वेगही वाढला होता. मोसमी वाऱ्यांच्या जोडीला वाळूमधले विविध प्रकारचे बारीक कण, धूळ आणि वाहनांमधून बाहेर पडणारे प्रदूषणकारक पदार्थदेखील वाहत येतात. वनस्पतितज्ज्ञ आणि पर्यावरणशास्त्रज्ञ महाराज के. पंडित आपल्या 'लाइफ इन द हिमालय : ॲन इकोसिस्टम ॲट रिस्क' या पुस्तकात हिमनद्यांचे आणि बर्फाच्या

मैदानांचे पृष्ठभाग काळवंडण्याशी स्थानिक आणि वैश्विक अशा दोन्ही प्रकारच्या प्रदूषणांचा संबंध जोडतात. 'खनिजांचा चुरा आणि काजळी जमल्यामुळे पश्चिम हिमालयातला बर्फाचा थर काळवंडला आहे' असं एवढ्यात झालेल्या विविध अभ्यासांतून दिसून आलं आहे. त्यामुळे दर मोसमात बर्फ वितळण्याचा वेग वाढला असून, त्या प्रदेशातल्या बर्फावरून परावर्तित होणाऱ्या प्रकाशामुळे उबदारपणात वाढ झाली आहे. त्यामुळे हिमनद्यांची होणारी झीज म्हणजेच हिमक्षयन वाढलं आहे.

हिमालयाच्या वाढत्या तापमानाची माणसाला मोजावी लागणारी किंमत काढली तर नक्कीच धक्का बसेल. या उंच पर्वतरांगांमुळे पृथ्वीवरच्या सर्वाधिक लोकसंख्येचे दोन देश विभागले जातात. उत्तरेकडे चीन (१.४१८ अब्ज) आणि दक्षिणेकडे भारत (१.३६३ अब्ज). वरच्या बाजूचे, विशेषत: अडीच हजार मीटर उंचीच्या पुढचे प्रदेश विरळ लोकसंख्येचे असले तरी दोन्ही बाजूच्या रहिवाशांना गोडं पाणी पुरवणारे ते मोठे स्रोत आहेत. आशिया खंडावरचं छप्पर अगदी पक्कं बसवलेलं आहे. बर्फ गोळा करून तयार झालेली आर्द्रता ते खाली दरीत रिकामं करतं. स्थानिक आणि वैश्विक अशा दोन्ही पातळ्यांवर अब्जावधी लोक काही महत्त्वाच्या नदीव्यवस्थांवर अवलंबून आहेत. हळूहळू नाहीसं होणारं बर्फ या व्यवस्था मोडकळीस आणू शकतं. त्यात केवळ ब्रह्मपुत्रा, गंगा आणि सिंधू नदीच नव्हे तर म्यानमारमधल्या सालवीन आणि इरावडी, चीन आणि आग्नेय आशियामधली पिवळी नदी आणि मेकोंग यांचाही समावेश आहे. या सर्व नद्यांच्या उपनद्या हिमालयात आहेत. पाण्याचे हे प्रचंड मोठे साठे आटले किंवा लुप्त झाले तर प्रवाहाच्या खालच्या दिशेला होणारे परिणाम फार विध्वंसक आणि अपरिवर्तनीय असतील.

पृथ्वीवर जीवन टिकवायचं असेल तर पाणी अतिशय महत्त्वाचं आहे, या गोष्टीची दखल हिमालयातल्या लोककथांमधून घेतलेली दिसते. नदीच्या उत्पत्तीविषयी अशा काही कथा आहेत, ज्यात पाण्याची टंचाई असलेल्या किंवा पाणीच नसलेल्या काळाचा उल्लेख आहे. ज्यांच्याकडे कायम विपुल प्रमाणात पाणी होतं अशा माणसांनाही पाणी किती महत्त्वाचं आहे आणि त्याचे साठे कसे मर्यादित आहेत याचं भान होतं हे सियांग किंवा ब्रह्मपुत्रा नदीकाठी राहणाऱ्या दोबांग (गॅलॉन्ग) जमातीतल्या एका कथेत दिसून येतं.

> एकेकाळी जेव्हा देव आणि मनुष्यप्राणी पृथ्वीवर एकत्र वसाहत करून राहत होते तेव्हा त्यांच्यात बऱ्याच कटकटी चालू होत्या. त्याचं कारण म्हणजे तेव्हा पाणीच नव्हतं. देव आणि मनुष्य एकसारखेच सडपातळ आणि कृश होते. आश्चर्याची गोष्ट म्हणजे उंदीर मात्र कायम गुबगुबीत

आणि तुकतुकीत दिसतात असं त्यांच्या लक्षात आलं होतं. म्हणून एके दिवशी एका माणसाने उंदराचा पाठलाग केला. त्याचा माग काढत तो एका मोठ्या दगडापर्यंत गेला आणि तिथे त्याला पिण्याचं पाणी सापडलं. मग त्या माणसानं परत येऊन आपल्याला काय दिसलं ते सांगितलं. माणसं तो दगड फोडून पाणी आणायला गेली; पण तो दगड फार कठीण आहे असं त्यांच्या लक्षात आलं. तो इतका कठीण होता की त्यांनी बरोबर नेलेली हत्यारं तुटली. मग देबो-कोंबू देवानं आपलं धनुष्य घेतलं आणि त्या दगडाला एक बाण मारला. त्या खडकातून पाण्याची एक धार वाहू लागली. ती बाणगंगा. अशारीतीने आजही देबो-कोंबू देवाची त्याच्या धनुष्य-बाणासकट पूजा केली जाते. त्या दगडातून पाण्याची अगदी बारीकशी धार बाहेर आली. मग नुरुपूर देवानं एक कुऱ्हाड घेतली आणि तो दगड फोडला. मग मात्र तहानलेल्या धरतीवर पाण्याचा लोंढा वाहू लागला. देवांना आणि माणसांना पाणी आणून दिल्याबद्दल नुरुपूर देवाचीही कायम पूजा केली जाते.

कॅप्टन जी. डी. एस. डनबार या ब्रिटिश लष्करी अधिकाऱ्याने ही कथा नोंदवून ठेवली आहे. नॉर्थ-ईस्ट फ्रन्टियर एजन्सी (नेफा) मधल्या जमातींमध्ये आपापसात चालू असणाऱ्या कुरबुरी मिटवण्यासाठी त्यांना धाडण्यात आलं होतं. ते मात्र त्या जमातींची संस्कृती बघून हरखून गेले. वेरियर एल्विन यांनी हुस्रो जमातीतून संग्रहित केलेल्या आणखी एका लोककथेतदेखील पाण्यापूर्वीच्या काळाचं वर्णन आहे. पाण्याअभावी पशु-पक्षी आणि मानव खूप हालअपेष्टा सोसत होते. क्षितिजापलीकडे जिथे रोज सूर्य उगवतो तिथे एक मोठा साप बसलेला आहे आणि 'त्यानं आपल्या विळख्यात एक मोठं सरोवर' पकडून ठेवलेलं आहे, असं होरसी-बसम नावाच्या पक्ष्याला मात्र ठाऊक होतं. तो पक्षी पाण्याला सोडवायला निघाला; पण साप दिसल्यावर मात्र घाबरला आणि रात्र पडून साप झोपेपर्यंत वाट बघत राहिला. मग हळूच पुढे होत त्या पक्ष्यानं सापाच्या दोन्ही डोळ्यांवर चोच मारली. वेदनेच्या भरात सापानं आपला विळखा सैल केला आणि पाण्याला जाऊ दिलं. ते एका मोठ्या नदीच्या रूपात खाली पडू लागलं. तेव्हापासून होरसी-बसम हा पक्षी नदीकिनाऱ्यावरच राहत आला आहे.

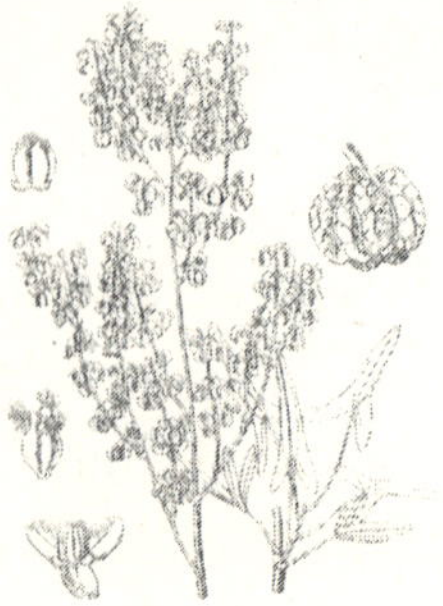

९

# दूधसरिता

महालंगूर हिमाल या उपरांगांमधल्या शिखरसमूहात सर्व पर्वतांची जननी म्हणता येईल असं चोमोलुंगमा म्हणजेच सहसा एव्हरेस्ट नावानं ओळखलं जाणारं शिखर उभं आहे. दूध कोसी नदीच्या पाणलोटाला त्याचा आश्रय मिळाला आहे. पृथ्वीवरचं सर्वांत उंच शिखर असण्याव्यतिरिक्त एव्हरेस्टचा प्रदेश म्हणजे बर्फाचा प्रचंड मोठा साठा आहे. समुद्रसपाटीपासून साडेचार हजार ते सात हजार मीटर उंचीवर असलेल्या सोंडेभोवती बहुभुज हिमनद्यांनी विळखा घातलेला असतो. एव्हरेस्टच्या नैर्ऋत्य बाजूच्या थेट खाली पश्चिम कूम (दरी) आहे. शेकडो मीटर खोलवर गोठलेल्या ओलाव्याचं हे खोरं विरुद्ध बाजूला नुप्त्से पर्वतानं वेढलेलं आहे.

कूम हा वेल्श शब्द असून त्याचा अर्थ हिमनदीच्या पात्रातला खळगा असा आहे. फ्रेंच आल्प्स भागात त्याला सर्क आणि स्कॉटलंडमध्ये कोरी असं म्हणतात. पश्चिम कूम म्हणजे प्रामुख्यानं एक प्रचंड मोठं दगडी कुंड आहे. एव्हरेस्ट, ल्होत्से आणि नुप्त्सेवर दरवर्षी होणाऱ्या पर्जन्यवृष्टीचं वाहून आलेलं पाणी त्यात साठवलं जातं. हिमलोटामुळे या पर्वतांचे तीव्र उतार खरवडले जातात. त्यामुळे एकत्र जमा झालेल्या बर्फाची हिमनदीत भर पडते. कूम शब्दाचं इंग्रजी वूम्ब (गर्भाशय) शब्दाशी यमक जुळतं तेही योग्यच म्हणायला हवं. हा गोठलेला जीवनस्रोत चोमोलुंगमाच्या गर्भात खोलवर वास करून आहे आणि खुम्बू हा बर्फाचा धबधबा म्हणजे तिचा जननमार्गच आहे.

सॅटेलाईटवरून येणाऱ्या दृश्यांमध्ये आणि सर्वेक्षण नकाशांवर पश्चिम कूम स्पष्ट दिसत असली तरी दूध कोसी दरीतून वरच्या बाजूला चालत जाताना ती नजरेआडच राहते. या बाजूनं एव्हरेस्ट चढणारे पहिले युरोपियन गिर्यारोहक म्हणजे १९५० साली चढून गेलेले बिल टिलमन आणि चार्ल्स ह्यूस्टन. कूमला जाण्याचा हा लपलेला मार्ग बघून टिलमन कोड्यात पडले होते. त्या मार्गाचं वर्णन त्यांनी 'जेमतेम शंभर यार्ड रुंद, खुम्बू हिमनदीतून थेट खाली घसरणाऱ्या हिमकणांनी भरलेली निव्वळ एक खाच' असं केलं आहे.

सतत बदलत्या एव्हरेस्ट बेस कॅम्पवर नुसतं उभं राहण्याची संधी मिळावी म्हणून आजमितीला हजारो ट्रेकर्स दरवर्षी, विशेषतः, ऑक्टोबर आणि नोव्हेंबर महिन्यात ही दरी चढून जातात. हा बेस कॅम्प एका हिमनदीवर आहे. इथून चोमोलुंगमाचं शिखरच मुळात दिसत नाही. टिलमन यांनी शोधलेल्या ज्या अरुंद फटीतून बर्फ खाली पडायला सुरुवात होते तेवढाच भाग फक्त दिसतो. त्याखाली गोठलेल्या हिमशिखरांची काही किलोमीटरपर्यंत उतरणारी एक रांगच पसरलेली बघायला मिळते. एखाद्या पौराणिक राक्षसाची पांढरी पडलेली हाडं आणि कूर्चा असावी तसा खुम्बू हिमनदीचा बराचसा भाग झाकून टाकणाऱ्या करड्या रंगाच्या गाळाच्या पार्श्वभूमीवर पांढऱ्या रंगाचा विरोधाभास खुलून दिसतो. टिलमन आणि ह्यूस्टननं शोधून काढलेल्या मार्गानं गेलं, म्हणजेच काला पत्थर नावानं ओळखला जाणारा खडकाळ भाग ओलांडून पुढे गेलं तर एव्हरेस्टचा देखावा आणखी चांगला दिसतो. पुढच्या बाजूला असलेल्या नुप्त्सेपासून एव्हरेस्टचा नैर्ऋत्य भाग इथे वेगळा होऊन समोर येतो आणि तिथून पर्वतांची रचना स्पष्ट दिसायला लागते. दक्षिण कोल (दोन पर्वतांमधली घळी) आणि ल्होत्सेचा एक कोपरा देखील दिसू लागतो आणि कूमला वेढणाऱ्या खडकाच्या भिंतींचं वर्तुळ ओळखणं शक्य होतं.

दूध कोसीचा अर्थ आहे दुधाची नदी. तिचा वेगवान प्रवाह दुधाळ रंगाचा असून, खाली येताना तो आणखीनच घुसळला जाऊन दाट दिसू लागतो. हिमनद्यांमधून वाहत येणाऱ्या बहुतेक सर्व, विशेषतः उन्हाळ्यात जेव्हा बर्फ झपाट्याने वितळू लागतो तेव्हा वाहणाऱ्या झऱ्यांप्रमाणे हा प्रवाहदेखील दाट असून, चुरा झालेल्या खडकातून उरलेले बारीक अवशेष त्यात काठोकाठ मिसळलेले असतात. पाण्याच्या लोटामुळे ढवळले गेलेले आणि हिमशिला चूर्ण म्हणून ओळखले जाणारे हे गाळाचे बारीक-बारीक कण पाण्याच्या बाटलीच्या तळाशी बसायला एक दिवस लागतो आणि मायक्रोफिल्टरही या कणांमुळे लगेचच तुंबतो.

खुम्बू हिमनदी ही दूध कोसीची उपनदी असली तरी त्या नदीचा मुख्य स्रोत छो ओयू (८,१८८ मीटर) वरून खाली येणाऱ्या पश्चिमेकडच्या गोझुम्बा हिमनदीत आहे. हिमालयातली ही राक्षसी नदी एव्हरेस्टप्रमाणे आपल्या शेजाऱ्यामागे न

लपता आपली दक्षिणेकडची बाजू दाखवत दरीच्या तोंडाशी अचल उभी आहे. एवढ्या उंचावर असूनही छो ओयूची बाह्यकडा अमा दाब्लाम, कांग्टेगा किंवा थामसेर्कूसारख्या कमी उंचीच्या शिखरांइतकी वैशिष्ट्यपूर्ण नाही. ही शिखरं भव्य आणि चित्रविचित्र आकारात उभी राहिलेली दिसतात. छो ओयूसारख्या रूढ आकाराच्या पर्वताची बाह्यकडा मात्र स्थिर असून, वरच्या बाजूला निमुळती होत जात चपट्या आणि अनाकर्षक शिखराचं रूप घेते.

छो ओयू नावाचं भाषांतर 'फिरोझी रंगाचा पर्वत' असं आहे. असं असलं तरी त्याचा मुख्य रंग आहे तो पांढरा. तरीदेखील त्याच्या पायथ्यापासून गोझुम्बाच्या एका बाजूने वर जाणाऱ्या गोक्यो सरोवरांच्या साखळीत दुधाळ हिरवी-निळी छटा दिसून येते. हिमनद्यांनी पैलू पाडलेल्या नीलमण्यांच्या हारासारखा हा पाणथळ प्रदेश दिसतो. तीव्र उताराच्या हिमोढ कड्यामुळे बर्फाच्या मुख्य प्रवाहापासून अलग झालेली ही पाच सरोवरं एकातून दुसऱ्याला मिळत जात एका स्वच्छ वेगवान प्रवाहात रूपांतरित होतात. हिवाळ्यात पृष्ठभाग गोठून गेला तरी ही सरोवरं आता हिमनदीवर अवलंबून राहत नाहीत. दोन्ही बाजूंनी किनाऱ्यावरच्या गाळाच्या उंच भिंतींनी वेढलेल्या गोझुम्बाच्या कठोर रूपाशी विरोधाभास साधण्याकरता सौम्यपणा आणण्याचं काम हा प्रवाह करतो. हिमनद्या तज्ज्ञ जेव्हा बर्फ मागे हटण्याविषयी बोलतात तेव्हा सहसा आपण हिमनदीच्या लांबीचा विचार करतो; पण त्याचं खरोखर मापन करायचं असेल तर त्यात त्याच्या रुंदीचा आणि त्याहून महत्त्वाचं म्हणजे खोलीचा समावेश व्हायला हवा.

प्रत्येकी ५० किलोमीटर लांबवर पसरलेल्या आणि ७०० चौरस किलोमीटरचा प्रदेश व्यापणाऱ्या बलतोरो आणि सियाचिन या काराकोरममधल्या हिमनद्यांच्या प्रचंड आकाराच्या तुलनेत हिमालयातल्या हिमनद्यांची लांबी-रुंदी काहीच नाही. हिमनद्यांवर लक्ष ठेवणं ही काही सोपी गोष्ट नव्हे. त्यांचा एकंदर आवाका आणि वेडेवाकडे आकार हे त्याचं एक कारण असलं तरी त्यांचं बहुतेक सर्व गोठलेलं वस्तुमान नजरेआड असतं हेही त्याला कारणीभूत आहे. अलास्का, ग्रीनलंड आणि आल्प्ससारख्या जगाच्या इतर भागातल्या हिमनद्यांविषयी भरपूर अभ्यास झाला असला तरी तो भूप्रदेश आणि तिथलं ऋतुमानानुसारचं तापमान अगदीच वेगळं असून, त्यांची तुलना करणं कठीण आहे. हिमालयात लडाख आणि नेपाळ भागात शास्त्रज्ञांनी हिमनद्यांच्या आकारमानाच्या नोंदी ठेवायला आणि त्यांच्या गर्भातले बर्फाचे नमुने अभ्यासायला सुरुवात केली आहे. असं असलं तरी हे इतके महत्त्वाचे साठे अजूनही अनाकलनीयच वाटतात. हवामान बदलाचं कोडं उलगडायचं असेल तर तो एक महत्त्वाचा दुवा आहे. मात्र, एकोणिसाव्या आणि विसाव्या शतकातल्या शोधप्रवाशांनी आणि सुरुवातीच्या काळातल्या छायाचित्रकारांनी किश्श्यांच्या स्वरूपात

ठेवलेल्या नोंदींपलीकडे जाऊन आणखी काही खात्रीलायक मापदंड आहेत. हिमालयातल्या बऱ्याच हिमनद्या आटत चालल्या असल्या तरी त्या डेटाची अचूक कालरेषा मिळाल्याशिवाय त्यांच्या क्षयाचा वेग वर्तवता येणं अवघड आहे.

सध्या पात्र वाढत चाललेल्या ज्या काही थोड्या नद्या आहेत त्यापैकी एक म्हणजे नंगा पर्वतच्या उत्तर बाजूने वाहणारी रायकोट हिमनदी. हायडेलबर्ग विद्यापीठाच्या साउथ एशिया इन्स्टिट्यूटमधले सूझन शिमिड्ट आणि मार्कस न्यूसर या दोघांनी पार १९३० सालापासूनच्या फोटोंचा तुलनात्मक अभ्यास केला आहे. १९३० साली पहिली जर्मन गिर्यारोहण मोहीम नंगा पर्वतावर आली होती. गेल्या पंचाहत्तर वर्षांहून अधिक कालावधीत रायकोट हिमनदीची लांबी-रुंदी जाणवण्याइतकी कमी-जास्त झाल्याचं कालानुक्रमे फोटो बघून आणि इतर संबंधित डेटाच्या मदतीने त्यांना दाखवून देता आलं आहे.

गोझुम्बा ओलांडणं म्हणजे अनपेक्षित वळणं, अनपेक्षित कलाटण्या आणि पुष्कळसे बंद रस्ते असणाऱ्या गोंधळास्पद चक्रव्यूहातून वाट काढत जाण्यासारखं आहे. या अडथळ्यांचा मार्ग दर आठवड्याला बदलत राहतो. एखाद दिवस स्पष्ट दिसणारी वाट दुसऱ्या दिवशी अचानक एखाद्या हिमविदरापाशी जाते किंवा बर्फाचा एखादा थर वर उचलला गेल्यामुळे अडते. हिमनदीवर वाट काढत जाणाऱ्या ट्रेकर्सना अधेमध्ये खुणेसाठी ठेवलेल्या दगडांच्या राशींचा उपयोग होतो. उथळ सरोवरं आणि बर्फाच्या गुहा यांच्यामधून वाट काढत हा अस्पष्ट मार्ग जातो. गोठलेल्या चिखलाचे भेगाळलेले तुकडे उडून गढूळ डबक्यात पडत असतात, वितळलेल्या बर्फाच्या धारांच्या जोडीला गाळाचा आणि वाळूचा संथ प्रवाह खाली येत असतो. हिमालयातल्या बहुतेक सर्व हिमनद्यांप्रमाणे गोझुम्बादेखील खडकांच्या कवचाने आणि मातीने झाकलेली आहे. त्यामुळे सूर्याची उष्णता तिच्यापर्यंत पोहोचत नाही आणि तिच्या शेवटच्या टोकाकडे वाहणाऱ्या बर्फाचा गाभा नजरेआडच राहतो. सहसा एखाद्या हिमनदीच्या परिघावर असलेल्या बर्फापेक्षा तिचा मध्यभाग अधिक वेगानं बाहेर ढकलला जातो.

गोझुम्बा अक्षरश: निर्जीव वाटत असली तरी काही ठिकाणी निदान एखाद्या मोसमात खडकांवर उगवलेलं शेवाळ आणि पृष्ठभागावरच्या मातीत मूळ धरणारं गवत दिसून येतं. आपण जात असताना मधूनच एखादा पिका (सशासारखा एक लहानसा प्राणी) बिळातून बाहेर पडताना दिसतो. अर्थात, एखाद्या प्राण्यासाठी इथे फार कमी खाद्य उपलब्ध असलेलं दिसतं. आपल्या दोन्ही पंखांखाली लपलेले पांढरे उपपंख मिरवत एखादा बारका सोनेरी गरुड डोक्यावरून विहरत जाताना दिसतो; मात्र तो चटकन पलीकडल्या कड्याकडे झेप घेतो. तिथेच त्याला त्याचं भक्ष्य किंवा एखाद्या प्राण्याचं सडलेलं मांस मिळण्याची शक्यता असते.

हिमनद्यांमध्ये तयार झालेले आकार दोन्ही बाजूच्या पर्वतांमध्ये असलेल्या उठावाचं प्रतिबिंब असतात. जणू काही बर्फाच्या कडांनी आजूबाजूच्या प्रदेशाला अनुसरून आकार धारण केलेला असतो. वाटेत येणाऱ्या खडकांना आकार देत हिमनदी वाहत जात असली तरी ती ज्या प्रदेशातून वाहत जाते त्या प्रदेशावरून तिचं आकारमान आणि रचना ठरत असते. भूशास्त्रीय काल आणि हिमकाल (Glacial Time) एकमेकांना समांतर जात असले तरी प्रत्येक काल हा आपापल्या गतीने पुढे सरकत असतो. गिरीजनन प्रक्रिया ही त्यामानाने जलदगतीने होणाऱ्या बर्फाच्या स्थलांतरापेक्षा अनंतपटीने सावकाश घडणारी प्रक्रिया आहे. आपण बऱ्याचदा 'बदलाच्या हिमकालीन गती' विषयी बोलतो; पण महालंगूर हिमालला त्याच्या सध्याच्या उंचीपर्यंत घेऊन जाणाऱ्या भूविवर्तनी (टेक्टॉनिक) बलाच्या तुलनेत गोझुम्बा आणि खुम्बू नद्या म्हणजे गोठलेल्या अतिजलद आगगाड्यांसारख्या आहेत – अविश्रांतपणे आपला मार्ग आक्रमत राहणाऱ्या.

मानवी मोजमापाच्या दृष्टीने मात्र ही हालचाल कळेल न कळेल इतकी सावकाश आहे. अर्थात क्वचित प्रसंगी हिमनद्या विलक्षण वेगानं आणि विनाशकारी बलानं पुढे जात असतात. वाढत्या तापमानामुळे बर्फ विरळ होत चालला आहे आणि त्याचा परिणाम म्हणजे हिमसरोवरांचा उद्रेक होऊन येणारे पूर. हिमालयाच्या कित्येक भागांमध्ये या पुरांमुळे प्रचंड नुकसान झालं आहे. वितळणाऱ्या हिमनद्यांमधून बर्फाच्या कडा असलेले तलाव तयार होतात. अस्थिर हिमोढांची तकलादू धरणं त्यांचा प्रवाह रोखून धरतात आणि त्यामुळे खालच्या दरीखोऱ्यात वास्तव्य करून असणाऱ्या मानवी वसाहतींसकट सर्व सजीवसृष्टीला धोका संभवतो. गेली कित्येक शतकं जम बसवून असलेल्या आणि त्यामानाने सुरक्षित अशा गोक्यो सरोवरांच्या तुलनेत बरीच हिमसरोवरं केव्हाही आपापले किनारे ओलांडून वाहायला लागू शकतात. पात्रातलं पाणी आवरता येऊ नये अशा अवस्थेला बर्फाचे तलाव फार चट्‌कन पोहोचतात. २०१३ साली केदारनाथला ढगफुटी झाली. अचानक आलेल्या धुवाधार पावसामुळे थंडगार पाणी, चिखल आणि खडकांची एक लाट मोकाट सुटली आणि तिनं ते सगळं तीर्थक्षेत्रच बऱ्यापैकी धुऊन नेलं. नेपाळमधल्या सबंध वसाहतीदेखील अशाच हिमसरोवरांच्या उद्रेकामुळे उद्‌ध्वस्त झाल्या आहेत. २०१५ साली लांगटांग नावाचं गाव भूकंपामुळे झालेलं भूस्खलन आणि फ्लॅश फ्लड्‌स यामुळे पूर्ण नष्ट झालं होतं.

गोझुम्बा आणि खुम्बू हिमनद्यांच्या मधली छोला ही खिंड ओलांडल्यावर आपण छोला त्सोपाशी येतो. हे हिमसरोवर निदान दोन किलोमीटर लांबीचं असून, एका टोकाला छोला हिमनदीमुळे अडलेलं आहे. वरून पाहिलं तर तीव्र उताराच्या पन्हळीदार कड्याच्या मध्यभागी असलेल्या निळ्या-हिरव्या पाण्याचं दृश्य फार

विलोभनीय दिसतं; मात्र जसे आपण खाली उतरत जातो तसं चोलात्से आणि तबोचे शिखरांवरून खाली येणारी खडी आणि बर्फ एवढ्या दोनच गोष्टी त्या सरोवराला मागे रोखून ठेवत आहेत, असं लक्षात येतं. प्रवाहापासून खालच्या बाजूला काही किलोमीटर अंतरावर एका खुल्या, मोकळ्या दरीच्या टोकावर फेरीचे नावाचं गाव आहे. फेरीचेच्या दुसऱ्या बाजूला साधारण छोला त्सोएवढ्या आकाराच्या आणखी एका हिमसरोवरातून इम्जा खोला ही उपनदी खाली येते. जॉर्ज मीहे आणि कोलीन पेंड्री यांच्या 'नेपाळ : ॲन इन्ट्रोडक्शन टु द नॅचरल हिस्ट्री, इकॉलॉजी ॲन्ड ह्युमन एन्व्हायरमेन्ट ऑफ द हिमालयाज' या पुस्तकात मार्कस आणि नदीन कोन्झ हे जलवैज्ञानिक आणि त्यांचे सहकारी लिहितात :

> जागतिक तापमानवाढीमुळे मागे सरकणारे बर्फाचे थर आणि डाउन-वेस्टिंग प्रक्रिया (गुरुत्वाकर्षणामुळे उतारावरून खडक, माती, वाळू, खडी इ. घसरत येणे) हे नेपाळमधल्या बऱ्याचशा हिमनद्यांचं वैशिष्ट्य म्हणता येईल. हिमनद्या आटल्यामुळे खालच्या बाजूच्या हिमक्षय झालेल्या प्रदेशात खळगा तयार होऊ शकतो. त्याचं सुप्रसिद्ध उदाहरण म्हणजे इम्जा हिमनदी. गाळानं झाकली गेलेली ही एक मोठी हिमनदी असून, वरच्या भागातल्या जोमाने वाहणाऱ्या उपनद्यांमधून तिला बर्फाचा पुरवठा होतो. हिमनदीच्या पुढेच तयार होत असलेल्या इम्जा सरोवराच्या जोडीला नदीतल्या बर्फाची जाडी कमी होत चाललेली आणि बर्फ मागे हटत चालल्याचं स्पष्ट दिसून येतं...

त्यांच्या अंदाजानुसार, फेरीचेच्या वरच्या बाजूला असलेल्या पाण्याच्या साठ्यांपैकी एखादा साठा फुटला तर दर सेकंदाला तीस हजार घनमीटर एवढ्या वेगानं साधारण ५० अब्ज लिटर पाणी वाहू लागेल. हे सगळं पाणी, दूध कोसी दरीतल्या अरुंद जागांमध्ये घुसून वाटेत येणाऱ्या प्रत्येक गोष्टीचा नाश करत जाईल.

# १०

# पाणलोट क्षेत्र

पृथ्वीवरच्या सर्वांत जास्त बदलत राहणाऱ्या तत्त्वांपैकी एक तत्त्व म्हणजे पाणी. पृथ्वीला एक प्रकारचा मायावी, क्षणभंगुर गुणधर्म प्रदान करण्याचं काम ते करतं. तिबेटवरून नेपाळमध्ये शिरताना पर्वतांवरून खाली कोसळत येणाऱ्या कित्येक झऱ्यांचं आणि धबधब्यांचं वर्णन 'फ्रॉम हेवन लेक' या प्रासादिक प्रवासवर्णनात विक्रम सेठ करतात. सेठ यांचे संक्षिप्त पण नेमके शब्द हिमालयाच्या जलसृष्टीमधलं काव्य बरोबर पकडतात :

> ...सरळसोट उभ्या कड्याच्या करड्या रंगाच्या पार्श्वभूमीवर पाण्याचा एक बारीक ओघळ... वाऱ्यानं दाणादाण उडवून टाकलेल्या धुक्यात किंवा धुरात अदृश्य होऊन मग जणू हवेतूनच पुन्हा निर्माण व्हावं तसं तयार झालेलं प्रकाशाचं द्रवरूप रेशीम. वाहत्या पाण्यात जादू असते. त्याच्या सौंदर्यानं मोहित होऊन मी बसून राहतो. सर्वाधिक एकसंधता आणणारं मूलतत्त्व – पाणी. जमीन, समुद्र आणि हवा यांना एका सजीव वर्तुळात बांधून ठेवणारं पाणी.

नदीच्या उगमाचा माग काढत जाणं म्हणजे ती जिथून वाहत जाते त्या दऱ्याखोऱ्यांच्या आणि पर्वतांच्या इतिहासाचं रेखाटन करणाऱ्या जलरूप कालरेषेमागे जाणं आहे.

एव्हरेस्टच्या पश्चिमेला दोनशे किलोमीटरवर मध्य नेपाळमध्ये मारसायांग्डी नदी पसरलेली आहे. अन्नपूर्णा शिखराच्या उत्तरेकडील उतारावरून ती वाहत येते. त्रिशूलीच्या संगमात विलीन होण्याआधी मारसायांग्डी जंगलांच्या कडा आणि डोंगरउतारावरची मजगी शेती यातून वाट काढत जाते. तिच्या किनाऱ्यावर आंब्याची आणि लिंबांची झाडं वाढतात, तसंच अंजीर, रेशीम, कापूस आणि बांबूही उगवतो. नदीच्या प्रवाहाच्या वरच्या दिशेनं जाऊ लागलो की रस्त्याच्या कडेला मासे विकत बसलेली माणसं दिसतात. केळ्यांचे घड असावेत तसे ते खांबाला लटकवलेले असतात. या ठिकाणी नदी दरीत आतपर्यंत पसरत गेलेली दिसते. तिथे तिचा प्रवाह अधिक खळाळता असतो आणि अधूनमधून साचलेल्या मोठ्या डबक्यांमध्ये आकाशाच्या गर्द निळ्या रंगाचं प्रतिबिंब दिसण्याऐवजी हिरवट सावल्या डोकावत असतात.

आणखी वर गेलं तर चिनी लोक उभारत असलेला एक मोठा जलविद्युत प्रकल्प दिसतो. खाली पडणाऱ्या पाण्यापासून जलद्वार (penstock) आणि वीजचक्की (turbine) वापरून वीजनिर्मिती करण्यासाठी चिनी लोक नेपाळला मदत करत आहेत. हार्ड हॅट्स घालून आलेल्या माणसांच्या सैन्यानं लाखो वर्षं हिमालयातून वाट काढत वाहत असलेल्या मारसायांग्डीला वेसण घातली आहे. तिच्यावर काँक्रीटची धरणं आणि सांडवे बांधले आहेत. नेपाळी मजुरांसाठी इंग्रजीत लिहिलेली सूचना दिसते आहे : 'दारूच्या नशेत कामावर येऊ नये.' ज्या अरुंद घळयांमधून नदी खाली उतरते त्या घळया जलविद्युत तंत्रज्ञानासाठी वापरल्या जात आहेत आणि पाण्याचे साठे गाळानं भरू लागले आहेत. नदीच्या प्रवाहाला वाट काढून देऊन आणि तो एका जागी थांबवून चायनीज अभियंत्यांनी नदीचा प्रवाह बदलला आहेच; पण त्याबरोबर नदीच्या प्रवाहामुळे होणारी झीजही एका जागी केंद्रित केली आहे. या मार्गांवरचा गाळ नियमितपणे उपसला नाही तर यथावकाश पर्वतावरून खाली वाहत येणाऱ्या वाळूच्या आणि मातीच्या असंख्य कणांमुळे वीजचक्क्या तुंबणार आहेत.

नद्या म्हणजे केवळ पाणी नसून त्याहून अधिक काहीतरी असतं. खनिजद्रव्यांचा, वनस्पतींचा आणि त्याचबरोबर सूक्ष्मजीव आणि इतर जलचर सजीवांचा तो अखंड वाहता ओघ असतो. जाताना वाटेत कित्येक ठिकाणी माशांची शेती दिसते. तिथे ट्राउट माशांची (गोड्या पाण्यातील एक मासा) अंडी उबवण्यापासून त्यांना वाढवण्यापर्यंत सर्व काही केलं जातं. त्यांची बारकी-बारकी पिलावळ पाहिली तर पाण्याच्या प्रवाहात स्वल्पविरामांची शाळा भरल्यासारखं वाटतं. नुकत्याच कापणी झालेल्या भातशेतीप्रमाणे ट्राउटची ही शेतं उगमापासून पोषक द्रव्यं घेऊन आलेल्या अप्रदूषित प्रवाहात जोमानं वाढतात. गेली कित्येक शतकं माणसांनी हिमालयातल्या पाण्याच्या प्रवाहांचे मार्ग बदलले आहेत. वाहत्या पाण्याच्या शक्तीचा वापर

पिकांना पाणी द्यायला किंवा धान्यमळणीसाठी केला आहे; पण अतिप्रचंड जलविद्युत प्रकल्पासाठी एवढ्या मोठ्या प्रमाणात यापूर्वी कधीही असं केलेलं नाही.

नेपाळ ही जितकी पर्वतांची भूमी आहे तितकंच ते नद्यांचंही उगमस्थान आहे. 'इलस्ट्रेटेड ॲटलस ऑफ द हिमालय'मध्ये डेव्हिड झुरीक आणि जलसन पचेको असं मोजून दाखवतात की, या उंच प्रदेशात सहा हजार पेक्षाही अधिक वेगवेगळे झरे उगम पावतात. हेच झरे पुढे वाहत जाऊन सोंडेमधून एकमेकांत गुंफत जाणारं पाण्याच्या प्रवाहांचं एक जाळं तयार होतं. नेपाळची जलविद्युत निर्मितिक्षमता खुद्द त्या देशाच्या विजेच्या सगळ्या गरजा भागतील एवढी आहेच; शिवाय भारत, पाकिस्तान आणि बांग्लादेश या तिन्ही देशांची मिळून विजेची मागणी पूर्ण करू शकेल एवढी आहे, असा त्यांचा अंदाज आहे. अर्थात त्यासाठी लागणारी गुंतवणूक आणि त्याचे पर्यावरणावर होणारे परिणाम भयानक आहेत; पण हिमालयात किती मोठ्या प्रमाणात पाणी जमवून ते सोडता येऊ शकतं ते या आकड्यांवरून दिसून येतं. दरवर्षी २००,००० दशलक्ष घनमीटर (२०० पद्म लिटर) एवढं पाणी पर्वतांमधून उत्तर भारतीय पठारांवर वाहत येतं. गंगेचा निदान एक तृतीयांश प्रवाह तरी नेपाळमधून येतो आणि त्यापैकी अर्ध्याहून अधिक पाणी जून ते सप्टेंबर या काळातल्या मॉन्सूनचं असतं.

बेसिसहरच्या पलीकडे जिथे फरसबंदी रस्ता संपतो तिथे नवीनच खोदलेला जीपरस्ता मारसायांग्डीला समांतर जातो. काही ठिकाणी तो रस्ता इतका खडबडीत आहे की, ४ × ४ ची वाहनं ताशी पाच किलोमीटरहून अधिक वेगानं जाऊ शकत नाहीत. मोठमोठे खडक, भूस्खलन आणि धबधबे यातून वाट काढत त्यांना जावं लागतं. नदीपेक्षा आपण कितीतरी कमी वेगानं प्रवास करत असतो. नदी मात्र विरुद्ध दिशेला दगडांवरून उड्या मारत, नैसर्गिकरीत्या तयार झालेल्या झडपा आणि धबधबे चिरडत वाहत असते. बेसिसहर ते चेम हा प्रवास म्हणजे बारा तास चालू असलेल्या भूकंपासारखा वाटतो. चेमला पोहोचल्यावर एकदाचे आम्ही उतरून चालू लागतो.

गाडीरस्त्याच्या टोकाला पोहोचल्यावर आम्हाला देवदार, हेमलॉक आणि यूची सदाहरित जंगलं दिसतात. मारसायांग्डी घळईच्या डोळे फिरवणाऱ्या खोलीतून आम्हाला पूर्वेकडे फुंगी हिमाल आणि पश्चिमेकडे लामजुंग हिमाल अशा हिमशिखरांचं पहिलं दर्शन होतं. चेमच्या वरच्या बाजूला पर्वतरांगेतलं दुसऱ्या क्रमांकाचं सर्वोच्च शिखर अन्नपूर्णा -२ दिसू लागतं. ७९३७ मीटर उंचीचं हे शिखर सर्वोच्च शिखरापेक्षा फक्त १५४ मीटरने कमी आहे. ढिकूर पोखरीजवळ म्हणजे पारव्यांच्या तळ्याजवळ असलेल्या दरीच्या विरुद्ध बाजूला असलेली अंतर्वक्र आकाराची अतिप्रचंड शिळादेखील तेवढीच लक्षवेधक आहे. निदान ५०० मीटर उंच असलेली

दगडाची ही राक्षसी आकाराची त्सुनामी काही किलोमीटर अंतरापर्यंत पसरली आहे. एखाद्या भूविवर्तनी लाटेसारखी ती आपल्या डोक्यावर फुटते आहे की काय असं वाटतं.

१९६० सालापासून अन्नपूर्णा सर्किट हा भटक्यांचा आवडता गिर्यारोहण मार्ग आहे. सुरुवातीला या वाटेनं चढून जायला कमीतकमी तीन आठवडे लागायचे. आता मात्र गाडीरस्ते आणि लहानशा विमानतळाच्या अतिक्रमणामुळे हा वेळ कमी झाला आहे. मिंगमा नोरबू शेर्पा आणि चंद्रा गुरूंग या दोन पर्यावरण रक्षकांच्या दूरदृष्टी आणि चिकाटीमुळे १९८६ साली अन्नपूर्णा संवर्धन क्षेत्र प्रकल्प (ACAP) सुरू झाला. तेव्हापासून ACAPचं रूपांतर नेपाळच्या राष्ट्रीय निसर्ग संवर्धन संस्था (पूर्वीची महाराजा महेंद्र निसर्ग संवर्धन संस्था) पुरस्कृत महत्त्वाकांक्षी, बहुपैलू विकासयोजनेत झालं आहे.

चंद्रा गुरुंग मारसायांग्डी खोऱ्याकडे तोंड करून असलेल्या सिकलीस नावाच्या गावचा होता. त्याच्या घरातले आणि मित्रमंडळींपैकी कित्येक जण गुरखा पलटणीत भरती झाले होते. त्यानं मात्र पर्यावरण अभ्यासक आणि कार्यकर्ता व्हायचं ठरवलं. तो अतिशय प्रभावी नेता होता. डब्ल्यूडब्ल्यूएफचं काठमांडूचं ऑफिस तो चालवत असे. नंतर पूर्व नेपाळमध्ये हेलिकॉप्टर अपघातात त्याचा मृत्यू झाला. तो आणि त्याचे सहकारी त्या भागात कांचनगंगाजवळ आणखी एक पर्यावरणसंवर्धन प्रकल्प सुरू करणार होते. मंजुश्री थापा या त्याच्या चरित्रलेखिकेच्या म्हणण्यानुसार पर्वतांमधल्या नैसर्गिक वारशाचं संरक्षण आणि जतन करण्याची जबाबदारी स्थानिक जमातींकडे सोपवण्याविषयी चंद्रा गुरुंग कटिबद्ध होता. अन्नपूर्णा प्रदेशाचं नियंत्रण ACAPकडेच आहे. गिर्यारोहणाच्या मार्गावर असलेल्या मोठ्या थांब्यांपाशी त्यांची ऑफिसेस आणि तपासणी नाके आहेत. त्यांच्या कामाची मूळ पद्धत आता कालानुरूप बदलली असली आणि १९९६ ते २००६ या कालावधीत झालेल्या माओवाद्यांच्या बंडाळीमुळे ACAPच्या कित्येक उपक्रमांना खीळ बसली असली तरीही पर्यावरण संवर्धनाच्या कामात गावकऱ्यांना सामील करून घेण्याचं आणि त्यांना मदत करण्याचं काम या प्रकल्पामार्फत अजूनही होत आहे. ACAPच्या अनेक उपक्रमांपैकी एक उपक्रम म्हणजे उपाहारगृहांच्या मालकांना स्वच्छतेचे मूलभूत नियम शिकवण्यापासून ते नाश्त्याचा मेनू ठरवण्यापर्यंत मदत करणे. स्वत:च्या जंगली साधनसंपत्तीच्या गरजांचं व्यवस्थापन करणे आणि मायक्रो-हायडेल किंवा सौरऊर्जेसारख्या पर्यावरणदृष्ट्या जबाबदार धोरणांचा अवलंब करणे यासाठी पहाडी लोकांना सक्षम करण्याचे काम संस्था करते.

ज्या हिंदू देवतेवरून पर्वताचं नाव पडलं ती अन्नपूर्णा म्हणजे पार्वतीचा अवतार. पार्वती ही हिमावताची मुलगी आणि भगवान शंकराची पत्नी. ती सृजनदेवता

असून, तिच्या कृपेने सुगी येते. अन्नपूर्णेच्या सामर्थ्याचे गोडवे गाणारी एक दंतकथा अशी - भगवान शंकर एकदा उद्दामपणे म्हणतात, ‘सर्व काही माया आहे. अगदी आपण खातो ते अन्नदेखील’. आपल्या कामाची अजिबात दखल न घेता अशी घोषणा केल्यामुळे पार्वती चिडते आणि त्यांना त्यांची चूक दाखवून द्यायची ठरवते. ती ताबडतोब अदृश्य होते. देवीच्या अनुपस्थितीत सगळं जग अचानक भकास होऊन जातं. जंगलांचा नाश होतो, नद्या वाहायच्या थांबतात. पिकं कोमेजून जातात आणि प्राणी भुकेनं तडफडू लागतात. सबंध पृथ्वीवर भुकेचं साम्राज्य पसरतं तशी शंकराला लगेचच आपली चूक उमजते. इकडे सगळं जग दुष्काळ आणि उपासमारीच्या कचाट्यात सापडलेलं पार्वतीला बघवत नाही. म्हणून ती अन्नपूर्णेचं रूप घेऊन पर्वतांवरून खाली गंगेच्या किनाऱ्यावर उतरते आणि भुकेलेल्यांना खाऊ घालायला लागते. पश्चात्तापदग्ध झालेले शंकर अखेर भिकेचा कटोरा घेऊन तिच्याकडे येतात आणि क्षमायाचना करतात. मग देवी स्वत:च्या हातांनी त्यांना खाऊ घालते. ते तिच्यासाठी काशीला एक देऊळ बांधतात आणि पृथ्वीवर पुन्हा एकदा समृद्धी नांदू लागते.

मारसायांग्डीच्या खालच्या अंगाला राहणारे बहुतेक सर्व लोक हिंदू असले तरी प्रवाहाच्या दिशेनं आणखी वर गेल्यावर मनांगमधली बहुतेक सगळी जनता बौद्ध आहे. तपशीलवार रचना असलेली प्रार्थनाचक्रं वाटेत ठिकठिकाणी दिसतात. बोधिसत्त्वांची लहान-लहान भित्तिचित्रं चितारून ती कोनाड्यात बसवलेली आढळतात. तसबिरींच्या आजूबाजूला तिबेटी प्रार्थना कोरलेले स्लेटचे ढीग पडलेले दिसतात. जुनिपरच्या फांद्यांनी या मठांमध्ये सजावट केलेली दिसते. आणखी कुठेतरी त्या दरीच्या डोक्यावर जी चढण आहे तिच्या टोकाला एकमेकांवर नाण्यांसारख्या रचलेल्या दगडांच्या डझनावारी लहान-लहान राशी दिसतात. इकडे पुष्कळ बौद्ध मठही दिसतात. बहुतेक वेळा ते तीनच्या गटात असून, वेगवेगळ्या रंगांत रंगवलेले असतात. लाल रंग ज्ञानाचा, पांढरा करुणेचा आणि काळा सामर्थ्याचा. रानटी मेंढ्यांच्या कवट्यांनी आणि शिंगांनी ही पवित्र ठिकाणं सजलेली असतात.

मारसायांग्डी खोऱ्यातून ट्रेकिंग करत जाताना मुख्य अन्नपूर्णा शिखर नजरेआडच असतं; पण अन्नपूर्णा २,३ आणि ४ मात्र ठळक दिसतात. असं असलं तरी सर्वांत ठळक दिसणारं शिखर म्हणजे गंगापूर्णा. मनांग गावावर छत्र धरून असलेला हा ७४५५ मीटर उंचीचा पर्वत आहे. मारसायांग्डी नदीच्या स्रोतांपैकी एक प्रमुख स्रोत गंगापूर्णा असून, त्या पर्वताच्या सर्वांत वरच्या बाजूच्या उतारांचा आकार बर्फ झेलण्यासाठी केलेल्या हाताच्या ओंजळीसारखा आहे.

अन्नपूर्णा पाणलोट क्षेत्र या सबंध पर्वतरांगांमध्ये पसरलेलं आहे. त्यांची या टोकापासून त्या टोकापर्यंतची लांबी जवळपास ९० किलोमीटर असून, त्यात

डझनावारी हिमनद्या, बर्फाची मैदानं आणि पाणथळ प्रदेशांचा समावेश आहे. अन्नपूर्णाच्या लगेचच उत्तरेला ४९१९ मीटर उंचीवर असलेला तिलीचो तलाव जगातल्या सर्वांत उंचावरच्या पाणीसाठ्यांपैकी एक आहे. त्याची लांबी चार किलोमीटर आणि रुंदी एक किलोमीटरपेक्षाही जास्त आहे. दक्षिणेला पर्वतरांगेच्या दुसऱ्या बाजूला पोखरा गावाजवळ फेवा तलाव आहे. तो तिलीचोहून थोडासाच मोठा; पण बराच खाली म्हणजे ७४२ मीटर उंचीवर आहे. या भागातले सगळे झरे आणि नद्या गंडकी नदीला जाऊन मिळतात. ती गंगेची एक मोठी उपनदी आहे.

थोरूंग ला ओलांडून जाण्याआधी आम्ही मनांगला एक दिवस थांबून उंचीची सवय करून घेण्यात घालवतो. हे गाव अगदीच ओसाड पडलेलं दिसतं आणि वर्षाच्या सुरुवातीला गर्दीनं भरून वाहत असलेली बहुतेक सगळी ट्रेकिंग लॉजेस आता रिकामी असतात. आसपास थोडीफार दुकानं आणि एक बेकरी आहे. तिथे ॲपल पाय, ब्राऊनी, शिवाय लवाझ्झा कॉफीही मिळते. माझा वाटाड्या अनंत राय मला सांगतो की, मनांगमधले लोक धूर्त व्यापारी म्हणून ख्यातनाम आहेत. जगभरातून आलेल्या आणि घरच्या आठवणीनं व्याकूळ झालेल्या, भुकेलेल्या ट्रेकर्सना ते इथे खाऊ-पिऊ घालतात. याक बर्गर आणि पिझ्झाची जाहिरात करणाऱ्या एका उपाहारगृहाच्या खिडकीवर जपानीपासून जर्मनपर्यंत सगळ्या भाषांमध्ये लिहिलेले आंतरराष्ट्रीय पर्यटन कंपन्यांचे स्टिकर्स दिसतात.

मुख्य रस्त्यावरून आणखी खाली गेलं तर प्रोजेक्टर हॉल दिसतो. त्यावर पादत्राणं दुरुस्तीची आणि धुलाई सुविधेची जाहिरातदेखील आहे. बाहेरच्या फळ्यावर दोन चित्रपटांची नावं खडूनं लिहिली आहेत - 'इनटु थिन एअर' आणि 'सेव्हन इअर्स इन तिबेट.' वास्तविक, चित्रपटाची ठरलेली वेळ संध्याकाळी ५ ते ७ अशी आहे; पण आसपास कोणीच प्रेक्षक नसल्याने मालक आनंदानं आम्हाला हवी तेव्हा डीव्हीडी लावून द्यायला तयार होतो. शरीराला अधिक उंचीच्या प्रदेशाशी जुळवून घेता यावं म्हणून आम्हाला भरपूर वेळ काढायचा आहे. तेव्हा अनंत, आमचा हमाल दावा आणि मी आत जाऊन बसतो. इथल्या सीट्सवर याकची कातडी टाकलेली आहे. सिनेमा थिएटरमध्ये गोठवणारी थंडी असल्यानं आमच्या पायाशी छोटेसे इलेक्ट्रिक हीटर ठेवले जातात. मनांगला होणारा वीजपुरवठा मायक्रो-हायडेल प्रकल्पाद्वारे केला जातो आणि काठमांडूच्या वीजपुरवठ्यापेक्षा तो खूप जास्त खात्रीलायक असतो.

आम्ही 'सेव्हन इअर्स इन तिबेट' बघायचं ठरवतो. मी तो अगोदरच पाहिलेला असला तरी तो अजिबात न पटणारा आहे, हे आता मी विसरलेलो आहे. सिनेमाची कथा आणि वातावरण दोन्ही ओढूनताणून तयार केलेलं आहे. ब्रॅड पीटची भूमिका हाइनरिश हारेर नावाच्या एका ऑस्ट्रियन गिर्यारोहकाशी साधारण मिळतीजुळती

आहे. तो नाझी एसएसचा सदस्य होता. सिनेमाची पटकथा त्याच्या याच पैलूवर लक्ष केंद्रित करते आणि हारेरला सहानुभूती मिळावी अशा पद्धतीने पेश करते. ब्रिटिश साम्राज्य असलेल्या भारतात तो युद्धकैदी होतो, मग तिथून निसटून तो हिमालयात जातो आणि अखेर ल्हासामध्ये तरुण दलाई लामाचा शिक्षक म्हणून काम करू लागतो.

सिनेमाचं बहुतांश शूटिंग अर्जेंटिनामध्ये झालं आहे आणि हिमालयाऐवजी अँडीज पर्वताचा वापर केल्यामुळे त्यातल्या फार कमी जागा अस्सल वाटतात. देहराडूनच्या ज्या स्थानबद्ध तुरुंगात हारेरला ठेवण्यात आलं होतं ती जागा म्हणजे उत्तर आफ्रिकेतल्या एखाद्या ठिकाणासारखी दिसते. सिनेमात जेव्हा ते डोंगर ओलांडतात तेव्हा चित्रपटाच्या संकलकानं कितीही हातचलाखी केली असली तरी त्यावर विश्वास बसूच शकत नाही. शेवटी एकदाची ती डीव्हीडी संपते. बाहेर पडल्यावर खराखुरा हिमालय अजूनही आपल्याभोवती आहे हे बघून मला हायसं वाटतं.

डिसेंबर महिन्याचे सुरुवातीचे दिवस आणि गेल्या दोन महिन्यांहून अधिक काळ अजिबात पाऊस पडलेला नाही. हिमरेषा खोऱ्याच्या तळाहून बरीच वर सरकली आहे आणि तिथली तपकिरी रंगाची जमीन आता उजाड दिसते आहे. मारसायांग्डी नदी निर्मळपणे वाहते आहे. तिच्या प्रवाहात गाळाची अगदी किंचित झलक दिसते. हिवाळ्यात ट्रेकिंग करण्यामधली एक आनंदाची गोष्ट म्हणजे लहान पण लख्ख उजेडाचे दिवस. अर्थात त्याची भरपाई लांबलचक अंधाऱ्या रात्रींमधून होते. बाटलीतल्या पाण्यापासून ते सामुदायिक शौचालयातल्या मैलापर्यंत सगळं काही त्या रात्रींमध्ये गोठून जातं. दरीच्या खालच्या भागाचा अपवाद वगळता बाकी ठिकाणी सुमारे आठवडाभर आम्हाला ढग दिसत नाहीत.

मनांगच्या वरच्या बाजूला असलेली आडवी सोंड चढताना गंगापूर्णाच्या घळईदार कडेवरून बर्फाचे तुषार उडताना मला दिसतात. हिवाळ्यातल्या कोरड्या हवेत इतस्तत: पसरणाऱ्या तंतुमेघाच्या धाग्यांप्रमाणे गोठलेल्या वाफेची लोकर वाऱ्याबरोबर वाहताना दिसते. काही मिनिटांतच एका दबक्या आवाजातल्या गडगडाटाने शांतता भंगते. कुठेतरी एक हिमप्रपात कोसळलेला असतो आणि त्यातून बर्फाची वलयं वर उठताना दिसतात. कोणत्याही कोनातून बघितलं तरी गंगापूर्णाची रचना बर्फ जमवण्यासाठीच केल्यासारखी वाटते. त्याच्या उतारांवर बर्फाचा लेप चढलेला असतो. एखाद्या खोलगट भांड्याचा आकार धारण करणाऱ्या गोलाकार सोंडेच्या काठावर बर्फाची नक्षी उमटते.

शिखराजवळच्या बर्फाच्या अनाघ्रात पडद्याआडून गंगापूर्णा हिमनदी डोकं वर काढत असते. स्कीइंगसाठीचा सौम्य उतार असतो तसा वाहत्या वाऱ्यामुळे तिचा आकार झालेला असतो. मध्येच अचानक निमुळती होत तिचं रूपांतर गाठीगाठींच्या

सच्छिद्र हिमप्रपातात होतं. त्यात पुष्कळ उंचवटे आणि हिमविदरं असतात. अजून खाली गेल्यावर हिमनदीतून होणाऱ्या बर्फाच्या वेड्यावाकड्या वर्षावानं दरी भरून जाते. शिखरापासून तीन हजार मीटर खाली एक नाकाड पसरलेलं दिसतं. पन्हळीदार हिमोढाच्या दोन सोंडा बाहेर येऊन खडी आणि दगडधोंड्यांनी भरलेला एक मोठा खंदक तयार झाला आहे. हिमोढाच्या एका बाजूने आपण वर चढलो की आपला मार्ग डगमगत्या कडेला घासून पुढे जातो. इथे हा उतार गंगापूर्णा तालच्या उथळ पाण्यात शिरतो. एकेकाळी हा तलाव बर्फानं झाकलेला होता. आता मात्र गाळाचा मोठा खंदक वगळता तिथे काहीही नाही. १९५२ साली अनुभवी स्विस भूशास्त्रज्ञ टोनी हेगन यांनी पहिल्यांदा मारसायांग्डी खोऱ्याला भेट दिली. तेव्हा काढलेल्या फोटोंची मालिका पाहिली तर ही हिमनदी किती झपाट्याने आटून सध्याच्या स्थितीला आली आहे ते दिसतं. सुमारे अर्ध्या शतकापेक्षा काही काळ आधी जवळजवळ सबंध खोरं आणि तलावाचा तळ बर्फानं झाकलेला होता. आता मात्र तो बर्फ प्रवाहाच्या वरच्या बाजूला कित्येक किलोमीटर आत खेचला गेला आहे.

डोंगराच्या पृष्ठभागावर गुरुत्वाकर्षणावर मात केल्याचा आभास तयार करून लटकत राहणाऱ्या उंचवट्यांमुळे लांबीपेक्षा उंची अधिक असलेला हा लोंबता हिमवाह फुगलेला दिसतो. हे गोठलेले धबधबे शेकडो वर्षं एकावर एक जमत जातात आणि हिमस्खलनाच्या रूपात आपला भार हळूहळू हलका करतात. खोऱ्यांमध्ये पसरलेल्या, छो ओयू आणि एव्हरेस्टजवळच्या गोझुम्बा आणि खुम्बू हिमनद्यांप्रमाणे गंगापूर्णा धबधब्याच्या पृष्ठभागावर उष्णतारोधक म्हणून काम करू शकेल असा गाळ फारसा नाही. डोंगराच्या उत्तर बाजूला असल्यामुळे त्याला सूर्यापासून अर्धवट संरक्षण मिळतं खरं; पण इथे फार कमी आर्द्रता जमा होते आणि दक्षिणमुखी हिमनद्यांच्या तुलनेत ती लवकर कमी होत जाते.

या हिमनदांचे आकारउकार काहीही असले तरी पूर्वी होऊन गेलेल्या हिमायन युगांची म्हणजे जेव्हा हिमालयाचा बराचसा भाग मोठ्या प्रमाणात बर्फानं झाकलेला होता तेव्हाची ती ऐतिहासिक स्मृतिचिन्हं आहेत. आता शिल्लक आहेत ते खूप पूर्वीच वितळून मागे हटलेले यापेक्षा अधिक मोठ्या हिमसाठ्यांचे अवशेष.

हवामान बदलाचे काही परिणाम सावकाश घडताना दिसून येत असले तरी काही परिणाम अनपेक्षित वेगानं झालेले दिसतात. १४ ऑक्टोबर, २०१४ रोजी थोरूंग ला इथे नेपाळच्या इतिहासातलं सर्वांत भयानक प्रवासी अरिष्ट ओढवलं. अचानक आलेल्या हिम झंझावातामुळे बारा तासांच्या कालावधीत जवळजवळ दोन मीटर बर्फ पडून त्रेचाळीस माणसं दगावली आणि ३०० हून अधिक अडकलेल्या माणसांची सुटका करावी लागली. दगावलेल्या लोकांमध्ये अन्नपूर्णा सर्किट ट्रेक करण्यासाठी नेपाळला आलेले एकवीस परदेशी लोक होते. दगावलेल्या उर्वरित

माणसांमध्ये नेपाळी वाटाडे, हमाल, गावकरी आणि मेंढपाळांचा समावेश होता. ऑक्टोबर हा ट्रेकिंगचा सर्वांत गर्दीचा हंगाम आहे. दरवर्षी सुमारे एक लाख ट्रेकर्स थोरूंग ला ओलांडून जातात. आउटसाइड ऑनलाइनमधल्या लेखात सॅम मोल्टन आणि ग्रेसन शाफर यांनी नोंदवून ठेवल्याप्रमाणे, झालेलं वादळ अनपेक्षितही नव्हतं आणि अभूतपूर्वही. भारताच्या पूर्व किनाऱ्यावर तयार झालेलं एक जोरदार चक्रीवादळ दोन दिवसांत नियमितपणे पुढे सरकत समुद्रापासून आत जमिनीवर, उत्तरेकडे आलं होतं आणि मॉन्सूनमध्ये होणाऱ्या बऱ्याचशा वादळांपेक्षा जास्त जोरानं हिमालयावर आदळलं होतं. दगावलेल्या बऱ्याचशा लोकांकडे इतक्या तीव्र झंझावाताला तोंड देण्याची काहीही साधनं नव्हती आणि त्यांची तशी काही तयारीही नव्हती. त्यातून जे जगले-वाचले त्यांना हिमदंश, शरीरातलं पाणी कमी होणं (डिहायड्रेशन), अंगाचं तापमान कमी होणं (हायपोथर्मिया) आणि अतिउंचीचा विकार (अल्टिट्यूड सिकनेस) या सगळ्याला तोंड द्यावं लागलं.

हा सगळा विध्वंस कसा होत गेला असेल त्याची कल्पना करता येत असली तरी, त्यानंतर दोन वर्षांनी म्हणजे डिसेंबर २०१६मध्ये थोरुंग ला ओलांडताना, तेव्हा भयानक आपत्ती ओढवलेली हीच ती जागा यावर विश्वास ठेवणं कठीण जातं. मारसायांग्डी खोरं आणि मस्तांगला जोडणारी खिंड एव्हरेस्ट बेस कॅम्पपासून थोड्याशाच जास्त उंचीवर असली तरी बरीच खुली आहे. पूर्व आणि पश्चिम अशा दोन्ही दिशांकडून तीव्र चढ असल्यामुळे आपल्याला त्या उंचीची सवय व्हायला कठीण जातं. सहा हजार मीटर उंचीच्या दोन शिखरांमध्ये हेलकावे घेणाऱ्या एखाद्या रुंद खोगीरासारखी थोरुंग ला खिंड असली तरी तिच्या दोन्ही बाजूचे रस्ते जवळजवळ उभ्या कड्यांवरून थेट खाली उतरतात. याचाच अर्थ असा की, जेव्हा सबंध प्रदेश बर्फानं आच्छादलेला असतो, सगळ्या वाटा आणि खुणांच्या दगडी राशी बर्फाखाली दडून बसलेल्या असतात, तेव्हा ट्रेकर्सना बाहेर पडायला जागाच उरत नाही. दोन्ही बाजूंनी हिमलोट येऊन कसे आदळत होते, सोसाट्याच्या वाऱ्यामुळे आणि वेगानं खाली घसरणाऱ्या तापमानामुळे तग धरून राहणं किती अवघड होत होतं, याचं वर्णन मोल्टन आणि शाफर करतात. ढगांची दाटी आणि जोराच्या वाऱ्यामुळे बचाव पथकांना आणि हेलिकॉप्टर्सना त्या जागी पोहोचायला दोन दिवस लागले. तिथे त्यांना सर्व दिशांना विखुरलेली आणि गोठून गेलेली प्रेतं सापडली. आसरा शोधायला किंवा सुटकेचा प्रयत्न करायला म्हणून ती माणसं इथे धडपडत आली होती.

ही घटना म्हणजे हवामान बदलाचाच परिणाम होता, असा हवामानतज्ज्ञांना दाट संशय आहे. मॉन्सून उलटून गेल्यावर येणारी वादळं विध्वंसक असू शकतातच; पण सहसा ऑक्टोबरच्या मध्यापर्यंत हवामानाचा अस्थिरपणा संपून ढग पांगतात.

बंगालच्या उपसागरात एरवीपेक्षा जास्त तापमान वाढल्यामुळे कमी दाबाचा पट्टा तयार झाला आणि कॅटेगरी ४चं ते चक्रीवादळ नियंत्रणाबाहेर गेलं.

पश्चातबुद्धीनं एखाद्या गोष्टीकडे बघणं तसं संशयास्पदच म्हणायला हवं; पण तो झंझावात येऊन गेल्यानंतर थोरुंग ला सर करायला जाताना आमच्यापैकी प्रत्येकालाच ती दुर्दैवी घटना मनातून आठवत राहिली. आमच्या हॉटेल मालकांच्या आणि वाटाड्यांच्या सल्ल्यावरून आम्ही पहाटेपूर्वी तासभर आधी अंधारातच निघतो. चांदण्यांच्या महिरपीखालून जाणाऱ्या आमच्या गाड्यांच्या दिव्यांची थरथरती रांग हळूहळू अंधारलेल्या सोंडेच्या दिशेने सरकू लागते. वारा एकदम पडलाय आणि बर्फानं झाकलेल्या एखाद्या मोठ्या जीवाश्माप्रमाणे थोरुंग शिखराची बाह्यरेषा आम्हाला वरती दिसते आहे. या घडीची शांतता आणि निरभ्र आकाश दिलासादायक असलं तरी बर्फ पडायला लागल्यावर आणि गोठवणाऱ्या वाऱ्याचा वेग पावलागणिक वाढायला लागल्यावर हे वातावरण काही वेगळंच होऊन जात असणार.

सूर्योदय होताना आम्ही खिंडीच्या माथ्याशी पोहोचतो; पण इतक्या प्रचंड थंडी असलेल्या उंचीवर, सोंडेवर पसरणाऱ्या लख्ख प्रकाशकिरणांमधून फारशी ऊब मिळत नाहीच. दगडांच्या एका राशीवर विरलेल्या पताकांची सजावट दिसते. तिथेच उभारलेला ACAPचा फलक आमचं स्वागत करतो आणि अभिनंदनही करतो. चहाचं एकुलतं एक दुकान हिवाळ्यामुळे बंद आहे आणि त्या खिंडीला एक ओसाड, एकाकी, निर्जीव कळा आली आहे. फोटो काढायला म्हणून मी काही सेकंदांसाठी हातमोजे काढतो तेव्हा थंडीनं माझी बोटं दुखू लागतात.

खालच्या वातावरणाच्या तुलनेत इतक्या उंचीवरच्या वातावरणाचा अंदाज लावणं शक्य नसतं. असं असलं तरीही हिवाळ्यातल्या त्या पहाटे मला वाऱ्याची आणि ढगांची अनुपस्थिती जाणवते, तसंच हवेत ऑक्सिजन कमी असल्याचंही जाणवतं. उच्छ्वासाबरोबर माझ्या श्वासाची वाफ बाहेर पडत असली तरी तिथे आर्द्रता जवळजवळ नाहीच. वरती खुलं आकाश असलं तरी एखाद्या निर्वात पोकळीत असल्यासारखं वाटतं आणि अवकाशाच्या काठावर उभं राहणं कसं असेल याची झलक मला मिळते. इथली जमीन वैराण आहे. आहे ते फक्त वरच्या दिशेला वळलेलं एक गोठलेलं वाळवंट. पुढे सकाळ झाली की, वाऱ्याच्या झोतानं पताका फडफडू लागतील आणि खिंडीतून धूळ उडू लागेल. हवेत गिरक्या घेत फिरणाऱ्या धुलीकणांच्या जोडीला शीळ घुमू लागेल. आत्ता मात्र, जसजसा सूर्य वर येईल तसतशा सोंडेवरून खाली उतरणाऱ्या सावल्या एवढी एकमेव हलणारी गोष्ट आहे. मोकळं आभाळ प्रकाशानं भारून गेलं आहे. हिमकणांच्या आणि बर्फाच्या तुकड्यांवर त्याची कठोर, थेट नजर पडून ती स्फटिकरूप झाली आहे. जणू काही भवतालचं रिकामं वातावरण म्हणजे एखादा अनंत, स्वर्गीय लोलकच असावा.

११

# पवित्र जलसृष्टी

थोरुंग ला ओलांडून गेल्यावर आमचा रस्ता एकदम उतरून मुक्तिनाथ देवळाकडे जातो. हिंदूंच्या यात्रास्थळांपैकी सर्वांत पवित्र आणि दूरस्थ असं हे ठिकाण आहे. यातना आणि पुनर्जन्माच्या फेऱ्यातून सुटका म्हणजे मुक्ती. हिमालयातल्या सगळ्या पवित्र स्थळांना भेटी दिल्या तरी जोवर मुक्तिनाथाला जाऊन येत नाही तोवर आपली पापं पूर्णपणे धुतली जाणार नाहीत अशी भक्तांची श्रद्धा आहे.

चिनार आणि वाळुंजाच्या झाडांच्या कुंपणात पॅगोडा पद्धतीचं छप्पर असलेला तीन स्तरांचा एक लहानसा मठ आहे. खिंड ओलांडल्यावर दिसणाऱ्या जिवंतपणाच्या या पहिल्या काही खुणा. डिसेंबरच्या सुरुवातीला झाडांवर अगदी थोडीफार पिवळी पानं तग धरून असतात आणि बर्फामुळे गवत होरपळून निघालेलं असतं. जगातला सातव्या क्रमांकाचा सर्वांत उंच पर्वत धौलगिरी (८१६७ मीटर) थेट खालच्या नदीपात्रातून वर येताना दिसतो. आता आम्ही काली गंडकी घळईच्या उत्तर टोकातून आत शिरलो आहोत. नेपाळच्या मध्यभागातल्या उंच प्रदेशाला तिबेट आणि मस्तांगशी जोडणारी ही जगातली सर्वांत खोल दरी आहे. सबंध हिवाळाभर पूजा-अर्चा आणि आराधनेसाठी मुक्तिनाथ चालू असलं तरी या दिवसांत अगदी थोडे यात्रेकरू इथे येतात. कोरड्या हवामानामुळे इथल्या डोंगरउतारांवर क्वचितच बर्फ पडतो. एक बैरागी अंगाला राख फासून फाटकाजवळ मांडी घालून बसला आहे आणि दुपारचं ऊन अंगावर घेत विश्वचिंतनात गढून गेला आहे.

वरच्या ओसाड उतारावरून वाहणाऱ्या झऱ्याच्या रूपात मुक्तिनाथच्या तीर्थाचा उगम होतो. बारमाही वाहणारा हा प्रवाह एका कुंडात सोडला जातो आणि त्यातून पाण्याचे एकशेआठ नळ एका खळग्यात रिकामे होतात. देवळाभोवतीच्या या खळग्यातून एका आयताकृती हौदात पाणी भरतं आणि मग उरलेलं पाणी पुढे झाडांना आणि बागांना पुरवलं जातं. या इमारतीची संपूर्ण रचना वाहत्या पाण्याच्या दिशेवर ठरली आहे. १०८ हा आकडा पवित्र आहे – देवाची १०८ नावं त्यातून सूचित होतात. प्रत्येक पितळी नळाला गोमुखाचा आकार असून, पाणी बाहेर पडण्यासाठी त्याचं तोंड उघडं ठेवलं आहे. दोन्ही बाजूंना मकराकृती आकाराचे थोडेसे मोठे नळ आहेत. मकर म्हणजे अर्धं शरीर मगरीचं आणि अर्धं शरीर हत्तीचं असलेला जलचर राक्षस. गंगेचं स्वर्गीय वाहन म्हणजे मकर. शिवाय त्यांचा विष्णूच्या पुराणकथांशीदेखील संबंध आहे आणि मुक्तिनाथाच्या देवळात विष्णूचीच प्रतिष्ठापना केलेली आहे.

देवळाचा मुख्य गाभारा विष्णूसाठी ठेवलेला आहे. जगाचं रक्षण करणारा, ते टिकवणारा देव म्हणून त्याची पूजा केली जाते. जलतत्त्वामुळे या वैराण आणि उजाड प्रदेशाचा कायापालट होतो. मुक्तिनाथच्या पाण्याच्या प्रवाहाचा उगम हिमनद्यांच्या प्रवाहासारखा थेट बर्फातून नसून खडक आणि जमिनीखाली गाडल्या गेलेल्या जलप्रस्तरातून होतो. त्या प्रवाहाचा उगम जिथे होतो तिथे वरच्या टेकडीवर सहसा या सुमारास एखाद्या जीर्ण मंडलाप्रमाणे गोलाकार आकारात प्रार्थनेच्या विटक्या पताका लावलेल्या दिसतात.

मुक्तिनाथच्या मंदिर समूहात बरीच देवळं आहेत. त्यात एक शंकराचं देऊळ आणि एक बौद्ध गोम्पादेखील आहे. एका बाजूच्या कुंपणाला लागून पलीकडे बुद्धाच्या एका महाकाय पुतळ्याचं बांधकाम चालू आहे. तिथे असलेल्या बाकीच्या जुन्या बांधकामाच्या प्रमाणात ते मुळीच बसत नाही. हे असे मोठाले पुतळे म्हणजे धार्मिक वर्चस्ववादाचं प्रतीक असून, मुक्तिनाथला होणाऱ्या विविध धर्मांच्या अद्वितीय संगमाला सुरुंग लावण्यासारखं ते आहे. मी मुख्य देवळात शिरतो तेव्हा एक हिंदू भटजी येऊन माझ्या कपाळावर सिंदूरतिलक लावतो; पण जेव्हा मी गाभाऱ्यात शिरतो तेव्हा भगवी कफनी परिधान केलेला एक तरुण बौद्ध भिक्खू हिंदू देवतांच्या मूर्तीसमोर उदबत्ती लावताना दिसतो. दोन्ही धर्मांचे रक्षणकर्ते आपापल्या श्रद्धेत कसलीही तडजोड न करता किंवा एकमेकांच्या श्रद्धेला आव्हान न देता धार्मिक उपचारांची कर्तव्यं वाटून घेताना दिसतात.

मुक्तिनाथच्या गाभाऱ्यात विष्णू आणि इतर डझनावारी पवित्र आणि संकल्पपूर्तीच्या वस्तूंच्या जोडीला अनेक मोठाले शाळिग्राम आहेत. हे जीवाश्मीभूत अमोनाइट्स म्हणजे सुमारे ६५ दशलक्ष वर्षांपूर्वी क्रेटॅशस काळाच्या अखेरीस मरण पावलेल्या

परभक्षी मृदुकाय प्राण्यांच्या (मोलस्क) नामशेष झालेल्या जमाती आहेत. सध्या अस्तित्वात असलेली त्यांच्या सर्वांत जवळच्या नात्यातली प्रजाती म्हणजे नॉटिलस (एक प्रकारचा समुद्री जीव). अमोनाइट्सचं नाव ज्यावरून पडलं त्या मेंढ्याच्या शिंगासारखा आकार असलेलं त्याचं कवच आहे. योगायोगानं अरगली (ओव्हिस ॲमोन) ही मेंढ्यांची रानटी जमात मस्तांगच्या वरच्या भागात राहते आणि त्यांचंही वर्गीकरण त्याच मूळ वर्गात केलं जातं.

अमोनाइट्स जगाच्या अनेक भागांत सापडतात आणि त्यांच्याशी संबंधित अनेक लोककथा आणि दंतकथा आहेत. युरोपात त्यांना 'स्नेक स्टोन्स' असं म्हणतात आणि इथे मुक्तिनाथला हिंदू पुराणकथा त्यांचा संबंध भगवान विष्णू ज्या नागावर शयन करतात त्या शेषनागाशी जोडतात. समुद्रसपाटीपासून पाच हजार मीटर उंचीवर आणि सर्वांत जवळच्या समुद्रापासून दोन हजार किलोमीटर अंतरावर हे जलचर जीव सापडत असल्यामुळे त्यांच्याबद्दलच्या गूढतेत भरच पडते. पृथ्वीवर एक उल्का येऊन आदळली, धुळीचा आणि गाळाचा एक मोठा लोट उसळून सूर्यप्रकाश झाकला गेला, पृथ्वी गुदमरू लागली आणि डायनॉसोर्स आणि तशाच इतर प्राण्यांच्या जोडीला अमोनाइट्सदेखील एकसाथ नामशेष झाले असा एक सिद्धान्त चालत आलेला आहे. त्यामुळेही त्या जीवांबद्दलचं गूढ वाढतं.

मुक्तिनाथला येऊन शाळिग्रामांची पूजा करणारे त्यांच्या अस्तित्वाची कारणमीमांसा करणाऱ्या शास्त्रीय गोष्टींना प्रश्न विचारत नाहीत किंवा त्यांना अनुमोदनही देत नाहीत. त्याऐवजी, त्यांना त्या दगडांमध्ये काही गूढ आकृतिबंध दिसत असतात आणि ते केवळ श्रद्धेच्याच तर्कात बसणारे असतात. मुक्तिनाथला विष्णूचं प्रतीक म्हणून शाळिग्राम पूजले जातात. विष्णू हा हिंदू धर्मातल्या त्रिमूर्तींपैकी स्थिती राखणारा देव. तो जगाचा समतोल सांभाळतो. त्या रक्षणकर्त्या परमात्म्याच्या स्वप्नांमध्ये आपलं अस्तित्व केवळ अनंत काळाच्या एका क्षणभंगुर तुकड्याएवढंच आहे. हिमालयातले हे जीवाश्म पार ओरिसापासून तामिळनाडूपर्यंत सबंध भारतातल्या देवळांमध्ये नेऊन ठेवले आहेत. देवतांच्या मूर्तींच्या जोडीला तिथे शाळिग्रामदेखील ठेवलेले असतात. आपल्या अंतर्मनात दडून बसलेल्या भीतीला आणि वासनेला मार्ग दाखवणाऱ्या आध्यात्मिक शक्ती त्यांच्यात वास करून असतात, असं मानलं जातं.

मुक्तिनाथाच्या मुख्य मठापासून बौद्ध मठ ५० मीटरपेक्षाही कमी अंतरावर आहे. चुनासफेदी केलेलं प्रवेशद्वार आणि कच्च्या विटांनी बांधलेल्या या इमारतीच्या प्रांगणात विटकरी रंग दिलेला एक बौद्ध मठ आहे. कुंपणाच्या इकडच्या भागात पाण्याचा एक कालवा सोडण्यात आला आहे. तिबेटी पद्धतीचा खाता रुमाल वाहिलेल्या सोनेरी रंगाच्या गोमुखातून त्या कालव्याचं पाणी बाहेर पडतं. त्या

प्रवाहाचा उपयोग प्रार्थनाचक्र फिरवण्यासाठीदेखील केला जातो. लाकडी वल्हे वापरून एखाद्या पाणचक्कीप्रमाणे किंवा मायक्रो-हायडेलच्या टर्बाइनप्रमाणे ही यंत्रणा फिरवली जाते. मानवी कल्पकतेचा आणि अभियांत्रिकीचा वापर करून निसर्गातली एक शक्ती कामाला लावली जाते आणि अतिमानवी शक्तींना आवाहन करण्यासाठी त्याचा वापर होतो.

मिणमिणत्या प्रकाशात उजळून निघालेल्या देवळातल्या भिंती बोधिसत्त्व, मंजुश्री (अंतर्दृष्टीचं प्रतीक) आणि चेन्रेझिग (करुणेचं प्रतीक) यांच्या तसंच हिरव्या आणि पांढऱ्या रंगातल्या अशा दोन्ही तारांच्या म्हणजे बुद्ध देवतांच्या भित्तिचित्रांनी भरून गेल्या आहेत; मात्र पवित्र अग्निकुंडात अखंड तेवणारी ज्योत ही आराधनेची मुख्य गोष्ट आहे. खडकातल्या एका लहानशा फटीतून नैसर्गिक वायू बाहेर पडत असतो. गोम्पाच्या अंधाऱ्या अंतर्भागातल्या जळत्या अग्नीतून धूर येताना दिसला नाही तरी हवेला गंधकाचा वास येत असतो. भट्टीतून सुरुवातीला येणाऱ्या निळ्या-पिवळ्या ठिणगीसारखा तो प्रकाश दिसत असतो. मुक्तिनाथला जमिनीतून बाहेर येणाऱ्या पाण्यासारखाच अग्नीदेखील पर्वतात खोलवर दडलेल्या उगमातून बाहेर पडत असतो. बाहेरच्या चिनार वृक्षांमधून सळसळत जाणाऱ्या वाऱ्यासकट आणि धौलगिरीवरून परावर्तित होणाऱ्या अद्भुत सूर्यास्तासकट सर्व पंचमहाभूतं इथे आहेत. अंतर्वक्र आकाराची पूर्व बाजू असलेल्या या महाकाय शिखराचं इथल्या दरीवर राज्य आहे. बाकीचे डोंगर अंधारात बुडालेले असताना उजेडाचे पहिले आणि शेवटचे किरण अंगावर घेत ते उभं आहे.

दुसऱ्या दिवशी सकाळी फटफटल्यावर थोड्याच वेळात मी पुन्हा एकदा देवळात जातो. गावापासून खालच्या बाजूला असलेल्या गोठत्या तलावावरून उगवत्या सूर्याचे किरण परावर्तित होत असतात. गोमुखांखाली बर्फाचे १०८ तुकडे लटकताना दिसत असले तरी बऱ्याचशा गोमुखातून अजूनही पाणी वाहत असतं. फरशीचे दगड निसरडे आणि धोकादायक झालेले असतात. बरेचसे यात्रेकरू देवळाला प्रदक्षिणा घालत असतात आणि फिरता फिरता प्रत्येक नळातून पाण्याचे काही थेंब घेऊन डोक्यावर शिंपडत असतात. आत्ता या घटकेला बर्फावरून न घसरता मी फक्त पहिल्याच नळापर्यंत पोहोचू शकतो. थंड पाण्यामुळे माझ्या बोटांना झटका बसतो आणि मी घाईघाईनं स्वत:वर पाणी शिंपडून घेतो.

मुक्तिनाथाच्या देवळाच्या प्रांगणातून धौलगिरीचा महाकाय शंकू क्षितिजावर राज्य करताना दिसतो. हिमालयातल्या राक्षसी शिखरांपैकी हे सर्वांत सुंदर आणि भारदस्त शिखर आहे. उगवत्या सूर्यामुळे चमकणारे त्याचे उतार थेट काली गंडकी घळईत उतरतात. धौलगिरी चढून जाण्यात यशस्वी झालेल्या पहिल्या गटात कर्ट दिएम्बर्जर नावाचा एक ऑस्ट्रियन गिर्यारोहक होता. 'शाळेत असताना

दंडगोल, शंकू आणि पिरॅमिड शिकल्यामुळे मोठेपणी एक गिर्यारोहक म्हणून आपण हिमालयातल्या तशाच आकारांची दखल घ्यायला शिकलो,' असं तो 'पर्वतीय भूमिती' विषयी लिहिताना म्हणतो. 'डोंगरांच्या दुनियेत नियमित आढळणारे आकार बघून मनात जागृत होणारा थरार, त्यातून जाणवणारा एकमेवाद्वितीय असा गूढ ताण त्याला माहीत आहे. मोठाले पिरॅमिड्स, अतिप्रचंड आकाराच्या आयताकृती शिळा, एकमेकांवर रचलेले त्रिकोणी आकाराचे दगड, पांढरी वर्तुळं, प्रचंड मोठे चौरस.. आकार आणि रूपरेषांच्या साधेपणातून मिळणारा थरार (आणि स्वत:च्या प्रयत्नांनी आणि ताकदीनं त्यावर अविश्वसनीय प्रभुत्व मिळवताना जाणवणारी उत्तेजना), वर जाणाऱ्या सरळ रेषेतून मिळणारा थरार..'

त्यानंतर बऱ्याच वर्षांनी दिएम्बर्जरनं हर्मन ब्युलबरोबर ब्रॉड शिखरावर पहिली चढाई केली. त्यानं के२ शिखरावर घडलेल्या एका भयंकर दुर्दैवी घटनेबद्दल लिहून ठेवलं आहे. गिर्यारोहण करतानाची त्याची सोबतीण ज्यूली टलीस आणि इतर बारा गिर्यारोहक एका भयंकर वादळात मरण पावले. दिएम्बर्जरचं नशीब बलवत्तर म्हणून तो वाचला. ती कहाणी सांगताना तो श्रीवत्स या प्रतिकाचा वापर करतो. एकमेकांत गुंतलेल्या रेषांची ती एक भौमितिक रचना आहे. तिबेटी प्रतिमांमधल्या आठ शुभचिन्हांपैकी ते एक चिन्ह आहे. एखाद्या चक्रव्यूहासारखी त्याची रचना म्हणजे काळ आणि अवकाशाच्या अखंडतेचं, अस्तित्वाच्या आणि वेदनेच्या चिरंतनत्वाचं प्रतीक आहे. आपल्या गूढ कल्पनाशक्तीतून दिएम्बर्जर श्रीवत्साची तुलना धौलगिरी किंवा के२ सारखी शिखरं चढण्याच्या स्वत:च्या प्रेरणेशी करतो. तसंच, दोरखंडाला बांधलेल्या आठ आकड्याच्या आकारातल्या गाठी किंवा दुहेरी मजबूत गाठींशी करतो. त्या भव्य शुभ्र पर्वतावर पडणारा सकाळचा उजेड आणि सावल्या बघितल्या तर डोंगरउतारांची भूमिती त्यांच्यावरच्या रेषा आणि आकारांच्या प्रमाणबद्ध उठावातून सहज कळून येते.

सकाळच्या पुढच्या प्रहरात मी मुक्तिनाथला रस्त्यावरच्या एका फेरीवाल्याकडून एक शाळिग्राम आठवणीसाठी म्हणून विकत घेतो. एखाद्या अक्रोडाएवढ्या आकाराच्या त्या काळ्या दगडाचे व्यवस्थित दोन भाग होतात आणि आतल्या जीवाश्माचा चक्राकार दिसू लागतो. आता अस्तित्वात नसलेल्या एका समुद्री जीवाचं मंडलाकृती शरीर म्हणजे हिमालयातल्या उत्क्रांतीचं चिन्ह आहे. चिखलात माखल्यानं आणि संथपणे होणाऱ्या जननक्रियेमुळे या प्रागैतिहासिक समुद्री जिवाचं रूपांतर दगडात झालं आहे. त्याच्या मूळ स्वरूपातलं आता काहीही शिल्लक नाही. दगड फोडून पाहिल्यावर आम्हाला जे सापडतं ते एखादं उर्वरित स्वरूप नसून आता अस्तित्वात नसलेल्या कशाचातरी पुरावा आहे. धंद्यातली भागीदारी पक्की करायला एकेकाळी हिमालयातले व्यापारी जसे दगड अर्धे फोडून एकत्र जोडत असत, तसेच हे

शाळिग्राम म्हणजे अमूर्त सत्याची आणि इथल्या जमिनीशी असलेल्या ऐतिहासिक विश्वासाची निशाणी आहेत.

प्रत्येक शाळिग्राम स्वत:भोवतीच वेढे घेत अखंड गतिशील स्थितीत राहतो. त्यावरची लहान-लहान चक्रं एका अदृश्य आसाभोवती फिरत, जन्म-मृत्यूच्या फेऱ्यांचं, लवचिकतेचं आणि पुनरुज्जीवनाचं सूचन करत असतात. अंगभूत स्थित्यंतराचं नैसर्गिक प्रतीक असलेला शाळिग्राम या ब्रह्मांडाचा, आकाशगंगा आणि ताऱ्यांच्या गतीचा आणि या पोकळीत भ्रमण करणाऱ्या आपल्या पृथ्वीचा नकाशाच पुढे ठेवत असतो. ध्यानधारणा करताना तिबेटी भिक्खू आपल्या हातांची बोटं एकमेकांत गुंतवून श्रीवत्स किंवा फेल्बची आकृती तयार करत असतात. शाळिग्रामाप्रमाणेच त्याची भूमितीदेखील आपल्याला एका शांत, शाश्वत अस्तित्वाकडे घेऊन जाते. तिथे यातना आणि त्याग अस्तित्वात नसतात. आपल्या पाठीच्या कण्याच्या मुळाशी वेटोळं घालून बसलेली, ऊर्जा आणि निर्मितीचं शाश्वत चक्र असलेली हीच ती मूलभूत रचना.

# १२

## जीवनाचे प्रवाह

आईकडून मला वारसानं मिळालेल्या टेबलाच्या एका कप्प्यात पाण्याचा एक लहानसा गडू आहे. त्यात मी मानससरोवरातून आणलेलं पाणी आहे. त्याच कप्प्यात त्या सरोवराच्या तळातून उचललेले मूठभर गोटे आहेत. दहा वर्षांपूर्वी तिबेटहून परत येताना मी ते बरोबर घेऊन आलो होतो. मी नास्तिक असलो आणि कोणत्याही धर्माची मतप्रणाली आणि फतवे मानत नसलो तरीही विविध धर्म गूढवादाची जोड देऊन नैसर्गिक घटना रंगवतात तेव्हा त्याचं पावित्र्य आणि त्याचं आध्यात्मिक महत्त्व मी समजून घेऊ शकतो. मानसरोवर किंवा तिबेटमध्ये माफम त्सो या नावानं ओळखलं जाणारं हे सरोवर हे जगातलं सर्वाधिक उंचीवरचं आणि सर्वाधिक पवित्र सरोवर आहे. ते हिमालयातल्या पाणलोट क्षेत्राच्या सर्वोच्च टोकावर वसलेलं आहे.

चार दिवस तिबेटी पठाराच्या पश्चिम भागातल्या धुळीतून प्रवास केल्यानंतर दुपारच्या सुमारास सरोवराच्या किनाऱ्यावर आम्ही पोहोचलो. कधी एकदा पाण्यात सूर मारतो असं मला झालं होतं. ज्या हिंदू यात्रेकरूंच्या सोबतीनं मी प्रवास केला होता ते पाण्याच्या काठावर जमा होऊन पूजा करू लागले. त्यांनी उदबत्त्या लावल्या आणि मंत्र म्हणून शरीरशुद्धी करण्याकरता पाण्यात बुड्या मारल्या. काही एक तारतम्य बाळगून इतरांपासून थोडं अंतर राखत मी चालत पुढे गेलो आणि अंगावरचे कपडे काढून शॉर्ट्सवर पाण्यात उतरलो. सूर्य पाठ भाजून काढत होता.

पायाखालचं पाणी मात्र मानसरोवराला पाणीपुरवठा करणाऱ्या हिमालयातल्या हिमनद्यांचा बर्फवत थंडपणा राखून होतं. गुर्ला मांधाता हा दक्षिणेकडचा एखाद्या लाटेसारखा महाकाय पर्वत क्षितिजावर फुलून आल्यासारखा दिसत होता. उत्तरेकडे कैलास पर्वत ढगांच्या राशीआड लपला होता.

पाण्यात उतरल्यावर ताबडतोब मला सरोवराच्या पारदर्शकतेची जाणीव झाली. त्याच्या पृष्ठभागावरून आकाशाची निळाई परावर्तित होत होती. पायाशी असलेले बारीक-बारीक खडे, वाळू आणि डोक्यावरून विहरणारे ढगांचे आकार बघून एखाद्या द्रवरूप आरशावर पाय ठेवल्यासारखं वाटत होतं. हवेचे झोत, सूर्याची उष्णता, थंडगार पाणी आणि घनरूप पृथ्वी अशी सर्व पंचमहाभूतं एकमेकांत मिसळून गेल्यासारखी वाटत होती. तांबड्या रंगाचे चक्रवाक पक्षी काही अंतरावर काठावर घोळका करून जमले होते. आणखी बाहेरच्या बाजूला असलेल्या वाळूच्या पट्ट्यात सुरय पक्ष्यांचा एक थवा पंख साफसूफ करत बसला होता आणि अधूनमधून सुरीसारखे पंख पसरून भरारी घेत होता. पाणी माझ्या गुडघ्यांपर्यंत आलं होतं. पाण्यात पूर्ण बुडता यावं यासाठी मला आणखी २० मीटर किंवा थोडं जास्तीच चालावं लागलं. पलीकडचा किनारा अमर्याद अंतरावर पसरलेला दिसत असला तरी आपण मानसरोवर पोहून जाऊ शकू असं वाटत होतं. खाली पाण्यात वाकलो तर विविध संवेदनांचे थर एकमेकांत मिसळून गेल्यासारखे झाले. पक्ष्यांची कर्कश्श शीळ, पाण्याचं तापमान, दिवसाचा प्रहर, माझ्या मनातले वेडेवाकडे विचार आणि दाबून ठेवलेले अश्रू सगळं काही एक झालं. तरंगांमधून बुडी मारत मी पाण्याखाली जाऊन डोळे उघडले. मला माझ्या पायांचा धूसर पांढरा आकार आणि तळाशी पडलेल्या दगडगोट्यांचं नक्षीदार मोझॅक दिसलं. सरोवरात मासे असल्याचं मला ठाऊक असलं तरी एकही मासा दिसला मात्र नाही. अर्थात सूर्याला झाकण्यासाठी चाललेल्या ढगांच्या सावल्या कापत ते मासे इकडून तिकडे जात असल्याची कल्पना मला करता येत होती. अचानक सरोवराचं पाणी आधीपेक्षा गार वाटू लागलं आणि श्वास घेण्यासाठी म्हणून मी जेव्हा डोकं वर काढलं तेव्हा नकळत शहारलो. सरोवराच्या उंचीचं आणि आजूबाजूच्या बर्फाच्छादित शिखरांचं मला भान आलं. आम्ही समुद्रसपाटीपासून चार किलोमीटरपेक्षाही जास्त उंचीवर हिमालयाच्या उत्तर बाजूला होतो. ढगांआडून पुन्हा सूर्य डोकावला तेव्हा त्याचा उबदारपणा अंगावर घेण्यासाठी मी उभा राहिलो. हातांची ओंजळ करून सरोवराचं पाणी मी खोलवर ओढून घेतलं आणि त्याचा शुद्ध, थंड अर्क जणू गिळून टाकला.

हिमालयाच्या या भागात फिरणाऱ्या भूगोलतज्ज्ञांपैकी सर्वांत मेहनती भूगोलतज्ज्ञ म्हणजे स्वामी प्रणवानंद हे हिंदू साधू. ते मूळचे आंध्र प्रदेशातले होते. 'कैलास-मानसरोवर' या त्यांच्या पुस्तकाची सुरुवातीची एक प्रत मला बिल ऐटकेनने भेट

दिली होती. त्या पुस्तकात ते लिहितात – जसे लोखंडाचे कण एखाद्या चुंबकाकडे आकर्षित होतात तसंच कोणत्याही धर्माचं पालन करणाऱ्या माणसाला आणि नास्तिक, अज्ञेयवादी लोकांच्या 'भटक्या मनां'ना देखील या पवित्र स्थळातून बाहेर पडणारी 'कंपनं' जाणवतात. अतिमानवी शक्तींमुळे तयार झालेली कोणतीही मानसिक आंदोलनं मला कधी जाणवली नसली तरी मानसरोवराच्या नितळ पाण्यात डुबकी मारणं आणि कैलास पर्वताला प्रदक्षिणा घालणं हे माझ्या आयुष्यातले सर्वांत संस्मरणीय अनुभव आहेत.

प्रणवानंदांच्या पुस्तकातल्या लांबलचक काव्यात्मक वर्णनांतून त्यांच्या आध्यात्मिक आणि वैज्ञानिक जाणिवांचा संयोग झालेला दिसून येतो. या भूप्रदेशातल्या पावन स्पंदनांनी आणि भौतिक वैशिष्ट्यांनी ते भारावून गेले होते. मानसरोवराची निर्मिती ब्रह्मदेवाच्या डोक्यात झाली. त्याला आधी ते स्वप्नात दिसलं आणि मग प्रत्यक्षात आलं, अशी हिंदूंची श्रद्धा आहे. या पवित्र सरोवराला लागून लगेचच पश्चिमेला राक्षसतल आहे. जणू हा भूप्रदेश दुष्ट आणि सुष्ट अशा दोन विरुद्ध शक्तींमध्ये विभागला गेला आहे.

स्वामींच्या लिहिण्याप्रमाणे, 'मानसरोवर आणि कैलाससारखी तीर्थस्थानं पृथ्वी, जल, अग्नी यांच्या थोर सामर्थ्यानं आणि ऋषिमुनींच्या वास्तव्यानं पापमुक्त झाली आहेत, असं म्हणतात.' १९२८ पासून १९४९ पर्यंत प्रणवानंदांनी दर वर्षी अल्मोरा ते मानसरोवर अशी ३८६ किलोमीटरची पदयात्रा केली. त्यापैकी दोनदा ते सबंध हिवाळाभर दक्षिण काठावरच्या थुगोल्हो मठात बौद्ध भिक्खूंच्या सोबतीने राहिले. दोन दशकांहून अधिक काळ मानसरोवरावर ध्यानधारणा करून त्यांनी काळजीपूर्वक ते सरोवर मापलं आणि त्याचा नकाशा तयार केला. त्याचा परीघ ८७ किलोमीटर आहे. प्रणवानंदांनी एकूण पंचवीस वेळा सरोवराची परिक्रमा पूर्ण केली. त्याखेरीज, हवेनं फुगवायची छोटी रबरी होडी पाण्यात घालून सरोवराची खोलीदेखील मोजली. (ती होडी हाकत ते गौरी कुंडापर्यंत गेले. कैलास पर्वताच्या ईशान्य दिशेला ५६३० मीटर उंचीवर हा लहानसा तलाव आहे.) त्यानंतर त्यांनी आपलं संशोधन चालू ठेवायला भारतातून गॅल्व्हनाइज्ड स्टीलची, बाहेरून मोटार लावलेली बोट आणली.

मात्र २८ डिसेंबर, १९३६ रोजी पहाटे त्यांनी अनुभवलेला क्षण सर्वांत अतींद्रिय क्षण म्हणावा लागेल. मठातल्या आपल्या ध्यानाच्या खोलीतून प्रणवानंद बाहेर आले आणि त्यांना ते सरोवर गोठताना दिसलं. 'दुधासारख्या पांढऱ्याशुभ्र बर्फाचा' एक पातळ थर किनाऱ्यापासून मानसरोवराच्या मध्यापर्यंत पसरलेला असावा आणि 'पुराणकथेत उल्लेखलेल्या दधिसागरा' प्रमाणे तो घनरूप होत होत जावा तसं ते दिसत होतं. त्यानंतर हिवाळ्यात त्या गोठलेल्या पृष्ठभागाखाली

पाण्याची पातळी कमी झाल्यावर बर्फाला कशा लांब, वेड्यावाकड्या भेगा पडल्या त्याचंही वर्णन ते करतात. मग आणखी काही महिन्यांनी वसंतात त्यांनी तो बर्फ तुटून वितळताना पाहिला. मानसरोवराच्या गोठण्याचं आणि वितळण्याचं वर्णन करताना ते विविधरंगी उपमांचा वापर करतात : त्या पवित्र सरोवरावर पसरलेलं पांढऱ्याशुभ्र रंगाचं हिमवस्त्र म्हणजे रुंद निळ्या काठाची एखादी भलीमोठी बंगाली साडी असावी तसं नाजूक आणि सुरेख दिसतं.'

हा प्रदेश म्हणजे हिमालयाची परिभाषा ठरवणाऱ्या चार मोठ्या नद्यांचं उगमस्थान आहे असं प्रणवानंद दाखवून देतात – सिंधू नदी, नंतर ब्रह्मपुत्रा म्हणून ओळखली जाणारी त्सांग पो नदी, तसंच सतलज आणि कर्नाळी नदी. बराचसा ओसाड प्रदेश असणाऱ्या पश्चिम तिबेटमधून प्रवास करताना मला पाण्याचं अस्तित्व जसं जाणवलं तसं यापूर्वी कधीच जाणवलं नव्हतं. जिथे कुठे पाण्याचा एखादा लहानसा झरा असेल किंवा दलदलीचा पट्टा असेल तिथे आजूबाजूचे रंग बदलून तपकिरीऐवजी हिरव्या छटा आणि भडक रंगाची फुलं दिसू लागायची. जंगली खेचरांचे कळप, चिंकाऱ्यांच्या जोड्या, उन्हाळ्यासाठी इथे स्थलांतरित झालेल्या खारी, काळ्या मानेचे क्रौंच पक्षी, गरुड आणि राजहंस (बार हेडेड गीज) सगळे आमच्यासारखेच पाण्याकडे खेचले जात होते. वितळणाऱ्या बर्फामुळे तयार होणारा ओलावा साठून जीवनाची चैतन्याने रसरसलेली विविध रूपं पोसली जात असावी आणि खुद्द पर्वतदेखील तग धरून राहू शकत असावेत असंच वाटत होतं. त्यांचे उतार बर्फानं झाकले जात होते, आत्तापर्यंत झालेल्या झीजेवर मुलामा चढत होता आणि पायथ्याशी जलसिंचन होत होतं. हिमालयाचा नैसर्गिक इतिहास हा जितका पाण्याचा वारसा सांगतो तितकाच खडकांचाही. हे निर्जीव घटक सूर्यप्रकाश आणि हवेशी मेळ घालत सजीव प्रजातींच्या प्रचंड मोठ्या मालिकेचं पोषण करत असतात.

सिंधू नदी आणि ब्रह्मपुत्रा हे हिमालयाभोवतीचे दोन महिरपी कंस असून, इतर अनेक डझनावारी मोठ्या नद्या या पर्वतरांगांमधून वाहत असतात. पश्चिमेला पंजाबच्या महत्त्वाच्या धमन्या म्हणजे – चिनाब, रावी, सतलज आणि बियास आहेत. या सगळ्या नद्या अरबी समुद्राला जाऊन मिळण्याआधी सिंधूनदीला जाऊन मिळतात. पाण्याचा प्रवाह जिथे पूर्वेकडे वाहत गंगेला आणि नंतर बंगालच्या उपसागराला मिळतो ती हद्द यमुना आणि तिची उपनदी टोंसमुळे स्पष्ट होते. हिमालयातल्या बहुतेक सर्व नद्या उंचावरच्या पर्वतरांगांच्या दक्षिण बाजूला उगम पावतात; पण कर्नाळी आणि सतलजसारख्या काही थोड्या नद्या उत्तरेकडे तिबेटमध्ये उगम पावतात आणि पर्वताच्या मुख्य प्रणोद भागात घुसतात. बऱ्याच नद्या हिमनद्यांमधून बाहेर येतात तर इतर काही नद्या अतिउंचावरच्या सरोवरातून किंवा

पाणथळ प्रदेशातून उगम पावतात. काही नद्या बारमाही झऱ्यांमधून येतात. अर्थात उगमस्थान काहीही असलं तरी पाण्याचे हे सर्व प्रवाह ढगातून खाली येणाऱ्या पावसावर अवलंबून असतात.

हिमालयाच्या दंतकथा आणि लोककथांमध्ये नदी ओलांडणं ही फार महत्त्वाची घटना असते. एका प्रदेशातून दुसऱ्या प्रदेशात किंवा एका आयुष्यातून पुढच्या आयुष्यात केलेला तो प्रवेश असतो. मॅकडॉनियाहून आलेला हल्लेखोर अलेक्झांडर ख्रिस्तपूर्व ३२६ साली भारतात आला. त्यानं सिंधू, चिनाब आणि रावी नद्या यशस्वीपणे ओलांडल्या; पण जेव्हा तो बियासपाशी आला (तिला तो हायफेसिस म्हणत असे) तेव्हा त्याच्या सैन्यानं आणखी पुढे जायला नकार दिला. अलेक्झांडरने नदीकिनाऱ्यावर वेदी बांधल्या, बळी दिले; पण माघार घेऊ नये म्हणून त्याला आपल्या माणसांचं मन वळवता आलं नाही. अखेर त्याचं सैन्य गंगेपर्यंत पोहोचायच्या आधीच परत फिरलं. ॲलिस अल्बानियानं त्यांच्या 'एम्पायर्स ऑफ द इंडस : द स्टोरी ऑफ अ रिव्हर' पुस्तकात लिहिल्याप्रमाणे चित्रालमधली कलाश जमात स्वत:ला अलेक्झांडरच्या सैन्याचे वंशज म्हणवते. ते लोक अजूनही नदीकाठी पशुबळी देतात, नदी सुरक्षित पार करता यावी आणि पुरापासून रक्षण व्हावं म्हणून प्रार्थना करतात. ख्रिस्तपूर्व ६४५ साली आलेल्या हुआन त्सॉन्ग या चिनी यात्रेकरूचं लिखाणदेखील अल्बानिया उद्धृत करतात : सिन-तू (सिंधू) नदी एखाद्या आरशासारखी शुद्ध आणि निर्मळ आहे... तिच्या तळाशी विषारी ड्रॅगन्स आणि भयंकर जीवात्मे राहतात. मौल्यवान रत्नं, दुर्मिळ फुलं-फळं आणि त्याहीपेक्षा बुद्धाचे अवशेष बरोबर घेऊन एखाद्या माणसानं नदी ओलांडायचा प्रयत्न केला तर त्याच्या बोटीला लाटा वेढून टाकतात.

आधुनिक काळातले पूल बांधले जाण्याआधी, नदी ओलांडणं हे कायमच धोकादायक आणि जीवाला घोर लावणारं असे. हिमालयातले पाण्याचे प्रवाह ओलांडणं हा अगदी भीतिदायक अनुभव असू शकतो. शिवाय लाकडी फळ्या, काटक्या, दोरखंड आणि वेली वापरून तयार केलेले गंजके पूल त्या भीतीत भरच घालतात. पर्वतातून वाहत येणाऱ्या नद्यांवरून जे कोणी पार झाले आहेत त्यांना त्यातल्या धोक्यांची चांगलीच जाणीव झाल्यावाचून राहत नाही. तसंच शेवटी हे वाहतं पाणीच आपले मर्त्य अवशेष घेऊन जाणार आहे याची बहुतेक सर्व हिंदू आणि बौद्ध लोकांना जाणीव असते. नद्यांचं पावित्र्य लक्षात घेतलं तरी त्यांचा खळाळता प्रवाह अस्तित्वाविषयीची एक धास्तीदेखील उत्पन्न करतो. त्या प्रवाहात खोलवर पोहत असणाऱ्या राक्षसांपेक्षा किंवा सापांपेक्षा, जीवन आणि मरणातल्या पाण्याच्या एका रेषेचा फरक अशी आदिम भीती उत्पन्न करतो.

एखाद्या भूप्रदेशाला जैविक, राजकीय, सांस्कृतिक, भाषिक आणि वांशिक

अशा वेगवेगळ्या भागांत विभागणाऱ्या नैसर्गिक सीमारेषेचं काम नद्या करतात. हिमालयातल्या बऱ्याचशा नद्या उत्तरेकडून दक्षिणेकडे वाहतात, तर डोंगरांची कमान आग्नेयेकडून वायव्येकडे जाते. त्यामुळे एक साधारण जाळं तयार होतं आणि त्यातून विविध प्रदेशांचे नकाशे मांडता येतात. त्यात प्रत्येकाच्या वैशिष्ट्यपूर्ण उंचीमुळे टप्पे तयार करता येतात. हे टप्पे वनस्पती आणि वन्यप्राण्यांच्या विविध प्रजातींना आसरा देतात. त्यात पायथ्याच्या टेकड्यांशी असलेली उपोष्णकटिबंधीय जंगलं आणि कुरणांपासून ते समशीतोष्ण आणि डोंगराळ क्षेत्रांपर्यंत सर्वांचा समावेश असतो. खळाळत्या, भोवरे असलेल्या प्रवाहांपासून आणि धबधब्यांपासून ते खाली येऊन संथ वाहणाऱ्या प्रवाहापर्यंत आणि डोहापर्यंत येताना प्रत्येक नदी बदलते.

पूर्वेकडून पश्चिमेला जाताना हिमालय खालच्या अक्षांशापासून वरच्या अक्षांशाकडे वळतो. त्यामुळे पतंगासारखे किडे, फुलपाखरं यांच्या विभागणीपासून ते हिमनद्यांच्या आकारापर्यंत सर्व गोष्टींवर परिणाम होतो. पक्ष्यांना सरहद्दींशी विशेष काही देणं-घेणं नसलं तरी पक्षीतज्ज्ञांनी उडत्या प्रजातींसाठी काही सीमारेषा ठरवल्या आहेत. सन १९७६ मध्ये 'बर्ड्स ऑफ नेपाळ' हे मैलाचा दगड ठरलेलं पुस्तक प्रकाशित करणाऱ्या रॉबर्ट एल. फ्लेमिंग सीनिअर आणि ज्युनिअर या बाप-लेकांच्या जोडीनं निरीक्षण नोंदवलं आहे :

> पक्ष्यांच्या विभागणीत मध्य नेपाळमधली काली गंडकी नदी ही एक विशेष महत्त्वाची सरहद्द म्हणता येईल. तपकिरी पॅरटबिल, सोनेरी छातीचे सातभाई, तांबड्या पोटाचा खाटीक सातभाई (रफस बेलीड श्राइक बॅबलर) आणि रक्तकृकण हे पूर्वेकडचे पक्षी पश्चिमेकडे फक्त अन्नपूर्णापर्यंतच जातात. त्याउलट सिमल्याची काळी रामगंगा (सिमला ब्लॅक टिट), ठिपके असलेल्या पंखाची काळी रामगंगा (स्पॉट विंग्ड ब्लॅक टिट), शुभ्र कंठाची रामगंगा (व्हाइट थ्रोटेड टिट), मिसल कस्तूर (थ्रश), पांढऱ्या गालाची शिलींध्री (व्हाइट चीक्ड नटहॅच) आणि युरेशियन शिलींध्री (नटहॅच) हे पश्चिमेकडचे पक्षी पुढे पूर्वेला जाताना दिसत नाहीत, तर धौलगिरीला जाऊन पोहोचतात. अशा तऱ्हेने नेपाळच्या मध्यभागी आणि २५५७ किलोमीटर (१६०० मैल) लांब पसरलेल्या हिमालयाच्या कमानीच्या मध्यभागी देखील प्रजाती बदलाच्या दृष्टीनं बऱ्यापैकी अरुंद भागच सापडतो.

हिमालयातले पाण्याचे प्रवाह विविध रूपातल्या सजीव सृष्टीला आधार देत असतात. त्यात मासे आणि इतर जलचर प्राण्यांपासून ते पक्षी, कीटक, उभयचर प्राणी,

सरपटणारे प्राणी आणि सस्तन प्राणी यांच्यापर्यंत सर्वांचा समावेश असतो. पाण्याच्या धारेला आकार देणाऱ्या, प्रवाहात बुडालेल्या शिळा किंवा पाण्याच्या काठानं मूळ धरून वाढणारी वनस्पतीसृष्टी ही जेवढा त्या पाण्याचा एक भाग असते तेवढ्याच या नदीतटीय प्रजातीदेखील त्या प्रवाहाचा एक भाग असतात.

रंगीबेरंगी पिसं असलेले तुरेवाले धीवर पक्षी हिमालयातल्या नद्यांवर अखंड येत असतात. पाण्याच्या पृष्ठभागाखाली असलेल्या मिन्नो माशाकडे झेप घेण्याअगोदर ते खळाळत्या प्रवाहावर घिरट्या घालतात. स्पॉटेड फोर्कटेल पक्षी उजेडाच्या जाळीतून सूर मारत असताना दमट सावल्यांकडे आणि जंगलातल्या संथ डोहांकडे खेचले जातात. खडकांवर जाऊन बसले की त्यांच्या लांबलचक, दुभंगलेल्या शेपट्या वर-खाली होत राहतात. फोर्कटेल जितके चंचल असतात तितकेच पांढऱ्या माथ्याचे थिरथिरा (व्हाइट कॅप्ड रेडस्टार्ट) पक्षीदेखील चंचल असतात. दगडावरून फांदीकडे आणि तिथून पुन्हा दगडाकडे असे ते सतत पाण्यावरून उडत असतात. छोट्या छोट्या, सफाईदार झेपा घेत ते कमी उंचीपर्यंत भरारी घेत असतात. त्यांच्या डोक्यावरच्या पांढऱ्या गांधी टोप्या आणि पार्श्वभागावरचे तांबडे फटकारे पाणी कापत जाणाऱ्या ब्राऊन डीपरच्या तपकिरी पंखांशी विरोधाभास साधतात. अजून पुरेशी वाढ न झालेल्या कीटकांच्या (निम्फ) आणि इतर किड्यांच्या शोधात हे डीपर पाण्याच्या पृष्ठभागाखाली सूर मारत असतात. एखाद्या बंदुकीच्या गोळीच्या आकाराचं त्यांचं शरीर पाण्याच्या वेगवान प्रवाहात सूर मारण्यासाठी बनलेलं असतं. तसंच ते कोरडं राहावं म्हणून त्यांचे पंख विशेष दाट असतात. अमेरिकन वॉटर आऊझेलप्रमाणे त्याला एक जास्तीची पारदर्शक पापणी असते. त्यामुळे त्याला पाण्याखालचं दिसायला मदत होते. डीपर पक्षी थंडीला फारसे बधत नाहीत असं दिसतं. हिमनदीच्या नाकाडाशी असलेल्या बर्फाच्छादित दगडांवर ते येऊन बसतात आणि मग वितळलेल्या थंडगार हिमप्रवाहात नाहीसे होतात.

वेगवेगळ्या उंचीवर असलेल्या नद्यांमध्ये माशांच्या वेगवेगळ्या जाती वास्तव्य करून असतात. कालाबान आणि गूंचसारखे संथगतीने फिरणारे, पाण्याच्या तळाशी राहणारे मासे नदीच्या तळाशी पडून असतात आणि पाण्याच्या खोल तलावांमध्ये फिरतात. भीतिदायक रूप आणि टोकदार दातांमुळे कधी कधी चुकून 'गोड्या पाण्यातले शार्क' म्हणून ज्यांचं वर्णन केलं जातं असे गूंच मासे (बेगारियस यारेली) म्हणजे राक्षसी मार्जारमीन आहेत. त्यांचं वजन १०० किलोपर्यंत वाढू शकतं. त्यांचा रंग मातकट शेवाळी असून त्यांना खवले नाहीतच असं वाटतं. त्यांच्या काहीशा क्रूर चेहऱ्यावर मिशा फुटलेल्या असतात. जड शरीरं आणि लहानशा, लेच्यापेच्या शेपट्या असलेले गूंच मासे पाण्याच्या खळाळत्या प्रवाहाशी दोन हात करू शकतात खरे; पण संथ पाण्यात ते अधिक आरामात असतात.

तिथे त्यांना लहान-लहान माशांवर आणि बेडकांवर उपजीविका करता येते. त्यांचं वजन आणि पाण्यात बुडालेल्या खडकांखाली दडून राहायची क्षमता यामुळे गळ टाकून मासे पकडणाऱ्या मासेमारांना गूंच मासे मुळीच आवडत नाहीत. त्यांच्या गळाला एखादा गूंच मासा लागलाच तर तो ओढून घेण्याऐवजी ते सरळ त्याला जाऊ देतात. त्याचं मांस अतिस्निग्ध, पिवळं आणि बुळबुळीत पोताचं असल्यामुळे जवळपास न खाण्याजोगंच असतं. गूंच माशांसारखे कालाबान (बंगाना डेरो) मासे एखाद्या आमिषाला किंवा गळाला जोडलेल्या भक्ष्याला फशी पडत नाहीत. तसंच फाउल हुकिंगचा (मासा पकडताना गळाचा आकडा त्याच्या तोंडात अडकवण्याऐवजी शरीरात अडकवणे) अपवाद वगळता फ्लाय फिशिंग (हलक्या वजनाचं भक्ष्य माशासाठी आमिष म्हणून वापरणे) किंवा स्पिनिंग टॅकल (माशांना आमिष दाखवण्यासाठी गोल फिरणाऱ्या भक्ष्याचा वापर करणे) वापरून ते पकडले जात नाहीत. गावातले कोळी त्यांना जाळ्यामध्ये किंवा घोड्याच्या केसांपासून तयार केलेले गळ प्रवाहात सोडून पकडतात.

ट्राउट मासे ही काही इथली स्थानिक प्रजाती नव्हे; पण हिमालयातले पाण्याचे कित्येक प्रवाह युरोप आणि अमेरिकेतून आणलेल्या तपकिरी आणि इंद्रधनुषी रंगाच्या ट्राउटनं खच्चून भरलेले आहेत. ज्याला भारतीय ट्राउट म्हणतात तो सॅलमोनाईड नसून बेरिलियस बोला आहे. त्याचा आकार ट्राउटसारखाच निमुळता असून अंगावर तसेच ठिपके ठिपके असतात. जराही न डगमगता तो एखादी माशी किंवा गळाला लावलेलं स्पिनर खेचून घेतो. लहानपणी एकदा सॉन्ग नदीवर मासे पकडत असतानाची गोष्ट मला आठवते. या माशांचा एक मोठा थवा आमिष म्हणून गळाला लावलेलं खाद्य अचानक वेड्यासारखा खात सुटला. दहा मिनिटांत आम्हा दोघांना प्रत्येकी डझनभर मासे मिळाले. स्नो ट्राउट (स्किझोथोरॅक्स रिकार्डसोनी) हा देखील फक्त नावापुरताच ट्राउट आहे. काश्मीरमधल्या जास्त उंचीवरच्या नद्यांमध्ये आढळणारी ही माशाची जमात आता नामशेष होण्याच्या मार्गावर आहे आणि त्याचं मुख्य कारण म्हणजे परदेशातून इथे आलेल्या सॅलमोनाईडचं ते अन्न आहे.

भारतात करमणुकीसाठी मासेमारी करणाऱ्यांच्या दृष्टीनं मात्र माशांची केवळ एकच जात खऱ्या अर्थानं महत्त्वाची आहे. ती म्हणजे माहसीर (बार्बस तोर). ताकदवान आणि आक्रमक अशा माहसीरचं डोकं बरंच मोठं असून, ओठ जाड असतात आणि त्याच्या अंगावरचे खवले मंद हिरव्या रंगापासून ते लख्ख सोनेरी रंगापर्यंत विविध रंगांचे असू शकतात. त्याच्या कित्येक उपजाती भारताच्या विविध भागांत आढळतात. आत्तापर्यंत पकडला गेलेला सर्वांत मोठा माहसीर ४३ किलो वजनाचा होता. म्हैसूरजवळ कबिनीच्या दक्षिणेकडच्या जलाशयात तो आढळला.

हिमालयातले मासे आकारानं लहान असतात; पण गंगेत आणि इतर मोठ्या नद्यांमध्ये ते ३० किलोहून अधिक वजनाचे भरू शकतात. गळानं मासे धरणाऱ्या मासेमारांचं मोठं घबाड म्हणून आणि भारतीय नद्यांचा राजा म्हणून माहसीर डोक्यावर घेतला जातो. 'द रॉड इन इंडिया'चा लेखक हेन्री सलिव्हन थॉमस म्हणतो त्याप्रमाणे : 'एखादा चळवळ्या माहसीर गळाला लावलेल्या दोरीवरून त्या गळाच्या दांड्याकडे आणि तिथून माणसाच्या मनगटाकडून, हाताकडून थेट हृदयाकडे असा काही आनंदानं ओसंडणारा, चैतन्यानं सळसळणारा थरार धाडून देतो की, माणसाच्या नाडीचे ठोके वेगानं पडू लागतात आणि एकूणात त्याच्यासाठी ते चांगलंच शक्तिवर्धक असतं हे मी स्वतःच्या अनुभवावरून सांगण्याचं धाडस करतो आहे.'

आयुष्यभर हिमालयातल्या विविध नद्यांवरून उभे-आडवे प्रवास करताना मी पिंडरच्या गोठवणाऱ्या उगमात, कुमाऊंखालच्या हिमनदात स्नान केलं आहे, तसंच कुलूला पार्बतीच्या काठावर असलेल्या गरम पाण्याच्या झऱ्यातही डुंबलो आहे. वयाच्या आठव्या वर्षी पोहायला शिकण्यापूर्वी मी गंगेत जवळजवळ बुडालोच होतो. नंतर त्याच पाण्यात मी मासेमारी करू लागलो. असंख्य झरे पायाखाली घालताना त्यातले काही फक्त माझ्या घोट्यांपर्यंत आले तर काहींनी मला वाहून न्यायची भीती घातली. गौमुखला केलेल्या पावसाळी ट्रेकदरम्यान ओलांडलेला एक झरा इतका उथळ होता की मला पाय न भिजवता एका दगडावरून दुसऱ्या दगडावर जाता येत होतं. दुसऱ्या दिवशीपर्यंत आम्ही परत आलो तेव्हा ते पाणी आमच्या कंबरेच्याही वर गेलं होतं. तळाचे दगड त्याच्या फुगलेल्या प्रवाहात वाहून जाताना गडगडाटी आवाज ऐकू येत होता. सिंधू, त्सांग पो, काली, सतलज, यमुना, भागीरथी, मंदाकिनी, अलकनंदा आणि दूध कोसी, तसंच या नद्यांना येऊन मिळणाऱ्या असंख्य अनामिक झऱ्यांचं पाणी मी प्यायलो आहे. हिमालयातल्या नद्यांमधलं बहुतांश प्रदूषण प्रवाहाच्या खालच्या बाजूला, त्या मैदानात वाहत आल्यावर होतं. शहरातलं आणि गावांमधलं कच्चं सांडपाणी आणि कारखान्यांमधून बाहेर पडणारे रासायनिक पदार्थ थेट नदीच्या प्रवाहात सोडले जातात. अर्थात आता पहाडी प्रदेशातल्या वाढत्या वसाहतींमुळे, तसंच पर्यटक आणि यात्रेकरूंच्या वाढत्या रहदारीमुळे या नद्यांच्या उगमाजवळचं पाणीदेखील विषारी पदार्थांनी आणि घाणीनं खराब झालं आहे.

हिमालयाच्या बहुतेक भागात वाहतं पाणी ही पूजनीय गोष्ट असते. हिमालयात नद्यांशी संबंधित कित्येक समारंभ आणि विधी आहेत. आपल्या पूर्वजांना मृत्युपश्चात आयुष्यात काही त्रास होऊ नये म्हणून हिंदू इथे पिंडपूजा किंवा दान करतात. या

पूर्वजांची रक्षा नद्यांच्याच प्रवाहानं पोटात घेतलेली असते. विशेषत:, मकरसंक्रांतीसारख्या सणांच्या वेळेस किंवा दर बारा वर्षांनी भरणाऱ्या कुंभमेळ्यात पवित्र संगमांवर भक्तगण स्नान करतात.

दरवर्षी उन्हाळ्यात जौनपूरला नदीकाठी एक वेगळाच विधी संपन्न होतो. तो मौनमेळा नावाचा वार्षिक मासेमारी उत्सव असतो. जूनमध्ये मॉन्सून सुरू होण्यापूर्वी अगलार नदीच्या दोन्ही काठांवरच्या गावातले पुरुष तिच्या यमुनेबरोबरच्या संगमापासून वरच्या बाजूला सहा किलोमीटरवर असलेल्या एका मोकळ्या पटांगणात जमा होतात. त्या भागातले इतिहासतज्ज्ञ आणि लोककथा अभ्यासक सुरेन्द्र पुंडीर सांगतात की, ही परंपरा टेहरी गढवालच्या महाराजांपर्यंत मागे जाते. वर्षातून एक दिवस ते जौनपूरच्या जनतेला कोणत्याही परवान्याशिवाय मासेमारी करण्याची खास अनुमती देत.

बहुतेक सर्व पहाडी सणांप्रमाणे इथेही सोंडेवरून घुमणाऱ्या ढुमढुम तालाच्या साथीवर ढोलवादक गर्दी गोळा करतात. विविध गावांना पानं आणि टिमरू झाडाची (झॅन्थोझायलम आर्माटम) साल गोळा करण्याचं काम दिलं जातं. टिमरूलाच तेजबल असंही म्हणतात. हिमालयाच्या खालच्या भागात वाढणारी ही एक काटेरी वनस्पती असून औषधं आणि मसाल्यात वापरली जाते. टिमरूचे गुणधर्म भुलीच्या औषधासारखे असतात आणि एखाद्या माणसाला दातदुखीचा त्रास होत असेल तर त्याचं तोंड बधिर करायला ते वापरता येतं. मौनमेळ्यासाठी टिमरू वाळवून त्याचं चूर्ण करतात आणि ते पोत्यात साठवून ठेवतात. पुरुष ढोलाच्या तालावर नाचू लागतात आणि बाहेरचे कपडे उतरवून, मासे पकडायची जाळी घेऊन समारंभविधींची तयारी करतात. प्रत्येकाकडे आपापला पोशाख आणि साधनं असतात. काहीजण मासे पकडायची जाळी आणि इतर साधनं घेऊन चाललेले असतात. बहुतेक सगळे अनवाणी असतात; पण काहीजणांनी मात्र कॅनव्हासचे बूट घातलेले असतात.

अर्ध्या-एक तासात जसजसे ढोल जोरानं वाजू लागतात तसतसा नृत्याचा उन्माद वाढत जातो. मग अचानक सगळे गावकरी टिमरूच्या चूर्णाची पोती उघडतात आणि ते चूर्ण अगलारमध्ये उधळतात. हिरव्या रंगाच्या धुळीचे लोट हवेत भरून जातात. सध्याचा हंगाम कोरडा असल्यामुळे नदीची खोली एक मीटरपेक्षाही कमी आणि रुंदी फक्त चार ते पाच मीटर असते. त्यामुळे तिथे लांब तळी तयार होऊन ती रॅपिड्समध्ये मिसळून जातात. टिमरूच्या चूर्णामुळे नदीच्या स्वच्छ पाण्याला ताबडतोब चहाचा रंग चढतो. सुमारे २००-३०० पुरुष प्रवाहाच्या खालच्या दिशेने धावू लागतात. त्यातले काहीजण नदीत उड्या टाकतात तर काहीजण आपापली जागा घ्यायला आणखी पुढे धावत जातात. पाण्यात बुडालेल्या खडकांखाली किंवा ओंडक्यांखाली जिथे कुठे मासे लपू शकतात अशा ठिकाणी ते

पोहोचतात.

टिमरूच्या चूर्णामुळे पाण्यातले सर्व प्रकारचे सजीव मूर्च्छित होतात आणि जसजसं ते विषारी द्रावण नदीच्या खालच्या बाजूकडे वाहू लागतं तसतसे गावकऱ्यांचे जथ्थे पाण्याच्या पृष्ठभागावर तरंगणारे मासे गोळा करत त्याच्या मागोमाग जाऊ लागतात. त्यातले बरेचसे १५ सेंटिमीटरपेक्षा जास्त लांब नसतात आणि त्यातल्या कित्येक तर अगदी लहान मासोळ्या असतात. बेडूक, खेकडे, साप, गोगलगायी आणि इतर सर्व लहानसहान जीवांवर त्या रसायनाचा परिणाम होऊन त्यांच्या जाणिवा बधिर होतात. तिथल्या त्या गडबड गोंधळात सजीवांच्या जाती ओळखणं अवघड असतं; पण त्यातले बरेचसे मासे म्हणजे लहान आकाराचे माहसीर असतात, तसेच लोचेससारखे उरल्यासुरल्या अन्नावर उपजीविका करणारेही असतात. नदीच्या प्रवाहाबरोबर वाहून जाऊ नये म्हणून आपल्या लहानशा भांड्याएवढ्या तोंडाचा वापर करून ते लोच एखाद्या खडकाला चिकटून राहतं. एरवी या तोंडाचा उपयोग ते बाहेरच्या गोष्टी शोषून घ्यायला करतात. काही जीव धडपड करून माणसांच्या हातातून निसटून जातात; पण बरेचसे बेशुद्धावस्थेतच असतात. गढूळ पाण्याच्या प्रवाहाबरोबर धावण्याच्या प्रयत्नात ती माणसं एकमेकांना धडकत, वेड्यासारखी पाण्यातून वाट काढत किंवा खडकांवरून उड्या मारत जाऊ लागतात.

प्रवाहाच्या खालच्या बाजूला पाच किलोमीटरवर यमुनेच्या संगमाजवळ हा मौनमेळा संपतो. इथे लागवडीखाली नसलेल्या मजगी शेतांच्या विस्तृत भागात बायका घोळक्यानं उभ्या असतात. नदीचं पाणी उडवत आणि शेवटचे राहिलेले काही मासे उचलून पुरुष इथे येऊन पोहोचले की त्यांच्या आया, बहिणी, बायका आणि मुली अगोदरच चूल पेटवून तयार असतात आणि भात रांधत असतात. धडपडत काठाला लागलेले पुरुष ओलेचिंब झालेले असतात आणि त्यांना धापही लागलेली असते. समारंभाची सांगता मेजवानीनं होते. त्या वेळेस हे मासेमार आपण पकडलेल्या मासळीची संख्या आणि आकार याची तुलना स्वत:च्या जखमांशी करत बसतात.

अशा परंपरांमधून संस्कृती आणि पर्यावरण संवर्धनाविषयी काही वादग्रस्त प्रश्न उभे राहतात. नदीतल्या माशांवर तेही कधी खाल्ल्या न जाणाऱ्या माशांच्या पिल्लांवर किंवा मिनोसारख्या माशांवर एकगठ्ठा विषप्रयोग केल्यामुळे जलचर प्राण्यांची एक अख्खी पिढी नष्ट होते; मात्र टिमरूमुळे मासे केवळ बेशुद्ध होतात आणि शिकारीतून निसटलेले मासे नंतर शुद्धीवर येतात असं मासेमार ठासून सांगत असतात. पावसाळ्यात प्रवाहाच्या वरच्या आणि खालच्या बाजूचे इतर मासे अगलारच्या या भागात वस्तीला येऊन तिथली संख्या भरून काढतात हे खरं; पण केवळ दोन ते तीन तासांच्या कालावधीत प्रचंड मोठ्या संख्येनं मासे

मारले जातात यात शंकाच नाही. टिमरूचे नदीवर होणारे दूरगामी परिणाम कोणते हे अजून स्पष्ट झालेलं नसलं तरी ते फारसे फायदेशीर असावेत असं वाटत नाही. मासे मारण्याचे डायनामाइटसारखे इतर प्रकार बेकायदेशीर असून, त्याबद्दल क्वचित वनविभागाकडून कारवाईदेखील होते; मात्र जौनपूरच्या संस्कृतीचा एक भाग म्हणून मौनमेळा कोणत्याही परवानगीशिवाय पार पडतो. असं असलं तरी जलचरांचा संहार थांबावा म्हणून काही लोकांनी आता आवाज उठवला आहे.

अगलारचा मत्स्यमहोत्सव वैशिष्ट्यपूर्ण असला तरी ऋषिकेश आणि हरिद्वारला गंगेच्या काठी असलेल्या देवळांच्या घाटांवर किंवा हिमाचल प्रदेशातल्या रेणुका सरोवरावर माशांचं संरक्षण केलं जातं आणि त्यांना पूजलं जातं. भक्तिभावानं विधी पार पाडत यात्रेकरू माशांना अन्न खाऊ घालतात. त्यात पाण्याचं प्रवाहीपण आणि सातत्य या दोन्हीची, तसंच जीवनाची विविध रूपं सामावून घेणाऱ्या आणि त्यांचं पोषण करणाऱ्या त्या पवित्र वातावरणाची दखल घेतलेली असते.

# १३

# रामगंगा

काठावर वाळुंज़वृक्षांची दाटी असलेली काश्मीरमधली लिद्दर आणि देवदाराच्या बागांनी झाकोळून गेलेली कुलूमधली पार्बती या दोन नद्या लहानपणापासून माझ्या आठवणीत राहिल्या आहेत; मात्र हिमालयातल्या कॉर्बेट राष्ट्रीय उद्यानातून वाहणारी रामगंगा ही मला ठाऊक असलेल्या जलप्रवाहांपैकी सर्वांत सुंदर नदी आहे. गैरालमधल्या वनविश्रांतीगृहाजवळ, कुमाऊंच्या पायथ्यापासून निघून ती पतलीदूनमध्ये प्रवेश करते. पतलीदून ही त्यामानाने खुली असलेली दरी शिवालिक टेकड्यांच्या आणि हिमालयाच्या पहिल्या डोंगररांगांच्या मध्ये आहे. सन १९६०च्या उत्तरार्धात कलागढला एक धरण बांधलं गेलं. त्यामुळे आता रामगंगेचा प्रवाह एका रुंद पात्रात जमा होऊन पतलीदूनचा बराचसा भाग पाण्याखाली जातो. एकेकाळी हरणं आणि हत्तींपासून ते वाघापर्यंत वन्यप्राण्यांच्या विविध जमातींना आधार देणारी गवताची खुली कुरणं आता खूपच कमी झाली आहेत.

उद्यानाचं मुख्य ऑफिस जिथे आहे त्या ढिकालापासून प्रवाहाच्या वरच्या दिशेला असलेली रामगंगा बरीचशी माझ्या लहानपणी होती तशीच आहे. आमच्या घरातले सगळेजण हिवाळ्यात पंधराएक दिवसांसाठी एखाद्या विश्रांतीगृहात आरक्षण करून खूपदा रामगंगेच्या काठावर राहायचे. तिचं पाणी इतकं नितळ होतं की पाण्याच्या पृष्ठभागाखालच्या दगडगोट्यांचे आकार मोठे झाल्यासारखे दिसायचे. तीच गोष्ट माशांची. विशेषतः, माहसीर माशांचे कळप प्रवाहाच्या वरच्या दिशेकडे

तोंड केलेल्या निमुळत्या सावल्यांसारखे दिसत. माझ्या सुरुवातीच्या आठवणींपैकी एक आठवण म्हणजे चिलवा माशांना रामगंगेत पोहताना बघणं. प्रवाहाच्या विरुद्ध दिशेनं वाहणाऱ्या पाण्याची धार असावी तसे एखाद्या रिबिनीसारखे चकाकणारे ते लहानसे मासे नजर जाईल तिथपर्यंत प्रवाहाच्या वरच्या दिशेपासून खालच्या दिशेपर्यंत पोहत असायचे. चिलव्यांचं (चेला कॅशियस) स्थलांतर हे एकेकाळी उत्तर भारतीय नद्यांमध्ये बघायला मिळणारं नेहमीचं दृश्य होतं. आता मात्र धरणं आणि जलसिंचन कालवे बांधल्यानं, तसंच इतर अडथळ्यांमुळे देखील ती घटना दुर्मिळ झाली आहे.

नदीशिवाय कॉर्बेट उद्यानाच्या पायथ्याशी इतक्या विविध प्रजातींना आधार देणं शक्य नाही आणि आजूबाजूच्या जंगलाशिवाय रामगंगेचं इतकं निर्मळ असणं शक्य नाही. ब्रिटिश निसर्गअभ्यासक शिकारी आणि 'मॅन इटर्स ऑफ कुमाऊं' (कुमाऊंचे नरभक्षक) या बेस्टसेलर पुस्तकाचा लेखक जिम कॉर्बेटवरून या उद्यानाचं नाव ठेवण्यात आलं आहे. जिम कॉर्बेटचा जन्म नैनितालला झाला होता. हिमालयाच्या सर्वांत खालच्या उंचीला वेढून असलेल्या भाबर आणि तेराईच्या पट्ट्याचं रक्षण या उद्यानामुळे होतं. अप्रदूषित राहिलेल्या भाबर आणि तेराईच्या काहीच पट्ट्यांपैकी हा एक पट्टा आहे. विसाव्या शतकाच्या सुरुवातीपर्यंत जंगलाचा हा पट्टा निर्मनुष्य होता आणि त्याचं मोठं कारण होतं – मलेरियाचा प्रादुर्भाव. विशेषतः, उन्हाळ्यात हा प्रदेश डासांमुळे होणाऱ्या तापविकारांमुळे धोकादायक व्हायचा. नेपाळमधल्या थारू जमातीसारख्या काहीच विशिष्ट जमाती अशा विकारांना प्रतिक्षम असत. उद्यानाच्या पूर्वेकडे कॉर्बेट कुटुंबाच्या मालकीचं एक शेत होतं. त्याची बहुतेक पुस्तकं या प्रदेशाच्या म्हणजे डोंगरउताराच्या खालच्या भागाच्या पार्श्वभूमीवरच आधारलेली आहेत. रामगंगेत आणि कुमाऊंच्या पायथ्याच्या टेकड्यांमधून वाहणाऱ्या इतर अनेक ओढ्यांमध्ये तो मासेमारी करत असे. नरभक्षकांशी होणाऱ्या चकमकींबद्दल लिहिता-लिहिता मध्येच बदल म्हणून कॉर्बेटनं 'माझ्या स्वप्नातला मासा' (फिश ऑफ माय ड्रीम्स) असं एक प्रकरण टाकलं आहे. त्यामध्ये तो एका अनामिक नदीकाठी घालवलेल्या दिवसाचं वर्णन करतो. ती नदी बहुधा रामगंगा असण्याची दाट शक्यता आहे. सुमारे २२ किलो वजनाचा भलामोठा माहसीर मासा आपण कसा पकडला याचं तपशीलवार वर्णन करताना तो म्हणतो :

माशाचं वजन महत्त्वाचं नाही; कारण वजनांचा लवकरच विसर पडतो. ज्या वातावरणात तो शिकारीचा खेळ खेळला जातो ते वातावरण मात्र तितकंसं विसरलं जात नाही. नेच्याच्या कुंपणानं वेढलेल्या तलावाचा मंद निळा रंग. खडकांवरून आणि दगडधोंड्यांवरून कोसळायच्या आधी या इथे पाणी किंचित संथ होतं. नुकत्याच ज्या तलावातून बाहेर पडलं त्याहून आणखी सुंदर तलावात जाण्याआधी

एकदा श्वास रोखतं. पाण्याच्या पृष्ठभागाला भेदून वर येणाऱ्या, मजेदार रंगाच्या खंड्या पक्ष्याची झलक दिसते. पंखातून पाण्याचे तुषार उडवत आनंदाचा एक चीत्कार करत तो वर येतो. आपल्या लालभडक चोचीत त्यानं चंदेरी रंगाचा मिन्नो मासा घट्ट पकडून ठेवलेला असतो. सांबराचा चीत्कार आणि चितळाचा सुस्पष्ट सुरेल हाकारा जंगलातल्या इतर प्राण्यांना वाघ भक्ष्याच्या शोधार्थ बाहेर पडल्याचा इशारा देत असतो. आत्ता थोड्या वेळापूर्वी त्याने जिथे नदी ओलांडली तिथल्या वाळूत वाघाच्या पायांचे ओलसर ठसे उमटलेले दिसतात. या गोष्टी कधीच विसरल्या जाणार नाहीत. माझ्या आठवणीत त्या कायम राहतील. त्या आठवणींचा चुंबक अजून माणसानं प्रदूषित न केलेल्या त्या देखण्या खोऱ्याकडे मला खेचून नेत असतो.

हिमालयात लहानाचा मोठा होत असताना माझं बालपण फार खास गेलं हे खरं; पण आम्ही अनुभवलेल्या नैसर्गिक आश्चर्यांपैकी कॉर्बेट राष्ट्रीय उद्यानाला दिलेल्या भेटी सर्वाधिक लक्षात राहणाऱ्या होत्या. गैराल नाहीतर सरपदुलीच्या वनविश्रांतीगृहात राहताना नदी हेच आमचं खेळाचं मैदान झालं होतं. सध्या मात्र रामगंगेत पोहायला उद्यानातल्या अधिकाऱ्यांची मनाई असते. १९८५ साली एका ब्रिटिश पक्षीनिरीक्षकाला वाघाने ठार केल्यामुळे पर्यटकांना पायी भटकायला परवानगी नसून फक्त जीपमधूनच उद्यानाची सहल करता येते. मासेमारीवरही बंदी आली आहे.

आम्हाला असली कोणतीही मनाई नव्हती. आम्ही जेव्हा जेव्हा कॉर्बेटला जायचो तेव्हा तेव्हा मी आणि माझे भाऊ आमचा बहुतेक सगळा वेळ पाण्यात घालवायचो. हवेच्या गाद्या आणि ट्यूब घेऊन पाण्याच्या प्रवाहावर स्वार व्हायचं आणि खडकांवरून खोल तलावात उड्या मारायच्या. आम्हाला काळजी वाटायची ती फक्त हत्तींची; पण बहुतेक वेळा ते अंतर राखून असायचे. भल्या पहाटे किंवा उन्हं उतरताना आम्ही हरणं किंवा इतर काही जंगली प्राणी दिसतात का ते बघायला बाहेर पडायचो; पण उरलेला दिवस नदीभोवतीच जायचा. अंधार पडल्यावर आम्ही विश्रांतीगृहात परतायचो आणि मेणबत्त्यांच्या, केरोसिनवर चालणाऱ्या कंदिलांच्या प्रकाशात, बिबट्यांच्या डरकाळ्या, रातकिड्यांची किरकिर आणि कोल्ह्यांची भीतिदायक कोल्हेकुई असे जंगलातले रात्रीचे आवाज ऐकत जेवायचो.

नदीत भरभरून सजीव प्राणी असायचे. नुसते मासेच नव्हे तर वाळूत ऊन खात बसणाऱ्या सुसरी-मगरीसुद्धा असत. पुरातन काळातले हे राक्षसी प्राणी लाजाळू होते. त्यांनी कधीही आम्हाला भीती दाखवली नाही. त्यातल्या बहुतेक मगरीच असायच्या. त्या लांबीला चार मीटरहून जास्त वाढतात आणि त्यांची डोकी सरीसृप प्राण्यांप्रमाणे रुंद असतात. त्याहून मोठ्या आकाराच्या घडियलदेखील

असायच्या. त्यांचे जबडे लांब, अरुंद असत आणि नाकाड वाटोळं असायचं. त्याहून लहान आकाराच्या पण ड्रॅगनसारख्या दिसणाऱ्या घोरपडी असत. त्यांची लांबी एक मीटरपर्यंत वाढत असे. अजगर आणि इतर अनेक लहान-मोठे सरपटणारे किंवा जलचर प्राणीदेखील नदीत आहेत.

रामगंगेच्या काठावर, विशेषत:, जिथे पाणी शांत आणि काळपट रंगाचं असेल अशा गहिऱ्या डोहांजवळ आम्हाला माशांचे सांगाडे सापडत. ते बहुतेक वेळेला एखाद्या फोडीच्या आकाराची वजनदार कवटी असलेले गूंच मासे असत. उदमांजरी या माशांना मारून किनाऱ्यावर फरपटत आणत आणि तिथे गिधाडं वगैरे इतर अपमार्जक पक्षी हाडंबिडं साफ करायला मदत करत. मी खूपदा उदमांजरांना उथळ पाण्यात खेळताना बघत असे. तुकतुकीत, डौलदार शरीरं आणि लांब शेपट्या वर-खाली करत ती पाण्याच्या प्रवाहात आणि जमिनीवर दोन्हीकडे सारख्याच सराईतपणे वावरत असत; पण पाण्यात अधिक आरामात असत. त्यांच्या पायांची बोटं पडद्यानं एकमेकांना चिकटलेली असतात. इतर अनेक प्राण्यांच्या ठशांसारखे त्यांच्या पायांचे ठसेही वाळूवर उमटत. हृदयाच्या आकाराचे चितळांचे खूर, सांबरांचे मोठ्या आकाराचे तर भुंकणाऱ्या हरिणांचे लहान आकारांचे खूर किंवा रानडुकरांच्या कळपाच्या खुरांचे एकत्रित ठसे त्यात असत. जंगली हत्ती रामगंगा ओलांडून जिथे पुढे जात तिथे आम्ही त्यांच्या पायांच्या गोलाकार चकतीसारख्या ठशांवर कडक नजर ठेवत असू.

एवढ्या वर्षांत मी नदीच्या लोककथा आत्मसात करून घेतल्या आहेत. त्यात सरपदुलीजवळच्या 'चॅम्पियन तलावा'सारख्या मासेमारीच्या लोकप्रिय ठिकाणच्या कथांचाही समावेश आहे. एफ. डब्ल्यू. चॅम्पियन यांच्यावरून तलावाचं नाव पडलं आहे. ते कॉर्बेटचे समकालीन आणि भारतीय वन्यजीवनाचे फोटो घेणाऱ्या पहिल्या काही फोटोग्राफर्सपैकी होते. एके दिवशी संध्याकाळी, उन्हं उतरेपर्यंत मासेमारी करून मग गैराल बंगल्यावर परत येत असताना मी अंधारात वाट काढत नदीकाठानं जात राहिलो. जुन्या स्मृतींचा आधार घेत आणि सगळीकडून येणारे चितळांचे कर्कश्श हाकारे ऐकत मी जात होतो. माझ्यामुळे ते बिचकले होते की आणखी कोणत्या शिकारी जनावरामुळे ते मला निश्चित सांगता येणार नाही; पण केरोसीनच्या कंदिलाचा पिवळा प्रकाश बघून आणि माझ्यामागे बंद झालेल्या विश्रांतीगृहाच्या दारांचा आवाज ऐकून मला बरं वाटलं.

१९८० सालच्या वसंतात कॉर्बेट उद्यानाला दिलेली भेट ही नियम बदलण्यापूर्वीच्या माझ्या शेवटच्या भेटींपैकी एक. एके दिवशी सकाळी लवकर, मगरींच्या तलावाच्या वरच्या पाण्यात मासे धरायला मी गैरालवरून प्रवाहाच्या वरच्या दिशेला गेलो होतो. हिवाळ्यातलं ऊन अजून त्या दरीवर पसरायचं होतं आणि धुक्याचा पातळ

पारदर्शक थर मलमलच्या कापडासारखा पाण्यावर पसरला होता. तांबड्या रानकोंबड्याचं तार स्वरातलं आरवणं, सातभाई पक्ष्यांचा एकत्र कलकलाट, टकाचोर पक्ष्यांचा किलबिलाट आणि मुकुटवाला (पाइड) आणि सोनपाठी (फ्लेमबॅक) अशा दोन्ही प्रकारच्या सुतार पक्ष्यांची कर्कश्श शीळ असे दोन्ही काठांवरून पक्ष्यांचे हाकारे ऐकू येत होते.

मी विश्रांतीगृहातून बाहेर सटकलो तेव्हा आमच्या गटातले इतर लोक अजून झोपलेले होते. दवानं भिजलेल्या गवतावरून वाट काढत, एका उन्मळून पडलेल्या झाडावरून उडी मारत, नदीचा वालुकामय काठ जिथे काटकोनात वळतो आणि पाण्याच्या लाटा जिथे किनाऱ्याला स्पर्श करतात तो भाग ओलांडत पुढे जात असताना एक पिवसळसर तपकिरी रंगाचं मासेखाऊ घुबड एका मृत फांदीवरून उडून जाताना मला दिसलं. वाहतं पाणी सोडलं तर दुसरी कोणतीही हालचाल तिकडे नव्हती. जंगलावर सावल्या पसरल्या होत्या. शेवटच्या काही ताऱ्यांचा प्रकाश मंद होत जाण्याइतकं आकाश उजळलं असलं तरी अंधाऱ्या प्रवाहात डोकावून बघण्यासाठी अजून वेळ होता. रात्र संपून पहाट होत असताना तो प्रवाह मला ओलांडून पुढे जात होता. मी सावध आणि सतर्क असलो तरी घाबरलो नव्हतो. जंगलातली पहाट नेहमीच दिलासादायक असते. प्रवाहाच्या वरच्या बाजूला अर्ध्या तासाच्या अंतरावर असलेल्या डोहाकडे जाण्याचा माझा बेत होता. काही दिवसांपूर्वी मला तिकडे नदीच्या वळणावर, कड्याच्या पायथ्याशी एक प्रचंड मोठा माहसीर पहुडलेला दिसला होता.

मी त्या कड्याच्या टप्प्यात पोहोचेपर्यंत वरच्या सोंडेला सूर्यप्रकाश स्पर्श करू लागला होता. जंगलाच्या जाळीदार करड्या सावल्यांचं रूपांतर आता तुकतुकीत बांबू आणि हळदूच्या झाडांच्या हिरवाईपासून ते घाणेरी आणि सालाच्या आणखी गडद रंगापर्यंतच्या कॅलिडोस्कोपमध्ये झालेलं होतं. माझ्या एका हातात माशांचा फिरता गळ (spinning rod) होता. शॉर्ट्सच्या खिशात माशांना द्यायच्या आमिषाची पेटी खुळखुळत होती. गळाला काही लागतंय का हे बघायचा मोह होऊन मी पाण्याचं निरीक्षण करायला थांबलो. अचानक मला नदीच्या मध्यभागी काहीतरी दिसलं. सुमारे ५० मीटर अंतरावर एक वर्तुळाकार वस्तू प्रवाहाच्या खालच्या दिशेने माझ्याचकडे येत होती. पोहताना मागे इंग्रजी V आकाराची खूण सोडत रामगंगा ओलांडून एक वाघ आपल्या दिशेला येत आहे हे कळायला मला बराच वेळ लागला.

माझी त्वरित प्रतिक्रिया कुठेतरी आडोशाला पळून जाण्याची होती; पण सर्वांत जवळची झाडंदेखील १०० मीटर दूर होती. नदीच्या काठावर पुष्कळ मोठाले दगड वाळूत अर्धवट रुतलेल्या अवस्थेत पडलेले होते. वाघानं आपल्याला

पाहिलंय का नाही याची मला खात्री नव्हती; पण बहुधा त्यानं पाहिलं असावं. नदीच्या खालच्या बाजूला पळत जाऊन निसटून जाण्याऐवजी मी एका शिळेमागे जाऊन लपलो. काही क्षणांनंतर मी लपलो होतो तिथून सुमारे दहा मीटर अंतरावर ते भलंमोठं जनावर रामगंगेतून बाहेर पडलं. खडकाआडून हळूच बघितलं तर तो काही पावलं पुढे येऊन जोरजोरात अंग झटकताना मला दिसला. सगळ्या दिशांना पाण्याचे तुषार उडाले. माझ्याकडे दुर्लक्ष करत तो वाघ नदीच्या काठावरून वरच्या बाजूला पळत सुटला आणि यथावकाश झाडीत दिसेनासा झाला. कित्येक मिनिटं श्वास रोखून धरल्यावर शेवटी एकदाचा मी उभा राहिलो आणि हळूच पुढे होऊन वाळूतल्या त्याच्या पायांच्या ठशांकडे बारकाईनं बघून घेतलं. वाळूत त्याच्या बलदंड पंजांचे ओलसर ठसे उमटले होते. ज्या शिळेनं मला आसरा दिला होता तिच्यावरही वाघानं झटकलेल्या पाण्याचे तुषार उडाले होते. माझं धाबं चांगलंच दणाणलं होतं. मात्र रामगंगेच्या आसपासच्या जंगलात आरामात फिरणाऱ्या सुरेख रानटी जनावराला इतक्या जवळून बघता आलं त्याबद्दलचा हर्षदेखील त्या भावनेत मिसळून गेला होता.

१४

# लुप्त झालेली नदी

हिमालयाच्या भविष्याचा आणि या पर्वतरांगांच्या सतत बदलत राहणाऱ्या वैशिष्ट्यांचा जेव्हा आपण विचार करतो तेव्हा भूतकाळातल्या थोर नद्यांपैकी एक नदी लुप्त झाली आहे, हे लक्षात घेणं महत्त्वाचं आहे. प्राचीन ग्रंथांमधून गंगेचा, तसंच सिंधू नदी आणि तिच्या उपनद्यांचा संदर्भ येतो. धर्मग्रंथात आणि दंतकथांमध्ये ब्रह्मपुत्रेचाही उल्लेख आहे; मात्र त्यांच्या जोडीला हिमालयातल्या सरस्वती या आणखी एका नदीचा देखील उल्लेख येतो. त्यामुळे विद्वान आणि भूगोलतज्ज्ञ कोड्यात पडले आहेत; कारण ती नदी आता अस्तित्वातच नाही. भारतीय साहित्य आणि पुराणकथांमधून पाण्याच्या भासमान प्रवाहाचा हा ओघ कोणत्याही आदि-अंताशिवाय वाहता राहिला आहे. सरस्वती नदीच्या पाण्याचं रूप घेणारी सरस्वती देवी शिक्षणाची, ज्ञानाची आणि साहित्याची देवता आहे. भारतातल्या सर्वांत पवित्र अशा सात नद्यांमध्ये ती गणली जाते. त्या प्रत्येक नदीचा संबंध एका देवीशी जोडलेला आहे.

ऋग्वेदात सरस्वतीला उद्देशून एक ऋचा आहे. त्यात जीवनदायी स्रोत असलेल्या तिच्या वात्सल्याच्या कृपाप्रसादाला आवाहन केलं आहे. वेंडी डोनीजर यांनी त्याचं भाषांतर केलं आहे : हे देवी सरस्वती, जीवनाच्या स्रोतानं अखंड भरून वाहणारे तुझे हे स्तन, त्यांच्या योगाने तू भरण-पोषण करत असतेस. हे देवी, मुक्तहस्ते तू जो खजिना, वैभव आणि प्रसाद लुटत असतेस, त्याचे चार थेंब मलाही चाखू दे.

श्री ऑरोबिंदो आपल्या 'सीक्रेट ऑफ द वेद' (वेदांचे रहस्य) ग्रंथात लिहितात,

सरस्वती म्हणजे – ओघाशी संबंधित असलेली, प्रवाही हालचालीशी निगडित असलेली. त्यामुळे नदी आणि प्रेरणेची देवता अशा दोघींना देण्यासाठी हे नाव नैसर्गिकच आहे. मॅक्सम्युलर यांनी केलेल्या वैदिक ऋचांच्या भाषांतरानुसार 'डोंगरातून उगम पावून समुद्रात जाईपर्यंत सरस्वतीचा प्रवाह शुद्धच असतो.' इतर काही नोंदींमध्ये मात्र तिचं पाणी हिमालयातून खाली येऊन 'वाळवंटातल्या वाळूत गुडूप होऊन गेलं' असं म्हटलं आहे. असाच काहीसा उल्लेख असणारी एक कथा महाभारतात आहे. उतथ्य नावाच्या ऋषींची पत्नी वरुणाने पळवून नेलेली असते. वरुण हा आकाशाचा, समुद्राचा आणि नद्यांचा देव. उतथ्य वरुणावर इतके संतापतात की ते नदीला शाप देतात : हे सरस्वती, तू वाळवंटात अदृश्य होऊन जा आणि तू सोडून दिलेला हा प्रदेश अपवित्र होऊ दे.

सरस्वतीच्या लुप्त होण्याची अनेक स्पष्टीकरणं देण्यात आली आहेत, त्याचे अनेक अर्थ लावले गेले आहेत. त्यातला सर्वांत लोकप्रिय सिद्धान्त म्हणजे, ती जमिनीखाली गेली आणि अलाहाबाद इथे गंगा-यमुनेला येऊन मिळणाऱ्या भूमिगत प्रवाहाच्या रूपात ती आता आहे. बऱ्याचदा त्यांच्या संगमाला 'त्रिवेणी' असं म्हटलं जातं. त्रिवेणी म्हणजे तीन नद्यांचा संगम. काही विद्वानांच्या मते, सरस्वती ही शुद्ध प्रतीकात्मक उपमा आहे. एका पवित्र भूवैशिष्ट्याचं ते काव्यात्मक वर्णन आहे. आपली नश्वर पापं धुऊन जावीत म्हणून आपण गंगेत बुडी घेतो तेव्हा आपल्या आत्म्याला प्रेरित आणि निर्मळ करून टाकणाऱ्या अंतर्गत प्रवाहाचं ते प्रतीक आहे.

सरस्वतीचा माग काढायचे जे भौगोलिक प्रयत्न झाले त्यावरून, ही नदी मुळात वाहत होती तो प्रदेश म्हणजे सध्याचा हरियाणा, राजस्थान आणि गुजरात असं अनेकांचं म्हणणं आहे. इथल्या काही भागात अगदी वैराण, ओसाड जमिनी आहेत. कुरुक्षेत्राजवळ पेहोवा गावात सरस्वतीचं एक देऊळ आहे. तिथेच साचलेल्या पाण्याचा हौद आहे. पांडवांनी इथेच आपल्या पूर्वजांची आराधना केली असं मानतात. भारताचा नकाशा पाहिला तर वाळवंट आणि खाजणं असलेला, अरबी समुद्रापर्यंत पसरलेला असा कच्छचं रण हा रुंद त्रिभुज प्रदेश एकेकाळी नदीचं मुख असू शकेल. सिंधू नदीच्या आग्नेयेला २०० किलोमीटर अंतरावर वाहणारी ही नदी असावी. शास्त्रज्ञांनी अवकाशातून पृथ्वीकडे बघायला सुरुवात करेपर्यंत हे गृहीतक संशयाच्या परिघात होतं.

सॅटेलाइट प्रतिमांमधून मात्र हिमालयातून वाहणाऱ्या 'पॅलिओचॅनेल'चा (लुप्त झालेल्या नदीचे गाळानं भरलेले उर्वरित अवशेष) पुरावा मिळाला आहे. नामशेष झालेली ही नदी जिथे उत्तर भारतीय मैदानांवर प्रवेश करत असे तिथेच हा पॅलिओचॅनेल आहे. चंदीगढच्या पूर्वेला सिरमुरच्या पायथ्याशी असलेल्या टेकड्यांजवळ, पूर्वीच्या सिरमुर संस्थानाच्या नहान या राजधानीपासून खालच्या बाजूला ते ठिकाण

आहे. लुप्त झालेल्या नदीचे अवशेष शिवालिक टेकड्यांमधून वाहणाऱ्या घग्गर आणि मार्कंड या दोन मोसमी झऱ्यांच्या प्रवाहाशी मिळतेजुळते आहेत. योगायोगाने, मार्कंड ही सुकेती गावाजवळची पुरातत्त्व उत्खननाच्या दृष्टीनं महत्त्वाची जागा आहे. तिथे स्टेगोडॉन सारख्या प्रागैतिहासिक काळातल्या राक्षसी प्राण्यांचे आणि शिवापिथेकस या माणसाच्या पूर्वजांचे जीवाश्म सापडले आहेत.

एकेकाळी या पर्वतरांगांमधून एका नदीचा व्यवस्थित वाहता प्रवाह होता हे पटवून देणारा पुरावा असला तरी त्याचा उगम अजूनही स्पष्ट झालेला नाही. सतलज आणि यमुना या नद्या एकेकाळी आत्तापेक्षा बराच वेगळा मार्ग अनुसरत, हेच त्यासाठी सर्वांत जास्त पटणारं स्पष्टीकरण आहे. हिमालय सोडल्यावर दोन विरुद्ध दिशांना जाण्याऐवजी त्या एकत्र आल्या आणि त्यांचा एकत्रित प्रवाह शिवालिक टेकड्यांमधून वाहत भारताच्या वायव्य दिशेकडे जात अरबी समुद्राला जाऊन मिळाला. सिरमुर भागातून जात असताना तिथला प्रदेश बघून आपण गोंधळात पडू शकतो; कारण पाण्याचे प्रवाह आणि पावसाळ्यात भरून वाहणारी नदीची कोरडी पात्रं विरुद्ध दिशांना जाताना दिसतात.

ऐतिहासिकदृष्ट्या पाहिलं तर, एकदा डोंगररांगा सोडल्यावर आपला मार्ग बदलणं हिमालयातल्या नद्यांसाठी विशेष नव्हतं. विशेषत:, धरणं आणि कालवे काढून त्यांचा प्रवाह नियंत्रित करण्यापूर्वी तर नक्कीच नव्हतं. उदाहरणार्थ, मध्य नेपाळमध्ये उगम पावून बिहारच्या पठारावर येणारी कोसी नदी तीनशे शतकांहून कमी कालावधीत सुमारे १५० किलोमीटर पश्चिमेकडे सरकली आहे. मॉन्सूनमधल्या मुसळधार पावसात आलेल्या पुरामुळे आणि नदीपात्रात गाळ साचल्यामुळे(सिल्टेशन) हे घडलं. सतलज आणि यमुनेनं आपले मार्ग का बदलले असतील यावर बरेच सिद्धान्त मांडले गेले आहेत. त्यात हिमालयाची हळूहळू वाढणारी उंची, भूकंप आणि हवामान बदलांचा समावेश आहे. या तिन्ही गोष्टींच्या संयोगामुळे ते घडलं असल्याची शक्यताच सर्वांत अधिक आहे.

सरस्वती ही लुप्त झालेली नदी असो किंवा आजवर चालत आलेली दंतकथा असो, तिच्या कथा आपल्याला हिमालयातल्या पाणलोटांच्या ठिसूळ, नाजूक स्वभावाची आठवण करून देतात. स्वर्गीय प्रवाहाचं रूप घेऊन येणारी परोपकारी देवता अशी ही नदी ऋतुमानानुसार येणाऱ्या पाण्याच्या जोरदार लोटाबरोबर पर्वतरांगांमधून खाली येते. येताना तिच्याबरोबर गाळाचा खजिनाच घेऊन येते. असं असलं तरी, सरस्वतीचं लुप्त होणं हा नद्या निरंतर असतात असं मानणाऱ्यांना एक अनिष्ट इशारा आहे, ही वस्तुस्थिती आहे. हिमनद्या आणि पाणथळ प्रदेश अदृश्य होत असताना आणि हवामानाचे आकृतिबंध बदलत असताना हिमालयातले असे आणखी किती प्रवाह लुप्त होत जातील बरं?

३

# हिमालयातली वनस्पतिसृष्टी

झाडाझुडपांचं सामर्थ्य

१५

# हिम अतिक्रमण

हिमालयात होणाऱ्या स्थलांतरांपैकी सर्वांत चिवट आणि व्यापक स्थलांतर म्हणजे लाखो वर्षांच्या कालावधीत हिमनद्यांच्या भरती-ओहोटीप्रमाणे झाडंझुडपं आणि वृक्षांचं एकसाथ पुढे सरकणं किंवा मागे हटणं. यापूर्वीचं हिमयुग संपल्यानंतर सूचिपर्णी आणि पानझडी वनं हळूहळू उतारांवरून वर सरकली आहेत. लाखो वर्षांपूर्वी हेच उतार सोडून ती वनं खाली सरकली होती. मागे सरकून, एकेकाळी बर्फाच्या मैदानांखाली आणि हिमनद्यांखाली गाडल्या गेलेल्या प्रदेशांवर ही वनं पुन्हा एकदा दावा सांगत आहेत. बर्फाच्या एकामागून एक येणाऱ्या लाटांमुळे कित्येक प्रजाती नामशेष झाल्या असल्या तरी इतर प्रजाती मात्र हवामानाची स्थिती पूर्ववत होईपर्यंत कमी उंचीच्या भागाकडे सरकल्या.

हवामान उबदार होऊ लागलं आणि हिमरेषा वर सरकू लागली तसं या प्रजातींनी आणखी वरच्या-वरच्या उंचीवर पुन्हा स्थान मिळवलं आणि विविध पट्टे व्यापले. आज आपण वनस्पतींच्या त्या पट्ट्यांना उपोष्णकटिबंधीय जंगलांपासून ते समशीतोष्ण वनांपर्यंत आणि जिथे औषधी वनस्पतींची कुरणं वृक्षरेषेपलीकडे जातात अशा उप-पर्वतीय (सब अल्पाइन) आणि पर्वतीय (अल्पाइन) क्षेत्रांपर्यंत वेगवेगळ्या पट्ट्यांमध्ये विभागतो. झाडाझुडपांच्या या विशिष्ट क्षेत्राच्या वरच्या बाजूला बर्फ आणि दगडगोट्यांचा 'मृत प्रदेश' आहे. हा प्रदेश म्हणजे हिमयुगाचं ठळक स्मृतिचिन्ह आहे.

बर्फाखाली जमीन गाडली जावी इतकं शून्याखाली तापमान असलेला सलग कालखंड अशी हिमयुगाबद्दल सर्वसाधारण समजूत आहे. वास्तविक, प्लाइस्टोसीन हा अडीच दशलक्ष वर्षांहून जास्त असा अस्थिर कालखंड होता. त्या काळात हिमालयातल्या हिमनद्या पुढे आल्या आणि मागे सरकल्या. मॉन्सूनची ताकद वाढून नंतर ती कमी झाली. हिमयुगाचा परमोच्च काळ दहा-अकरा हजार वर्षांपूर्वी येऊन संपला यावर सर्वसाधारणपणे शास्त्रज्ञांचं एकमत आहे. त्यानंतर आलेला कालखंड हा हळूहळू होणाऱ्या जागतिक तापमानवाढीचा कालखंड आहे. या काळात हिमालय गोठलेल्या स्थितीतून बाहेर आला. प्लाइस्टोसीननंतर देखील अनेक वेळा तापमानात दीर्घकाळपर्यंत घट होण्याचे कालखंड येऊन गेले. त्यामुळे हिमालयातल्या हिमनद्या आणखी पुढे सरकल्या असल्या तरी आधीच्या कालखंडाच्या मानानं ते विशेष नव्हतं. त्या काळात मात्र बर्फाचं एक प्रचंड मोठं कवच नामचे बरवापासून थेट नंगा पर्बतपर्यंत पसरलं होतं आणि 'मृत प्रदेश' सध्यापेक्षा दोन हजार मीटर खालच्या उंचीपासूनच सुरू होत होता.

आज हे डोंगर जसे जीवसृष्टीनं ओतप्रोत भरलेले आणि झाडाझुडपांच्या, वृक्षांच्या विविध जातींनी ओसंडून वाहणारे दिसतात ते बघताना लगेचच एक प्रश्न उभा राहतो : वनस्पतींच्या आधीच्या कैक पिढ्या हजारो वर्षांच्या हिमयुगानंतर नष्ट झालेल्या असताना हिमालयातली झाडं पुन्हा कशी निर्माण झाली असतील? जॉर्ज मिहेसारख्या जीवशास्त्रज्ञांनी आपली संपूर्ण कारकीर्द या प्रश्नाचं उत्तर शोधण्यात घालवली आहे. त्यासाठी प्राचीन परागकणांच्या नमुन्यांपासून ते प्रागैतिहासिक काळातल्या वणव्यांच्या जळक्या अवशेषांपर्यंत सर्व काही त्यांनी गोळा केलं आहे. 'फ्लोरा ऑफ नेपाळ आणि नेपाळ : ॲन इन्ट्रोडक्शन टु द नॅचरल हिस्ट्री', 'इकॉलॉजी ॲन्ड ह्युमन इम्पॅक्ट ऑफ द हिमालयाज' ही मिएहे यांनी कोलीन पेंड्री यांच्याबरोबर सहसंपादित केलेली पुस्तकं म्हणजे गेल्या काही वर्षांतला हिमालयाचा सर्वाधिक व्यापक वनस्पतिशास्त्रीय आणि पर्यावरणीय अभ्यास आहे. नुकत्याच आलेल्या फ्लॅश फ्लड्सचा किंवा इतर नैसर्गिक आपत्तींचा आणि ओसाड, अस्थिर पृष्ठभागावर चट्कन मूळ धरणाऱ्या वनस्पतींचा अभ्यास करून खूप पूर्वी घडून गेलेल्या पर्यावरणीय बदलांविषयी काही गृहीतकं मांडणं मिएहे आणि त्यांच्या सहकाऱ्यांना शक्य झालं आहे. तसंच भूरुपिकीचा (जिओमॉर्फोलॉजी) संबंध प्रजातींच्या विभागणीशी जोडता आला आहे. 'मोठमोठ्या खडकांचं स्खलन हे हिमालयातल्या असंतुलनाचं आणखी एक वैशिष्ट्य आहे,' ते लिहितात. 'त्याचे जैवविविधतेवर होणारे स्थानिकदृष्ट्या विध्वंसक परिणाम अगदी साहजिक आहेत; पण खोल पूर्ववर्ती घळईच्या दोन्ही बाजूंना आढळणाऱ्या, नीटशा न विखुरलेल्या प्रजातींमधले भेद त्यातून स्पष्ट होणं शक्य आहे.'

पर्वतांमधून जीवसृष्टी नाहीशी झाल्यानंतर परतलेली पहिली प्रजाती होती ती दगडफूल (लायकेन), लिव्हरवर्ट्स आणि शेवाळ. आजकाल मॉन्सून सुरू झाला की दगडांवर ज्या वनस्पती उगवलेल्या दिसतात तशाच या वनस्पती होत्या. वळीव सुरू झाला रे झाला की ही हिरवाईची चादर दगडी भिंतींवर आणि कड्यांवर दिसू लागते. जेव्हा तापमान वाढू लागलं आणि हिमालय शीत सुप्तावस्थेतून बाहेर येऊ लागला तेव्हा वैराण हिमोढावर पुन्हा एकदा जीवसृष्टी कसं मूळ धरू लागली असेल याची त्यावरून कल्पना करता येते.

जूनपासून सप्टेंबरपर्यंत चालणारा मॉन्सून सर्वांत कठीण आणि सर्वांत नापीक पृष्ठभागावर देखील हिरवाई पैदा करू शकतो. जिथे हिवाळ्यातल्या थंडीमुळे आणि उन्हाळ्यातल्या उष्णतेमुळे खडक ओसाड होऊन गेलेले असतात तिथे पावसामुळे आणि दवामुळे वाऱ्यावर उडत आलेल्या, भेगांमध्ये किंवा उतारांवर बारीक धुलीकणांसारखं पडून राहिलेल्या बारक्या-बारक्या बीजाणूंना संजीवनी मिळते. या आदिम वनस्पतींची मुळं फार खोलवर गेलेली नसतात. त्यांचे तंतू अगदी बारीक केसांपेक्षाही पातळ असतात आणि मुळं खडबडीत पृष्ठभागाला घट्ट धरून असतात. बहुतेक वेळा, ते जमिनीपेक्षा हवेतूनच आर्द्रता मिळवतात. असं असलं तरी मॉन्सून सुरू झाल्यावर काही आठवड्यांतच शेवाळ आणि इतर ब्रायोफाइट्स मिळून काही एक मिलिमीटर जाडीचा गुबगुबीत गालिचा तयार होतो आणि त्याखाली खडक झाकले जातात. कधी कधी चक्क खनिजांचंच रूपांतर शेवाळात झालं आहे असं वाटतं.

४७० दशलक्ष वर्षांपूर्वी, हिमालय अस्तित्वात येण्याच्या पुष्कळ आधीच्या कालखंडात पृथ्वीवर याच वनस्पती उगवू लागल्या होत्या. मानवी डोळ्यांनी निरीक्षण करण्याच्या दृष्टीनं लिव्हरवर्ट्स आणि शेवाळाचा आकार खूपच लहान आहे. सूक्ष्मदर्शक वापरून आणि अंतर्गत रचना समजावी म्हणून रंगांचा वापर करून सहसा प्रजाती ओळखल्या जातात. मॉन्सूनमध्ये जसे शेवाळामागोमाग नेचे उगवतात तसेच ते तेव्हाही शेवाळानंतर तयार झाले. उभ्या आकाराच्या पृष्ठभागावर वाढण्यासाठी तेही तितक्याच चट्कन जागा शोधू शकतात आणि कितीही नापीक जमीन असली तरी लगेच ती हिरवाईनं भरून टाकू शकतात. जीवाश्मीभूत शेवाळ आता मर्यादित प्रमाणातच शिल्लक असलं तरी नेच्यांची रचना जास्त साचेबंद असते. दगडाला एखाद्या वनस्पतीचा आकार देण्याची कामगिरी नेचे करत असतात. कडक झालेल्या चिखलाच्या आणि गाळाच्या थरावर काळानंच नेच्यांच्या उलगडलेल्या पानांची रेखाकृती काढून त्याचे सुरेख ठसे सोडून दिले आहेत. जणू काही एखाद्या संग्राहकानं आपल्या अल्बममध्ये ती पानं जपून ठेवून दिली असावीत.

हिमालयातल्या सर्वाधिक उंचीवरच्या वनस्पतींवरून इथल्या डोंगराळ भागात

जम बसवणाऱ्या फुलझाडांच्या पहिल्या प्रजातीची कल्पना येते. ओलेग पोलूनिन आणि ॲडम स्टेन्टन यांच्या 'फ्लॉवर्स ऑफ द हिमालय'मध्ये उल्लेख केल्यानुसार स्टेलारिया डिकम्बेन्स, म्हणजे स्टीचवर्टचा एक प्रकार आणि अरेनेरिया ब्रायोफायला म्हणजे सॅंडवर्टचा एक प्रकार – ही झाडं ६१०० मीटर एवढ्या उंचीपर्यंत आढळतात. या वनस्पती शेवाळासारख्याच दिसतात. त्यांची पानं लहान आणि खूप जवळजवळ असतात. त्यामुळे जमिनीजवळ अगदी आटोपशीर असं गुबगुबीत आवरण तयार होतं. बर्फाच्या थराखाली त्या महिनोन् महिने तग धरू शकतात.

याआधीच्या हिमयुगानंतर वनस्पतींच्या पुनर्जननाची जी प्रक्रिया झाली ती समजावून घेण्यासाठी पुढील गोष्ट लक्षात घेणं महत्त्वाचं आहे. हिमालयाची पूर्वेकडून पश्चिमेला जाणारी कमान तयार होते आणि तीच कमान नामचे बरवा इथल्या साधारण २९ अंश अक्षांशापासून ते ३५ अंशांच्या किंचित वरती असलेल्या नंगा पर्बतपर्यंत उत्तरेकडे वळते. प्लाइस्टोसीन कालखंडात पूर्व हिमालयापेक्षा पश्चिम हिमालयात हिमायनाचं प्रमाणही जास्त होतं आणि त्याचा परिणामदेखील जास्त तीव्र आणि दीर्घकाळ टिकणारा होता. पूर्वेकडे पायथ्याशी असलेल्या त्यामानाने उबदार टेकड्यांमध्ये आणि खोऱ्यांमध्ये बऱ्याच प्रजाती तग धरून राहू शकल्या असत्या.

आजच्या घडीलादेखील वनस्पतींमध्ये सतत बदल होत असतात; कारण उत्क्रांत होत जाणाऱ्या वातावरणाशी त्या जुळवून घेत असतात. प्रत्यक्ष फरक पडून वनस्पतीच्या नवीन जातीचा जन्म व्हायला हजारो वर्षं लागत असली तरी झाडंझुडपं हवामानाशी, मातीशी आणि आजूबाजूच्या इतर सजीवसृष्टीशी सतत जुळवून घेत असतात. काळानुसार वनस्पती कशा बदलत गेल्या ते स्पष्ट करताना वनस्पतितज्ज्ञ महाराज पंडित सांगतात : 'मायोसीन – प्लायोसीन युगात प्रस्थापित झालेली जैविक विविधता यथावकाश प्लाइस्टोसीन हिमायनाच्या वेळेस उलटीपालटी झाली. दीर्घ काळ टिकणाऱ्या हिमायनाचा कालखंड सुरू झाला आणि त्याने वनस्पतींच्या कित्येक जातींना कमी उंचीवर आणि सामाईक अधिवासात जाण्यास भाग पाडलं. त्यामुळे आत्तापर्यंत एकमेकांपासून अलग असणाऱ्या वनस्पतींच्या गटांमध्ये जनुकीय देवाण-घेवाण झाली.'

हिमालयातली खोरी आणि सोंडा उतरून खाली येताना बर्फाचं राज्य सुरू होण्याआधी 'शेवटचे' वृक्ष म्हणजे भोजवृक्ष असं आपल्याला बऱ्याचदा वाटतं. वृक्षरेषेचं रक्षण करणारे निश्चयी पहारेकरी असावेत तसे हे वृक्ष दिसतात; पण दुसरीकडून पाहिलं तर हे 'आद्य' वृक्ष आहेत; कारण जंगलाच्या सर्वांत वरच्या टोकाचं ते प्रतिनिधित्व करतात. म्हणूनच भोजवृक्षांना सहसा 'मूळ प्रजाती' असं म्हटलं जातं; कारण ते इतरांच्या आधी जाऊन हवामानबदलाच्या बाहेरच्या सीमारेषेवर

आपलं अस्तित्व प्रस्थापित करतात. दुर्दैवानं, गोमुखजवळच्या भागीरथी खोऱ्यात भोजबासा (भोज छावणी) सारख्या ठिकाणी हिमनदीच्या नाकाडापासून केवळ काही शेकडा मीटर अंतरावर जिथे एकेकाळी भोजवृक्षांची वनराई बहरली होती तिथेच हा प्रस्थापित आद्यवृक्ष धार्मिक सहलींच्या नावाखाली नष्ट केला जात आहे. यात्रेकरूंना आणि साधूंना ऊब मिळावी म्हणून तोडून जाळला जात आहे.

भोजपत्र हे हिंदी नाव राजा भोजच्या एका कथेवरून पडलं. हिमालयाच्या सिंहासनाचा तो तरुण वारसदार होता. त्याचे काका त्याचं राज्य लाटायला बघत होते. राजकुमारानं भोजवृक्षाच्या सालीवर एक मर्मभेदक पत्र लिहिलं. त्यात त्यानं स्वत:ची बाजू इतक्या आर्जवाने मांडली होती की, ते वाचून काकाचं आणि त्याच्या सैन्याचं मन पालटलं. त्यांनी राजा भोजला सिंहासनारूढ होऊ दिलं. पारंपरिकरीत्या, भोजवृक्षाच्या कागदासारख्या सालीचा उपयोग हस्तलिखितं लिहिण्यासाठी केला जात असे. त्यात काश्मीरमध्ये लिहिल्या गेलेल्या उपनिषदांच्या प्रतींचाही समावेश आहे. नंदा देवीच्या यात्रेला म्हणजे राज जाट यात्रेला जाणाऱ्या यात्रेकरूंना लागणारी छत्रं तयार करण्यासाठी देखील या झाडाचा उपयोग केला जातो. आणखी गद्य पातळीवर सांगायचं तर, गुराखी आणि गावकरी गवती झोपड्यांच्या छताचे आतले भाग बांधण्यासाठी भोजवृक्षाच्या सालीचा वापर करतात. हिवाळ्यात बटाटे आणि इतर कंदमुळं साठवून ठेवण्याच्या खड्ड्यांना आतून लिंपण्यासाठी म्हणूनही त्यांचा उपयोग होतो. उत्तर पाकिस्तानात लोण्याचे गोळे भोजवृक्षाच्या सालीत गुंडाळून एक पारंपरिक खाद्यपदार्थ तयार केला जातो. हे गोळे अनेक वर्षं जमिनीखाली पुरून ठेवले जातात. मग लग्नसमारंभासारख्या खास प्रसंगी ते बाहेर काढले जातात आणि तयार झालेलं ते उग्र चीज स्वादासाठी अन्नावर भुरभुरलं जातं. भोजाच्या सालीची उपयुक्तता त्याच्या लॅटिन नावातही दिसते. ते नाव आहे बेटुला युटिलीस. दुर्दैवानं ते एवढं उपयोगी असल्यामुळेच त्याचा बेसुमार वापर झाला आहे. बर्फ मागे हटला की झाडंझुडपं पुढे सरकतात. अर्थात ती माणसानं बळकावून जाळली नाहीत तरच. हिमालयाच्या साखळीच्या दोन्ही बाजूंच्या बऱ्याचशा प्रदेशात इतकी वर्षं तेच झालं आहे. तिबेटच्या पठारावरच्या मृदेची तपासणी केली असता असं दिसलं की, एकेकाळी या प्रदेशातले बरेचसे भाग भोज, बुरांश आणि सूचिपर्णींच्या जंगलांनी व्यापले होते; मात्र अनेक वर्षांपूर्वी ती जंगलं जाळून जमीनदोस्त करण्यात आली. कदाचित हे काम गायरानं वाढवता यावीत म्हणून गुराख्यांनी केलं असावं.

उत्क्रांतीच्या कालपटलावर पाहिलं तर दहा किंवा अकरा हजार वर्षं हा नैसर्गिक इतिहासाचा फार कमी कालावधी आहे. तरीही सध्याचं होलोसीन युग हिमालयातल्या जीवसृष्टीच्या कायमस्वरूपी आणि झपाट्यानं होणाऱ्या वाढीचं

प्रतिनिधित्व करतं. वनस्पती, कीटक, पक्षी आणि प्राणी हे सगळेजण हिमनद्यांमुळे उंच प्रदेशातून खालच्या भागात ढकलले गेले होते. जशी हवामानाची परिस्थिती सुधारली तसे हे सगळे पुन्हा स्थलांतर करू लागले. केवळ पूर्वेकडून नव्हे तर दक्षिण आणि उत्तरेकडूनही वर जाऊ लागले.

भारतीय उपखंडाच्या दक्षिण टोकाजवळ असणाऱ्या निलगिरी पर्वतात हिमालयातल्या वनस्पती आणि वन्य जीवनाच्या अवशिष्ट जाती सापडणं हे भारताच्या नैसर्गिक वारशाच्या सर्वांत अद्भुत कोड्यांपैकी एक आहे. आपापल्या उत्तरेकडील भाऊबंदांपासून दोन हजार किलोमीटरपेक्षाही जास्त अंतरावर असलेली दारूहळदीची झुडपं, शीळ घालणारे कस्तुर पक्षी (व्हिसलिंग थ्रशेस) आणि थार ही रानटी मेंढ्यांची जात अलग राहूनही भरभराटीला आलेले दिसतात. या घटनेच्या स्पष्टीकरणार्थ अनेक सिद्धान्त मांडले गेले आहेत. अनेक वर्षं शास्त्रज्ञांनी 'सातपुडा सिद्धान्ता'वर चर्चा केली आहे. त्या सिद्धान्तानुसार, हिमायनाच्या काळात ज्या प्रजाती उबदार हवामान आणि अधिक हव्याशा वाटणाऱ्या गायरानांच्या शोधात होत्या त्यांच्यासाठी मध्य भारतातली टेकड्यांची प्राचीन रांग एखाद्या पुलासारखी होती. प्लाइस्टोसीन युग संपल्यावर जेव्हा सातपुडा पर्वतरांगा आणि दख्खनचं पठार या भागातली उष्णता आणि कोरडेपणा वाढला तेव्हा या अवशिष्ट प्रजाती त्यांच्या दक्षिण भारतातल्या आश्रयस्थानी टिकून राहिल्या किंवा तिकडे हद्दपार झाल्या.

हिमालयाच्या कमानीचा माग काढत आपण पूर्वेकडून पश्चिमेकडे प्रवास करू लागलो तर एकंदर प्रजातींची संख्या हळूहळू कमी होत जाते. पूर्व भारतात ब्रह्मपुत्रा नदी जिथे डोंगरात उगम पावते तो अरुणाचल प्रदेश जगातल्या सर्वांत प्रजननक्षम जैवविविधतेचं केंद्र आहे. दुसरीकडे वायव्य पाकिस्तानात सिंधू नदी जिथे हिमालयाला कारकोरम आणि हिंदू कुश पर्वतांपासून अलग करते तिथे वनस्पती आणि वन्यजीवनाची फार कमी विविधता आहे. तो बराचसा भाग अतिउंचीवरच्या गवताळ कुरणांनी आणि वाळवंटांनी व्यापलेला आहे.

हिमालयाच्या हद्दीवर असलेल्या दोन मोठ्या नद्यांकाठच्या जीवनात जैवविविधतेचा स्पष्ट विरोधाभास दिसून येतो. ब्रह्मपुत्रा आणि सिंधू या दोन्ही नद्यांचा उगम हिमालयात कैलास पर्वताच्या दोन्ही बाजूला साधारण ५० किलोमीटर अंतरावर आहे. पश्चिमेकडे वाहणारी आणि मग लडाखमधून आणि काश्मीरच्या कडेने दक्षिणेकडे वळणारी सिंधू नदी दोन्ही बाजूला हिरवाईच्या अरुंद पट्ट्याचं पोषण करत जाते. तिचा बहुतेक सगळा प्रवाह पर्जन्यछायेच्या प्रदेशातून जातो. लडाखमध्ये नदीच्या दोन्ही बाजूंना फक्त दोनच प्रकारची झाडं आहेत - वाळुंज आणि चिनार - तीही बहुतेक सगळी माणसांनी लावलेली. वसंतात आणि उन्हाळ्यात झाडांना जबरदस्त फुलं येतात आणि सिंधू नदीच्या काठांवर पर्वतीय औषधी वनस्पतींचा गालिचा पसरतो;

मात्र या वनस्पती कमी काळ जगतात. वर्षातले आठ महिने हे खोरं ओसाड टेकड्यांप्रमाणे शुष्क आणि भकास असतं. सिंधू नदी अटकजवळ पर्वतातून बाहेर पडते आणि समुद्राकडे जाताना सिंधचं पठार ओलांडते. आपला बहुतेक सर्व प्रवास रखरखीत प्रदेशातून करणारी ही नदी झाडाझुडपांच्या आणि वन्यप्राण्यांच्या विविधतेला फारसा आश्रय देत नाही.

दरम्यान, इकडे त्सांग पो नदीच्या प्रवासाची सुरुवात बरीचशी सिंधूप्रमाणेच होते. तीही हिमालयाच्या पलीकडचं पठार ओलांडते; मात्र ज्या क्षणी ही मोठी नदी दक्षिणेला वळते आणि पूर्व तिबेटातून मार्ग काढत जाते तेव्हा ती आशिया खंडातल्या सर्वांत घनदाट जंगलांमध्ये प्रवेश करते. तिच्या घळया जिथे हिमालयाच्या मुख्य प्रणोदात घुसतात तिथे ती इतकी उसळते आणि तिच्यापर्यंत पोहोचणं इतकं कठीण होऊन जातं की भूशास्त्रज्ञांना कित्येक वर्षं त्सांग पोचा संबंध दुसऱ्या बाजूनं बाहेर येणाऱ्या ब्रह्मपुत्रेशी जोडता आला नव्हता. हा 'हरवलेला दुवा' ज्या झाडाझुडपांच्या महिरपीखाली दडला होता ती इतकी विविध प्रकारची आणि एकमेकांत गुंतलेली होती की, त्यातून वाट काढणं फार कमी प्रवाशांना शक्य झालं.

१६

# वनस्पती शिकाऱ्यांच्या रोचक कहाण्या

दिनांक २९ नोव्हेंबर १८४७. जोसेफ डाल्टन हूकर सिक्कीममधल्या यांगमा खोऱ्याच्या वरच्या टोकाला उभा होता. खाली दिसणाऱ्या कालातीत विध्वंसाच्या भकास दृश्याकडे त्याची नजर लागली होती. तपकिरी भुरे केस, दोन्ही बाजूला ठेवलेले कल्ले, चौकस नजर आणि बेलगाम वाढलेल्या राठ भिवया असा त्या तीस वर्षं वयाच्या निसर्गतज्ज्ञाचा अवतार होता. तो उभा होता तिथून वृक्षरेषा बरीच खाली होती. थोडेफार लायकेन्स आणि दोन खडकांमधल्या उथळ मातीतून वर आलेली अति-उंचीवरची काटक झाडं वगळता तो शोधत असलेले वनस्पतींचे बरेचसे नमुने गायब झालेले होते. हूकरचा तंबू म्हणजे ओबडधोबड लोकरीची ब्लॅंकेट्स बांबूच्या काठ्यांवर टाकून केलेला कामचलाऊ तंबू होता. ज्युनिपरच्या सुगंधी फांद्या वापरून त्याचा पलंग तयार केला होता. सात वर्षांपूर्वी एचएमएस इरेबस आणि त्याचं जोडजहाज एचएमएस टेरर या दोन्ही जहाजांच्या डेकवरून हूकरनं अंटार्क्टिकाच्या हिमनगांचं निरीक्षण केलं होतं; मात्र हिमालयात त्याला आढळलेला हा पहिलाच हिमनगाचा प्रदेश होता. नजरेला जे दिसतंय त्यापेक्षाही जे आता अस्तित्वातच नाही असं काहीतरी तेव्हा त्याला सर्वप्रथम जाणवलं असावं.

> उंचावरून एक सुरेख दृश्य समोर आलं. तो एक विस्तीर्ण पसरलेला हिमोढ दिसत होता. आत्ता तिथे असलेल्या कोणत्याही हिमनगाच्या

प्रभावापासून तो पुष्कळच खाली होता. एखाद्या अगदी प्राचीन कालखंडात पूर्व बाजूच्या दरीतून दहा हजार फुटापर्यंत खाली घसरणाऱ्या हिमनगानं तो हिमोढ उधळून दिला असणार... आता पुढे काय बघायला मिळेल असा उत्सुकतेनं विचार करत मी खाली उतरून कॅम्पपाशी आलो. त्या दृश्याची नवलाई, त्याचं ठळक जाणवणारं वैशिष्ट्य, एकंदर त्या घटनेचा क्लिष्टपणा, ते तलावाचं पात्र, प्रचंड बर्फ जमलेला तो हिमोढ आणि बाकी कोणत्याही बर्फाळ प्रदेशापासून त्याचं इतकं लांब असणं, ती रुंद दरी आणि त्या प्रदेशाचा खुलेपणा, सगळं काही ठळकपणे समोर दिसत होतं. डोक्यात अनेक प्रश्न गर्दी करू लागले. त्यांची उत्तरं अजून माझ्याकडे नव्हती. कित्येक तास त्यांनी मला झोपू दिलं नाही.

हिमरेषेसारख्या सीमारेषेवरच्या प्रदेशानं वनस्पतितज्ज्ञांना कायमच आकर्षित करून घेतलं आहे; कारण जीवनाच्या अंतिम सीमारेषेचं प्रतिनिधित्व हा प्रदेश करतो. पृथ्वीवर वास्तव्याला आलेल्या पहिल्या प्रजाती कोणत्या असतील याच्या खुणा प्रतिकूल परिस्थितीत उगवणाऱ्या झाडांमध्ये आढळतात. हूकरनं नोंदवल्याप्रमाणे तीव्र तापमान आणि पाण्याच्या टंचाईत तग धरून राहू शकतील असे काही नमुने सिक्कीममधल्या उंचावरच्या खोऱ्यांमधून सापडले.

दुपारी वनस्पतींचे नमुने गोळा करत मी हिमोढांमध्ये हिंडलो. प्रचंड हिमोढ जमा झाले होते आणि सगळे मुख्य खोऱ्याशी काटकोन करून येऊन पडले होते. मुख्य खोऱ्याची रुंदी इथे फारच कमी असून, त्याच्या दोन्ही बाजूंना दोन मोठ्या दरडी आहेत. त्यामुळे मुख्य हिमनग अडवले गेले असणार आणि यातल्या काही हिमोढांचे थर नदीच्या वर निदान एक हजार फुटांवर साचले असणार... माझ्या तंबूजवळ दोन हिमोढांमधली जमीन अगदी एकसारखी आहे. तिथल्या तलावांच्या लहान-लहान पात्रांमध्ये प्रचंड आकाराच्या शिळा विखुरलेल्या दिसतात. त्यावर गवताचं आणि लव्हाळ्यांचं टणक आवरण असून, कमी उंचीची बुरांशाची (Rhododendron) झाडं आणि जणू कात्रीनं छाटली असावीत अशी जमिनीवर पसरलेली ज्युनिपर दिसून येतात. हे सगळं मिळून तिथे अशक्य विलोभनीय असे लहान-लहान कोपरे तयार झाले होते. त्यात प्रिमरोज, जेन्शियन, ॲनिमोन, पोटेन्शिला, ओर्चिस, सॅक्सिफ्रेज, पारनेशिया, ॲम्पानुला आणि पेडीक्युलारिस सारख्या इतक्या प्रकारच्या

> फुलांचे अवशेष दिसून येत होते की, उन्हाळ्यात इथे रानटी फुलांच्या नुसत्या बागा फुलत असणार.

हिमालयात नवीन प्रजाती शोधत फिरणारा हूकर हा काही पहिलाच वनस्पती शिकारी नव्हता. त्याच्या आधी कित्येकांनी हे काम केलं होतं. त्यातलाच एक शिकारी म्हणजे विल्यम मूरक्रॉफ्ट. १८०८ साली तो पशुवैद्य म्हणून भारतात आला आणि पुढे हिमालयाचा धांडोळा घेणाऱ्या काही आद्य प्रवाशांच्या यादीत जाऊन बसला. इंग्रजी वाक्यरचनेच्या मर्यादा तपासून पाहण्यासाठी तो ओळखला जात असे. काश्मीरला दिलेल्या पहिल्या भेटीत मूरक्रॉफ्टने नोंदवून ठेवलं आहे :

> इथले घोडे लहानसे आणि बेदरकार आहेत. मेंढ्या पुष्कळ संख्येनं आहेत आणि त्यांचं मटण उत्तम स्वादाचं असतं. त्यांचं मांस विशेष पांढऱ्या रंगाचं आहे. हिवाळ्यासाठी चारा म्हणून पुरेसं गवत गोळा करून ठेवणं सहज शक्य आहे. असं असलं तरी काही विशिष्ट झाडांच्या पानांनाच प्राधान्य दिलं जातं. चाऱ्याच्या काही विशिष्ट गुणधर्मामुळे हे केलं जातं किंवा कसं ते ठरवण्याच्या भानगडीत मी पडणार नाही; पण अक्रोड, वाळूंज, तुती, वावळा (एल्म) आणि अशीच इतर काही झाडं विशेषत: मेंढ्यांसाठी गवतापेक्षा अधिक उबदार आणि पोषक समजली जातात.

अनावर कुतूहल आणि एखाद्या शास्त्रज्ञाला असणारं तपशीलाबद्दलचं वेड बरोबरीला घेऊन तो काश्मीरमध्ये आणि त्यापलीकडच्या डोंगरात उपलब्ध असणाऱ्या विविध स्वरूपांतल्या जनावरांच्या चाऱ्याची सूची तयार करतो. त्यातल्या एका प्रजातीनं त्याचं विशेष लक्ष वेधून घेतलं. ती प्रजाती होती - प्रान्गोस पाब्यूलारिया. पिवळी फुलं येणारं हे एक उंच झाड असून, ते वाळवून जनावरांना चारा म्हणून ठेवलं जातं. तो लिहितो, 'निरोगी मेंढ्यांना जर चारा म्हणून प्रान्गोस दिलं तर त्या वीस दिवसांत धष्टपुष्ट होतात आणि जर दोन महिने त्यांना तोच चारा पोटभर देत राहिलं तर त्यांचा लठ्ठपणा गुदमरून टाकण्याइतका वाढतो.' त्यानं प्रान्गोस ब्रिटनला घेऊन जायचा प्रस्ताव मांडला, जेणेकरून 'मेंढ्यांचे असंख्य कळप तयार व्हावेत यासाठी देशातल्या ओसाड जमिनी, टेकड्यांचे उतार आणि डोंगराळ प्रदेश गोदाम म्हणून वापरले जातील.' दुर्दैवानं मूरक्रॉफ्टचं हे स्वप्न त्याच्याबरोबरच संपलं. तो संशयास्पदरीत्या गायब झाला आणि नंतर उत्तर अफगाणिस्तानातून त्याच्या मृत्यूची खबर आली. त्यानंतर एशियाटिक जर्नलमध्ये योगदान देणाऱ्यांनी पुढील तळटीप

जोडली : '१८२२ साली श्रीयुत मूरक्रॉफ्ट यांनी मायदेशी पाठवलेल्या बियांमधली पुनरुत्पादन क्षमता संपुष्टात आली आहे.'

झाडांच्या शोधार्थ फिरण्यातला हूकरचा उद्देश हा मूरक्रॉफ्टच्या उद्देशापेक्षा कमी व्यवहारी किंवा व्यापारी होता. त्यानेदेखील मोठ्या प्रमाणात बिया गोळा करून त्या इंग्लंडला पाठवल्या आणि क्यू गार्डन्सच्या नर्सरीत आणि हॉटहाउसेसमध्ये त्या यशस्वीरीत्या रुजवल्या. असं असलं तरी हूकरच्या शोधाचा हेतू वनस्पतीविषयक ज्ञान वाढवणं आणि वर्गीकरणाची व्याप्ती वाढवणं हाच जास्त होता.

हूकरला केवळ झाडांमध्येच रुची होती असं नाही तर लेपचा जमातीनं तो भारावून गेला होता. लेपचा जमातीतले लोक हे सिक्कीमचे मूळ रहिवासी आहेत. शिकार करून, अन्न गोळा करून उपजीविका करणारी ही पहाडी जमात बौद्ध किंवा हिंदू लोक येण्याच्या पुष्कळ आधीपासून इथे वसलेली होती. ते स्वत: शिकारी आणि चयनोपजीवी असल्यामुळे स्थानिक वनस्पतिशास्त्राचं त्यांचं ज्ञान हूकरच्या संशोधनाला माहिती पुरवायला उपयोगी पडलं. त्याच्या जर्नल्समध्ये या जमातीच्या लोकांच्या दिसण्याचं आणि रीतीरिवाजांचं वर्णन आहे. हमाली आणि वनस्पती गोळा करण्याचं काम करणाऱ्या लेपचा लोकांबद्दल हूकरला कौतुक वाटत असलं तरी त्याच्या नोंदी बघितल्या तर त्या काळातले संभावित वृत्तीतून येणारे पूर्वग्रह दिसून येतात. 'लेपचा हे सिक्कीमचे मूळ रहिवासी आणि दार्जिलिंगचं एक ठळक वैशिष्ट्य...' तो लिहितो, 'लेपचा ज्या वंशामध्ये मोडतो तो वंश फारच वेगळा आहे. त्यांचं रंगरूप मंगोलियन आहेच आणि सवयीदेखील अनुकरण केल्याने का होईना पण बऱ्यापैकी त्यांच्यासारख्याच आहेत. असं असलं तरी त्यांच्यातल्या तिबेटी नमुन्यापेक्षा तो बराच वेगळा आहे. नेपाळी आणि भुतानी नमुन्यांपेक्षा मात्र तो फारसा वेगळा नाही. त्या दोन जमातींच्या बरोबर मध्ये असलेल्या जेमतेम ६० मैल रुंदीच्या प्रदेशातल्या अरुंद अशा डोंगराळ भागात तो राहतो.'

हूकरला फुलं ओळखता यावीत आणि गोळा करता यावीत यासाठी फुलं घेऊन त्याच्याभोवती गोळा झालेले लेपचा लोक - असा एक कृष्ण-धवल फोटो आहे. कामात गढलेल्या निसर्गतज्ज्ञाचा हा फोटो भुरळ पडावी असाच आहे. त्याच्या डोक्यामागे बर्फाच्छादित डोंगर दिसत आहेत. त्यांच्या उंचीची भरपाई करणाऱ्या कमी उंचीच्या पर्वतरांगाही दिसत आहेत. फोटोभोवती दाट सावली देणाऱ्या देवदार वृक्षांची आणि हेमलॉकची चौकट आहे. फ्रँक स्टोन यांनी काढलेल्या चित्रावरून विल्यम वॉकरनं कोरलेलं हे चित्र अर्थातच ब्रिटिश कलाकारांच्या कल्पनेतून साकारलेलं असून, एखाद्या पुराणकथेत शोभेल असा तो देखावा आहे. त्यातून पहाडी प्रदेशाचं एक देखणं, स्वर्गीय चित्रं उभं राहतं. त्या चित्रात ज्ञान हे फ्रॉक-कोट आणि टाय घातलेल्या एखाद्या युरोपियन गृहस्थाच्या रूपात दाखवलं जातं.

त्याच्या डोक्यावर पूर्वेकडचे लोक घालतात तसलं पागोटं असतं. 'स्थानिक' लेपचा लोक हे ममताळू, अर्धनग्न, अंगाभोवती नुसतं कापड गुंडाळलेले असे असतात. जंगली झाडाझुडपातून ते मन लावून फुलं तोडून आणत असतात. ज्यातून फुलांची रहस्यं उकलली जातात अशा वनस्पती अभ्यासाची ती एकंदर चित्रकथाच असते. हिमालयातल्या बुरांशाच्या जंगलात हूकर एखाद्या दैवी प्रेषितासारखा बसून असतो. एकोणिसाव्या शतकातल्या इंग्लिश घरांमधल्या बागांमधून बुरांशाची लागवड करायचं चांगलंच वेड आलं होतं. त्या विदेशी फुलोऱ्याची मुळं या कृष्ण-धवल फोटोमध्ये सापडत असावीत.

हूकरने सिक्कीममध्ये बुरांशाच्या छत्तीस जाती शोधून काढल्या. त्यातल्या चोवीस जाती वनस्पतिशास्त्राला नवीन होत्या. त्याने त्यातल्या बऱ्याच फुलांना आपल्या मित्रांची आणि मार्गदर्शकांची नावं देऊन त्यांना आदरांजली वाहिली. 'ऱ्होडोडेण्ड्रॉन फाल्कोनेरी' हे ह्यू फाल्कनर या एका अग्रगण्य निसर्गतज्ज्ञाच्या सन्मानार्थ दिलेलं नाव आहे. कलकत्त्यातल्या वनस्पती उद्यानाचा तो अधीक्षक होता आणि हूकर जेव्हा भारतात आला तेव्हा त्याने त्याचा पाहुणचार केला होता. आणखी एका ऱ्होडोडेण्ड्रॉनचं नाव डॉ. नॅथनिएल वॉलिश या डेन्मार्कच्या ज्यू वनस्पतितज्ज्ञावरून देण्यात आलं आहे. ईस्ट इंडिया कंपनीने त्यांची नेमणूक केली होती. कोलकत्त्याच्या इंडियन म्युझियमचे ते पहिले क्यूरेटर होते आणि 'ऱ्होडोडेण्ड्रॉन अर्बोरियम'ची त्यांनी पहिल्यांदा इंग्लंडला ओळख करून दिली. 'आर. वॉलिची ही फुलांची जात अगदी वैशिष्ट्यपूर्ण आणि देखणी आहे. बोटॅनिकोरम इंडिकोरम फॅसिले प्रिन्सेप्स' (भारतीय वनस्पतिशास्त्राचे अग्रणी) असं ज्यांना यथार्थपणे म्हटलं जातं त्यांचं नाव धारण करण्याच्या योग्यतेची ही जात आहे.' असं हूकर लिहितो. आर. थॉमसोनीविषयी तो लिहितो, 'फुलांच्या या जातीला मी डॉ. थॉमस थॉमसन यांचं नाव देतो. ते एच.इ.आय.सी.एस. मधले शल्यविशारद, तिबेट मोहिमेचे माजी सदस्य, ग्लासगो विद्यापीठातील रसायनशास्त्राच्या विद्वान प्राध्यापकांचे सुपुत्र, माझे सर्वांत जुने स्नेही, कॉलेज जीवनातले सोबती आणि आता पूर्व हिमालयातले माझे सहप्रवासी आहेत.' विपुल प्रमाणात उगवणाऱ्या आणि सर्वांत लक्षवेधक अशा जातीला 'आर. हॉजसोनी' असं नाव देण्यात आलं. 'या ऱ्होडोडेण्ड्रॉनचे गुणधर्मच असे आहेत की, माझे उत्तम मित्र आणि दिलदार यजमान बी. एच. हॉजसन एस्क्वायर यांना मी ती जात अर्पण करू इच्छितो. ते नेपाळच्या कोर्टात सन्माननीय ईस्ट इंडिया कंपनीचे रहिवासी वकील म्हणून कार्यरत होते. पूर्व हिमालयाचा भौतिक भूगोल, नैसर्गिक इतिहास, विशेषतः, प्राणिशास्त्र, वंशशास्त्र, लोकसाहित्य इत्यादी विषयांमधलं या गृहस्थांचं संशोधन कौतुकाच्या पलीकडे आहे.'

हूकरच्या हिमालयन जर्नल्स व्यतिरिक्त त्याचं संस्मरणीय काम म्हणजे 'फ्लोरा ऑफ ब्रिटिश इंडिया'चे सात खंड आणि 'ऱ्होडोडेण्ड्रॉन्स ऑफ सिक्कीम-हिमालय' ही भरपूर चित्रांसकट असलेली मोठ्या आकारात छापलेली शृंखला. भारतातल्या वास्तव्यानंतर हूकर इंग्लंडमध्ये स्थायिक झाला आणि त्यानं क्यू येथील रॉयल बोटॅनिक गार्डन्सचं संचालकपद आपल्या वडिलांकडून ताब्यात घेतलं. तेदेखील ख्यातनाम वनस्पतितज्ज्ञ होते. जोसेफ डाल्टन हूकरने दोनदा लग्न केलं. त्याच्या पहिल्या पत्नीपासून म्हणजे फ्रान्सेस हॅरिएट हेन्सलॉपासून त्याला पाच मुलं झाली. तिच्या मृत्यूनंतर त्यानं लेडी हायसिंथ जार्डिनशी लग्न केलं. तिच्यापासून त्याला दोन मुलगे झाले. त्याच्या उत्तरायुष्यातल्या तसबिरी पाहिल्या तर त्यात एक खिन्न, खडबडीत चेहरा दिसतो. चेहऱ्याभोवती विस्कटलेल्या , करड्या कल्ल्यांची महिरप दिसते. ते कल्ले अगदी सिक्कीममधल्या झाडांवरून खाली लोंबणाऱ्या दाढीवाल्या दगडफुलांसारखे (Usnea Longissima) दिसतात. मात्र १८५२ साली काढलेला एक जुना पिवळट फोटो बघितला तर त्यात स्वच्छ दाढी केलेला, विचारमग्न चेहरा आणि रुसके डोळे दिसतात. भारतातून परत आल्यानंतर वर्षभरात काढलेला हा फोटो आहे. हूकर अगदी भरगच्च आणि विविधरंगी आयुष्य जगला. त्यातली केवळ दोनच वर्षं त्यानं हिमालयात काढली. नंतर त्याला मिळालेल्या अनेक सन्मानांपैकी एक म्हणजे रॉयल जिओग्राफिकल सोसायटीचं फाउंडर्स सुवर्णपदक. त्याचा सर्वांत जवळचा मित्र आणि सहकारी चार्ल्स डार्विन याला त्यानं आपल्या हिमालयन जर्नलमधलं लिखाण अर्पण केलं आहे. नंतरच्या आयुष्यात देखील हूकर प्रवास करत राहिला. दूरवर पसरलेल्या वनस्पतींच्या नमुन्यांच्या शोधात तो पॅलेस्टाइन, मोरोक्को आणि उत्तर अमेरिकेला जाऊन आला.

इतर सर्व गोष्टींपेक्षा महत्त्वाचं म्हणजे हूकर हा पट्टीचा निरीक्षक होता. बघितलेली जवळपास प्रत्येक गोष्ट तो नोंदवून ठेवायचा. आयुष्यात आपलं हेच ध्येय असल्याचं त्यानं स्वत:च मान्य केलं आहे. 'अशा मोहिमांवर जाताना वाटेत दिसणारी दखल घेण्याजोगी प्रत्येक गोष्ट बघणं आणि ती नोंदवून ठेवणं सगळ्यात महत्त्वाचं आहे. मी सतत माझी वही बरोबर घेऊन जायचो आणि माझ्या जाकिटाच्या खिशाला पेन्सिल लावलेली असायची. सहसा त्या दोन्ही गोष्टी हातात घेऊनच मी फिरायचो. वेळेआधी निरीक्षण सुरू करणं किंवा अति निरीक्षण करणं असं काही असूच शकत नाही...'

# १७

# वृक्षवासी जमाती

हूकरच्या पावलावर पाऊल ठेवत आम्ही सकाळी आठ वाजता युकसामवरून निघतो. वाटेत आम्हाला विरुद्ध दिशेला शाळेकडे निघालेली विद्यार्थ्यांची एक रांग दिसते. आम्हाला डोंगरात शिरताना बघून त्यांच्या चेहऱ्यावर आश्चर्य आणि कुतूहल उमटतं. ते इकडे गणित, विज्ञान, हिंदी, इंग्रजी, इतिहास आणि भूगोल शिकायच्या तयारीत असतात. पांढरे शर्ट, टाय, तांबड्या रंगाचे जंपर्स आणि मुलींचे चुण्यांचे स्कर्ट असे त्यांचे गणवेश कडक इस्त्री केलेले असतात आणि त्यांची बटणंही व्यवस्थित लावलेली असतात. वेगानं समोर उलगडणाऱ्या भविष्याकडे वाटचाल करणारी ही मुलं आणि गेल्या सहस्रकात क्वचितच काही बदललेल्या प्रदेशात शिरायचा उपक्रम करणारे आम्ही, असे आमचे रस्ते थोड्या वेळापुरते एकमेकांना छेदून जातात.

माझ्याबरोबर माझा मित्र आणि शेजारी भृगु सिंग आहे. त्याच्या सोबतीने मी हिमालयात अनेक प्रवास केले आहेत. आम्हाला दोघांनाही बाहेर भटकण्याची आवड आहे आणि आमचा चालण्याचा वेगही सारखाच आहे. एकमेकांशी उत्तम जमत असल्याचं ते एक चांगलं लक्षण आहे. भृगुच्या आईची आई नेपाळच्या राणा राजघराण्यातल्या देव शमशेर जंग बहादूर यांची मुलगी. ते केवळ १४४ दिवस सिंहासनावर बसले. तेवढ्या कालावधीत ऋणदास्य नष्ट करणारे सुधारक म्हणून ते ओळखले जातात. त्यानंतर १९०१ साली स्वखुशीने वनवास स्वीकारून

ते मसूरीला येऊन स्थायिक झाले. कित्येक वेळा, विशेषत:, सिक्कीममध्ये भृगुच्या सोबतीमुळे आणि त्याला नेपाळी बोलता येत असल्यामुळे मला कृतज्ञ वाटतं. मला ती भाषा बोलता येत नाही.

युकसाम ही सिक्कीमची मूळ राजधानी. पहिल्या छोग्याल किंवा बौद्ध राजानं इथेच तीन लामांकडून आशीर्वाद स्वीकारले. त्या लामांवरूनच या गावाचं नाव पडलं आहे. नोरबूगंग नावाच्या पवित्र गुहेत राज्याभिषेकाचं सिंहासन स्मारक म्हणून ठेवलं आहे. ग्रॅनाइटच्या तुकड्यातून कोरलेलं सामर्थ्याचं हे रांगडं आसन एका प्राचीन सायप्रस वृक्षाखाली ठेवण्यात आलं आहे. हा वृक्ष त्या लामांपैकी एकाच्या काठीतून उगवला असं मानलं जातं. सिंहासनाच्या बरोबर समोर सिक्कीमच्या विविध भागांमधली माती एकत्र केलेला एक स्तूप आहे. १९७५ साली भारतानं जोडून घेतलेल्या या पहाडी राज्याच्या सार्वभौमत्वाची आठवण करून देणारं ते आध्यात्मिक आणि राजकीय चिन्ह आहे.

युकसामच्या वरच्या बाजूला असणाऱ्या एका टेकडीवर दुबडी गोम्पा आहे. सिक्कीममधला हा सर्वांत जुना बौद्धमठ. २०११ साली झालेल्या भूकंपात त्याच्या मुख्य इमारतीचं नुकसान झालं. आम्ही जातो तेव्हा त्या इमारतीची डागडुजी चालू असते. पाथरवट ग्रॅनाइटचे तुकडे फोडत असतात तर कलाकार रंगीत भित्तिचित्रांवर पुन्हा रंग चढवत असतात. मोठाल्या सायप्रस वृक्षांच्या वसाहतीच्या छायेत वसलेली, समोरच्या हिरवळीवर भटकी कुत्री झोपलेली अशी ही दुबडी गोम्पा एक शांत, पवित्र माहौल तयार करते. असं वातावरण आता भक्तांच्या आणि पर्यटकांच्या झुंडींमुळे बऱ्याचशा गोम्पांमध्ये उरलेलं नाही. पार १७०१ सालापासून बांधलेल्या मानवनिर्मित गोष्टींपेक्षाही ढगांच्या दाट महिरपीआडून सूर्याचे किरण डोकावतात तेव्हा या जागेभोवती एक आध्यात्मिक वलय जाणवतं. ओक आणि बुरांशाच्या पानांच्या बोगद्याखाली असलेल्या दगडी वाटांवर शेवाळाची गादी पसरलेली आहे. त्यावरून चालत आम्ही एका नैसर्गिक गुहेत शिरतो. जगाच्या भौतिक मागण्या आणि काळाची सतत पुढे धावणारी गती यातून सुटका मिळवण्यासाठी म्हणून भिक्खू इथे येतात. जवळच्याच एका आडोशाला मुंडण केलेले आणि मरून रंगाच्या कफन्या घातलेले हे तरुण मदतनीस भिक्खू , विज्ञानातली सूत्रं, इंग्रजी व्याकरण किंवा गणितातली समीकरणं शिकण्याऐवजी तिबेटी प्रार्थना म्हणायला शिकत आहेत.

युकसाम मागे टाकून आम्ही खोऱ्याच्या पूर्व उतारावरून ट्रेकिंग करत कांचनगंगा राष्ट्रीय उद्यानात शिरतो. आपल्या अनेक मोहिमांपैकी १८४९ साली केलेल्या एका मोहिमेत हूकर याच मार्गानं आला होता. त्यानं या प्रदेशाचं आणि इथल्या वनस्पतींच्या विविधतेचं केलेलं वर्णन अजूनही आज अस्तित्वात असलेल्या पर्वतांचं आणि जंगलांचं अचूक वर्णन म्हणून धरता येईल. युकसामवरून झोंगरी आणि

तिथून कांग ला ओलांडून नेपाळ हा मार्ग शतकानुशतकं वापरात आहे. सुरुवातीच्या काळात कांचनगंगावर चढाई करून जाण्यासाठीदेखील हाच मार्ग वापरला जात असे. या मार्गावरून प्रवास करणारा हूकर हा पहिला युरोपियन माणूस. सिंगालीला सोंडेवरून जाणारा थेट आणि सहज रस्ता जास्तीत जास्त लोक का घेत नसतील याचं हूकरला नवल वाटलं. नंतर त्याला कळलं की, युकसामच्या वरच्या बाजूचं खोरं तस्करांनी लोकप्रिय केलं आहे. कर चुकवण्यासाठी ते सैंधवाचे साठे चोरून तिबेटवरून कांग ला ओलांडून घेऊन जात. याक किंवा घोड्यांवरून ही ओझी वाहून नेण्याऐवजी हमाल ५० किलोच्या पोत्यांच्या ओझ्याखाली दबून ती वाहून नेत. झोंगरीजवळच्या दुर्गम डोंगराळ प्रदेशात आणि घनदाट अरण्यात छोग्यालच्या महसूल अधिकाऱ्यांची नजर नसावी असं दिसतं.

आम्ही मे महिन्याच्या पहिल्या आठवड्यात इथे आलोय आणि खालच्या बाजूच्या प्रदेशातली हवा गरम आणि दमट आहे; मात्र जसजसं आम्ही वर चढत जातो तसतशी हवा थंड होत जाते. पहिल्या रात्री हूकर बाखिमला राहिला. ही लहानशी वस्ती अजूनही अस्तित्वात आहे; मात्र थोड्याफार हंगामी झोपड्या वगळता आता तिथे काही नाही. दार्जिलिंगमधली हिमालयन माउंटेनिअरिंग इन्स्टिट्यूट इथून जवळच गिर्यारोहणाचे आणि धाडसी खेळांचे वर्ग घेते. त्यांनीच बाखिमला एक लॉज बांधलं होतं. ते मात्र आता राहण्याजोगं उरलेलं नाही. दुबडी गोम्पाचं ज्या भूकंपात नुकसान झालं त्याच भूकंपामुळे या लॉजलाही मोठे तडे गेले. १९७७ साली जेव्हा कांचनगंगा बायोस्फिअर रिझर्वची स्थापना झाली तेव्हापासून हा भाग कायमच्या वसाहतीसाठी निषिद्ध ठरवण्यात आला. त्यानंतर हा पश्चिम सिक्कीममधला ट्रेकिंगसाठीचा एक लोकप्रिय मार्ग झाला आहे.

दिनांक १८ सप्टेंबर, २०११ रोजी जेव्हा ६.९ रिश्टर स्केलचा भूकंप झाला तेव्हा आमचा वाटाड्या जस्टीन लेपचा हा झोंगरीला जाणाऱ्या एका गटाचा म्होरक्या होता. परत फिरून बाखिमला आल्यावर त्याला आणि त्याच्या बरोबरच्या लोकांना युकसामला जाणारी वाट भूस्खलन होऊन बंद झालेली दिसली. त्यानंतर सहा वर्षांनी त्या जखमेच्या खुणा अजूनही दिसत आहेत. फरक एवढाच की, चिखलाच्या एका रुंद पट्ट्याच्या आणि खाली नदीपर्यंत शेकडो मीटर पसरलेल्या बोडक्या खडकाच्या वरच्या बाजूला आता नवीन वाट बांधली आहे. 'बाखिममधला एक माणूस आम्हाला वाट दाखवायला तयार झाला; पण जंगलातून वाट काढत जावं लागणार होतं.' जस्टीन सांगतो. 'पावसाळ्याचे दिवस होते. सगळीकडे जळवा होत्या. युकसामला पोहोचायला आम्हाला दहा तास लागले.'

हळुवार आवाजात बोलणाऱ्या, बऱ्यापैकी भिडस्त असलेल्या पण तरीही विनोदाची नेमकी जाण असणाऱ्या जस्टीनला आपल्या लेपचा वारशाचा अभिमान

आहे. त्यानं आणि कालिमपॉन्गला राहणाऱ्या त्याच्या कुटुंबानं आता रोमन कॅथॉलिक धर्म स्वीकारला आहे. 'मुळात लेपचा जमातीला विशिष्ट धर्म असा नव्हताच,' तो म्हणतो; मात्र जस्टीननं आम्हाला सांगितलेल्या कथांपैकी एक कथा ही उत्पत्तीची कथा आहे. त्यानुसार अगदी वरच्या बाजूच्या कांचनगंगा शिखरावर, बर्फापासून पहिला पुरुष आणि स्त्री निर्माण झाले. 'अॅडम आणि इव्हच्या गोष्टीसारखीच ही गोष्ट आहे.' लेपचा लोककथेची ख्रिश्चन दंतकथेशी सांगड घालत तो सांगतो. 'तो पुरुष आणि ती स्त्री एकत्र एका जंगलात राहू लागले; पण एके दिवशी मात्र त्यांनी निषिद्ध फळ खाल्लं आणि त्यानंतर..' संभोगक्रिया दाखवण्यासाठी तो काही संदिग्ध हातवारे करतो. 'मग त्यांना एक मुलगा झाला. देव आपल्याला आपल्या पापाची शिक्षा देईल अशी भीती त्यांना वाटू लागली. म्हणून त्यांनी त्या मुलाला जंगलात धाडून दिलं.' नंतर देवानं जेव्हा त्यांना काय घडलं ते विचारलं, तेव्हा त्यांनी एकमेकांबरोबर झोपल्याचं नाकबूल केलं आणि त्यांच्या तोंडून पहिलं असत्य बाहेर पडलं. त्यांनी टाकून दिलेल्या त्या मुलाचा मोठेपणी राक्षस झाला. त्यानंतर त्या जोडप्याला आणखी एक मूल झालं. ते मूल म्हणजे लेपचांचा पूर्वज. दरम्यान, इकडे त्या राक्षसानं लोकांना त्रास द्यायला सुरुवात केली. शेवटी देवानं एक नवीन देव पाठवला, तो होता - तामसांग थिंग रम. 'जसा जीझस ख्राईस्ट जग वाचवायला आला तसाच तो आला.' तामसांग थिंग रम डोंगरातून खाली आला आणि त्याने त्या राक्षसाशी युद्ध करून त्याला ठार केलं. त्यानंतर लेपचांनी त्या राक्षसाचे तुकडे-तुकडे केले आणि सबंध डोंगरांमध्ये विखरून टाकले. त्या प्रत्येक तुकड्यापासून डास, गोचीड आणि जळवा तयार झाल्या. आजही हे सगळे मिळून सिक्कीममधल्या लोकांना त्रास देत असतात.

लेपचा लोककथांमध्ये प्रत्येक गोष्टीचं लिंग सांगितलेलं असतं. मग त्यात पर्वत आणि नद्याही आल्या. जेफ्री गोरर या एका पुरातत्त्व शास्त्रज्ञानं नोंदवलेल्या एका विलक्षण कथेनुसार, पूर्वी स्त्रियांची जननेंद्रियं एखाद्या फुलाच्या पाकळीसारखी कपाळावर होती. मात्र, मासिकस्त्रावामुळे त्यात अडचण व्हायला लागली. मग स्त्रियांच्या योनीची नवीन जागा ठरवण्याची कामगिरी मोंगक्ल्योक नावानं ओळखल्या जाणाऱ्या, लालबुड्या बुलबुल पक्ष्यांकडे देण्यात आली. त्यांच्या या सेवेची निशाणी म्हणून बुलबुल पक्ष्याच्या शेपटीखाली गडद लाल रंगाचा भाग असतो आणि वर्षातल्या पहिल्या पिकावर त्याला वाट्टेल तेवढं चरण्याची मुभा असते.

नवल म्हणजे, जॉर्ज संतायन या तत्त्ववेत्त्याने 'द फिलॉसॉफी ऑफ ट्रॅव्हल' या आपल्या निबंधात झाडांच्या आकारापासून मानवी शरीर, विशेषत:, जननेंद्रियं कशी तयार झाली याविषयी असंच काहीसं लिहून ठेवलंय.

> वनस्पतीकडून प्राणी अवस्थेकडे झालेला थारेपालट ही अगदी संपूर्ण उलथापालथ म्हणायला हवी. त्यामध्ये अक्षरश: प्रत्येक गोष्ट उलटीपालटी होताना दिसते. खाली वाकून जमिनीला स्पर्श करणाऱ्या फांद्या म्हणजे हाता-पायांची बोटं झाली, मुळं वर उचलली गेली आणि एकत्र येऊन त्यांचं एक तोंड तयार झालं. अन्नाच्या शोधार्थ त्यातून जीभ आणि नाकपुड्या बाहेर आल्या. .. दरम्यान, इकडे प्रजननाचे अवयव म्हणजे फुलं. जी आत्तापर्यंत मोकळ्या हवेत ऊन खात बसायची आणि मधुर, निरागसपणे डोलत राहायची ती फुलं आता कमीत कमी दिसावीत आणि त्यांच्याबद्दल कमीत कमी विचार व्हावा म्हणून शरीराच्या मागच्या बाजूला अंधारात ढकलली गेली.

उंची आणि हवामान यावरून पहाडी भागातलं पुनरुत्पादन चक्र ठरतं. विविधरंगी फुलझाडांचं वार्षिक प्रजनन एखाद्या चढत्या लाटेसारखं हळूहळू वरच्या बाजूला सरकत जातं. बुरांशाचं फुलणं म्हणजे तर चालताबोलता बेधुंद उत्सवच असतो. परागीभवन करणाऱ्या कीटकांना किंवा पक्ष्यांना आकर्षित करण्यासाठी त्याच्या फुलोऱ्याच्या ओष्ठवत पाकळ्या उमलतात आणि सळसळते पुंकेसर आणि जायांग बाहेर डोकावू लागतात. एखाद्या कीटकाला फुलाच्या कामोत्तेजित होणाऱ्या अंतर्भागाकडे आकर्षित करणारा मोहक सुगंध आणि मध हे निसर्गाच्या मोहक हिकमतींचाच भाग आहेत. पूर्ण भरात आलेल्या बुरांशाच्या जंगलात, झिरझिरीत धुक्याच्या पडद्याआड आणि झाडांच्या सावल्यांआड एक माजावर आलेली विषयासक्ती दडलेली असते. एकमेकांत गुंतलेल्या बुरांशाच्या मांसल फांद्यांमधूनदेखील अतिरेकी शरीरोपभोग घेऊन झाल्यावर आवेगानं मारलेली मिठीच सूचित होते.

हिमालयातली जंगलं ही एक गुंतागुंतीची वसाहत आहे. एखाद्या मानवी समाजाप्रमाणेच या वसाहतीदेखील एकमेकांशी स्पर्धा करत, एकमेकांना सहकार्य करत एकत्र नांदत असतात. झाडाझुडपांचे विविध स्तर उतरंडीप्रमाणे कसे कार्य करतात हे सहज जाता जाता बघणाऱ्यालादेखील लक्षात आल्यावाचून राहत नाही. ओकच्या मुळाशी वाढणारे व्हायोलेट आणि प्रायम्युलापासून ते मुख्य जंगलाच्या छायेत वाढणाऱ्या रानटी आलं आणि बांबूसारख्या मोठ्या झाडांपर्यंत हे स्तर दिसतात. त्याच्यावर लॉरेल आणि दालचिनीसारख्या कमी उंचीच्या झाडांचा एक थर असतो. त्यानंतर आणखी वरच्या बाजूला असतात ती ओक आणि सूचिपर्णी या जंगलातल्या मोठ्या झाडांची खोडं आणि फांद्या. त्यातलं प्रत्येक झाड वेली, कवकं, शेवाळ, नेचे, बहुपादप आणि ऑर्किड्स अशा सर्वांच्या विस्तृत परिसंस्थेला एक बैठक पुरवतं. 'ऱ्होडोडेण्ड्रॉन डलहौसी'सारखी एपिफिटिक जमात (दुसऱ्या

झाडांवर वाढणारी; पण बांडगूळ नसलेली) जमिनीपासून २० ते ३० मीटरवर मूळ धरते. जमिनीतून पोषण न मिळवता ते फांद्यांच्या पोषक भागामधून आणि कुजणाऱ्या झाडांच्या सालीतल्या मऊ भेगांमधून अन्न मिळवतात. झाडांच्या या प्रत्येक थरातून वर चढत गेल्यावर मगच आपण जंगलाच्या घुमटाकार महिरपीपर्यंत पोहोचतो. तिथे या झाडांच्या पानांचे मुकुट सूर्याकडे तोंड करून उभे असतात.

सोंडेनं कोणताही कोन साधला असला किंवा ती कितीही उंच-सखल असली तरी डोंगरावर बहुतेक सगळी झाडं थेट वरच्या दिशेने वाढतात. प्रकाशसंश्लेषणाला मदत करणाऱ्या सूर्यकिरणांशी जुळवून घेत ती उभी राहतात. वादळात जेव्हा एखादं झाड वाकतं किंवा भूस्खलनामुळे नाहीतर भूकंपामुळे त्याची मुळं उखडतात तेव्हाच त्याचा मार्ग बदलतो. ते बाहेरच्या किंवा आतल्या बाजूला झुकतं आणि बऱ्याचदा जमिनीवर पडतं. हिमालयात एकसारखी जमीन दुर्मिळ असल्यामुळे झाडांना उताराच्या उंच-सखलपणानुसार आपलं वजन जुळवून घेत अवघड जागेत वाढणं भाग असतं. जसजशा त्यांच्या फांद्या कसरत करत बाहेर पडल्यासारख्या वरच्या आणि बाहेरच्या बाजूला वाढू लागतात तसतसं गुरुत्वाकर्षणाच्या जोराची तसंच वाऱ्याच्या माऱ्याची आणि बर्फाच्या ओझ्याची भरपाई करायला ते आपलं वजन विभागून टाकतात.

एखादा चुरगळलेला कागद घेऊन आपण त्याच्यावरच्या सुरकुत्या आणि घड्या सरळ करतो तसा हिमालय सपाट करायचा प्रयत्न केला तर हे पर्वत सध्या नकाशावर जेवढी जागा व्यापतात त्याच्या दुप्पट जागेवर तो पृष्ठभाग पसरेल. जर सगळे प्रच्छदपट आणि भूद्रोणी, नमवणी (subduction) क्षेत्र आणि आडव्या वळ्या सरळ केल्या तर तयार होणारा एकूण पृष्ठभाग तिबेटच्या पठारापासून गंगेच्या मैदानाच्या बाह्यरेषेपर्यंत पसरेल. याच कारणामुळे उतारावरच्या जंगलाची घनता ही सपाट मैदानावरच्या जंगलांपेक्षा जास्त असते. सूर्यापासून मिळणारी ऊर्जा जमेल तितकी शोषून घेता यावी म्हणून उतारावरची झाडं एकमेकांवर रचल्यासारखी असतात.

उपनगरातल्या एकमजली घरांपेक्षा शहरातल्या उंच इमारती ज्याप्रमाणे पायाच्या प्रति चौरस मीटर आकारात जास्त माणसं सामावून घेऊ शकतात त्याप्रमाणे सिक्कीममधली जंगलं प्रति एकर कितीतरी जास्त वनस्पती आणि झाडं सामावून घेतात. दऱ्यांमध्ये, खळग्यांमधून, डोंगररांगांच्या पट्ट्यांवर आणि डोंगराच्या पलाणावर सगळीकडे दाटीवाटीनं झाडं दिसतात. सगळं काही इतक्या जवळजवळ उगवत असल्यामुळे विविध प्रजातींना साधनसंपत्ती वाटून घ्यावी लागते. उदाहरणार्थ, हिवाळ्यात जेव्हा दिवस लहान असतो आणि सूर्यप्रकाश कमी असतो तेव्हा बहुतेक सगळे नेचे आणि जमिनीलगत येणारे ऑर्किड्स मरून जातात किंवा

सुप्तावस्थेत जातात. चार ते सहा महिन्यांनी जेव्हा ते परत उगवतात तेव्हा प्रकाशाच्या जाळीखाली किंवा सावलीत रांगेनं आपापल्या जागा घेतात आणि रानातला शिष्टाचार पाळतात. मॅग्नोलिया (चाफा) आणि मेपलसारखी काही झाडं शिशिर ऋतूत पानं गाळतात आणि खाली सुप्तावस्थेत असणाऱ्या झाडाझुडपांना आणि वनस्पतींना प्रकाश आणि ऊब मिळावी अशी तजवीज करतात. दुसरीकडे, ओकची झाडं पालवी फुटायच्या वेळेसच आपली आधीची पानं गाळतात. तरीही आधीची पानं गळून नवीन पालवी यायच्या मधल्या काही आठवड्यांत लहान-लहान रोपांना आणि वेलींना सूर्यप्रकाशाची तीव्र मात्रा मिळते आणि त्यांची वाढही इतरांच्या बरोबरीनं होते. जंगलातल्या झाडांचं छत्र हे अनेक प्रकारे बघितलं तर, व्हेनेशियन पडद्यांसारखं असतं. ऋतुनुसार त्यांची उघडझाप होते, ऊर्जा जपून वापरली जाते आणि प्रत्येक प्रजातीला तग धरून राहण्याची संधी मिळते. यामुळे पर्जन्यवृष्टी नियंत्रित होते, सर्वत्र पसरते आणि जमिनीची धूप होण्यापासून संरक्षण होतं. हिमालयातल्या जंगलाच्या स्वास्थ्यासाठी ढग आणि धुकं आवश्यक असतात. दिवसभरात बदलत्या तापमानानुसार आणि वाऱ्याच्या रचनेनुसार हे ढग आणि धुकं दरीतून सोंडेकडे आणि सोंडेकडून दरीकडे असे चढ-उतार करत असतात. अगदी घनदाट जंगलातदेखील शिरू शकणाऱ्या त्या दमट वाफा जमिनीतल्या पाण्यापर्यंत पोहोचवू न शकणारं शेवाळ आणि वायवीय प्रजाती यांना ओलावा पुरवतात.

झाडांचं आणि वनस्पतींचं पुनरुत्पादन, त्यांचं जीवनचक्र हा एखाद्या ऊर्ध्व परिसंस्थेचा जेवढा मोठा भाग असतो तेवढाच त्यांचं कुजणं आणि ऱ्हास होणं हाही असतो. मृत पर्णसंभार आणि त्याखालची कुथमृदा (मातीतला सेंद्रिय भाग. त्याचं इतकं विघटन झालेलं असतं की मूळ स्वरूपाच्या सर्व खाणाखुणा नष्ट झालेल्या असतात.) तसंच, त्यावर उपजीविका करणारे आणि त्यांचं विघटन करून मातीत रूपांतर करणारे कित्येक सूक्ष्मजीव हे प्रत्येक बायोमचा महत्त्वाचा घटक आहेत. १९३० साली फ्रँक स्माईथ या ब्रिटिश गिर्यारोहकानं जी. ओ. डायरेनफर्थच्या आंतरराष्ट्रीय कांचनगंगा मोहिमेत भाग घेतला होता. युकसामच्या वरच्या भागातली जंगलं बघून त्याला एक खिन्नतेची आणि धीर खचल्याची भावना जाणवली.

> वरच्या रंगीत खोऱ्यावर आच्छादलेल्या या विराट आदिम जंगलातून जाताना पायवाटेच्या बदलत्या लहरी माफ करता येतात. आमच्यापैकी कोणीच ॲमेझॉनचं जंगल कधी पाहिलं नव्हतं; पण एखाद्या खाचेसारख्या दिसणाऱ्या हिमालयाच्या खोऱ्यांना लागून उभ्या असलेल्या जंगलांपेक्षा ते क्वचितच सुंदर असेल. तरीही, अमेरिकेच्या नॉर्थ कन्ट्री भागातल्या वादळी ओसाड प्रदेशातून, टेकड्यांमधून आणि शिखरांवरून भटकण्यात

ज्याला आनंद वाटतो त्याला प्रचंड उदास करून टाकणारं काहीतरी या अशा जंगलात असतं. वेड्यावाकड्या अरुंद मार्गाच्या दोन्ही बाजूंना असलेल्या वृक्षांच्या घनदाट भिंती आणि डोक्यावर पार वरच्या बाजूला असलेल्या एकमेकांत गुंतलेल्या वेलींच्या जाळ्या आरोग्यदायी सूर्यप्रकाश आणि वाऱ्याच्या झुळका अडवून धरतात. भयचकित झालेल्या त्या मूकपणात कसं कोण जाणे पण एक रहस्य श्वास रोखून बसलेलं जाणवतं. कुजणाऱ्या झाडपाल्याच्या कुबट वासामुळे का काय, पण आसपास एक अनामिक धोका जाणवत असतो. मला एखाद्या कोठडीत बंद करून ठेवल्याची भावना झाली. तिथून सुटून अधिक खुल्या जागी जावं आणि कुजक्या रोगट वासानं न डागाळलेली हवा हुंगावी अशी ओढ लागली.

पुढे दोन जागतिक महायुद्धांच्या दरम्यानच्या काळात स्माईथ सर्वांत यशस्वी गिर्यारोहक ठरला हे खरं; पण ही त्याची हिमालयातल्या गिर्यारोहणाची सुरुवातच होती. त्यानं अर्थातच हूकर वाचला होता. त्यावरून प्रेरणा घेऊन नंतर त्यानं 'द व्हॅली ऑफ फ्लॉवर्स' नावाचं पुस्तक लिहिलं. त्यात तो गढवालच्या भ्युंदर खोऱ्यात जमवलेल्या वनस्पतींविषयी लिहितो.

मी आणि भृगु बाखिमच्या खालच्या रस्त्यावर एका बाजूला जाऊन बसतो. एकेक शतकाच्या अंतरानं हूकर आणि स्माईथ दोघेही इथे विश्रांती घ्यायला म्हणून टेकले असणार. आम्ही दोघं मागे वळून खाली युकसामच्या दिशेला असलेल्या दरीकडे बघतो. तिकडचे उतार विविध प्रकारच्या, रुंद पानांच्या जंगलांनी व्यापलेले आहेत. आम्ही बसलोय तिथून कितीतरी सूचिपर्णी वृक्ष आणि हेमलॉक दिसतात. त्याच्या जोडीला राक्षसी ओक वृक्षही दिसतात. डझनावारी प्रजातींनी या प्रत्येक वृक्षाची वसाहत तयार करायला हातभार लावला असेल. डोक्यावरच्या फांदीला कोपरापासून शुभ्र पांढऱ्या रंगाचे आणि मांसल पानांचे ऑर्किड्स विळखा घालून बसले आहेत. लहानशा पॅगोडासारख्या दिसणाऱ्या कंसाच्या आकाराच्या मशरूम्सनी एका पोकळ ढोलीत बस्तान बसवलं आहे. एखाद्या पहाडी माणसाचा दोरखंड असावा तशी एक जाडजूड वेल खोडावरून वर चढली आहे आणि पानांपासून तयार केलेला दोरखंड अडकवण्याचा खुंटा असावा तशी झाडाच्या मध्यातून डोकं वर काढते आहे. गाठीगाठींच्या, एकमेकांत गुंतलेल्या ओकच्या मुळांशी सोनेरी मानेचे फिंच पक्षी खाली पडलेल्या बिया शोधत आहेत. नराच्या डोक्यावर सोनेरी मुकुटासारखा पट्टा आहे आणि मादी लालसर तपकिरी रंगाची आहे. पानगळीच्या रंगाची, करड्या पोटाची एक खार काहीशी वैतागून शेपटी हलवत तुरुतुरु येते.

तिच्या बाजूलाच नितळ पाठीचा एक कस्तुर पक्षी आहे. त्याचा ठिपक्याठिपक्यांचा पिसारा जाळीदार सावल्यांमध्ये आणि पानांमध्ये बेमालूम मिसळून जातो. खोडावरून आणखी वर पाहिलं तर शिलिंध्री (नटहॅच) आणि रामगंगा (टिट) पक्ष्यांच्या शिकारी टोळ्या कीटक आणि बिया टिपत आहेत. रूट कॅनाल करणाऱ्या दंतवैद्याच्या निश्चयानं पलीकडे एक सुतार पक्षी खोड कोरून भुंगेरा किड्याच्या अळ्या बाहेर काढत असतो. एकूणात हे सगळं दृश्य म्हणजे कोणतीही प्रजाती एकेकटी तग धरून राहू शकत नाही याचं जिवंत उदाहरण आहे. इथे समुद्रसपाटीपासून दोन हजार मीटर उंचीवर पूर्व हिमालयात दोनशे वर्षांपूर्वी काय किंवा दोन हजार वर्षांपूर्वी काय आयुष्याचे जमा-खर्च जसे चालू होते तसेच आत्ताही ते चालू आहेत, याचंही ते एक जिवंत उदाहरण आहे.

आत्तापर्यंत सिक्कीमच्या या भागात विपुल प्रमाणात उगवणारी झाडं म्हणजे बुरांशाची झाडं. त्याला कदाचित अपवाद असेल तर तो प्रिम्युलाचा. मेच्या सुरुवातीच्या काळात ट्रेकिंग करत असताना आम्हाला प्रत्येक आकाराच्या आणि प्रत्येक रंगाच्या बुरांशाची नुसती रेलचेल दिसते. दोन हजार मीटरहून कमी उंचीवरचा बहुतेक सगळा फुलोरा गळून त्याला फळं धरलेली दिसतात; मात्र जसजसे आम्ही वर चढत जातो तसतसं दर शंभर मीटरवर नवीन जात समोर येते आहे असं वाटतं. पांढऱ्या आणि मोतिया रंगाच्या नाजूक सुरकुत्या पडलेल्या निमुळत्या पाकळ्या हळूहळू पिवळ्या नाहीतर गुलाबी रंगाच्या फिक्या-गडद छटा दाखवू लागतात. एकाआड एक उंचीवर तांबड्यालाल किंवा किरमिजी छटा डोकावू लागतात. काहींची फुलं देवळाच्या घंटेसारखी खाली झुकलेली तर काही तुतारीचा गुच्छ असावा तशी वरच्या बाजूला उघडणारी असतात. आणखी १२०० मीटर उंचीपर्यंत फुलांची ही विविधता आणि विपुलता दिसतच राहते. अखेर आम्ही फुलोऱ्याच्या शेवटच्या टोकाला जाऊन पोहोचतो. तिथे 'ऱ्होडोडेण्ड्रॉन कॅम्पानुलेटम'च्या फिकट जांभळ्या कळ्या अजून उमललेल्याही नसतात.

फुलांइतकीच वैशिष्ट्यपूर्ण असतात ती या झाडांची खोडं आणि फांद्या. त्यांच्यामुळे नैसर्गिक अडथळे तयार होऊन मनुष्यप्राण्यासह सर्व मोठ्या प्राण्यांना जंगलात घुसणं अशक्य होऊन बसतं. या मार्गावरून जाणाऱ्या याक आणि शिंगरांना ठरल्या वाटेवरून जाणं भाग असतं; पण खारी, कोल्हे, मार्टेन्स आणि कस्तुरी मृगासारखे लहान आकाराचे सस्तन प्राणी अगदी सहज या चक्रव्यूहात घुसू शकतात. पक्ष्यांना देखील पानांच्या जाळीखाली अभय मिळतं. आम्ही फेडांग चढून जातो तसे अडकित्ता पक्ष्यांचे आणि काळ्या डोक्याच्या हसऱ्या कस्तुर पक्ष्यांचे थवे आमच्या आसपास जा-ये करत राहतात. तीन हजार मीटरपेक्षा जास्त उंचीवरचा बराचसा भाग वर्षातले अनेक महिने बर्फाच्छादित असतो. अशा मोसमासाठी

बुरांश अगदी योग्य असतं; कारण बर्फाच्या वजनाखाली ही झाडं स्प्रिंगसारखी वाकतात. याउलट सूचिपर्णी वृक्ष आणि भोजवृक्षांसारख्या उंच आणि त्यामानानं मोसमाशी कमी जुळवून घेणाऱ्या जातींच्या झाडांच्या फांद्या जोरदार हिमवर्षावात मोडून पडतात. बुरांशाचं मात्र हिमवादळातदेखील खूप कमी नुकसान होतं.

ल्यांगसन तामसांग हा लेपचा लोककथाकार झाडांच्या उतरंडीविषयी एक कथा सांगतो. सुरुवातीला बुरांश हे जंगलाचे राजे होते. सुरेख, राजेशाही फुलं असलेली, सर्वांत उंच आणि डोळ्यांत भरणारी अशी ही झाडं होती. त्या बुरांशाच्या राजाचं नाव होतं एटोक कूंग आणि त्याचा विश्वासू सल्लागार होता दाओंग श्यिंग कूंग नावाचा रजत देवदार वृक्ष. हिमालयातल्या बहुतेक सगळ्या दरबाऱ्यांप्रमाणे देवदाराच्या झाडानेदेखील लबाडी आणि विश्वासघात करत बुरांशाला सिंहासनावरून खाली खेचायचं कारस्थान रचलं. यथावकाश, एटोक कूंगनं आपलं सत्तास्थान गमावलं आणि तो जमिनीवर लोटांगण घालू लागला. त्याच्या फांद्या वाकल्या, वळल्या आणि देवदार त्याच्यापेक्षा उंच होऊन सगळ्यांपेक्षा उंच आणि ताठ झाला. आपल्या कपटी मंत्र्यानं आपला विश्वासघात केलेला बघून बुरांशानं देवदार वृक्षाला शाप दिला तो असा - हिमालयातल्या जंगलांवर आता दाओंग श्यिंगचं राज्य असलं तरी त्याचं खोड कायम पोकळ राहील.

'नेचर' नावाच्या जर्नलमध्ये प्रकाशित झालेल्या अभिनव संशोधनानुसार ब्रिटिश कोलंबिया विद्यापीठाच्या डॉ. सुझन सिमर्ड यांनी डग्लस फर जातीच्या झाडांच्या खोडांमध्ये असलेल्या संदेशवहनाच्या जाळ्याचा शोध लावला होता आणि त्याला 'वूड वाइड वेब' असं नाव दिलं होतं. झाडांची एकमेकांशी असलेली संपर्कयंत्रणा त्यातून सूचित होते. पीटर वोहलबेन या जर्मन निसर्गतज्ज्ञाने 'द हिडन लाइफ ऑफ ट्रीज' या आपल्या बेस्टसेलर पुस्तकातून हे संशोधन लोकप्रिय केलं. ओक आणि करंजाची झाडं (बीच) बुरशीचे सूक्ष्म तंतू वापरून माहितीची देवाण-घेवाण कशी करतात याचं वर्णन तो करतो आणि त्याची तुलना फायबर-ऑप्टिक इंटरनेट तारांशी करतो. 'जंगलातल्या चमचाभर मातीत असे कित्येक मैल पसरू शकणारे कवकतंतू (हायफे) असतात. काही शतकांच्या कालावधीत एक बुरशी किंवा कवक कित्येक चौरस किलोमीटर अंतर व्यापून टाकू शकतं आणि सबंध जंगलात आपलं जाळं तयार करू शकतं. बुरशीची ही जोडणी एका झाडाकडून पुढच्या झाडाकडे संदेश वाहून नेते आणि त्यांना कीटक, दुष्काळ आणि इतर धोक्यांविषयीच्या बातम्यांची देवाण-घेवाण करायला मदत करते.'

कॅनडा आणि जर्मनीमधली जंगलं भूमिगत तंतूंनी जोडलेली असतील तर हिमालयातली जंगलंदेखील त्याच तत्त्वावर चालत असण्याची शक्यता आहे. अर्थात प्रजातींच्या प्रचंड विविधतेमुळे ते प्रकरण बरंच गुंतागुंतीचं असू शकतं.

केवळ झाडंच एकमेकांशी बोलतात असं नसून वनस्पती, झुडपं आणि गवतदेखील बोलत असल्याचं पुराव्यावरून दिसतं. हिमालयातल्या जंगलात भरून राहिलेल्या या मूक 'बडबडी'ची कोणी कल्पनाच करू शकत नाही. सिक्कीममधल्या अनेकमजली जंगलातून ट्रेकिंग करताना आपण निसर्गातली गंभीर शांतता आणि स्तब्धता वाखाणतो; मात्र तेव्हा आपल्या सभोवती सगळीकडे बेसुमार संवाद चालू असतात. आपल्याला ते ऐकू येत नाहीत. आपण वृक्षरेषा ओलांडून झोंगरीच्या उंचावरच्या कुरणांमध्ये शिरलो की, झाडाझुडपांच्या जोडीला ते सामूहिक आवाजही बदलतात. सुगंधी 'ऱ्होडोडेण्ड्रॉन ॲन्थॉपोजॉन' आणि आर. सेटोसमसारख्या वेगळ्याच जातीच्या झाडांचं साम्राज्य सुरू होतं. दोन्ही झुडपं खुरटलेली असतात आणि ज्युनिपर्स आणि कोटोनेस्टरसारख्या जमिनीलगत वाढणाऱ्या झुडपांप्रमाणे तीही उन्हाळा संपता संपता फुलतात.

जमिनीच्या पृष्ठभागाखाली अधिक सुंदर आणि आध्यात्मिक महत्त्व असलेलं असं एक दुसरं जग आहे, असं पेलिंगमधल्या पेमायांगत्से मठातले लामा मानतात. झोंगरीच्या उंचावरच्या कुरणांना ते शम्बलासारखा बेऊल किंवा गुप्त स्वर्ग मानतात. गिरीदेवता कांचनगंगेच्या पूजेसाठी दर पावसाळ्यात ऑगस्ट महिन्यातल्या पौर्णिमेच्या आसपास ते मठातल्या देवळात काही पवित्र धार्मिक विधी करतात. त्याचबरोबर भिक्खूंचं एक प्रतिनिधीमंडळ झोंगरीला धाडण्यात येतं. तिथे ते ध्यानाला बसतात. त्यांना जंगली याक मार्गदर्शन करतात असं एका लामानं आम्हाला सांगितलं. ऋतुमानाप्रमाणे होणारे हे मंगलविधी जळत्या ज्युनिपर आणि बुरांशाच्या सुगंधी धुराचा वापर करून केले जातात. रंगीबेरंगी सर्जनाच्या उत्सवातून एका निरंतर, ऐंद्रिय परमानंदाचा भूप्रदेश कुरणं आपल्यासमोर उलगडतात. हा अलौकिक प्रांत दृष्टीस पडावा या ओढीने भिक्खूंचे धार्मिक विधी आणि तपश्चर्या होत असतात. लामा ध्यानाला बसले की त्यांच्या जाणिवा धुक्यात उमलणाऱ्या बुरांशाच्या पाकळ्यांप्रमाणे उमलतात.

झोंगरीच्या वरच्या बाजूला असलेल्या सोंडेवर चार दगडी स्तूप आहेत. त्यातले तीन स्तूप युकसामच्या प्राचीन लामांच्या स्मृतिप्रीत्यर्थ उभारले आहेत तर चौथा स्तूप सिक्कीमच्या पहिल्या छोग्यालला अर्पण केला आहे. धुक्याच्या पार्श्वभूमीवर त्यांची रूपरेखा पाहिली तर ते मानवनिर्मित स्मारक न वाटता मोठ्या शिळांची एक रांग असावी तसे दिसतात. आणखी वर गेल्यावर जेव्हा ढग विलग होतात तेव्हा कुरणांवर उभारलेले आणि कांचनगंगासकट पलीकडच्या पांढऱ्याशुभ्र मुकुट धारण केलेल्या सर्व पर्वतरांगांचे रक्षण करणारे काळा काबरू पर्वताचे भीतिदायक कडे दिसतात. हा भूप्रदेश प्रतीकांनी ठासून भरलेला आहे. ही प्रतीकं आध्यात्मिक कल्पनाशक्तीला खतपाणी घालण्याचं काम करतात. ज्या कवकतंतूंच्या अदृश्य जाळ्याद्वारे एखादं जंगल किंवा कुरण संवाद साधत असतं, त्याप्रमाणे लपलेल्या वास्तवाचे थर आपल्याला स्वप्नफुलोऱ्याच्या गुप्त जाळ्याशी जोडत असतात.

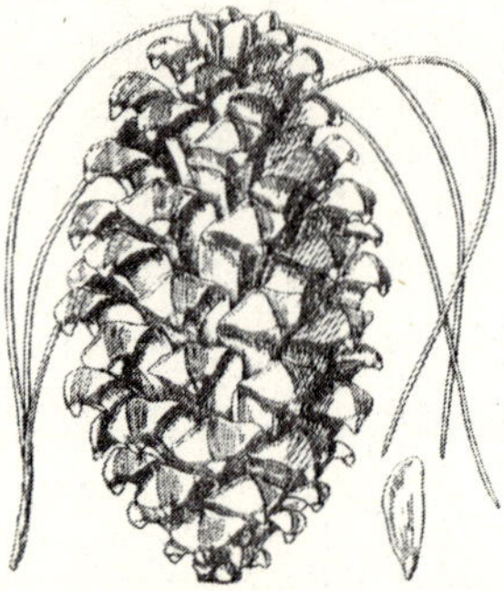

१८

## अरण्य म्हणजे निव्वळ झाडं नव्हेत!

एखाद्या प्रचंड मोठ्या देवदार वृक्षाचा छेद घेतला तर तो जवळपास तीन मीटर व्यासाचा भरेल. म्हणजे एखाद्या जेवणाच्या टेबलाएवढ्या रुंदीचा. त्याच्यावरच्या वर्तुळांमध्ये काळ गोठून गेला आहे. लाकडाच्या वर्तुळाकार थरांमध्ये क्रमवार अडकलेली शतकं. सन १९१९ पर्यंत हा राक्षसी देवदार जौनसरमधल्या टोन्स खोऱ्यावर छत्र धरून उभा होता. त्याच्या बुंध्यावरची कालरेषा पाहिली तर हे झाड ७०४ वर्षं जगलं असं दिसतं. ११९२ साली जेव्हा दिल्लीत कुतुबमिनार बांधला तेव्हा हा देवदार वृक्ष म्हणजे एक लहानसं रोपटं असेल.

देहराडूनच्या फॉरेस्ट रिसर्च इन्स्टिट्यूट (FRI) मधल्या लाकूड संग्रहालयात (टिंबर म्युझियम) पेन्सिल तयार करण्याच्या आधुनिक पद्धतीच्या जोडीला दोन हजार वर्षांपूर्वीच्या प्राचीन महालातून आणलेले लाकडाचे अणकुचीदार तुकडेदेखील आहेत. घरगुती फर्निचरपासून ते खेळणी आणि सूत कातायच्या टकळीपर्यंत सर्व प्रकारच्या लाकडी वस्तू इथे बघायला मिळतात. लाकूड किती बहुगुणी आहे आणि त्यापासून किती विविध प्रकारच्या वस्तू तयार करता येतात त्याचं हे प्रात्यक्षिकच आहे. भारतीय जंगलांच्या औद्योगिक शोषणाचा पुरावा म्हणजे हे संग्रहालय. मुख्य गॅलरीला भारतीय झाडांच्या १२६ विविध जातींपासून तयार केलेल्या फळ्यांचं पॅनेलिंग केलं आहे. त्यात सर्व प्रकारचे रंग आणि काश्मिरी अक्रोडाच्या तुकतुकीत मखमली पोतापासून बर्मा सागवान लाकडाच्या घट्ट दाणेदार

पोतापर्यंत सर्व प्रकारचे पोत आढळतात. नावाप्रमाणे ते मांडून ठेवलेले आहेत. एबिस स्पेक्टाबिलीस या पूर्व हिमालयातल्या हिरव्या अशोकाच्या जातीपासून सुरू करून ते झायलोकार्पस मोल्यूसेन्सिस या बंगालच्या उपसागरातल्या भरतीच्या प्रदेशात आढळणाऱ्या खारफुटी (मॅनग्रोव्ह)च्या एका जातीने त्यांचा शेवट होतो. उंचच उंच कमानदार छप्पर आणि प्रगतीच्या नावाखाली तोडण्यात आलेल्या पुरातन जंगलांचे अवशेष मांडून ठेवलेल्या काचेच्या कपाटांच्या रांगा यामुळे ते संग्रहालय म्हणजे भारतीय जंगलांसाठी बांधलेलं थडगंच वाटतं.

१९२३ साली इम्पिरियल फॉरेस्ट सर्व्हिसने देहराडूनच्या बाहेरच्या भागात हजारेक एकर जमीन घेतली आणि तिथे आपल्या वर्चस्वाला साजेशी एक भव्य इमारत बांधली. एखाद्या राजमहालाच्या धर्तीवर बांधलेल्या त्या प्रासादाच्या मुख्य इमारतीच्या जोत्याचं क्षेत्रफळ सहा एकर आहे. जगातल्या सर्वांत मोठ्या विटांच्या बांधकामापैकी हे एक असून, त्याचं प्रवेशद्वार निओ-जॉर्जियन पद्धतीचं आहे. आतल्या बाजूच्या अंगणांमध्ये आणि बोळांमध्ये उघडणारे कमानदार मार्गांचे चक्रव्यूह, त्यापुढे ग्रीक पद्धतीचे खांब आणि वरती टोकदार छपरं अशी ही रचना आहे. संस्थेसमोरची हिरवळ दक्षिणेकडे जवळजवळ एक किलोमीटरपर्यंत पसरली आहे. उत्तरेकडे हिमालयाच्या पायथ्याच्या टेकड्या दिसतात. इथली वास्तूकला आणि नैसर्गिक प्रदेश हे दोन्ही एका भव्य-दिव्य, सर्वव्यापी शक्तीचं आणि निर्विवाद वर्चस्वाचं प्रतिनिधित्व करताना दिसतात.

झाडं लावण्याच्या, त्यांचं संरक्षण करण्याच्या, तसंच लाकूड आणि इतर जंगली उत्पादनांचं संवर्धन करण्याच्या शास्त्रीय पद्धती विकसित करणं हा फॉरेस्ट रिसर्च इन्स्टिट्यूट (FRI)चा मूळ हेतू होता. एवढ्या वर्षांत बदलत्या प्राधान्यक्रमानुसार ते ध्येय उत्क्रांत होत गेलं आहे. असं असलं तरी FRI म्हणजे एका भव्य पण मरणोन्मुख इमारतीत बंद झालेल्या जुन्या विकासधोरणांचे अवशेष आहेत. इथे अनेक वस्तुसंग्रहालयं आहेत. त्यात एक वनसंवर्धनशास्त्राशी निगडित संग्रहालय असून, बाकीची वनविकार, वनकीटकविज्ञान, लाकडाव्यतिरिक्त इतर जंगल उत्पादनं आणि सामाजिक वनीकरण या संबंधित आहेत. यातलं शेवटचं संग्रहालय त्यामानानं अलीकडचं आहे. त्यात स्थानिक जमातींना जंगल व्यवस्थापनात सहभागी करून घेण्याची सुविधा राबवली जाते; मात्र प्रत्येक गॅलरीत एकच संदेश दिला आहे : या जमिनीचं नियंत्रण आणि संवर्धन वनविभागाच्या अखत्यारीत आहे. स्थानिक जमातींनी जंगलांचा बेछूट वापर करू नये म्हणून त्यांचं संरक्षण करण्याची जबाबदारी वनविभागाची आहे.

एका भिंतीवर तीन मोठी चित्रं लावलेली आहेत. त्यांना नावं दिलेली आहेत ती अशी : 'जंगलतोडीचे दुष्परिणाम', 'जंगलातील वणव्यांचे दुष्परिणाम' आणि

'अनिर्बंध चराईचे दुष्परिणाम'. प्रत्येक चित्रातून वनव्यवस्थापनाबद्दलचे उपदेश अगदी ढोबळ स्वरूपात मांडले आहेत. जंगली आणि भटक्या जमातींमुळे भूप्रदेश कसा ओसाड होऊन जातो आणि त्याचा कसा नाश होतो ते त्यातून दिसतं. त्याच खोलीत झाडं पाडण्याची 'योग्य' पद्धत त्रिमिती चित्रांमधून दाखवली आहे. एका भिंतीवर मध्ययुगातल्या शस्त्रागारासारख्या कुऱ्हाडी, करवती आणि चाकूंचं प्रदर्शन मांडलं आहे.

प्रत्येक गॅलरीतून शिक्षक कंटाळलेल्या शाळकरी मुलांचे जथ्थे हाकत असतात. पेंढा भरलेला वाघ ही त्यांचं लक्ष वेधून घेणारी एकमेव प्रदर्शनीय वस्तू असावी. त्याचे काचेचे डोळे अंधाऱ्या पोकळीत नजर लावून असतात. प्रदर्शनात मांडलेल्या बहुतेक सगळ्या गोष्टी आता कालबाह्य झाल्या असून, कित्येक वस्तू कालानुरूप खालावत चालल्या आहेत. इतक्या की, बऱ्याचदा त्या ओळखूही येत नाहीत. 'औषधे आणि मसाले' यासाठी ठेवलेल्या कपाटात एका नमुन्यावर लावलेल्या, पिवळ्या पडलेल्या लेबलनुसार ते 'स्थानिक औषधात वापरले जात असे.' आता पाकिस्तानात असलेल्या पश्चिम रावळपिंडीच्या वनअधिकाऱ्याने शतकापूर्वी देणगी म्हणून दिलेल्या पुनिका ग्रेनाटम या सामान्य डाळिंबाच्या शुष्क नमुन्यावर पाटी लावली आहे : 'पोटात जंत झाले असतील तर या फळाच्या सालीचा काढा अत्यंत गुणकारी आहे.'

झाडांना अपाय करणाऱ्या आणि त्यांचं लाकूड निरुपयोगी करून टाकणाऱ्या रोगांशी आणि किडीशी संबंधित अनेक प्रदर्शनीय वस्तू FRI मध्ये ठेवलेल्या दिसतात. वनविकार संग्रहालयात लाकडाला लागणाऱ्या किडीचे आणि बुरशीचे भरपूर नमुने सापडतील. वनअधिकाऱ्यांच्या दृष्टीनं कीटक म्हणजे कीड असते आणि धडधाकट झाडांच्या खोडाला भोकं पाडून त्यांचा नाश करणाऱ्या, लाकूड पोखरणाऱ्या त्रासदायक कीटक जमातींच्या अभ्यासापुरताच वनकीटकांचा अभ्यास मर्यादित असतो. मूळ आकारापेक्षा वीसपट मोठी असलेली वाळवीची प्रतिकृती एखाद्या परग्रहावरच्या राक्षसासारखी दिसते. झाडाच्या सालीखाली अंडी घालून बिळं करून राहणाऱ्या आणि जिवंत झाडाच्या बाहेरच्या बाजूच्या गोडसर वर्तुळाकार सालींवर उपजीविका करणाऱ्या किड्या-कीटकांच्या असंख्य जाती पाहिल्या की ही एक हरलेली लढाईच वाटायला लागते. प्रदर्शनात ठेवलेल्या एका काचेच्या कपाटात तर वाळवीनं संपूर्ण पोखरून टाकलेली वनविभागाची एक जुनी खातेवहीच आहे. त्या कागदाचे तुकडे पडून पार भुस्सा होत असतो.

आजकालच्या बहुतेक सगळ्या पर्यावरणरक्षकांना आणि थोड्याबहुत संवेदनशील वनअधिकाऱ्यांनादेखील वनव्यवस्थापनाच्या वसाहतवादी पद्धतीतली मूलभूत चूक लक्षात येते. जंगलातल्या जमिनी सरसकट एकत्र करून गावं आणि भटक्या

जमातींना त्यातून वगळणं अशी ही पद्धत आहे. राज्याचे वनविभाग आणि पिढ्यान्‌पिढ्या जंगलातल्या साधनसंपत्तीचा वापर करणारी माणसं यांच्यात शत्रुत्वाचं नातं तयार करून ब्रिटिश अधिकाऱ्यांनी जे संघर्षाचं चक्र सुरू केलं ते आजही चालू आहे.

मध्य हिमालयात औद्योगिकीकरणासाठी जंगलतोड सुरू झाली ती एकोणिसाव्या शतकाच्या मध्यावर. फ्रेडरिक 'पहाडी' विल्सनने गंगेच्या पाणलोट क्षेत्रात वरच्या बाजूला पुष्कळ लाकूडतोड करून ती नदीमार्गाने खाली वाहत आणून बक्कळ पैसा कमावला. उत्तर काशीच्या वरच्या बाजूला असलेल्या भागीरथीच्या तीरावर आपल्याला लाकूडतोडीची मुभा मिळावी म्हणून विल्सनने टेहरी गढवालचे महाराजा सुदर्शन शाह यांच्यामागे लकडा लावला. हा प्रदेश अगोदरच पालथा घातला असल्याने विल्सनने 'अ समर रॅम्बल इन द हिमालयाज' या पुस्तकाचं सहलेखन केलं. 'माउंटेनिअर' (गिर्यारोहक) असं टोपणनाव घेऊन त्यानं मध्य हिमालयभर पसरलेल्या विस्तृत शिखर मोहिमेचा वृत्तान्त लिहिला. स्वत:ला तृतीयपुरुषी संबोधत तो लिहितो, 'जंगलं आता इतकी विरळ होत चालली आहेत की तीन ते चार कस्तुरीमृग दिसले तरी दिवस कारणी लागला असं म्हणता येतं; मात्र विल्सननं जेव्हा प्रथम इथे शिकारीला सुरुवात केली तेव्हा कधी कधी त्याला एक डझनाहून जास्त हरणं दिसली आहेत.' सतरा दिवसांच्या एका शिखर ट्रेकला त्यानं अकरा भराल, अठरा कस्तुरीमृग, दोन अस्वलं आणि एक हिमबिबट्या मारला होता.

गंगेच्या मुख्य प्रवाहाजवळ हरसीलला आपली जहागिरी प्रस्थापित केल्यावर तो राजा विल्सन म्हणून ओळखला जाऊ लागला. त्याने स्वत:ची नाणीदेखील छापून घेतली. त्याला कायदा स्वत:च्या हातात घेण्याचीदेखील सवय होती. एका प्रसंगात आपल्या एका माणसाला अडकवून ठेवल्याबद्दल विल्सनने महाराजांच्या वसुली अधिकाऱ्यांना स्वत:च परस्पर चाबकाचे फटके मारले. हरिद्वारजवळ एक लाकडाची वखार टाकल्यावर विल्सन नवीनच बांधलेल्या वरच्या गंगेच्या कालव्यातून ओंडके वाहून न्यायचा. १८८३ साली तो मरण पावला तेव्हा हा लाकूडसम्राट उत्तर भारतातल्या सर्वांत श्रीमंत युरोपियांपैकी झाला होता.

विल्सनची बहुतेक सगळी संपत्ती आली ती एकाच जातीच्या झाडापासून - सेड्रस देवदार. त्याचं स्थानिक भाषेतलं नाव आहे देवदार. त्याचा अर्थ होतो 'देवांचं झाड'. एकंदर दैवी लागेबांध्यांविषयी विल्सनला विशेष फिकीर नव्हती; पण त्यानं केलेल्या त्या झाडांच्या जातीच्या वर्णनातून आश्चर्य आणि हाव या दोन्ही भावनांचं मिश्रण दिसतं.

सहा हजार ते नऊ हजार फूट उंचीच्या मधल्या भागात त्यांचं आवडतं वसतिस्थान असतं. या भागात देवदारांची प्रचंड जंगलं आढळतात. कोरड्या खडकाळ जमिनीत ते झाड जोमानं वाढताना दिसतं. ही झाडं कुठे कुठे मूळ धरू

शकतात ते बघणं फार नवलाचं आहे. गुळगुळीत ग्रॅनाइट खडकाच्या काटकोनात असलेल्या बाजूवर एक लहानशी भेग आहे. त्या भेगेत एक बी कुठूनतरी मार्ग काढत येतं, रुजतं आणि त्याचा एक मोठा वृक्ष होतो. कित्येक शतकं तो वृक्ष बहरत राहतो. जिथे औषधालाही मातीचा कण दिसत नाही अशा ठिकाणी खुद्द खडकातूनच पोषण मिळवत राहतो. देवदाराचा आकार खूप मोठा होतो. काही काही झाडांच्या खोडाचा परीघ तीस फुटांपेक्षाही जास्त असतो... सर्वांत उंच देवदार शंभर फुटापर्यंत वाढतो. त्याचं लाकूड बांधकामात सगळीकडे मोठ्या प्रमाणात वापरलं जातं; कारण त्याला सहज आकार देता येतो, ते जवळपास कधीही नष्ट होत नाही आणि ते तोडून अगदी सहज त्याच्या फळ्या करता येतात. जिथे करवती माहीतच नाहीत अशा देशात ही अपरिहार्य गरज आहे.

शाश्वत वनीकरणाची कसलीही तमा न बाळगता 'पहाडी' विल्सनने हरसीलजवळ अस्पर्श्य देवदारांची बेसुमार कत्तल केली. तिथेच त्यानं स्वत:साठी एक भव्य प्रासाद बांधला. त्यावेळच्या युरोपीय प्रवाशांनी भागीरथीच्या काठानं होणाऱ्या जंगलांच्या एकसाथ विध्वंसाबद्दल काळजी व्यक्त केली होती; मात्र हिमालयातल्या स्थानिक जमातींकडे बघण्याचा विल्सनचा दृष्टीकोन अधिक समावेशक होता. त्याउलट वनअधिकाऱ्यांचा कल स्थानिक जमातींना टाळण्याकडे होता. कस्तुरीग्रंथी आणि जनावरांची कातडी मिळवण्याचं विल्सनचं काम स्थानिक शिकाऱ्यांच्या सहकार्यानंच चालत असे. हे स्थानिक शिकारी बाजगी जमातीचे होते. ही जमात म्हणजे हरसीलजवळच्या मुखबा गावातली देवळात नगारे वाजवणारी जमात. विल्सनचे चरित्रकार डी. सी. कला यांच्या म्हणण्यानुसार विल्सनने त्याच्याबरोबरच्या एका शिकाऱ्याच्या बहिणीशी लग्न केलं. त्या बाईचं नाव होतं संग्रामी. तिच्यापासून त्याला तीन मुलं झाली. तिनं नंतर ख्रिश्चन धर्म स्वीकारला आणि आपलं नाव बदलून रूथ केलं. (तिचं नाव 'गुलाबी' होतं ही लोकप्रिय समजूत कला खोडून काढतात). संग्रामीची भाची राईम्ता हिच्याबरोबरदेखील विल्सनचे बराच काळ संबंध होते. या सगळ्या प्रकारानं अँग्लो-इंडियन समाजाला चांगलाच सांस्कृतिक धक्का बसला होता. 'माउंटेनिअर' महाशयांना मात्र वसाहतवादी चालीरीती आणि औचित्याशी काहीही देणं-घेणं नव्हतं.

आश्चर्य म्हणजे, 'झाडाझाडावर सत्ता गाजवायचा' दावा करूनही एकोणिसाव्या शतकाच्या उत्तरार्धापर्यंत ब्रिटनकडे व्यावसायिक वनीकरण सुविधा नव्हतीच. भारतातल्या लाकडाशी संबंधित साधनसंपत्तीचं व्यवस्थापन शास्त्रीय पद्धतीनं आणि प्रभावीपणे करण्याची गरज आहे हे जेव्हा भारतातल्या वसाहत अधिकाऱ्यांच्या लक्षात आलं तेव्हा ते जर्मन लोकांकडे वळले. हे लक्षात येण्यात विल्सनसारख्या फुकट्या लोकांनी केलेल्या लुटीचाही वाटा होता. बॉन विद्यापीठात वनस्पतीशास्त्राचा व्याख्याता

म्हणून काम करणाऱ्या डाएट्रिक ब्रँडिसची १८५६ साली बर्मा इथं वनविभागाचा प्रमुख म्हणून नेमणूक झाली. इम्पिरियल फॉरेस्ट सर्व्हिसमध्ये त्यानं तीस वर्षं काम केलं आणि अखेर १८६४-१८८३ या काळात भारतातल्या जंगलांचा महानिरीक्षक म्हणून काम पाहिलं. ब्रँडिसनं डॉ. विल्यम शिलश आणि बर्थहोल्ड रिबेनट्रॉप या आणखी दोन वरिष्ठ जर्मन वनअधिकाऱ्यांची नेमणूक केली. त्यांनी भारतीय जंगलांमध्ये व्यवस्थापनाची क्रमबद्ध, प्रशियन पद्धत आणली.

'धिस फिशर्ड लॅन्ड : ॲन इकॉलॉजिकल हिस्ट्री ऑफ इंडिया' या पुस्तकात माधव गाडगीळ आणि रामचंद्र गुहा यांनी लिहिल्याप्रमाणे ब्रँडिस आणि त्याच्या सहकाऱ्यांनी धोरणांचे खर्डे तयार करायला सुरुवात केली आणि त्यावरूनच पुढे १८७८च्या भारतीय वनकायद्याचा पाया तयार होऊन सर्व प्रकारच्या पडीक जमिनीवर 'राज्य सरकारचा निर्विवाद मालकी हक्क' प्रस्थापित झाला. याचाच अर्थ वनविभाग हा भारतातला सर्वांत मोठा जमीन मालक झाला. जमीन बळकावण्याच्या आत्तापर्यंतच्या या सर्वांत निर्लज्ज प्रकारानं ब्रिटिशांनी माणूस आणि निसर्ग दोघांनाही सारखंच कमी लेखत त्यांच्यावर आपला अधिकार प्रस्थापित केला. वसाहतवादी अधिकाऱ्यांनी जंगलाची जमीन तातडीनं सरकारच्या ताब्यात घेत गुराखी, शिकारी आणि जंगली वस्तू वेचून उदरनिर्वाह करणाऱ्यांना जंगलाचे राखणदार न समजता सरकारी आदेशाचं उल्लंघन करणारे आगंतुक किंवा बेकायदेशीर शिकारी म्हणून घोषित करून टाकलं. स्वातंत्र्यप्राप्तीनंतर पूर्वीच्या संस्थानांनी आपलं सार्वभौमत्व सोडून प्रजासत्ताक राज्याकडे सत्ता सुपूर्द केली तेव्हा त्यांच्या राज्यांमधले मोठमोठाले जंगली मुलूखदेखील त्या-त्या प्रांताच्या वनविभागाकडे सोपवण्यात आले. त्यामुळे तिथल्या स्थानिक, जंगलावर अवलंबून असणाऱ्या जमातींना म्हणजे शिकारी आणि चयनोपजीवी जमातींना आणि भटक्या गुराखी जमातींना नैसर्गिक साधनसंपत्तीवरचा वारसाहक्क सोडावा लागला. तसंच, ठिकठिकाणी प्रवेश आणि परवानग्या मिळवण्यासाठी त्यांना वनअधिकाऱ्यांवर अवलंबून राहावं लागलं. वनसंवर्धनाच्या पारंपरिक पद्धती बाजूला पडल्या आणि सरकारमान्य 'कार्य योजनां'ना प्राधान्य दिलं जाऊ लागलं. त्यात स्थानिक जातीच्या झाडांची तोड करून अधिक व्यावसायिक फायदा मिळवून देणाऱ्या लाकडाची लागवड करायला उत्तेजन दिलं जात होतं.

आपल्या ब्रिटिश वरिष्ठांच्या मताविरुद्ध जाऊन भारतातल्या जंगली रहिवाशांच्या संवर्धन आणि उपयोग पद्धतींविषयी ब्रँडिसला काही एक आदर वाटत होता. पारंपरिक जंगल रहिवाशांच्या साध्या-साध्या युक्त्या ब्रँडिसनं नोंदवून ठेवल्या. ते काही वनराया पवित्र मानत असत. झाडं आणि फांद्या शाश्वत पद्धतीनं प्रमाणात तोडत असत; मात्र वनव्यवस्थापनात जंगल रहिवाशांना मर्यादित स्वातंत्र्य द्यावं असा प्रस्ताव ब्रँडिसनं मांडल्यावर शेतीविभागाच्या सचिवाने त्याचे कान उपटले.

'स्थानिक जमातींच्या, जंगलातील वस्त्यांच्या हक्काविषयीची त्याची मतं माझ्याच काय पण भारत सरकारच्याही मतांशी फटकून आहेत' अशी टिप्पणी त्यानं केली.

१८५० नंतरच्या काळात व्यावसायिक वनीकरणावर दिलेला भर हा सुरुवातीला भारतीय रेल्वेनं जोर दिल्यामुळे होता. भारतीय रेल्वेला लाकडाची अपरिमित हाव होती. सबंध उत्तर भारतात हजारो किलोमीटरचे रेल्वेमार्ग टाकले जात होते. हिमालयातली देवदार आणि सालाची जंगलं स्टीलच्या रुळांखाली टाकायच्या लाकडी पट्ट्या पुरवत होती. दर एक किलोमीटर रेल्वेमार्गामागे सुमारे ४०० झाडं तोडावी लागत होती. एकोणिसाव्या शतकाच्या मध्यात वाफेच्या इंजिनात जाळायला कोळशाऐवजी लाकडाचे तुकडे वापरले जात आणि त्यामुळे लाकडाच्या मागणीत आणखी भर पडत होती. त्याचप्रमाणे ब्रिटिश नौदलानं आपली लढाऊ जहाजं बांधण्यासाठी भारत आणि बर्माकडे सागवानाच्या मोठमोठ्या मागण्या नोंदवल्या. नंतर पहिल्या महायुद्धाच्या वेळेस, फ्रान्समधल्या जंगलांचा मोठ्या प्रमाणात नाश झाल्यामुळे युरोपातल्या बऱ्याच खंदकांना आतून आधार देण्यासाठी भारतीय जंगलातल्या लाकडाचा वापर केला होता. सबंध युद्धकाळात मेसोपोटेमिया आणि मध्यपूर्वेनं देखील भारताची जंगली साधनसंपत्ती गिळंकृत केली. १९१७ साली एकाच वर्षात '२२८,०७६ टन लाकूड (रेल्वे स्लीपर्स वगळून) युद्धसाहित्य पुरवणाऱ्या विभागात खास तयार केलेल्या 'लाकूड विभागानं' पुरवलं. इजिप्त आणि इराकमधल्या लष्करी कारवायांना मदत म्हणून ५०,००० टन वैरण पुरवण्यात आली.' असं गणित गाडगीळ आणि गुहा मांडतात.

व्यावसायिक वनीकरणावर असलेला भर ही वसाहतवादाची निशाणी आजही भारतातल्या वनविभागांमधून दिसून येते. वनअधिकारी त्यांच्या अखत्यारीत असलेल्या जमिनीकडे मुख्यत: महसूल गोळा करण्याचं साधन म्हणून बघतात. त्यातून अनेक विघातक प्रथा जन्माला येऊन सबंध उपखंडातल्या आणि सर्वांत ठळकपणे हिमालयातल्या जंगलांचा जैविक समतोल बदलला आहे. सबंध कुमाऊं आणि गढवालच्या पायथ्याच्या टेकड्यांशी लावायला वनविभागाचं सर्वांत लाडकं झाड कोणतं असेल तर ते चीर पाइन (पायनस लॉन्जिफोलिया). केवळ ते भसाभस वाढतं आणि वीस ते तीस वर्षांत त्याचं लाकूड वापरात आणता येतं एवढंच त्यामागचं कारण नसून, त्यापासून राळ मिळवता येते हेदेखील कारण आहे.

विसाव्या शतकात स्वातंत्र्याआधी आणि नंतरही ओकसारख्या स्थानिक प्रजातींची जागा चीर पाइनच्या मोठमोठ्या पट्ट्यांनी घेतली. ब्रँडिससारख्या वनअधिकाऱ्यांना ओकची झाडं तुच्छ वाटत असत; कारण 'उंचावरच्या जंगलांचा एक भाग असलेल्या त्या झाडांच्या वाढीचा वेग त्यांना लागणाऱ्या देखभालीच्या तुलनेत जास्त होता.' एकाच प्रकारची झाडं लावण्याचे (मोनोकल्चर) विविध नकारात्मक परिणाम सांगितले

जातात. त्यात वणव्यांचा फैलाव होण्यापासून ते एकेकाळी जंगलाच्या जमिनीलगत उगवणारी कित्येक झुडपं आणि वनस्पती नामशेष होण्यापर्यंत अनेक गोष्टींचा समावेश आहे.

हिमालयातली गवताळ कुरणं मोठ्या प्रमाणात गायब होत चालली आहेत. सहसा नोंद घेतली जात नसली तरी तो फार मोठा नाट्यमय जैविक बदल आहे. झाडांवर लक्ष देण्याच्या नादात कित्येक पर्यावरणवादी हा महत्त्वाचा घटक लक्षात घेण्यात अपयशी ठरले आहेत. मसूरी किंवा सिमल्यासारख्या हिमालयातल्या थंड हवेच्या ठिकाणांचे एक शतकापूर्वीचे फोटो पाहिले तर लगेचच हे बदल दिसून येतात. एकेकाळी पर्वतांचे बरेचसे दक्षिण उतार अडीच हजार मीटर उंचीपर्यंत गवतानं, सोरेल (रुमेक्स हास्टाटस) सारख्या झाडांनी किंवा मनसुरा (कोरियारिया नेपालेन्सिस) आणि किंगोडसारख्या (बेर्बेरीस व्हलगेरीस) झुडपांनी आच्छादलेले होते.

हिमालयातल्या पारंपरिक अर्थव्यवस्थेत गवताची भूमिका फार महत्त्वाची आहे. जनावरांना चारा म्हणून, छप्पर शाकारायला झावळ्या म्हणून, दोरखंड, चपला आणि इतर उत्पादनं तयार करण्याचं साधन म्हणून ते वापरलं जात असे. शिवालिक टेकड्या आणि हिमालयाची पहिली रांग मिळून जिथे दून किंवा रुंद दरी तयार होते तिथला तेराईच्या जंगलाचा बहुतेक सगळा भाग एकेकाळी विस्तीर्ण पसरलेल्या गवताळ प्रदेशानं व्यापून टाकला होता. त्यात गेंडे आणि रेड्यांसारख्या विविध वन्यप्राण्यांना आश्रय मिळत होता. आज मात्र नेपाळ आणि आसामच्या अगदी थोड्या भागात हे प्राणी शिल्लक आहेत. बेकायदेशीर शिकारीबरोबरच गवताळ प्रदेश नष्ट होत असल्यामुळेदेखील ते नामशेष होत आहेत.

हिमालयातल्या कित्येक गावांमधून गवताची कापणी करणं हा रोजच्या दिनक्रमातला एक महत्त्वाचा भाग आहे. बायका-पुरुष दोघेही सकाळी सकाळी हातात कोयते घेऊन बाहेर पडतात आणि गवताचे मोठमोठे भारे घेऊन घरी येतात. हे गवत गुरांना चारा म्हणून साठवतात किंवा छप्पर शाकारायला वापरतात. गवत झाडांपेक्षा वेगानं वाढतं. त्याला परिपक्व व्हायला अनेक दशकं लागत नाहीत; मात्र या 'समूहाने वाढणाऱ्या जमातींकडे' केवळ हंगामी कुरणं म्हणून न बघता एका मोठ्या जीवसंहतीचे (बायोम) दीर्घकाळ टिकणारे घटक म्हणून पाहिलं पाहिजे. त्यांच्या मुळांचं उथळ जाळं कित्येक शतकं एकत्र विणलं गेलं आहे. ज्या प्रकारे शाकारलेली छपरं पाणी बाहेर टाकतात त्याप्रमाणे तंतूंचा हा सजीव गालिचा पावसामुळे होणारी जमिनीची धूप कमी करतो. मग जेव्हा भूस्खलन होतं तेव्हा त्यांची मुळं आणि कंद चट्‌कन पर्वतांच्या जखमांवर टाके घालून त्यांना मलमपट्टी करतात.

पर्वताच्या चढ-उतारांप्रमाणे आकार घेत जास्तीतजास्त कार्यक्षमतेने सूर्याची ऊर्जा मिळवण्याचा प्रयत्न झाडांपेक्षाही गवत अधिक करत असतं. त्यामुळे होणाऱ्या प्रकाशसंश्लेषणातून त्याला पोषकतत्त्वं मिळतात आणि पर्वतीय भागातले सस्तन प्राणी आणि इतर जीव तिकडे आकर्षित होतात. हिमालयातले गवताळ प्रदेश कमी झाल्यामुळे वन्यप्राण्यांच्या विभागणीवर परिणाम झाला आहे, त्याचं साधं कारण इतकंच की, हरणं आणि मेंढ्यांसारखे खूर असलेले प्राणी झाडावर चढू शकत नाहीत. चीर आणि चकोरसारख्या पक्ष्यांच्या जातीदेखील गवतावर अवलंबून असतात. त्या जंगली धान्यागारावर त्यांची उपजीविका होत असते. शिकारी पक्षी आणि इतर हिंस्र प्राण्यांपासून स्वत:चं रक्षण करण्यासाठी ते गवताचा ढाल म्हणून वापर करत असतात. जवळजवळ पुराणकथेतला वाटावा असा हिमालयातला लावा पक्षी म्हणजे ओफ्रिसिया सुपरसिलीओसा आता नामशेष झाल्याचं मानलं जातं. तो पक्षी १८७६ साली मसूरी आणि नैनितालच्या गवताळ उतारांवर शेवटचा सापडला होता. गवताच्छादित प्रदेश अदृश्य होत गेल्यामुळे हा पक्षी नामशेष व्हायला हातभार लागला असावा, असं म्हणणं अवाजवी ठरणार नाही. विविध प्रकारचे सरडे, सहस्रपाद, जमिनीवर राहणारे पोरकिडे, कोळी आणि मुंग्या, तसंच डोळ्यांना न दिसणारी कीड आणि सूक्ष्मजीव तग धरून राहण्यासाठी आणि मुळांच्या दाट जाळ्यातून आपली प्रजा वाढवण्यासाठी गवताळ प्रदेशावरच अवलंबून आहेत. हिमालयातल्या मोठमोठ्या आकाराच्या प्रदेशांच्या तुलनेत हे लहान-लहान जीव बिनमहत्त्वाचे वाटू शकतात; पण शिखरांच्या आणि वनाच्छादित सोंडेच्या भव्य दृश्यांकडे बघताना आपल्या पायापाशी अस्तित्वात असणाऱ्या प्रजातींच्या वैविध्याचीही आपण दखल घ्यायला हवी.

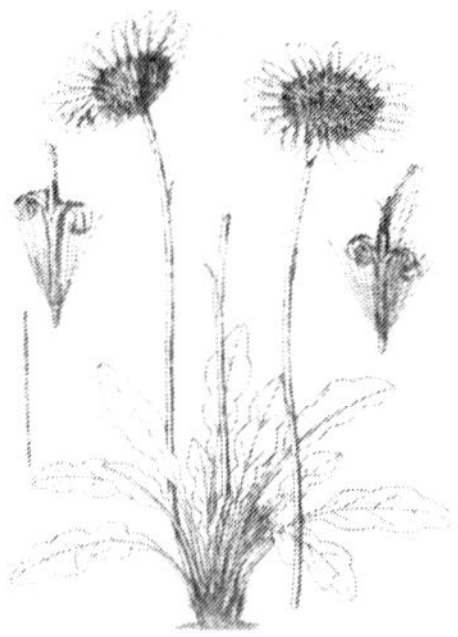

# १९

## कीटकभक्षी वनस्पतीच्या मागावर

लँडॉरमधल्या आमच्या घराजवळ असलेल्या जाबरखेत निसर्ग राखीव क्षेत्रात (JNR) अनेक रक्तपिपासू जीव नांदताना दिसतात. मॉन्सूनमध्ये सापडणाऱ्या जळवादेखील काही कमी नाहीत. शिवाय पिवळ्या कंठाचे मार्टेन, बिबट्या मांजरी, कोल्हे आणि चित्तेदेखील असतात; पण मला खरोखरच ज्या प्राण्याची भीती वाटते ते म्हणजे अस्वल. इतर हिंस्र प्राण्यांसारखे ते आपल्या येण्याची चाहूल घेऊन पानांच्या जाळीमागे लपून बसत नाहीत. हिमालयातली काळी अस्वलं (अर्सस तिबेटेनस) अल्पावधानी आणि तापट असतात. फळांच्या शोधार्थ ओकच्या झाडांवर पंजे मारत ते सहसा अंधारात फिरत असतात. असं असलं तरी, विशेषत:, हिवाळ्यात पहाटे किंवा संध्याकाळच्या वेळेस एखाद्या अस्वलाशी गाठ पडण्याची पुरेपूर शक्यता असते.

आज मात्र आम्ही ड्रोसेरा पेल्टाटा या दुसऱ्याच एका शिकाऱ्याच्या शोधात जाणार आहोत. सूर्यप्रकाशात न्हाऊन निघालेल्या गवताळ उतारांवर हा शिकारी चिकाटीनं वाट बघत पडून असतो आणि बेसावध सावजानं त्याच्या घातक तंतूंना स्पर्श केला की त्यांना पकडून ठेवतो. सुटकेची धडपड करणाऱ्या भक्ष्याला पकडून ठेवण्यासाठी त्याला चिकट श्लेष्माच्या पातळ थराची मदत होते. सन्डयू ही एक कीटकभक्षी वनस्पती आहे. जगभरात तिच्या सुमारे २०० विविध जाती आहेत. बारीक चिलटं आणि माशांवर तिचा उदरनिर्वाह चालतो. त्यांच्यासाठी ही

वनस्पती म्हणजे डझनभर पाय आणि हिंस्र जबडा असलेला भीतिदायक राक्षसच आहे. त्याहून वाईट म्हणजे पकडलेलं भक्ष्य मरून जायच्या आधीच हे झाड त्यांना पचवायला सुरुवात करतं.

आमच्या मोहिमेचे मुख्य आहेत हिमालयातल्या वनस्पतींचे अग्रगण्य तज्ज्ञ डॉ. गोपाळ रावत. देहराडूनच्या वाइल्डलाइफ इन्स्टिट्यूट ऑफ इंडियाचे (WII) डीन असल्यामुळे रावतांना हवं तितकं प्रत्यक्ष फील्डवर येता येत नाही; पण फायली आणि अहवालांचे गट्ठे टेबलावर तसेच सोडून, कोट आणि टायऐवजी बुशशर्ट घालून आणि दुर्बीण घेऊन बाहेर पडायला त्यांना नेहमीच आवडतं. डॉ. रावत म्हणजे एक चालताबोलता कोश आहेत. सत्य घटना आणि कहाण्या सांगत ते साध्यासुध्या भूप्रदेशाला जिवंत करून सोडतात. ते स्वत: हिमालयातलेच असल्याने या प्रदेशाशी त्यांची जवळीक आहे. कुमाऊंच्या ईशान्य कोपऱ्यात मुन्सियारीजवळ त्यांचं पिढीजात गाव आहे.

JNRच्या प्रवेशद्वाराशीच असलेल्या सुमारे पाच मीटर उंच झाडाकडे रावत बोट दाखवतात. पुष्कळ फांद्या आणि दाट, चकचकीत पानं असलेलं ते झाड आहे युनिमस टिन्जेन्स (Euonymus Tingens). पहाडी भागात कुमकुम नावानं ओळखल्या जाणाऱ्या या झाडात औषधी गुणधर्म असून, ते रेचक म्हणून आणि डोळ्यांचे विकार बरे करण्यासाठी वापरलं जातं. झाडाची आतली साल पिवळ्या रंगाची असून, ती कापड रंगवण्यासाठी किंवा कुमाऊंच्या काही भागात पूजेत कपाळावर लावायच्या चंदनतिलकाला पर्याय म्हणून वापरतात, असं रावत सांगतात. आणखी एका जातीच्या झाडाला ते डेफनी पपायरेशीया नावानं संबोधतात. ते एक लांब, निमुळत्या पानांचं दणकट झुडूप आहे. या झाडाचा वापर पारंपरिकरीत्या कागद तयार करण्यासाठी केला जाई. त्याची आतल्या बाजूची तंतुमय साल काढून ती गोळा करून भिजवली जाते. मग तिचा लगदा केला जातो आणि नंतर तो लगदा कागदाच्या स्वरूपात वाळण्यासाठी ठेवला जातो. आता डेफनी कागद क्वचितच तयार केला जात असला तरी एकेकाळी तो महत्त्वाच्या कागदपत्रांसाठी आणि खतावण्यांसाठी, तसंच जन्मकुंडली आणि भविष्य लिहिण्यासाठी वापरला जाई. अजूनही भूतानमध्ये थिम्फुमधल्या जुंगशी हॅन्डमेड पेपर कंपनीमध्ये पारंपरिक पद्धतीने तो तयार केला जातो. तरीही इथे उत्तराखंडमध्ये गवत कापणाऱ्या लोकांना डेफनीचा जास्त चांगला आणि व्यावहारिक फायदा होतो. ते या झाडाची चिवट, लवचिक साल काढून घेऊन ती चाऱ्याचे भारे बांधायला वापरतात.

रावत हे वनस्पती आणि प्राण्यांमधल्या परस्परसंबंधाचे जाणकार आहेत. लीफ वार्ब्लर्सपासून ते अति-उंचावरच्या खूर असलेल्या सस्तन प्राण्यांपर्यंत विविध जातीच्या प्राण्यांना आणि पक्ष्यांना आश्रय देणाऱ्या पर्वतीय गवताचा आणि वनस्पतींचा

त्यांचा अभ्यास होता. WII मधले त्यांचे सहकारी आणि विद्यार्थी हिमबिबट्यांना रेडिओ कॉलर लावण्यात किंवा वाघांचे फोटो काढण्यात मग्न असताना रावत मात्र अन्नसाखळीत पुढे असलेल्या महत्त्वाच्या दुव्यांवर लक्ष केंद्रित करतात. शाकाहारी प्राणी कोणत्या वनस्पती खातात हा त्यांचा मुख्य रुचीचा विषय आहे; मात्र आजच्या आमच्या मोहिमेचा विषय हिमालयातल्या मांसभक्षी वनस्पतीचा एक नमुना बघणं हा आहे.

रावतांचं बरंचसं संशोधन हे बुग्याल किंवा पर्वतीय कुरणांवर केंद्रित झालेलं आहे. शेळ्या, मेंढ्या आणि म्हशींच्या कळपांसाठी ते हंगामी गायरान आहे. 'बुग किंवा बुगी म्हणजे चाऱ्यासाठी वापरलं जाणारं झाड किंवा गवत,' ते सांगतात. 'आणि यातल्या प्रत्येक बुगीपासून पुष्कळ प्रमाणात औषधी वनस्पतींची कुरणं तयार होतात. गुराखी लोक त्यांना वेगवेगळ्या नावांनी ओळखतात. दूध बुगी, धनिया बुगी, सूर्य बुगी अशा अनेक बुगी आहेत; पण जनावरांना चरण्यासाठी सर्वांत उत्तम झाड बास बुगी नावानं ओळखलं जातं. गुराख्यांच्या म्हणण्यानुसार त्यांची जनावरं तीन आठवडे बास बुगीवर चरली असतील तर तीन महिने इतर झाडं खाण्याच्या तोडीची ती गोष्ट आहे.'

पुढे गेल्यावर आम्हाला पिवळ्या आणि गुलाबी रंगाच्या बालसमचे ताटवे दिसतात. त्यांचा बहर नुकताच ओसरला असला तरी डोंगरउतारावर त्यामुळे अजूनही रंग भरलेले दिसतात. त्यांच्या बियांच्या शेंगा म्हणजे एखाद्या लहानशा द्विदल धान्यासारख्या दिसणाऱ्या कॅप्सूल्स असतात. त्यांना हात लावला की त्या फुटतात, म्हणूनच त्यांना सर्वसाधारणपणे इम्पेशन्स असं नाव पडलेलं आहे.

'बिया पिकल्यावर बालसामच्या ताटव्यांपासून दूर राहावं असा इशारा इथले गुराखी देतात; कारण त्यावेळेस अस्वलं तिकडे आकर्षित होतात. ते ताटव्याच्या मध्यभागी बसून आपल्या हातांचा आणि पंजांचा वापर करून शेंगा फोडतात.' टणाटण बाहेर उडणाऱ्या बिया दोन्ही हातांनी तोंडात कोंबण्याचा अभिनय करत रावत सांगतात.

जाबरखेत निसर्ग राखीव क्षेत्र ही सरकारी जंगलाच्या मोठ्या पट्ट्याला लागून असलेली शंभर एकराची खासगी जमीन आहे. फ्लॅग टेकडी नावाच्या बाहेर आलेल्या सोंडेची नैर्ऋत्य बाजू त्याचा बराचसा भाग व्यापते. क्वेर्कस ल्युकोट्रीकोफोरा, ऱ्होडोडेण्ड्रॉन अर्बोरियम आणि लायोनिया ओव्हॅलीफोलिया ही या जंगलातली प्रमुख झाडं आहेत. गढवाली भाषेत त्यांना अनुक्रमे बंज, बुरांश आणि अन्यार असं म्हणतात. पश्चिम नेपाळपासून कुमाऊं, गढवाल आणि हिमाचल प्रदेशापर्यंत १८०० ते २५०० मीटर उंचीच्या भागात असलेल्या महत्त्वाच्या पट्ट्यात या तीन जातींच्या झाडांचं राज्य आहे. मध्य हिमालयातल्या वर्षभर असणाऱ्या वस्त्यांच्या

उंचीला येणारी ही झाडं आहेत. उन्हाळ्यात गुराखी आपापली जनावरं घेऊन बरेच वरपर्यंत जात असले तरी अडीच हजार मीटरहून अधिक उंचीवर कायमची वसलेली खेडी आणि गावं फार कमी बघायला मिळतात. तिबेटला जायच्या रस्त्यावर असलेली धार्मिक स्थळं आणि व्यापाराची ठाणी एवढाच काय तो त्याला अपवाद असेल.

बुरांशाच्या खोडाच्या मऊ, लवचिक पृष्ठभागावरून हात फिरवत रावत आम्हाला अनेक वर्षांपूर्वी जंगलात लागलेल्या वणव्यामुळे जळून गेलेले भाग दाखवतात. झाडाची साल ही नैसर्गिक ज्वालारोधक असते. तीच झाडाचं संरक्षण करते आणि उष्णतारोधक म्हणून काम करते, असं ते सांगतात. जवळच्याच उतारावर रानटी जरबेराची एक जात आहे (जरबेरा गॉसिपिना). गढवालीत तिला कपास म्हणतात. तिच्या पानांच्या खालच्या बाजूला एक पातळ, पांढरा पडदा असतो. उन्हात भाजून निघालेल्या कातडीसारखा तो सोलून काढता येतो. पूर्वी हे पापुद्रे गोळा करून वाळवले जात आणि पेटवण म्हणून वापरले जात; कारण गारगोटीच्या ठिणगीतून ते अगदी सहज पेट घेत.

खालच्या हिमालयातल्या इतर भागांप्रमाणे फ्लॅग टेकडीवर कित्येक परकीय, आक्रमक जातींनी मूळ धरलं आहे. वनविभागाच्या देखरेखीखाली इथल्या मालकांनी जो 'वर्किंग प्लॅन' अमलात आणला तोही त्यासाठी थोडाफार कारणीभूत आहे. झाडांमधल्या या घुसखोरांपैकी बरेचसे सूचिपर्णी आहेत - निळे पाइन (पाइनस वॉलीकियाना), चीर पाइन (पायनस लॉन्जिफॉलिया) आणि काही परदेशी सायप्रस (सप्रेसस ॲरिझॉनिका आणि सी. ल्युसिटानिका) ही सगळी झाडं लावून अजून शंभर वर्षंदेखील झालेली नाहीत. शिवाय ही सगळी झाडं स्वत:च्याच बियांमुळे पसरत गेली आहेत. त्याचबरोबर JNR मध्ये पुष्कळ कानोर (हॉर्स चेस्टनट), डॉगवूड, रानचेरी आणि रानपेअरची झाडं आहेत. ही सगळी मिळून एक चांगलं निरोगी संमिश्र जंगल तयार होतं; मात्र सर्वांत आक्रमक परकीय जात म्हणजे युपेटोरियम अडेनोफोरम. मेक्सिको आणि मध्य अमेरिकेहून आलेलं हे कंबरेएवढ्या उंचीचं झाड आहे. युपेटोरियम भारतात कसं आलं हे कोणालाच नक्की माहीत नाही; मात्र खालच्या हिमालयातल्या जवळपास प्रत्येक भागात ते आता घुसलंय. अनेक वर्षांपूर्वी बर्मा किंवा बंगालमधल्या बंदरावर एखाद्या मालवाहू जहाजातून या झाडाच्या बिया अपघातानंच इकडे आल्या असाव्यात, असं रावत सुचवतात. तिथून त्यांचा प्रसार वेगानं पहाडी प्रदेशात झाला. युपेटोरियमच्या काळपट देठांमुळे गढवालमध्ये त्याला 'काला घास' असं म्हणतात. गछठमधल्या काही भागांसकट अनेक ठिकाणी या झाडानं डोंगरउतार व्यापले आहेत आणि स्थानिक जातीच्या झाडांना गुदमरून टाकलं आहे. रानटी काय किंवा माणसाळलेली काय, कोणतीच

जनावरं या झाडाची पानं खात नाहीत आणि जंगलात वणवा लागून गेल्यावर पुन्हा पूर्वपदावर येणारं सगळ्यात पहिलं झाड म्हणजे काला घास.

वाटेत आम्हाला बिबट्या मांजर दिसतं तसंच भुंकणाऱ्या हरणांच्या विष्ठेचे गोळेही पडलेले दिसतात. ते कुत्र्याच्या कोरड्या अन्नासारखे दिसतात. शिवाय पिवळ्या कंठाच्या मार्टेनची (मुंगसासारखा एक प्राणी) विष्ठा दिसते. त्यात हाडांचे तुकडे, अंड्याची टरफलं आणि केसही असतात. त्याच्या सर्वसमावेशक आहाराचा तो पुरावाच असतो. मार्टेन हे सर्वांत संधिसाधू शिकारी प्राणी आहेत. झाडांमधून आणि डोंगरउतारांवर ते सतत पक्ष्यांची घरटी, उंदीर-घुशींसारखे कृंतक प्राणी आणि सरपटणारे प्राणी शोधत हिंडत असतात. त्यामानानं ड्रोसेरा पेल्टाटा बरीच चोखंदळ खवैया वनस्पती आहे.

ड्रोसेराचा अर्थ आहे 'सूर्याचं दव'. त्याच्या पानांवरचं श्लेष्मावरण दवांच्या बारीक बारीक थेंबांसारखं दिसत असल्यामुळे त्याला हे नाव पडलं आहे. लाळेसारखा हा पदार्थ केवळ किड्यांनाच ओढून घेतो असं नाही तर त्यात काही आम्लंदेखील असतात. ती पाचकरसांचं काम करतात. एकदा भक्ष्य तावडीत सापडलं की त्याभोवती पान मिटतं आणि त्या कीटकाला खाऊन टाकतं. अशा रीतीनं जमिनीतून पोषण मिळवण्याऐवजी ते झाड आपल्या भक्ष्याकडून ते मिळवतं.

चार्ल्स डार्विनने ड्रोसेरावर कीटकभक्षी वनस्पती (Insectivorous Plants) नावाचं एक अख्खं पुस्तक लिहिलं आहे. त्यात इंग्लंडमध्ये सापडणाऱ्या सन्ड्यूच्या सर्वसाधारण जातीवर त्यानं भर दिला आहे. १८६० च्या उन्हाळ्यात डार्विनने ससेक्समध्ये सापडणाऱ्या एका झुडपावर वेगवेगळे प्रयोग केले. विविध प्रकारच्या उत्तेजनांना ते झाड कशी प्रतिक्रिया देतं हे बघण्यासाठी, तसंच त्याच्यातून स्रवणाऱ्या घातक स्रावांचा रसायनशास्त्राच्या दृष्टीने अभ्यास करण्यासाठी त्याने हे प्रयोग केले. तो लिहितो :

> एखादा कीटक जेव्हा पानाच्या मध्यभागी येऊन बसतो तेव्हा ताबडतोब त्याच्याभोवती एका गुळगुळीत स्रावाचे वेढे पडतात. थोड्या वेळाने त्याच्या भोवतालचे तंतू वाकायला लागतात आणि अखेर सर्व बाजूंनी त्या कीटकाला पकडतात ... कितीही लहानसा किडा आला तरी ही सगळी कृती घडून येते. ते बघून आश्चर्य वाटल्याशिवाय राहत नाही. उदाहरणार्थ, चिलटाच्या (कुलेक्स) एका सर्वांत लहान जातीचा किडा मला त्याच्या अति नाजूक पायांवर त्या झाडाच्या सर्वांत बाहेरच्या बाजूच्या तंतूग्रंथींवर नुकता येऊन बसलेला मला दिसला. लगेचच ते तंतू वाकायला लागलेही होते; मात्र अजून एकाही ग्रंथीनं किड्याच्या

> अंगाला स्पर्श केला नव्हता... आता हे कीटक निव्वळ योगायोगानं पानांवर येऊन बसतात, का त्या स्रावाच्या वासामुळे तिकडे आकर्षित होतात ते मला ठाऊक नाही. ड्रोसेराची इंग्लिश जात जितके कीटक पकडते ते बघून आणि मी माझ्या हरितगृहात ज्या परदेशी जाती आणून ठेवल्या आहेत, त्यांचं निरीक्षण केल्यावर तो वास आकर्षक असावा, असा माझा अंदाज आहे. वरीलपैकी दुसरी शक्यता असेल तर झाडाच्या पानांची तुलना आमिष ठेवलेल्या सापळ्याशी करता येईल आणि पहिली शक्यता असेल तर सतत भक्ष्यांची ये-जा असलेल्या ठिकाणी रचलेला; पण कोणतंही आमिष न ठेवलेला सापळा असं त्याला म्हणता येईल.

उष्ण आणि थंड अशा दोन्ही प्रकारच्या हवामानात त्या झाडाला ठेवून डार्विननं त्याच्या प्रतिक्षिप्त क्रिया तपासल्या. तसंच, मांसाचे तुकडे, बूच, मानवी केस, काचेचे तुकडे आणि चक्क ग्लुटेनसारख्या विविध पदार्थांशी संपर्क घडवून आणून त्यानं झाडाच्या प्रतिक्षिप्त क्रिया काय होतात ते बघितलं. (झाडाला ग्लुटेनची ॲलर्जी असल्याचं दिसून आलं; कारण त्याची पानं चट्कन कोमेजून काळी पडली.) आपल्या पानांवरच्या तंतूंमार्फत ते झाड ज्याप्रकारे संदेश पाठवत होतं ते बघून डार्विनला सर्वांत जास्त आश्चर्य वाटलं. 'ग्रंथींपर्यंत काहीतरी परिणाम नक्कीच पोहोचतो. त्या जास्त प्रमाणात स्रवू लागतात. तसंच त्या स्रावाचं रूपांतर आम्लात होतं. ही दुसरी गोष्ट वनस्पतींच्या क्रियाविज्ञानात बरीच नवीन आहे असं मला वाटतं. प्राणीसृष्टीत एखादी संवेदना मज्जातंतूंच्या मार्फत ग्रंथींपर्यंत पोहोचवता येते आणि त्यांची स्रवण्याची क्षमता बदलता येते ही बाब आत्ता एवढ्यातच सिद्ध झाली आहे...'

आपल्या करिअरच्या अखेरीस डार्विनने 'द पॉवर ऑफ मूव्हमेन्ट इन प्लान्ट्स' नावाचं एक पुस्तकदेखील लिहिलं. स्वतः मांडलेले उत्क्रांतीचे आणि नैसर्गिक निवडीचे सिद्धान्त तपासून बघताना ड्रोसेरा वनस्पती वैशिष्ट्यपूर्ण असल्याचं त्याच्या लक्षात आलं. ती एखाद्या अचेतन प्रजातीप्रमाणे नसून, इतर शिकाऱ्यांच्या प्रतिक्षिप्त क्रियांप्रमाणेच जैविक चेतनांनुसार काम करते. त्यामुळे तिलाही आपलं भक्ष्य पकडून त्यावर उदरनिर्वाह करता येतो. रावतांच्या म्हणण्याप्रमाणे बहुधा ही वनस्पती माशांना आकर्षित करणारं कसलंतरी फेरोमोन बाहेर टाकत असावी. पानांवरच्या श्लेष्माचे चकाकते बिंदू कीटकांना आकर्षित करत असावेत, असंदेखील त्यांना वाटतं.

'नायट्रोजनचं प्रमाण कमी असलेल्या जमिनीत आणि कीटकांची जा-ये असेल

अशा मोकळ्या भागात सहसा ड्रोसेरा वाढते,' ते स्पष्ट करून सांगतात. 'भारतात अगदी थोड्या कीटकभक्षी वनस्पती आहेत. त्यात मेघालयातल्या पिचर जातीच्या झाडांचाही समावेश आहे. ड्रोसेराव्यतिरिक्त हिमालयात युट्रीक्यूलारिया ब्राकायटे ही ब्लॅडरवर्टची एक जात आणि पिंग्वीक्युला अल्पिना ही बटरवर्टची जात दिसते. दोन्ही जाती कीटकभक्षी आहेत.'

पावसाळा जवळजवळ संपला असला आणि आकाशातले ढग गायब झालेले असले तरी निसर्ग राखीव क्षेत्राच्या माजलेल्या वनातून वाट काढत जात असताना आपल्या घोट्याला जळवा लागलेल्या नाहीत ना ते मी सतत तपासून पाहतो. रावत आम्हाला नेच्यांची दाटी, महिरप असलेल्या एका तीव्र चढाच्या सोंडेवर घेऊन जातात. पायाखालची वाट निळ्या पाइनच्या निसरड्या अणकुचीदार सुयांनी भरलेली असते. यथावकाश, आम्ही सोंडेच्या टोकाला मोकळ्या पठाराच्या सीमेवर उभ्या असलेल्या एकुलत्या एका ओकवृक्षापर्यंत पोहोचतो. सूर्यप्रकाशात थोडीफार बारीक चिलटं घिरट्या घालत असतात आणि आम्हाला सिकाडा किड्यांची गुणगुण ऐकू येत असते.

जपून पाऊल टाकत गवत आणि तण माजलेल्या त्या उघड्या माळरानाचं रावत बारीक निरीक्षण करतात आणि बिबट्याच्या पायांचे ठसे किंवा रक्ताचा ओघळ कुठे दिसतो आहे का ते बघतात. थांबून ते आम्हाला पुढे यायची खूण करतात आणि जमिनीकडे बोट दाखवतात. तिथे त्या खडकाळ जमिनीत वनस्पतींच्या इतर डझनभर जातींच्या बरोबरीनं वळणं घेत वरती जाणारा आणि सर्व दिशांना फांद्या फुटलेला एक बारीक देठ दिसतो. त्याची लहानशी पांढरी फुलं विशेष भपकेबाज नाहीत; पण बारीक तंतूंची झालर असलेली पानं मात्र क्रूर दिसतात. खाली वाकून बघितल्यावर मला फक्त त्या श्लेष्माचे बारीक थेंब तेवढे ओळखू येतात. ड्रोसेरानं दोन कीटकांना पकडून ठेवलं आहे. त्यातला एक किडा अगदी वाळक्या टरफलासारखा दिसतो आहे. तो पुष्कळ दिवस इथे असणार; पण शिकाऱ्याच्या हिरव्या पकडीत तो अजूनही अडकलेलाच आहे. दुसरी एक टाचणीएवढ्या आकाराची अर्धपारदर्शक माशी आहे. लाल गाळणाऱ्या पानाच्या मगरमिठीत धडपड करणाऱ्या त्या असहाय जीवाभोवती यथावकाश पानाची पकड घट्ट होते आणि एका वखवखलेल्या सन्ड्यूच्या वनस्पतिजन्य भुकेला तो बळी पडतो.

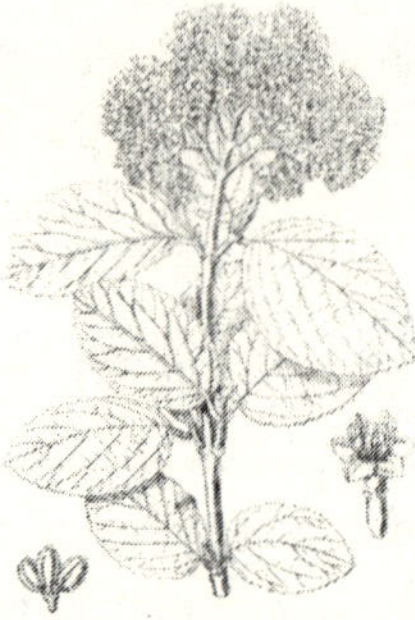

२०

# पवित्र वज्रस्थळ

नाश्ता करण्यासाठी आम्ही व्हरांड्यात जाऊन बसतो. डोंगरांकडे तोंड करून असलेल्या खुर्चीत मी बसावं असा सुधीर प्रकाश आग्रह धरतो. 'पाहुण्यांना कायम उत्तम दृश्य दाखवायला हवं,' तो म्हणतो. असं असलं तरी ढग दाटून आले आहेत. कांचनगंगेची किंवा रंगीत आणि रंगदंग नद्यांच्या संगमात उतरणाऱ्या आसपासच्या कोणत्याही पर्वतरांगेची खूणही दिसत नाही. नैर्ऋत्य दिशेला वरच्या सोंडेच्या टोकाला ढगांत गुरफटलेली दार्जिलिंगची शिखरं मला जेमतेम ओळखू येतात. चहामळ्यांच्या पायथ्याशी आणि आसपासच्या सोंडेच्या घडीदार चढ-उतारांवर धुक्याची दुलई पसरली आहे.

याच दृष्याचं वर्णन सुमारे १७५ वर्षांपूर्वी जोसेफ डाल्टन हूकरने इथल्या पर्वतांची मोहिनी मनावर पडलेली असताना केलं आहे.

> .. हिमाच्छादित पर्वत आणि दार्जिलिंगच्या मध्ये पहुडलेल्या अनेक दऱ्यांवर सूर्याचे किरण पडतात तशी खालच्या प्रदेशात कोंडलेली हवा लगेचच तापते. दाट, पांढऱ्या आणि ठळकपणे दिसतील अशा वाफेचे मोठे लोट खालच्या पोकळीतून वर येऊ लागतात. टेकड्यांच्या शिखरावर त्या वाफा एकमेकांत मिसळतात, तिथल्या जंगलांना घट्ट धरून विस्तारतात, एकत्र येतात आणि वेगाने चढत वर विरळ हवेच्या प्रदेशाकडे जातात.

> ही घटना इतक्या अचानक घडते की त्यामुळे बघणाऱ्याला पलीकडचं अचाट दृश्य दिसेनासं होऊन तो एक जादुई चमत्कार वाटू लागतो.

ग्लेनबर्न टी इस्टेटची स्थापना १८५९ साली स्कॉटिश मळेवाल्यांनी केली. गेल्या दीड शतकाहून अधिक काळ त्या मळ्यांमध्ये उत्कृष्ट प्रतीचा चहा तयार होत आहे. सकाळच्या नाश्त्याला आम्हाला पहिल्या तोडणीचा चहा दिला जातो. जेमतेम महिनाभर आधी म्हणजे एप्रिलच्या सुरुवातीला तोडून, त्यावर प्रक्रिया केलेला तो चहा असतो. वेजवूडच्या चायना कपात ओतलेल्या त्या फिक्या केशरी रंगाच्या चहाला एक मंद पण विशेष सुगंध असतो. त्याच्या चवीचं वर्णन दर्दी लोक 'फुलं आणि पीचचा सौम्य मधुर स्वाद' असं करतात. चहा चाखताना वापरली जाणारी परिभाषा वाइन चाखणाऱ्यांच्या शब्दसंग्रहाएवढीच गूढ आणि निरर्थक विशेषणांनी भरलेली आहे. ग्लेनबर्नला नुसतेच चहाचे मळे नसून, दार्जिलिंगच्या वसाहतकालीन भूतकाळाचा थरार अनुभवू इच्छिणाऱ्या आणि त्यात रमू पाहणाऱ्या पाहुण्यांसाठी तिथे बुटीक हेरिटेज रिसॉर्टदेखील आहे.

चहामळ्यांचा इतिहास आणि त्यासंबंधित लोककथांविषयी सुधीरला आस्था आहे. ग्लेनबर्न इस्टेटमध्ये पहिल्यांदा ज्यांनी चहाची लागवड केली त्या स्कॉटिश लोकांचे किस्से सांगायला त्याला आवडतात; पण असं असलं तरी त्याला व्यवसायाच्या दैनंदिन व्यवहारात जास्त रस आहे. 'मला आता निवृत्त व्हायचंय असं मी म्हणतो खरं; पण दरवेळेस इकडे आलो की कितीतरी गोष्टी करण्यासारख्या असतात.' तो मला सांगतो. चहा पिकवणं सोपं नाही. तुमच्या कपात येणाऱ्या चहाच्या सूक्ष्म स्वादांवर परिणाम करणाऱ्या हवामानाच्या लहरीवर बरंच काही अवलंबून असतं.

'चहा पिकवण्यासाठी उत्तम हवामान म्हणजे दिवसभर ऊन आणि रात्रभर पाऊस.' भरून आलेल्या आभाळाकडे संशयानं बघत तो सांगतो. दून स्कूलमध्ये शिकलेला, किंचित शंकेखोर वृत्तीचा आणि उत्तम सिगारचा चाहता असलेला सुधीर चहामळ्याचा मालक वाटण्याऐवजी तत्त्वज्ञानाचा प्राध्यापकच अधिक वाटतो.

रानावनात पाहिलं तर कॅमेलिया सिनेसिस हे झुडूप नसून चक्क झाड आहे आणि ते पाच ते सहा मीटर उंच वाढतं. चहाच्या मळ्यात मात्र त्याची पुष्कळ छाटणी करून एक मीटरपर्यंतच मर्यादित उंची ठेवली जाते. त्यामुळे नवीन पानं फुटली की तोडणी करणाऱ्यांचा हात तिथपर्यंत सहज पोहोचतो. चहाची झुडपं एक शतकाहून अधिक काळ जगू शकत असली तरी उत्तम परिणाम हवे असतील तर दर वीस ते तीस वर्षांनी आळीपाळीने त्यांची पुनर्लागवड करावी लागते.

या उद्योगात प्रचंड शारीरिक कष्ट आहेत. त्यामुळे चहाच्या मळ्यांमध्ये खूप मोठ्या प्रमाणात मजूर लागतात. शेकडो एकर जमिनीवर चहातोडणी कामगारांच्या

फळ्या नेमलेल्या असतात. पानं बरोबर नेमक्या वेळेला तोडली जावीत म्हणून तोडणीचा हंगाम काळजीपूर्वक योजून आखावा लागतो. अति पाऊस किंवा दुष्काळ, तसंच आर्द्रता आणि सूर्यप्रकाशाचा बदलता कालावधी ह्या सगळ्याचा नवीन कोंब फुटण्याच्या वेळेवर आणि गुणवत्तेवर परिणाम होत असतो.

'चहा तोडला की लगेचच त्याची प्रत खालावू लागते आणि तो कुजायला लागतो,' सुधीर समजावून सांगतो, 'म्हणून त्याच्यावर ताबडतोब प्रक्रिया करणं आवश्यक असतं. म्हणून तर प्रत्येक इस्टेटीच्या आवारात स्वत:ची फॅक्टरी असते.' चोवीस तासांच्या आत ती पानं मुरडून, आंबवून, वाळवून कोरडी केली जातात. या प्रक्रियेत त्यातला ओलावा काढून टाकला जातो आणि त्याचा नैसर्गिक स्वाद तसाच जतन केला जातो. तीन ते चार तास किण्वन आणि ऑक्सिडेशन झाल्यानंतर चहाला तो गडद रंग येतो आणि त्याचा स्वाद खुलतो. चहावर प्रक्रिया करायची ठरावीक पद्धत म्हणजे - क्रश (चुरडणे), टिअर (तुकडे करणे) आणि कर्ल (वळवणे) म्हणजेच CTC. मोठमोठ्या स्वयंचलित यंत्रांद्वारे ही प्रक्रिया केली जाते. असं असलं तरी वर्गवारी करण्याचं काम आणि फॅक्टरीतलं इतर काम हातानंच केलं जातं. चुरडण्यामुळे आणि वळवण्यामुळे त्याचा स्वाद बाहेर पडायला मदत होते आणि पानाचा आकार आटोपशीर होतो. शेवटी, भट्टीत वाळवल्यामुळे त्यातला ओलावा तीन टक्क्यांपेक्षाही कमी होतो आणि चहा टिकून राहायला मदत होते.

नेहमीच्या काळ्या चहाच्या जोडीला ग्लेनबर्नमध्ये अर्धवट किण्वन प्रक्रिया केलेला उलोंग चहा आणि अजिबात किण्वन न केलेला हिरवा आणि पांढरा चहादेखील तयार केला जातो. तसंच, नुसत्या कळीपासून तयार केलेल्या 'सिल्व्हर नीडल' सारख्या प्रकाराच्या मर्यादित बॅचेसदेखील असतात. 'दार्जिलिंग : द कलरफुल हिस्ट्री अ‍ॅन्ड प्रीकॅरियस फेट ऑफ द वर्ल्ड्स ग्रेटेस्ट टी' या आपल्या पुस्तकात चहा तोडण्याच्या आणि त्यावर प्रक्रिया करण्याच्या वेळखाऊ आणि कष्टप्रद पद्धतीबद्दल बोलताना जेफ कोहलर म्हणतो, '..एक किलो दार्जिलिंग चहा तयार करण्यासाठी हातानी खुडलेली चक्क बावीस हजार पानं, जेमतेम कोवळीक असलेली पहिली दोन पानं आणि न उमललेली एक कळी एवढ्या गोष्टी लागतात.'

चहा तयार झाल्यावर त्याची चव घेतली जाते, त्याची प्रतवारी ठरवली जाते आणि मग तो बांधून कोलकात्त्याला पाठवला जातो. तिथे दलाल त्याचा लिलाव करतात. दार्जिलिंगची प्रत्येक टी इस्टेट तिथल्या चहाच्या विशिष्ट स्वादामुळे ख्यातनाम आहे. मकाइबारी, कॅसलटन, रुंगली रुंगलीयोट आणि लोपचू, तसंच इतर डझनावारी बागांमधून विविध प्रतीचा चहा मिळतो. चहाच्या वेगवेगळ्या प्रकारांना अनेक गोंधळास्पद (falsely labled) संक्षिप्त नावं दिलेली आहेत. -

FP (flowery pekoe), BOP (broken orange pekoe), GFBOP (golden flowery broken orange pekoe) आणि सगळ्यात उच्च प्रतीचा FTGFOP (finest tippy golden flowery orange pekoe). २०१४ मध्ये दार्जिलिंग चहाची सर्वसाधारण किंमत दर किलोमागे १५० रुपये होती; मात्र मकाईबारीच्या दुसऱ्या धारेच्या एका खास तुकडीसाठी लावलेली बोली किलोमागे १,०००,००० रुपये एवढी जाऊन एक विक्रमच प्रस्थापित झाला होता. जगभरातून येणाऱ्या मागणीला तोंड देण्यासाठी इतरत्र पिकलेले आणि खोटं लेबल लावलेले अनेक बेगडी प्रकार बाजारात विकले जातात. दार्जिलिंग चहाची किंमत अजूनही किती टिकून आहे याची ती निशाणीच म्हणायला हवी.

सकाळी नाश्ता झाल्यावर मी एका लहानशा ट्रेकसाठी म्हणून टेकडीच्या पायथ्याशी असलेल्या रंगीत नदीकडे निघतो. ग्लेनबर्नमधल्या कर्मचाऱ्यांपैकी नीतू मांग्राती ही आज माझी गाईड आहे. नीतू ही एक सडपातळ आणि पुरेपूर आत्मविश्वास असलेली विशीतली तरुणी आहे. तिच्या घरातल्या चार पिढ्यांनी चहाच्या मळ्यात काम केलंय. विसाव्या शतकाच्या सुरुवातीला नीतूचे पणजी-पणजोबा नेपाळवरून येऊन इथे स्थायिक झाले. तिच्या घरी नेपाळी बोलत असले तरी आपण सरहद्द ओलांडून कधीच तिकडे गेलेलो नाही, असं ती सांगते. तिचे काही नातेवाईक अजूनही चहाच्या मळ्यांमध्ये काम करत असले तरी, 'बरेचसे इथून बाहेर पडले आणि दिल्ली किंवा दुबईला नोकऱ्या करू लागले.' ज्या स्थलांतरामुळे तिचे पणजी-पणजोबा इथे नोकरीच्या शोधात आले तेच स्थलांतर आजही चालू आहे. हिमालयातली माणसं अधिक चांगल्या आयुष्याच्या शोधात आपल्या मुळांपासून आणखी-आणखी दूर जात आहेत.

नीतूचं शिक्षण दार्जिलिंगमध्ये झालं. तिला नेपाळी, इंग्लिश आणि हिन्दी या भाषा अस्खलित येतात. थोडंफार बंगालीही ती बोलते. दोन्ही बाजूला दाटीवाटीनं वाढलेल्या चहाच्या झुडपांमधून रस्त्यानं चालत जाताना ती मध्येच थांबते आणि स्वत: तोडलेली दोन विशिष्ट पानं आणि एक कळी दाखवते. वरच्या टेकडीवर एक डझनभर बायका काम करत, पाठीवरच्या बांबूच्या टोपल्या भरत सोंडेच्या वरच्या बाजूला चढत जात आहेत. तोडणी कामगारांमध्ये सगळ्या बायकाच कशा काय, असं विचारल्यावर नीतू उत्तर देते, ''बायका जास्त काळजीपूर्वक काम करतात. हे काम नाजूक आहे. पुरुषांना सहसा मजूर किंवा सुपरवायझर म्हणून कामावर घेतात.''

''कोणी सुपरवायझर बायका आहेत का?''

''काही आहेत,'' ती उत्तरते आणि पुढे सांगते की, आया काम करत असताना त्यांच्या लहान मुलांना सांभाळण्यासाठी काही प्रौढ बायकांना कामावर घेतात.

ग्लेनबर्ननं आपल्या कामगारांसाठी पाळणाघरं, शाळा, तसंच वैद्यकीय सुविधा उभारल्या आहेत. नीतू पुढे सांगते, "तोडणीचं काम काही सोपं नाही; पण एखादी अनुभवी बाई असेल तर दरवर्षी या हंगामात ती दिवसाला पन्नास ते साठ किलो चहा खुडू शकते. मॉन्सूनमध्ये आणखी जास्त खुडते आणि तोडलेल्या मालाचं वजन किती भरतं यावरून त्यांना बोनस पैसे मिळतात."

आम्ही सावलीतून जाऊ लागतो. काँक्रीट पॅव्हिलीयनमध्ये आडोशाला आराम करणाऱ्या तोडणी कामगारांच्या एका गटाला नीतू हात करते. त्या सगळ्या जणी इस्टेटीवरच्या तीन गावांपैकी कुठल्यातरी गावात राहतात. त्यांनी सकाळी खुडलेल्या मालाचं वजन करणं चालू आहे. मग तो माल जीपने फॅक्टरीत पाठवला जाईल. प्रत्येकीनं रबरी गमबुटांचा दणकट जोड पायात चढवला आहे.

"पाऊस पडल्यावर चिखल होतो त्यापासून बचाव म्हणून तर झालंच; पण शिवाय सापांपासून बचाव करायला हे बूट आहेत," नीतू सांगते. त्या बायकांनी रुंद काठाच्या हॅट घातल्या आहेत. उन्हापासून सावली आणि पावसापासून बचाव करायला बरोबर छत्र्या ठेवल्या आहेत. सतत होणाऱ्या ढगांच्या हालचालीमुळे मिनिटामिनिटाला हवा बदलू शकते.

चहाची काही झुडुपं बहरली आहेत. छोटीशी पांढरी फुलं आणि मध्यभागी असलेला गडद पिवळ्या रंगाचा ठिपका. फ्राय केलेल्या लहान-लहान अंड्यांसारखी दिसणारी. "तुला कोणता चहा आवडतो?" असं मी नीतूला विचारतो आणि जराही वेळ न दवडता ती उत्तर देते, 'मूनशाइन.' पांढऱ्या चहाची ही एक दुर्मिळ जात आहे. ग्लेनबर्नच्या सर्व कर्मचाऱ्यांना महिन्याचं चहाचं रेशन फॅक्टरीतून मिळतं. सहसा तो कमी प्रतीचा ब्रोकन लीफ, फॅनिंग्ज किंवा डस्ट चहा असतो. नीतू सांगते, "घरी आम्ही मसाला चहाच पितो."

ती रस्त्याच्या कडेला वाढणाऱ्या झाडाची पानं तोडते. आर्टेमिसीया व्हलगारिस किंवा हिंदीत नागदोना नाहीतर नागदमनी (नागदवणा किंवा नागदमणी) नावानं ओळखल्या जाणाऱ्या या झाडाला इंग्लिशमध्ये सामान्यपणे 'मगवर्ट' म्हणतात. त्याची पानं बोटावर चुरडून मी त्याचा मधुर पण झिणझिण्या आणणारा वास हुंगतो. नीतू नागदवण्याच्या औषधी गुणांची यादी समोर ठेवते आणि घोळणा फुटण्यापासून ते पोटाच्या विकारांपर्यंत सगळ्यावर त्याचा वापर करतात असं सांगते. मग ती एका उंच सेमल किंवा रेशमी सुताच्या झाडाकडे बोट दाखवते. त्यावरून कापसाचे पुंजकेच्या पुंजके गळून पडत आहेत. लहानशा ढगासारखे दिसणारे ते पुंजके झाडाचं बी वाऱ्यावर वाहून नेत आहेत. टेकडीवरून अजून खाली पाहिलं तर जंगलातल्या जमिनीवर रानहळदीची भडक गुलाबी आणि पिवळ्या रंगाची फुलं उगवलेली दिसतात.

स्वत: बॉलीवूड फिल्म्सची चाहती असल्याचं नीतू मान्य करते. त्यातले बरेच सिनेमे दार्जिलिंगला चहामळ्यांच्या रमणीय पार्श्वभूमीवर चित्रित झाले आहेत. एका नवीन रोमँटिक कॉमेडीच्या चित्रीकरणासाठी अभिनेता रणबीर कपूर सध्या गावात आला असल्याचं ती सांगते. १९४९ साली आलेल्या राज कपूरच्या 'बरसात'पासून ते १९६९ सालच्या 'मेरे सपनों की रानी' पर्यंत असंख्य नाट्यमय प्रसंग आणि गाण्यातून दार्जिलिंगची दृश्यं दिसली आहेत. 'कांचनगंगा' ही सत्यजित रे यांची फिल्म इथेच चित्रित करण्यात आली होती. पहाडी दृश्यांच्या शोधात अनेक चित्रपटकर्त्यांनी स्वित्झर्लंडसारख्या परदेशी ठिकाणांकडे मोर्चा वळवला असला तरी अजूनही सिनेमाची पार्श्वभूमी म्हणून हिमालय तितकाच लोकप्रिय आहे.

रंगीत खोऱ्यात उतरताना आम्ही सागवानाच्या एका शुष्क जंगलात प्रवेश करतो आणि तापमान वाढत गेल्याचं मला जाणवतं. बशीएवढ्या आकाराची सागवानाची मोठाली पानं जमिनीवर विखुरलेली दिसतात. टेकडीच्या पायथ्याशी, रंगीत नदीच्या दक्षिण काठावर ग्लेनबर्ननं एक लहानसं कॉटेज आणि कॅम्पसाइट उभारली आहे. समुद्रसपाटीपासून आता आम्ही हजार मीटरपेक्षाही कमी उंचीवर म्हणजे चहासाठी आवश्यक असलेल्या उंचीपेक्षा पुष्कळच खाली आहोत. इथला झाडझाडोरा आणि पक्षीजीवन जाणवण्याइतकं वेगळं आहे. कस्तुर पक्ष्यांच्या चोरट्या आणि शांत अस्तित्वाची जागा कलकलाट करणाऱ्या रानटी मैनांनी घेतली असून, त्या झाडांवर बसून मोठ्यांदा भांडत आहेत. नदीपलीकडे सिक्कीम पसरलेलं आहे. त्याची राजधानी गंगटोक ही राज्यातल्या पश्चिमेकडच्या इतर जिल्ह्यांना गाडीरस्त्यानं जोडलेली आहे. रंगीत नदीच्या प्रवाहाच्या वरच्या आणि खालच्या दोन्ही बाजूला असलेल्या जलविद्युत प्रकल्पामुळे तिचा प्रवाह खंडित झाला आहे; पण इथे मात्र ती गुळगुळीत शिळांमधून खाली कोसळते. मी वाट काढत पाण्याच्या काठावर जातो तेव्हा तिथला प्रवाह अतिशय जलद आणि गाळामुळे तपकिरी रंगाचा झालेला दिसतो. अगदी मसाला चहाच्या रंगासारखा.

चालताबोलता वारसा म्हणावा असा चहा आपल्या बरोबरीने भरभराटीचा सुगंध, व्यापारी स्वाद आणि ब्रिटिश साम्राज्यानंतर उरलेली कडवट चव घेऊन येतो. एकोणिसाव्या शतकाच्या पहिल्या दशकापर्यंत इंग्लंड बारा हजार टन चहा चीनवरून आयात करत होता, असं जेफ कोहलर सांगतो. एवढ्या चहाच्या विक्रीची एकूण रक्कम साधारण साडे तीन दशलक्ष पौंड इतकी होती. ईस्ट इंडिया कंपनीच्या दृष्टीनं चहा ही आत्तापर्यंतची सर्वांत मोठी आणि सर्वांत किफायतशीर वस्तू होती. ब्रिटिशांच्या व्यसनामुळे व्यापारात भयानक तूट येऊ लागली आणि सरकारी तिजोरीतले

चांदीचे साठे कमी होऊ लागले. चहाच्या वाढत्या मागणीत अमेरिकेचाही हातभार लागला आणि व्यापारी जहाजांचे तांडे चीनच्या बंदरांवरून कंपनीच्या लंडन, लिव्हरपूल आणि बोस्टनच्या प्रतिनिधींकडे 'काळ्या सोन्याची' वाहतूक करू लागले. आर्थिकदृष्ट्या हा प्रकार जास्त परवडणारा नव्हता; पण लिडनहॉल स्ट्रीटवरचे धूर्त व्यापारी आणि भारतातले त्यांचे नबाब यांनी मिळून एक वनस्पतिशास्त्रीय उपाय शोधून काढला. तो उपाय जितका कल्पक तितकाच अनैतिक होता.

चहावरच्या वाढत्या अवलंबित्वामुळे झालेली व्यापारी तूट भरून काढण्यासाठी ब्रिटिशांनी त्याहून अधिक चटक लावणाऱ्या गोष्टीची म्हणजे अफूची निर्यात करायला सुरुवात केली. ईस्ट इंडिया कंपनीच्या बोधचिन्हावर मागच्या पायावर उभे असलेले दोन सिंह आणि युनियन जॅकची एक जोडी आहे. त्याऐवजी तिथे कॅमेलिया आणि अफूच्या फुलांची नक्षी जास्त चपखल बसली असती. चीनमध्ये अफूच्या वापराला उत्तेजन देऊन त्याची कधीही न संपणारी मागणी तयार करायची आणि मग त्या वर्चस्वाचा फायदा घेऊन चहाच्या व्यापाराचा समतोल साधायचा या निंद्य धोरणाची परिणती अखेर अफूच्या लढायांमध्ये झाली.

१८४२ साली नानकिंगच्या तहानंतर भारतात चहाचा प्रसार करण्याचे जोरदार प्रयत्न चालू झाले. आत्तापर्यंत चिनी लोकांनी मत्सराच्या आहारी जाऊन आपल्या पिकांचं रक्षण केलं होतं; मात्र रॉबर्ट फॉर्च्यून नावाच्या धडपड्या स्कॉटिश माणसाने चहाच्या सुमारे २०,००० रोपांची चीनमधून भारतात तस्करी केली. कोहलरच्या म्हणण्यानुसार जेव्हा ही रोपटी कलकत्त्याला आली तेव्हा ती वॉर्डियन केस नावाच्या फिरत्या हरितगृहातून आणण्यात आली. मग ती कंपनीच्या वनस्पती उद्यानात लावली गेली आणि मग हिमालयाच्या पायथ्याशी असलेल्या टेकड्यांच्या पट्ट्यात त्यांना वसवण्यात आलं. भारतीय चहाच्या पहिल्या काही जाती कुमाऊं आणि गढवाल भागात लावल्या गेल्या आणि पश्चिमेकडे पार कांगरा खोऱ्यापर्यंत त्यांची लागवड झाली. आजही त्यातल्या काही बागा तिकडे बघायला मिळतात. दरम्यान, इकडे चार्ल्स अलेक्झांडर, ब्रूस नावाच्या आणखी एका स्कॉटिश वनस्पती शिकाऱ्याला आसामात रानटी चहाची झाडं सापडली होती. त्यानं ते नॅथनिएल वॉलिश या कोलकाता गार्डन्सच्या प्रमुख अधीक्षकाच्या लक्षात आणून दिलं. चायनीज पत्तीच्या तुलनेत कमी प्रतीची ठरूनही ही स्थानिक जात कमी उंचीच्या ठिकाणी, ब्रह्मपुत्रेच्या काठावरच्या प्रदेशाशी चांगली जुळणारी होती.

सुमारे १८३५च्या आसपास दार्जिलिंगला थंड हवेचं ठिकाण म्हणून प्रथम प्रस्थापित करण्यात आलं. ज्या रुंद सोंडेवर हे गाव उभं आहे ती जागा म्हणजे मुळात दोर्जे लिंग नावाच्या बौद्ध मठाची जागा होती. दोर्जे लिंगचा अर्थ होतो पवित्र वज्र असलेली जागा. त्यावरूनच सध्याचं नाव तयार झालं. ३०० वर्षांहून

अधिक काळ या पायथ्याच्या टेकड्यांच्या प्रदेशावरून वाद आहे. १७८०मध्ये नेपाळमधल्या गुरखा सैन्यानं सिंगालीला सोंड ओलांडली आणि सिक्कीममधल्या छोग्यालपासून इथल्या बऱ्याचशा प्रदेशावर कबजा मिळवला. १८१६ मध्ये अँग्लो-नेपाळी युद्ध संपल्यावर मगच तीस्ता नदीच्या पश्चिमेकडचे पर्वत ईस्ट इंडिया कंपनीने सिक्कीमच्या राज्यकर्त्यांना परत दिले; मात्र लवकरच ब्रिटिशांना उपरती झाली आणि त्यांनी तिथे एक आरोग्यधाम आणि एक उन्हाळी विश्रांतीगृह बांधायचं ठरवलं. बंगालातल्या युरोपियन लोकांना पठारी प्रदेशातल्या उन्हाळ्यापासून आणि रोगांपासून पळ काढून इथे येता यावं हा त्यामागचा उद्देश होता. रंगीत नदीपासून दक्षिणेकडे असलेला १३८ चौरस मैलाचा टेकड्यांचा प्रदेश ताब्यात मिळावा म्हणून छोग्यालवर दबाव टाकण्यात आला. कोहलर लिहितो, 'त्या बदल्यात तिथल्या राजाला एक बंदूक, एक दुनळी पिस्तूल, वीस यार्ड तलम वस्त्र आणि शालींच्या दोन जोड्या देण्यात आल्या. त्यातली एक शाल उत्तम प्रतीची तर दुसरी कमी प्रतीची होती.'

या प्रदेशाचा भाडेकरार असा असंतुलित झाल्यामुळे, जसं दार्जिलिंग शहर झपाट्यानं भरभराटीला येऊ लागलं तसा तो मुद्दा लवकरच वादग्रस्त होऊन भांडणं सुरू झाली. यथावकाश घासाघीस होऊन वार्षिक तीन हजार रुपये द्यायचे ठरले. नंतर ते वाढवून सहा हजार रुपये करण्यात आले; पण त्यामुळे गंगटोकमधली नाराजी काही कमी झाली नाही. त्याचवेळेस ब्रिटिश अधिकाऱ्यांनी पहाडी भागात राजकारण खेळायला सुरुवात केली. नेपाळ आणि भूतानच्या खुनशी साम्राज्यांमध्ये वसलेल्या सिक्कीमकडे आघातप्रतिबंधक क्षेत्र म्हणून बघितलं जाऊ लागलं. शिवाय तिथून नथू ला ओलांडून चुंबी खोऱ्यातून तिबेटमध्ये जाणं त्यामानाने सहज शक्य होतं. नंतर १९२० साली सुरुवातीच्या एव्हरेस्ट मोहिमांमध्ये रोंगबुक हिमनदीपाशी असलेल्या बेसकॅम्पला जायला हाच मार्ग वापरला जाई.

ब्रिटिशांनी दार्जिलिंग ताब्यात घेतलं तेव्हा चहाची ओळख अजून व्हायची होती. १८४०च्या सुरुवातीला मात्र डॉ. आर्चिबाल्ड कॅम्पबेल या दार्जिलिंगमधल्या वैद्यकीय अधीक्षकाने आपल्या खासगी बागेत चहाच्या लागवडीवर प्रयोग करायला सुरुवात केली. त्यासाठी त्याने चायनीज आणि आसामी अशा दोन्ही प्रकारच्या बिया वापरल्या. आधी कॅम्पबेलची नेमणूक काठमांडूच्या ब्रिटिश मिशनमध्ये शल्यविशारद म्हणून झाली होती. तो तिथले निवासी डॉक्टर ब्रायन हाफटन यांच्या हाताखाली कामाला होता. नंतर ते निवृत्त होऊन दार्जिलिंगला गेले आणि त्यांनी नेपाळच्या नैसर्गिक इतिहासावरचा खंडवजा वृत्तान्त लिहिला.

डॉ. कॅम्पबेलची चहाची झुडपं त्यांच्या रुग्णांपेक्षा अधिक लवचिक निघाली. त्यातल्या बऱ्याचशा रुग्णांना दार्जिलिंगच्या दफनभूमीत दफन केलं आहे. हिमालयाच्या

या भागात चहासाठी अगदी योग्य हवामान आणि जमीन असल्याचं लवकरच लक्षात आलं. डोळे फिरतील अशा घनदाट जंगलांकडे बघून तिथे कॅमेलिया सायनेसिसची लागवड करावी, अशी दूरदृष्टी ठेवणाऱ्या वसाहतीतल्या मळेवाल्यांच्या भविष्यसूचक दृष्टीची कल्पना करणं आजच्या घडीला अवघड आहे. एकोणिसाव्या शतकाच्या मध्यावर दार्जिलिंगमध्ये चहाच्या लागवडीची गडबड सुरू झाली होती. झुम लागवड नावानं ओळखल्या जाणाऱ्या लेपचा लोकांच्या शेतीविषयक पारंपरिक पद्धतीला ब्रिटिशांनी निरुपयोगी ठरवलं होतं. असं असलं तरी हे मळेवाले मात्र झाडं तोडायची आणि जाळायची तीच जुनी पद्धत वापरून जंगल साफ करत होते, हा एक विरोधाभासच म्हणायला हवा. स्थानिक जमातींचं उच्चाटन करून त्या जागी चहाची परकी रोपं लावल्यामुळे दार्जिलिंगच्या पर्यावरणाची घडण आणि रूप पार बदलून गेलं.

कालानुरूप या गावानं शॅम्पेन किंवा कियान्तीसारख्या वाइन तयार करणाऱ्या प्रदेशांप्रमाणे विशेष नाव कमावलं. कोहलरच्या म्हणण्यानुसार हिमालयाच्या टेकड्यांच्या त्यामानानं लहानशा असलेल्या या पट्ट्यात चहाचे सत्त्याऐंशी मळे आहेत आणि त्यांनी तीव्र चढ-उतारांची सुमारे ४८,००० एकर जमीन व्यापली आहे. एखाद्या गोधडीसारख्या पसरलेल्या आणि लहरत जाणाऱ्या ढगांच्या घोळक्यात हरवलेल्या हिरव्या झुडपांच्या प्रतिमा बघून, रम्य, व्यवस्थित निगा राखलेल्या नंदनवनाचं अद्भुत दृश्य डोळ्यासमोर येतं. प्रत्यक्षात मात्र, एकाच पिकाची लागवड केलेल्या चहाच्या मळ्यांमुळे दार्जिलिंगच्या जंगलातल्या नैसर्गिक विविधतेचा नाश झाला.

चहामुळे या भागाचा सामाजिक चेहरामोहरादेखील बदलला. चहा तोडणीसाठी आणि त्यावर प्रक्रिया करण्यासाठी लागणाऱ्या मजुरांच्या प्रचंड संख्येमुळे नेपाळहून खूप मोठ्या प्रमाणात स्थलांतरित इकडे आकर्षित झाले. दार्जिलिंगमधली बहुसंख्य लोकसंख्या आता त्या स्थलांतरितांच्या वंशजांची आहे. स्थानिक लेपचा जमात, तसंच तिबेट आणि सिक्कीममधले भोटिया लोक लवकरच अल्पसंख्याक झाले. थोड्याबहुत लेपचा लोकांना चहाच्या मळ्यात काम मिळालं असलं तरी शारीरिक मेहनतीचं काम करायला नेपाळी लोक जास्त तयार असायचे. मग ब्रिटिश लोक ताबडतोब त्यांना कामावर ठेवून घ्यायचे आणि प्रत्येक इस्टेटवर वसवलेल्या गावांमधून त्यांची अख्खी कुटुंबं स्थायिक व्हायची.

दार्जिलिंगमध्ये आता नेपाळी भाषेचं आणि संस्कृतीचं वर्चस्व आहे. त्याचे राजकीय परिणाम सध्या चालू असलेल्या गुरखालॅन्ड चळवळीमध्ये बघायला मिळतात. पश्चिम बंगालपासून स्वतंत्र अशा वेगळ्या पहाडी राज्याच्या मागणीसाठी प्रमुख नेपाळी समाजाच्या नेत्यांनी ही चळवळ सुरू केली आहे. चहाच्या मळ्यांवर संघटित होणाऱ्या कामगार संघटनांमधून त्यांनी बरीचशी ताकद आणि प्रभाव

कमावला आहे.

चहाच्या मळ्यात नोकर म्हणून काम करण्याव्यतिरिक्त नेपाळी लोकांनी रिक्षावाले, हमाल आणि रोजंदारीवर काम करणारे मजूर म्हणूनही काम मिळवलं. विशेषतः, उन्हाळ्याच्या काही महिन्यांमध्ये जेव्हा ब्रिटिश लोक डोंगराळ भागात राहायला येत तेव्हा नेपाळी ही कामं करत. १९२० साली एव्हरेस्ट आणि कांचनगंगावर जाणाऱ्या गिर्यारोहण मोहिमांची सुरुवात दार्जिलिंगवरून होऊ लागली, तेव्हा पूर्व नेपाळमधल्या कामगारांना, विशेषतः, सोलू खुंबू भागातल्या मजुरांना बेसकॅम्पपर्यंत आणि त्यापलीकडेदेखील टनावारी सामग्री वाहून नेण्यासाठी कामावर ठेवण्यात आलं. रोंगबुक हिमनदीपर्यंत सगळी यंत्रणा आणि सामग्री वाहून नेण्यासाठी जवळजवळ ५०० हमाल हवे आहेत अशी बातमी जेव्हा जनरल चार्ल्स ग्रॅनव्हिल ब्रूस यांनी पसरवली तेव्हा स्थलांतरित शेर्पा आणि इतर नेपाळी लोकांच्या ओळखीतून तेवढी माणसं पुढे आली. त्या दृष्टीनं पाहिलं तर, दार्जिलिंगला केलेल्या चहाच्या लागवडीनं एव्हरेस्ट सर करण्यात हातभार लावला.

## २१

# निळ्या अफूच्या शोधात

वनस्पतींच्या शोधार्थ निघालेल्यांपैकी शेवटचा संशोधक म्हणजे फ्रँक किंगडन वॉर्ड. हूकरनंतर जवळजवळ एक शतक उलटून गेल्यावर तो हिमालयात आला. पर्वतरांगांच्या पूर्व बाजूचे काही दुर्गम कोपरे त्यानं पालथे घातले. त्यालाही आयुष्याच्या उच्चतम मर्यादेपर्यंत पोहोचायची ओढ लागली होती.

> पर्वतरांगांचं वस्त्र इतक्या सुरेख पद्धतीनं विणणारी ही सगळी साधनं - इथली कुरणं, दलदली, कडे आणि ओसाड प्रदेश या सगळ्यात सर्वांत उजाड, सर्वांत उदास आणि सर्वांत खडतर काय असेल तर डोंगरांची खडकाळ उतरण.
>
> या उतरणी म्हणजे पर्वतांचा कचऱ्याचा ढीग. पृथ्वीतून कोरून निघाल्यावर उरलेले तुकडे आणि भुस्सा. हवामानाचा - वाऱ्या-पावसाचा, बर्फाचा, उष्णता आणि थंडीचा खडकावर परिणाम होऊन तयार झालेली धूळ आणि कचरा. घोडे, माणसांची पावलं आणि बंदुका यांच्या एकत्रित हल्ल्यानंतर झालेल्या लढाईतून उरलेला केरकचरा आणि अवशेष. तीव्र विरोधाभास असलेल्या प्रदेशात जन्मलेले हे उतार आहेत. कठोर विरोधाभासातून जन्मलेले; खडतर, अभिमानी आणि क्रूरसुद्धा... प्रचंड क्रूर...

मात्र, उंचावरचे पर्वतीय उतार म्हणजे कल्पनातीत सुंदर फुलांचं माहेर आहे. ग्रॅनाइटच्या उतारांवर बुरांश बहरतो आणि चुनखडक असलेल्या उतारावर निळ्या अफूची फुलं, प्रिम्युला आणि सायनॅन्थस ही हलक्या लव्हेंडर निळ्या रंगाची सगळ्यात सुरेख फुलं फुलतात.

किंगडन वॉर्डनं १९११ साली हिमालयाला पहिली भेट दिली आणि त्याची शेवटची मोहीम संपली ती १९५३ साली. पूर्व हिमालयाला दिलेल्या चोवीस भेटींमधून त्यानं हजारो फुलझाडांच्या बिया, मुळं, गड्डे, कंद गोळा केले. ब्रिटिश उद्यानतज्ज्ञांनी नंतर हे नमुने सगळीकडे पसरवले. त्याच्या नावाशी सर्वांत जास्त वेळा जोडलं गेलेलं फूल म्हणजे निळ्या अफूचं. तिबेटमधल्या उंच प्रदेशात त्यानं त्या झाडाचे नमुने गोळा केले. लंडनमध्ये जेव्हा पहिल्यांदा ही झाडं फुलली तेव्हा अक्षरश: खळबळ माजली.

किंगडन वॉर्ड हा नुसताच सुप्रसिद्ध वनस्पतितज्ज्ञ नव्हे तर एक लेखकदेखील होता. वाचकाला हिमालयातल्या उंचावरच्या खडक-उद्यानांची सफर घडवणारं पर्वतांचं वर्णन करण्यासाठी लागणारी काव्यप्रतिभा त्याच्याकडे होती. त्याची पंचवीस पुस्तकं प्रकाशित झाली. त्यात 'द लॅन्ड ऑफ ब्ल्यू पॉपी' (१९१३), 'द रोमान्स ऑफ प्लान्ट हंटिंग' (१९२४) आणि 'अ प्लान्ट हंटर इन तिबेट' (१९३४) या पुस्तकांचा समावेश आहे. इतर इंग्रज वाघांची शिकार करत असताना आणि मार्को पोलो मेंढ्यांच्या मागे धावत असताना किंगडन वॉर्ड स्लीपर ऑर्किड्स किंवा त्याच्या पूर्वसुरीवरून ज्याचं नाव पडलं ते मायोसोटीस हुकेरी अशा नाजूक भक्ष्यांची शिकार करत फिरत होता. झाडांची ओळख पटावी आणि बिया गोळा करता याव्यात म्हणून त्याची मोहीम वर्तुळाकार मार्गानं चाले. पुढे जात असताना फुलोरे टिपून ठेवायचे आणि काही आठवड्यांनी त्याच रस्त्यानं परत येऊन जाता जाता बिया गोळा करायच्या.

बहुतेक सगळ्या इंग्लिश प्रवाशांपेक्षा असलेलं वेगळेपण म्हणजे किंगडन वॉर्ड ईशान्येकडून म्हणजे चीनमधून हिमालयात शिरला. जिथे इतर कोणीही युरोपियन माणूस गेला नसेल अशा ठिकाणी त्यानं पायी आणि घोड्यावर बसून कित्येक प्रवास केले. दुर्मिळ जातीच्या वनस्पती सापडल्यावर वाटलेलं नवल, झालेला आनंद त्याच्या पुस्तकांतून नोंदवलेला आहेच; पण त्यासाठी केलेले कष्ट आणि साहसंदेखील नोंदवलेली आहेत. त्सांग पोच्या वादळी घळयांमध्ये उतरून तिचं कोडं सोडवायला मदत करणाऱ्या, हीच नदी आसामात ब्रह्मपुत्रा नावाने वाहते असं सिद्ध करणाऱ्या पहिल्या काही माणसांपैकी तो एक. सशस्त्र डाकू, खडकांचे वाहत येणारे लोट आणि ८.४ रिश्टर स्केलचा भूकंप अशा सगळ्यातून तो तग

धरून राहिला. वादळामुळे उधाण आलेल्या समुद्राप्रमाणे तंबूखालची जमीन कंप पावताना जाणवल्यावर आपली छावणी २०० फूट वर उचलली गेल्याचं त्याच्या लक्षात आलं.

सर्वच बाबतीत बघितलं, तर फ्रँक किंगडन वॉर्ड हे एक अवघड प्रकरण होतं. सहसा तो केवळ नोकरचाकरांच्या सोबतीनेच प्रवास करायचा. तो फार हळू चालायचा, नजरेत भरलेली प्रत्येक वनस्पती निरखून बघायला दर काही पावलांवर खाली वाकायचा, अशी तक्रार त्याच्याबरोबर प्रवास केलेली जी काही थोडीफार मित्रमंडळी होती ती करत असत. त्याचा पाराही फार लवकर चढत असे आणि लहरी सतत बदलत असत. कधी कधी आपल्याच विचारात गुरफटून तो दिवसेंदिवस गप्प होत असे; मात्र एकदा का लिहायला लागला की, तो पुष्कळ लिहीत असे. भरपूर किस्से आणि निरीक्षणं सांगत असे. त्यामुळेच आज जवळजवळ शतकानंतरही त्याचे अनुभव जिवंत वाटतात.

इंग्लंडमधल्या ग्रामीण भागातल्या वतनवाड्यांच्या गावंढळ बागांमधून अजूनही किंगडनचा वारसा दिसून येतो. तिबेटमधल्या उंचावरच्या खडतर प्रदेशात तो सर्वांत खूष होता. त्या दुर्गम खिंडी आणि पर्वत सोडून आल्यावर जुन्या आठवणीत रमत, काहीसं हळहळत तो लिहितो :

> तिबेटमध्ये प्रवास करणाऱ्या प्रत्येक प्रवाशाच्या आयुष्यात असा एक दिवस येतो जेव्हा तो शेवटच्या पर्वतरांगेच्या टोकावर उभा राहून खालच्या पठारावर असणाऱ्या पायथ्याच्या टेकड्यांकडे नजर टाकतो. संध्याकाळची वेळ आहे. सोनेरी धुक्याच्या डोहात सूर्य बुडत चालला आहे. ज्वाळांच्या जिभा ढगांचे शेवटचे पुंजके चाटून घेत आहेत. हात-पाय गळून जातील अशा भयानक आवेशाने जगातले सर्वांत अप्राप्य असे पर्वत त्या सूर्यामागून दृग्गोचर होताना दिसतात. खालच्या घराघरातल्या शेगड्यांमधून बाहेर येणाऱ्या निळसर धुराची वलयं वर येताना दिसतात. बघता-बघता आकाशातून संध्यादेवी निघून जाते. माणसं, गावांमधून गोळा झालेली त्यांची मुलं आणि कुटुंबं, गावांची मिळून झालेली मोठी गावं, मग त्यांची झालेली शहरं त्याला दिसू लागतात. सबंध पृथ्वीवर वसाहत करण्याच्या प्रयत्नात असलेल्या मानवामुळे उमटत असणारी गाड्यांची आणि कारखान्यांची मंद घरघर त्याला ऐकू येऊ लागते; मात्र डोंगरांच्या पलीकडे पसरलेला असतो तो विधात्याचा बगीचा.

४

# उडते स्थलांतरित

वायुवर्गीय जीव

२२

# मेनका आणि पिंगट रूईकर

घरात शिरताना जाळीच्या दारावर असलेल्या फाटक्या पडद्याकडे बोट दाखवत पीटर स्मेटासेक सांगतो, 'मागच्या महिन्यात इथूनच बिबट्या आत आला आणि आमच्या दांडग्या कुत्र्याला घेऊन गेला.' हे सांगताना तो जवळच असलेल्या खुर्चीकडे बोट दाखवतो. हल्ला करून पळवून नेलं तेव्हा तो कुत्रा त्या खुर्चीवर झोपला होता. या प्रसंगानंतर काही दिवसांनी विद्यार्थ्यांचा एक गट इथे भेट द्यायला आला होता. ते व्हरांड्यात रात्रीचं जेवण घेत असताना बिबट्या पुढच्या बाजूच्या हिरवळीवर येऊन कसा हाकारा देऊ लागला हेही पीटर सांगतो. ते सगळे विद्यार्थी इतके टरकले की घाईघाईनं आत धावून जात त्यांनी आपापल्या खोलीत स्वतःला कोंडून घेतलं. बाहेर येऊन जेवण पूर्ण करावं म्हणून त्यांच्या बरंच मागे लागावं लागलं.

भीमतल सरोवराच्या वरती एका वनाच्छादित सोंडेवर वसलेला फुलपाखरू आणि पतंगांचा अफाट संग्रह म्हणजे स्मेटासेकचं घर 'द रिट्रीट.' त्यातले बहुतेक नमुने इथेच मळ्यांमधून आणि कौटुंबिक मालमत्तेच्या आसपास असलेल्या जंगलातून गोळा केलेले आहेत. स्वॉलोटेल, सैराट (स्कीपर्स), तरंग (सेलर्स), रक्षक (सार्जंट्स), रूईकर (टायगर्स), जेस्टर्स आणि हळदी-कुंकू (जेझेबेल्स) अशा विविध जातींच्या फुलापाखरांनी भिंतीतली काचेची कपाटं भरून गेली आहेत. बिट्टी (कॉमन लेपर्ड किंवा फलांटा फलांटा) जातीचं फुलपाखरूदेखील तिथे आहे. त्याचे पंख तांबूस

सोनेरी रंगाचे असून, त्यावर काळे ठिपके ठळक दिसून येतात; मात्र हा लेपर्ड (बिबट्या) कुत्र्यांची शिकार करण्याऐवजी मध पिऊन राहतो.

आज जिवंत असलेल्या कोणाही माणसापेक्षा पीटर स्मेटासेकला हिमालयातल्या फुलपाखरांची आणि पतंगांची जास्त माहिती आहे. त्यानं अनेक लेख आणि मार्गदर्शक पुस्तिका लिहिल्या आहेत. त्यात 'अ नॅचरलिस्ट्स गाईड टु द बटरफ्लाईज ऑफ इंडिया' याचाही समावेश आहे. 'बटरफ्लाईज ऑन द रूफ ऑफ द वर्ल्ड' या त्याच्या आत्मचरित्रात त्यानं आपल्या कुटुंबाला पतंगवर्गी कीटकांबद्दल असलेल्या ओढीविषयी लिहिलं आहे.

१९३९ साली अडॉल्फ हिटलरच्या हत्येच्या फसलेल्या कटात भाग घेतल्यानंतर पीटरचे वडील नाझीव्याप्त चेकोस्लोव्हाकियामधून निसटले. फ्यूररची आगगाडी ज्या बोगद्यातून जाणार होती तो बोगदा उडवायचा बेत होता. आपल्या मागावर असणाऱ्या गेस्टापोंना बगल देत फ्रेडरिक स्मेटासेक हॅम्बर्गला पोहोचला आणि भारताकडे निघालेल्या एका मालवाहू जहाजावर त्यानं काम मिळवलं. दक्षिण अमेरिकेला स्थलांतर करण्याचा त्याचा बेत होता; पण ३० ऑगस्ट, १९३९ रोजी जहाज कलकत्ता बंदराला लागलं तसा त्याचा हा बेत अचानक बदलला. तिथे त्वरित भारत सोडण्याची गुप्त तयारी चालू असलेली बघून, आता युद्ध जाहीर होणार असल्याचं फ्रेडरिकच्या ध्यानात आलं आणि तो जहाजावरून उतरला. काही काळ त्यानं बाटा शू कंपनीत काम केलं आणि मग स्वत:चा व्यवसाय थाटला. विमान उडवताना घालायच्या पोषाखापासून (फ्लाईट सूट) ते पॅराशूटच्या रेशमी कापडापासून तयार केलेल्या ब्रेसिअर्सपर्यंत सर्व काही तयार करण्याचा त्याचा व्यवसाय होता. काही वर्षांनी त्याला शहेदा अहद भेटली आणि तो तिच्या प्रेमात पडला. लग्नासाठी परवानगी मिळावी म्हणून तिच्या घरच्यांची मनधरणी केल्यावर स्मेटासेक दांपत्य कुमाऊला आलं आणि नौकुचियातल (नऊ कोपरे असलेलं सरोवर) सरोवराच्या काठाशी स्थायिक झालं. त्यांना पाच मुलगे झाले. पर्यावरणाचा आस्वाद घ्यायला शिकवत त्यांना मोठं करण्याचा फ्रेडरिकचा निश्चय होता. पीटर लिहितो :

> सुदेतेन सिलेसियाच्या वनाच्छादित टेकड्यांच्या प्रदेशात माझे वडील लहानाचे मोठे झाले. जंगल आणि जंगलांचं संगोपन त्यांच्या रक्तातच होतं. साहजिकच आपल्या मुलांनाही तसंच जंगलाच्या सान्निध्यात राहता यावं असं त्यांना वाटे. विशेष म्हणजे त्यांना ते आता परवडतही होतं. युद्धानंतर आता आपल्याला परत कधीच चेकोस्लोव्हाकियाला जाता येणार नाही हे त्यांना कळून चुकलं. तो देश अजूनही लाल सैन्याच्या

आधिपत्याखाली होता. उर्वरित युरोप उद्ध्वस्त झाला होता. तेव्हा त्यांनी भारतात स्थायिक होण्याचा निर्णय घेतला. मध्य युरोपातल्या त्यांच्या परिचयाच्या डोंगराळ प्रदेशाशी शक्य तितकं साधर्म्य असणाऱ्या ठिकाणी राहण्याचं त्यांनी ठरवलं.

युद्ध संपल्यावर लवकरच फ्रेडरिकनं आपल्या वडिलांच्या मागे लागून त्यांना भारतात बोलावलं. तिथून पुढे फुलपाखरं गोळा करण्याच्या त्या दोघांच्या वेडानं पुन्हा जोर धरला. स्मेटासेक कुटुंबातल्या या दोघा ज्येष्ठ सदस्यांनी हिमालयातल्या फुलपाखरांचा आणि पतंगांचा मोठा संग्रह केला. त्यात मेनका (पेन्टेड कर्टीसन किंवा युरिपस कॉन्सिमिलिस) सारख्या दुर्मिळ जातींचाही समावेश होता. १५ सेंटिमीटरपर्यंत पंखाचा आवाका असणारे आणि तेजस्वी हिरव्या रंगाचे चंद्रकोरी पतंग (मून मॉथ्स किंवा ॲक्टियस सिलीन) ही त्यांच्या मालकीची सर्वांत मौल्यवान गोष्ट होती. चेकोस्लोव्हाकियामध्ये फुलपाखरांच्या १६३ जाती आहेत. भारतात त्या १३००हून अधिक आहेत आणि एकट्या भीमतलमध्येच त्या २४३ आहेत. व्यवसायाने वनसंवर्धक असलेले पीटरचे आजोबा युद्धग्रस्त युरोपातून निसटता आल्याने खूश होते. त्यामानाने हिमालयातल्या जंगलांमध्ये असलेली शांतता आणि समृद्ध विविधता त्यांना आवडत होती; मात्र १९४९ साली विषमज्वराच्या तापाचं निमित्त होऊन ते अचानक वारले. नैनितालजवळच्या लष्करी दफनभूमीत त्यांना दफन करण्यात आलं.

पीटरचा जन्म त्याच्या आजोबांच्या मृत्यूनंतर सोळा वर्षांनी झाला; पण कुटुंबात चालत आलेल्या छंदाचा वारसा त्यानं चट्कन उचलला. लहानपणी तो चालायला शिकला. साधारण तेव्हाच फुलपाखरांसाठी जाळं कसं टाकायचं ते हाताळायलाही शिकला. एव्हाना त्याच्या आई-वडिलांनी नौकुचियातलची मालमत्ता विकून जोन्स इस्टेटचा एक भाग विकत घेतला होता. तिथून खाली बघितल्यावर भीमतलाचं दृश्य दिसत असे. सध्या पीटर इथेच राहतो. त्याच्या कुटुंबाच्या मालकीची जमीन ही एकेकाळी टी इस्टेट होती. १८६० साली ती सुरू झाली.

'ब्रिटिशांनी कुमाऊंमध्ये चहाचे मळे लावले ते तिबेटबरोबर व्यापार करण्यासाठी.' पीटर सांगतो. 'या इस्टेटवरच्या चहाच्या झुडपांची लागवड ब्रीक टी तयार करण्यासाठी केली होती. तिबेटी लोकांना तसा चहा आवडतो.' चहाचा हा एक उग्र, जाडाभरडा प्रकार आहे. यामध्ये चहाची पानं आणि डहाळ्या दोन्ही तोडून त्यावर प्रक्रिया केली जाते. मग त्याच्या विटा तयार करून त्या सबंध हिमालयात मेंढ्या, बकऱ्या, तसंच शिंगरं आणि याकसारख्या कळपानं फिरणाऱ्या जनावरांच्या पाठीवरून धाडल्या जातात. एक वही उघडून तो मला त्यातला एक परिच्छेद दाखवतो. त्यात सबंध

हिमालयात चालणाऱ्या चहाच्या व्यापाराचं आणि भरतपूर टी इस्टेटचं वर्णन आहे. हीच नंतर जोन्स इस्टेट म्हणून ओळखली जाऊ लागली.

द रिट्रीटच्या खालच्या बाजूच्या उतारावर गडद हिरवी पानं असलेल्या चहाच्या झुडपांच्या रांगा अजूनही टिकून आहेत. अर्थात आता ती झुडपं वाट्टेल तशी वाढली आहेत आणि त्यांच्याभोवती ओकच्या झाडांचं दाट जंगलही तयार झालं आहे. वाऱ्यावर सोडून दिलेल्या या चहामळ्याच्या मध्यभागी एक कौटुंबिक दफनभूमी आहे. पीटरच्या आई-वडिलांचं आणि दोघा भावांचं इथेच दफन केलं आहे.

पांढऱ्या फुलांचे गुच्छ लटकल्याने बडलेयाची झुडपं पूर्ण भरात आहेत. त्यांच्याशेजारी अंगणात बसून आम्ही दिवसाचा बराचसा वेळ फुलपाखरांचं निरीक्षण करण्यात आणि त्यांचे फोटो काढण्यात घालवतो. 'यालाच मी संशोधन म्हणतो,' समाधानाने हसत पीटर सांगतो. आमच्याबरोबर राजश्री भुयान नावाची आसामहून आलेली पदव्युत्तर श्रेणीची विद्यार्थिनी आहे. ती तिच्या पीएचडीचं फील्डवर्क इथे पीटरच्या देखरेखीखाली करते आहे.

कंचा रूईकर (ग्लासी टायगर), पिंगट रूईकर (चेस्टनट टायगर), कॅबेज व्हाइट्स आणि नीलेन्द्र (ब्लुबॉटल्स) बडलेयाभोवती घिरट्या घालत या झुडपाचं 'फुलपाखरांचं झाड' हे नाव सार्थ करत असतात. कुमाऊंत नुकतंच वसंतऋतूचं आगमन झालं आहे आणि अशा वेळेला दिसायला लागणाऱ्या पहिल्या काही जातींपैकी ही एक जात आहे. अंगणाच्या पलीकडच्या बाजूला असलेल्या फुलांच्या ताटव्याकडे बोट करत पीटर ब्रिमस्टोन्सची एक जोडी दाखवतो. त्यांचं प्रणयाराधन चालू आहे. मादी पांढऱ्या रंगाची आहे आणि नर आहे लखलखीत पिवळ्या रंगाचा, केशरी ठिपके असलेला. 'ती त्याला प्रतिसाद देत नाहीये,' पीटर शेरा मारतो. 'मादी तिचं पोट कसं उचलून धरतेय बघा. म्हणजे त्याचा तिच्याशी संयोग होऊच शकणार नाही.' एखाद्या बावरलेल्या उपवरासारखा तो नर उडत राहतो आणि त्याची भावी जोडीदारीण त्याच्या पुढाकाराला प्रतिसाद द्यायचं नाकारून जमिनीवर तशीच बसून राहते. 'ब्रिमस्टोन्स दहा महिने जगतात. म्हणजे बहुतेक सगळ्या फुलपाखरांपेक्षा जास्त. हिवाळ्यात सुप्तावस्थेत जाणाऱ्या काही थोड्या जातींपैकी ते एक आहेत. कधी कधी ते बर्फाखाली हळूच एखाद्या बिळात जाऊन बसतात आणि वसंतात पुन्हा अवतरतात. यांच्या पंखांची खराब अवस्था बघितली तर दोघांचंही आयुष्य संपत आलेलं तुम्हाला दिसेल.'

काही फुलपाखरं फक्त काही आठवडे जगतात आणि ठरावीक परिघातच फिरतात. याउलट इतर जातींचं आयुर्मान काही महिन्यांचं असतं आणि त्या लांबपर्यंत प्रवास करतात. हिमालयातल्या फुलपाखरांच्या स्थलांतराबद्दल विचारलं असता मान हलवून पीटर सांगतो, 'त्याचा पुरेसा अभ्यास झालेला नाही. बऱ्याचशा

जातींच्या बाबतीत ती कुठून येतात किंवा कुठे जातात हे खरंच आपल्याला ठाऊक नाही.' सबंध वसंत ऋतूत फुलपाखरांचे प्रवासी तांडे जोन्स इस्टेटला थांबतात.

'पंचेचाळीस मिनिटांच्या आत तीनशेपेक्षा जास्त पी ब्लू फुलपाखरं या अंगणातून जाताना मी मोजली आहेत.' पीटर एक आठवण सांगतो.

काही फुलपाखरं भीमतलपासून प्रवास करत, म्हणजे समुद्रसपाटीपासून दीड हजार मीटर उंचीवरून चार हजार मीटर किंवा त्याहून जास्त उंचीपर्यंत जात असावीत असं तो सांगतो. 'उर्वशी (पेन्टेड लेडी किंवा व्हानेसा कार्डुई) नावानं ओळखली जाणारी आणि युरोपात देखील आढळणारी एक जात स्पेनवरून स्कॉटिश हायलॅन्ड्सपर्यंत जाते हे आपल्याला ठाऊक आहे. तिकडे जर ही जात एवढ्या दूरवर स्थलांतर करत असेल तर इथेही ते हेच करत असणार असं आपण गृहीत धरू शकतो.' भटक्या (कॉमन एमिग्रन्ट) ही आणखी एक जात लांब अंतरावर प्रवास करणारी आणि उडून मोठा पल्ला गाठणारी जमात आहे. त्यावरूनच तिला नावदेखील पडलं आहे. पीटरला त्यांचे नमुने हिमालयात बऱ्याच उंचावर बद्रीनाथजवळ आणि लडाखमध्येदेखील मिळाले आहेत. 'स्थलांतर करण्यासाठी ते हवेच्या प्रवाहाचा वापर करतात. वाऱ्यामुळे ते डोंगरांच्या अलीकडे किंवा पलीकडे फेकले जातात.'

इतक्या कमी आयुष्यात हे कीटक एवढ्या लांब प्रवास करतात यावरून त्यांच्या अस्तित्वाची क्षणभंगुरता लक्षात येते. चेक प्रजासत्ताकच्या सिलेसियन टेकड्यांमध्ये आढळणाऱ्या अनेक प्रजाती स्मेटासेक कुटुंबाप्रमाणेच कुमाऊंच्या डोंगरातदेखील सापडतात.

तापमान आणि आर्द्रतेत बदल झाल्यानं फुलपाखरांच्या विभागणीत काय फरक पडतो याचा पीटरने अभ्यास केला आहे. हवामानबदलाचे जैविक-दर्शक म्हणून पतंगवर्गी कीटक काम करू शकतात हे त्याने यशस्वीपणे दाखवून दिलं आहे. उदाहरणार्थ, हॉकमॉथ्सवरच्या त्याच्या संशोधनातून असं सिद्ध होतं की, पुनरुत्पादनासाठी अधिक अनुकूल परिस्थिती निर्माण झाल्यामुळे गेल्या शतकात ते हळूहळू हिमालयाच्या पश्चिमेला सरकले आहेत. फुलपाखरांचा प्रवास ते कोणत्या वनस्पतींवर उपजीविका करतात त्यावरही अवलंबून आहे. हे संबंध दुहेरी असतात. पूर्ण वाढ झालेली फुलपाखरं बडेलियामधल्या शर्करेतून पोषण मिळवतात आणि ठरावीक खाद्य वनस्पतींवर अंडी घालतात. जेणेकरून अंड्यातून बाहेर आलेल्या त्यांच्या अळ्या त्या पानांचा फडशा पाडू शकतील. भटक्याच्या (कॉमन एमिग्रन्ट) अळ्या कमी उंचीच्या प्रदेशात वाढणाऱ्या कॅशियाच्या झाडांवर गुजराण करतात; पण पूर्ण वाढ झाल्यावर मात्र अधिक उंचीच्या प्रदेशातल्या विविध फुलांचा मध पितात. या अन्योन्य क्रियेमुळे ते परागीभवन करणारे मध्यस्थ म्हणून काम करतात.

वनस्पती आणि झाडांना पुनरुत्पादनात मदत करता-करता ते स्वत:चीही वीण वाढवत जातात. सबंध हिमालयात लाखो कीटक निसर्गातल्या आपल्याहून मोठ्या जमातींच्या वाढीस हातभार लावत असल्यामुळे पुनरुत्पादनाचं हे चक्र वर्षानुवर्षं चालू आहे.

स्वत:चं अस्तित्व टिकवून ठेवण्यासाठी फुलपाखरं खूपदा नकलेचा वापर करतात. द रिट्रीटच्या हिरवळीवर आम्ही चहा पीत बसलो असताना पीटर फुलपाखरांच्या एका जोडीकडे बोट दाखवतो. वरवर पाहता ते अस्वस्थपणे फुलांवर घिरट्या घालत आहेत असं वाटतं. ती एकसारखी दिसत असली तरी वास्तविक त्या दोन वेगळ्या जाती आहेत. त्यातली एक आहे पिंगट रूईकर (चेस्टनट टायगर किंवा पेरेंटिका सिटा). रुंद पट्टे असलेले पांढरे पंख आणि खालच्या पंखावर मागच्या बाजूला लालसर भाग अशी ही जात असते. दुसरं आहे सिर्क (हेस्टिनेलीस नामा) जातीचं. ग्रीक पुराणकथांमधल्या एका चेटक्यावरून त्याचं नाव पडलं आहे. त्या चेटक्याकडे स्वत:चं रूप पालटायची शक्ती असते. पीटर सांगतो त्याप्रमाणे पिंगट रूईकर (चेस्टनट टायगर) विषारी असतं. पक्षी त्याला स्पर्शही करत नाहीत; पण सिर्क मात्र अगदीच खाण्यासारखं असतं. असं असूनही, चेस्टनट टायगरच्या दिसण्याची नक्कल करून सिर्क स्वत:चं रक्षण करतं. त्याचं संरक्षण धोरण म्हणजे विषारी फुलपाखराचं वैशिष्ट्य असलेली सावकाश, अडखळत उडण्याची पद्धत हुबेहूब उचलणं. वास्तविक, इतर कोणत्याही बिनविषारी जातीसारखीच सिर्क फुलपाखरंही आपल्या शिकाऱ्यापासून निसटून जाण्यासाठी बरीच वेगाने उडू शकतात.

काही वर्षांपूर्वी पीटरने एकमेकांची नक्कल करणाऱ्या फुलपाखरांवर एक प्रयोग केला. त्याच्या बायकोने रजनीने घराबाहेरच्या अंगणात बर्ड फीडर ठेवला होता. तिथे पांढऱ्या डोक्याच्या आणि पांढऱ्या कंठाच्या हसऱ्या कस्तूर पक्ष्यांचे (लाफिंगथ्रशेस) थवेच्या थवे आकर्षित होत. पीटरने विविध प्रकारची फुलपाखरं पकडून पक्ष्यांच्या रोजच्या खाण्यात ठेवायला सुरुवात केली. अशाप्रकारे कोणती फुलपाखरं खायला योग्य आहेत आणि कोणती अयोग्य आहेत याचा त्यानं तपास लावला. स्वॉलोटेल्ससारख्या काही जाती विषारी असतात; कारण त्यांच्या अळ्या जी झाडं खातात त्यातून त्यांच्या अंगात विषद्रव्यांचा शिरकाव होतो. ती रसायनं रूपांतराच्या प्रत्येक टप्प्यावर त्यांच्या शरीरात राहतात. इतर काही जाती खाण्यासाठी अयोग्य ठरण्याकरता स्वत:च्या शरीरात विष तयार करतात.

हसऱ्या कस्तूरचं निरीक्षण करून त्यांना कोणती फुलपाखरं खायला आवडतात आणि कोणत्या फुलपाखरांना ते तोंड लावत नाहीत हे शोधून काढणं पीटरला सोपं गेलं. तो उलगडून सांगतो त्याप्रमाणे फुलपाखरांच्या पंखाचे रंग, त्यावरच्या

रचना आणि त्याचे आकार हे पक्ष्यांसाठी एखाद्या मेन्यू कार्डसारखे असतात. त्यातून ते त्यांना जे खावंसं वाटेल ते निवडतात. असं असलं तरी विविध प्रजातींमधला एकमेकांची नक्कल करण्याचा प्रकार एखाद्या चविष्ट फुलपाखरानं विषारी असल्याचं नाटक करण्याइतका सोपा नसतो. काही बाबतीत एक विषारी जात दुसऱ्या विषारी जातीची नक्कल करते. असं वागण्यामागचा हेतू 'आपण विषारी आहोत हे पटवून देताना मोजावी लागणारी किंमत कमी करणे' हा असतो असं पीटर म्हणतो.

फुलपाखरांमध्ये चालणारी ही नक्कल वेगवेगळ्या स्वरूपात बघायला मिळते. हिमालयातली एक सर्वांत मोठी आणि देखणी जात म्हणजे ताम्रपर्ण (ऑरेंज ओकलीफ किंवा कलीमा इनेचस). त्याच्या पंखांची आतली बाजू म्हणजे केशरी आणि गडद निळ्या रंगाची उधळण असते. पंख मिटलेले असताना हे फुलपाखरू अगदी वाळक्या पानासारखं दिसतं. त्यामुळे जमिनीवर किंवा एखाद्या फांदीवर बसलं की ते जवळजवळ अदृष्यच होऊन जातं.

बडेलिया झुडपावर घिरट्या घालणाऱ्या फुलपाखरांपेक्षा ताम्रपर्ण वेगळे असतात. पिंगट रूईकर (चेस्टनट टायगर्स), सिर्क, नीलेन्द्र (कॉमन ब्लूबॉटल्स किंवा ग्राफियम सर्पेडॉन) आणि ब्रिमस्टोन्स (गॉनटेरिक्स ऱ्हामनी) या सर्व जाती फुलांत एक बारीक सोंड खुपसून मध शोषून घेतात. ताम्रपर्ण आणि इतर काही विशिष्ट फुलपाखरं कुजक्या फळांवर उपजीविका करतात. मधात फक्त २०-३० टक्के ग्लुकोज असते. फळातलं साखरेचं प्रमाण मधातल्या साखरेच्या प्रमाणापेक्षा पुष्कळच जास्त असल्याने या फुलपाखरांना ते फळ आंबेपर्यंत वाट बघावी लागते. नाहीतर फ्रुक्टोज सिरपमुळे त्यांची सोंड बंद होऊ शकते. त्यामुळे कुजक्या फळांवर उपजीविका करणारी फुलपाखरं आणि पतंग बऱ्याचदा झिंगतात. सुदैवानं ताम्रपर्ण झिंगून जंगलात पडलं तरी गुंगीतला काळ ते वाळक्या पानांमध्ये मिसळून जाऊन काढू शकतं.

हिमालयातल्या बागेत बसून दिवसभर फुलपाखरं बघत राहणं हा वेळ घालवायचा उद्योग अगदी निवांत आणि चटक लावणारा आहे. एकामागून एक नाजूक कीटक आपल्यासमोर अवतरत असतात, ऊन-सावलीत भिरभिरत असतात. कादंबरीकार आणि फुलपाखरांचा अभ्यासक असलेला व्लादिमीर नाबोकोव्ह एकदा चिंतन करत म्हणाला, 'साहित्य आणि फुलपाखरं या दोन माणसाला ठाऊक असलेल्या सर्वांत मधुर आवडी आहेत.' त्यानं असंही लिहिलंय, 'आपली कल्पनाशक्ती भराऱ्या घेत असते.. आपण तिच्या पृथ्वीवर पडलेल्या निव्वळ सावल्या असतो.'

आम्ही बाहेर बसलेलो असताना इतरही प्राणिमात्र येऊन आमची तंद्री भंग करून जात असतात. त्यात माकडांचे आणि वानरांचे कळप असतात. पीटरने

हिरवळीवर ठेवलेल्या टबमधून पाणी पिण्यासाठी ते थांबतात. वानरगणातल्या शेजाऱ्यांशी पीटरचं प्रेमळ रुसव्या-फुगव्याचं नातं आहे. त्यांनी त्याच्या जागेची नासधूस केली आहे, फुलपाखरांच्या पैदास केंद्रात उभारलेलं जाळं तोडून टाकलंय आणि सौरऊर्जेवर चालणाऱ्या पाणी तापवायच्या यंत्राचे पाइप तोडून टाकले आहेत. त्याहून कमी विध्वंसक पाहुणे म्हणजे काखड किंवा भुंकणारी हरणं. खालच्या अंगणातून त्यांची हाळी ऐकू येते; पण आपण कठड्यावरून डोकावून पाहिलं की, ते चहाच्या झुडपांत धूम ठोकतात. कित्येक पक्षीही जा-ये करत असतात. अगदी रामगंगा आणि वटवट्या (वार्बलर) पासून ते लांब शेपटीच्या पोपटांपर्यंत (पॅराकीट). साततलला जाणाऱ्या घोड्यांच्या वाटेवर एका पोकळ झाडात सुतारपक्ष्यानं घरटं बांधलंय. पिवळ्या मानेच्या सुतार पक्ष्यांची ही जोडी घरट्यात बसून सतत शीळ घालत असते.

दिवस जसा वर चढत जातो तसतशी आणखी फुलपाखरं बडेलियावर येतात. सप्तरंगी पंखांचे मयूर (कॉमन पिकॉक किंवा पापीलिओ बियानोर), निळे हबशी (ब्ल्यू क्रो) आणि वरच्या बाजूचे पंख काळ्या रंगाचे आणि खालची बाजू लखख केशरी असलेले लाल कवडा (रेड पिएरो किंवा तालीकाडा नायसेयस) या जाती पीटर ओळखून दाखवतो. लाल कवड्याच्या पंखाच्या कडेला सगळीकडे काळी-पांढरी वेलबुट्टी आहे. ती हातशिलाईच्या हेमेसारखी दिसते. २००२ पर्यंत हिमालयात या जातीची नोंद नव्हती. ती केवळ भारताच्या दक्षिण भागापुरतीच मर्यादित होती; पण हळूहळू तिची कक्षा विस्तारत जाऊन आता ती कुमाऊं भागात सामान्यपणे आढळणारी जमात झाली आहे. खाण्यालायक असलेल्या आणि नसलेल्या प्रजातींचा अभ्यास करत असताना पीटरला असं आढळलं की, हसरे कस्तुर लाल कवड्याला तोंड लावत नाहीत. यावरून फुलपाखरांच्या जगात 'सौंदर्य धोकादायक असू शकतं' हे त्यानं सिद्ध केलं. आम्हाला दिसलेली आणखी एक नाटकी जमात म्हणजे नकाशक (कॉमन मॅप किंवा सायरेस्टीस थायोदमास). त्याचा हस्तिदंती रंग बडेलियाच्या फुलोऱ्याशी जुळणारा असतो. या फुलपाखरानं पंख उघडले की, ते पृथ्वीगोलाच्या मर्केटर नकाशाप्रमाणे दिसतं. त्यावर बारीक बारीक खुणांची सजावट दिसून येते आणि त्या खुणा अक्षांश आणि रेखांशासारख्या दिसत असतात.

दुपार कलताना अचानक पीटर आणि राजश्री दोघेही आपापले कॅमेरे घेऊन ताड्कन उठतात. काय चाललंय ते बघायला मी मागोमाग जातो तेव्हा बडेलियाला लागलेल्या फुलांच्या गुच्छांवर एक फिकट दिसणारं फुलपाखरू ठाण मांडून बसलेलं दिसतं. ते सांजपरी (इव्हिनिंग ब्राऊन किंवा मेलॅनिटिस लेडा) नावाचं फुलपाखरू असल्याचं पीटर मला कुजबुजत सांगतो. ही जात साधारणपणे संध्याकाळच्या सुमारास आढळते; मात्र त्याला वाटणारी उत्सुकता ही ते फुलपाखरू

मध पीत असल्यामुळे आहे. सहसा, ताम्रपर्णाप्रमाणे सांजपरीदेखील कुजक्या फळावर किंवा झाडाच्या जीवनरसावर गुजराण करतं. राजश्री डझनावारी फोटो काढते. फोटो काढताना ती त्याच्या लहानशा सोंडेवर झूम इन करते. ते फुलातून मध ओढून घेताना स्पष्टच दिसत असतं. 'यापूर्वी आम्ही कधीच हे वागणं पाहिलं नव्हतं,' पीटर हळू आवाजात सांगत राहतो. 'त्याला फारच भूक लागली असणार.' आपल्याकडे लक्ष वेधलं गेल्यामुळे सांजपरीला मात्र काहीही फरक पडलेला दिसत नाही. आपापला मध पिऊन ते मधानं आणखी रसरसलेल्या फुलाच्या शोधात निघून जातं.

अंगणाच्या कोपऱ्यात उभ्या असलेल्या देवदारांची सावली पडू लागते, बागेत संधिप्रकाश पसरू लागतो तेव्हा आम्हीही त्या दिवसांचं काम संपवतो. एव्हाना बाहेर गारठा पडलेला असतो. पीटर फुलपाखरू संशोधन केंद्रातली शेकोटी पेटवतो. काचेच्या कपाटात ठेवलेल्या उडत्या नमुन्यांच्या मधोमध बसून आम्ही रमचे प्याले काठोकाठ भरतो आणि एरवीपेक्षा विसंगत वागणाऱ्या सांजपरीच्या सन्मानार्थ ग्लास उंचावतो.

२३

# पाली हिलचा पक्षिप्रेमी

सन १९४५चा मे महिना. टाकलाकोट ओलांडून केलेली तीन दिवसांची पायपीट. माणसांचा आणि प्राण्यांच्या कळपाचा एक लहानसा गट मानसरोवराच्या काठी असलेल्या थुगोल्हो गोम्पाकडे येतो. इथलं पाणी गडद निळ्या रंगाचं आहे. दूरवर उत्तरेकडे खालच्या बाजूच्या पर्वतरांगांवरून कैलास पर्वत डोकावतो आहे. खोबणी असलेली त्याची बर्फाच्छादित शिखरं एखाद्या बहुस्तरीय छप्पर असलेल्या मठासारखी त्या बौद्धविहाराला वेढून उभी आहेत. या टोळीच्या अग्रभागी, घोड्यांच्या आणि याकच्याही पुढे एक लहानसा, दाढीवाला माणूस चालतो आहे. त्याच्या डोक्यावर मोठ्या आकाराची खाकी हॅट आहे आणि उन्हानं रापलेल्या मानेवर एक दुर्बीण लटकते आहे. सगळे प्रवासी थुगोल्होला पोहोचतात तेव्हा विहारातून भगवी कफनी घातलेली लांब केसांची एक एकांडी व्यक्ती बाहेर पडते. आपल्यासारखेच भारतीय म्हणून एकमेकांची ओळख पटून, इंग्लिश आणि हिंदीमिश्रित भाषेत त्यांचे नमस्कार-चमत्कार सुरू होतात.

भारताचे सर्वांत थोर पक्षीनिरीक्षक सलीम अली यांनी कुमाऊंपासून तिबेटमधून जाणाऱ्या कैलास पर्वतापर्यंतच्या यात्रामार्गावरून पायी प्रवास केला होता. बौद्धविहारला आल्यानंतर स्वामी प्रणवानंदांनी त्यांचं स्वागत केलं. सलीम अली त्यांचं वर्णन 'या प्रदेशात फिरण्याचा दीर्घ अनुभव पाठीशी असलेले तर्कनिष्ठ आणि विज्ञानवादी सत्पुरुष' असं करतात. 'आमच्या तारा ताबडतोब जुळल्या आणि आमचं एक दीर्घ

आणि रोचक असं संभाषण झालं. ते संपूर्ण भौतिक प्रतलावर असल्यामुळे मला समजणाऱ्या भाषेतच होतं.' केवळ योगायोगाने एकत्र आलेल्या एका हिंदू संन्याशाने आणि एका मुसलमान पक्षीतज्ज्ञाने हिमालयावरच्या आपल्या निरीक्षणांच्या नोंदींची देवाण-घेवाण केली. मघाशी सांगितल्याप्रमाणे प्रणवानंदांनी मानसरोवराची काळजीपूर्वक मापं घेऊन या प्रदेशातलं हवामान, त्याची उंची, तसंच त्याची भौतिक वैशिष्ट्यं नोंदवून ठेवली होती. त्यात तिबेटमधल्या खनिजांपासून ते झाडं आणि जनावरांपर्यंत सगळं काही होतं. सरोवराच्या काठावर जमा होणाऱ्या पक्ष्यांविषयीचं आपलं ज्ञान सलीम अलींनी त्यांना दिलं. त्यात विशेषत: राजहंस (बार हेडेड गीज) आणि चक्रवाक (ब्राह्मणी डक्स किंवा रडी शेल्डक्स) पक्ष्यांचा समावेश होता.

प्रणवानंदांची नंतर दोन पुस्तकं प्रकाशित झाली - 'कैलास-मानसरोवर' आणि 'एक्सप्लोरेशन इन तिबेट.' तीर्थस्थानांना भेटी देणाऱ्या भारतीय यात्रेकरूंना यातलं पहिलं पुस्तक कित्येक वर्षं मार्गदर्शक म्हणून उपयोगी पडलं. सलीम अलींशी झालेल्या भेटीचा उल्लेख त्यांनी केलेला नाही; मात्र पुराणकथांमध्ये राजहंस म्हणून प्रसिद्ध असलेले मानसरोवरात विहार करणारे पक्षी म्हणजे प्रत्यक्षात हेच राजहंस असून, ते समुद्री शैवालासारखा पूर्णपणे शाकाहारी आहार घेऊन राहतात असं सांगत ते श्रद्धाळूंना आश्वस्त करतात. १८४१साली टाकलाकोट इथे मरण पावलेल्या डोगरा सेनापती जोरावर सिंगला जवळच दफन करण्यात आलं असून, शुभचिन्ह म्हणून त्याचं एक वृषण एका तिबेटी बुद्धविहारात ठेवण्यात आलं आहे अशी नोंदही त्यांनी केली आहे. मार्गदर्शक पुस्तकाचा बराचसा भाग आध्यात्मिक आणि व्यवहारी सल्ल्याने भरलेला आहे. शिवाय त्यात बराच वैज्ञानिक डेटादेखील आहे. सलीम अलींनी नक्कीच त्याचं कौतुक केलं असतं.

तिबेटमध्ये या दोघा संशोधकांचे मार्ग एकमेकांना छेदून गेल्यानंतर तीन दशकांनी ते नवी दिल्लीच्या राष्ट्रपती भवनात पुन्हा एकदा भेटले. भारताच्या राष्ट्रपतींनी स्वामी प्रणवानंदांना पद्मभूषण आणि सलीम अलींना पद्मविभूषण या पदव्यांनी सन्मानित केलं.

'द फॉल ऑफ अ स्पॅरो' या आत्मचरित्रात सलीम अलींनी एक अख्खं प्रकरण आपल्या 'पक्षीनिरीक्षण यात्रेला' वाहिलेलं आहे. कियांग किंवा गोर्खारच्या वाळलेल्या शेणावर उपजीविका करणाऱ्या याकपासून ते आपल्याबरोबर प्रवास करणाऱ्या प्रीतम नावाच्या सतत उदास राहणाऱ्या तरुणापर्यंत सर्व गोष्टींबद्दल ते ज्या तपशिलात लिहितात ते बघून नवल वाटतं. हा प्रीतम प्रचंड निराशेच्या आहारी गेला होता आणि तीव्र चढाच्या अरुंद पायवाटांनी चालत जातानादेखील सबंध वेळ महादेवी वर्मांच्या हिंदी पद्याचं पुस्तक वाचण्यात घालवत होता. यथावकाश, कैलास पर्वताची प्रदक्षिणा पूर्ण झाल्यावर सोबत्याच्या उदासीनतेमुळे

सलीम अलींना यात्रा अर्धवट सोडावी लागली. त्यांची स्वत:ची विनोदबुद्धी मात्र संपूर्ण प्रवासभर शाबूत राहिलेली दिसते. खेमसिंग नावाच्या आपल्या वाटाड्याला गूळ आणि साम्पा वापरून बिस्किटं करण्याची सूचना देऊन ते लिहितात : 'त्याचा परिणाम काय व्हावा? टॉफ्यांमधला सर्वांत कठीण आणि सर्वांत जास्त जलरोधक असा कॉंक्रीटचा प्रकार तयार झाला. साधारण अर्धा तास मी त्यातला एक तुकडा सुपारीसारखा चघळला आणि मग नाद सोडून दिला. गोफणीतला दगड म्हणूनही हा वापरता येईल!'

तिबेट ओलांडायच्या आधी या टोळीला तीव्र भूकंपाचा एक धक्का अनुभवायला मिळाला. आपल्या नोंदवहीत त्याचं वर्णन करताना सलीम अली म्हणतात, 'भूकंपामुळे मोठ्या प्रमाणात भूस्खलन आणि हिमवादळं झाली. तोफगोळ्यांचा मारा झाल्यावर सगळीकडे धुरळा उडतो तसे टेकड्यांच्या उतारांवर धुळीचे दाट लोट जमा झाले होते. त्याच्या बरोबरीनं दगड आणि सुट्या झालेल्या शिळांचा गडगडाट ऐकू येत होता. एखाद्या दुमजली घराइतके मोठे दगड गडगडत खाली येत होते.'

सलीम अली सबंध प्रवासभर वाटेत दिसणाऱ्या झाडाझुडपांच्या आणि प्राण्यांच्या नोंदी ठेवत होते. त्यात स्नो फिंचच्या दोन जातींचा समावेश होता. (लाल मानेचे आणि तिबेटी) ते एका पिकाबरोबर (माऊस हेअर किंवा उंदरासारखी दिसणारी सशाची एक जात) त्याच्या बिळात 'मैत्रीचे संबंध ठेवून' राहताना दिसत होते. मानसरोवराच्या ईशान्य किनाऱ्यावर तलावाच्या काठाने असलेल्या दलदलीच्या पाणथळ प्रदेशात घरटी करून राहणारे पक्षी त्यांना मोठ्या प्रमाणात सापडले. किनाऱ्यावर असलेल्या धोकादायक पुळणीवर ते टिप्पणी करतात आणि वीण वाढवणाऱ्या कित्येक पक्ष्यांची नोंद घेतात. त्यात मोठे टिबुकली (ग्रेट क्रेस्टेड ग्रेब्ज), तपकिरी डोक्याचे कुरव (गल) आणि काळ्या मानेच्या क्रौंच पक्ष्यांच्या पंधरा जोड्या आपापले प्रजनन नृत्य करण्यात मग्न होत्या. अनेक आठवडे डाळ-भात खाऊन राहिल्यावर अखेर एका क्रौंचाचं अंडं लंपास केल्याची कबुली ते देतात. ते अंडं फोडून त्यांनी सकाळच्या न्याहरीला खाल्लं आणि ते 'स्वादिष्ट' असल्याचं जाहीरही केलं.

तिबेटी याकच्या दुधापासून तयार केलेला बटर-टी सलीम अलींना आवडल्याचं दिसतं ('फार काही वाईट लागत नाही!'); मात्र बुद्धविहारांविषयी त्यांनी नाराजी व्यक्त केली आहे. त्यात 'चित्रविचित्र दिसणाऱ्या कलात्मक वस्तूंचा वाट्टेल तसा संग्रह होता. कसरीनं खाल्लेली पेंढा भरलेली अस्वलं, बिबटे, जंगली याक आणि चक्क स्कॉम्बर्गच्या हरिणाचा अत्यंत कुजलेला एक नमुना या सगळ्यांचा त्यात समावेश होता. विविध प्रार्थनाचक्रं आणि धार्मिक विधींसाठी लागणाऱ्या इतर वस्तूंच्या बरोबरीनं हे सगळं ठेवलेलं होतं. आपल्या नोंदवहीत त्यांनी लिहून

ठेवलंय : 'धर्माच्या नावावर हा जो सगळा गडबडगुंडा चालू असतो त्यानं मी फारसा प्रभावित होत नाही. उलट ते बघून आणि काही विशिष्ट गोष्टींमुळे मृत्युपश्चात आयुष्यात आपल्याला मुक्ती मिळेल (का?) या कल्पनेवरची माणसाची आंधळी श्रद्धा बघून मी अधिकच निराश होतो.'

स्वत:ला 'भौतिकवादी' म्हणवून घेणाऱ्या सलीम अलींना कोणत्याही धर्मातला गूढवाद, धार्मिक कर्मकांड आणि अंधश्रद्धा याकडे बघायला फुरसत नव्हती. कैलास-मानसरोवरच्या त्यांच्या यात्रेत दुर्घटना होता होता वाचली. अन्यथा पुढच्या आयुष्यात त्यांनी पक्ष्यांविषयी जी अनेक लोकप्रिय पुस्तकं आणि नैसर्गिक इतिहासावर लेख लिहिले त्याला आपण मुकलो असतो. लिपू लेख पासपर्यंत जाणाऱ्या एका अरुंद पायवाटेवर त्यांना पिवळ्या मानेची युहिना दिसली. एका बाजूला १०० मीटरचा तीव्र उतार होता आणि तो थेट खालून वाहणाऱ्या काली नदीच्या खळाळत्या पाण्यात उतरत होता. त्या लहानशा पक्ष्याला नीट बघता यावं म्हणून हातात दुर्बीण घेऊन ते एक पाऊल मागे सरकले. तेवढ्यात पायाखालून घसरून खालच्या दरीत गडगडत जाणाऱ्या दगडाचा आवाज ऐकून त्यांच्या लक्षात आलं, 'जणू मी पल्याडच्या किनाऱ्याला स्पर्श करून आलो.. आणखी दोन इंच मागे झालो असतो तर मीही त्या गडगडणाऱ्या दगडामागोमाग गेलो असतो. त्या क्षणी मी ज्या आवेगानं पुढे झेपावलो त्याची तुलना माओच्या सुधारणावादी आवेशाशीच करता येईल.'

सलीम अलींचा जन्म १८९६ साली बॉम्बे इथे झाला. सध्या त्याला मुंबई म्हणून ओळखतात. मुंबई हे एक महानगर होण्याच्या खूप आधीचा तो काळ. त्यांचं लहानपण खेतवाडीच्या मध्यमवर्गीय वस्तीत गेलं. सुट्टीत ते आपल्या कुटुंबाबरोबर चेंबूरला येत. सेंट झेवियर्स कॉलेजातून विज्ञानाचं शिक्षण घेतल्यावर त्यांनी व्यापारात आपलं नशीब आजमावून बघितलं. त्यासाठी ते बर्माला गेले. घरी परतल्यावर त्यांनी पक्षीविज्ञानात काम करायचं ठरवलं. लहानपणी ते एक पिवळ्या कंठाची चिमणी घेऊन बॉम्बे नॅचरल हिस्ट्री सोसायटी (BNHS) मध्ये गेले होते. (नंतर त्यांनी मानेखाली 'भाजीचा डाग' असलेली चिमणी असं तिचं वर्णन केलं आहे). तिथल्या प्रमुखानं त्यांना तिची माहिती दिली. पुढे अनेक वर्षांनी ते BNHSचे अध्यक्ष झाले आणि भारतातले अतिशय सन्माननीय आणि प्रभावशाली निसर्गतज्ज्ञही. प्रौढायुष्याचा बराचसा भाग सलीम अली आणि त्यांची पत्नी तेहमीना हे सलीम अलींच्या भावाबरोबर म्हणजे हमीदबरोबर पाली हिलवरच्या एका प्रशस्त बंगल्यात राहिले. हे वनाच्छादित उपनगर नंतर फिल्मी सिताऱ्यांचा आवडता अड्डा झाला. आजही पाली हिलचा पत्ता हा त्या शहरातल्या सर्वांत खास पत्त्यांपैकी आहे. नागमोडी रस्त्याच्या टोकाला असलेल्या आणि जेमतेम १०० मीटर उंचीवरून

अरबी समुद्राचं दृष्य दिसेल अशा ४६ पाली हिल या आपल्या घरातून त्यांनी सबंध उपखंडातल्या वैज्ञानिक मोहिमा पालथ्या घातल्या.

सलीम अलींना हिमालयाचं विशेष आकर्षण होतं. अफगाणिस्तान, काश्मीर, गढवाल, तसंच सिक्कीम, भूतान आणि नेफा आघाडीवर त्यांनी पक्ष्यांची सर्वेक्षणं घेतली. सिक्कीमच्या छोग्यालांनी आणि जिग्मे दोरजे वांगचुक या भूतानच्या राजाने त्यांच्या मोहिमांना पैसा पुरवला. कामानिमित्ताने त्यांचा ह्यू व्हिसलर, कर्नल आर. माईनर्टझागेन, एस. डिलन रिपली, लोक वॅन थो आणि इ.पी.जी. अशा विख्यात निसर्गतज्ज्ञांशी निकटचा संबंध आला.

नेफामधली म्हणजे सध्याच्या अरुणाचल प्रदेशातली त्यांची मोहीम विशेष महत्त्वाची होती. जेव्हा त्या भागात रस्ते अगदी कमी होते आणि प्रवास करणं अवघड होतं अशा वेळेस तिथे संशोधन करणारे ते पहिले पक्षीतज्ज्ञ होते. तरीदेखील विशेषत: पक्ष्यांच्या स्थलांतराच्या पद्धती आणि त्यांच्या प्रजातींचं तुलनात्मक वितरण यासंबंधी त्यांनी प्रचंड प्रमाणात माहिती नोंदवून ठेवली. 'भारतीय पक्षीशास्त्रातील हिमालय' या आपल्या लेखात ते लिहितात : 'इथल्या स्थानिक पक्ष्यांमधल्या पौर्वात्य तत्त्वाचं प्रतिनिधित्व पूर्व हिमालयात मुबलक बघायला मिळतं. पश्चिमेला काश्मीरपर्यंत जाईपर्यंत ते हळूहळू कमी होत जातं आणि आणखी पश्चिमेला जाईपर्यंत ते तत्त्व तितकंसं महत्त्वाचं उरत नाही. त्याची जागा हिमाचलोत्तर विभागातली रूपं घेतात.' स्वत: उत्साही ट्रेकर असल्यामुळे वनस्पती आणि प्राणीजीवनावर समुद्रसपाटीपासूनच्या उंचीचा काय परिणाम होतो याची सलीम अलींना नेमकी जाण होती. वेगवेगळ्या उंचीवर 'जीवसृष्टी क्षेत्रात' कोणते दखलपात्र बदल होतात यावर ते टिप्पणी करतात. तापमान, आर्द्रता आणि इतर घटकांमध्ये होणाऱ्या बदलांमुळे वनस्पती आणि जीवसृष्टीचे सहज वेगळे ओळखता येतील असे पट्टे तयार होतात. त्यावरून त्यांच्यासारखा अनुभवी निसर्गतज्ज्ञ 'कोणत्याही भारमापक यंत्राच्या मदतीशिवाय' समुद्रसपाटीपासूनच्या उंचीचा अंदाज बांधू शकतो.

निसर्गतज्ज्ञांच्या सुरुवातीच्या पिढीतले असल्यामुळे एकाचवेळी शिकारी आणि निसर्गसंवर्धक असं दोन्ही असण्यात सलीम अलींना कसलाच विरोधाभास वाटत नव्हता. उलट पक्षी आणि एकंदर वन्यजीवनात आपल्याला वाटणाऱ्या रुचीचं श्रेय ते तरुणपणी असलेल्या शिकारीच्या आकर्षणालाच देतात. अर्थात भरतपूरसारख्या ठिकाणी राजाश्रयाखाली आणि ब्रिटिश अमलाखाली होणाऱ्या पक्ष्यांच्या घाऊक शिरकाणाची ते निंदा करत. तिथे व्हॉइसरॉय आणि त्याच्या लवाजम्यानं हजारो बदकं मारली. भरतपूरला जलचर पक्ष्यांचं अभयारण्य तयार करण्यात सलीम अलींचा महत्त्वाचा वाटा होता. ते आता केवलादेव राष्ट्रीय उद्यान म्हणून ओळखलं जातं. हिवाळ्यात सबंध हिमालयातून तिथे असंख्य मोसमी पाहुणे स्थलांतर करून येतात.

पक्षी मारणं, त्यांची कातडी सोलणं आणि त्यांच्यात पेंढा भरून ठेवणं हा सगळा संशोधन प्रक्रियेचाच एक भाग होता; मात्र पक्ष्यांना पकडायची मिस्ट जाळी उपलब्ध झाल्या झाल्या त्यांनी ती वापरायला सुरुवात केली आणि पक्ष्यांना अंदाधुंदपणे मारणं ते टाळू लागले. पक्ष्यांविषयी आपल्याला वाटणारं प्रेम हे 'भावनिक पद्धतीचं नाही' असं तेच म्हणतात. विज्ञानाच्या वास्तववादी गरजांमुळे पक्ष्यांचे नमुने मोठ्या प्रमाणावर मारून ते गोळा करणं त्यांना भाग पडलं. त्याबद्दल मधूनच त्यांच्या मनाला 'विवेकाची टोचणी' जाणवत असली तरी पक्ष्यांच्या वर्गीकरणासाठी त्यांची कातडी गोळा करून ती जतन करून ठेवणं आवश्यक होतं, असा दावा ते करतात; मात्र पुढे जाऊन ते म्हणतात, 'आता आपण एका अशा अवस्थेला आलेलो आहोत जिथे भारतीय पक्ष्यांचे वाट्टेल तसे नमुने गोळा करण्याची गरज उरलेली नाही असं मला वाटतं. अर्थात काही विशेष अभ्यासाचा अपवाद वगळता...'

वन्यजीव अभ्यासकांच्या कित्येक पिढ्यांवर सलीम अलींच्या पक्षीविषयक पुस्तकांचा अमूल्य प्रभाव आहे. १९४९ साली प्रथम प्रकाशित झालेलं 'इंडियन हिल बर्ड्स' हे त्यांचं पुस्तक म्हणजे आत्तापर्यंत निर्मिलेलं सर्वांत सुरेख मार्गदर्शक आहे. त्यात जी. एम. हेन्री यांची उत्कृष्ट चित्रं आणि त्या जोडीला प्रासादिक पण माहितीपूर्ण लिखाण आहे. गेल्या काही वर्षांत ताजी चित्रं असलेली अनेक नवनवीन, अद्ययावत पक्षीविषयक पुस्तकं प्रकाशित झाली असली तरी सलीम अलींनी केलेल्या विपुल संशोधनाचं आणि त्यांच्या चित्रमय भाषाशैलीचं कायमच अप्रूप राहील. इथाजिनिस क्रूएंटससारख्या प्रजातीचं वर्णन करताना दिसून येणाऱ्या त्यांच्या संक्षिप्त पण नेमक्या वाक्पटुत्वाची आणि अचूकतेची बरोबरी फार कमी निसर्गतज्ज्ञ करू शकतात.

> रक्तकृकण हा एक मोठा, गडद रंगाचा तीत्तरच्या आकाराचा पक्षी आहे. त्याचा रंग मुख्यत्वे करडा आणि सफरचंदासारखा हिरवा असून त्याच्या डोक्यावर झुबक्यासारखा दिसणारा तुरा असतो. त्याचं कपाळ काळं असून कंठ लाल असतो. डोळ्याभोवती गडद लाल रंगाचा भाग असून, त्याभोवती काळी किनार असते. ताजे ताजे रक्ताचे डाग असावेत तशी छातीच्या वरच्या भागावर लाल रंगाची उधळण दिसते. तशीच उधळण खांद्यावर आणि शेपटीवरही असते. पक्ष्याची मादी गडद लालसर तपकिरी रंगाची असते. तिचा तुरा आणि मानेची मागची बाजू राखाडी-करड्या रंगाची असते. दिसताना ते इतकं वेगळं दिसतं की सुरुवातीला या जातीचं वर्णन मुळातच कोंबड्यापेक्षा वेगळी जात म्हणून केलं जाई. या जातीच्या थव्यातले पक्षी आपल्या सोबत्याला मृत्यूकाळच्या वेदनांनी

तडफडताना बघून चौकस दृष्टीने, विश्वासाने पुढे येतात आणि शिकाऱ्याकडून मारले जातात. त्यांच्या 'मूर्खपणावर' पक्षीनिरीक्षकांनी टिप्पणी केली आहे; पण ती टिप्पणी खरंतर पक्ष्याच्या मूर्खपणावर नसून माणसाच्या नीच वृत्तीवर आहे!

सलीम अलींसारख्यांच्या कामामुळे हिमालयाचा इतिहास आज आपल्याला अधिक चांगल्या तऱ्हेने, जास्त तपशिलात जाऊन समजून घेता येतो. स्वच्छ आणि चिकित्सक दृष्टीनं त्यांनी पर्वत आणि जंगलं धुंडाळली. त्याचबरोबर भावनेच्या आहारी न जाता वन्य गोष्टींमध्ये सौंदर्य शोधणारी काव्यात्मक संवेदनशीलतादेखील जपली.

२४

# कांचनगंगेतले रक्तकूकण

रात्रीतून बर्फ पडून गेला आहे. त्याच्या हलक्या वजनाने माझ्या तंबूचं छप्पर फुगून खाली आलं आहे. त्या सिंथेटिक कापडाला ढोसत मी बर्फ काढून टाकायचा प्रयत्न करतो. काही मिनिटांपूर्वी एका कोल्ह्याच्या कर्कश्श कोल्हेकुईनं मला जाग आली. जणू तो कोल्हा म्हणजे गजराचं घड्याळच असावं. तंबूच्या बाहेरच्या बाजूच्या पडद्याची झिप मी उघडतो आणि पलीकडच्या अंधारात डोकावतो. सगळं कसं शुभ्र आहे. स्फटिकासारखी स्तब्धता सबंध दरीला वेढून आहे. स्लीपिंग बॅगमधून कसातरी बाहेर येऊन मी धडपडत कपडे बदलतो आणि बुटांच्या गोठलेल्या नाडीशी झटापट करू लागतो. अखेर जेव्हा मी बाहेर पडतो तेव्हा ढग गायब झालेले असतात आणि आकाशात चांदणं भरून राहिलेलं असतं. स्वर्गात दव थिजून राहिलेलं असावं तसं.

माझे सोबती अजून झोपलेलेच आहेत; पण मी भृगुला हाक मारतो तेव्हा तो डोक्यावरचा दिवा लावतो आणि त्याचा तंबू एखाद्या चमकत्या इग्लूसारखा उजळतो. आमचा वाटाड्या जस्टीन आणि हमाल स्वयंपाक्याच्या तंबूत झोपले आहेत. बर्फाच्या थराखाली दबून गेल्यामुळे त्याची रुंदी निम्म्यावर आली आहे. मला त्यांची हालचाल आणि तोंडातल्या तोंडात पुटपुटलेल्या शिव्या ऐकू येतात; पण पंधरा मिनिटांत आमची निघायची तयारी होते.

थांगसिंग खोरं ओलांडताना आमचा श्वास पिसासारखा पसरून गोठतो. आम्हाला

डोक्यावरचे दिवे लावायची गरजच पडत नाही; कारण चांदण्याचा पुरेसा प्रकाश पसरलेला असतो आणि तो बर्फावरून परावर्तित होत असतो. पायाखालचा रस्ता बर्फाखाली गाडला गेला आहे. नुकत्याच पडलेल्या बर्फाच्या ओझ्यानं वाकलेली बुरांशाची झाडं आमची वाट अडवत आहेत. जस्टीननं वाट दाखवल्यावर आम्ही एका अरुंद पुलावरून जायला लागतो. धीम्या गतीनं चढत पण वाटेत अनेकदा रस्ता चुकत आम्ही हळूहळू प्रगती करत पुढे जातो. अर्ध्या तासानं मला आमच्या वाटेवरून पुढे गेलेल्या कोल्ह्याच्या पाऊलखुणा दिसतात. खळगे-खळगे असलेल्या पाऊलखुणांची बर्फातून जाणारी एक सरळ रेष. अखेर, सुमारे चार हजार मीटर उंचीवर आम्ही एका दरीकडे तोंड करून उभ्या असलेल्या दगडांच्या राशीपाशी पोहोचतो. त्यावर गोठलेल्या प्रार्थना पताका लटकत आहेत.

एव्हाना आकाश उजळलं आहे. पंडीम (६,८११ मीटर) आणि नारसिंग (५,८२५ मीटर) च्या बाह्याकृती पूर्वेकडे थेट आमच्या डोक्यावर प्रकट होताना दिसतात. तर उत्तरेकडे कांचनगंगेच्या पायथ्यापर्यंत पसरलेल्या दरीच्या रुंद शुभ्र घळ्या अजूनही निळसर सावल्यांच्या बुरख्याआड आहेत. अर्धवट अंधारात समोरून कुठूनतरी आम्हाला स्नो पार्ट्रिज (तीत्तर पक्ष्याची एक जात) ची कर्कश्श शीळ ऐकू येते. उताराकडे निरखून पाहिल्यावर पलीकडच्या समांतर सोंडेवरून वाट काढत जाणाऱ्या एका पक्ष्याची धूसर आकृती मला जेमतेम ओळखू येते. दुसरा एक तीत्तर पक्षी आपल्या सोबत्याच्या मागोमाग पर्वताच्या उघड्या-बोडक्या पृष्ठभागावर हळूहळू घिरट्या घालताना दिसतो. जणू एखादी हरवलेली गोष्ट शोधत असावा. त्याच्या पाठीवरचे आणि पंखांवरचे रंगीबेरंगी पट्टे, तसंच लालबुंद छाती आणि गुलाबी चोच दिसत नाहीयेत. त्याऐवजी नुसतीच एक गडद, धूसर सावली दिसते. वंगण न मिळालेल्या बिजागरीसारखी त्याची कर्कश्श शीळ वगळता एवढ्या अंतरावरून तो इतर कोणताही पक्षी वाटू शकतो.

तीत्तर पक्षी (पार्ट्रिज) हे फेसिनिडी गटात मोडतात. त्या गटातले इतर पक्षी म्हणजे कृकण (फेझंट), फ्रँकोलिन आणि लावा पक्षी, तसंच मोर, रानकोंबडा आणि कोंबडा हे आहेत. गॅलिफॉर्म या अगडबंब, जमिनीवर राहणाऱ्या पक्ष्यांच्या एका मोठ्या समूहाचा ते भाग आहेत. उडणं भाग पडलं नाही तर ते सहसा जमिनीवरच राहतात. रानकोंबड्यांच्या विविध जाती हिमालयातल्या विविध उंचींवर आढळतात आणि स्नो पार्ट्रिजसारखे त्यातले काही पक्षी हिमरेषेला लागून असलेल्या जीवनरेषेच्या सर्वोच्च हद्दीवर राहतात. हिमालयापेक्षाही जुने असलेले गॅलिफॉर्म ३० दशलक्ष वर्षांपूर्वी म्हणजे ओलिगोसीन कालखंडापासून इथे आहेत.

वरची सोंड ओलांडून जाणाऱ्या तीत्तर पक्ष्याकडे मी बघत असतानाच कांचनगंगाच्या पूर्व बाजूला सूर्याचे पहिले किरण पडतात. दार्जिलिंगवरून दिसणाऱ्या खालच्या

पर्वतरांगांवर छत्र धरून उभ्या असलेल्या पाच शिखरांच्या विराट आणि सुप्रसिद्ध दृश्याच्या तुलनेत इकडे आमच्या दक्षिणेकडच्या मार्गावर पर्वताचं रूप अगदी वेगळं दिसतं. हिमनदीच्या पृष्ठभागावरचे उंचवटे आणि हिमनद्या, तसंच धारदार कडा आणि बर्फाचे थर अशा गोंधळास्पद दृश्यामागून निमुळता होत जाणारा एकच दणकट आणि धारदार सुळका इथून दिसतो. समुद्रसपाटीपासून ८,५८६ मीटर उंचीवर असलेला हा जगातला तिसऱ्या क्रमांकाचा उंच पर्वत आहे. मघाशी अंधारात आजूबाजूच्या शिखरांमागे झाकोळलं गेलेलं कांचनगंगा शिखर तितकंसं डोळ्यात भरत नव्हतं. आता मात्र उगवत्या सूर्यामुळे हिमाच्छादित उतारांमधला विरोधाभास अधिक ठळक होतो आणि जणू प्रकाशामुळे उंची वाढल्यासारखे पर्वत अजून स्पष्टपणे दिसू लागतात. एव्हाना लपून राहिलेल्या वैशिष्ट्यांवर जसे सूर्याचे पहिले किरण पडतात, तसा आपल्याला वाऱ्याच्या सोबतीने उमलणारा बर्फाचा फेस दिसू लागतो आणि गोठलेल्या वाफांनी पर्वत लवकरच वेढला जातो.

कांचनड्झोंगा हा शब्द अनेक प्रकारे लिहिला जातो पण त्याचा योग्य उच्चार त्यातल्या कोणत्याही स्पेलिंगमधून कळत नाही. तिबेटी भाषेत काङ् म्हणजे बर्फाच्छादित पर्वत आणि चन म्हणजे 'भव्य' किंवा 'विराट' आणि ड्झोंगचा अर्थ आहे 'खजिनाघर' किंवा किल्ला. लेपचा आणि बौद्ध लोकांच्या दृष्टीने कांचनगंगा पर्वत हे एक तीर्थस्थान आहे. त्याच्या नावाचं भाषांतर सहसा 'अफाट बर्फाचे पाच खजिने' असं केलं जातं. पर्वताच्या पाच शिखरांचा तो संदर्भ आहे. त्यातल्या प्रत्येक शिखरात सोनं, नीलमणी, मीठ आणि इतर मौल्यवान खनिजं अशा एकेका पवित्र मूलद्रव्यांचा साठा असल्याचं मानलं जातं.

लेपचा आणि भोटिया लोककथेनुसार या पर्वताचं रक्षण काही राक्षस करतात. हा पर्वत चढून जाणाऱ्यांना ज्या-ज्या संकटांना तोंड द्यावं लागतं त्या प्रत्येक संकटाचं प्रतिनिधित्व हे राक्षस करतात. डग्लस फ्रेशफील्डने १८९९ साली जेव्हा कांचनगंगाला जायच्या मार्गांची पाहणी केली तेव्हा त्यानं असं जाहीर केलं की, 'दुर्गमतेचं पिशाच' या पर्वताचं संरक्षण करत असतं. १९०५ साली इथे पहिली मोहीम काढण्यात आली आणि त्याचं नेतृत्व अलिस्टर क्रॉली यांनी केलं होतं असं 'इनटु द अनट्रॅव्हल्ड हिमालय'मध्ये हरीश कपाडिया सांगतात. त्याची परिणती एका दुर्घटनेत होऊन तीन हमाल आणि अलेक्सिस पाचे हा एक युरोपियन गिर्यारोहक एका हिमप्रपातात गाडले गेले. बाळबोध आणि बेधडकपणे केलेली ही स्वारी म्हणजे इतिहासातली सर्वांत अविचारी आणि संघर्षमय चढाई होती. क्रॉली हा काही सराईत गिर्यारोहक नव्हता. यापूर्वी के२च्या चढाईसाठी केलेल्या प्रयत्नात तो सहकारी म्होरक्या असला तरी तेव्हाचं त्याचं वागणं विवादास्पद होतं. आपल्या गटातल्या सहकाऱ्यावर पिस्तूल रोखण्याचाही त्यात समावेश होता.

कांचनगंगावर चढाईचा पहिला प्रयत्न क्रॉलीच्या क्रूरपणामुळे गाजला. बर्फात बहुतेक करून अनवाणी चढणाऱ्या हमालांशी त्याला काहीही देणं-घेणं नव्हतं. आपल्या गटातल्या सहकाऱ्यांशीदेखील तो तेवढ्याच तुच्छतेनं वागत होता. अखेर त्यांनी त्याच्याविरुद्ध बंड केलं आणि त्याच्याशिवायच ते खाली उतरले. उतरताना तो अपघात झाला. आपले सोबती टनावारी बर्फाखाली गाडले गेले आहेत, हे कळल्यावरदेखील क्रॉलीनं त्यांच्या सुटकेचे कोणतेही प्रयत्न केले नाहीत. त्याऐवजी त्यानं स्वत:साठी चहा करून घेतला आणि आपल्या नोंदवहीत लिहिलं, 'डोंगरात होणाऱ्या या असल्या प्रकारच्या अपघाताविषयी काही झालं तरी मला मुळीच सहानुभूती वाटत नाही... उद्या कदाचित मी खाली जाऊन काय परिस्थिती आहे ते बघेन म्हणतो.. स्वत:ला वाचवण्याइतके डॉक्टर वयानं मोठे आहेत आणि दे रिघीला वाचवावं असं कोणालाच वाटणार नाही.' अल्सेस्टी सी. रिगो दे रिघी हा दार्जिलिंगचा हॉटेल मॅनेजर त्या अपघातातून वाचला आणि नुसत्या हातांनी त्यानं बर्फाखाली गाडल्या गेलेल्या लोकांना बाहेर काढायचा अयशस्वी प्रयत्न केला. झाल्या दुर्घटनेतल्या क्रॉलीच्या सहभागाबद्दल त्याला मोठ्या प्रमाणात बोल लावण्यात येतो. त्यानंतर त्यानं गिर्यारोहण सोडून दिलं. लज्जास्पद वर्तन असणारा, स्वैराचारी म्हणून ओळखल्या जाणाऱ्या क्रॉलीने नंतर 'बीस्ट ६६६' या टोपणनावाने स्वत:चा एक गूढ पंथ चालू केला. काहीजण त्याला ईहलोकातला सर्वांत दुष्ट माणूस ओळखतात; कारण तो बऱ्याच सैतानी विधींमध्ये सहभाग घेत असे आणि सॅडो-मासोचिस्टिक पोर्नोग्राफी लिहीत असे. कांचनगंगेची स्वत:ची काही पिशाचं आहेत असं म्हणतात. त्यात त्याच्या उतारांवर भ्रमण करणाऱ्या यतींचाही समावेश आहे; मात्र यातला कोणताही जीवात्मा अलिस्टर क्रॉलीच्या घृणास्पद वर्तनाची बरोबरी करू शकत नाही.

हातमोजे घातलेल्या हातांनी जस्टीन उत्तर काबरू आणि दक्षिण काबरूकडे तसंच काबरूच्या घुमटाकडे बोट दाखवतो. यातला प्रत्येक भारदस्त पर्वत कांचनगंगेपेक्षा निदान दीड हजार मीटर तरी बुटका आहे. खोऱ्याच्या तोंडाशी, थेट कांचनगंगा शिखराखाली असलेली तालुंग आणि गोएचा शिखरं सिक्कीममधल्या सर्वांत पवित्र डोंगरापुढे आता खुजी वाटू लागली आहेत. लेपचा लोक त्याला किंगत्शूम्झाओंग्बू असं म्हणतात. त्याचे अर्थ - तेजस्वी, शुभ मस्तक, अलौकिक रक्षणकर्ता, जिथे प्राचीन देवता वास करतात असं ठिकाण आणि ज्याच्या अनाघ्रात बर्फापासून पहिला पुरुष आणि पहिली स्त्री निर्माण झाले असा.

लेपचांचा ऐहिक स्वर्गावर विश्वास आहे. तिबेटमधल्या बेयूलच्या संकल्पनेशी साधर्म्य सांगणारी ही कल्पना आहे; मात्र ते त्यांच्या इष्टभूमीला 'मायेल ल्यांग' असं म्हणतात. 'मा' चा अर्थ आहे लपलेला आणि 'येल' म्हणजे कायमचा.

'ल्यांग' म्हणजे भूमी. इथे कांचनगंगेच्या आसपास उंचावरच्या प्रदेशात कुठेतरी देवीमाता ना-झोंग-न्योचं वास्तव्य असतं. स्थलांतर करणारे पक्षी जेव्हा सिक्कीममधून जातात तेव्हा ते मायेल ल्यांगला जातात आणि तिथे घरटी बांधून अंडी उबवतात अशी लेपचांची समजूत आहे. हा लपलेला स्वर्ग अनेक बाबतीत खुद्द सिक्कीमशीच मिळताजुळता आहे. त्यातून आता हरवून गेलेली, पण पूर्वी अस्तित्वात असलेली सुपीक आणि शांत भूमीची कल्पना सूचित होते.

वन्य आणि अजेय झा यांच्या 'एथनो-ऑर्निथॉलॉजी ऑफ द लेपचाज ऑफ सिक्कीम'मध्ये त्यांनी मायेल ल्यांगची एक कथा नोंदवली आहे. त्या कथेत एक कोळी नदीच्या प्रवाहाच्या वरच्या बाजूला डोंगराच्या दिशेला प्रवास करत जातो आणि अचानक एका रम्य दरीत जाऊन पोहोचतो. एका घरापाशी गेल्यावर त्याला एक म्हातारं जोडपं भेटतं. ते दोघं त्याचं स्वागत करतात, त्याला खायला-प्यायला घालून आसरा देतात. दुसऱ्या दिवशी सकाळी उठल्यावर त्याला दोन लहान मुलं बाहेर खेळताना दिसतात. ते म्हातारं जोडपं कुठे गेलं, असं तो आश्चर्यानं त्या मुलांना विचारतो. ती हसून त्याला सांगतात, ते जोडपं म्हणजे आम्हीच आहोत. काल रात्री आम्हीच तुला भेटलो. या दरीत राहणारे सगळे रहिवासी दररोज एक सबंध आयुष्य जगतात. दिवस उजाडताना ती तान्ही बाळं असतात, दुपारपर्यंत त्यांचं बालपण असतं आणि मग मध्यरात्रीपर्यंत त्यांचं वय वाढत जातं. दर दिवशी हे चक्र पुन्हा पहिल्यापासून चालू होतं आणि अशा पद्धतीनं ते कधीच मरत नाहीत.

झांच्या म्हणण्यानुसार पूर्व हिमालयातल्या जवळजवळ प्रत्येक पक्ष्याला एक लेपचा नाव आहे. त्यातली काही नावं कुन्योंगसारखी नादमय आहेत. कुन्योंग म्हणजे झाडांच्या शेंड्यावर बसून सतत विव्हळणारा मोठा कुटूरगा (ग्रेट बार्बेट). इतर पक्षी ते ज्या प्रदेशात सापडतात त्याप्रमाणे ओळखले जातात. जर एखाद्या नावाची सुरुवात 'डांग' ने होत असेल तर त्याचा अर्थ कमी उंचीच्या प्रदेशातल्या प्रजाती; कारण डांग म्हणजे गरम. मग त्यात डांग राब्बिल फो हा चंदेरी कानाचा मेसिया पक्षी किंवा डांग साग्व्येट हा काळ्या कंठाचा शिंजिर (सनबर्ड)असे पक्षी येतात. हे दोन्ही पक्षी दीड हजार मीटरपेक्षा कमी उंचीच्या उपोष्ण कटिबंधीय जंगलात सापडतात. ज्या पक्ष्यांची नावं 'ल्हो' (म्हणजे थंड) पासून सुरू होतात ते जास्त उंचीच्या प्रदेशात आढळतात. उदाहरणार्थ, ल्हो पिऊ-रेन्टिप हे हिमपारवा किंवा ल्हो टोवा म्हणजे अडकित्ता पक्षी. इतर काही बाबतीत पक्ष्याच्या पिसाऱ्याच्या रंगावरून त्याचं नाव पडतं. फाट नोक क्योक हा एक तपकिरी रंगाचा मोठा कस्तूर पक्षी. त्याच्या अनेक जातींपैकी हा एक. 'फाट' चा अर्थ पृथ्वी आणि मातकट रंग. 'चाप' म्हणजे हिरवा. म्हणून हिरव्या दयाळचं नाव चाप-फोंग-फो.

काही पक्ष्यांच्या नावामागे कथा आहेत. जसं की, पांढऱ्या मुकुटाची थिरथिरा (रेडस्टार्ट) मादी सी-बी-फो म्हणून ओळखली जाते. सी-बी म्हणजे 'तू कुठे आहेस?' हा पक्षी अचानक आलेल्या पुरात वाहून गेलेल्या आपल्या जोडीदाराचा शोध घेत असतो, अशी आख्यायिका आहे.

पक्षी वेळ दर्शवू शकतात अशी लेपचांची समजूत आहे. पहाटे आणि तिन्हीसांजेच्या वेळी धनेश पक्षी आपल्या घरट्यातून बाहेर आणि घरट्याकडे असा उडत जातो. शीळ घालणारा कस्तूर किंवा चमोंग फो देखील त्याच्या वक्तशीरपणाबद्दल प्रसिद्ध आहे. दिवस उजाडण्याआधी शीळ घालणारा हा पहिला पक्षी पहाटेचा अग्रदूत म्हणून प्रसिद्ध आहे. हा पक्षी दैवी समजला जातो. देवीनं त्याची खास निवड करून मायेल ल्यांग वरून त्याला आपली तीर्थसरोवरं स्वच्छ करायला पाठवलं होतं. आसपासच्या झाडांवरून पाण्यात पडणारी पानं आणि काटक्या गोळा करून त्या उचलून नेण्याचं काम त्याचं होतं.

मात्र, सगळ्यात शुभ समजला जाणारा पक्षी म्हणजे रक्तकृकण (ब्लड फिजंट) किंवा सुमोंग फो. हा पक्षी तीन हजार मीटरपेक्षा अधिक उंचीवर असलेल्या पर्वतीय अरण्यात राहतो. सिक्कीमचा तो राज्यपक्षी आहे आणि लेपचा जमातीचा रक्षणकर्ता म्हणून त्याच्याकडे बघितलं जातं. सुमोंग फोची कथा सुरू होते एका मोठ्या पुरानं. रंगीत आणि तीस्ता नद्यांमध्ये मोठं भांडण झालं आणि त्यांचं पाणी दऱ्याखोऱ्यामधून वरवर चढू लागलं. जंगलं, शेतं आणि गावं सगळं जलमय होऊन गेलं. ना-झोंग-न्यो देवतेनं मायेल ल्यांगवरून रक्तकृकणाला धाडून दिलं. आपल्या प्रजेचं रक्षण करण्याचं आणि त्यांना वाट दाखवून सुरक्षितपणे तेंडोंग पर्वतावर नेण्याचं काम त्याच्यावर सोपवलं होतं. तेवढं एकच शिखर पुरात बुडून गेलं नव्हतं. सुमोंग फोनं मग पुराचं सगळं पाणी पिऊन टाकलं आणि पर्वत, दऱ्या-खोऱ्या पूर्ववत केल्या. त्यामुळे लेपचांना आपापल्या घरी परतता आलं. याच कारणामुळे आदिवासी शिकारी रक्तकृकणाची कधीही शिकार करत नाहीत. त्या प्रजातीला अभय देऊन ते त्यांची पूजा करतात. अधिक उंचीवर असणाऱ्या ज्या जंगलांमधून वृक्षरेषेजवळ त्या पक्ष्याचं वास्तव्य असतं ती जंगलं पवित्र वनराया म्हणून जतन केल्या जातात.

आणखी एका आख्यायिकेनुसार रक्तकृकणानं रंगीत नदीला मार्ग दाखवला आणि ती कांचनगंगेच्या दक्षिण बाजूनं खाली वाहू लागली. रक्तकृकणाच्या मागोमाग रंगीत अखेर तीस्ता नदीशी होणाऱ्या संगमापर्यंत पोहोचली. तीस्ताला एका सापानं कांचनगंगा पर्वताच्या उत्तर बाजूनं वाट दाखवत इथे आणलं होतं. लेपचा लोककथेनुसार रंगीत आणि तीस्ता या नद्या म्हणजे प्रेमी युगुल आहे. संगमापाशी त्यांचं मिलन होतं. त्यांचं अपत्य म्हणजे लेपचा जमातीचे पूर्वज.

सकाळी लवकर उठून कांचनगंगा बघण्यासाठी चढाई करून आल्यावर आम्ही न्याहारीसाठी थांगसिंगच्या कॅम्पवर परततो आणि मग गोएचा ला इथे जायला निघतो. एव्हाना दरी सूर्यप्रकाशाने भरून गेली आहे आणि बर्फ भराभर वितळू लागला आहे. तासभर चालून गेल्यावर आम्ही लमुनेला पोहोचतो. या वाटेवरचा तो शेवटचा कॅम्प. तिथून पुढे संगमोटेंग सरोवराकडे आम्ही जाऊ लागतो. जाताना वाटेत दगडांच्या पुष्कळ राशी लागतात. त्यातल्या एका राशीवर सर्वांत वरती शहामृगाच्या अंड्याएवढा एक गोलाकार दगड आहे. एव्हाना ढगांची दाटी झाली आहे आणि कांचनगंगा धुक्यात वेढलं गेलं आहे. एखाद्या गलबताच्या नाळेसारखे पंडीमचे धारदार कडे आमच्या डोक्यावर ये-जा करत राहतात. त्याच्या पृष्ठभागावरच्या लपलेल्या उंचवट्यांखालून आणि लोंबत्या हिमनद्यांखालून जाताना आम्हाला खाली कोसळणाऱ्या हिमप्रपातांचे आवाज ऐकू येतात. स्वत:च्या अंगाखांद्यावर जमलेला बर्फाचा ताजा थर ते डोंगर झटकून टाकत असतात. एवढ्या उंचीवर झाडं दिसत नाहीत. तांबूस रंगांच्या पानांवरून बर्फ वितळत असताना गोडमिट्ट सुगंध पसरवणारी ज्युनिपर आणि ऱ्होडोडेण्ड्रॉन अॅन्थोपोगॉन सारखी केवळ काही झुडपं दिसतात. आमच्या डोक्यावर हिमपारव्यांचे थवे घिरट्या घालत असतात. भिक्खूंनी प्रार्थना लिहून हवेवर सोडून दिलेल्या पांढऱ्या कागदाच्या तुकड्यांसारखे त्यांचे पांढरेशुभ्र पंख दिसतात.

पायवाटेच्या या टप्प्यात कित्येक पक्षी आमची सोबत करतात. त्यातले सर्वांत रंगीबेरंगी दिसणारे पक्षी म्हणजे ग्रँडाला. एखाद्या लहानशा कस्तुर पक्ष्याच्या आकाराचे हे पक्षी असून त्यांची पिसं शाईच्या निळ्या रंगाची असतात. धडपडत, छोट्या-छोट्या उड्या मारत ते जणू आम्हाला वाट दाखवत राहतात. वरती दिसणारे उंच डोंगर आणि खाली दरीचा तळ यांना अलग करणाऱ्या हिमोढाच्या दगडी अडथळ्याच्या भिंतीमध्ये संगमोटेंग सरोवर वसलं आहे. सरोवराचं पाणी फिक्या निळ्या रंगाचं असून, काठावरून उडणाऱ्या ग्रँडालाच्या डोळ्यांत भरणाऱ्या निळ्याशार रंगाशी ते विरोधाभास साधत आहे. आम्ही तळ्याकाठचा चिखल टाळायच्या प्रयत्नात आहोत. तेवढ्यात एक चक्रवाक भरारी मारतो आणि आमच्या डोक्यावर घिरट्या घालू लागतो. डोंगराच्या खडकाळ उतरणीवरून आणि दगडधोंड्यांच्या राशीवरून धडपडत तो ग्रँडालाच्या मागोमाग निघून जातो.

एव्हाना दरी अरुंद झालेली असते. आणखी अर्ध्या तासात आम्ही खिंडीच्या तोंडाशी पोहोचतो. आमच्या डोक्यावर कुठेतरी कांचनगंगा नजरेआड दडून उभं आहे. ढगांनी वेढलेला आणि बर्फानं आच्छादलेला हा प्रदेश अगदी निर्जीव वाटतो आहे. तेवढ्यात मला एखाद्या बदलत्या आकाराची शिळा असावी तसं काहीतरी दिसतं. जाडजूड शिंगांचे दोन भराल वाटेच्या तोंडाशी उभे आहेत. धुक्यातून ते

हळूहळू आमच्या दिशेने येताना मला दिसतात. खनिजांच्या रंगाची त्यांची ठिपकेदार कातडी हिमोढाच्या रंगाशी मिळतीजुळती असते. ग्रँडाला आता मागे पडलेले असतात. आम्ही एका दयाळ पक्ष्याच्या मागोमाग जात आहोत. चिमणीपेक्षा किंचितच मोठ्या असलेल्या या पक्ष्याचे तांबूस पंख तांबड्या आणि करड्या रंगाच्या दगडांमध्ये मिसळून जातात. त्या पक्ष्याला आमची मुळीच भीती वाटत नाही. आम्ही बिस्किटांचा चुरा देऊ केल्यावर तो आमच्या बोटांपासून काही इंच अंतरावर येऊन थांबतो. एवढा एकुलता एक जीव सोडला तर बाकीचं गोएचा ला ओसाड पडलं आहे. आडवेतिडवे वाहणारे वाऱ्याचे थंडगार झोत आम्हाला ढगांत लपेटून टाकत आहेत.

संगमोटेंग तलाव ओलांडून आम्ही खाली दरीत परततो तेव्हा मला एक मोठा आवाज ऐकू येतो आणि एक प्रचंड पक्षी उतारावरून झेप घेताना दिसतो. तो रक्तकृकण असावा, असं मला क्षणभर वाटून जातं; मात्र डोळ्याला दुर्बीण लावल्यावर ते तिबेटी हिमकुक्कुट असल्याचं माझ्या लक्षात येतं. फेसिनिडीची ही आणखी एक जात. त्याची पिसं करड्या रंगाची असतात आणि मानेभोवती ठळक उठून दिसणारी काळी वर्तुळं असतात. त्यांच्या छातीवर गडद रंगाचे उभे पट्टे असतात आणि पंखांना पांढरी किनार असते. सकाळी दिसलेल्या स्नो पार्ट्रिजसारखे हे आकाशात भरारी घेत नाहीत तर जमिनीवरच उड्या मारत जातात. मध्येमध्ये थांबून माना वर करतात आणि चोचीवरून आपल्याकडे पाहतात. हिमकुक्कुटांच्या दोन जाती आहेत. हिमालयन आणि तिबेटी. हिमालयातले हिमकुक्कुट काहीसे मोठे आणि किंचित वेगळ्या रंगाचे असतात.

दरीत आणखी खाली उतरल्यावर आम्हाला भरालांचे अजून कळप दिसतात. बऱ्याचशा शेळ्या-मेंढ्या दिसतात. दरीतल्या तुरळक गवतावर त्या चरत असतात. अति उंचीच्या प्रदेशातल्या वन्यजीवांच्या आणि पक्ष्यांच्या अस्तित्वामुळे आमची एकाकीपणाची भावना कमी होते. इतक्या खडतर वातावरणात या जीवांना अन्नाच्या कमतरतेशी, गोठवणाऱ्या थंडीशी आणि मर्यादित निवाऱ्याशी जुळवून घ्यावं लागतं. दरीची वरची बाजू रक्तकृकण पक्ष्यांच्या आवाक्याबाहेरची आहे. तरीही जरा कुठे हालचाल झाली की, आपल्याला तो दैवी सुमोंग फो बघायला मिळणार, अशी अपेक्षा माझ्या मनात डोकं वर काढते.

थांगसिंगला दुसरी रात्र काढल्यावर भृगु आणि मी सकाळी लवकर सामान बांधून दरीतून खाली उतरू लागतो. जस्टीन आणि बाकीच्या लोकांना तंबू आणि इतर सामान घोड्यावर लादून आणायला सोडून आम्ही दोघं भोजवृक्षांच्या आणि बुरांशाच्या जंगलात उतरतो. सगळी झाडं दाढीवाल्या दगडफुलांनी वेढलेली आहेत. लेपचा जमातीतली माणसं त्यांची तुलना 'म्हातारीच्या केसांशी' करतात. जंगलात

शिरल्यावर जेमतेम शंभर मीटरवर दोन अजस्र पक्षी आमची वाट ओलांडून जाताना दिसतात आणि आम्ही दचकतो. या वेळेस ती नि:संशय रक्तकृकण नर-मादीची जोडी असते. आमची चाहूल लागून ते सावध होतात आणि शेवाळलेल्या उतारावरून झेपावतात. एखाद-दोन सेकंद थांबल्यासारखं करून मग पलीकडच्या फांद्यांच्या आणि पानांच्या जंजाळात नाहीसे होतात. दुर्बीण आणि कॅमेरा पाठीवरच्या सॅकमध्ये कुठेतरी गाडलेला असल्याने मी केवळ डोळ्यांनीच त्या पक्ष्यावर लक्ष केंद्रित करतो. पट्टेरी आणि लाल रंगाचे तुषार असलेली नराची चंदेरी पिसं मला ओळखू येतात. मादी करड्या-हिरव्या रंगाची आणि आकारानं किंचित लहान आहे.

खूश होऊन आम्ही पुढे निघतो आणि लवकरच सहा रक्तकृकणांचा आणखी एक कळप आमच्यासमोर अवतरतो. ते जरा कमी लाजाळू दिसताहेत. वाटेवर पडलेल्या झाडांच्या फांद्या आणि शेवाळानं आच्छादलेलं हिमोढ यामध्ये घुटमळत ते जणू फोटो काढण्यासाठी मुद्दाम पोझ देत उभे आहेत. सुमारे पाच मिनिटं तरी आम्ही त्या पक्ष्यांना दहा मीटर अंतरावरून न्याहाळतो आहे. त्यांची नजर आमच्यावरच आहे. सावध आणि जागरूक; पण वरवर बघता निर्भय वाटावी अशी. त्या पक्ष्यांमध्ये जात्याच एक ऐट आहे. प्रत्येक पीस अन् पीस व्यवस्थित साफ केलेलं आहे. पक्ष्यांच्या माना उंचावलेल्या आहेत. जणू स्वत:च्या दैवी स्थानाची जाणीव त्यांना असावी. आज सकाळी पाहिलेल्या कांचनगंगेच्या दृश्याप्रमाणेच हे पक्षीदेखील एका संस्मरणीय, गूढ सौंदर्याची अनुभूती देतात. निव्वळ स्वत:च्या अस्तित्वानेच ते आम्हाला एका ऐहिक स्वर्गाकडे घेऊन जात आहेत असं वाटू लागतं.

२५

# गरुडांचा पदवीदान समारंभ

कुजणाऱ्या मांसाची दुर्गंधी हिवाळी वातावरणात एखाद्या कुजट अत्तरासारखी रेंगाळते आहे. शेकडो शिकारी पक्षी झाडांवर गोळा झाले आहेत किंवा डोक्यावर घिरट्या घालत आहेत. त्यात बहुतेक सगळी हिमालयन ग्रिफॉन गिधाडं आणि अस्पृश्य घारी असून पन्नासएक नेपाळी गरुडही (स्टेप गरुड) आहेत. गिधाडांइतकेच मोठे, त्यांच्याहून सडपातळ असे हे गरुड विलक्षण मानवी वाटतात. शाल्मलीच्या झाडाच्या (सिल्क कॉटन ट्री) बोडक्या फांद्यांवर त्यांनी बस्तान जमवलं आहे. कुस्तीपूर्वी उकिडवे बसणाऱ्या मल्लासारखे हे गरुड आपले पंख फडफडवतात आणि माना इकडून तिकडे वळवतात. आराम करत बसलेले असतानाही त्यांचा पवित्रा चांगला प्रबळ आणि आक्रमक असतो. नजर भिरभिरत असते. कायम सावध आणि आजूबाजूचं भान असलेली ती नजर असते.

नेपाळी गरुड (अक्विला निपालेन्सिस) हे हिमालयातल्या सर्वांत मोठ्या शिकारी पक्ष्यांपैकी एक. त्यांच्या पंखाचा आवाका  दोन मीटरहून जास्त असू शकतो. पूर्ण वाढ झालेले पक्षी गडद तपकिरी रंगाचे असून, त्यांच्या मानेच्या बाहेरच्या बाजूला तांबूस रंगाची झाक असते. पिंगट गरुडांइतके ते फिकट नसतात आणि ठिपकेदार गरुडांसारख्या विशेष खुणाही त्यांच्या अंगावर नसतात. तरीही या तीन प्रजाती ओळखताना बऱ्याचदा गोंधळ केला जातो. बऱ्याचशा शिकारी पक्ष्यांप्रमाणे अल्पवयीन नेपाळी गरुडाचे पंख आपल्या जन्मदात्यांच्या पंखांपेक्षा जाणवण्याइतके वेगळे

असतात. त्यांच्या पंखाच्या खालच्या बाजूला पांढऱ्या रंगाची पिसं असतात आणि वाढीच्या प्रत्येक टप्प्यावर पंखांच्या तांबूस रंगाच्या छटा बदलत अधिकाधिक गडद होत जातात. 'बर्ड्स ऑफ प्रे ऑफ द इंडियन सबकॉन्टिनेन्ट' या पुस्तकाचे लेखक रिषाद नवरोजी यांच्या म्हणण्याप्रमाणे एकसारख्या दिसणाऱ्या जमातींमधून नेपाळी गरुड वेगळे ओळखण्याची खूण म्हणजे त्यांच्या नाकपुड्या अंडाकृती असतात. (इतर गरुडांमध्ये त्या गोलाकार असतात). मेदूर किंवा सिअर म्हणजे चोचीच्या मागचा भाग गडद पिवळ्या रंगाचा असून डोळ्याखालपर्यंत येतो आणि हा पक्षी जणू हसतो आहे असं वाटतं. नेपाळी गरुडाची काळी चोच हे एक जीवघेणं हत्यार आहे. एखाद्या स्टीलच्या आकड्यासारखी ती धारदार असते.

केवळ पंखांच्या निरीक्षणावरून शिकारी पक्षी ओळखता येणं अवघड असतं. नुसत्या उघड्या डोळ्यांनी पाहिलं तर डोक्यावर शेकडो मीटर उंचीवरून घिरट्या घालणाऱ्या पक्ष्यांची आकृती आणि पंखांचं वळण, तसंच शेपटीची लांबी आणि तिचा आकार ही ओळखू येण्याजोगी वैशिष्ट्यं आहेत. असं असलं तरी अगदी खात्रीपूर्वक काही सांगणं बऱ्याचदा अशक्य असतं. अनुभवी पक्षीनिरीक्षक काही विशिष्ट जातींच्या 'जिझ' (zjiz)चा उल्लेख करतात. एकसारख्या दिसणाऱ्या पक्ष्यांमधला फरक सांगण्यासाठी त्यांना या अमूर्त तत्त्वाची मदत होते. (त्याचं स्पेलिंग GISS असंही करतात. 'general impression, shape and size' चं ते संक्षिप्त रूप आहे. म्हणजे सामान्यपणे त्या पक्ष्याला बघून होणारी कल्पना, त्याची आकृती आणि त्याचा आकार). शास्त्रीय तपशील आणि गुणवैशिष्ट्यं म्हणजे स्कॅप्युलर्स, टर्शल्स आणि टार्ससचे (बाहेरचे पंख, सर्वांत आतल्या बाजूचे पंख आणि पाय) रंग आणि आकार नोंदवतानादेखील नवरोजीसारखे तज्ज्ञ एखाद्या पक्ष्याच्या जिझचा उल्लेख काहीतरी अतीन्द्रिय गोष्ट असावी तसा करतात. वजन, आकार किंवा शीळ आणि घरटी बांधण्याच्या सवयींसारखी जिझ ही गोष्ट नेमकेपणानं मोजता किंवा वर्णन करून सांगता येत नाही; मात्र शब्दांत मांडता आलं नाही तरी ज्यांना पक्ष्यांमधले सूक्ष्म बारकावे आणि फरक लक्षात येतात त्यांच्यासाठी पक्षी ओळखण्याचं साधन म्हणून जिझचा उपयोग होतो.

आता गेली अनेक वर्षं मी देहराडून खोऱ्यातल्या रायपूर गावाच्या आसपास नेपाळी गरुडांचं वार्षिक संमेलन बघितलं आहे. महामार्गाच्या एका बाजूला असलेल्या कचरापेटीकडे हे पक्षी आकर्षित होतात; कारण इथे मेलेले प्राणी आणि जवळच्या खाटीकखान्यातला कचरा आणून टाकला जातो. रस्त्यावर मारली गेलेली जनावरं आणि इतर प्रेतांच्या जोडीला कोंबडीची पिसं आणि बकऱ्यांची आतडी घाणेरीच्या झुडपांत फेकलेली असतात. ही जागा कोणत्याही इमारतीपासून पुरेशी लांब असते. जेणेकरून कुजके, सडके वास केवळ रस्त्यानं जाणाऱ्या-येणाऱ्यांना सहन करावे

लागतात. सडक्या अवशेषांच्या जोडीला प्लॅस्टिकच्या पिशव्या आणि फॉइलची वेष्टणं इथे-तिथे विखुरलेली असतात. त्याच्या जोडीला वापरून टाकून दिलेलं पॅकिंगचं सामान आणि इतर कचरा असतोच. एकंदर हे दृश्य कचऱ्याची विल्हेवाट लावण्याच्या बाबतीत भारत देश किती असमर्थ आहे त्याची निराशाजनक आठवण करून देणारं असतं.

हे पक्षी असे फुकटच्या खाण्याची वाट बघत फांद्यांवर ठाण मांडून बसलेले पाहून त्यांच्या उपस्थितीबद्दल अस्वस्थ वाटून मी दुध्यात पडतो. कुजक्या मांसाव्यतिरिक्त हे पक्षी कचऱ्याच्या ढिगात असणाऱ्या उंदीर किंवा घुशींसारख्या प्राण्यांकडेही आकर्षित होतात. मोठ्या आकाराच्या घुशी हे नेपाळी गरुडांचं आवडतं खाद्य आहे. तिबेट आणि मंगोलियामध्ये ते ज्या खारी आणि पिका प्राण्यावर गुजराण करतात, त्यांच्याच जातकुळीतले; पण ज्यांना बघून भूक मरेल असे हे प्राणी आहेत.

मी बघत असतानाच एका घारीला अर्धा डझन कावळे घेराव घालतात. तिनं तिच्या नख्यांमध्ये पकडलेला मांसाचा तुकडा सोडावा म्हणून ते तिला त्रास देऊ लागतात. काळ्या पंखाच्या फडफडीच्या सोबतीला वेड्यासारखी कावकाव चालू असते. काही क्षणात हवेतून एक आणखी मोठी सावली अवतरते. एक नेपाळी गरुडझेप घेऊन त्यांच्या मधोमध उतरतो आणि कावळ्यांना पळता भुई थोडी करतो. ती घार जमिनीवरून उठून एखाद-दोन मीटर उडत उंचीवर जाण्याचा पराकाष्ठेचा प्रयत्न करते; मात्र दोघा पक्ष्यांची टक्कर होऊन त्यांचे पंख एकमेकांत गुरफटतात आणि तिथून जाणाऱ्या ट्रकला दोघेही जवळजवळ धडकतात. वेगानं येणाऱ्या वाहनाला टाळण्यासाठी ते जेमतेम एकमेकांपासून अलग होतात आणि तेवढ्यात घार स्वतःची सुटका करून घेते. आत्ताचं हे भांडण शांततेत मिटलं असलं तरी नेपाळी गरुडानं घारीचे पंख तोडल्याच्या किंवा तिचं भक्ष्य चोरण्याच्या नादात तिला मारून टाकल्याच्या नोंदी आहेत.

पक्ष्यांच्या समूहासाठी वापरली जाणारी नामं मानवी मतांवर आणि कल्पनांवर आधारित असतात. उदा. इंग्रजी भाषेत वापरले जाणारे 'A murder of crows', 'a wake of vultures', 'a kettle of hawks', इत्यादी वाक्प्रचार. 'A convocation of eagles' किंवा 'गरुडांचा पदवीदान समारंभ' हा वाक्प्रचार त्या पक्ष्यांना एक उमदेपण आणि आब प्रदान करतो. ते डोक्यावर घिरट्या घालत असताना त्यांच्या उड्डाणाचा मार्ग आकाशातल्या वाऱ्यांच्या अदृश्य आकृतिबंधानुसार ठरत असतो. उंच भरारी घेणारे आणि आकाशात विहार करणारे गरुड पृथ्वीपासून दिमाखाने अलिप्त होत आपल्याला प्रेरणा देतात. त्यांची जमिनीपासून होणारी ही ताटातूट जवळपास दैवीच वाटते. हिंदू पुराणात गरुड हे विष्णूचं वाहन आहे. त्याचं अर्धं शरीर माणसाचं आणि अर्धं शिकारी पक्ष्याचं असून त्याला एखाद्या

आकड्यासारखी दिसणारी चोच आणि पंखदेखील आहेत. हे पक्षी जितक्या लांबवर स्थलांतर करतात तेवढ्या लांबवर त्यांच्या कथादेखील प्रवास करतात. मंगोलियन लोककथेनुसार जेंगिझ खानच्या शिकारी गरुडाचं नाव होतं गिरीद. हे नाव गरुड शब्दाच्या अगदी जवळ जाणारं आहे.

तिबेटमधल्या शामन बॉन परंपरेतल्या देवांच्या मांदियाळीत पंख असलेल्या अनेक देवता आहेत. त्यातली सर्वांत सामर्थ्यशाली आणि प्रचलित देवता म्हणजे शिंगं असलेला गरुड. समारंभात वापरायचे मुखवटे आणि थांगका चित्रांमध्ये हा गरुड चितारला जातो. भयंकर उग्र दिसणारे हे प्राणी म्हणजे पहाडी दैवतं आहेत. नेपाळी गरुड किंवा शाही गरुड आणि सोनेरी गरुडावरून प्रेरणा घेऊन हे प्राणी निर्मिले आहेत. आपल्या धार्मिक विधींमध्ये बॉन शामन पक्ष्याच्या पंखांचा आणि पिसांचा वापर पूज्य वस्तू म्हणून करतात. त्यात काही गूढ शक्ती असतात असं ते मानतात आणि त्यावरून भविष्य सांगण्याचा सराव करत ते पवित्र भौगोलिक प्रदेशांची गूढ वळणं उकलू बघतात.

मंगोलिया आणि कझाकस्तानचा अपवाद वगळता गरुडांशी थेट मानवी संपर्क येणं ही तशी दुर्मिळ गोष्ट आहे. तिथे मात्र त्यांना शिकारीसाठी तयार केलं जातं. बहुतेक सर्व गरुड आपल्या आवाक्याबाहेर असल्यामुळे त्यांच्याभोवती एक गूढ वलय असतं. त्यांच्या सोबतीनं पर्वतांपलीकडे जावं, ढगांच्याही वर प्रवास करावा अशी ओढ आपल्याला असते. आकाशाला जमिनीशी जोडणारे आणि आपल्या पंखांनी क्षितिज विणत जाणारे असे ते जीव आहेत.

नेपाळी गरुड हे हिमालयातले प्रवासी आहेत. ते इथल्या डोंगरांमध्ये घर करून राहत नाहीत तर वर्षातून दोनदा हा प्रदेश ओलांडून जातात. तेदेखील बहुतेक वेळा इथल्या जमिनीला खाली उतरून स्पर्शही न करता. इतर कित्येक शिकारी पक्षी मात्र इथले रहिवासी आहेत. त्यात तुरेवाला सर्पगरुड (क्रेस्टेड सर्पन्ट इगल्स), पहाडी घार (माउंटन हॉक इगल्स) आणि लॅमरगाईयर्स किंवा दाढीवाली गिधाडं यांचा समावेश आहे. हे सगळे पक्षी पार हिमालयाच्या पायथ्यापासून ते आणखी वरच्या पर्वतीय प्रदेशात विविध उंचीवर बघायला मिळतात. हिमालयाच्या दक्षिण भागाकडे असणारं त्यांचं अस्तित्व जंगलं आणि इथल्या प्रदेशाशी अगदी जवळून निगडित आहे. तसंच, ते ज्यावर उपजीविका करतात अशा लहान लहान सस्तन प्राण्यांवर, पक्ष्यांवर आणि सरपटणाऱ्या जनावरांवरदेखील अवलंबून आहे. डोंगरांच्याही वरून ढगातून प्रवास करणाऱ्या नेपाळी गरुडांचा आणि इतर स्थलांतरित पक्ष्यांचा खाली जमिनीशी अगदी कमी संपर्क येतो. असं असलं तरी, जमिनीऐवजी स्वर्गात वास्तव्य करणाऱ्या पक्ष्यांची भरारी हा हिमालयातल्या कथेचा अविभाज्य भाग आहे.

हिमालय ओलांडून जाण्यासाठी भूगोलाचं आणि हवामानाचं उपजत ज्ञान लागतं. तसंच हवामानबदलांचं भाकीत करता येण्याची क्षमता देखील लागते. हिवाळा संपला की पायथ्याच्या टेकड्या उबदार होईपर्यंत नेपाळी गरुड पर्वतांच्या पायथ्याशी वाट बघत थांबतात. सुरुवातीच्या त्यांच्या भराऱ्या हवेचा अंदाज घेण्यासाठी असतात. जमिनीचं तापमान वाढलं की हवा वर जाते. हेमंत ऋतूतल्या स्थलांतरापेक्षा त्यांचा हिमालय ओलांडतानाचा परतीचा प्रवास अधिक आव्हानात्मक असतो. जाताना ते चार हजार मीटर उंचीवर असलेल्या तिबेटच्या पठारापासून सुरुवात करून सुमारे सहा-सात हजार मीटर उंची गाठतात. वसंत ऋतूत परत येताना मात्र तीन हजार मीटर खालून प्रवास चालू झाला तरी त्यांना तेवढीच उंची गाठावी लागते.

नेपाळी गरुड साधारण उत्तर आणि दक्षिण टोकांच्या मध्ये स्थलांतर करत असले तरी त्यांचा मार्ग कायम सरळ रेषेत जाणारा असतो असं नाही. त्यांच्यापैकी असंख्य पक्षी विविध ठिकाणांहून तिबेट ओलांडून वायव्येकडे हिमालयाच्या कमानीलगत उडत मग कमी उंचीच्या प्रदेशात शिरतात, असं अभ्यासांती दिसून आलं आहे. वसंत ऋतूत ते या मार्गानं प्रवास करतात. पश्चिमेकडे पार अफगाणिस्तान आणि पाकिस्तानपासून ते उत्तर भारत ओलांडून नेपाळ, सिक्कीम आणि भूतान पर्यंत तो मार्ग पसरला आहे. नेपाळ, सिक्कीम आणि भूतानमध्येच ते विविध ठिकाणांहून पर्वत उल्लंघतात. सहज प्रवृत्तीतून येणाऱ्या अचूकतेने ते स्वत:च्या स्थलांतराची वेळ साधतात. उत्तरेकडे उड्डाण करायला पंखांखालून हवेचा पुरेसा जोर जाणवेपर्यंत ते हवामानाच्या आणि वाऱ्याच्या आकृतिबंधाचा अंदाज घेत असतात.

पर्वत ओलांडून पुढे-मागे स्थलांतर करत असल्यामुळे नेपाळी गरुडांना हिमालयाच्या दोन्ही बाजूंना एक महत्त्वाचा कोपरा मिळतो. त्यामुळे दोन अतिशय वेगळ्या परिसंस्थांमध्ये सजीवांचा समतोल राखण्यासाठी मदत होते. तिबेटच्या पठारावरची आणि मध्य आशियामधली गवताची मोकळी कुरणं ही काही शिकारीसाठी सोपी जागा नव्हे. त्यामुळे आकाशात विहार करणारे अक्विला निपालेन्सिस नावाचे हे शिकारी पक्षी गरजेपोटी संधिसाधू झालेले असतात. एखाद्या तरण्याताठ्या हरणाला चीत करू शकतील एवढे ते सामर्थ्यशाली शिकारी असतात. तरीही लांडग्यांनी खाऊन टाकलेल्या ख्यांगच्या (कियांग किंवा जंगली गाढव) कुजलेल्या कलेवरावर किंवा मोकळ्या आकाशाखाली विघटनासाठी सोडून दिलेल्या बौद्ध भिक्खूंच्या प्रेतावर ताव मारण्यात ते समाधानी असतात. नेपाळी गरुड भरतपूर पक्षी अभयारण्यात अजगर आणि रानमांजर अशा दोघांच्याही उरल्यासुरल्या अवशेषांवर ताव मारताना दिसले असं नवरोजींनी नोंदवून ठेवलं आहे. तसंच त्यांनी एका मुंगसाला मारल्याची आणि बगळ्यांवर आणि बलाक पक्ष्यांवर (स्टॉर्क) हल्ला केल्याचीही नोंद आहे.

शिकार सहसा रात्री चंद्रप्रकाशात केली जाते; कारण तेव्हाच्या अंधूक प्रकाशामुळे त्यांना लपणं सोपं जातं.

इतर सजीवांचा मृत्यू होणं हे त्यांच्या उपजीविकेसाठी महत्त्वाचं असलं तरी पर्वतांच्या आणि मोकळ्या पठारांच्या जीवनचक्राचा ते एक अविभाज्य भाग आहेत. त्यांचं हिवाळ्यातलं वसतिस्थान राजस्थान आणि गुजरातपासून ते दख्खनच्या पठारापर्यंत पसरलेलं आहे. भारताच्या टोकाला पार कन्याकुमारीपर्यंत हे भटके पक्षी आढळले आहेत. उन्हाळ्यात ते मध्य आशियात तिबेटपासून चांग थांग ओलांडून मंगोलियाच्या उत्तर बाजूपर्यंत स्थिरस्थावर होऊन वीण घालतात. क्वचित काही भटके वर्षभर नेपाळमध्येच राहतात.

गरुडांचं येणं-जाणं ऋतूंच्या आंदोलनाशी मिळतंजुळतं असतं. त्यांचं येणं-जाणं हा एकमेकांशी सुसंगत अशा नैसर्गिक घटनाक्रमांचा एक भाग आहे. हे वायुगामी शिकारी पक्षी एरवी अति प्रमाणात विणाऱ्या काही विशिष्ट जातींच्या निवांत आयुष्यात अडथळे आणतात. भारतातले उंदीर किंवा छोट्या खारी काय किंवा तिबेटमधले पिका आणि ससे काय, गरुड आणि इतर शिकारी पक्ष्यांमुळे अशा सर्व प्राण्यांची संख्या नियंत्रणात राहते. नैसर्गिक निवडीच्या कठोर गणितात दुबळे, रोगट जीवजंतू नाहीसे होतात, तर त्या प्रजातीतले अधिक सशक्त, अधिक चपळ सदस्य टिकून राहतात. या समीकरणात कसलंच क्रौर्य नाही. जनुक समूह पाखडण्याची ही सतत चालणारी प्रक्रिया आहे. असे निवडक जनुक समूह वाढायला आणि अधिक बळकट व्हायला गरुडांच्या शिकारीची मदतच होते.

इकडे गरुडांची संख्या मर्यादित ठेवण्यात खुद्द हिमालयाचीच महत्त्वाची भूमिका आहे. केवळ उडण्याचं उत्तम सामर्थ्य असलेले बलवान गरुडच हिमालय ओलांडू शकतात. आजारी, जखमी किंवा वय होत चाललेले गरुड इतका खडतर प्रवास करू शकत नाहीत आणि अशा रीतीने ते प्रजनन साखळीतून बाहेर पडतात. कमी वयाचे नेपाळी गरुड उडून सर्वांत दूरचा पल्ला गाठतात आणि अशा प्रकारे प्रत्येक नवीन पिढी तंदुरुस्त राहते, असं संशोधकांनी दाखवून दिलं आहे. बहुतेक सर्व शिकारी पक्ष्यांप्रमाणे नेपाळी गरुडाची मादी नरापेक्षा मोठी असते. त्यामुळे घरटी बांधायच्या प्रदेशात पोहोचण्यासाठी त्यांच्यात अधिक ताकद आणि जोम येतो. तरण्या पक्ष्यांमध्येदेखील असा निर्दय वर्चस्वक्रम असतो. अक्विला निपालेन्सिस एक ते तीन अंडी घालतात. ती उबली की, आतली पिल्लं लगेचच आपल्या जन्मदात्यांनी घरट्यात आणलेल्या अन्नासाठी एकमेकांत स्पर्धा करू लागतात. सहसा सर्वांत बलवान पिल्लू आपल्या भावंडांना मारून टाकतं.

जसे हे गरुड मोठे होत जातात तशी त्यांच्यातली स्पर्धा चालूच राहते. हवेत चालणाऱ्या लढायांच्या रूपात त्यांचं सर्वांत नाट्यपूर्ण वर्तन बघता येतं, असं

नवरोजी स्पष्ट करतात. लहानगे पक्षी उडताना अगदी खेळकरपणे पण मनापासून आपल्या शत्रूवर मात करायच्या प्रयत्नात असतात. आपण पुढे जायचं आणि विरोधी पक्ष्याला माघार घ्यायला लावायची असा त्यांचा प्रयत्न असतो. बऱ्याचदा दोघा पक्ष्यांच्या नख्या एकमेकांत गुंतून या उडत्या मारामाऱ्यांचा शेवट होतो आणि चोची, पंजे आणि फडफडणारे पंख यांचं एक भयानक वर्तुळ हवेत गरगरताना दिसू लागतं.

भारतातली गिधाडं जवळपास नामशेष झाल्यामुळे तयार झालेली पोकळी भरून काढण्याचं महत्त्वाचं काम गेल्या काही वर्षांत नेपाळी गरुडांनी केलं आहे. डायक्लोफेनॅकसारखी ॲन्टी-इनफ्लेमेटरी औषधं शरीरात असलेल्या प्राण्यांच्या कलेवरावर उदरनिर्वाह केल्यामुळे गिधाडांचा नाश झाला. सामान्यपणे जनावरांवर उपचारासाठी वापरल्या जाणाऱ्या पशुवैद्यांच्या औषधामुळे गिधाडाचं अंडं दुबळं होत जातं आणि पिल्लं भ्रूणावस्थेत असतानाच त्याला तडे जातात. याचा परिणाम म्हणजे भारतातल्या गिधाडांच्या आठ जाती, विशेषत: पांढरा पृष्ठभाग असलेली गिधाडं (जिप्स बेंगालेन्सिस) मोठ्या प्रमाणात नामशेष झाली आहेत. नेपाळी गरुड आणि घारींवर मात्र डायक्लोफेनॅकचा काही परिणाम होताना दिसत नाही. त्यामुळे काही प्रमाणात त्यांनी गिधाडांची जागा घेतलेली दिसते. सबंध ग्रामीण भारतात रस्त्याच्या कडेला किंवा स्मशानात कुजायला टाकलेल्या प्रेतांची विल्हेवाट लावण्याचं काम ते करतात.

गरुडांच्या इतर प्रजातींच्या तुलनेत अक्विला निपालेन्सिस समाजप्रिय पक्षी आहे. बहुतेक वेळा ते पाच ते वीसच्या गटात आढळतात आणि हिमालय ओलांडताना एकत्र उडतात. १९८४ सालच्या हेमंत ऋतूत धौलगिरीजवळच्या काली गंडकी घळईवरून सुमारे ४५ हजार नेपाळी गरुड उडत गेल्याचा अदमास रॉबर्ट फ्लेमिंग ज्युनिअर यांनी लावला होता. २००२च्या वसंत ऋतूत जॅन विलेम डेन बेस्टेन यांनी हिमाचल प्रदेशातल्या धरमशालावरून उडणारे दहा हजार पक्षी मोजले. पंचेचाळीस मिनिटांच्या कालावधीत डोक्यावरून सर्वांत जास्त म्हणजे २९४ पक्षी गेल्याची नोंद त्यांनी केली आहे. नेपाळी गरुड आफ्रिकेतदेखील स्थलांतर करतात आणि जगभरातली त्यांची संख्या एक लाखापासून ते दहा लाखापर्यंत कितीही असू शकते. घटत्या संख्येमुळे त्यांचा समावेश इंटरनॅशनल युनियन फॉर कॉन्झर्व्हेशन ऑफ नेचर (IUCN)मध्ये धोक्याच्या लाल रेषेवर असलेल्या प्रजातींच्या यादीत झाला आहे. तिबेट आणि मध्य आशियामधल्या त्यांच्या निवासस्थानांची गुणवत्ता घसरत आहे किंवा ती नाहीशी होत आहेत, हे त्यामागचं महत्त्वाचं कारण आहे.

एव्हरेस्टच्या दक्षिण बाजूच्या खळग्यासारख्या उंचावरच्या ठिकाणी गिर्यारोहकांना

नेपाळी गरुडांचे गोठलेले अवशेष मिळाले आहेत. एखाद्या वादळात किंवा जास्त काळ वातावरणाशी संपर्क आल्याने थकून हे पक्षी मेले असावेत. तापमान अचानक कमी होणे किंवा वाऱ्याची दिशा बदलणे हे शिकारी पक्ष्यांसाठी जीवघेणं ठरू शकतं; कारण त्यांचं स्थलांतर हे जीवन-मरणाच्या बारीक सीमारेषेला लागून होत असतं. नेपाळी गरुडांना बंदिवासात ठेवलं तर ते चाळीस वर्षांचे होईपर्यंत जिवंत राहिले आहेत; मात्र रानावनात त्यांची एवढा काळ जगण्याची शक्यता कमी आहे. शेवटी काय तर, ज्या नैसर्गिक उर्मीमुळे ते हिमालय ओलांडून जातात त्यामुळेच त्यांचा आत्मनाश ओढवतो. ज्या वाऱ्याच्या बरोबरीने ते उडत जात असतात ते वारं त्यांना आकाशात तरंगत ठेवू शकत नाही किंवा मग ते अशा एखाद्या हिमवादळात खेचले जातात, ज्यातून बाहेर पडणं त्यांना शक्य होत नाही.

हिमालय ओलांडून स्थलांतर करण्यात पक्ष्यांना येणाऱ्या टोकाच्या अडचणी समजून घ्यायच्या असतील तर तशाच परिस्थितीत माणसांनी केलेल्या उड्डाणाशी त्याची तुलना करावी लागेल. आपल्यासारख्या जमिनीवर राहणाऱ्या प्रजातींना एखाद्या गरुडाच्या प्रवासाजवळ जाणारा अनुभव हा पॅराग्लायडिंगचा असू शकेल. या खेळासाठीच्या सर्वांत लोकप्रिय ठिकाणांपैकी एक म्हणजे हिमाचल प्रदेशातल्या पालमपूरजवळचं बीर हे गाव. बीरपासून धौलधार पर्वतरांगा जवळजवळ उभ्या होतात. त्यामुळे तयार होणाऱ्या हवेच्या प्रवाहांमुळे गरम हवेबरोबर वर जाण्यासाठी नेमकी जागा तयार होते. ही जागा नेपाळी गरुडांच्या स्थलांतरमार्गाला थेट लागूनच असते यात विशेष आश्चर्य नाही. दरवर्षी बीरला पॅराग्लायडर्सचा मेळावा भरतो. टोकाच्या साहसी वृत्तीची ही माणसं स्वत:ला कड्यांवरून झोकून देत असतात. जमिनीवर कोसळू नये म्हणून आधारासाठी त्यांच्याजवळ असतं ते फक्त काही औंस नायलॉनचं कापड.

माझी बायको अमीता माझ्यापेक्षा बरीच धीट आहे. तिनं तिचा साठावा वाढदिवस साजरा करायला पॅराग्लायडिंग करून बघायचं ठरवलं. बीरवरून एका नागमोडी घाटरस्त्यानं बारा किलोमीटर वर चढून गेल्यावर आम्ही बीलिंगला असलेल्या टेक-ऑफ पॉइन्टपाशी येतो. हा पॉइन्ट म्हणजे एका उंचावरच्या कुरणामधोमध जेमतेम एखाद्या चहाच्या टपरीएवढ्या आकाराचा आहे. इथून खालच्या दरीकडे जाणारा उतार एक हजार मीटरपेक्षाही जास्त पतन असलेला (ड्रॉप) आहे. आम्ही वर पोहोचतो तेव्हा एक डझनभर पॅराग्लायडर्स उड्डाणाच्या तयारीत असतात. एखादा रापलेला हिप्पी आणि जुन्या काळातला वैमानिक यांचं मिश्रण वाटावा असा एक इंग्रजदेखील त्यांच्यात आहे. उबदार उन्हं पसरलेली असतानाही तो एखाद्या ध्रुवावरच्या मोहिमेवर जावं तसा गुरफटून आला आहे. बॅटरीवर चालणारा हीटर असलेले आपले लोकरीचे हातमोजे तो आम्हाला दाखवतो. पहिल्यांदा

बीलिंगवरून उड्डाण केलं तेव्हा आपल्याला हिमदंश कसा झाला हे तो अगदी सहज जाता-जाता सांगतो. अनेक वर्षं तो इथे येतो आहे. उत्तरेकडे चार हजार पाचशे मीटरपेक्षाही अधिक उंचीवर असलेल्या कुलू आणि स्पितीमधल्या हिमाच्छादित शिखरांकडे भरारी घ्यायला त्याला आवडतं.

डोक्यावर घिरट्या घालणाऱ्या गिधाडांकडे नजर टाकत तो सांगतो की, पॅराग्लायडिंग करण्यातला एक धोका म्हणजे पक्ष्यांना कधी कधी तुमच्या पतंगावर उतरावंसं वाटू शकतं. यावरून गिधाडं आणि गरुडांनी केलेल्या पाठलागाचं वर्णन करणारे एकामागून एक किस्से तिथे उड्डाण करण्यासाठी जमलेल्यांकडून ऐकायला मिळतात. पतंगाला लावलेल्या दोऱ्यांमध्ये एक गरुड अडकून बसल्यानं एका दुर्दैवी रशियन माणसाला क्रॅश लॅन्डिंग कसं करावं लागलं याची कहाणी त्यांच्यापैकी एक स्त्री सांगते. एवढे सगळे धोके असूनही तो इंग्रज आम्हाला तत्त्वज्ञान ऐकवत म्हणतो, 'मला त्या पक्ष्यांचा राग येत नाही; कारण तसं पाहिलं तर आपणच त्यांच्या अवकाशावर आक्रमण करत असतो.'

थोड्याच वेळात नायलॉनची सळसळ ऐकू येते आणि तो हवेत उडू लागतो. कुरणाच्या टोकाशी असलेल्या झाडांच्या शेंड्याकडे झेप घेताना तो आम्हाला दिसतो. मग तो गोलाकार फिरून परत येतो आणि यथावकाश आमच्या डोक्यावर उंच उडायला मदत होईल अशा हवेच्या स्रोतांचा शोध घेऊ लागतो. काही मिनिटांतच तो इंग्रज उड्डाणपटू शेकडो मीटर उंच उडालेला असतो आणि पंधरा मिनिटांत तो आकाशातला एक ठिपका होऊन जातो.

त्यानंतर थोड्याच वेळात अमीता एका प्रशिक्षकाबरोबर पाठोपाठ जोडलेल्या दोरखंडाला धरून उड्डाण करताना दिसते. धौलधार पर्वतरांगांच्या खडकाळ सोंडेकडे ते तरंगत जात असताना इशारा मिळाल्यासारखी दोन गिधाडं तिथे अवतरतात; मात्र ते अंतर राखून असतात आणि मग ढगांत उडून जातात. पॅराग्लायडिंगमध्ये उड्डाणपटूंना हवेत तरंगत ठेवण्यासाठी पक्षी वापरतात त्याच वाऱ्याच्या माध्यमाचा वापर केला जातो; मात्र इलेक्ट्रिक हातमोजे घातलेला आमचा मित्रसुद्धा नेपाळी गरुडांएवढी उंची गाठू शकत नाही किंवा त्यांच्यापुढे येतात तसल्या संकटांना तोंड देऊ शकत नाही. अस्तित्वाचा खरा संघर्ष सहा ते सात हजार मीटरपासून पुढेच सुरू होतो. हे पक्षी तेव्हा मृत्यूच्या कक्षेत प्रवेश करतात. १९३३ साली रॉयल एअर फोर्सने (RAF) एव्हरेस्टचं पहिलं हवाई सर्वेक्षण केलं. त्यासाठी त्यांनी वेस्टलॅन्ड द्विपंखी विमानांची एक जोडी वापरली. त्यातलं एक विमान हवेतल्या खळबळीमुळे जवळजवळ पडलंच होतं. प्रक्षेप प्रवाहातून (जेट स्ट्रीम) ते शेकडो मीटर दूर फेकलं गेलं होतं. त्यानंतर वीस वर्षांनी म्हणजे १९५३ साली एडमंड हिलरी आणि तेनसिंग नोर्गे यांनी एव्हरेस्ट शिखर सर केल्यावर

लगेचच दुसरं सर्वेक्षण करण्यात आलं. भारताचे पहिले पर्यावरण सचिव नलनी जयाल त्या विमानात हवाई दलातले एक तरुण अधिकारी म्हणून उपस्थित होते. त्याआधी काही वर्षं ते कामेत आणि त्रिशूलच्या दोन गिर्यारोहण मोहिमांमध्ये सहभागी झाले होते. तेव्हा त्यांच्याबरोबर त्यांचा चुलतभाऊ नंदू जयालदेखील होता. दार्जिलिंगच्या हिमालय गिर्यारोहण संस्थेचे ते संस्थापक-संचालक होते.

भारतीय हवाई दलाने एव्हरेस्टचे हवाई फोटो काढायचे ठरवले तेव्हा नलनी यांची त्या मोहिमेवर निवड करण्यात आली; कारण त्यांना गिर्यारोहणाचा अनुभव होता. एका जुन्या 'चार इंजिनं असलेल्या पिस्टनवर चालणाऱ्या लिबरेटर' विमानातून हा प्रवास झाला. दुसऱ्या महायुद्धापासून हे विमान अमेरिकी हवाई दलाच्या सेवेत होतं. १९४५ साली त्याला औपचारिकपणे निरोप देण्यात आला. नलनींनी लिहिलेला या ऐतिहासिक उड्डाणाचा वृत्तान्त वाचला की, स्थलांतर करणारे गरुड कोणत्या अडचणींना तोंड देत वर्षातून दोनदा प्रवास करतात त्याची कल्पना येते.

विमान पाटण्यावरून उड्डाण करून गंगेच्या पठारावरून निघालं तेव्हा रखरखता उन्हाळा होता आणि तापमान होतं ४५ डिग्री सेल्सिअस; 'पण सुमारे तासाभरातच आम्ही आठ हजार मीटरची उंची गाठली होती आणि तापमान गोठणबिंदूखाली २७ डिग्री होतं.' जयाल लिहितात. 'सुरुवातीला आम्ही आमच्या विमानाचं उड्डाण एव्हरेस्ट मोहीम चालू असतानाच करायचं ठरवलं होतं. शिखराकडे जाणाऱ्या गिर्यारोहकांचे फोटो घेण्याचा प्रयत्न आम्हाला करता आला असता; पण आम्ही तो बेत पुढे ढकलला; कारण इंजिनाच्या घरघरीमुळे आणि विमानाच्या पंख्यांमधून बाहेर पडणाऱ्या हवेच्या झोतांमुळे हिमवादळ सुरू होण्याची त्यांना भीती वाटत होती.'

चार हजार मीटर उंचीवर असताना पायलटने आपल्या टीमला ऑक्सिजन मास्क आणि विजेवर गरम होणारे कपडे चढवायला सांगितले. बरंच जुनं असलेलं ते बॉम्बर विमान उष्णतारोधक केलेलं होतं; पण त्याच्या इंजिनाची घरघर कान बधिर करणारी होती. जयाल आणि इतर लोकांनी गन पोर्ट्स उघडून फोटो काढायची तयारी केली. दर वेळेस ही दारं उघडल्यावर हवेचा आत येणारा झोत इतका थंड असे की, कित्येक कॅमेरे अडकून चालेनासे झाले. शेवटी सर्वेक्षण पूर्ण करण्यासाठी त्यांना दुसऱ्या दिवशी पुन्हा एक भरारी मारावी लागली. एव्हरेस्टवरचं आकाश निरभ्र असल्यामुळे त्यांनी काढलेले फोटो विलक्षण होते. त्यात हे बॉम्बर विमान शिखराभोवती घिरट्या घालत असताना सिनेकॅमेरा वापरून काढलेलं एक १६ एमएमचं फुटेजदेखील होतं. एव्हरेस्ट मोहिमेचा सर जॉन हंट लिखित वृत्तान्त प्रकाशित झाला तेव्हा त्याच्या जोडीला हे फोटो वापरण्यात आले. तसंच

काढलेल्या फिल्म्स त्या वृत्तान्तासोबतच्या माहितीपटात वापरल्या.

नलनी जयाल आणि त्यांच्या हवाई दलातल्या सहकाऱ्यांना गरम हवाई कपड्यांचं संरक्षण होतं. जिवंत राहण्यासाठी बरोबर आणलेला जास्तीचा ऑक्सिजन त्यांना हुंगता आला. नेपाळी गरुड आणि स्थलांतर करणाऱ्या इतर पक्ष्यांना मात्र असल्या कोणत्याही सुविधा नसतात. एव्हरेस्टसारख्या पर्वतशिखरांवरून स्वतःचे पंख वगळता इतर कोणत्याही संरक्षणाशिवाय ते उडत जातात. तसंच त्यांच्याकडे कसलीही दिशादर्शक यंत्रं किंवा हवामानाचे अहवालही नसतात. स्वतःच्या सामर्थ्यावर उडत ते अशी उंची गाठतात जिचा माणसांच्या शरीराला सराव व्हायला काही आठवडे लागतात. पक्षी मात्र गोठवणाऱ्या तापमानाशी आणि ऑक्सिजनच्या कमतरतेशी चटकन जुळवून घेतात. एवढ्या टोकाच्या वातावरणाशी संपर्क आल्यावर आणि एवढी दमछाक झाल्यावर इतर कोणत्याही लेच्यापेच्या प्रजातीनं हार मानली असती; मात्र एवढ्या सगळ्या प्रतिकूल परिस्थितीत देखील गरुड हिमालयावरचा आपला प्रवास पूर्ण करतात, तोही वर्षातून दोनदा.

२६

# पौर्वात्य पक्षिगण

अरुणाचल प्रदेशातल्या ईगलनेस्ट वन्यजीव अभयारण्यातून आम्ही पहाटे चार वाजता पायी फिरायला बाहेर पडतो. जंगल अंधारात बुडालेलं आहे. एकही पक्षी दिसत नाही; पण त्यांचे हाकारे आम्हाला वेढून टाकतात. पावशाची (कॉमन हॉक कक्‌) कर्कश शीळ, विटकरी कवड्यांचा (ओरिएन्टल टर्टल डव्ह्ज) कलकलाट, पहाडी शिंगळा (माउंटन स्कॉप्स) जातीच्या घुबडाची नादमय शीळ, वटवट्याची (रेन बार्बलर)पाव्यासारखी सुरावट, शाही कवड्याची (इम्पिरिअल पिजन) गंभीर ठकठक आणि मयूर तीत्तर (पिकॉक फेजंट)चा उत्साही कलकलाट ऐकू येत असतो. झाडांच्या करड्या आणि निळ्या छटा बदलून हळूहळू हिरव्या रंगाच्या विविध छटा दिसू लागल्या तरी बहुतेक सगळे पक्षी नजरेआडच असतात.

अरुणाचल प्रदेश म्हणजे 'पहाटेच्या प्रकाशात उजळलेल्या डोंगरांचा प्रदेश' एकेकाळी नेफा म्हणून ओळखला जाणारा हा भाग हिमालयाच्या पूर्व दिशेला आहे. कालविभागाच्या विरुद्ध टोकाला असलेल्या काश्मीरपेक्षा इथे एक तास लवकर सूर्य उगवतो. आकाश उजळण्यापूर्वीच नवीन दिवस सुरू झाल्याचं जाणवून पक्षी अगोदरच उठले आहेत.

हळूहळू, वातावरणात सूर्यप्रकाश झिरपत जातो तसे काही पक्षी दिसू लागतात. दरीकडे तोंड करून असलेल्या एका बोडक्या फांदीच्या शेंड्यावर बसून सोनेरी कंठाचा एक कुटूरगा (बार्बेट) शीळ घालत असतो. हिरव्या

रंगाच्या या अग्रदूताच्या माथ्यावर तांबड्या रंगाचा मुकुट असून, त्याची दाढी सोनेरी आहे. जवळच्याच एका झाडावर केशरी पोटाचा एक पर्णपक्षी (लीफबर्ड) येऊन बसला आहे. त्याचा हाकारा अधिक वरच्या पट्टीतला पण लयबद्ध आहे. मध्येच एक कोतवाल पक्षी हवेतल्या हवेत एका किड्याचा पाठलाग करतो आहे. त्याच्या कसरतींबरोबर शेपटीतली दोन लांब काळी पिसं हवेवर उडणाऱ्या रिबिनीसारखी हलत आहेत. काही मिनिटांनी एक पक्षी आमच्या समोरून सावकाश उडत दिसेनासा होतो. पुढे सरकल्यावर आम्हाला तो एका खाली उतरलेल्या फांदीवर बसून राहिलेला दिसतो. तो लाल डोक्याचा कर्णा (ट्रोगोन) आहे. लालबुंद छाती, फिकट तपकिरी रंगाची पाठ, पट्टेरी पंख आणि पांढऱ्या रंगाची किनार असलेली लांब शेपटी.

पानांच्या घनदाट बोगद्यातल्या उदास ओलसर हवेतून एक चेस्टनट हेडेड टेसिया अलगद उडत जातो. जणू काही त्या दमट सावल्यांमध्ये कोणीतरी काडेपेटी पेटवण्याचा प्रयत्न करत असावं. गंधकाची एखादी ठिणगी पडावी तसा दिसणारा टेसियाच्या गळ्यावरचा पिवळा ठिपका एवढीच आम्हाला त्या चिमुकल्या, आखूड शेपटीच्या पक्ष्याची दिसलेली झलक. कुथमृदा (वनस्पती कुजून तयार झालेली काळी माती किंवा ह्युमस) आणि सडणारं शेवाळ यांच्या खाली झाकून गेलेल्या कुजक्या भागातून त्याचा सौम्य किलबिलाट जेमतेम ऐकू येतो. अशा ठिकाणी राहून टेसिया भूतलावरचा आपला गुप्त हेतू साध्य करत असावा.

आपल्या कल्पनाशक्तीचा ताबा घेणारी पक्ष्यांइतकी सजीवसृष्टीची इतर फार कमी रूपं आहेत. त्यांच्यामुळे मानवी दृष्टिकोनाच्या संकुचित मर्यादांपलीकडे आपली जाणीव उंचावत आणि विस्तारत जाते. उडता येत असल्यामुळे त्यांना जे स्वातंत्र्य मिळतं त्याची आपल्याला विलक्षण ओढ वाटते. त्यांच्या विविध रंगांमुळे सृजनाची रंगपेटी उजळून निघते. दररोज सकाळी, पक्ष्यांच्या सांघिक गायनामुळे जंगलाचं रूपांतर रानटी कलकलाटात होऊन जातं.

एव्हाना पक्ष्यांचे हाकारे उत्कर्षबिंदूला पोहोचले आहेत. बाकचोच सातभाईच्या (सीमिटर बॅबलर) बासरीसारख्या सुरावटीपासून ते सुतार पक्ष्याच्या कर्कश चीत्कारापर्यंत. ठिपकेदार लाफिंग थ्रशची कंपयुक्त शीळ त्याचं वरच्या वेलीवर आगमन झाल्याचं घोषित करते. या भपकेबाज गानसिताऱ्याच्या पंखांवर इतके ठिपके आणि पट्टे आहेत की, तो अंगावरची सन्मानचिन्हं आणि पदकं मिरवत सैन्याच्या कवायतीला निघालेल्या सरसेनापतीसारखा दिसतो. आम्ही असेच जंगलात भटकत असताना भोवती चिमुकल्या पक्ष्यांचे मिश्र थवे भिरभिरत असतात. सहा ते बारा जणांचा मिळून एक शिकारी थवा असतो. पांढऱ्या शेपटीचे शिलिंध्री (नटहॅच), मिनिव्हेट फॅनटेल्स आणि पर्णवटवटे (लीफ वार्बलर्स) एकत्र घोळका करून उभे

असतात. मध्येच एक सुलतान रामगंगा (टिट) एका थव्यात नाट्यमय पद्धतीने प्रवेश करतो. काळ्या रंगाचा कोट घातल्यासारखा दिसणारा हा एक देखणा चिमुकला पक्षी आहे. त्याच्या डोक्यावर पिवळ्या पिसांचा एक बेलगाम झुबका असून, पोटाचा जमिनीलगतचा भाग त्या झुबक्याशी मिळताजुळता आहे.

दुर्बीण आणि कॅमेरा सांभाळण्याची कसरत करत मी माझ्याकडच्या भरपूर खुणा केलेल्या 'ऑक्सफर्ड पॉकेट गाईड टु द बर्ड्स ऑफ द इंडियन सबकॉन्टिनेन्ट' मध्ये बघायचा प्रयत्न करतो. वहीत नोंदवून घेतलेल्या प्रजातींची यादी मी पुन्हा एकदा तपासत असतानाच तांबडे फिंच पक्षी तिथून उडत जातात आणि माझं लक्ष विचलित होतं. या पक्ष्याची मादी अगदी निरस तपकिरी रंगाची असते; पण त्यांच्यातला एकटा नर मात्र एखाद्या रास्पबेरीसारखा लालचुटुक असतो. माझ्याकडचं पक्ष्यांचं पुस्तक चाळत मी फिंच पक्ष्यांमधल्या रंगाच्या छटा शोधायचा प्रयत्न करतो. तेवढ्यात कसलासा फडफड आवाज होऊन माझी तंद्री भंगते. दोन प्रचंड आकाराचे बेडौल पक्षी वरून उडत जातात. त्यांचं अडखळत, धडपडत उडणं ओळखणं सोपं आहे. जाडजूड चोची आणि लांबलचक झुबकेदार शेपट्या असणारी त्यांची बाह्याकृती ओळखणंदेखील अवघड नाही. दूरवरच्या जंगली अंजिराच्या झाडावर ती जोडी जाऊन बसते आणि मग मी माझी दुर्बीण तिकडे रोखतो. ते दोघं म्हणजे तांबूस मानेचे धनेश (हॉर्नबिल) पक्षी आहेत. डोक्यावर आणि गळ्याशी भेदक लाल तांबूस रंगाची पिसं, डोळ्याभोवती तजेलदार निळी वर्तुळं आणि चोचीवरचे गडद रंगाचे पट्टे यामुळे त्यांनी विदूषकाचा मेकअप केल्याचा भास होतो आणि ते अशक्य गमतीशीर दिसू लागतात.

भटकंतीच्या इतर प्रकारांपेक्षा पक्षीनिरीक्षणाचं वेगळेपण म्हणजे ते त्याच्या-त्याच्या गतीनं आणि लयीनं चालू असतं. पक्षिगणांच्या हालचालींशी मेळ घालत चालणाऱ्या या प्रकाराला ना एखाद्या ट्रेकसारखी स्थिर गती असते ना गोल्फसारखं स्पर्धेचं गणित असतं किंवा अगदी कुत्र्याला साखळी बांधून फिरायला नेण्यासारखा चाकोरीबद्ध दिनक्रमही नसतो. माझ्याबरोबर या मोहिमेवर भृगु सिंग आणि विवेक कृष्णा आले आहेत. दोघांकडे अगदी प्राणघातक वाटावेत असे कॅमेरे सज्ज आहेत. त्यावर कॅनन या योग्य त्या ब्रॅन्डचं नावही दिसत आहे. सकाळच्या न्याहारीआधी आम्ही पाच किलोमीटर चाललो असलो तरी हा काही सकाळचा व्यायामासाठीचा फेरफटका नव्हे. दर वीसेक पावलांवर थांबून आम्ही एखाद्या केसाळ युहिनावर किंवा शेपटीच्या मुळाशी तांबूस रंग असलेल्या रानभाईवर (फुलवेटा) फोकस करत असतो. वरती झाडांकडे नजर टाकत आमची टोळी भान हरवल्यासारखी पाय ओढत पुढे चालत राहते. कोणीतरी एकजण पुढे होतो. दुसरा कोणीतरी थांबून एखाद्या फांदीवर ऊन खात बसलेल्या सप्तरंगी पंखांच्या सुरेख निल्तावाचा

फोटो काढत असतो.

अलीकडच्या काळात श्राव्य तंत्रज्ञानात झालेल्या प्रगतीमुळे बरेच पक्षीनिरीक्षक, वाटाडे आणि फोटोग्राफर्स पक्ष्यांच्या हाकाऱ्यांचे डिजिटल ध्वनिमुद्रण वापरून काही विशिष्ट प्रजातींच्या पक्ष्यांना बाहेर यायला भाग पाडतात. ईगलनेस्टसारख्या ठिकाणी ही एक विशेष अडचण होऊन बसली आहे; कारण त्यामुळे पक्षी कासावीस होतात, गोंधळतात. त्यांच्या नेहमीच्या खाण्या-पिण्याच्या, सामूहिक आणि पुनरुत्पादन वर्तनात अडथळे येतात. कुशल निसर्गतज्ज्ञ ज्या पक्ष्यांच्या शोधात असतात त्यांना कायमच शीळ घालून बोलावू शकतात. आजकाल ऑनलाईन संकेतस्थळांवरून डाउनलोड केलेल्या हाकाऱ्यांची प्रचंड विविधता असलेली खास ॲप्स स्मार्टफोन्समध्ये असतात. ते पोर्टेबल ॲम्प्लिफायर्सना जोडता येतात. ध्वनिमुद्रित केलेल्या पक्ष्यांच्या शिळेचा अधूनमधून वापर केला तर एका मर्यादेपर्यंत त्याचा परिणाम होतो; मात्र त्यामानाने लहानशा असलेल्या भागात अनेक वाटाडे आणि पक्षीनिरीक्षक वारंवार ऑडिओ प्लेबॅक किंवा 'हाकाऱ्यांच्या आमिषाचा' वापर करू लागले तर ते अनाहूत आणि त्रासदायक होऊ शकतं. विशेषतः, दुर्मिळ आणि नामशेष होत चाललेल्या प्रजातींसाठी तर नक्कीच.

दरवर्षी नोव्हेंबर आणि एप्रिल महिन्यात जेव्हा पाऊस थांबतो आणि जळवा दिसेनाशा होतात, तेव्हा पक्षीतज्ज्ञ आणि हौशी पक्षीनिरीक्षक ईगलनेस्टकडे वार्षिक स्थलांतर करतात. इथल्या स्थानिक प्रजातींच्या, तसंच दरवर्षी हिमालयाच्या उंच प्रदेशातून आसामच्या कमी उंचीच्या प्रदेशाकडे प्रवास करत जाणाऱ्या पक्ष्यांमधल्या विविधतेमुळे ते इकडे खेचले जातात. अभयारण्यातून जाणारा चिखलाचा अरुंद रस्ता म्हणजे एकेकाळी जुना नेफा मार्ग होता. १९६०च्या मध्यात तेजपूरवरून तवांगपर्यंत जाणारा लष्करी महामार्ग बांधून होईपर्यंत डोंगर ओलांडून पलीकडे जाणारा तो एकमेव गाडीरस्ता होता. सुदैवानं हा नवीन रस्ता वेगळ्या दिशेनं जातो आणि १९८९ साली ईगलनेस्टला वन्यजीव अभयारण्य म्हणून घोषित करण्यात आलं.

सन २००६मध्ये इथे यापूर्वी अज्ञात असलेला एक पक्षी सापडला. त्याचं नाव बुगून लायोसिचला (लायोसिचला बुगुनोरम). गेल्या अर्ध्या शतकात भारतात वर्णन करण्यात आलेला हा पहिला नवीन पक्षी. १९९५साली रमण अत्रेय या व्यवसायाने ज्योतिषी असलेल्या व्यक्तीला तो प्रथम दिसला. त्यानंतर दहा वर्षांनी म्हणजे २००५साली त्यांना तो पक्षी परत सापडला. तेव्हा जाळं लावून या पक्ष्याचे काही जिवंत नमुने गोळा करण्यात त्यांना यश आलं.

त्यामानानं लहानसा असलेला हा पक्षी सुमारे २० सेंटिमीटर लांब असून त्याच्या डोक्यावर काळा मुकुट आहे. त्याचा सोनेरी पट्टे असलेला करडा- हिरवा

रंग विशेष उठून दिसतो आणि त्यामुळे बुगूनला इतर पक्ष्यांपासून वेगळं ओळखून काढणं सोपं जातं. म्हणूनच इतकी वर्षं त्याची कोणी दखल घेतली नाही हे अधिक उल्लेखनीय म्हणावं लागेल. आजकाल, सहसा नवीन पक्षी 'सापडतात' ते माहीत असलेल्या प्रजातींचं डीएनए विश्लेषणाद्वारे जनुकीय 'विभाजन' करून. बुगूनचा सगळ्यात जवळचा नातेवाईक म्हणजे आग्नेय चीनमधल्या पर्वतरांगांत राहणारा एमेई शान लायोसिचला. जंगलात लायोसिचलाच्या जोडीनं राहणाऱ्या बुगून या रानटी जमातीचं नाव अत्रेय यांनी आपण शोधलेल्या पक्ष्याला दिलं. आत्तापर्यंतच्या संशोधनानुसार हा दुर्मिळ स्थानिक सातभाई काही चौरस किलोमीटरच्या अगदी मर्यादित पट्ट्यात राहताना दिसतो.

ईगलनेस्ट अभयारण्याचा काही भाग बुगून आणि शेर्दूकपेन समाजाच्या अधिवासाचा भाग आहे. त्यांच्या पौराणिक कथा आणि लोककथांमध्ये पक्ष्यांची महत्त्वाची भूमिका असते. वार्षिक उत्सवांमध्ये शेर्दूकपेन जमातीत एक नृत्यविधी करतात. त्यात जाचुंग नावाच्या दोन महाकाय पक्ष्यांची गोष्ट सादर केली जाते. ते माणसांची शिकार करून खात असत. शेवटी होमो सेपियन्स नामशेष होतील अशी देवांना काळजी वाटू लागली. यथावकाश आपल्या जमातीचं अस्तित्व टिकून राहावं म्हणून या उडत्या राक्षसांना पकडून नष्ट करण्यात आलं. ईशान्य हिमालयातली ही कथा आणि अशा इतरही काही लोककथा वेरियर एल्विननं गोळा करून आपल्या पुस्तकात मांडल्या. तो एक इंग्रज मिशनरी होता. नंतर त्यानं भारतीय नागरिकत्व घेतलं आणि आदिवासी संस्कृतीवर आपलं लक्ष केंद्रित केलं.

एल्विननं आणखी एक मिथककथा नोंदवून ठेवली आहे. त्यात जातुंग-तुंग-कर्मू नावाच्या एका प्रचंड पक्ष्याचं वर्णन आहे. त्यानं हिमालयात उंचावर एका घरट्यात तीन अंडी घातली. पहिलं अंडं उबल्यावर त्यातून एक पांढरा याक बाहेर आला आणि त्यानं स्वर्गाकडे भरारी घेतली. दुसऱ्या अंड्यातून एक लाल रंगाचा याक बाहेर आला आणि जंगलात नाहीसा झाला. तिसऱ्या अंड्यातून एक काळा याक जन्माला आला. माणसांनी त्याला पाळला. तो माणसांना दूध आणि लोकर देऊ लागला. ग्यामू-लाला-पिपी हिचीदेखील एक लोककथा आहे. सर्वांत सुंदर असलेली ही पक्षीण एकाही वराशी लग्न करायला तयार नसते. यथावकाश तिला एक वटवाघूळ फशी पाडतं. रात्र पडल्यावर ते तिच्याकडे येत असतं. त्यामुळे ते दिसतं कसं ते तिला समजू शकत नाही. पक्ष्यांचा राजा असल्याचं नाटक करत ते अंधारात तिच्याशी गुलूगुलू बोलू लागतं. दुसऱ्या दिवशी ग्यामू-लाला-पिपीला आपल्या प्रियकराची खरी ओळख पटते. मग पक्ष्यांच्या समितीसमोर ती त्याचा त्याग करते आणि सगळे पक्षी त्याच्या कुरूपपणाची खिल्ली उडवतात. म्हणूनच वटवाघळाची मान लाजेनं कायम खाली गेलेली असते.

पक्षीनिरीक्षणाची आमची मोहीम से ला ओलांडून चार हजार मीटर उंचीवर असलेल्या तवांगपर्यंत चालते. तिथे आम्हाला गुलाबी भुवईचे गोरली (रोझफिंच) आणि पांढऱ्या पंखांचे ग्रोसबिक्स दिसतात. तसंच एक विंटर रेनदेखील दिसतो. बर्फावर तो एखाद्या बरोबरच्या खुणेसारखा दिसतो; मात्र खरोखर वैविध्य बघायचं असेल तर ते कमी उंचीच्या प्रदेशात बघायला मिळतं. ईगलनेस्ट म्हणजे वैशिष्ट्यपूर्ण प्रजातींनी भरलेलं असं एक मोकाट, बिनकुंपणाचं पक्षीसंग्रहालयच आहे. त्यातल्या प्रत्येक प्रकारच्या पक्ष्यामागे काहीतरी कथा आहे. त्यात कण्र्यापासून (ट्रोगोन) ट्रगोपॅनपर्यंत आणि सिबियापासून शिंजीरपर्यंत (सनबर्ड) सर्व जाती आहेत. आमचा वाटाड्या मिका या अभयारण्याच्या परिघावर असलेल्या एका लहानशा गावात वाढला. आठ वर्षांपूर्वी त्यानं पक्षीनिरीक्षकांच्या जोडीनं काम करायला सुरुवात केली. अभयारण्यात चालू असलेल्या पक्ष्यांच्या सर्वेक्षणासाठी जाळी लावून त्यावर लक्ष ठेवण्याचं काम करण्यात तो त्यांना मदत करतो. ही जाळी डोळ्यांना जवळपास दिसतच नाहीत. त्यामुळे सर्वांत जास्त हुलकावणी देणारे पक्षीदेखील फारशी इजा न करता संशोधकांना पकडता येतात. मग ते नमुने ओळखून, त्यांचं वजन करून, त्यांना मापून, फोटो काढून, त्यांचं वर्गीकरण करून पुन्हा जंगलात सोडता येतात.

मिका आणि त्याच्या गावातल्या इतर कित्येक तरुणांच्या उपजीविकेचं पक्षी हे एक साधन झालं आहे. संशोधकांबरोबर काम नसेल तेव्हा आमच्यासारख्या पाहुणे मंडळींचे वाटाडे म्हणून त्यांना बोलावलं जातं. मिकाचे आई-वडील मुळात नेपाळवरून इथे आले. स्वतःचे विचार स्पष्ट मांडू शकणारा, आत्मविश्वास असणारा असा तो तरुण आहे. आमच्या प्रश्नांची उत्तरं देताना त्याच्या चेहऱ्यावर किंचित आश्चर्याची छटा आहे. इथल्या जंगलांमध्येच वाढल्यामुळे त्याला इथली प्रत्येक खूण, प्रत्येक वाट आणि पाण्याचा स्रोत ठाऊक आहे. मिका ज्या शास्त्रज्ञांबरोबर काम करतो त्यांच्याकडून तो पक्ष्यांची सामान्य नावं आणि लॅटिन नावं शिकला असला तरी तो अगदी लहानपणापासून या पक्ष्यांना ओळखतो.

‘लहानपणी मी गोफण घेऊन या जंगलांमध्ये शिकार करायचो. जे काही दगडानं मारू ते आम्ही खाऊन टाकायचो,’ काहीसं अपराधी हसत तो सांगतो. ‘अगदी शिंजीरसुद्धा. आम्ही त्यांची पिसं उपटून ती आगीवर भाजत असू. मी शिंजीरच्या घरट्यावरही धाड घालायचो.’

डाळिंबाच्या दाण्याच्या आकाराची ती अंडी उकडायचा आपण एकदा कसा प्रयत्न केला होता हे तो आम्हाला सांगतो. त्याची नाजूक टरफलं फुटून गेली. ‘मग मी त्याचं ऑम्लेट केलं.’ शिंजीरची डझनभर अंडीसुद्धा एका घासाहून जास्त झाली नाहीत असं कबूल करत तो हसतो.

मिका आता पक्का पर्यावरणसंवर्धक झाला आहे. अरुणाचल प्रदेशातल्या आमच्या आठवडाभराच्या वास्तव्यात त्यानं आम्हाला शिंजीरच्या तीन वेगवेगळ्या जाती दाखवल्या. हिरव्या शेपटीचे, लाल शेपटीचे आणि मिसेस गोल्ड्स शिंजीर. शिंजीर हा हिमालयातला सर्वांत लहान पण सर्वांत गडद रंगाचा जीव आहे. त्यामुळे ते एखाद्या रत्नासारखे चमकत असतात. या फुलावरून त्या फुलावर उडत, आपल्या बारीक, वळणदार चोचीनं मध पीत ते उपजीविका करतात.

भारतीय पक्ष्यांना नावं देण्याची वसाहतवादी परंपरा पार एकोणिसाव्या शतकाच्या सुरुवातीपर्यंत मागे जाते. हिमालयातल्या प्रजातींच्या सर्वप्रथम दिलेल्या वैज्ञानिक स्पष्टीकरणाचा माग काढत बी. एच. हॉगसनपर्यंत जाता येतं. १८३३ ते १८४४ या दहा वर्षांच्या काळात ते काठमांडूचे ब्रिटिश निवासी होते. त्यांना हिमालयीन पक्षीविज्ञानाचे जनक मानलं जातं. त्यांना काठमांडूच्या बाहेर फिरायला परवानगी नव्हती. तरी हॉगसनकडे नेपाळी संग्राहकांची एक टीम होती. त्यांनी हॉगसनना वीस हजारपेक्षा अधिक नमुने गोळा करायला मदत केली. ते नमुने नंतर कातडी सोलून लंडनच्या झूलॉजिकल सोसायटीला पाठवण्यात आले. झूलॉजिकल सोसायटीच्या संग्रहालयात जॉन गोल्ड नावाचा माणूस टॅक्सीडर्मिस्ट (म्हणजे प्राण्यांच्या किंवा पक्ष्यांच्या शरीरात पेंढा भरणारा) होता. त्याची बायको एलिझाबेथ ही एक कलाकार होती. त्या दोघांनी मिळून 'सेंच्युरी ऑफ बर्ड्स फ्रॉम द हिमालय माउंटन्स' असा एक भरगच्च ग्रंथ तयार केला. त्यात श्रीमती गोल्ड यांनी तयार केलेले शीलाछापदेखील (लिथोग्राफ) होते. एका शिंजीरचं नाव त्यांच्या सन्मानार्थ ठेवण्याचं आगळंवेगळं भाग्य त्यांच्या वाट्याला आलं. त्या पक्ष्याचं नाव आहे - सिनिरिस गोल्डी. त्या जातीच्या नर-मादीचं चित्रण करणाऱ्या श्रीमती गोल्ड यांनी तयार केलेल्या शीलाछापाखाली निकोलस व्हिगोरस यांनी काही मजकूर लिहिला आहे. ते झूलॉजिकल सोसायटीचे सचिव होते. आपल्या मजकुरातून त्यांनी कलाविषय आणि कलाकार अशा दोघांना आदरांजली वाहिली आहे. ते लिहितात :

> 'सेंच्युरी' साठी चित्रं रेखाटणाऱ्या श्रीमती गोल्ड यांच्यावरून नामकरण करण्यात आलेला हा लहानसा ऐटबाज पक्षी हिमालयाच्या सर्वोच्च प्रदेशातून इथे आला. त्याचा अधिवास केवळ तेवढ्याच प्रदेशात असणं अपेक्षित आहे... त्याच्या डोक्याची वरची बाजू, शेपटीच्या खालची पिसं आणि शेपटीत मध्यभागी असलेली दोन पिसं चकाकत्या, गडद निळ्या रंगाची असून, त्यावर चमकदार जांभळ्या छटा दिसून येतात. त्याची पाठ, मानेची बाजू, तसंच खांदे रक्तासारख्या लालभडक रंगाचे आहेत. पार्श्वभाग आणि पोटाकडचा भाग पिवळाधमक असून, पोटाकडच्या

भागावर काही लालबुंद फटकारे आहेत. बाकी इतर मोठे पंख आणि शेपटीच्या बाहेरच्या बाजूची पिसं गडद तपकिरी रंगाची आहेत.

लिखाणासोबत जोडलेलं शिलामुद्रण इतकं हुबेहूब आहे की, हे तेज:पुंज पक्षी अक्षरश: जिवंत झाल्यासारखे वाटतात. गोल्ड दाम्पत्याला एडवर्ड लियर नावाचा विशीतला एक तरुण कलाकार मदत करत होता. त्यानं एलिझाबेथच्या चित्रांसाठी बऱ्याच नमुन्यांच्या आकृत्या काढल्या. तसंच, झाडंझुडुपं आणि पृष्ठभागही चितारले. नंतर 'बर्ड्स ऑफ युरोप' या ग्रंथासाठी देखील त्यानं गोल्ड दाम्पत्याबरोबर काम केलं; मात्र बारीक-बारीक काम करून डोळ्यांना त्रास होऊ लागल्यानं लवकरच त्यानं वैज्ञानिक चित्रकला सोडली. नंतर वात्रटिका आणि बडबडगीतांसाठी प्रसिद्धी पावल्यावर १८७४ साली एडवर्ड लियरने भारताकडे प्रयाण केलं आणि आपल्या प्रवासावर आधारित लॅन्डस्केप चित्रं आणि एक नोंदवही तयार केली. त्यात त्यानं मसूरी आणि दार्जिलिंग या हिमालयातल्या थंड हवेच्या ठिकाणांना दिलेल्या भेटींचा समावेश आहे.

एलिझाबेथ गोल्डनं आपल्या नावाचा पक्षी जंगलात कधीच बघितला नाही. त्यांचं शिलामुद्रण हॉजसननं गोळा केलेल्या नमुन्यांवर आधारित असणार. त्याच्या स्वत:च्या नावावरूनदेखील बऱ्याच पक्ष्यांची नावं पडली होती. त्यात एका रेडस्टार्टचा (फोनिकरस हॉजसोनी) आणि एका फ्रॉगमाउथचा (बॅट्राकॉस्टोमस हॉजसोनी), तसंच तिबेटी काळवीट किंवा चिरूचाही (पॅन्थॉलोप्स हॉजसोनी) समावेश आहे. यातली बरीचशी नावं एडवर्ड ब्लाइथ या रॉयल एशियाटिक सोसायटी ऑफ बंगालच्या संग्रहालय प्रमुखानं ठेवली होती. वर्गीकरणशास्त्रज्ञ म्हणून त्या काळात त्याचा पुष्कळ दबदबा होता. ब्रिटिशांनी पौर्वात्य प्रदेशांवरची आपली सत्ता बळकट केली, तसा त्यांनी उपखंडाचा नैसर्गिक इतिहास काळजीपूर्वक नोंदवून ठेवला. जणू काही त्यांना ताब्यात आलेल्या मौल्यवान गोष्टींची सूची तयार करायची होती. हिमालय हा नवीन प्रजातींचा एक समृद्ध साठा होता. त्या प्रजातींच्या इंग्रजी आणि लॅटिन नावांच्या याद्या पाहिल्या तर ईस्ट इंडिया कंपनीच्या अधिकाऱ्यांचा तो हजेरीपटच वाटेल.

सुप्रसिद्ध शास्त्रज्ञांच्या स्मरणार्थ त्यांची नावं विविध सजीव जातींना देण्याची प्रथा आजही चालू आहे. अर्थात आता नवीन पक्ष्यांचा किंवा प्राण्यांचा शोध लागणं ही एक दुर्मिळ घटना आहे. २०१६ साली, पक्षीतज्ज्ञांच्या एका आंतरराष्ट्रीय गटानं जनुकीय विश्लेषणाच्या आधारे असं ठरवलं की, साध्या पाठीच्या कस्तूर (झूथेरा मोलिसीमा) पक्ष्याची दोन जातींत विभागणी करावी. हिमालय जंगली कस्तूर असं नामकरण करण्यात आलेला नवीन पक्षी डॉ. सलीम अलींच्या स्मरणार्थ

झूथेरा सलीमली नावानं ओळखला जाऊ लागला.

मी साध्या पाठीचा कस्तूर आणि हिमालय जंगली कस्तूर यांच्यातला फरक ओळखण्याचा अयशस्वी प्रयत्न करत असतानाच इकडे मिकानं आम्हाला बुगून लायोसिचला दाखवायचा निश्चय केलेला आहे. गेल्या काही आठवड्यांत त्याला हा नवीन पक्षी अनेक वेळा दिसला आहे. बुगून सापडण्याचं उत्तम ठिकाण म्हणजे अलुवली, असं तो सांगतो आहे. ते ठिकाण त्याच्या गावाजवळ जंगलाच्या एका ओसाड भागात आहे. हा मोकळा भाग खुरट्या झुडपांनी, विशेषतः, आर्टेमिसिया व्हल्गॅरिस नावाच्या औषधी तणानी व्यापलेला आहे. बुगून सहसा बारविंग पक्ष्यांच्या बरोबरीनं फिरतात असं मिका आम्हाला सांगतो आणि लवकरच गाडीरस्त्यापासून एक शंभर मीटरवर आम्हाला तपकिरी पोटाच्या बारविंगांचा थवा दिसतो. सुमारे अर्धा तास आम्ही आतल्या बाजूच्या पंखावर तांबडी छटा असलेले आणि शेपटीखाली लाल रंगाचे पट्टे असलेले लहान तपकिरी पक्षी शोधत ती झुडपं पिंजून काढतो.

अखेर मिकाला वरच्या बाजूच्या उताराकडून बुगूनचा हाकारा ऐकू येतो आणि तो ताबडतोब आम्हाला त्याच्या मागोमाग यायचा इशारा करतो. झुडपांमधून कसंबसं मेटाकुटीला येऊन चालत जात आम्ही दर काही मिनिटांनी थांबत त्या हाकाऱ्याचा माग काढायचा प्रयत्न करतो. सुरुवातीला मला काही ऐकू येत नाही; पण मिका उत्साहानं एका खाजकोयलीच्या पट्ट्याकडे बोट दाखवतो. मग मला तिकडून सुरावटींची एक अस्पष्ट लकेर ऐकू येते. दरवेळेस धाप लागून आम्ही थांबलो की तो हाकारा आणखी-आणखी अस्पष्ट होत जातो आणि अखेर वीस मिनिटांनी पूर्णपणे विरून जातो.

आमच्याकडच्या पक्ष्यांच्या यादीत बुगून नसला तरी मिका आम्हाला इतर विविध दुर्मिळ जाती दाखवतो. त्यातली एक आहे - अग्निपंखी मायझोरनीस. पाचूच्या हिरव्या रंगाची आणि डोळ्यांभोवती काळी वर्तुळं असलेली वटवट्याची ही जात तांबड्या रंगाच्या नेलपॉलिशमध्ये शेपटी बुचकळून आलेल्या एखाद्या लहानशा डाकूसारखी दिसते. रस्त्याच्या कडेला असलेल्या झुडपांच्या जाळीत पक्षीसृष्टीतली ही तीन अनमोल रत्नं दबकत फिरत असतात. त्यानंतर लवकरच आम्हाला फोडीएवढी चोच असलेल्या रेन सातभाईचं व्यवस्थित दर्शन घडतं. फक्त पूर्व हिमालयात सापडणारी ही स्थानिक जात चार सुरावटी असलेली, तालासुरातली शीळ घालते. तो हाकारा या पक्ष्याच्या जंगलातल्या लपायच्या दलदलीच्या जागेतून ऐकू येतो.

ईगलनेस्ट अभयारण्यात नुसते पक्षीच नाहीत. गाडीनं जंगलातल्या रस्त्यावरून जात असताना आम्ही एका कोपऱ्यात वळतो आणि आमची गाठ रस्त्याच्या

मध्यभागी उभ्या असलेल्या सेरो नराशी पडते. (निओमोऱ्हेडस सुमात्रेन्सिस). गडद तपकिरी रंगाची कातडी, मोठे कान आणि लहानसे टोकदार कान असलेला हा प्राणी गाढव आणि बकरीच्या संकरित आवृत्तीसारखा दिसतो. सहसा एकट्यानं राहणारा आणि झुडपांमध्ये लपून असणारा हा प्राणी आमच्या अस्तित्वानं जराही विचलित झालेला दिसत नाही. सावकाश टेकडी चढत तो दिसेनासा होतो. गोरलच्याच गटात मोडणारे हे बकरा-काळवीट प्राणी सबंध हिमालयात काश्मीरपर्यंत सापडतात. सेरोंची संख्या मात्र पूर्वेकडे जास्त असून, ते संपूर्ण आग्नेय आशियात पसरले आहेत. भूतानच्या राष्ट्रीय प्राण्याशी म्हणजे टकीनशी (बुडोर्कस टॅक्सीकलर) देखील ते निगडित आहेत. पक्षीनिरीक्षण करताना आम्हाला कित्येक राक्षसी खारी दिसतात (जाएन्ट स्क्विरल); पण सेरोंच्या तुलनेत त्या भलत्याच अवखळ आहेत आणि एका फांदीवरून दुसऱ्या फांदीवर उड्या मारत आहेत. ईगलनेस्ट म्हणजे ढगाळ बिबट्या, सोनेरी मांजरी, तसंच तांबड्या पांडांचा अधिवास आहे. या जंगलातला आणखी एक मोठा सस्तन प्राणी म्हणजे मिथुन. जंगली गवा आणि पाळीव गुरं यांच्यापासून तयार झालेली ही संकरित जमात आहे. त्याची उंची आपल्या खांद्यापासून सुमारे दोन मीटरपर्यंत असते. आदिवासी जमाती अर्धरानटी मिथुन जनावरं पाळतात आणि हा प्रचंड प्राणी म्हणजे माणसाच्या संपत्तीचं द्योतक समजला जातो. अभयारण्यात भटकत असताना आमची गाठ भयानक शिंगांच्या मिथुन प्राण्यांशी पडते. जंगलात चरताना ते पुरेसे गरीब वाटतात; पण जर का डिवचले गेले तर पुष्कळच नुकसान करू शकतात.

सर्वांत मोठं आश्चर्य मात्र समुद्रसपाटीपासून तीन हजार मीटर उंचीवर हत्ती सापडणं हे आहे. पृथ्वीवर एवढी एकच जागा अशी आहे जिथे एलिफस मॅक्झिमस इतक्या उंचीवर चढून येतो. इथल्या जंगलात चिकार बांबू आणि रानटी केळ्यांची झाडं आहेत; पण एकंदरीत हा प्रदेश हत्तींच्या दृष्टीनं खूप तीव्र चढाचा आणि थंड हवेचा आहे. असं असलं तरी, एका सकाळी आम्ही चालत पक्षी बघायला निघालो असताना चिखलात आम्हाला ताज्या पाऊलखुणा आणि शेणाचे ताजे गोळे सापडतात. २०० मीटरपेक्षाही कमी अंतरावरून मला जंगलात फांद्या तोडणाऱ्या कळपाचा आवाज ऐकू येतो. अरुंद डोंगराळ वाटेवर त्यांची गाठ पडावी, अशी आमची जराही इच्छा नसल्यामुळे आम्ही त्या हत्तींना तसंच सोडून देतो.

काही दिवसांपूर्वी अरुणाचल प्रदेशाच्या वायव्य कोपऱ्यात तवांग मठामध्ये आम्हाला सुळ्यांची एक मोठी जोडी प्रदर्शनात मांडलेली दिसली. जुन्या झालेल्या त्या हस्तिदंतावर चकचकीत तपकिरी डाग होते. त्याखालच्या लहानशा फलकावर लिहिलं होतं : 'हत्तीच्या सुळ्यांची ही जोडी इसवी सनानंतर सातव्या शतकात खांद्रो द्रोवा झांगमोच्या आईला मिळाली. पेरणीसाठी स्वतःचं शेत नांगरत असताना

तिला ते सुळे जमिनीत खोलवर पुरलेले सापडले.' एखाद्या प्रचंड फॉर्सेपसारखा दिसणारा त्या सुळ्यांचा वक्राकार बघून गेल्या हिमयुगात तिबेटच्या पठारावर वावरणाऱ्या केसाळ भीमगजांचे (वुली मॅमॉथ) ते शेवटचे अवशेष असावेत, अशी शक्यता वाटते. भीमगजांचे सुळे सायबेरियामध्ये नियमितपणे खोदून काढले जातात. हस्तिदंताच्या विक्रीवर बंदी आणल्यामुळे प्लाइस्टोसीन कालखंडातल्या हस्तिदंताला वाढती मागणी आहे. तवांगमधल्या सुळ्यांचं उगमस्थान ठरवणं अवघड आहे. कदाचित, डीएनए चाचणीचा अपवाद असू शकेल. जिच्या आईनं ते जमिनीतून खणून काढले असं म्हणतात ती द्रोवा झांगमो म्हणजे तिबेटी आणि भूतानी लोककथांमधलं एक लोकप्रिय पात्र आहे. बौद्ध धर्माचा प्रचार करण्यासाठी एका ज्ञानी डाकिणीनं तिच्या रूपात पृथ्वीवर पुनर्जन्म घेतला. विशेषत:, पवित्र अवशेषांचा विषय निघतो तेव्हा इतिहास, विज्ञान आणि मिथक एकमेकांत मिसळून जात असतात. तवांगला असलेली आणखी एक वैचित्र्यपूर्ण प्रतिमा म्हणजे मठाच्या मुख्य अंगणाकडे तोंड करून असलेली, चोचीवर साप असलेल्या एका गरुडाची महाकाय आकृती. बौद्ध आणि हिंदू या दोन्ही परंपरांमध्ये गरुड हा दैवी शिकारी सापांचा शत्रू असतो.

अरुणाचल प्रदेश हे आता भारतीय राज्य असलं तरी चीनचा असा दावा आहे की, त्याचा बहुतेक प्रदेश एकेकाळी तिबेटचा भाग होता. १९६२ साली पीपल्स लिबरेशन आर्मीनं (PLA) बम ला ओलांडून भारतीय सैन्याला आश्चर्याचा धक्का दिला. सीमेवर झालेल्या लघुयुद्धात चिनी लोक ईगलनेस्ट अभयारण्यापासून ३० किलोमीटरवर असलेल्या बोमडिलापर्यंत आत घुसले. भारतीय सैन्यानं सगळी जमवाजमव करून हल्ला परतवला तेव्हा त्यांनी बोमडिलाकडे तोंड करून, अभयारण्याच्या मध्यभागी असलेल्या सोंडेच्या सर्वोच्च टोकावर तोफखान्याची एक तुकडी उभी केली. त्या बंदुका आता कधीच काढल्या; पण लहानपणी तिथे जाऊन काडतुसांची आवरणं आणि धातूचे इतर तुकडे गोळा केल्याच्या आठवणी मिका सांगतो. इतक्या दाट जंगलाचा आणि खडकाळ प्रदेशाचा बचाव करणं सोपं नव्हतं. आपण जरा जास्तच मर्यादा ओलांडली आहे, असं भारताच्या सुदैवानं चिनी लष्करी अधिकाऱ्यांच्या लक्षात आलं आणि उंचावरच्या खिंडींमध्ये हिमवर्षाव सुरू होण्याआधी त्यांनी माघार घेतली. तेव्हापासून डोंगराळ सीमाप्रदेशात चिकार सैन्य ठेवलेलं असतं आणि सीमेपर्यंत नवीन महामार्गही बांधले गेले आहेत. तणाव अजूनही चालूच आहेत. अरुणाचल प्रदेश पर्यटकांसाठी कित्येक वर्षं बंद होता. आजही, परदेशी आणि भारतीय अशा दोन्ही पाहुण्यांना 'प्रतिबंधित क्षेत्र परवाना' घ्यावा लागतो.

सगळीकडे लष्करी तळ आहेत. भारतभरातल्या सैन्याच्या पलटणी इथे सीमेच्या रक्षणासाठी तैनात केल्या आहेत. लष्करी तळ व्यवस्थित राखलेले असले आणि सैन्याचे जवान रस्त्याच्या कडेला पडलेला कचरा गोळा करत असले तरी सैन्यामुळे पर्यावरणावर होणारा परिणाम अपरिहार्य आहे. भारतीय लष्कराच्या सौंदर्याच्या कल्पनेनुसार प्रत्येक दगड पांढरा रंगवला जाण्याची सक्ती आहे. या वस्तुस्थितीव्यतिरिक्त कुंपणं, इंधनाची कोठारं, बराकी आणि अन्नसाठ्याच्या गोदामांकडे दुर्लक्ष करणं अशक्य आहे. आजूबाजूच्या वातावरणात बेमालूम मिसळून जाणाऱ्या जाळीखाली ते दडलेलं असलं तरीही. लष्करी तुकड्या, साधनं आणि अन्नधान्य घेऊन जाणारे ट्रक्सचे तांडे डिझेलच्या धुराचे लोट हवेत सोडत तीव्र नागमोडी वळणांवरून पुढे सरकत असतात.

पर्यावरणसंवर्धकांच्या प्रयत्नांमुळे ईगलनेस्ट लष्कराच्या ताब्यात जाण्यापासून वाचलं आहे. जुना नेफा रस्ता रुंद केला असता, तर बुगून लायोसिचिलाचा अधिवास नष्ट झाला असता आणि या जंगलातल्या इतर कित्येक दुर्मिळ प्रजाती विचलित झाल्या असत्या. अभयारण्याकडे सहज जाता यावं म्हणून खोदण्यात येणाऱ्या काही लहान लहान रस्त्यांमुळेदेखील इथे नुकसान होत आहे. अभयारण्याच्या मुख्य क्षेत्रात एकही गाव नसल्यामुळे जंगलातून जाणाऱ्या वाटेत सध्यापेक्षा जास्त सुधारणा करण्याची गरज नसावी.

मूळचा नेफा रस्ता केवळ ४० किलोमीटरवर असलेल्या आसामच्या मैदानी प्रदेशाकडे जात असला तरी आम्ही एका आणखी लांबच्या, आणखी वर्तुळाकार मार्गानं डोंगरातून बाहेर पडतो. बोडो अतिरेकी ईगलनेस्ट खालच्या टेकड्यांच्या पायथ्याशी अजूनही सक्रिय आहेत. तेव्हा तो भाग टाळून लष्करी महामार्गानं गुवाहाटीला पोहोचणं अधिक उत्तम, असं सांगून मिका आणि त्याच्याबरोबरच्या इतरांनी आम्हाला सावध केलेलं आहे. काही वर्षांपूर्वी फुलपाखरू निरीक्षकांच्या एका हौशी गटाला पळवून नेऊन खंडणीसाठी धरून ठेवलं होतं.

वाट वाकडी करून लांबच्या रस्त्यानं गेल्यामुळे आम्हाला महामार्गाच्या कडेला असलेली जंगलांची तुलना अभयारण्यातल्या संरक्षित जंगलांशी करता आली. गाडीरस्त्यामुळे मोठ्या प्रमाणात नाश झाला आहे यात फार आश्चर्य नाही. इकडे केवळ तात्पुरते बांधलेले मोठाले लष्करी तळच नव्हे तर रस्त्यावर काम करणाऱ्या कामगारांसाठी कित्येक तात्पुरत्या झोपड्या उभारल्या आहेत. सरपण आणि बांबूसाठी हे सगळे जंगलावर अवलंबून असतात. इतर कशाहीपेक्षा जमिनीची धूप हा रस्तेबांधणीचा सर्वांत उघड परिणाम आहे आणि त्याचे जंगलांवर फार भयानक परिणाम होतात. अनेक ठिकाणी जिथे अस्थिर उतार असतो तिथे भूस्खलन होऊन बरीचशी वनश्री वाहून जाते आणि चिखल आणि दगडांच्या रूपात मोठाले व्रण शिल्लक राहतात.

तेजपूरला तवांगशी जोडणारा महामार्ग मुळात पन्नास वर्षांपूर्वी संरक्षण मंत्रालयाच्या बॉर्डर रोड्स ऑर्गनायझेशननं बांधला. तेव्हापासून आजतागायत त्याला सतत दुरुस्ती लागते. जेसीबीची विजेवर चालणारी फावडी वाटेतली खडी बाजूला करून ओढे आणि झऱ्यांमध्ये गाळ टाकत असतात. लष्करी योजना आखणाऱ्यांचं पहिलं प्राधान्य राष्ट्रीय सुरक्षेला असतं. त्यामुळे त्यांना सीमारेषेजवळच्या भागात गाडी नेता येण्याची सुविधा लागते आणि त्या वाटेत येणाऱ्या पर्यावरणसृष्टीविषयी ते विशेष काळजी करत नाहीत.

यथावकाश आम्ही पर्वतावरून ब्रह्मपुत्रेच्या खोऱ्यात उतरतो तसं तापमान वाढत जातं आणि समशीतोष्ण कटिबंधातल्या झाडाझुडपांचं प्रमाण वाढतं. टिपी इथे महामार्गाची टेकडीपासून फारकत होते. तिथे अरुणाचल प्रदेश वनविभागानं एक ऑर्किड संशोधन केंद्र चालवलं आहे. तासन्‌तास नागमोडी रस्त्यांवरून गाडी चालवत गेल्यावर तिथे थांबायला आल्हाददायक वाटतं; पण तिथले ऑर्किड्स मात्र निराशा करतात. केवळ काहीच जातींचे ऑर्किड्स फुललेले दिसतात.

राज्याची सीमा ओलांडून आसाममध्ये प्रवेश केल्यावर बोडो अतिरेक्यांशी सामना करायला उभारलेले अनेक निमलष्करी तळ आम्हाला दिसतात. अनेक वर्षं चकमकी आणि रक्तपात होऊनही हा प्रदेश विशेष शांत वाटतो, निदान वरवर तरी. रस्त्याकडेच्या एका लहानशा गावावरून जाताना मला चार बायका एका कुंडीतल्या झाडासमोर पूजा करताना दिसतात. नंतर फागुना बर्माहलिया या लोककथा अभ्यासकांच्या एका लेखात मी वाचलं त्यानुसार, बोडो जमात सर्वजीववादी असून, युफोर्बिया मिलि या फुलझाडाला ते त्यांच्या सर्वशक्तिमान देवतेचं म्हणजे बाथौबराई देवीचं प्रतीक मानतात. स्थानिक लोकांमध्ये 'सिजोऊ' आणि पश्चिमेकडील देशांमध्ये 'ख्रिस्ताचे काटे' किंवा 'काटेरी मुकुट' म्हणून ओळखलं जाणारं, नाजूक गुलाबी फुलं येणारं हे कणखर, कॅक्टससारखं झुडूप बोडो लोकांच्या पूजावेदीवर लावलं जातं. वाट्टेल त्या परिस्थितीत वाढत असल्यामुळे हे झाड जीवनाच्या चिवटपणाचं प्रतीक समजलं जातं.

तेजपूरपाशी ब्रह्मपुत्रेवर पसरलेल्या पुलावरून जात असताना जंगलांनी आच्छादलेल्या टेकड्या आणि चहाचे मळे यांच्यामधून गाळाचं रुंद पात्र वाहतं. तिबेटमधल्या माझ्या त्सांग पोच्या आठवणींशी अगदी विसंगत असं हे दृश्य आहे. तिकडे या नदीची सुरुवात कैलास पर्वताजवळ एका लहानशा ओढ्यानं होते. हिमालय म्हणजे आता उत्तरेकडे दिसणारा निळ्या सोंडेचा एक धूसर, ओळखू न येणारा भाग झाला आहे. ईगलनेस्टचं घनदाट जंगल आणि तिथले असंख्य पक्षी आम्ही आता मागे टाकले आहेत. भाताच्या शेतात थोडेफार बगळे हिंडत आहेत आणि मधूनच एखादी मैना डोक्यावरून उडत जात आहे. तेजपूरच्या

पलीकडे महामार्गाला लागून विजेच्या तारेवर बसलेला एक अमूर ससाणा मला दिसतो. एखाद्या कबुतराच्या आकाराचे हे लहानसे शिकारी पक्षी इथून पुढे आणखी पूर्वेला नागालॅन्डच्या टेकड्यांकडे थव्यांनी स्थलांतर करतात, तेव्हा त्यांच्या ऐटबाज सावल्यांनी आकाश भरून जातं. अनेक वर्षांपूर्वी या वार्षिक स्थलांतरावर गदा आली होती; कारण इथल्या स्थानिक मासेमारांनी झाडांवर जाळी टाकून शेकडो ससाणे पकडले आणि त्यांचं मांस विकलं. सुदैवानं, पर्यावरण संवर्धकांनी हस्तक्षेप केला, अमूर ससाण्यांचं स्थलांतर हे पर्यटकांचं आकर्षण झालं आणि हे पक्षी नामशेष होण्यापासून वाचले.

अरुणाचल प्रदेश सोडताना आम्हाला निसर्गाच्या अफाट विविधतेचा चांगलाच प्रत्यय आलेला असला तरी आमची सहल एका अस्वस्थ करणाऱ्या वळणावर संपते. गुवाहाटीच्या बाहेरच्या भागात आम्ही मोठ्या क्षेत्रबलाक (ग्रेटर ॲड्‌जटन्ट) जातीच्या करकोच्यांचा थवा बघण्यासाठी थांबावं असं काही मित्रमंडळींनी सुचवलं होतं. शहरावर पसरलेल्या प्रदूषणाच्या धूसर थरामागे सूर्य मावळत असताना आम्ही महामार्गावरून बाजूला वळतो आणि कचरापेटीकडे जाण्याचा रस्ता विचारतो. पूर्व हिमालयातल्या आदिम जंगलात सात दिवस काढल्यावर अचानक आम्हाला आजूबाजूला गोळा झालेल्या घाणीचा धुमसता प्रदेश दिसतो. नको असलेल्या कचऱ्याचे ढीग पेटवून दिलेले असतात.

पेटत्या कचऱ्याच्या या प्रचंड ढिगांवर जाड चोचीचे शेकडो करकोचे एखाद्या टक्कल असलेल्या कुबड्यासारखे विसावले आहेत. त्यांच्या गळ्याखाली हवा गेलेल्या फुग्यासारखी दिसणारी कातडी एखाद्या पिशवीसारखी लोंबते आहे. काही घारी आणि कावळे धुरातून घिरट्या घालत आहेत; मात्र त्यात बरेचसे पक्षी लेप्टोपिलॉस डुबियस नावाचे आहेत. बांबूसारख्या काटकुळ्या पायांवर त्यांचे कोळशासारखे काळे पंख दुमडलेले दिसतात. घोगरे, कर्कश्श आवाज करत ते एकमेकांशी भांडतात आणि पंख फडफडवतात. देहराडूनबाहेरच्या नेपाळी गरुडांसारखेच हे मांसभक्षी पक्षीदेखील खाटीकखान्यातून किंवा शहरातल्या रस्ते अपघातातून इथे आणलेल्या, सडलेल्या मांसाच्या तुकड्यांवर पोट भरतात. धुराच्या आंबट, जळक्या वासात विघटन होत असलेल्या मांसाचा सडका दर्प मिसळला आहे.

त्याहून वाईट वाटतं ते कचराकुंडीच्या कडेनं असलेल्या झोपड्यांमधून राहणाऱ्या चिंध्या गोळा करणाऱ्या लोकांचं. पुनर्वापर करता येण्याजोगं जे काही हाताला लागेल ते ते शोधून काढत असतात. सांडपाण्याच्या गटारातून आणि फुटक्या काचांच्या सड्यातून वाट काढत लहान मुलं अनवाणीच पळत असतात. या सगळ्यात गंभीरपणे उभे असलेले ते पक्षी म्हणजे एखाद्या सर्वनाशी मृगजळातून वाचलेले जीव वाटतात. शेर्दूकपेन लोककथेतल्या प्रचंड नरभक्षक पक्ष्यांची आठवण

होऊन माझ्या मनात नकळत एक भावना उमटते - आपलं जग कदाचित असंच संपणार असेल. प्रदूषित जमीन आणि सडक्या, कुजक्या कातडीवरून, आतड्यांवरून आणि हाडांवरून भांडत कलकलाट करणाऱ्या मांसभक्षक करकोच्यांची गजबज अशा विकृत दृश्यानं.

५

# पहाडांमधले सस्तन प्राणी

## खूर असलेले आणि इतर प्राणी

२७

# खूर असलेली शेतं

एक अनामिक खिंड ओलांडून २०० पेक्षा जास्त शेळ्या-मेंढ्या सोंडेवरून खाली उतरत बर्फाच्या मैदानावर आणि सैलसर खडीच्या तीव्र उतरणीवर येतात. काही शेळ्या थांबून गवताचे तोबरे भरतात. अर्थात त्यांचा कळप इथे चरत थांबलेला नसून सगळे एकदिलानं, स्वेच्छेनं खाली येत आहेत आणि जराही न थांबता एखाद्या हिमप्रपातासारखे डोंगरावरून घसरत आहेत. काही एका संरक्षक भावनेनं त्यांनी स्वत:चा एक आकृतिबंध तयार केला आहे. केस आणि शिंगं असलेलं ते हलतं वस्तुमान इतस्तत: पसरलेल्या खडकांमधून बाहेर येणारा एखादा प्रचंड मोठा प्राणी असावा तसं दिसत आहे. त्यांच्या अंत:प्रेरणा त्यांच्या खुरांइतक्याच पक्क्या रोवल्या गेल्या आहेत. बकऱ्यांच्या सहजप्रवृत्ती त्यांच्या जनुकांमध्ये अचूक गुंफल्या गेल्या आहेत.

आमच्या वाटा जिथे एकत्र येतात तिथे बर्फाच्या जिभेखालून वाहणाऱ्या एका उथळ झऱ्यापाशी मी बाजूला होत त्यांना जाऊ देतो. कळपाची एकत्र होणारी हालचाल बघून जणू पर्वतच जिवंत झाला असावा आणि हिवाळ्याचा तडाखा झटकून टाकत असावा असं वाटतं. वसंत ऋतूला नुकतीच सुरुवात झाली आहे. पहिले ॲनेमोन आणि प्रिम्युला फुलायला लागले आहेत. खडकांमधल्या बिळांतून मूषक ससे (माउस हेअर) बाहेर पडत आहेत. वसंतात दिसू लागणाऱ्या तलावांमधून माश्या अंडी उबवू लागल्या आहेत.

शेळ्या-मेंढ्या जराही आवाज करत नसल्या तरी मेंढपाळ दातांतून शीळ घालत आहेत. त्यांचा तो हाकारा एखाद्या पक्ष्यासारखा तारस्वरातला आहे. तो ऐकून कळप चालत राहतो. जणू काही धडपडत चालणाऱ्या एखाद्या कोकरावर झेप घालता येईल या आशेनं वरती घिरट्या घालणाऱ्या एखाद्या शिकारी पक्ष्याची ती शीळ असावी. दाट केसांची, स्टीलची कॉलर लावलेली दोन दांडगी तिबेटी कुत्री कळपामागून गस्त घालत आहेत. एक मेंढपाळ एका नवजात बाळाला काखेत घेऊन चालला आहे. त्याच्याच जनावरांपासून काढलेल्या कच्च्या, साधारण कातलेल्या लोकरीपासून विणलेलं एक खरबरीत, ढगळ जॅकेट आणि पॅन्ट त्यानं घातली आहे. त्यामुळे त्या कपड्यांना जनावरांचा उग्र दर्प येतो आहे. शेळ्यांच्या अंगाला असह्य दुर्गंधी येत असते. गुदग्रंथींच्या कुजकट वासात दूध, लघवी आणि शेणाचे आंबूस वास मिसळून ती दुर्गंधी तयार होते.

डोंगरांच्या उंचीतून जाणवणाऱ्या शांततेमुळे आणि इथल्या एकांतामुळे वाटणाऱ्या सावध अबोल्यानं आम्ही एकमेकांना अभिवादन करतो. हे मेंढपाळ गेला आठवडाभर स्वत:च्या गावावरून या भागाच्या दक्षिणेपर्यंत प्रवास करत आले आहेत. आणखी एखाददोन दिवसांत ते उंचावरच्या बुग्याल कुरणांपाशी पोहोचतील. दरवर्षी चार महिने ते तिथे जाऊन राहतात आणि आपापले कळप वृक्षरेषेच्या वर नेतात.

बऱ्याचशा जनावरांना हातांनी विणलेल्या लोकरी कापडाचे आटोपशीर खोगीर बांधलेले असतात. पाठीवरच्या ओझ्यांनी ते एकमेकांना रेटारेटी करत असतात; पण बाकी त्यांना त्या जास्तीच्या वजनानं काही फरक पडताना दिसत नाही. प्रत्येक पिशवीत अडीच किलो तांदूळ किंवा पीठ अशी उन्हाळ्याची बेगमी असते. एकाच्या पाठीवर थोडंसंच ओझं असलं तरी शेकडो बकऱ्या चक्क एक टनभर माल वाहून नेऊ शकतात. कित्येक वर्षांपूर्वी ही जनावरं तिबेटमधल्या खाऱ्या पाण्याच्या सरोवरांच्या किनाऱ्यावरून आणलेले मिठाचे जाडेभरडे खडे वाहून नेत. त्यासाठी उंच डोंगर ओलांडून कित्येक आठवडे प्रवास करावा लागे; मात्र सीमाप्रश्नाच्या वादामुळे भारत आणि तिबेटमधले पारंपरिक व्यापारी मार्ग आता बंद झाले आहेत.

रात्रीसाठी हे मेंढपाळ मोरू ओक आणि फरच्या बनात तळ ठोकतात. शेजारी एका कुरणात मध्येच एखादा व्रण असावा तसा एक झरा वाहत असतो. त्यांच्यापासून एक शंभर मीटर अंतरावर वरच्या बाजूला, एव्हाना नामशेष झालेल्या हिमनद्यांनी इथे वाहून आणलेल्या दगडी मैदानात, मध्यभागी मी माझा तंबू ठोकतो. हे डोंगर जरी अचल आणि कालरेषेत गोठून गेल्यासारखे वाटत असले तरी हालचालींचा पुरावा सगळीकडे बघायला मिळतो. उतारावरून खाली झिरपत येणारी वसंताची स्पंदनं, डोंगरांच्या निमुळत्या नाकांचा वरच्या दिशेने जाणवणारा जोर, हवेच्या झोतामुळे बारीक होणारी डोळ्यांची बुबुळं असं सगळंच हलत आहे. गवतातून

एक ॲक्सेंटर पक्षी आपल्या कुशल, तपकिरी पंखांच्या साहाय्यानं भरारी घेतो आणि हवेवर स्वार होत उतारावरून विहरत जातो. शेळ्या आणि मेंढ्या चरण्यासाठी आसपास विखुरतात.

वरच्या कड्यांवरून रानटी गोरल आपल्या पाळीव बांधवांकडे बघत असतात. माणसाच्या सहवासात राहणाऱ्या या जीवांबद्दल त्यांना संशय वाटतो आहे. गोरल (नेमोऱ्हेडस गोरल) ही बकरा-काळविटाची एक जात आहे. त्यांची शिंगं बुटकी, तीक्ष्ण असून, कातडी करड्या-तपकिरी रंगाची असते. शास्त्रज्ञांच्या मते ते शेळ्या-मेंढ्यांच्या पूर्वजांशी मिळतेजुळते आहेत. ख्यातनाम प्राणीशास्त्रज्ञ जॉर्ज शॅलरनं आपल्या 'माऊंटन मोनार्क्स' पुस्तकात लिहिल्याप्रमाणे, या जातीची जनुकीय जडणघडण हिमालय आणि इतर पर्वतरांगांच्या निर्मितीपर्यंत मागे जाते. प्रागैतिहासिक काळी मायोसीन युगाच्या शेवटच्या आणि प्लायोसिन युगाच्या सुरुवातीच्या काळात (तेवीस ते पंचवीस दशलक्ष वर्षांपूर्वी) जेव्हा युरेशिया आणि आफ्रिकेच्या विविध भागात पर्वत वर येऊ लागले त्याच कालखंडात बकऱ्यांची (कॅप्रिन परिवार) उत्क्रांती झाली. तसंच, प्लायोसिन आणि प्लायस्टोसिन कालखंडाच्या शेवटी (तीन ते दोन दशलक्ष वर्षांपूर्वी) जेव्हा 'पर्वत बांधणी'ची आणखी एक लाट आली तेव्हा सध्याच्या रानटी मेंढ्या आणि शेळ्यांचे पूर्वज उत्क्रांत झाले. त्यांची शिंगं आणखी मोठी, आणखी ठळक होती. मधले धागे जोडणारे सुरुवातीच्या काळातल्या बकऱ्यांचे काही जीवाश्म अवशेष मिळाले असले तरी तीव्र उंचीच्या प्रदेशांसाठी योग्य असे गुणधर्म लवकरच त्यांच्यात तयार झालेले दिसतात, असं शॅलरनं नोंदवून ठेवलं आहे.

उन्हाळ्यात मेंढपाळ ज्या उंच डोंगराळ भागात जाऊन राहतात तिथे त्यांचे कळप चराईची कुरणं भरालबरोबर (निळ्या मेंढ्या) वाटून घेतात. शेळ्या आणि मेंढ्यांच्या साखळीतला मधला दुवा म्हणजे भराल. खडतर हवामान आणि तीव्र उंचीच्या प्रदेशाशी भरालने व्यवस्थित जुळवून घेतलं आहे आणि दगडांमध्ये ते बेमालूम मिसळून गेले आहेत. हिमालयात या सगळ्या प्राण्यांची गजबज वाढल्यानंतर पुष्कळ काळानं माणसानं इथे पाऊल ठेवलं. गोराल, भराल, रानमेंढे, थार, मारखोर आणि गोलाकार शिंगं असलेले अरगली यांच्या मागावर असलेला शिकारी म्हणून सुरुवातीला माणूस इथे आला. पाळीव शेळ्या-मेंढ्यांचा उगम नीटसा माहीत नाही. सुरुवातीच्या काळातल्या पशुपालांनी रानटी बकऱ्यांना पाळून त्यांची पैदास केली असावी आणि वाहतूक, दूध, लोकर, मांस आणि शेणासाठी त्यांचा वापर केला असावा.

कुत्र्यांच्या तीक्ष्ण नजरेच्या पहाऱ्यात आपल्या कळपाला चरायला सोडून मेंढपाळ वाळक्या काटक्या गोळा करतात आणि दगडांच्या एका रिंगणात जाळ पेटवतात.

मागच्या वर्षी काय किंवा त्याच्याही मागच्या वर्षी काय, त्यांनी हीच शेकोटी वापरलेली असते. रात्र पडायला लागल्यावर मी त्यांच्या तळावर जातो. वाऱ्यावर भुरुभुरु उडणाऱ्या लोकरीच्या धाग्यांसारखा चढावरून धूर वरवर जात असतो. मेंढपाळ एका भांड्यात झऱ्याचं पाणी उकळतात आणि शेळीच्या दुधाचा चहा करतात. त्याला एक तुपकट, उग्र दर्प येतो; मात्र हे सगळे जन्मापासून त्या वासाबरोबर राहिले आहेत. त्यांच्या शेकोटीला येणाऱ्या राळेच्या सुगंधासारखा किंवा दीर्घ हिवाळ्यानंतर हळूहळू वितळू लागलेल्या जमिनीतून येणाऱ्या कस्तुरीच्या सुवासासारखाच तो वास त्यांच्या ओळखीचा आहे. प्रत्येक वास मुळाक्षराप्रमाणे हवेत मांडून ठेवलेला आहे. एखादा दडून राहिलेला कोल्हा किंवा बिबट्या वाऱ्यावर वाहत येणारे विविध वास वाचू शकतो.

सबंध हिमालयात शेळ्या आणि मेंढ्यांचं व्यापक अस्तित्व आहे. एका कुरणाकडून दुसऱ्या कुरणाकडे त्या सतत प्रवास करत असतात. कित्येक शतकं वापरात असलेले स्थलांतराचे पारंपरिक मार्ग मेंढपाळ अनुसरतात. कित्येक वर्षांपूर्वी लडाखमधल्या झन्स्कार खोऱ्यातून ट्रेकिंग करत मी आणि अमीता अंधारात शिंगो ला इथे पोहोचलो. तळ ठोकण्यासाठी जागा शोधता शोधता अखेर आम्ही खिंडीच्या अगदी खाली, रस्त्याच्या कडेला असलेल्या एका रुंद काठावर स्थिरावलो. आश्चर्य म्हणजे तीन आठवड्यांच्या आमच्या प्रवासातली ही सर्वांत आरामशीर रात्र होती. सकाळी उठल्यावर लक्षात आलं की, आम्ही आमचा तंबू शेळीच्या कोरड्या शेणाच्या थरावर ठोकला होता. १५ सेंटिमीटर खोल आणि मऊ असा तो थर एखाद्या फोमच्या गादीसारखा होता. अनेक वर्षं झन्स्कारला जायच्या वाटेवर मेंढपाळांनी आपल्या कळपासकट इथे मुक्काम ठोकल्यावर हा आरामशीर पलंग तयार झाला असावा.

तिबेटी पशुपालांचा अभ्यास करणारा पहिला मानववंशशास्त्रज्ञ रॉबर्ट एकवॉल स्थलांतर करणाऱ्या शेळ्या-मेंढ्यांना 'खूर असलेली शेतं' असं म्हणतो. हिमालयातल्या मेंढपाळांच्या आयुष्याचं अगदी नेमकं सार या शब्दांत सामावलं आहे. शेतकरी जसे जमीन कसतात तसे हे भटके मेंढपाळ आपल्या कळपांची जोपासना करतात. शेतकरी जसे नांगरणी आणि पेरणी करतात, मग पिकांना पाणी देऊन त्यांचं पोषण करतात तशीच एखाद्या कळपाची गर्भधारणेची आणि प्रसूतीची पद्धत असते. आखलेल्या शेताच्या मालकीशी किंवा भाडेकराराशी जखडून घेण्यापेक्षा हे भटके मेंढपाळ पुष्कळ अंतर कापतात. कमी उंचीवरच्या कुरणांकडून जास्त उंचीवरच्या कुरणांकडे प्रवास करतात. त्यांच्याकडे जनावरांच्या जिवंत क्षेत्राची मालकी असते आणि ते त्याची जोपासना करत असतात. डोंगररांगा ओलांडून प्रवास करणारी ती जमिनीवरची जणू भटकती लोकरच असते.

# २८

# जंगली निसर्गवेत्ता

तुला उंच ठिकाणांची ओढ का वाटते, असं विचारल्यावर जॉर्ज शॅलर हसून खांदे उडवतो.

'कारण तिकडे एवढी गर्दी नसते,' तो उत्तरतो.

जॉर्ज शॅलर हा एक उंचापुरा, चपळ माणूस आहे. अस्ताव्यस्त करडे केस आणि डोळ्यातलं चिकित्सक मौन लपवू पाहणारं तत्पर हसू अशा अवतारातला जॉर्ज पक्का 'भटक्या' आहे. त्याला शहरं आणि उपनगरांपासून, कॉन्फरन्सेस आणि वर्गांपासून लांब मोकळ्या हवेतलं आयुष्य आवडतं. शॅलर स्वत:ला 'जंगली निसर्गवेत्ता' म्हणवतो. 'तिबेट वाइल्ड' या पुस्तकात त्यानं लिहिलंय त्याप्रमाणे, वन्यजीवशास्त्रज्ञ म्हणून केलेल्या करिअरचा त्याच्या स्वभाववृत्तीवर परिणाम झाला. 'एवढी दशकं प्राण्यांचा अभ्यास केल्यामुळे माझी एक घडण झाली आहे आणि एकप्रकारे तिनं माझ्यातल्या माणसावर मात केली आहे.'

माणूस वगळता इतर प्रजातींच्या सहवासात तो जास्त खुलत असला तरी निसर्गाचा अर्थ लावण्याच्या आणि त्याचं संवर्धन करण्याच्या कामी कटिबद्ध असलेल्या माणसांना आणि संस्थांना तो स्वत:चा वेळ उदारहस्ते देतो. निसर्गतज्ज्ञांच्या कित्येक पिढ्यांना त्याच्या पुस्तकांनी प्रेरणा दिली आहे. निसर्गसंवर्धनाचा त्याचा संदेश अगदी स्पष्ट आणि संक्षिप्त आहे. एक शास्त्रज्ञ म्हणून त्याच्या संशोधनाला प्रेरणा देणारा महत्त्वाचा प्रश्न तो थोडक्यात सांगतो : 'एखाद्या प्रजातीचं आणि

तिच्या अधिवासाचं संरक्षण आणि व्यवस्थापन करायला मला कोणत्या माहितीची गरज आहे?' मग तो एक साधा कानमंत्र सांगतो : 'अज्ञानाची सबब आता चालणार नाही.'

हिमालयातल्या रानटी शेळ्या-मेंढ्यांचा पायाभूत अभ्यास मांडणारं त्याचं 'माउंटन मोनार्क्स' हे पुस्तक उंच प्रदेशातल्या आणि उत्तर पाकिस्तानपासून नेपाळच्या निर्जन खोऱ्यांपर्यंत दुर्गम भागात केलेल्या अनेक वर्षांच्या फील्डवर्कवर आधारित आहे. त्यानं पुढे नेलेला वारसा लक्षात घेतला तर, आपापल्या देशात काम करणाऱ्या वन्यजीव शास्त्रज्ञांना त्यानं प्रेरणा दिली आहे. त्याला स्वत:ला ही गोष्ट सर्वाधिक आश्वासक वाटते. शॅलर लिहितो : 'निसर्गाचं सौंदर्य अबाधित राखण्यासाठी लढा देत राहणारे प्रशिक्षित नागरिक तयार करणं ही एखाद्या देशाला मी दिलेली सर्वांत मोठी भेट आहे असं मला वाटतं. मग मी सर्वांच्या आठवणीतून पुसला गेलो तरी ज्ञान आणि चैतन्याचा माझा वारसा दीर्घ काळ पुढे चालू राहील.'

वन्यजीवशास्त्र आता खूप पुढे गेलं आहे. विविध प्रजातींची ओळख पटण्यासाठी आता दुर्बिणीऐवजी डीएनए विश्लेषणाचा वापर केला जातो. तरीही स्वत:हून प्रत्यक्ष निरीक्षण केल्याशिवाय निसर्ग समजत नाही, असं शॅलर ठामपणे सांगतो. 'नैसर्गिक इतिहास हा निसर्गसंवर्धनाचा पाया आहे...' तो स्पष्ट करतो. 'सगळं जग खुलं व्हायला तंत्रज्ञान मदत करतं; पण निसर्गाकडून आपण थेट काही शिकलो नाही तर तंत्रज्ञानामुळे जग बंदिस्त देखील होऊन जातं.' एखाद्या सूक्ष्म गोष्टीवर लक्ष केंद्रित करून त्यावर संशोधन करण्यापेक्षा तो सर्वसमावेशक अभ्यासाचं समर्थन करतो. उदाहरणादाखल तो सांगतो, एखादा पीएचडीचा विद्यार्थी जंगली बकऱ्याच्या पचनमार्गाचा अभ्यास करेल; पण रानावनात जाऊन प्रत्यक्ष त्या प्राण्याचं क्वचितच निरीक्षण करेल.

'हे बघा, आजकाल नोकरी मिळवायची असेल तर कॉम्प्युटर कसा वापरायचा ते तुम्हाला माहीत असावं लागतं.' आम्हाला देहराडूनच्या वाइल्डलाइफ इन्स्टिट्यूट ऑफ इंडियामध्ये भेटल्यावर तो सांगतो आणि वैतागून मान हलवत म्हणतो, 'पण हे सगळे करतात काय? तर काहीतरी भारदस्त दिसणारी आकडेवारी आणि गूगल अर्थ वापरून कॉम्प्युटर मॉडेलिंग करतात. कधीही प्रत्यक्ष रानावनात जात नाहीत. परवा कोणीतरी मला पूर्व तिबेटमधल्या वनस्पतीशास्त्रावरचा एक पेपर पाठवला. मी त्याला म्हणालो, 'हे सगळं चुकीचं आहे. मी स्वत: जाऊन तिथे कोणत्या वनस्पती आहेत ते पाहिलंय.'

शॅलरनं जेव्हा अलास्कामध्ये संशोधक म्हणून त्याच्या करिअरला सुरुवात केली तेव्हा कित्येक महिने त्यानं टुंड्रा प्रदेश पायी पालथा घातला. नंतर त्याला रवांडामधल्या पहाडी गोरिलांचा अभ्यास करायची संधी मिळाली. 'स्वत:ला प्राध्यापक

म्हणवणाऱ्या काही लोकांनी मला असं सांगितलं की, गोरिलांचा अभ्यास करणं भयंकर धोक्याचं काम आहे; पण याआधी तपकिरी अस्वलांबरोबर (ग्रिझली बेअर) काम केलेलं असल्यामुळे गोरिलांचा मला विशेष त्रास झाला नाही.' शॅलरच्या चिकाटी आणि सहनशीलतेमुळे अखेर २५० किलो वजनाच्या त्या आदिम प्राण्यानं त्याला आपलंसं केलं. त्यांना त्याच्या असण्याची सवय झाली आणि ते शॅलरला काही मीटर अंतरापर्यंत जवळ येऊ देऊ लागले. आफ्रिकेनंतर तो भारतात आला. तिथे त्यानं 'द डिअर अॅन्ड द टायगर' या आपल्या पुस्तकासाठी संशोधन केलं. कान्हा राष्ट्रीय उद्यानातून एकट्यानं चालत जात असतानाचा एक किस्सा तो सांगतो. 'तिथे एक मोठा दगड होता. मी अगदी सावधपणे त्याच्या दिशेने जाऊ लागलो; कारण अस्वलं सहसा अशा दगडांजवळ बीळ खोदून राहतात. मी त्याला एक प्रदक्षिणा घातली आणि वर पाहिलं तर अगदी टोकावर एक वाघ पेंगत बसला होता. आम्ही दोघांनी अगदी एकाचवेळी एकमेकांकडे पाहिलं. एकमेकांपासून आम्ही काही फूट अंतरावर होतो. मी सावकाश माघार घेतली आणि सर्वांत जवळच्या झाडावर चढलो. तो वाघ दगडावरून खाली येऊन झाडाच्या बुंध्याशी आला आणि माझ्याकडे एकटक बघू लागला. मी हात हलवत म्हणालो, 'चल रे वाघा, निघ इथून' आणि तो गेला. जंगलात चालता झाला.

अर्थात आपण काय धोके पत्करतो याची शॅलरला कल्पना आहे. जंगली जनावरांचं काही सांगता येत नाही असं तो म्हणतो. 'आपल्यासारखाच त्यांचाही एखादा दिवस वाईट गेलेला असू शकतो आणि अशा वेळेस तुम्ही आडवे आलात तर...' दोन्ही हात वर करून तो काय होईल ते सुचवणारा इशारा करतो. त्याच्यासारख्या आणखी एका पीएचडी विद्यार्थ्याची कथा तो सांगतो. तो अलास्कामध्ये तपकिरी अस्वलांवर संशोधन करत होता. 'त्यांना त्याच्या आसपास असण्याची सवय झाली होती. तो पायी त्यांच्याजवळ जाऊ शकत असे. एका रात्री मात्र एक अस्वल त्याच्या तंबूत आलं आणि त्याला खाऊन निघून गेलं.'

त्यानं अभ्यासलेल्या काही विशाल शिकारी प्राण्यांपेक्षा बऱ्याचदा माणसांपासूनच त्याच्या कामाला जास्त धोका उत्पन्न झाला आहे. राजकारण आणि टोकाची भीती या दोन गोष्टींमुळे शॅलरच्या संशोधनात अडथळे आलेले आहेत. त्याच्यावर CIAसाठी काम करत असल्याचे किंवा परदेशी असल्याचा फायदा घेतल्याचे आरोप करणाऱ्या सरकारी अधिकाऱ्यांशी आणि इतर निसर्गतज्ज्ञांशी त्याचे खटके उडाले आहेत. विशेषत:, भारतात बाहेरच्या लोकांनी येऊन केलेल्या संशोधनाचं स्वागत होत नाही. हिमालयातलं त्याचं बरंचसं काम पाकिस्तान, नेपाळ आणि तिबेटमध्ये झालेलं आहे. तिथल्या स्थानिक वन्यजीव संशोधकांच्या सहकार्यानं काम करणं त्याला शक्य झालं आहे. विशेषत:, चिनी अधिकाऱ्यांनी जिथे अगदी कमी परदेशी

लोकांना प्रवेश दिला जातो अशा भागातदेखील जाण्याची त्याला परवानगी दिली आहे.

तो मला एका तिबेटी मठातल्या एका उत्सवाविषयी सांगतो. तिथल्या भिक्खूंनी पर्यावरण रक्षणासाठी स्वत:ला वाहून घेतलं आहे. 'त्यांचे विधी बघण्याची परवानगी मिळालेला मी एकटा परदेशी पाहुणा होतो.' तो सांगतो. 'माझं सगळं लिखाण चायनीजमध्ये भाषांतरित होतं. मला जे म्हणायचं आहे ते त्यांना आवडत नसलं तरीही. अर्थात, मला काही त्यांची भाषा कळत नाही. त्यामुळे ते त्यातलं काय बदलतात किंवा गाळतात ते मला ठाऊक नाही.' शॅलरची कामाची पद्धत अगदी व्यवहारी आहे. निसर्गसंवर्धनाच्या प्रसारासाठी दलाई लामांनी खूप काही केलं आहे हे कबूल करत तो पुढे म्हणतो : 'पण मी दलाई लामांना भेटायचा प्रयत्न करत नाही; कारण त्यांच्या आसपास गुप्तहेर फिरत असतात आणि ते बीजिंगला खबरा पुरवतात. त्यामुळे तिबेटमध्ये काम करताना माझी पंचाईत होऊ शकते.'

एवढ्यातलं त्याचं संशोधन वायव्य तिबेटमधल्या चांग थांगवर केंद्रित झालेलं आहे. तो प्रदेश जगातला सर्वांत कमी विकसित प्रदेश असून, धोक्यात आलेल्या कित्येक प्रजातींचा, विशेषत:, चिरू किंवा तिबेटी काळविटांचा तिथे निवास आहे. चिनी संशोधकांच्या जोडीनं काम करत असताना शॅलरनं चिरूंचे अनेक विणीचे प्रदेश शोधायला मदत केली. तसंच, त्यांच्या वार्षिक स्थलांतराच्या परमोच्च बिंदूचादेखील तो साक्षीदार होता. एका संरक्षित खोऱ्यात चिरू माद्या आणि त्यांच्या पिल्लांचे मोठे कळप चरताना बघून तो उद्‌गारतो : 'अप्रतिम! अप्रतिम! या सगळ्या जनावरांना माणसांमुळे काहीही फरक पडत नसून, त्यांना आपापलं प्राचीन आणि पारंपरिक आयुष्य जगता येत आहे. हे बघायला मिळणं म्हणजे अक्षरश: आत्मसंतोषच म्हणायला हवा.'

मात्र, या दृष्यातला निखळ आनंद काही काळच उपभोगता येतो. 'तिबेट वनविभागाला चिरूंच्या संख्येचा आकडा द्यायची वेळ येते तेव्हा या हर्षाची जागा व्यवहारी विज्ञान घेतं.' त्यानं आणि त्याच्या सहकाऱ्यांनी मिळून त्या मैदानावर एकत्र आलेल्या आणि चिरूंच्या पुढच्या पिढीला जन्म देणाऱ्या १६ हजारपेक्षा जास्त मादी काळविटांची गणना केली. एवढा आकडा असूनही बेकायदेशीर शिकार आणि शाहतूशचा म्हणजे जनावरांच्या अंगावरच्या लोकरीखालच्या थराचा बेकायदेशीर व्यापार यामुळे त्या जनावरांना अनिश्चित भविष्याला तोंड द्यावं लागतं. शाहतूशची काश्मीरला तस्करी करून त्यापासून महागड्या शाली विणल्या जातात.

शॅलरनं शाहतूशमागचं कुरूप सत्य उघडकीस आणायला मदत केली. ही लोकर जिवंत प्राण्यांपासून काढली जाते किंवा एखादा कळप उंच पहाडी भागातून

जाता-जाता त्यांच्या लोकरीचे काटेरी झुडपांत अडकलेले मुलायम धागे गोळा करून ती तयार केली जाते, अशी वदंता ही मौल्यवान लोकर विकणाऱ्या व्यापाऱ्यांनी पसरवली होती. वास्तविक, लोकरीसाठी काळविटांची कत्तल होत होती आणि या शिरकाणामुळे लवकरच ते प्राणी नामशेष होतील, असं शॅलर आणि त्याच्या इतर सहकाऱ्यांनी उघडकीस आणलं.

आता वयाची ऐंशी ओलांडलेल्या शॅलरनं आपलं बरंचसं आयुष्य भटकंतीत घालवलं आहे. एकदम तंदुरुस्त आणि चैतन्यानं सळसळणारा शॅलर आपल्या कित्येक तरुण सहकाऱ्यांना अजूनही चालताना मागे टाकू शकतो; मात्र हा केवळ वैज्ञानिक शोध नसून त्यापलीकडे काही आहे हे तो मान्य करतो. त्याच्या अस्वस्थ स्वभावाचं मूळ त्याच्या खडतर बालपणात आहे. युद्धकाळातल्या जर्मनीत तो लहानाचा मोठा झाला. लहानपणी त्यानं ड्रेस्डेनवर बॉम्बहल्ला होताना पाहिला आणि निर्वासित म्हणून अमेरिकेला येईपर्यंत तारुण्याचा बराचसा काळ तो बेघर होता. कदाचित अशी मुळं उखडली गेल्यामुळेच त्याच्यात भटकंतीची ऊर्मी आणि वाटोळं करण्याच्या मानवी वृत्तीपासून पृथ्वीचं संरक्षण करण्यासाठीची कटिबद्धता आली असावी. त्याच्या बऱ्याचशा लिखाणातून एक एकाकी आणि क्वचित उदास वाटणारा हेतू जाणवतो. त्याला एकांताची ओढ असून, रानटी आणि अस्थिर प्रदेशांमध्ये 'आश्रमासारखी शांतता' असावी असा त्याचा ध्यास आहे.

इतर कोणत्याही जनावरापेक्षा शॅलरला हिमबिबट्यांविषयी विशेष आस्था आहे. पँथेरा अन्सिया ही मार्जार जमातीतली सर्वांत उंचावर राहणारी जमात असून, विसाव्या शतकापर्यंत हा प्राणी हिमालय आणि मध्य आशियाबाहेर क्वचितच कोणाला ठाऊक होता. जवळजवळ दंतकथेतल्या वाटाव्या अशा या जनावराबरोबर शॅलरची पहिली गाठ पडली ती काराकोरमला जंगली बकऱ्यांचा अभ्यास करताना. हिमबिबट्याशी समोरासमोर भेट झाल्यावर त्याच्या मायावी सौंदर्याची, खडकांमध्ये आणि बर्फात तो ज्या प्रकारे विरघळून गेल्यासारखा वाटे त्याची एक झपाटणारी जाणीव शॅलरला झाली.

पकडलेल्या हिमबिबट्याला गुंगी आणल्यावर त्या दुर्मिळ जनावराला स्पर्श केल्याचं वर्णन शॅलर करतो. त्या नशेतल्या जनावराला हातांनी उचलून घेऊन तो त्याच्या मोठ्या पंज्यांचं कौतुक करतो. दोरखंडामुळे बंद पडलेलं रक्ताभिसरण पूर्ववत व्हावं म्हणून तो त्यातला एक पंजा कुरवाळतो. मग हिमबिबट्याच्या शरीरावरून आणि शेपटीवरून हात फिरवत त्याच्या मऊ कातडीच्या सुखद स्पर्शाचं शॅलर वर्णन करतो.

हे एकलकोंडे शिकारी प्राणी उंचावरच्या एका अरुंद पट्ट्यात राहतात. सजीवसृष्टी तग धरून राहू शकेल अशा उंचीची ती शेवटची मर्यादा आहे. हिवाळ्यात हिमरेषा

खाली सरकली की, हे पिशाचवत मांसभक्षक त्यांच्या नैसर्गिक भक्ष्याच्या शोधात खाली येतात. त्यांचं नैसर्गिक भक्ष्य म्हणजे भराल, युरियाल आणि मरमॉट (खारीच्या जातीचा एक लहान प्राणी) किंवा सशांसारखे लहान सस्तन प्राणी. विशेषत:, कडाक्याच्या थंडीच्या महिन्यांमध्ये पाळीव शेळ्या-मेंढ्या हे हिमबिबट्यांचं हमखास सुरक्षित अन्न. उंच पर्वतात राहणारे हे मार्जारवर्गीय प्राणी अस्तित्व आणि लय या दोन्हीतल्या बारीक रेषेवर फिरत असतात. ती रेषा ओलांडून ते विस्मृतीच्या गर्तेत जाऊ नयेत म्हणून शॅलरसारख्या वैज्ञानिकाच्या दृष्टीनं त्यांची वर्गवारी, वर्तन आणि पर्यावरणविषयक गरजा जाणून घेणं हा मूलभूत प्रश्न असतो.

बऱ्याच वेळा धोक्यात आलेल्या प्रजातींच्या रक्षणाचा उपाय माणसाच्या वर्तनात, नैतिक मूल्यांमध्ये आणि आर्थिक दबावावर अवलंबून असतो. १९७३ साली शॅलरने नेपाळमधल्या दुर्गम अशा डोल्पो खोऱ्यात एक मोहीम हाती घेतली. तिथे शे मठाजवळ त्यानं भरालांचा अभ्यास केला. त्याच्या जोडीला पीटर मॅथिसेन होता. त्यांच्या या ट्रेकचा वृत्तान्त त्यानं आपल्या 'द स्नो लेपर्ड' नावाच्या पुस्तकात लिहून ठेवला. पुरस्कारप्राप्त बेस्टसेलर ठरलेल्या या पुस्तकात हिमालयातल्या उंच प्रदेशातून केलेल्या आध्यात्मिक प्रवासाचं, तसंच सांत्वन आणि अलौकिकाच्या आत्मशोधाचं वर्णन आहे.

डोल्पोमधल्या आपल्या प्रवासाबद्दल शॅलरनं त्याच्या 'स्टोन्स ऑफ सायलेन्स' या पुस्तकातदेखील लिहून ठेवलं आहे. कॅप्रिनवर्गावर केलेल्या संशोधनाचं, तसंच आधिभौतिक उत्तरांच्या पाठपुराव्याचं वर्णन करणारं ते एका निसर्गतज्ज्ञाचं स्मृतिचित्रण आहे. त्याचं कथन अनुभवाधिष्ठित ज्ञानावर आधारित असलं आणि त्यातून एखाद्या प्राणीशास्त्रज्ञाच्या रोजच्या दिनक्रमाचं वर्णन येत असलं तरी मधूनच तो मॅथिसेनच्या चिंतनाचा प्रतिध्वनी असलेली एखादी आध्यात्मिक तार छेडतो. निळ्या मेंढ्यावरची वस्तुनिष्ठ माहिती गोळा करतानाही त्याला बौद्ध शिकवणुकीची आणि आपल्या सोबत्याच्या ज्ञानप्राप्तीच्या शोधाची जाणीव आहे. शॅलर आपल्या स्वत:च्या संशोधनाची मर्यादा मान्य करतो : 'विज्ञान हे अजूनही एक स्वप्नच आहे; कारण त्यात काही जाणून घेण्यासाठी थोडीफार अडखळती पावलं टाकण्यापलीकडे आपल्याला फार काही करावं लागत नाही. आलेख आणि तक्ते काढून ज्ञानाचा आभास तयार होण्यापलीकडे फार काही साध्य होत नाही. हमखास ज्ञान असं काही नसतंच. वस्तुस्थितीच्या पलीकडे, विज्ञानाच्या पलीकडे एक धूसर क्षेत्र आहे. ते मनोविश्व आहे. खुद्द विश्वाइतकंच ते सतत वाढत आहे.'

डोल्पोला जाऊन आल्यानंतर त्रेचाळीस वर्षांनी ऑक्टोबर २०१६मध्ये शॅलर प्रथम तिथे परत आला. त्याच्या सोबतीला मॅथिसेनचा मुलगा ॲलेक्स होता. त्याचे वडील २०१४ मध्ये वारले. डोल्पोला पुन्हा भेट दिल्यावर शॅलर तिथे घडून

आलेल्या बदलांचं वर्णन करतो. काली गंडकी खोऱ्यात गाडीरस्ता घुसण्यापूर्वी कित्येक आठवडे पायी ट्रेकिंग करत जावं लागे. त्याऐवजी आता ते पोखरावरून जुफालच्या हवाई धावपट्टीवर उतरले. रानटी मेंढ्यांपेक्षा डोल्पोमधल्या मानवी रहिवाशांच्या दृष्टीनं काय बदल झाले आहेत ते जाणून घेण्यात या वेळी शॅलरला जास्त रस होता.

'मी त्या लोकांचे १९७३ साली काढलेले काही फोटो छापून बरोबर घेतले होते. आपापल्या मित्रांची किंवा कुटुंबीयांची आणि क्वचित स्वत:ची ओळख पटल्यावर त्यांच्या कशा प्रतिक्रिया होतात ते बघणं रोचक होतं.'

काही प्रमाणात मॅथिसेनच्या पुस्तकावरून प्रेरणा घेऊन वाढलेल्या पर्यटनाचे परिणाम त्यांना भेटलेल्या ट्रेकर्सच्या संख्येवरून दिसून आले. गावांना वीज पुरवणाऱ्या लहानशा जलविद्युत प्रकल्पासारखा त्यातला काही विकास सकारात्मकही आहे, असं शॅलर सांगतो; मात्र बौद्धविहारांची अवस्था बघून त्याची निराशा झाली. ते बहुतेक सगळे ओसाड पडले होते.

'शे विहारात फक्त एक भिक्खू होता,' तो मला सांगतो. 'बाकीचे सगळे काठमांडूला 'शिक्षणासाठी' गेले होते किंवा परदेशात न्यू यॉर्कसारख्या ठिकाणी निधी उभारणीचं काम करत होते. गावकऱ्यांसाठी धार्मिक विधी आणि प्रार्थना करायला कोणीही नव्हतं.'

मुळात शॅलरनं शे विहाराला भेट देण्याचं कारण म्हणजे मुख्य लामांनी त्या खोऱ्यात शिकारीवर बंदी आणली होती आणि भरालचं रक्षण केलं होतं. त्यामुळेच शॅलरला त्या प्राण्यांचं जवळून निरीक्षण करण्याची आणि ते माजावर येण्याची वार्षिक घटना अनुभवण्याची संधी मिळाली. वन्यजीवांची हत्या करण्याविरुद्ध काढण्यात आलेले धार्मिक फतवे हे त्यांच्या संवर्धनाचं एक परिणामकारक साधन आहे, असं अजूनही त्याला वाटतं. सर्व जीवात्म्यांच्या एकतेवर आणि करुणेवर आधारित नीतीमूल्यांवर बौद्ध लोकांचा विश्वास आहे. त्यामुळे सबंध हिमालयातल्या आणि तिबेटमधल्या वन्य प्रजातींचं रक्षण करण्याचा प्रभावी संदेश त्यातून जातो.

एवढ्यात त्यानं डोल्पोला दिलेली भेट त्यामानानं आरामदायक असून, फारशी खडतर नव्हती. त्याउलट १९७३ साली केलेला मूळ ट्रेक मात्र त्याहून खूप जास्त आव्हानात्मक होता. तेव्हा जवळची साधनसामग्री संपत आलेली असताना अति हिमवृष्टीमुळे बंद होणाऱ्या खिंडी ओलांडाव्या लागल्या होत्या आणि दीर्घकाळ खडतर परिस्थितीत राहावं लागलं होतं. एकदा तर, भरालचा पाठलाग करताना आणि हिमबिबट्यांचा शोध घेताना शॅलर एक रात्र एका लहानशा गुहेत राहिला. दिव्याच्या मिणमिणत्या प्रकाशात आसपासच्या खडकांमध्ये कोरले गेलेले पन्हळीच्या नक्षीच्या शिंपल्यांचे आणि ट्यूबवर्मचे जीवाश्म आपल्याला कसे दिसले याचं

वर्णन तो 'स्टोन्स ऑफ सायलेन्स'मध्ये करतो. झोपी जाण्यापूर्वी आपण टेथीस समुद्रात खोलवर जाऊन पहुडलो आहोत, जलचरांनी आपल्याला वेढा घातला आहे आणि यथावकाश आपण त्या प्राचीन गाळाचाच एक भाग होऊन आपल्या कवटीचं रूपांतर शाळिग्रामात किंवा जीवाश्मीभूत अमोनाइटमध्ये झालं आहे, अशी तो कल्पना करतो.

शॅलरच्या लिखाणात खूपदा एक गूढ सूर असतो. इथल्या भूमीशी आणि तिथल्या सजीवांशी एकरूप झाल्याची जाणीव त्यात व्यक्त होत असते. ॲमेझॉनच्या घनदाट जंगलांपासून ते सेरेंगेतीच्या गवताळ कुरणांपर्यंत अनेकविध वातावरणात त्यानं हा अनुभव घेतला आहे. तरीदेखील खऱ्या अर्थानं हा अनुभव जिवंत करण्याचं आणि वैज्ञानिक कुतूहलाचा समतोल आध्यात्मिक शोधामुळे साधला जात असल्याचं त्याला जाणवून देण्याचं काम हिमालय करतो. 'कधी कधी भरालवर लक्ष ठेवून असताना माझी नजर नकळत त्या प्राण्यावरून क्षितिजाकडे जाते. माझं मन स्वत:च्याच बेड्यांमधून सुटायची धडपड करतं. प्रवास करणं, शोधणं, माग काढत जाणं आणि अखेर एखाद्या दुर्मिळ प्रसंगी लख्ख स्पष्टता देणारी अशी ओझरती दृष्टी यावी की, त्यावरून जगाचा उमज पडावा.'

२९

# जाबरखेतचं पुनर्वसन

तीस सेकंदांच्या अवकाशात कॅमेऱ्याच्या त्रिकालदर्शी डोळ्यांतून संवर्धनाची एक कथा उलगडत जाते. दोन गोराल, त्यातली एक आई आणि एक तिचं पिल्लू असे दोघं एका पाणवठ्याशी उभे आहेत. अचानक दोघं सावध झाल्याचं दिसतं. डोकी वर उचलून ते अस्वस्थपणे आजूबाजूला बघतात. स्नायू ताठर करत ते चट्कन तिथून निसटायची तयारी करत असतात. त्यांचं लक्ष वेधून घेणारी गोष्ट थोड्याच वेळात समोर येते. कोकलास जातीचा नर कृकण पक्षी स्थानिक पबमध्ये शिरणाऱ्या नेहमीच्या गिऱ्हाइकासारख्या मालकी आविर्भावात पाणवठ्याकडे चालत येत असतो. त्याचा गडद रंगाचा तुरा केसांच्या झुलपांसारखा वर-खाली होत असतो. पांढरी कॉलर गळ्याभोवती व्यवस्थित बटण लावून बांधल्यासारखी दिसते. कृकणाची मादी वरच्या उतारावर अन्न शोधत फिरत असते. तिचा जोडीदार आपली चोच उघडून त्या गोराला अभिवादन केल्यासारखं करतो आणि त्याची शीळ संपल्यावर दोघं एकत्र पाणी पितात.

हा व्हिडिओ जाबरखेत निसर्ग राखीव क्षेत्र (JNR) मध्ये लावलेल्या कॅमेऱ्याच्या एका सापळ्यात टिपला गेला आहे. या घटनाक्रमातून केवळ दोन वेगळ्या प्रजातींमधली देवाण-घेवाणच दिसते असं नाही, तर गोरालची संख्या वाढत असल्याची उत्साहवर्धक बाबही त्यातून अधोरेखित होते. JNRमधून आलेल्या आणखी एका फोटोत एकाच फ्रेममध्ये पंधरा गोरालांचा एक कळप दिसून येतो.

पाच वर्षांपूर्वी जेव्हा डॉ. सेजल वोरा यांनी कॅमेऱ्याचे सापळे वापरायला सुरुवात केली तेव्हा बरीचशी जनावरं रात्री पाणी प्यायला येत. आता मात्र दिवसभरात कधीही पाणी प्यायला येताना त्यांना सुरक्षित वाटतं. कोणताही सर्वसाधारण जातीचा नव्हे तर कोकलास जातीचा कृकण पक्षी तिथे असणं यावरून त्याला लागणाऱ्या अधिवासाचं JNR मध्ये संरक्षण केलं जातं हे सिद्ध होतं. आसपास कोणीही माणूस नजरेस पडत नसताना जंगली पशु-पक्षी सुरक्षित अवकाशात राहत आहेत, असं त्या व्हिडिओच्या एकूण अर्ध्या मिनिटाच्या कालावधीत दिसतं.

सेजल वोरा या नवी दिल्लीतल्या वर्ल्ड वाइड फंड फॉर नेचर (WWF)च्या कार्यकारी संचालक आणि JNRच्या व्यवस्थापकीय संचालक आहेत. या १०० एकर जंगलाचे मालक विपुल जैन यांच्या सहकार्यानं सेजल यांनी वैयक्तिक संवर्धन प्रकल्प म्हणून या अभयारण्याची सुरुवात केली. त्यांच्या प्रयत्नांनी आणि पर्यावरण संबंधित कृती करण्याच्या ध्यासामुळे त्या खासगी जमिनीचं रूपांतर एका व्यवहार्य वन्यजीव अभयारण्यात झालं. तिथे सस्तन प्राण्यांच्या निदान वीस जाती आणि शंभरापेक्षा जास्त प्रकारचे पक्षी आहेत.

'मी लहानपणी मसूरीला जात असे,' सेजल आठवणी सांगतात. 'इथले पर्वत आणि जंगलं मला कायमच प्रेरित करत आले आहेत. माझ्या वडिलांचं निसर्गाशी घट्ट नातं होतं. मोठं होताना आम्ही कोणत्याही चाकोरीबद्ध पद्धतीशिवाय निसर्गात रमायचो.'

सेजल म्हणजे एक उत्साहानं सळसळणारं, अतिशय एकाग्रचित्तानं काम करणारं व्यक्तिमत्त्व. त्या ज्या सडेतोडपणे बोलतात त्यावरून प्राण्यांचं रक्षण करण्यामागे कसलाही भावनिक हेतू नसून, पर्यावरणविषयक एक स्पष्ट दूरदृष्टी आहे असं दिसून येतं. 'माझा विविधतेवर विश्वास आहे,' त्या सांगतात. 'धोक्याच्या कक्षेत आलेल्या प्रजाती नष्ट होऊ नयेत म्हणून जे काही करावं लागेल ते आपण करायला हवं.'

मुंबईमधून लाइफ सायन्सेसमधली पदवी प्राप्त केल्यावर सेजल पदव्युत्तर शिक्षणासाठी अमेरिकेत सायराकस विद्यापीठात गेल्या. मग भारतीय वन्यजीव संस्थेच्या सहयोगाने त्यांनी पुणे विद्यापीठात पीएचडी केली. दक्षिण गुजरातमधल्या विखुरलेल्या जंगलांमधलं माणसांचं आणि वन्यजीवांचं सहजीवन हा त्यांच्या प्रबंधाचा विषय होता. सायराकस विद्यापीठातून वन्यजीवशास्त्रातली पदवी मिळवण्याचं आपलं स्वप्न त्यांनी पूर्ण केलं खरं; पण त्यांना ते निष्फळ वाटू लागलं. 'अमेरिकेत सगळं काम अगोदरच झालंय. मी आपली रफ्ड ग्राउसच्या ड्रमिंग वर्तनावर संशोधन करत होते. त्यात मला विशेष रुची नव्हती. संवर्धनाचे प्रश्न सोडवण्यात मात्र होती.'

WWF बरोबर त्यांनी सतरा वर्षं काम केलं आहे. युके, थायलंड आणि भारतात त्यांची नेमणूक झाली आहे. लहानपणी आपण जे पर्यावरण अनुभवलं त्याचं पुनरुज्जीवन आणि रक्षण करण्यासाठी आपल्याला काहीतरी करायचं आहे, असं मोठेपणी मसूरीला परत आल्यावर सेजलना जाणवलं. त्यांच्या आठवणीतल्या त्यांच्या लहानपणीच्या जंगलांची पातळी आता खूपच खालावली होती.

'परत आल्यावर तिथे एवढी जंगलतोड झालेली बघून मी थक्क झाले,' त्या म्हणतात. 'गंमत म्हणजे मी विखुरलेल्या जंगलांचाच अभ्यास केला होता आणि आता माझ्यासमोर अगदी तेच येऊन उभं राहिलं होतं.'

जाबरखेत निसर्ग राखीव क्षेत्र संरक्षित करण्यातली पहिली पायरी म्हणजे जंगलात गुरं चरायला आणणाऱ्या, सरपणासाठी आणि वैरणीसाठी लाकूड तोडणाऱ्या किंवा थोड्याफार शिल्लक असलेल्या वन्यप्राण्यांसाठी सापळे लावणाऱ्या आसपासच्या वस्त्यांमधल्या लोकांच्या प्रवेशावर नियंत्रण ठेवणे; मात्र केवळ कुंपण बांधून आणि फाटक बंद करून ठेवण्यापेक्षा सेजल आसपासच्या वस्त्यांमध्ये मिसळल्या. आपापल्या गायी जंगलात चरायला सोडून लाकूड तोडणाऱ्या आणि वैरण गोळा करणाऱ्या बायकांपैकी तिघीजणी आज त्या राखीव जंगलाची काळजी घेत आहेत. कोल्टी, कंदा आणि बाटाघाट गावातले कित्येक तरुण वन्यजीव वाटाडे म्हणून कामावर आहेत. विशेषत:, विरेन्द्र 'विरू' पानवर हा एक उत्तम पक्षीनिरीक्षक आणि छायाचित्रकार झाला आहे. जंगलाला भेट द्यायला आलेल्या पाहुणे मंडळींना तो वाट दाखवतो आणि कॅमेऱ्याच्या सापळ्यांचं व्यवस्थापन बघतो. हिमालयातल्या निसर्गसंवर्धनासाठी केलेल्या नवनवीन आणि उत्तम व्यवस्थापन असलेल्या शास्त्रीय पद्धतीवर JNRचं जेवढं यश अवलंबून आहे तेवढंच ते आसपासच्या समाजाच्या सहभागावरही अवलंबून आहे.

राखीव क्षेत्राला लागून सरकारी वनाचा एक मोठा पट्टा आहे. त्यामुळे प्राण्यांना आपली कक्षा विस्तारता येते. लहान आकाराच्या, स्थलांतर न करणाऱ्या मोजक्या जमातींसाठी शंभर एकर जमीन पुरेशी असेलही; पण बिबटे, अस्वलं, गोराल आणि काखड किंवा भुंकणारी हरणं अशा बहुतेक सगळ्या वन्यजीवांना फिरण्यासाठी आणखी जागा लागते. असं असलं तरी, JNRमधले पाणवठे आणि संरक्षित वनक्षेत्र यामुळे तिथल्या रहिवासी जमातींना आश्रय मिळतोच. शिवाय हिवाळ्यात उंचावरच्या जंगलातून इकडे स्थलांतर करणाऱ्या सांबरसारख्या प्राण्यांनाही आश्रय मिळतो.

'चढते पर्यावरणीय टप्पे तयार करणं ही त्यामागची संकल्पना आहे,' सेजल स्पष्ट करतात. 'मैदानी भागातल्या वनाच्छादित प्रदेशांपेक्षा हिमालयातले प्रदेश फार वेगळे आहेत. ते सगळे प्रदेश एकमेकांना जोडलेले आहेत. भटकत्या

वन्यप्राण्यांसाठी तो मोकळा अवकाशच आहे. JNRचा कित्ता इतर ठिकाणीही गिरवला जाईल अशी आशा आहे; कारण त्याची व्यवहार्यता आम्ही सिद्ध केली आहे.'

मसूरीच्या गजबजलेल्या मॉल रोडपासून तीन किलोमीटरच्या परिसरात, तिथली तुंबणारी रहदारी आणि पर्यटकांचे जथ्थे या सगळ्यांच्या मध्ये हे अभयारण्य वसलेलं आहे. इतक्या उंचावरच्या प्रदेशात राहणाऱ्या सस्तन प्राण्यांच्या प्रत्येक महत्त्वाच्या प्रजातीसाठी ते नंदनवन आहे. २०१५ सालच्या हिवाळ्यात एका कॅमेऱ्याच्या सापळ्यात एक वाघ दिसून आला. ५० किलोमीटरपेक्षाही जास्त अंतरावर असलेल्या देहराडून खोऱ्यातल्या राजाजी राष्ट्रीय उद्यानातला तो भटका रहिवासी असल्याची खूण पटली.

हिमालयातल्या वन्यजीवनाला सर्वांत मोठा धोका कशापासून आहे, असं विचारलं तर जरा अडखळत सेजल उत्तर देतात, 'काही वर्षांपूर्वी मी असं म्हणाले नसते; पण हवामानबदल हा सर्वांत मोठा धोका आहे. विशेषत:, मध्य हिमालयात.'

हिमालयातल्या जंगलांचं खंडन होण्यामागे अनेक कारणं आहेत. त्यात शुष्क हिवाळे आणि वणव्यांना कारणीभूत ठरणाऱ्या अनियमित पावसाचा समावेश आहे. २०१८ साली मे महिन्याच्या शेवटी JNRमध्ये भयंकर मोठी आग लागली आणि अर्ध्याहून अधिक प्रदेश जळून खाक झाला. सुदैवानं बरीचशी झाडं वाचणार आहेत. भूप्रदेशाचा बराचसा भाग जळून गेला तरी मॉन्सूनमुळे जंगल पुन्हा उभं राहायला मदत झाली. बरेचसे मोठे सस्तन प्राणी आणि पक्षी आसपासच्या प्रदेशात निसटून जाऊ शकले; पण सरपटणारे प्राणी, कीटक असे लहान जीवजंतू नष्ट झाले. जवळच राहत असल्यामुळे मी गेल्या पन्नास वर्षांत निदान सहा वेळा तरी ही जंगलं जळताना बघितली आहेत. निसर्गाची लवचिकता अफाट आहे; मात्र दरवेळेस असं काही झालं की, त्या राखेतून चालताना आणि कित्येक महिने दरवळत राहणारा तो तीव्र जळका वास हुंगताना ही जंगलं अशी किती काळ तग धरून राहतील याचं मी नवल करत राहते.

हिमालयाच्या खालच्या भागात लागणारे वणवे बहुतेक वेळा माणसांमुळे लागतात. नवीन येणारं गवत आणखी जोमानं वाढेल या समजुतीनं गावकरी गवताची कुरणं जाळतात तेव्हाच सहसा हा विनाश घडून येतो. कित्येक वर्षांपूर्वी वनविभागाने JNRच्या पश्चिम आणि उत्तर भागात असलेल्या उतारांवर चीर पाइनची झाडं लावली. ही झाडं प्रज्वलन आणखी वाढवायला आणि आग सर्वत्र पसरवायला मदत करतात. त्यामुळे, विशेषत: पाऊस कमी झाला असेल तर आग चटकन नियंत्रणाबाहेर जाते.

वणव्यांव्यतिरिक्त जंगलांचं खंडन होण्यामागे असलेली इतर कारणंदेखील माणसांशी निगडितच आहेत. उदाहरणार्थ, रस्तेबांधणी, बेकायदेशीरपणे झाडं पाडणं

किंवा त्यांच्या फांद्या तोडणं आणि जनावरांची अति चराई; मात्र भविष्याबद्दल सेजल अगदी निराशावादी नाहीत.

'गुरं चरायला नेणं हा व्यवसाय आता संपल्यात जमा आहे,' त्या म्हणतात. 'त्यात खूप कष्ट आहेत आणि आपल्या आई-वडिलांसारखं किंवा आजी-आजोबांसारखं मेंढपाळ होण्यात तरुणांना रुची नसते.'

उन्हाळ्याच्या काही महिन्यांमध्ये, विशेषत:, उंचावरच्या कुरणांकडे किंवा बुग्यालांकडे गुराखी जमाती वार्षिक स्थलांतर करतात. त्यामुळे हिमालयातल्या परिसंस्थांवर कायमच एक ताण आला आहे; मात्र 'हा ताण नियंत्रित ठेवणं आणि गुरेचराई व्यवसायाची जागा त्याहून एखादी वाईट गोष्ट घेत नाही ना याची खबरदारी घेणं' हेच त्यावरचं उत्तर आहे, असं सेजलना वाटतं. दुर्गम भागांमधली अनेक गावं ओस पडत आहेत आणि कोणीही बुगीयाल आता कळप पाळत नाही. आपल्याला हे संक्रमण सांभाळणं गरजेचं आहे.'

WWF बरोबर त्या करत असलेल्या कामात, दिल्लीत बसून किंवा जगभर फिरून धोरणांना आकार देण्यापासून ते वन्यजीवविषयक संशोधन प्रकल्पांवर देखरेख करण्यापर्यंत सगळ्या गोष्टींचा समावेश आहे. 'वन्यजगताबद्दल बरंच कुतूहल आहे,' सेजल सांगतात, 'तरीही जसा करायला पाहिजे तसा अभ्यास फार कमी लोक करत आहेत. मोठ्या मांसभक्षी प्राण्यांचं सध्या अतोनात वेड आहे; पण आपण इतर प्राण्यांकडेही बघायला हवं. विशेषत:, रानमेंढा आणि मारखोरसारखे खूर असलेले प्राणी. त्यांना केवळ हिमबिबट्याचं भक्ष्य एवढ्याच चष्म्यातून बघायची गरज नाही. उदाहरणार्थ, कस्तुरीमृगांवर शेवटचा अभ्यास कधी झाला? कदाचित तीस वर्षांपूर्वी. हिमालयातल्या या सस्तन प्राण्यांचं काय चाललंय ते आपल्याला खरंच फारसं माहीत नाही.'

कॅमेऱ्याचे सापळे लावणं आणि तंत्रज्ञानाच्या इतर अनेक प्रकारांमुळे वन्यजीव शास्त्रज्ञांना सर्वेक्षण करणं आणि काही ठरावीक जातींच्या वर्तनाची नोंद करणं खूप सोपं झालंय; पण या सगळ्या शोधाला एक नकारात्मक बाजूही आहे.

'तंत्रज्ञानाची किंमतही तेवढीच चुकवावी लागते. WWF कडून आम्ही उत्तर भारतात जवळपास तीनशे ते चारशे कॅमेरे लावले आहेत. इतक्यातच नुसत्या बॅटऱ्यांच्या खर्चासाठी मला आठ लाख रुपये मंजूर करावे लागले. हा सगळा इलेक्ट्रॉनिक कचरा जातो कुठे? आपण रिचार्जेबल बॅटऱ्या वापरायला हव्यात असं मी म्हणत असते; पण काही कारणानं ते होतच नाही. इथे JNRमध्ये आम्ही रिचार्जेबल बॅटऱ्या वापरतो आणि त्या अगदी व्यवस्थित चालतात.'

राष्ट्रीय उद्यानं आणि इतर जंगलक्षेत्रात वन्यजीवांच्या हालचालींवर लक्ष ठेवण्यासाठी ड्रोन्स किंवा सर्व्हेलन्स मनोऱ्यांचा वापर करणं, विशेषत: ते लपवण्याचा प्रयत्न

न करता लावून ठेवणं हे प्राण्यांवर अतिक्रमण करण्यासारखं असून, त्यामुळे त्यांच्या दिनक्रमात व्यत्यय येतो. दुसरीकडे मात्र, नवीन तंत्रज्ञानामुळे संवर्धनाची कितीतरी साधनं उपलब्ध होतात. डॉक्टरेटसाठी संशोधन करत असताना सेजलनी भारतीय जंगलाच्या भूप्रदेशाचं पहिलं हवाई सर्वेक्षण केलं. सॅटेलाईट प्रतिमा वापरून वन्यजीवांच्या अधिवासाचा नकाशा तयार करण्याचं महत्त्व त्यांना पटलं आहे. प्राण्यांच्या कातडीचा आणि त्यांच्या अवयवांचा बेकायदेशीर व्यापार शोधून काढण्यासाठी डीएनए विश्लेषण विशेष उपयुक्त ठरलं आहे.

'स्पष्ट उद्दिष्ट असणाऱ्या ॲप्लिकेशन्समुळे आपल्याला खूप शिकायला मिळालं' असंही त्या नमूद करतात. त्यासाठी पिलिभीतमधून दुधवा राष्ट्रीय उद्यानात स्थलांतरित झालेल्या एका वाघाच्या गळ्याशी बांधलेल्या रेडिओ कॉलरचं उदाहरण देता येईल. 'चंदू' नावानं ओळखला जाणारा हा वाघ उद्यानातून आपापला निघाला आणि सरहद्द ओलांडून नेपाळमध्ये पोहोचला. वाटेत तो व्यवस्थित मशागत केलेल्या शेतांमधून चालत, डोंगर चढून पुढे गेला.

'त्या एका कॉलरवरून आपल्याला केवढी माहिती मिळाली,' सेजल सांगतात. 'माणसांचं वर्चस्व असलेल्या प्रदेशाचा वाघ कसा वापर करतात आणि पाण्याच्या स्रोतांचा, झऱ्यांचा माग काढत कसे जातात हे समजलं.' वन्यजीवांसाठीच्या राखीव पट्ट्यांची रचना करताना, तसंच त्यासाठी लागणारी जागा आणि गरजा यांचा जाहीर पुरस्कार करताना अशा माहितीचा उपयोग होतो.

वन्यजीव धोरणांसंबंधित राष्ट्रीय आणि आंतरराष्ट्रीय पातळीवरच्या चर्चांमध्ये सेजलचा सहभाग असतो. JNRमध्ये मात्र त्यांना आपल्या अनुभवांचा बऱ्याच लहान पातळीवर, लगेच प्रत्यक्ष वापर करून बघण्याची संधी मिळते. हे राखीव क्षेत्र पाहुणे आणि संशोधकांसाठी खुलं आहे; पण मानवी हस्तक्षेपापासून जंगलाचं जमेल तितकं रक्षण करण्याचा प्रयत्न करणं हा मूळ उद्देश आहे. तेव्हा अंधार पडल्यावर अभयारण्यात राहायला किंवा प्रवेश करायला मनाई आहे. त्याचं एक कारण सुरक्षितता हे असलं तरी जनावरांना आपापला वेळ मिळावा हाही हेतू आहे. कॅमेऱ्याच्या सापळ्यांचा वापर विवेकी दृष्टीनं केलेला असून, इथे भेट द्यायला येणाऱ्या शाळकरी गटांसाठी ते एक परिणामकारक शैक्षणिक साधन आहे. आपण आत्ता काही वेळापूर्वी ज्या रस्त्यानं चालत गेलो त्याच मार्गानं जाणाऱ्या जनावरांचे फोटो आणि व्हिडिओ विद्यार्थ्यांना दाखवल्यामुळे जंगल त्यांच्यासमोर जिवंत होतं आणि पाहुण्यांच्या कल्पनाशक्तीला खाद्य मिळतं. पाणवठ्यावर कोकलास कृकण पक्ष्याच्या जोडीनं उभे असलेले दोन गोराल अशा व्हिडिओ क्लिप्समुळे वन्यजीवांची आणि त्यांच्या लयाला चाललेल्या अधिवासाची जोपासना व्हावी, यासाठी लोकांचं मन वळवण्यास मदत होते.

# ३०

## ऊन-सावल्यांचा खेळ

वन्यजीव किंवा वाइल्डलाइफ फोटोग्राफी आता अशा टप्प्यावर येऊन पोहोचली आहे की, जंगली प्राण्यांचे अगदी जवळून आणि तपशीलवार फोटो काढणं आपल्याला शक्य झालं आहे. डिजिटल तंत्रज्ञानामुळे तर कॅमेरा म्हणजे सर्व काही टिपून घेणारा डोळाच झाला आहे. जंगलातला प्रत्येक मिलिसेकंद मुद्रित करणं आणि त्याच्या जोडीला एकीकडे प्रकाश आणि सावली, पिसं, झाडोरा आणि लोकर इत्यादी तपशिलांचं लगेच संस्करण करणं आता शक्य आहे. आपल्या सुदैवानं आपण अशा काळात राहतोय जेव्हा धोक्यात आलेल्या प्रजातींकडे या फोटोंमुळे लक्ष वेधलं जाऊ शकतं. अर्थात विरोधाभास असा की, आपल्या पृथ्वीवरच्या वनाच्छादित जागा कमी होत गेल्या असल्या तरी ऐटबाज कॉफी टेबल पुस्तकं, टीव्हीवर दाखवले जाणारे निसर्गपट आणि सोशल मीडियावरच्या पोस्ट्स यांच्या कृपेनं आपल्याला कितीतरी जास्त बघायला मिळतं. त्याचा नकारात्मक परिणाम कदाचित एवढाच की, हिमबिबटे, खवल्या मांजर आणि लाल पांडा यांचे अगदी जवळून काढलेले हे फोटो जितके सहज उपलब्ध होऊ लागतात, जितके प्रचलित होतात तितके खुद्द हे प्राणी मात्र नामशेष होत चालल्याचं आपण विसरून जाऊ शकतो.

हिमालयाचा नैसर्गिक इतिहास समजून घेण्याच्या, नोंदवून ठेवण्याच्या आणि त्याचं जतन करण्याच्या आपल्या एकत्रित मोहिमेत कॅमेरा फार महत्त्वाची भूमिका

बजावतो. १९६० आणि १९७०च्या दशकात भारतातले उत्कृष्ट निसर्गतज्ज्ञ आणि लेखक एम. कृष्णन यांनी वाइल्डलाइफ फोटोग्राफीचा पाया घातला. गेल्या पाच दशकांत नरेश आणि राजेश या बेदी बंधूंनी भारतीय वन्यजीवनाच्या, विशेषत: हिमालयातल्या प्रजातींच्या स्थिर आणि चलत्‌चित्रित प्रतिमांचा मोठा संग्रह केला आहे. त्यांनी काढलेले फोटो केवळ निसर्गसौंदर्याची मोहकताच दर्शवतात असं नव्हे, तर ते फोटो म्हणजे वैज्ञानिक माहितीचं भांडारच आहे. ती माहिती भविष्यात संशोधकांना वापरता येऊ शकते.

आजच्या घडीला हिमालयात काम करणारे, कामाला पूर्णपणे वाहून घेतलेले आणि अगदी यशस्वी असे दोन वाइल्डलाइफ फोटोग्राफर म्हणजे संदेश कुमार आणि धृतिमान मुखर्जी. एखाद्या लपायच्या जागेत अंगाचं मुटकुळं करून किंवा एका पहाडी अधिवासातून दुसऱ्या अधिवासाकडे ट्रेकिंग करत ते दोघेही वर्षातला बराचसा काळ जंगलात घालवतात. ढगाळ बिबट्यांचे किंवा एकशिंगी गेंड्यांचे त्यांनी काढलेले विलक्षण फोटो 'सँक्चुरी एशिया' किंवा 'सेव्हस'सारख्या चकचकीत मासिकात, तसंच अनेक परदेशी मासिकांत छापून येत असतात; मात्र सिकाडा (एक प्रकारचा रातकिडा), बिडाल कोळी (लिंक्स स्पायडर), शुभ्र भिवईचे सुतार पक्षी आणि मोठ्या जळवा (टायगर लीचेस) अशा कमी लोकप्रिय प्रजातींचे फोटो काढून त्यांनी एकंदर ज्ञानसागरात मौल्यवान भर घातली आहे.

वाइल्डलाइफ फोटोग्राफीच्या सध्याच्या अवस्थेविषयी माझी एकमेव तक्रार म्हणजे भारतातल्या राष्ट्रीय उद्यानांना भेटी देणं अधिकाअधिक धोकादायक होत चाललं आहे. त्याला कारण म्हणजे मेंदूला इजा होण्याची शक्यता. प्रत्येकजण अत्याधुनिक कॅनन किंवा निकॉन घेऊन त्याला पिस्तुलासारखा दांडा असलेली मोठ्या क्षमतेची झूम लेन्स जोडून आलेला असतो. एखादा वाघ दिसला रे दिसला किंवा अगदी मुंगूस जरी दिसलं तरी हौशी फोटोग्राफर कामाला लागतात. एखाद्या २००-५०० mm f/h.n APO EX DG चा फटका बसण्याचा गंभीर धोका निर्माण होतो. जंगल सफारीला निघालेल्या जीप आजकाल अतिरेकीविरोधी पथकासारख्या दिसतात. खाकी कपडे घालून कॅमेरा धारण केलेल्या आणि एखाद्या लहान तोफेच्या आकाराच्या लेन्सेस बरोबर घेऊन जाणाऱ्या सैनिकांनी त्या गच्च भरल्या आहेत असं वाटतं.

असं सगळं असलं तरी या सगळ्याचे काही फायदेही आहेत. जी माणसं एरवी टेबलाशी बसून राहिली असती किंवा स्प्रेडशीटमध्ये डेटा टाकत बसली असती ती बाहेर मोकळ्या हवेत जायला उद्युक्त होतात. त्यासाठी त्यांना विकत घ्यावा लागणारा जामानिमाही थोडाफार कारणीभूत असतो. तंत्रज्ञानाच्या मगरमिठीचा भार बाजूला करून जंगलात जाण्याचा आनंद मात्र आता हरवला आहे. आपले

डोळे हेच आपल्याजवळ असलेले सर्वांत अत्याधुनिक आणि संवेदनशील कॅमेरे आहेत हे सहसा आपण विसरून जातो.

भारतातली अगदी सुरुवातीची काही वाइल्डलाइफ फोटोग्राफी १९२० साली एफ. डब्ल्यू. चॅम्पियन या संयुक्त प्रांतातल्या म्हणजे आत्ताच्या उत्तर प्रदेश आणि उत्तराखंडमधल्या वनअधिकाऱ्यानं केली होती. त्यानं काढलेले बरेचसे फोटो तेराईमध्ये आणि देहराडून ते हलद्वानीमध्ये पसरलेल्या हिमालयाच्या पायथ्याच्या टेकड्यांपाशी घेतले होते. चॅम्पियन त्याच्या काळाच्या पुढेच होता. त्याच्या बहुतेक सगळ्या सहकाऱ्यांना आणि सह-वसाहतवाद्यांना दारूगोळा असलेली शस्त्रं वापरून वाघांची आणि इतर मोठ्या सस्तन प्राण्यांची शिकार करण्यात जास्त रुची होती. त्यानं मात्र रिमोट फ्लॅश फोटोग्राफीचा पाया घातला. (दूरवरून विजेचा मोठा झोत मारून फोटो काढणे). त्यासाठीचं तंत्रज्ञान लहरी आणि कटकटीचं होतं. त्यात काचेच्या पट्टीवरच्या निगेटिव्ह आणि मॅग्नेशियम फ्लॅश पावडर वापरली जाई. दाबपट्ट्यांमुळे ती पावडर पेट घेई आणि शटरच्या सहकार्यानं तिचा स्फोट होत असे. अवरक्त किरणांचा आणि बहुविध प्रकाशनाचा वापर करणाऱ्या आजकालच्या कॅमेरा सापळ्यांशी तुलना करता चॅम्पियनचं यंत्र अगदी बाळबोध वाटतं; मात्र यंत्राच्या मर्यादांची कसर त्यानं आपला फोटोचा विषय व्यवस्थित समजून घेऊन आणि प्रत्येक शॉट लावताना जंगलसंबंधित कौशल्याचा चिकाटीने वापर करून भरून काढली.

'द जंगल इन सनलाइट' आणि 'विथ अ कॅमेरा इन टायगर-लॅन्ड' या त्याच्या दोन्ही पुस्तकांत भारतीय वन्यजीवनाच्या कृष्ण-धवल छायाचित्रांची मालिका आहे. तसंच, त्याबरोबरीनं वाचकाला जागरूक करणारा काही मजकूरदेखील आहे. त्यात त्याने त्याच्या आवडत्या पहाडी जंगलांचं वर्णन केलं आहे आणि त्यांची जोपासना करण्याची विनंतीही केली आहे. जिम कॉर्बेटसारख्या शिकाऱ्यांवर चॅम्पियनच्या पुस्तकांचा प्रभाव होता. चॅम्पियनच्या हाकेला 'ओ' देत त्यानं उत्कटतेनं वाइल्डलाइफ फोटोग्राफी हाती घेतली.

> अनेक प्राणी झपाट्याने कमी होत चालले आहेत. ज्यांना सुरेख प्राण्यांचं रक्त सांडायला आवडत नाही त्यांनी बंदूक टाकून कॅमेरा हाती घ्यावा, असं मी आवाहन करतो. मोठ्या प्राण्यांची शिकार करणाऱ्या एखाद्या शिकाऱ्याला जे सुख आणि जो थरार हवाहवासा वाटत असतो तोच कॅमेरा वापरून मिळतो. अर्थात, त्यातून आणखीही काही मिळतं. निसर्गाचं आणि त्याच्या विविध पैलूंचं खोलवर दर्शन तर कॅमेरा घडवतोच; पण कुशल हातांमध्ये पडलेल्या कॅमेऱ्यातून वैज्ञानिकदृष्ट्या मौल्यवान

> फोटो बाहेर येतात. त्यातून कित्येकांना जो आनंद मिळतो तो केवळ शिंगं आणि कातडी बघून मिळत नाही. मग त्यांचे आकार किती का मोठे असेनात.

चॅम्पियननं जवळजवळ एका शतकापूर्वी प्रसिद्ध केलेल्या फोटोंची तुलना सध्याच्या लख्ख रंगांच्या आणि शार्प फोकस असलेल्या वन्यजीव फोटोंशी करता येणार नाही. तरीही संवर्धनाच्या वारशाच्या एका महत्त्वाच्या भागाचं ते प्रतिनिधित्व करतात. तो वारसा स्मरणात ठेवणं आणि त्याला पुष्टी देत राहणं आवश्यक आहे. सगळ्यात महत्त्वाचं म्हणजे, कसेतरी काढलेले आणि केवळ नशिबानं बरोबर बसलेले ते शॉट्स नव्हेत. तासन्‌तास निरीक्षण करून आणि अनेक वर्षं जंगलात काढून जमा झालेल्या ज्ञानाच्या आधारे काळजीपूर्वक जुळवून आणलेल्या त्या प्रतिमा आहेत.

# ३१

## नंदनवनातील संघर्ष

हिमालयातले सर्वांत आक्रमक शिकारी प्राणी म्हणजे पिवळ्या कंठाचे मार्टेन्स (मार्टेस फ्लेव्हिगुला). सहसा त्यांना पाइन मार्टेन्स म्हणून ओळखलं जातं. ते एखाद्या उदमांजराच्या आकाराचे असून, टोकदार नाकाडापासून लांबलचक झुबकेदार शेपटीपर्यंत मोजले तर साधारण एक मीटर भरतात. त्यांच्या रंगांत विविधता बघायला मिळते. काही जवळपास काळे असतात तर काही हलक्या तपकिरी रंगाचे असतात. त्यांची डोकी आणि शेपट्या मात्र गळ्याखाली आणि छातीवर असलेल्या फिक्या पिवळ्या भागाशी विरोधाभास साधत कायमच गडद छटेच्या असतात. मार्टेन्स जमिनीवर आणि झाडांच्या फांद्यावर देखील विजेच्या चापल्यानं फिरत असतात. फिरताना ते सतत पक्ष्यांची घरटी, सरपटणारे प्राणी आणि लहान आकाराचे सस्तन प्राणी यांचा शोध घेत असतात. वाल्मिक थापर यांच्या 'टायगर फायर' पुस्तकात त्यांनी म्हटल्याप्रमाणे हे चपळ आणि ऐटबाज शिकारी बरेचसे मायासिड्ससारखे आहेत. मायासिड्स म्हणजे वाघ आणि तत्सम मार्जारवर्गीय प्राण्यांचे पूर्वज. पन्नास दशलक्ष वर्षांपूर्वी ते अस्तित्वात होते.

सन २०१४ मध्ये वसंत ऋतूच्या सुरुवातीला मसूरीपासून एक पर्वतरांग मागे नाग तिब्बाच्या फसव्या शिखराखाली मला एक तुरेवाला सर्पगरुड (सर्पन्ट ईगल- स्पिलोर्निस चीला) पिवळ्या कंठाच्या मार्टेन्सच्या जोडीचा पाठलाग करताना दिसला होता. कर्कश्श शीळ घालत त्या शिकारी पक्ष्यानं जमिनीपासून एक ते

दोन मीटर अंतरावरून उडत त्या दोघांना हैराण करून सोडलं होतं. खडकाळ, खुरट्या झुडपांनी आच्छादलेल्या कड्यांच्या विरळ झाडीच्या पट्ट्यातून मार्टेन्सची ती जोडी धडपडत चालली होती.

नाव सर्पगरुड असलं तरी सापांव्यतिरिक्त इतरही गोष्टी ते खातात आणि मार्टेन्ससारख्याच भक्ष्याच्या मागे असतात. मार्टेन्सइतकेच तेही आक्रमक आणि संधिसाधू शिकारी असतात. एखादा सर्पगरुड पूर्ण वाढ झालेल्या एखाद्या मार्टेनला ठार करण्याची शक्यता कमी आहे; पण मी पाहिलेल्या त्या जोडीबरोबर एखादं पिल्लूही असण्याची शक्यता आहे. मला मात्र दोन प्रौढ मार्टेन्सच दिसले. मार्टेस फ्लेव्हिगुला बऱ्याचदा कुजक्या अन्नाच्या शोधात असतात. त्यांनी कदाचित त्या गरुडाची शिकार चोरली असावी किंवा तो स्पिलोर्निस चीला त्या मार्टेन्सची शिकार ढापायच्या मागे असेल. तेव्हा त्यांच्यात झालेलं ते भयंकर भांडण म्हणजे शिकारीसाठी एकाच प्रदेशात वावरणाऱ्या आणि एकमेकांशी स्पर्धा करणाऱ्या दोन शिकारी जमातींमधल्या शत्रुत्वाचं साधं उदाहरण म्हणता येईल. आकाशातून उडणारा एक शिकारी आणि जमिनीवरचे दोन मांसभक्षक प्राणी यांच्या हिंस्र पाठलागाचा मी दहा मिनिटं साक्षीदार होतो. मधूनच तो सर्पगरुड त्या जोडीकडे बघून किंचाळायचा आणि फांद्या पसरून उभ्या असलेल्या झाडांच्या दिशेनं सूर मारायचा. त्याउलट ते मार्टेन्स बरेचसे शांत होते. सर्पगरुडाच्या सावलीच्या मागावर असल्यासारखे ते कधी आडोशाला लपत होते तर कधी तिथून बाहेर पडत होते. एक-दोनदा तो गरुड खाली झेपावलेला असताना मार्टेन्स गर्रकन वळले आणि भीतिदायक आवाज करत, कलकलाट करत त्याच्याकडे झेपावले. अखेर ती जोडी जंगलाच्या एका घनदाट पट्ट्यात नाहीशी झाली. गरुडाला त्यांचा पाठलाग करता येईना आणि तेव्हाच मग हा वैमनस्याचा खेळ संपुष्टात आला.

बौद्ध धर्माची अहिंसेची शिकवण आणि ज्यात बिबट्या एका मेंढीशेजारी पहुडला आहे अशा निसर्गाच्या 'पीसेबल किंगडम' (शांतताप्रिय राज्य) विषयीच्या अद्भुतरम्य भ्रामक कल्पना असूनही अखेर संघर्ष हा प्रत्येक प्राणीसमाजाचा अविभाज्य भाग आहे. कळपामध्ये आपसात आणि विविध प्रजातींमध्येसुद्धा बहुतेक सर्व परस्पर संबंधांवर, आक्रमक वृत्ती आणि शत्रुत्व यांचंच प्राबल्य असतं. याचा अर्थ असा नव्हे की, त्यांच्यात वाट्टेल तशी किंवा नाहक हिंसा घडते. नैसर्गिक निवडीच्या अनुकूल पद्धतीद्वारे ती काळजीपूर्वक मापून तयार होते. असंख्य पारिस्थितिक पडताळे आणि समतोल मिळून शांतता राखायला मदत होत असली तरी वाद होणं अपरिहार्य असतं. निव्वळ शिकारी आणि भक्ष्यातच ते होतात असं नव्हे तर एकमेकांशी क्वचितच संपर्कात येणाऱ्या प्राण्यांमध्येही होतात. बहुतेक सर्व पक्षी आणि सस्तन प्राणी आपापला परीघ राखून असतात. स्वत:साठी जंगलाचे, कुरणांचे

आणि पाण्याच्या स्रोतांचे हवे ते भाग राखून ठेवायला ते झगडतात. तसं म्हटलं तर त्यावरून झाडंही एकमेकांवर हल्ले करतात. आपल्या प्रतिस्पर्ध्यांभोवती विळखे घालून त्यांचे गळे घोटतात.

मात्र, बहुतेक वेळेस टिकून राहण्यासाठीचा जो संघर्ष असतो त्यात तडजोड हेच उत्तम धोरण असतं. बहुसंख्य प्राणी अन्न मिळवण्यात आणि पुनरुत्पादन करण्यात इतके व्यग्र असतात की, तसंच काही कारण असल्याशिवाय कोणी भांडणात पडत नाही; मात्र काही उपद्व्यापी प्राणी खुन्नस म्हणून मधूनच इतरांवर हल्ले करतात. आपण बघताना त्याचा अर्थ दुष्टपणा असा लावू शकतो. उदाहरणार्थ, माजावर आलेले हत्ती तापट वृत्तीचे होतात आणि वाटेत काहीही आलेलं त्यांना सहन होत नाही. वानरांमध्ये जेव्हा वर्चस्व असलेल्या नराच्या बदली दुसरा नर येतो तेव्हा त्याचा उत्तराधिकारी सहसा टोळीतल्या सर्वांत तरुण सदस्यांचा खून करतो आणि जनुक संचयावर वर्चस्व मिळवतो. भ्रूणहत्या आणि स्वजातिभक्षण हे वाघांपासून उंदरांपर्यंत इतरही प्रजातींच्या वर्तनाचा एक भाग आहे. अर्थात एखाद्या सशक्त परिसंस्थेत कितीतरी प्राणी एकत्र राहू शकतात आणि त्यांच्या फायद्याचं असेल तेव्हा वेळोवेळी एकमेकांना सहकार्यही करतात; मात्र स्रोतांची कमतरता निर्माण झाली किंवा सहज प्रवृत्तीच्या सीमारेषा ओलांडल्या गेल्या तर ते एकमेकांवर उलटतील.

दूरचित्रवाणीवर दाखवले जाणारे निसर्गविषयक कार्यक्रम बऱ्याचदा जंगलातले हे संघर्ष ठळक करून दाखवतात. मगरी आणि अजगर किंवा तरसं आणि रानटी कुत्रे अशा प्रजातीमधली भांडणं काळजीपूर्वक संकलन करून दाखवली जातात. पार रोमन साम्राज्यापर्यंत मागे गेलं तर वाघ-सिंहांसारख्या 'क्रूर' जनावरांच्या झुंजी माणसांनी रंगमंचावर आणल्या आहेत. भारतात मुघल आणि राजपूत तसबिरींमधून गेंड्यांच्या झुंजी आणि वाघ आणि इतर पशूंमधल्या अशाच जीवघेण्या लढायांची नोंद सापडते; मात्र हा तथाकथित 'जंगलाचा कायदा' नसून ती आपल्याच क्रौर्याची आणि निर्दयी अज्ञानाची लक्षणं आहेत. अनेकदा आपण माणसं तिथे असल्यामुळेच लढाईला तोंड फुटतं.

२००५ सालच्या जानेवारी महिन्यात मी माझ्या मुलाबरोबर - जयंतबरोबर जिम कॉर्बेट राष्ट्रीय उद्यानाला भेट दिली. पर्यटनाला वाहिलेलं एक चकचकीत मासिक आमचा खर्च उचलत होतं. जंगलातल्या एका लॉजमधल्या आमच्या यजमानांनी हत्तीवरून एक खास सफारी आयोजित केली होती. मी त्या अनुभवाची आणि त्यांच्या लॉजची शिफारस करावी असा त्यामागचा हेतू होता. एका हिवाळी पहाटे आम्ही 'फूलकली'च्या पाठीवर स्वार झालो. ती या उद्यानातली सर्वांत जुनी आणि अनुभवी हत्तीण होती. लांबवर पसरलेल्या, ओलसर गवतातून आम्ही

रामगंगा नदीच्या दिशेनं निघालो तेव्हा पूर्व क्षितिजावर पायथ्याच्या टेकड्यांची रेखाकृती उठून दिसत होती. माहुतानं फूलकलीला पुढे व्हायचा इशारा केला. तो दोन्ही पाय तिच्या मानेभोवती टाकून आणि आपले अंगठे तिच्या कानांमागे रुतवून बसला होता. आम्ही एका उलट्या ठेवलेल्या बाजेपासून तयार केलेल्या साध्या हौदावर बसलो होतो. खाली मऊ लागावं म्हणून एक गाठीगाठींची गोधडी घातली होती. आम्ही ज्याच्या दोन्ही बाजूला मांड टाकून बसलो होतो ते बाजेचे लाकडी पाय एवढाच काय तो हाताला आधार होता. सफारीच्या पहिल्या अर्ध्या तासाचा प्रवास अगदी संथ, डुलत चालला होता. कोरडी पडलेली अनेक ओढ्यांची पात्रं आम्ही ओलांडली. सालस आणि शांत फूलकली जाता-जाता वाटेत मनसोक्त पानं आणि उंच गवत खात होती. यथावकाश, आम्ही काटेरी झुडपांच्या आणि उंच गवताच्या एका भागात आलो. त्यापलीकडे नदी पसरली होती.

अचानक, एका हिरड्याच्या झाडावर बसलेल्या वानरानं घोगऱ्या आवाजात इशारा केला. जणू काही तो घसा खाकरत असावा. जवळच एखादा वाघ असावा हे आमच्या लक्षात आलं आणि मी जयंतला कॅमेरा तयार ठेवण्याची खूण केली. हत्तीण पुढे निघाली तशा आमच्या अपेक्षा वाढल्या. माझं लक्ष समोरच्या मोकळ्या जागेवर खिळलं होतं; पण मी सहज मागे नजर टाकली तर ती वाघीण फूलकलीचा अगदी जवळून पाठलाग करत होती. तिच्या अंगावरचे पट्टे उंच गवतात बेमालूम मिसळून गेले होते. त्या क्षणी हत्तिणीला त्या जनावराचा वास आला आणि ती अचानक वळली. रागानं एक कर्कश्श चीत्कार करत फूलकलीनं हल्ला चढवला.

हत्तीवर बसून जंगल सफारी करणं हा जंगलातून फिरण्याचा त्यामानानं सुरक्षित मार्ग आहे; मात्र हा एलेफस मॅक्झिमस प्राणी जेव्हा मस्तक खाली करतो आणि संतापाचं हिंस्र प्रदर्शन करत पुढे धाव घेतो तेव्हा आपल्याला बसल्या जागी राहणं सोपं नसतं. सुदैवानं आमच्यापैकी कोणी बसल्या जागेवरून घसरलं नाही. त्या बाजेचे पाय घट्ट पकडून आम्ही बसून राहिलो आणि फूलकली एखाद्या ब्रेक निकामी झालेल्या बुलडोझरसारखी लहान लहान झुडपांमधून सैरावैरा धावू लागली. तिच्या शत्रूपक्षानं यावर माघार घेतली; पण खर्जातला एक चिडखोर आवाज काढून आपली नाराजीही व्यक्त केली. याअगोदर अनेकवेळा फूलकलीची त्या वाघिणीशी गाठ पडली होती आणि त्या दोघींमधून 'विस्तव जात नाही' असं माहुतानं आमच्याकडे बघून कुजबुजत सांगितलं.

दाट झुडपांच्या आणखी एका भागाभोवती फिरत असताना काही वेळानं पुन्हा एकदा आमची गाठ त्या वाघिणीशी पडली. ती थेट समोर आमचा रस्ता अडवून, आमच्याकडे एकटक बघत उभी होती. जराही न डगमगता फूलकलीनं पुन्हा हल्ला चढवला. खडबडीत जमिनीवरून ती ५० मीटर धावत गेली आणि इकडे

आम्ही जीव मुठीत धरून बसलो होतो. वाघिणीनं संतापून डरकाळी फोडली आणि मग माघार घेऊन ती झुडपांत नाहीशी झाली. त्या दिशेनं तिच्या संतापलेल्या डरकाळ्या आम्हाला ऐकू येत होत्या.

झालं तेवढं बघणं पुरे झालं असं म्हणत या वेळेस मी माहुताला समजावण्याचा प्रयत्न केला; पण माझ्या विरोधाला न जुमानता त्यानं फूलकलीला वाळूचं एक पात्र ओलांडून पलीकडून जायचा इशारा केला. या वेळेस, ती वाघीण झुडपांतून बाहेर झेपावली. आमच्यासमोर पुन्हा एकदा एक हिंस्र हल्ला घडून आला. हत्तिणीनं चीत्कार केला, सोंड उंचावली आणि त्या वाघिणीला पायाखाली तुडवायचा प्रयत्न केला. वाघिणीनं दणदणीत डरकाळी फोडली. तोपर्यंत मी वाघांची डरकाळी फक्त लांबूनच ऐकली होती. कित्येक किलोमीटर अंतरावरून ऐकली तर ते निव्वळ लांबवर दुमदुमणारं खर्जातलं विव्हळणं वाटतं. दहा मीटर अंतरावरून ऐकलेली वाघाची डरकाळी मात्र कोणाच्याही अंगाचा थरकाप उडवू शकते. जंगलातलं प्रत्येक पान कंप पावतंय असं वाटत होतं. माहुतानं पुन्हा एकदा परिस्थिती ताब्यात घेऊन हत्तिणीला बाजूला केलं तेव्हाच मला हायसं वाटलं.

काही वेळानं आम्ही वाळू आणि खडीची कोरडी पात्रं ओलांडून परत फिरलो. तिथे आम्हाला त्या वाघिणीचे दोन बछडे ऊन खाताना दिसले. दोघांचीही पूर्ण वाढ झाली होती. आपल्या आईनं फूलकलीबरोबरचं भांडण आपापलंच सोडवावं याला त्यांची विशेष हरकत दिसत नव्हती. इकडे मी आणि जयंत निव्वळ तग धरून राहता आल्याच्या आनंदात होतो. या अनुभवामुळे सांगायला एक थरारक किस्सा मिळाला असला तरी मला हा प्रसंग कायमच लाजिरवाणा वाटत आला आहे. आम्ही आगंतुकासारखे जंगलात घुसलो नसतो आणि साहसी पर्यटनाची चिथावणीखोर बळजबरी नसती तर ती वाघीण आणि ती हत्तीण एकमेकींसमोर आल्याच नसत्या.

दोन जनावरांमधल्या भांडणाचं कारण बरेचदा होमो सेपियन्स असले तरी खुद्द आपल्या प्रजातीइतकी वैमनस्य बाळगणारी जमात आणखी कुठली नसेल. हिमालयातला माणसं आणि जनावरांमधला संघर्ष ही निसर्गसंवर्धकांसाठी कायमची डोकेदुखी आहे. विशेषत:, बफर क्षेत्रं आणि राष्ट्रीय उद्यानांच्या सीमेवर असलेल्या वस्त्यांमधला संघर्ष. दरवर्षी नरभक्षक बिबट्यांच्या आणि वाघांच्या बातम्या येतात. मानवी जीवनाची झालेली कोणतीही हानी दुर्दैवीच आहे; पण खरी गोष्ट अशी आहे की, त्यातल्या बहुतेक सगळ्या मृत्यूंसाठी माणसांनाच दोषी ठरवायला हवं. आपणच इतर प्रजातींच्या हद्दीत घुसखोरी आणि अतिक्रमण करतो, त्यांचा अधिवास नष्ट करतो आणि स्थलांतराचे मार्ग बंद करतो. बहुतेक सर्व नरभक्षक हे मानवनिर्मित असतात हे एक साधं सत्य आहे. माणसं आणि जनावरं यांच्यातला संघर्ष अनेक रूपं घेतो. तो बऱ्याचदा पिकांची नासधूस करणाऱ्या रानडुकरं, साळिंदर किंवा मोर अशा

कमी धोकादायक प्राण्यांशी असतो. एक काळ असा होता जेव्हा अशा प्राण्यांना 'नुकसानकारक प्राणी' असं म्हटलं जायचं; मात्र इतर कोणत्याही सस्तन प्राण्यापेक्षा ग्रामीण आणि शहरी भागात आपला सर्वांत जास्त सामना माकडांशी होतो.

पत्रकारांच्या आवडत्या शब्दांत सांगायचं तर 'माकडांचा उच्छाद' हा माणसानं स्वत:च निर्माण केलेल्या अडचणीचं उत्तम उदाहरण आहे. मसूरीसारख्या थंड हवेच्या ठिकाणी ऱ्हिसस मेकाक (माकड) चे कळप कचऱ्याच्या ढिगातून आपलं अन्न मिळवून ते ढीग साफ करतात आणि त्यातूनच त्यांच्या जमातीची बेसुमार वाढ होण्यासाठी पुरेसं पोषण मिळतं. घरगुती कचरा हे त्यांचं मुख्य अन्न आहे. शिवाय ते फळं आणि भाज्यांच्या गाड्यांवर, बागांवर आणि फळबागांवर देखील धाडी घालतात. पुरेसं अन्न सहज हाताला लागलं नाही तर माकडं घरांमध्ये आणि दुकानांमध्येही घुसतात. माणसांना जराही न घाबरता ते आक्रमक होऊन किराणा सामानाच्या पिशव्या हातातून ओढून घेतात किंवा क्वचित माणसांवर हल्ले करून चावे घेतात.

ग्रामीण भागातली परिस्थितीही तेवढीच कठीण आहे. लूटमार करत फिरणाऱ्या माकडांच्या भटक्या टोळ्या फळझाडांचा आणि शेतांचा नाश करतात. गढवालमधल्या, विशेषत:, सांभाळायला अवघड भागातल्या काही शेतकऱ्यांनी या पीक लुटारूंना वैतागून शेती करणं सोडून दिलं आहे. हनुमान या हिंदू देवतेशी अगदी जवळचा संबंध असल्यामुळे माकडांना त्याच्या कडव्या भक्तांचं संरक्षण मिळतं. जरी हनुमानाचा संबंध सहसा आणखी मोठ्या आकाराच्या, रुपेरी केसांच्या वानरांशी (सेम्नोपिथेकस एन्टेलस) जोडला गेलेला असला तरी तपकिरी केसांच्या, लहान आकाराच्या ऱ्हिसस मेकाक (मेकाका मुलाता) ला देखील देवत्व बहाल केलेलं आहे. वनविभागाच्या नियमांनुसार आणि धार्मिक आदेशानुसार माकडांचं शिरकाण करणं किंवा त्यांना इजा करणं बेकायदेशीर आहे, तसंच निषिद्धही आहे. प्राण्यांच्या अधिकारावर काम करणारे कार्यकर्तेही त्यांच्या बाजूनं आहेत. वैतागून काही जमातींनी माकडांचे सापळे वापरण्याचा मार्ग निवडला आहे. ते मेकाकांना सापळ्यात पकडून त्यांना वीस ते तीस किलोमीटर अंतरावर सोडून येतात. म्हणजे दुसऱ्या कोणालातरी त्यांचा त्रास होतोच. कित्येक वेळा अशी सोडून दिलेली माकडं रस्त्याच्या कडेला राहतात आणि जाणाऱ्या-येणाऱ्या प्रवाशांकडून काहीतरी मागून खातात. भारतातल्या माकडांच्या वाढत्या संख्येवर नियंत्रण आणणं आणि त्यांचं व्यवस्थापन करणं यावरून अनेक कायदेशीर, नैतिक, पर्यावरणविषयक आणि व्यवहार्य प्रश्न निर्माण होत आहेत. कचऱ्याची विल्हेवाट लावण्यासाठीच्या योग्य पद्धती ठरवून त्या राबवण्याचे एकत्रित प्रयत्न आणि त्या जोडीला माकडं ज्या अन्नाचा फडशा पाडतात त्यातून त्यांना गर्भनिरोधक औषधं देणं एवढाच व्यवहार्य उपाय सध्या

दिसतो.

अलीकडेच मी गढवालमधल्या एका ऐतिहासिक देवळाला भेट दिली. त्या भागातलं ते सर्वांत प्राचीन आणि समृद्ध देऊळ आहे. वर उल्लेख केलेल्या परिस्थितीतला विरोधाभास तिथे प्रकर्षानं जाणवला. देवळात दर्शन घेतल्यावर मी मुख्य पुजाऱ्यांना भेटलो. तेच त्या धार्मिक स्थळाचे व्यवस्थापक आहेत. माणूस अगदी उत्साही आणि सरळ स्वभावाचा वाटला. आम्ही त्या देवळाशी संबंधित पुराणकथा आणि परंपरांविषयी बोललो. आमचं बोलणं चालू असताना त्यांच्या शेजारच्या खुर्चीवर मला एक एअर पिस्तूल ठेवलेलं दिसलं. ते कशासाठी असं मी विचारलं.

'ही माकडं हो,' ते उत्तरले आणि पुजाऱ्याला न शोभेलशा शिव्यांची माळच त्यांच्या तोंडून बाहेर पडली. माकडांना अपशब्द वापरून झाले आणि त्यांच्या आई-माईचा उद्धारही करून झाला.

तेवढ्यात देवळाच्या छतावर दोन माकडं अवतरली. मुख्य गाभाऱ्यातून फळं आणि इतर खाण्यायोग्य नैवेद्य चोरण्यासाठी ती घुटमळू लागली. ताबडतोब हे पंडित आपलं हत्यार घेऊन त्या माकडांच्या मागोमाग बॉलीवूडमधल्या एखाद्या बंदूकबहाद्दराच्या आवेशात धावू लागले. धावता-धावता त्यांनी अनेक गोळ्या झाडल्या. हनुमानाची भव्य प्रतिमा आपल्या देवळाच्या उंबऱ्याचं रक्षण करत उभी आहे, या गोष्टीनं त्यांना काहीही फरक पडलेला दिसला नाही.

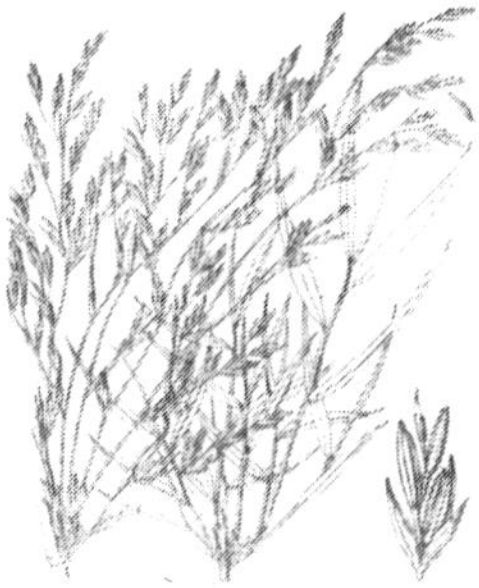

# ३२

## देवसाई पठारापलीकडे

सिंधू आणि गिलगीट नद्यांच्या संगमावर 'आशियाचा नांगर' आहे. हिमालयाच्या वायव्येकडच्या टोकाच्या परिस्थितीचा सामना त्याविरुद्ध उभ्या ठाकलेल्या काराकोरम आणि हिंदूकुश पर्वतरांगांशी होतो. ज्या पर्वतांना सिंधू नदी दुभागते त्यांच्यापेक्षा ती कितीतरी जुनी आहे. हिमनदीतून येणाऱ्या सिंधू नदीच्या फुगलेल्या प्रवाहाचा उगम कित्येक किलोमीटर दूर तिबेटमध्ये आहे. आमच्या आजूबाजूला सगळीकडे भूगर्भशास्त्रीय आघाताचे गुदमरून टाकणारे पुरावे आहेत. भूखंडांची टक्कर होऊन तयार झालेली जगातली काही सर्वोच्च शिखरं इथे आहेत. सर्वेक्षण नकाशांवर वेगवेगळे प्रदेश अलग करून दाखवणाऱ्या व्यवस्थित रेषा दिसत असल्या तरी हे पर्वत एकमेकांत मिसळून गेल्यासारखे वाटतात. त्यांचे उघडेबोडके उतार धूप होऊन खरबरीत झालेले आहेत. डोंगराच्या सोंडेच्या दातेरी कडा, घट्ट आवळलेली खडकांची आवरणं आणि तांबूस रंगाच्या मातीचे एकमेकांवर चढलेले थर हे एखाद्या घनघोर लढाईनंतर काढून फेकून दिलेली शिरस्त्राणं, वाकलेल्या, तुटलेल्या तलवारी, कुऱ्हाडीची पाती, सोटे यांच्या धुळीनं माखलेल्या आणि कशाबशा रचलेल्या ढिगासारखे दिसतात.

कित्येक शतकं चालू असलेल्या मानवी युद्धांनी सिंधू नदीचा प्रवाह चिन्हांकित केला आहे. जणू भूप्रतलाच्या घर्षणाचं प्रतिबिंबच त्यात पडलं आहे. बाल्टिस्तानमधल्या स्कर्दू या गावात कुशाण, तिबेटी, मुघल, अफगाण, डोगरा आणि ब्रिटिश या सर्व

जमातींकडून लागोपाठ झालेल्या आक्रमणाचा प्रदीर्घ इतिहास आहे. या सर्वांनीच स्थानिक राजांशी आणि सरदारांशी हातमिळवणी करून त्या मोक्याच्या व्यापारी मार्गावर अगदी बारीक नियंत्रण मिळवलं होतं. सत्तेसाठी अखंड चालू असणाऱ्या संघर्षाला हिंस्त्र चकमकींची आणि रक्तपाताची जोड मिळत होती. आजही या लढाया चालू आहेत. हा प्रशासकीय प्रदेश आता गिलगीट-बाल्टिस्तान नावानं ओळखला जातो. आजही तो भाग वादग्रस्त असून, भारत आणि पाकिस्तान दोघेही काश्मीरचा एक भाग म्हणून त्यावर दावा सांगत आहेत. या भागात असलेली एक काल्पनिक 'प्रत्यक्ष नियंत्रणरेषा' (Line of actual control) भूकंपाने मोठी भेग पडून जमीन दुभंगावी तसं पर्वतांना दुभागते.

इस्लामाबादवरून स्कर्दूला विमानानं जाताना मी पाकिस्तानी लष्करातल्या एका तरुण अधिकाऱ्याशेजारी बसलो आहे. तो सियाचीन हिमनदीकडे निघाला आहे. पृथ्वीवरची ती सर्वांत उंचावरची युद्धभूमी. आत्ता त्यानं लष्करी गणवेशाऐवजी पोलो शर्ट, जीन्स आणि बेसबॉल टोपी असा पोशाख केला आहे. ते बघून हा समुद्रसपाटीपासून पाच हजार पाचशे मीटर उंचीवर बर्फात खंदक खणण्याऐवजी स्वत:च्या लाहोर शहरात गुलशन-ए-इक्बाल उद्यानात भटकत असावा असं वाटतं. सालतोरो पर्वतरांगेच्या पश्चिमेला आपल्या नेमणुकीच्या ठिकाणी चालत जायला आणि तिथल्या हवेशी मिळतंजुळतं घ्यायला एक आठवड्याहून अधिक काळ लागेल असं काहीसं द्विधा हसत तो मला सांगतो.

स्कर्दू विमानतळावरून आम्ही नदीच्या प्रवाहाच्या वरच्या दिशेला जाऊ लागतो आणि वाटेत सिंधू नदीवरचा एक पूल ओलांडतो. इथे दरी रुंदावते. एव्हाना विस्मरणात गेलेल्या, पुरानं वाहून आणलेल्या वाळू आणि खडीच्या विस्तृत पट्ट्यांमधून नदी दक्षिणेकडे वळून जाऊ लागते. आम्ही शिगारकडे जायला लागतो. बाल्टिस्तानमधल्या कित्येक प्राचीन राज्यांपैकी ते एक. बाल्तोरो हिमनदी, के२, ब्रॉड पीक (फाल्चन कांगरी) आणि गाशेब्रम शिखरसमूहातून वाहत येणाऱ्या सिंधू नदीच्या एका मोठ्या उपनदीवर ते राज्य वसलं आहे. माझ्याबरोबर दीदार अलीदेखील प्रवास करतो आहे. तो सिल्क रूट एक्स्पेडिशन्स या प्रवासी कंपनीचा सह-संस्थापक आहे. माझ्या प्रवासाची आखणी याच कंपनीनं करून दिली आहे. हुन्झा इथे तो गालिच्यांचा व्यवसायही चालवतो. लहान चणीच्या, उत्साही, सदा हसऱ्या आणि किश्श्यांचा अखंड साठा असलेल्या दीदारची गिलगीट-बाल्टिस्तानच्या इतिहास आणि संस्कृतीवर चांगली हुकुमत आहे. सूफी कवी रुमीच्या ओळी उद्‌धृत करत तो म्हणतो : 'प्रवास आधी तुम्हाला नि:शब्द करून सोडतो आणि मग कथाकार बनवून टाकतो.' ईब्न बतुता या मोरोक्कन प्रवाशालादेखील या वचनाचं कर्तेपण दिलं जातं.

आगा खान सांस्कृतिक सेवेनं शिगार किल्ल्याचं नूतनीकरण आणि पुनरुज्जीवन केलं आहे. आगाखान विकास गटाचाच एक भाग असलेल्या सेरेना ग्रूपतर्फे आता तिथे हेरिटेज हॉटेल चालवलं जातं. उत्तर पाकिस्तानातले अनेक लोक इस्लामच्या इस्मायली पंथाचे सदस्य आहेत. ते आगा खान यांना आपला आध्यात्मिक गुरू किंवा इमाम मानतात. दीदार स्वत: इस्मायली असून, नोकरी, शिक्षण आणि आरोग्यसुविधा उपलब्ध करून देण्यासाठी आगा खान यांनी सुरू केलेल्या अनेक सेवाभावी उपक्रमांविषयी त्याला अभिमान आहे.

शिगार किल्ला हे आमच्या राज्यकर्त्यांचं सतराव्या शतकातलं शाही निवासस्थान आहे. आमाचा हे सरंजामी राजघराणं असून, त्याचे वंशज अजूनही त्या खोऱ्यात राहतात. एका उभ्या खडकाच्या पायथ्याशी बांधलेला आणि एका बाजूला खळाळता झरा असलेला हा तटबंदी महाल चिनार आणि वाळुंजाच्या उपवनांनी वेढलेला आहे. तसंच तिथे सफरचंद, पिअर, तुती, पीच, अक्रोड आणि बदामांच्या कुंपण घातलेल्या बागादेखील आहेत. फुलांचे ताटवे गुलाब, डेलिया आणि कॉसमॉसनं भरून वाहत आहेत. हा किल्ला म्हणजे मोठाल्या शिळांनी बांधलेली ओबडधोबड रचना असून, ती अर्ध-लाकडी आहे. लाकडातून कापून काढलेल्या ओबडधोबड तुळया मध्यभागी असलेल्या तीनमजली मनोऱ्याला आधार देत उभ्या आहेत. ओसाड सोंडांच्या मधोमध वसलेली वाळवंटातल्या हिरवळीसारखी शिगारच्या राजाची जहागीर म्हणजे लढाऊ किल्ल्यापेक्षा मौजेची बागच अधिक आहे. कड्याच्या टोकाला महालाकडे तोंड करून एक संरक्षित तटबंदी आहे. हल्ला झाला तर आमाचा राजा आणि त्याचे दरबारी इथे आश्रय घेऊ शकत. जवळच एक ऐतिहासिक लाकडी मशीद आहे. त्यावर जाळीची नक्षी असलेल्या कमानी आणि रेखीव अक्षरातला मजकूर लिहिलेला आहे. तसंच घुमटाकार छत आणि उंच मिनारांऐवजी एखाद्या पॅगोडासारखं पसरट छत आहे.

कोणे एके काळी एकाकी आणि दुर्गम असलं तरी शिगार ही त्यामानानं समृद्ध वसाहत आहे. बार्ली, मका आणि बटाट्यांच्या शेताला पुरवण्यासाठी तिथे चिकार पाणी आहे. तिबेटला जाणाऱ्या पारंपरिक व्यापारी मार्गांवर ताबा ठेवून इथले राज्यकर्ते आपल्या हद्दीतून जाणाऱ्या कोणत्याही मालावर कर वसूल करत असत. इथल्या पर्वतांमध्ये नीलमण्यांसारखी मौल्यवान रत्नं आणि इतर खनिजंदेखील सापडतात. त्यात एका हिरव्या, पाचूसारख्या 'सर्पमण्या'चा देखील समावेश आहे. चहाच्या कपांवर आणि दागिन्यांवरच्या कोरीव कामात तो वापरला जातो. हे रत्न विष आणि दुष्ट चेटूक यापासून आपलं रक्षण करतं अशी समजूत आहे. शिगारमध्ये पवित्र अशा चिनार वृक्षाच्या सावलीत बसून, ऐतिहासिक काळी या मार्गानं प्रवाशांचे जथ्थे कसे जात असतील त्याची सहज कल्पना करता येते. योद्ध्यांपासून ते

व्यापाऱ्यांपर्यंत आणि भटक्यांपासून ते गिर्यारोहकांपर्यंत कित्येकांनी हा मार्ग वापरला असेल.

दुसऱ्या दिवशी पुन्हा एकदा सिंधू नदी ओलांडल्यावर आमच्या सोबतीला इझर अली येतो. तो दीदारच्या व्यावसायिक भागीदाराचा मुलगा आहे. अर्थशास्त्रात नुकतंच एमए केलेला इझर या उन्हाळ्यात टूर गाईड आणि फोटोग्राफर म्हणून काम करतो आहे. स्कर्दूमध्ये सगळं सामान भरून घेतल्यावर आमची लॅन्ड क्रूझर दरीतून वर चढून देवसाई पठाराकडे निघते. जगातलं हे सर्वांत उंचावरचं कुरण आहे. वाटेत आम्ही खडकाच्या एका मोठ्या शिळेपाशी थांबतो. त्यावर ध्यानमग्न बोधिसत्त्वांच्या प्रतिमा कोरलेल्या आहेत. त्या साधारण नवव्या शतकातल्या असाव्यात. तेव्हा हा प्रदेश तिबेटी लोकांनी व्यापला होता. बुद्धाच्या विविध अवतारांचं चित्रण करणारी नाजूक वेलबुट्टी दगडाच्या रापलेल्या टणकपणाशी विरोधाभास साधत असते.

देवसाईवरून खाली उतरणाऱ्या अरुंद खोऱ्यात शिरताना आम्ही तीन हजार मीटरहून अधिक उंचावर असलेल्या ज्युनिपरच्या खुरट्या झुडपांच्या आणि इतस्तत: पसरलेल्या विरळ भोजवृक्षांच्या प्रदेशातून जातो. हेमंत ऋतूची सुरुवात असल्यामुळे झाडांचे रंग बदलत आहेत. एकमेकांत मिसळून गेलेल्या हिरव्या आणि पिवळ्या रंगाच्या छटा बघून गालिच्यांसाठी वापरल्या जाणाऱ्या रंगीत धाग्यांची आठवण होते, असं दीदार सांगतो. या धाग्यांच्या रंगच्छटांमध्ये कायमच वैविध्य आढळतं. त्याला 'अब्राश' असं म्हणतात. नीळ वापरून निळा रंग कसा तयार होतो आणि डाळिंबाच्या सालीपासून किंवा मिल्कवर्ट नावाच्या जंगली फुलापासून पिवळ्या रंगाची नैसर्गिक रंगद्रव्यं कशी मिळवली जातात, हे तो समजावून सांगू लागतो. हिरवा रंग तयार करण्यासाठी पिवळ्या धाग्यावर निळीचा थर चढवला जातो. त्यानंतर ऑक्सिजनशी संयोग होण्याची (ऑक्सिडायझेशन) क्रिया घडून येत असल्यामुळे होणाऱ्या परिणामांचा अंदाज बांधता येत नाही. कधी कधी त्या धाग्यावर भोजवृक्षासारखा हिरव्या आणि पिवळ्या रंगाचा असमान संयोग घडून येतो. विविधरंगी झाडाझुडपांमुळे डोंगरउतारांवर तयार होणारे गालिचे बघून ऋतू पृथ्वीला कसे रंगवून टाकतात याचा विचार माझ्या मनात येतो.

३,८०० मीटर उंचीवर म्हणजे आता आम्ही वृक्षरेषेच्या पुष्कळ वर आलो आहे. पायाखालचा नागमोडी रस्ता अखेर दरीतून बाहेर येत देवसाई पठारात शिरतो. तीव्र उंचीचा तो प्रदेश संथपणे वर-खाली होणाऱ्या टेकड्या आणि कुरणांच्या विस्तीर्ण प्रदेशात अचानक उलगडताना दिसतो. बर्फाच्छादित शिखरं केवळ लांबवर दिसत आहेत आणि या उंचावरच्या चराई क्षेत्राभोवती ती रिंगण करून उभी आहेत. ते बघून मला तिबेटमधल्या ठिकाणांची आठवण येते. अर्थात हा प्रदेश

काही तितका शुष्क आणि वैराण नाही. थांबल्यावर मला उन्हाळी फुलांचे अवशेष दिसतात. बर्फामुळे ती आता होरपळून गेली आहेत आणि त्यांच्या बिया तयार होऊ लागल्या आहेत. कांद्याचा वास येणारं ॲलियम, वनौषधी, चहात वापरला जाणारा रानटी ओवा आणि एडेलवाइसचे तुरे त्यात आहेत. फक्त काही काटक जेन्शिअन आणि ॲस्टर अजूनही फुललेले आहेत. खालून शेळ्या-मेंढ्यांचा एक कळप जातो. तसंच काही 'झो' म्हणजे गाय आणि याकचा संकर होऊन तयार झालेले प्राणीदेखील आहेत.

देवसाई म्हणजे शिना भाषेत 'देवांची भूमी.' या प्रदेशाच्या बऱ्याचशा भागात शिना भाषा बोलली जाते. दीदारच्या म्हणण्याप्रमाणे शिना भाषा बाल्टी भाषेसारखी नसून संस्कृतोद्भव आहे. बाल्टी भाषा तिबेटी भाषेला जवळची आहे आणि बुरूशास्कीला देखील. बुरूशास्की ही हुन्झाची मातृभाषा आहे आणि इतर कोणत्याही भाषिक वैभवाशी तिचा संबंध नाही. सबंध पाकिस्तानात इस्लामचं प्राबल्य असलं आणि गिलगीट-बाल्टिस्तानमधले बहुतांश लोक शिया किंवा इस्मायली असले तरी मुस्लिमांचं आक्रमण होण्यापूर्वीच्या काळातल्या प्राचीन पंथांचे अवशेष अजून शिल्लक आहेत. जिन आणि पऱ्या, राक्षस आणि प्राण्यांचे आत्मे यांच्या लोककथा गुज्जर मेंढपाळांसारख्या पारंपरिक समाजाच्या कहाण्यांमधून गोवल्या जातात. हे मेंढपाळ दर उन्हाळ्यात आपापले कळप देवसाईला चरायला आणतात. अजूनही ढोलक्याच्या तालावर नाचणाऱ्या आणि समाधी अवस्थेत जाण्यासाठी ज्युनिपरचा धूर ओढणाऱ्या हुन्झामधल्या खेडवळ तांत्रिकांविषयी दीदार सांगतो. प्रार्थनेचं प्रमुख ठिकाण जरी मशीद असली आणि तिथले मुल्ला एकेश्वरवादाची धार्मिक प्रवचनं जरी देत असले तरी हिमालयाच्या वरच्या भागात, काराकोरम आणि हिंदूकुश पर्वतात प्राचीन देवतांची भटकी पिशाचं अजूनही इथल्या भूमीचा पिच्छा करत आहेत.

१९९३ साली देवसाईला राष्ट्रीय उद्यान म्हणून घोषित केल्यावर अनेक मेंढपाळ तिथून बाहेर पडले आणि चक्क लष्करानंदेखील हा प्रदेश पर्यावरण संवर्धकांच्या हवाली केला. पाकिस्तानी लष्कर या सबंध पठारावर कार्यरत असलं आणि हे पठार पार 'प्रत्यक्ष नियंत्रणरेषे'पर्यंत पसरलेलं असलं तरी हिवाळ्यात इथे इतकी खडतर परिस्थिती असते की, इथे लष्करी तळ बांधणं विशेष धोरणीपणाचं होणार नाही. आम्हाला वाटेत पोलिसांची बरीच ठाणी दिसतात. तसंच संयुक्त राष्ट्रसंघाच्या लष्करी निरीक्षकांचा ताफाही दिसतो. भारत आणि पाकिस्तानमधल्या अस्थिर युद्धविरामावर ते लक्ष ठेवून असतात; मात्र लष्करी वाहनं किंवा तुकड्या काही नजरेच्या टप्प्यात दिसत नाहीत.

लांब शेपटीचे मॅरमॉट (मॅरमोटा क्वाडाटा) म्हणजे खारीसारखा एक प्राणी हे

वन्यजीवांपैकी सर्वसाधारणपणे आढळणारे प्राणी आहेत. टेकड्यांच्या पायथ्याशी ते बिळं करून राहतात. तिथून त्यांना पठाराचं सर्व दिशांनी निरीक्षण करता येतं. त्यांचं सरासरी वजन पाच किलोग्रॅम असून, साधारणपणे ते पूर्वेकडे पसरलेल्या हिमालयन मॅरमॉटच्या आकाराचे असतात (मॅरमोटा हिमालयाना). देवसाईमध्ये सापडणाऱ्या जातीची लांब शेपटीची ही देखणी जनावरं गडद लाल रंगाची असून, त्यांच्या फरवर काळ्या रंगाचे पट्टे असतात. हे मोठाले उंदीरवर्गीय प्राणी सहसा चौघा-पाचजणांच्या गटानं ऊन खात पहुडलेले असतात; मात्र धोक्याची चाहूल लागताक्षणी ते मागच्या पायांवर उभे राहतात आणि घाबरून आजूबाजूला बघतात. एखादा माणूस किंवा दुसरा एखादा धोकादायक जीव येताना दिसला की मॅरमॉट जोरात एक किंकाळी फोडतात आणि आपापल्या बिळात नाहीसे होतात. वसंत ऋतूत आणि उन्हाळ्यात पठारावर उगवणाऱ्या असंख्य वनस्पतींवर ते उपजीविका करतात, चांगले धष्टपुष्ट आणि तुकतुकीत होतात. त्यामुळे हिवाळ्यात जेव्हा देवसाई खोल बर्फाखाली गाडली जाते तेव्हा ते सुप्तावस्थेत जाऊ शकतात.

या पठारावर एकही हिमनदी घुसलेली नाही; मात्र लहरत्या कुरणांमधून असंख्य झरे आणि पाणथळ प्रदेश वाट काढत पुढे जातात. हा विस्तीर्ण प्रदेश म्हणजे अनेक तलाव असलेला एक प्रशस्त जलप्रस्तर आहे. हिवाळ्यात इथे जमा झालेला बर्फ सावकाश जमिनीत झिरपतो आणि आणि मग ओढे आणि लहान नद्यांच्या रूपात बाहेर पडतो. कायम गढूळ दिसणाऱ्या हिमनदीच्या वितळलेल्या पाण्याच्या तुलनेत हे स्वच्छ झरे हवेइतके पारदर्शक असतात. सबंध उन्हाळाभर चिलट आणि इतर कीटकांचे थवे मेंढपाळांना आणि त्यांच्या जनावरांना हैराण करून सोडतात. काही नद्या ट्राउट माशांनी भरून वाहत असतात, शिवाय माशांच्या स्थानिक जातीही त्यांच्यात सापडतात. तपकिरी डोक्याचे कुरव (गल) पक्षी त्यांच्याकडे आकर्षित होतात. हिंदी महासागरातून स्थलांतर करत आलेले हे समुद्रपक्षी कराचीजवळच्या त्यांच्या हिवाळी अधिवासापासून समुद्रापासून दीड हजार किलोमीटर आत प्रवास करतात. ही कुरणं आणि पाणथळ प्रदेश सुरय (टर्न), धोबी (वॅगटेल), भारीट (बंटिंग), चंडोल अशा अनेक पक्ष्यांना आसरा देतात. गरुड, बाज, खरूचि (केस्ट्रेल) डोक्यावर घिरट्या घालत असतात; मात्र पंखांवरून त्यांना ओळखणं कठीण असतं. जमिनीवरच्या पिका, व्होल आणि सरड्यांवर करडी नजर ठेवून ते आकाशात फिरत असतात.

आम्ही इथे अर्सस आर्क्टोसच्या म्हणजे उन्हाळ्याच्या दिवसांत देवसाईत राहणाऱ्या तपकिरी अस्वलांच्या शोधात आलो आहे. युरोपियन किंवा सायबेरियन तपकिरी अस्वलं किंवा उत्तर अमेरिकेतल्या ग्रिझली अस्वलांपैकीच ही प्रजाती असली तरी इसाबेलिनस ही हिमालयातली उपप्रजाती चांगलीच नामशेष होण्याच्या

मार्गावर आहे. ज्या काही मोजक्या ठिकाणी ते मोठ्या प्रमाणात एकत्र येतात त्यापैकी ही एक जागा आहे. देवसाई राष्ट्रीय उद्यान हे मुख्यत्वे अस्वलांचं अभयारण्य म्हणून तयार करण्यात आलं. असं असलं तरी लांडगे, हिमबिबटे आणि रानमेंढे अशा काही प्राण्यांचा तो अधिवास आहे. शास्त्रज्ञांचा असा कयास आहे की, हे उद्यान सुरू झालं तेव्हा देवसाईमध्ये फक्त एकोणीस अस्वलं होती. त्यांचा अधिवास डळमळीत होऊन त्याचा दर्जा अतिशय वाईट प्रकारे खालावला होता. त्याला बरेचसे कारणीभूत होते ते भटके मेंढपाळ. बेकायदेशीर शिकार करणाऱ्यांमुळेही अस्वलांच्या संख्येला धोका होता. त्यांची चरबी आणि इतर अवयव औषधी उपाय म्हणून विकले जात. हे उद्यान तयार झाल्यावर आणि चराईवर निर्बंध आणल्यावर अस्वलांचा आकडा वाढू लागला. २००६मध्ये डब्ल्यूडब्ल्यूएफनं एक खानेसुमारी केली, तेव्हा त्रेचाळीस अस्वलं झाली होती. २००८पर्यंत ती छप्पन्न होती आणि २००९मध्ये एकूण आकडा बासष्टला पोहोचला होता. सध्याच्या अदमासानुसार अडुसष्ट ते पंचाहत्तर अस्वलांपर्यंत आकडा गेला आहे. देवसाई राष्ट्रीय उद्यान म्हणजे हिमालयातल्या निसर्गसंवर्धनाची एक दुर्मिळ यशोगाथा आहे. जमिनीला जर आपापली पुनर्निर्माण प्रक्रिया करण्यासाठी अवसर दिला तर निसर्ग स्वत:ची समृद्धी पुन्हा भरून काढू शकतो हेच त्यावरून सिद्ध होतं. चराईवर मर्यादा आणणं आणि बेकायदेशीर शिकारीला आळा घालणं हे सोडून बाकी त्या प्रक्रियेत कमीतकमी हस्तक्षेप करावा लागतो.

याचा अर्थ असा नव्हे की, अर्सस आर्क्टोस इसाबेलिनस सापडायला सोपा आहे. बारापानी नदीकाठावरच्या कॅम्पपाशी पोहोचल्यावर आम्हाला शेर मुहम्मद भेटतो. तो एक वनरक्षक आहे. वाटाड्या आणि जनावरांचा माग काढणारा माणूस म्हणून तो आमच्या बरोबर येणार आहे. निराशा दाटून आलेल्या मुद्रेनं तो मान हलवतो. गेले तीन दिवस आपण एका जपानी वन्यजीवप्रेमींच्या गटाबरोबर असल्याचं आणि त्यांना एकही अस्वल दाखवता न आल्याचं तो आम्हाला सांगतो. उद्यानाच्या काना-कोपऱ्यांत जाऊनही त्यांच्या हाती काहीही लागलं नाही. सरकारी व्हिजिटर्स बुकमध्ये त्या जपानी लोकांनी तक्रार नोंदवली आहे आणि त्यामुळे शेर मुहम्मदचा स्वाभिमान दुखावला गेला आहे. उंच, हडकुळा, आजूबाजूच्या वातावरणात मिसळून जाणाऱ्या रंगाचा गणवेश घातलेला, बेलगाम मिश्या असलेला आणि तीक्ष्ण, सावध नजरेचा हा माणूस गेली बारा वर्षं देवसाईमध्ये काम करतो आहे.

सढळपणे अपशब्दांचं मिश्रण करत तो आम्हाला अनेक वर्षांपूर्वी उद्यानाची पाहणी करायला आलेल्या एका वन्यविभाग अधिकाऱ्याची (DFO) कथा सांगतो. दोन दिवस एकही अस्वल दिसलं नाही म्हटल्यावर त्या अधिकाऱ्यानं वनरक्षकांची खरडपट्टी काढायला सुरुवात केली. ते आपलं काम नीट करत नसल्याचा आरोप

तो करू लागला. अखेर, तो असंतुष्ट DFO निघायची तयारी करू लागला. तेवढ्यात शेर मुहम्मदला बाजूच्या एका दरीत आडोशाला एक अस्वल दिसलं. ते रस्त्यापासून काही अंतर आत होतं. रेडिओद्वारा संदेश पाठवून तो अधिकारी यायची वाट बघू लागला आणि मग अस्वल व्यवस्थित दिसेपर्यंत त्याला खडबडीत चढावरून चालत घेऊन गेला. जीपकडे परत जाताना मात्र त्या DFOचा पाय एका मॅरमॉटच्या बिळात पडला आणि घोटा मुरगळला. मग एक किलोमीटरपेक्षाही जास्त अंतर शेर मुहम्मदला त्या अधिकाऱ्याला पाठुंगळी घेऊन कापावं लागलं. जसजशी ही कहाणी पुढे सरकते तसतशी त्याची भाषा अधिकच रोचक होत जाते आणि मग गोत्रगमनाचे आरोप आणि इतर शिवीगाळ हे त्या मायावी अस्वलाला उद्देशून आहेत का आगाऊ DFOला ते सांगणं अवघड होऊन बसतं.

गवताच्या कुरणांवर दिवसभर भरपूर सूर्यप्रकाश पडत असल्यामुळे पठारावरचं तापमान उबदार राहतं; पण अंधार पडायला लागला रे लागला की हवा थंड होऊ लागते आणि आपण समुद्रसपाटीपासून जवळजवळ चार किलोमीटर उंचावर राहतो आहे हे माझ्या ध्यानात येतं. कोणत्याही जंगलाची खरी परीक्षा असते ती तिथून रात्रीचं आकाश किती निरभ्र दिसतंय यात. आमच्या डोक्यावरचा चांदण्यांचा चमकता घुमट मी आत्तापर्यंत कधी बघितला नसेल इतका तेजस्वी दिसत होता. जवळच एक पोलीस आउटपोस्ट आहे, डब्ल्यूडब्ल्यूएफची एक तुकडी तळ ठोकून आहे. शिवाय पर्यटकांचे आणखी दोन गटही आहेत, तरीही आत्ता इथे ऐकू येणारा आवाज फक्त नदीच्या खळखळीचाच आहे. मघाशी जेव्हा आम्ही बारापानीला आलो तेव्हा इझर, दीदार, आमचा ड्रायव्हर आणि मी, अशा आम्हा चौघांना तंबू ठोकताना पठारावर वाहणाऱ्या सोसाट्याच्या वाऱ्याशी झगडावं लागलं. आता मात्र वारा अगदी पडला आहे, जणू काही थंडीनं गोठला असावा. मी तंबूत शिरतो तेव्हा बाहेरच्या झडपेवर अगोदरच गोठलेलं दव जमा झालं आहे.

दुसऱ्या दिवशी पहाटे ५.३०ला आम्ही पुन्हा उठतो. आकाशात अजूनही चांदणं दिसतंय; मात्र लहरत्या गवताची कुरणं संपून जिथे काश्मीरमधली शुभ्र शिखरं दिसू लागतात ते पूर्व क्षितिज पहाटेच्या मंद प्रकाशानं उजळून निघालं आहे. आम्ही सूर्योदयाची आणि चहाचं आधण उकळायची वाट बघत असताना अचानक शेर मुहम्मद अवतरतो आणि आमच्या तळापासून साधारण दोन किलोमीटरवर त्याला काही अस्वलं दिसल्याचं जाहीर करतो. दुर्बिणी आणि कॅमेरे घेऊन आम्ही ताबडतोब खुल्या कुरणांवरून चालत नदीच्या पलीकडच्या काठाकडे जायला निघतो. दूरवर एका कमी उंचीच्या टेकडीवर दिसणाऱ्या दोन ठिपक्यांकडे शेर मुहम्मद बोट दाखवतो. त्यातल्या एका अस्वलाची केसाळ रेखाकृती मला माझ्या दुर्बिणीतून जेमतेम ओळखू येते. मग दुसऱ्याचीही दिसू लागते; मात्र ते आमच्यापासून

खूपच लांब आहेत आणि त्यामुळे निव्वळ धूसर सावलीसारख्या आकृतीपलीकडे आम्हाला आणखी काही दिसू शकत नाही.

खडबडीत जमिनीवरून अर्धवट पळता-पळता एवढ्या उंचावरच्या प्रदेशात शेर मुहम्मद आम्हाला भयानक वेगानं पुढे घेऊन जातो. हे मैदान टुंड्रासारखंच आहे. पायाखाली गवताचे भरपूर उंचवटे येताहेत. पंधरा मिनिटांनी आम्ही पाणथळ प्रदेशाच्या एका पट्ट्यात येतो. तिथे पाण्याची डबकी आणि वळणं घेत जाणारे झरे आहेत, डेल्फीनियमचे गुच्छ फुलले आहेत. त्यांच्या गोलाकार पाकळ्या धूसर निळ्या रंगाच्या दिसताहेत. वाटेत माझा पाय चुकून चिखलाच्या एका दडून राहिलेल्या खड्ड्यात पोटरीपर्यंत आत घुसतो. घोटा मुरगाळून घेतलेल्या DFO चा किस्सा आठवून मी मुद्दाम माझा वेग कमी करतो. इझर आणि शेर मुहम्मद ३० मीटर पुढे आहेत, तर दीदार सावध गतीनं मागून येतो आहे. सुदैवानं अस्वलांची नजर कमजोर असते आणि डोंगराच्या सोंडेवरचे ते दोन ठिपके अजूनही तिथेच दिसत आहेत. आणखी एक अर्ध्या तासात आम्ही टप्प्याटप्प्यानं चढत जाणाऱ्या गवताळ प्रदेशात येतो. इथे जमीन आणखी कोरडी आहे आणि आम्ही अस्वलांच्या नजरेआड आहोत. तिरक्या चालीनं चढ चढत शेर मुहम्मद आम्हाला लवकर येण्याची खूण करतो. खाली वाकून तो सरपटत सोंडेच्या काठावर असलेल्या एका उथळ खड्ड्यात जातो.

वेदनेनं धापा टाकत, विरळ झालेली हवा फुफ्फुसांमध्ये भरून घेत मी आणि इझर सरपटत आमची जागा घेतो; मात्र कॅमेरा फोकस करण्यासाठी माझे हात स्थिर व्हायला बराच वेळ लागतो. अस्वलं सुमारे २०० मीटर लांब अंतरावर गवतानं आच्छादलेल्या एका टेकाडावर आहेत. त्यावर आत्ता नुकते कुठे सूर्याचे पहिले किरण पडू लागले आहेत. दुर्बिणीच्या विवर दृष्टीतून पाहिलं असता ते काहीतरी खाताना मला दिसतात. एव्हाना त्यातली एक पूर्ण वाढ झालेली मादी असून दुसरं तिचं पिल्लू असावं एवढं ओळखू येणं शक्य झालं आहे. ते पिल्लू आपल्या आईपेक्षा आकारानं थोडंसंच लहान आहे. दोघं आपापली डोकी वर उचलून आजूबाजूची हवा हुंगतात आणि चावत-चावत आमच्या दिशेला नजर टाकतात; पण त्यात धोक्याचा काही इशारा दिसत नाही. अस्वलांची वासाची जाणीव जबरदस्त असते; पण आत्ता या घडीला आमचा वास वाहून नेण्यासाठी इथे अजिबात वारा नाही.

अर्सस अर्क्टोस हे सर्वभक्षी प्राणी आहेत आणि देवसाईमधलं त्यांचं प्राथमिक अन्न म्हणजे वनस्पती आणि पंज्यानं उकरून काढलेली कंदमुळं; मात्र ते मॅरमॉट आणि इतर सस्तन प्राण्यांची, तसंच अधूनमधून माशांची शिकारही करताना दिसतात. क्वचित ते शेळ्या-मेंढ्यांची शिकार करतात आणि प्रेतांचा फडशा पाडतात. बंद

जागी गाठ पडली तर अस्वलं धोकादायक असतात, इथे मोकळ्या पठारावर मात्र ते सहसा माणसांचा संपर्क टाळतात. काही दिवसांपूर्वी अन्नाच्या शोधात आलेल्या एका अस्वलानं रात्री तोडूनमोडून टाकलेली कचरापेटी कॅम्पवर आम्हाला दाखवली जाते.

अस्वलांमध्ये मांजराचं चापल्य किंवा हिमबिबट्यांचा चोरटेपणा नसला तरी त्यांच्यात एक भारदस्त ऐट आणि विशेष हस्तकौशल्य असतं. शिकवून तयार केलेल्या अस्वलांचा रस्त्यावरचा खेळ लहानपणी पाहिल्याचं मला आठवतं (त्यात बहुतेक सगळी हिमालयातली काळी अस्वलं किंवा कमी उंचीच्या प्रदेशातले त्यांचे भाईबंद म्हणजे स्लॉथ अस्वलं असत). मागच्या पायांवर उभी राहून दरवेशाच्या ढोलकीच्या तालावर आज्ञाधारकपणे ती जनावरं नाचत असत. मानवी नृत्यदिग्दर्शनाचं ते क्रूर प्रदर्शन असे. इथे रानात मात्र हे अजस्र प्राणी स्वतःच्या अस्वली स्वभावाच्या बेलगाम ठेक्यावर पाय ओढत डोलत असतात.

वीस मिनिटं त्या दोघा अस्वलांचं निरीक्षण केल्यावर मैदान तापायला लागतं. वाऱ्याच्या पहिल्या काही झुळका सुरू झाल्याची जाणीव मला होते. अगदी ताबडतोब त्या आईला आणि पिल्लाला आमचा गंध येतो. झट्कन वळून ते टेकडीच्या दुसऱ्या बाजूला खाली उतरतात आणि आमच्या नजरेसमोरून नाहीसे होतात. आता ते पुन्हा दिसण्याची शक्यता कमी आहे, हे आम्हाला ठाऊक आहे; पण तरी ते काय खात होते ते बघायला आम्ही पलीकडे जायचं ठरवतो.

आम्ही ते टेकाड चढतो आणि अस्वलं जिथे खात बसली होती त्या ठिकाणी येतो. तिथे आम्हाला मॅरमॉटचे छिन्नविच्छिन्न झालेले अवशेष मिळतात. सगळं मांस आणि हाडं फस्त झालेली आहेत. लाल लोकरीचा एक फाडलेला तुकडा तेवढा शिल्लक आहे. त्याला मुंडकं आणि शेपूट अजूनही तशीच जोडलेली आहे. तो तुकडा एखाद्या आगाऊ कुत्र्यानं चावून टाकलेल्या फरच्या स्टोलसारखा दिसतो आहे. मेलेल्या मॅरमॉटच्या चेहऱ्यावरचे आत्मसंतुष्ट भाव, ओठावर पुढे आलेले दात आणि बारीक डोळ्यांचा चेहरा बघून या दुर्दैवी प्राण्यानं अजून आपल्या नियतीशी समझोता केला नसावा असं वाटतं. जवळच असलेल्या एका मोठ्या खडकाशेजारी आम्हाला अस्वलांनी उकरलेलं मॅरमॉटचं बीळ दिसतं. अर्थात ते बीळ अर्धवटच उकरलं आहे. भक्ष्य सुरक्षितपणे जमिनीत घुसायचा प्रयत्न करत असतानाच यांनी त्याच्यावर हल्ला करून त्याची लांब शेपूट पकडली असणार. त्याचं पोट आणि आतडी वेगळी काढून बाजूला ठेवली आहेत. या शिकारीतून अस्वलांना प्रत्येकी एक किलोपेक्षा जास्त मांस मिळालं नसेल. त्यांच्या नेहमीच्या ठरलेल्या शाकाहारी आहारात ही नवीन भर चांगलीच आहे. खडकाच्या पलीकडच्या बाजूला ताजी विष्ठा पडली आहे. ती डांबरासारखी काळी असून तंतुमय वनस्पतींच्या

अवशेषांचं चिकट मिश्रण त्यात दिसून येत आहे.

जवळच अर्धा डझन बिळं आहेत. आणखी जास्त जोर लावून इतर मॅरमॉट जमिनीतून कुठून उकरून काढले असतील ते शेर मुहम्मद आम्हाला दाखवतोय. तिथली कोरडी, खडकाळ जमीन एक मीटर किंवा त्याहून जास्त खोलवर खणली आहे. ती बिळं बघून मला आर्क्टिकमध्ये सील्सची शिकार करणाऱ्या ध्रुवीय अस्वलांवरच्या फिल्म्स बघितलेल्या आठवतात. सावज बाहेर येईपर्यंत बर्फातल्या पोकळ बिळांपाशी ते शांतपणे वाट बघत बसून राहतात. एक आवडती कवितादेखील मला आठवते. गॅलवे किनेलची 'द बेअर' नावाची. त्यात तो बर्फाळ प्रदेशातल्या एका साहसी शिकारीची कहाणी सांगतो. 'अस्वलासारख्या अतींद्रिय अनुभवाच्या शोधात, टुंड्रा प्रदेशातून बेसावधपणे पाय ओढत चालताना...' अशा स्वप्नाचं वर्णन त्यात तो करतो.

कॅम्पकडे परतताना आम्ही दलदलीच्या पाणथळ प्रदेशातून, गवताच्या एका उंचवट्यावरून दुसऱ्या उंचवट्यावर उड्या मारत जाऊ लागतो. अचानक शेर मुहम्मद आमच्या डाव्या हाताला बोट दाखवतो आणि लांबवरच्या एका कुरणात एका दूरच्या उंचवट्यावर आम्हाला आणखी एक अस्वल जीव खाऊन पळताना दिसतं. दुर्बिण घेऊन मी सूर्यप्रकाशानं उजळलेल्या उतारावरून नजरेनंच त्याचा माग काढत राहतो. ते धडपडत पण वेगानं दौडत असतं, जणू स्वत:च्या सावलीचाच पाठलाग करत असतं.

तंबू आणि इतर सामान बांधल्यावर आम्ही पठार ओलांडून पश्चिमेकडे जायला निघतो. जाता-जाता जिवंतपणाच्या काही खुणा दिसतात का ते बघण्यासाठी आजूबाजूचा प्रदेश न्याहाळत असतो. काही ठरावीक शिकारी पक्षी आणि समुद्रपक्षी सोडले तर आकाशाचा आणि कुरणांचा विस्तीर्ण पट मोकळाच दिसतो. शेळ्या-मेंढ्यांच्या ज्या काही कळपांना अजूनही इथे चरायची परवानगी आहे ते उन्हाळा संपत आल्यामुळे निघून गेले आहेत. पूर्व हिमालयातल्या जंगलांमध्ये विविध प्रकारच्या प्रजातींना आसरा मिळतो, त्याउलट या उजाड कुरणांमध्ये फक्त ठरावीक संख्येनंच सजीव आहेत. तपकिरी अस्वलं बघायला मिळण्याइतकं आमचं नशीब जोरावर असलं तरी आणखी वन्यप्राणी असायला हवेत, असं मला वाटल्यावाचून राहिलं नाही. एकेकाळी अरगली आणि युरियल मेंढ्या याच कुरणांमध्ये चरल्या असणार आणि कदाचित खालच्या जंगलातून आलेले कस्तुरीमृग आणि हंगूलदेखील. त्यांच्या इथे येण्यामुळे लांडगे आणि हिमबिबटे इकडे आकर्षित झाले असणार. आजकाल त्यांचं दर्शन दुर्मिळ झालंय. पाकिस्तानी लष्कर सहजासहजी दिसेल असं नसलं तरी या भागाचं लष्करीकरण झाल्याचा जाणवण्याइतका परिणाम झाला आहे. मांसासाठी आणि खेळ म्हणून शिकार करणाऱ्या पाकिस्तानी अधिकाऱ्यांनी

खुंजेरब राष्ट्रीय उद्यानातल्या अरगलींना नामशेष करून टाकलं आहे. तसंच, काश्मीर प्रश्नावरून कित्येक दशकं चाललेल्या लढाईमुळे एरवी उन्हाळ्यात वरती देवसाईपर्यंत येऊ शकणाऱ्या खुरी जनावरांना नुकसान सहन करावं लागलं आहे.

आम्ही पठाराच्या कडेवरून खाली उतरून अस्टोर खोऱ्यात येतो तेव्हा पहिली कायमस्वरूपी वसाहत आम्हाला दिसते ती चिलम. तिथे आल्यावर जिथे शिपायांना पुरलं आहे त्या दफनभूमीवर पांढरी चंद्रकोर आणि चांदणी असलेला पाकिस्तानचा झेंडा फडकताना दिसतो. मरण पावलेले हे सगळेजण इथल्या उंचावरच्या गावातून आग्नेयेकडे ३० किलोमीटरवर असणाऱ्या प्रत्यक्ष नियंत्रणरेषेवर लढण्यासाठी नेमले गेले होते. काश्मीरवरून गिलगीटला जाणाऱ्या पारंपरिक मार्गावरचं चिलम हे एक मुक्कामाचं ठिकाण असे. हा मार्ग राजकीय प्रतिनिधी, करवसुली अधिकारी आणि व्यापारी वापरत असत. तसंच नंगा पर्बत आणि के२ चढून जाण्यासाठी येणारे सुरुवातीच्या काळातले गिर्यारोहकही हा मार्ग वापरत. त्या मोहिमा काश्मीरच्या राजधानीपासून म्हणजे श्रीनगरपासून सुरू होत. हा भाग आता वादग्रस्त सरहद्दीच्या पलीकडच्या बाजूला आहे.

भोजवृक्षांच्या आणि ज्युनिपरच्या पट्ट्यात उतरताना शेळ्या-मेंढ्यांचे कळप खालच्या कुरणांकडे घेऊन जाणाऱ्या गुज्जरांच्या कित्येक टोळ्यांशी आमची गाठ पडते. मुख्यत्वे दूध आणि लोकरीसाठी जनावरं पाळणाऱ्या पारंपरिक भटक्या मेंढपाळांच्या जोडीला मोठाले 'धंदेवाईक कळप' देखील चरायला या मैदानात सोडले जातात, ही देवसाईची एक अडचणच आहे, असं दीदार सांगतो. हजारो शेळ्या-मेंढ्यांना वरच्या कुरणांमध्ये चरायला नेऊन त्यांना धष्टपुष्ट करण्यासाठी मैदानी भागातल्या गुंतवणूकदारांनी अफगाण निर्वासितांना कामावर ठेवलं. ती जनावरं परत आल्यावर त्यांची कत्तल करून ते मांस विकलं. आमची लॅन्ड क्रूझर गुज्जर लोकांच्या मेंढ्यांच्या कळपातून वाट काढत जाते. त्या कळपात बऱ्याच डुंबा मेंढ्या आहेत. त्यांच्या फुगीर शेपट्या म्हणजे मेजवानी समजली जाते. उन्हाळाभर चरल्यानंतर त्यांच्या पृष्ठभागावर साठलेली चरबी फुगून आता खरबुजांच्या आकाराची झाली आहे. एक गुज्जर स्त्री माझ्या खिडकीवर टकटक करून पैशांची भीक मागते. तिच्या कामाच्या एकंदर आर्थिक बाजूविषयी आणि या मेंढपाळांची अशी भटकी जीवनशैली कधीपर्यंत टिकून राहील याविषयी मी नवल करत राहतो.

चिलमपासून खालच्या बाजूला आम्ही एक कुरण ओलांडतो. तिथे अजूनही फुलं फुललेली आहेत. त्यात बटरकप्स आणि बालसामचा समावेश आहे. इथे आम्हाला मधमाशीपालन करणारे दोन गट भेटतात. त्यांनी रस्त्याच्या कडेला आपापल्या मधमाश्यांच्या पेट्या मांडून ठेवल्या आहेत. रानफुलांपासून गोळा केलेल्या देवसाई मधाला जास्त किंमत मिळते, असं दीदार सांगतो. भटक्या मेंढपाळांप्रमाणे

मधुमक्षीपालकदेखील आपापल्या पेट्या उन्हाळ्यात पठारावर घेऊन जातात आणि फुलणाऱ्या कुरणांच्या प्रदेशात दोन ते तीन महिने काढतात. फुलांचा बहर ओसरला की ते खाली उतरतात आणि जाता-जाता मध गोळा करत जातात.

'एकच अडचण म्हणजे, देवसाईमधलं हवामान इतकं लहरी आहे की, मॉन्सूनचे ढग जमा होऊ लागले आणि कित्येक आठवडे सलग दिवसभर पाऊस पडायला लागला की, मधमाश्या आपापल्या पेट्यांमध्येच राहतात आणि जमवलेला सगळा मध खाऊन टाकतात.' दीदार सांगतो.

प्रकाशसंश्लेषणाच्या मदतीनं हिमालयातल्या वनस्पतींनी तयार केलेली शर्करा गोळा करण्यासाठी मधुमक्षिका पालकदेखील शेळ्या-मेंढ्यांचे कळप पाळणाऱ्या मेंढपाळांप्रमाणेच निसर्गचक्रावर अवलंबून असतात. ज्या रासायनिक अभिक्रियेद्वारे कार्बन-डाय-ऑक्साईड आणि पाण्याचं रूपांतर सूर्यप्रकाशाच्या मदतीनं ग्लुकोज आणि ऑक्सिजनमध्ये होतं त्याच अभिक्रियेचा उपयोग मॅरमॉट आणि अस्वलांना तग धरून राहण्यासाठी होतो. अशा प्रकारे, देवसाई पठारावरच्या ऊर्जेच्या प्रचंड आणि अक्षय स्रोतांवर कीटक, पक्षी आणि सस्तन प्राण्यांची उपजीविका होते. त्या स्रोतांचं माधुर्य सर्वांच्या पोषणासाठी वाटलं जातं.

देवसाईमधून निघाल्यावर आम्ही ती रात्र गोरीकोटला काढतो. आमच्या हॉटेलचं नाव आहे वझीर महल म्हणजे 'मुख्य मंत्र्याचा राजवाडा.' मात्र ते नाव तितकंसं बरोबर नाही. १९४७ साली इथे स्थायिक झालेल्या काश्मीरच्या माजी वजिराच्या वंशजाच्या मालकीची ही जागा आहे हे खरं; मात्र शिगार किल्ल्यासारखा वझीर महल काही राजेशाही नव्हे. दीदार त्याबद्दल आमची क्षमा मागतो; पण गावातलं उत्तम राहण्याचं हेच एक ठिकाण आहे. सफरचंद आणि बदामाची धुळीनं माखलेली थोडीफार झाडं असलेल्या दुर्लक्षित बागेत कॉन्क्रीटच्या काही खोल्या दाटीवाटीनं बांधून दिल्या आहेत. या वैराण दरीच्या विषण्णतेपासून आराम मिळावा म्हणून आसपास दुसरं काहीच नाही. कुंपणाच्या भिंतीवर लावलेल्या काटेरी तारेच्या गुंडाळीवर किलबिलाट करणाऱ्या दयाळ पक्ष्यांची (मॅगपाय) एक जोडी येऊन बसते. मुख्य इमारतीचं प्रवेशद्वार कृत्रिम रोमन पद्धतीचं आहे. सोनेरी रंगाच्या प्लास्टरच्या खांबांवर उघडमीट करणाऱ्या रंगीत दिव्यांच्या माळा सोडलेल्या आहेत.

मात्र, सर्वांत विसंगत गोष्ट कुठली असेल तर शिकारीच्या विजयचिन्हांचं प्रदर्शन. वळणदार शिंगं आणि डुलत्या घोड्यांवर असते तशी घट्ट बसवलेली रापलेली कातडी, अशी पेंढा भरलेल्या रानमेंढ्याची एक जोडी बाहेर मलूल पडलेल्या फुलांच्या ताटव्यात उभी आहे. पेंढा भरून शिवलेलं चामडं शिवणीवर उसवलं आहे. एका रानमेंढ्याचं नाक गायब आहे तर दुसऱ्याचे काचेचे डोळे इलेक्ट्रिकच्या नाचऱ्या, निळ्या-गुलाबी दिव्यांकडे उदासपणे बघत आहेत. हॉटेलच्या

पुढच्या द्वारमंडपात तिसऱ्या एका रानमेंढ्याचं एक, एक निळ्या मेंढ्याचं आणि दोन काश्मिरी मारखोरांची मुंडकी लटकवलेली आहेत. धोक्याच्या कक्षेत आलेल्या कॅप्रीन जातीच्या शोकाकुल आविर्भावात ते आपल्याकडे बघत असतात. त्यांच्या मोठाल्या शिंगांना त्यांच्या कवटीहूनही अधिक मागणी असते. रानमेंढ्याची शिंगं एखाद्या मागे वळलेल्या बिचव्यासारखी निमुळती आणि बांबूसारख्या उभ्या रेषा असलेली असतात, तर निळ्या मेंढ्याची शिंगं मुळाशी जाड असून झुबकेदार केसांसारखी विरुद्ध दिशांना वळलेली असतात. मारखोरची शिंगं सर्वांत दिमाखदार असतात. मोठ्या कॉर्कस्क्रूसारखी ती वरच्या बाजूला दोन नागमोडी वळणं घेत फिरलेली असतात.

माजावर येण्याच्या वार्षिक कार्यक्रमाच्या वेळी वापरण्यासाठी या 'पहाडाधिपतीं' ना तो शाही मुकुट प्रदान केला आहे. त्या वेळेस समागमाच्या अधिकारासाठी नरांमध्ये चुरस असते. जॉर्ज शॉलरने नोंदवलेल्या निरीक्षणानुसार 'सहसा लांब आणि प्रचंड आकाराची, तसंच ऐटदार वळणं आणि धावत्या प्रवाही रेषा असलेली शिंगं म्हणजे प्रमाणबद्ध सौंदर्य असलेली वस्तू आहे. शिकाऱ्यांना मालकाकडून काढून घ्यावेसे वाटावेत असे ते अलंकार आहेत.'

वझीर महलच्या मुख्य दिवाणखान्यात कशीतरी लटकवलेली हिमबिबट्यांची एक जोडी आहे. सुळे दिसावेत म्हणून अनैसर्गिकपणे जबडा वेडावाकडा केल्याने त्यांचे चेहेरे पिळवटल्यासारखे दिसत आहेत. ठिपक्यांची कातडी आणि वळलेल्या शेपट्या कृत्रिम वाटत आहेत. एखाद्या लहरी बाळानं एखादं स्वस्तातलं फरचं खेळणं वाट्टेल तसं हाताळावं तसं ते दिसत आहे. रानमेंढा, निळा मेंढा आणि मारखोरच्या विजयचिन्हाप्रमाणे या मृत शिकारी प्राण्यांनादेखील एक गबाळी, चोरटी कळा आली आहे आणि वाईट पद्धतीनं सजवलेल्या सबंध हॉटेललाच ती व्यापून उरली आहे.

विजयचिन्हांचं प्रदर्शन मांडण्यासाठी शिकार करणं हे पाकिस्तानच्या काही भागात कायदेशीर आहे. त्यातला विरोधाभास असा की, वन्यजीवसंवर्धनाची आणि ग्रामीण विकासाची ती अभिनव योजना असल्याचा प्रचार केला जात आहे. एकंदर या कार्यक्रमाची नैतिकता आणि उपयुक्तता वादग्रस्त आहे. तरीही त्याची भलावण करणाऱ्यांना मोठमोठ्या शौकीन शिकाऱ्यांना लांब शिंगाच्या शेळ्या-मेंढ्या मारायची परवानगी देणं आणि त्यांना ५०,००० ते ७५,००० किमतीची लेबलं लावणं हा दुर्मिळ प्रजातींचं रक्षण करण्याचा प्रभावी मार्ग असल्याचं पटलेलं दिसतं. सिल्क रूट एक्स्पेडिशन्स ही शौकाच्या शिकारीची सामग्री पुरवणारी गिलगीट-बाल्टिस्तानमधली आघाडीची कंपनी आहे. दीदारचा भागीदार म्हणजेच इझरचे वडील मोहम्मद शिफा नियमितपणे परदेशी ग्राहक करतात. त्यात बरेचसे अमेरिकन आणि श्रीमंत पाकिस्तानी

असतात आणि ते आपापल्या रेकॉर्ड-बुकसाठी मुंडक्यांच्या शोधात असतात. शिकारीचा मौसम हिवाळ्यातच असतो. बर्फामुळे तेव्हा प्राणी कमी उंचीच्या प्रदेशात स्थलांतर करतात. दरवर्षी वनविभाग ठरावीक संख्येनं परवान्यांचा लिलाव करतं आणि त्यातून जमलेल्या रकमेचा ८० टक्के भाग स्थानिक गावकरी समाजात वाटला जातो. तेव्हा मांसासाठी जनावरांची बेकायदेशीर शिकार करण्यापेक्षा त्यांचं रक्षण करण्याची किंमत गावकऱ्यांना कळावी; कारण त्यातून पैसा मिळतो असा यामागचा तर्क आहे.

गिलगीट-बाल्टिस्तानमधल्या शौकाच्या शिकारीमुळे दुर्गम भागातल्या समाजांना इथल्या जमिनीवर आणि नैसर्गिक स्रोतांवर नियंत्रण मिळवता येतं, असं एकीकडे म्हणता येईल. नाहीतर याआधी ते त्यांच्याकडून सरकारी प्रतिनिधींकडेच गेलं होतं. शिकाऱ्यांकडून त्यांना मिळणारं मानधन गावातल्या पाण्याच्या पाइपलाइन आणि रस्ते अशा प्रकल्पांसाठी वापरलं जातं. मिळणाऱ्या उत्पन्नाचा काही भाग थेट प्रत्येक कुटुंबाला वाटला जातो. त्यामुळे त्यांना आपापली कर्जं फेडणं किंवा जमीन अथवा जनावरं विकत घेण्यात पैसा गुंतवणं शक्य होतं. एका प्रसंगात तर शिमशालमधल्या गावकऱ्यांनी शिकारीतून मिळालेल्या उत्पन्नाचा वापर करून इस्लामाबादजवळ जमीन विकत घेतली आहे. कडक हिवाळ्यात त्यांच्या गावातले म्हातारेकोतारे इथून बाहेर पडू शकतात आणि शहरात काम करणाऱ्या आपल्या मुलाबाळांजवळ जाऊन राहू शकतात.

काही असो, वन्यजीव संवर्धनासाठी शौकाची शिकार करणं हा मोठा वादग्रस्त आणि फूट पाडणारा मुद्दा आहे; मात्र नामिबिया, अमेरिका आणि मंगोलियासारख्या ठिकाणी तो काही प्रमाणात यशस्वी झाला आहे. इंटरनॅशनल युनियन फॉर कॉन्झर्व्हेशन ऑफ नेचर (IUCN) आणि वर्ल्डवाइड फंड फॉर नेचर WWF यांनी सावधपणे या प्रयत्नाला पाठिंबा दिला आहे.

डब्ल्यूडब्ल्यूएफने ऑनलाइन जाहीर केलेल्या धोरणविषयक विधानात असं म्हटलं आहे की : 'शौक म्हणून केलेली शिकार - जर प्रजाती संख्येच्या गतिशास्त्रविषयक स्पष्ट वैज्ञानिक समजुतीवर आधारित असेल आणि व्यवस्थित पार पाडली जात असेल तर - काही देशांमध्ये आणि काही विशिष्ट प्रजातींसाठी, मग त्यात धोक्याच्या कक्षेतल्या प्रजातीही आल्या, ते संवर्धनाचं प्रभावी साधन ठरलं आहे.' पुढे जाऊन हे विधान शौकाच्या शिकारीचे काही फायदे मांडतं. जसं की - ग्रामीण समाजांसाठी उत्पन्नाचं साधन, वनरक्षकांचे पगार आणि रानटी पशूंमुळे होणाऱ्या पाळीव प्राण्यांच्या आणि पिकांच्या नुकसानाची भरपाई.

उनासिल्वा या वनं आणि वनोद्योगावरच्या आंतरराष्ट्रीय नियतकालिकात IUCN चे मुख्य अधिकारी डॉ. रोझी कूनी आणि संशोधक व धोरणकर्त्यांनी असं म्हटलं

आहे : 'उत्तम प्रकारे व्यवस्थापन केलेली, शौकाखातर केलेली शिकार ही संवर्धनामागची एक सकारात्मक प्रेरणा होऊ शकते; कारण वन्यजीवांचं आणि ते ज्यावर अवलंबून आहेत त्या अधिवासाचं मूल्य ती वाढवते. तसंच त्यापासून होणारे अतिशय महत्त्वाचे फायदे टिकाऊ व्यवस्थापन पद्धतींना प्रेरणा देऊन त्यांना सक्षम करतात.'

निवडक जनावरं मारल्यामुळे फक्त म्हातारे नर कमी होतात आणि उरलेला कळप वाढायला मुभा मिळते. खुंजेरब राष्ट्रीय उद्यानातदेखील काही शिकारी केल्या जातात. तिथे रानमेंढ्यांची संख्या वाढताना दिसत आहे. इझर त्याच्या फोनवर मला एका पाकिस्तानी शिकाऱ्याचा व्हिडिओ दाखवतो. १३५ सेंटिमीटर लांबीची शिंगं असलेल्या एका रानमेंढ्याला मारण्याचा विश्वविक्रम तो करतो आहे. हा ग्राहक त्यामानानं अगदी जवळून आपली बंदूक चालवतो आहे. आधी त्या रानमेंढ्याला जखम होते आणि मग दुसरी गोळी लागल्यावर तो मरतो. इझर आणखी एक व्हिडिओ चालू करतो. त्यात एक प्रचंड मोठा नर मारखोर एका तरुण मादीवर चढायच्या प्रयत्नात आहे. त्या महाकाय बोकडाला अब्राहमी करडी दाढी आहे आणि तो एखाद्या गाढवाइतका मोठा दिसतो आहे. ही क्लिप चित्रालमध्ये चित्रित करण्यात आली होती. इझर पुढे मला सांगतो की, हा व्हिडिओ सोशल मीडियावर फिरायला लागल्यानंतर त्या मारखोरला एका शौकीन शिकाऱ्यानं ठार केलं. मृत जनावरांबरोबर पोझ देऊन उभ्या असलेल्या ग्राहकांचे कितीतरी फोटो त्याच्या फोनमध्ये आहेत. त्यातले बरेचसे शिकारी मध्यमवयीन अमेरिकन पुरुष आहेत; पण एका रानमेंढ्याची शिकार केलेली एक ब्लॉण्ड नॉर्वेजियन स्त्रीदेखील त्यात आहे.

मी वयाच्या विशीतच शिकार करणं सोडून दिलं असलं तरी पहाडी प्रदेशातून रानटी जनावरांचा माग काढत जाण्यातली आव्हानं आणि त्यांच्यामागे धावण्यातला थरार मी अजूनही समजू शकतो; मात्र मिरवता येतील अशा निवडक प्राण्यांचे पर्याय धनाढ्य परदेशी लोकांसमोर सादर करून, त्यांना बंदुकीच्या टप्प्यात आणून नुसता चाप ओढायचं काम बाकी ठेवणाऱ्या या धंदेवाईक शिकारींमध्ये काहीतरी कृत्रिमपणा आणि विकृती आहे. बहुतेक शिकाऱ्यांना आपल्या खिलाडूवृत्तीचा अभिमान असतो; पण या बाबतीत पारडं सरळसरळ त्या दुर्दैवी रानमेंढ्याच्या किंवा मारखोरच्या विरुद्ध बाजूला झुकलेलं असतं. सफारी क्लब आणि नॅशनल शूटिंग स्पोर्ट्स फाउंडेशन सारख्या युरोप-अमेरिकेतल्या कित्येक संस्था दुर्मिळ प्राण्यांच्या शिकारीला प्रोत्साहन देतात. त्यामागचा मुख्य उद्देश आपापल्या सदस्यांमध्ये बढाया मारण्याची चढाओढ लावणे हा असतो. जरी काही ठरावीक संवर्धन प्रकल्पांना त्यांचा पाठिंबा असला तरी असल्या संस्था चालवण्यामागची प्रेरणा ही नेहमीच सावजापेक्षा

शिकाऱ्याचा सांभाळ करण्याची अधिक असते.

जरी मी माझा संशय बाजूला ठेवायचा प्रयत्न केला तरी, धोक्यात असलेल्या हिमालयी सस्तन प्राण्यांच्या कलेवरांवरून बढाया मारणाऱ्या विशेषाधिकारसंपन्न गोऱ्या शिकाऱ्यांच्या प्रतिमा पचवणं जड जातं. उत्तर पाकिस्तानसारख्या भागात शौक म्हणून केलेल्या शिकारींमुळे संवर्धनासाठी अतिशय आवश्यक असलेला पैसा उभा राहत असेलही; पण हे धोरण दूरदृष्टीचं वाटत नाही. टिकाऊ आणि दीर्घकाळच्या उपायापेक्षा शंकास्पद तडजोडींवर आधारलेलं ते वाटतं. वयानं वाढत जाणाऱ्या वन्यजीवनाच्या नियंत्रित शिरकाणाद्वारे पैसा उभा करून गरिबी दूर करणं हे 'शेवट गोड तर सगळंच गोड' या न्यायानं योग्य वाटू शकतं; पण मूलभूत नैतिक मूल्यांचा समतोल इतक्या सहजी साधला जात नाही. या पद्धतीमागची प्रेरणा मानवी औद्धत्य आणि हाव आहे हा त्यातल्या अडचणीचा गाभा आहे. जर या शिकाऱ्यांना खरंच दुर्मिळ प्राण्यांचं रक्षण करायचं असतं तर स्थानिक जमातींना ते ज्या देणग्या देतात त्याबदल्यात त्यांनी अशी विजयचिन्हं गोळा केली नसती. शिवाय एवढं करूनही रानटी प्राण्यांचे जीव घ्यायची त्यांना इतकी हौसच असती तर स्वतःच्या परसदारी आलेल्या पांढऱ्या शेपटीच्या हरिणांना किंवा तत्सम कुठल्यातरी बहुसंख्य जमातींना गोळ्या घालण्यापासून त्यांना कोणीच रोखत नाहीये.

संवर्धनाचा पाया हा निसर्गाप्रति असलेल्या नैतिक जबाबदारीच्या आणि काळजीच्या भावनेत असला पाहिजे. जोवर आपण रानमेंढा आणि मारखोरसारख्या प्राण्यांना धंदेवाईक रक्तपिपासू खेळाचं लक्ष्य म्हणून विचारात घेत राहू आणि त्यांचा नाश करण्यानं माणसांचा फायदा होत राहील तोवर टिकाऊ उपाय सापडू शकत नाही. उपयुक्ततावाद ही नक्कीच चांगली गोष्ट आहे; पण जेव्हा आपल्या इतर प्रजातींशी असलेल्या संबंधाचा प्रश्न येतो तेव्हा त्याची सांगड करुणेशी घातली गेली पाहिजे. सतत पाठपुरावा करणाऱ्या डॉलर्सच्या उफराट्या गणिताला त्यानं शरण जाता कामा नये.

अर्थात वझीर महलमध्ये प्रदर्शनार्थ मांडलेल्या हिमबिबट्यांची आणि इतर विजयचिन्हांची हत्या या प्रकल्पाचा एक भाग म्हणून करण्यात आली नव्हती. अनेक वर्षांपूर्वी जेव्हा शिकारीवर फारसे निर्बंध नव्हते तेव्हा त्यांना मारण्यात आलं असावं. अर्थात ती चिन्हं कायदेशीररीत्या मिळवली असोत किंवा बेकायदेशीररीत्या, इतर सजीवांवर सत्ता गाजवण्याची आणि त्यांचा नाश करण्याची मानवी प्रेरणाच या जनावरांच्या अवशेषांमधून दिसून येते. त्यांचे ते काचेचे डोळे पाहताना ज्यांना बघून अजून चोवीस तासही उलटले नाहीत अशा तपकिरी अस्वलांची आठवण झाल्याशिवाय राहवत नाही. देवसाई पठारावर ते मुक्तपणे, कसल्याही भीतीशिवाय

फिरत होते. ज्या तर्कामुळे शौकीन शिकाऱ्यांना निवडक जंगली बोकडांना आणि मेंढ्यांना गोळ्या घालायचा परवाना मिळतो त्याच तर्काच्या आधारे यातल्या काही अस्वलांचा आणि कदाचित हिमबिबट्यांचा देखील भक्कम नफ्यासाठी लिलाव होईल आणि हे सगळं संवर्धनाच्या नावाखाली चालेल; मात्र आपण या दुर्मिळ जनावरांना केवळ त्यांना हवा असलेला अवकाश आणि अधिवास उपलब्ध करून दिला आणि बंदुकींपासून आणि सापळ्यांपासून सतत संरक्षण देत राहिलो तर स्वत:च्या रानटी, अमानवी अनिवार्यतेतून ते टिकाव धरून राहतील.

## ३३

# दैवी माथेफिरूंच्या कहाण्या

नेपाळवरून भूतानला विमानानं जाताना आम्हाला जगातले सर्वांत उंच नऊ पर्वत दिसतात. प्रत्येकाची उंची आठ हजार मीटरहून जास्त आहे. या विहंगम हवाई दृश्याची सुरुवात धौलगिरी आणि अन्नपूर्णा शिखरांपासून होऊन पूर्वेला मनास्लूच्या उद्‌गारवाचक चिन्हांसारख्या दिसणाऱ्या जुळ्या शिखरांपाशी संपते. दूर अंतरावर नेपाळ आणि चीनमधल्या सीमारेषेपलीकडे शीशपंगमाचा वळीदार मनोरा उभा आहे. त्याच्या समोर असलेल्या इतर छोट्या शिखरांच्या तुलनेत तो बराच लहान असावा असं वाटतं. पुढे दहा मिनिटांच्या अंतरावर छो ओयू, एव्हरेस्ट, ल्होत्से आणि मकालू शिखरांच्या उंच आकृत्या द्रुकएअरच्या विमानाच्या पंखाखालून सरकताना दिसतात.

२०१९ सालच्या नववर्षदिनाचं हिवाळी वातावरण एकदम निरभ्र आहे. उत्तर क्षितिजापर्यंत पसरलेल्या पिंगट रंगाच्या तिबेटचं विस्तीर्ण दृश्य दिसत आहे. आम्ही पुढे जातो तसं आता कांचनगंगा सामोरं येतं. त्याच्या शिखरावरून बर्फाचे धागे उलगडताना दिसत आहेत. काही वेळातच चुंबी खोऱ्यामुळे पांढऱ्या रंगाची ही साखळी तुटते आणि पुढे जोमोल्हारी, जिचू द्रेक आणि भूतानमधल्या इतर पर्वतांचं भव्य कुंपण दिसू लागतं. त्यात गांग्खार पुएन्सम (७५७० मीटर) हे पृथ्वीवरचं अजून सर न झालेलं सर्वांत उंच शिखर आहे. धार्मिक आणि सांस्कृतिक कारणांसाठी, तसंच सुरक्षेच्या कारणास्तव भूतानने आपल्या हद्दीतल्या सर्व प्रकारच्या

गिर्यारोहणावर बंदी आणली आहे आणि महत्त्वाची शिखरं अबाधित ठेवली आहेत. अशा धोरणांमुळे गिर्यारोहक वैतागत असले तरी हिमालयातल्या जंगलांचा आणि तिथल्या प्राणीजीवनाचा जो काही थोडाफार प्रदेश शिल्लक आहे त्याचं रक्षण करण्यासाठीचा हा शेवटचा उपाय आहे.

पारो विमानतळावर उतरून आम्ही गुरू रिनपोचेच्या मार्गानं जाऊ लागतो. त्यांच्या पत्नीनं उडत्या वाघिणीचं रूप घेऊन त्यांना पंखांवर बसवून इथवर आणलं. सूचिपर्णी वृक्षांनी आच्छादलेल्या डोंगरांच्या सोंडेवरून आमचं विमान जातं तेव्हा तिची गुहा दृष्टीस पडते. एका कड्याच्या पृष्ठभागावर दरीकडे तोंड करून ती वसलेली आहे. ताक्तसांग किंवा 'टायगर्स नेस्ट' हे तिचं लोकप्रिय नाव. इथेच भूतानला बौद्धधर्माचा पहिला स्पर्श झाला. पद्मसंभव म्हणूनही ओळखले जाणारे गुरु रिनपोचे हे त्यांचे थोर गुरु आठव्या शतकात तांत्रिक प्रथा आणि गूढ श्रद्धा दूर करून करुणेचा आणि अहिंसेचा संदेश पसरवण्यासाठी आले होते. दोन शतकांनंतर कवी-जादूगार मिलारेपा ह्यांनी भूतानला भेट दिली आणि ताक्तसांग इथे ध्यान केलं. भक्ती आणि ज्ञान ह्या विषयाला वाहिलेल्या त्यांच्या एक लाख गाण्यांमधली काही गाणी त्यांनी तिथे बसून लिहिली.

भूतान हे हिमालयातलं शेवटचं टिकून राहिलेलं राज्य आहे. सरदार जेव्हा तटबंदी असलेल्या झोंगमध्ये बसून राज्य करत असत त्या सरंजामशाही कालखंडाचे ते शेवटचे अवशेष आहेत. चारही बाजूंनी भूप्रदेशानं वेढलेल्या या देशात विविध प्रांतांमध्ये त्यातल्या वीस झोंग आजही उभ्या आहेत. भूतानमधली सर्वांत उंच शिखरंच केवळ दुर्गम आहेत असं नाही, तर देशाचा जवळपास सत्तर टक्के भाग व्यापणारी जंगलंही अप्राप्य आहेत. केवळ सात लाख नागरिक इतकी कमी लोकसंख्या असल्यामुळे त्या देशाला जमिनीचे मोठाले पट्टे संरक्षित अभयारण्य म्हणून बाजूला ठेवायला परवडतं. जवळजवळ अर्धा देश राष्ट्रीय उद्यान किंवा वन्यजीव क्षेत्र म्हणून निश्चित केला आहे. त्यात आसामच्या सीमारेषेजवळच्या उपोष्णकटिबंधीय सखल प्रदेशापासून ते वृक्षरेषेच्या चिकार वरती असणाऱ्या प्रदेशापर्यंत सर्व उंचीवरच्या क्षेत्रांचा समावेश आहे. हिमालयातल्या बहुतेक प्रदेशांपेक्षा भूतानचं वेगळेपण असं की, होमो सेपियन्सने पायही ठेवलेला नाही अशा काही जागा तिथे आहेत. तांबडे पांडा, कस्तुरीमृग, राठकेशी ससे (हिसपीड हेअर) आणि पिग्मी हॉग अशा नामशेष होऊ घातलेल्या प्रजाती इथे सापडतात. सन २०१७ मध्ये 'उग्येन वांगचुक इन्स्टिट्यूट फॉर कॉन्झर्व्हेशन ॲन्ड एन्व्हायर्मेन्टल रिसर्च'ने भूतानमध्ये १०३ वाघांची मोजणी केली. त्यांच्या उपस्थितीबद्दलचा सर्वांत उभारी देणारा भाग म्हणजे कॅमेरा ट्रॅपमधले फोटो बघितले तर हे वाघ समुद्रसपाटीपासून १०० मीटर उंचीवर असलेल्या मानस नदीला लागून असलेल्या जंगलांपासून ते चार हजार

मीटर उंचीपर्यंतच्या भागात फिरताना आढळतात. राजघराणं आणि संसद, तसंच धार्मिक आस्थापना या सर्वांनीच वन्यजीव संवर्धनाला राष्ट्रीय प्राधान्यक्रम दिला असून, त्यासाठी ते कटिबद्ध आहेत.

काही असो, डोंगराच्या सोंडेमधून वळणं घेत जाणाऱ्या आणि देशाच्या दुर्गम भागांना एकमेकांशी जोडणाऱ्या रस्त्यांच्या जाळ्यामुळे भूतानचा झपाट्यानं विकास होत आहे. कितीतरी मोठे जलविद्युत प्रकल्प बांधले जात आहेत किंवा बांधून तयार आहेत. देशातल्या अनेक नद्यांपासून तयार झालेली अतिरिक्त वीज भारताच्या सहकार्यानं आयात करायची भूतानची योजना आहे. त्याचा पर्यावरणावर होणारा परिणाम कमी करण्यासाठी प्रयत्न केलेले असले तरीही नद्यांच्या परिसंस्थेचं होणारं नुकसान प्रचंड आहे. तसंच भारत आणि नेपाळमधून येणाऱ्या मजुरांच्या लोंढ्यामुळे जंगलांवर निःसंशय ताण येत आहे.

गोठणबिंदूखाली तापमान जाणाऱ्या पारोमध्ये एक रात्र काढल्यावर अमीता आणि मी दुसऱ्या दिवशी सकाळी थिंफूला जायला निघतो. आमचा वाटाड्या आहे, तांडीन ग्येल्टशेन. तो भूतानच्या सांस्कृतिक वारशाचा तज्ज्ञ असून, शिवाय एक कुशल पक्षी निरीक्षकदेखील आहे. त्यानं राज्याचा अधिकृत पोशाख परिधान केला आहे. घो नावानं ओळखला जाणारा, सैलसर, पट्टा असलेला तो अंगरखा कंबरेशी गोळा होऊन स्कॉटिश लोकांच्या स्कर्टसारखा गुडघ्यापर्यंत येतो. पुरुषांचा हा पोशाख म्हणजे तिबेटी लोकांच्या चुबाचीच एक आवृत्ती आहे असं तांडीन सांगतो. झाब्द्रुंग गांवांग नामग्याल या भूतानच्या संस्थापकानं त्याची पुनर्रचना करून लांबी कमी केली. १,६०० च्या शतकात त्यानं या देशावरची आपली सत्ता बळकट केली.

द्रुक युल किंवा 'गडगडाटी आवाजाच्या ड्रॅगन' ची भूमी म्हणून ओळखलं जाणारं भूतान हे अनेक पौराणिक आणि खऱ्याखुऱ्या अद्‌भुत सजीवांचं माहेरघर आहे. आमचा पहिला उद्देश आहे तो थिंफूच्या सरहद्दीवर असलेल्या मोतीथांग इथल्या रॉयल तकिन प्रिझर्व्हला भेट देणं आणि भूतानचा राष्ट्रीय प्राणी बघणं हा. हिमालयात आसपास दिसणारा सर्वांत विचित्र असा सस्तन प्राणी म्हणजे तकिन (बुडोर्कास टॅक्सीकलर व्हाइटी). हा बकरीवर्गातल्या (कॅप्रीन) एका जमातीचा प्राणी असून, गोराल आणि सेरोप्रमाणेच बकरा-काळवीट जातीशी संबंधित आहे. त्यांचं एकंदर रंगरूप मात्र कस्तुरी बैलासारखं किंवा बैलसदृश जंगली काळविटासारखं असतं. तकिनच्या अनेक उपजाती दक्षिण चीन, म्यानमार, अरुणाचल प्रदेशच्या पर्वतरांगांमध्ये आढळतात. भूतानमध्ये तकिन तीन हजार मीटरपेक्षा जास्त उंचीवर असलेल्या जंगलात राहतात आणि हिवाळ्यात खालच्या दऱ्यांमध्ये येतात. समाजप्रिय प्राणी असल्यामुळे ते वीस ते तीसच्या संख्येनं कळप करून फिरतात.

त्यांचं शरीर मजबूत बांध्याचं असून, त्याचा आकार आणि मांसलपणा एखाद्या खेचरासारखा असतो. त्यांचं अंग एखाद्या गाईप्रमाणे अवजड असतं आणि कातडीवर तपकिरी-करड्या रंगाचे खरबरीत केस असतात. या विचित्र पशूचं मस्तक जाडजूड, बुटक्या मानेनं त्याच्या खांद्याला जोडलेलं असतं. मानेवर जाडीभरडी आयाळ उगवलेली असते. तकिनची मुद्रा गोवर्गीय पशूशी इतकी मिळतीजुळती असते की त्याचं व्यंगरूप वाटावं. रुंद, फुगीर नाक आणि त्यामानानं लहानसे डोळे आणि कान. त्याची शिंगं आटोपशीर असून, दोन समान बिंदू दिसून येतील अशा बेतानं कपाळावर वळलेली असतात. एकंदरीत हे एक गबाळं दिसणारं विजोड जनावर आहे. शरीरशास्त्राला पडलेलं एक कोडंच.

'अ लाइफ विथ वाइल्डलाइफ' या पुस्तकात एम. के. रणजीतसिंह १९६५ साली भूतानला दिलेल्या भेटीचं वर्णन करतात. तेव्हा 'तिथे अगदी थोडे रस्ते, विरळ लोकसंख्या होती आणि राजघराणं सोडून इतर कोणीही शिकारी नव्हते. माझ्यापासून फक्त २० मीटर अंतरावर काळ्या रंगाचा एक कस्तुरीमृग मला निर्धास्त चरताना आढळला. शिवाय इथून अगदी पाच पावलांवर सेटर ट्रॅगोपॅन नर फिरतो आहे. चकाकत्या लालबुंद पिसांमुळे अवर्णनीय देखण्या दिसणाऱ्या त्या पक्ष्यानं आपलं काळसर निळं डोकं किंचित वळवून नवलानं माझ्याकडे नजर टाकली.' राजाचा पाहुणा म्हणून रणजितसिंहांनी अनेक दऱ्या पायी पालथ्या घातल्या. सुरुवातीला त्यांना तकिन हा प्राणी चट्कन हाती न येणारा वाटला; पण यथावकाश राज्याच्या ईशान्येकडे सेइजाथांग नावाच्या ठिकाणी साठहून अधिक जनावरांच्या कळपाशी त्यांची गाठ पडली. सुरुवातीला त्यांना चुकून ते याकच वाटले. दुर्बिणीतून पाहिल्यावर मात्र ते 'डोंग खीमसे' (ग्येम त्से) असल्याचं त्यांच्या लक्षात आलं. तकिनचं हे भूतानी नाव. ती जनावरं 'एकमेकांना लाथा झाडत होती आणि आपल्या बेडौल, दुडक्या चालीनं एकमेकांचा पाठलाग करत होती.' तसंच क्षार आणि इतर खनिजद्रव्यं मिळावीत म्हणून ओल्या मातीचे काही भाग चाटतही होती.

थिंफूच्या वरच्या बाजूला असलेलं तकिन राखीव क्षेत्र अनेक एकर पसरलेल्या निळ्या सूचिपर्णी वृक्षांच्या पट्ट्यात वसलेलं असलं तरी वास्तविक ते एक प्राणिसंग्रहालयच आहे. तारेचं जाळीदार कुंपण लावून ते सगळीकडून बंदिस्त केलेलं आहे. तकिनचा हा कळप मुळात राजवाड्याच्या मैदानात ठेवण्यात आला होता, असं तांडीन सांगतो; मात्र चौथ्या राजानं असा हुकूम काढला की, त्यांना जंगलात सोडण्यात यावं. त्या प्राण्यांना बंदिवासात राहायची इतकी सवय झाली होती की, लवकरच त्यांनी थिंफूला परत यायचा रस्ता शोधून काढला आणि राजधानीच्या रस्त्यांवर ते आयत्या अन्नावर आणि कचऱ्यावर गुजराण करत भटकू लागले. त्यानंतर हे उद्यान बांधायचं ठरलं. तिथे आता कित्येक सांबर आणि एक

'सुटका केलेला' सेरो आहे. तसंच, अनेक मोनाल आणि सेटर ट्रॅगोपॅन आहेत.

मोतीथांग राखीव क्षेत्रात स्थानबद्ध असलेले तकिन त्यांच्या प्रशस्त बंदिवासात त्यामानानं समाधानी वाटतात; मात्र पाइन वृक्षांच्या सुयांच्या गालिच्यावर फिरणारे किंवा हिवाळ्यातल्या कोरड्या गवतावर चरणारे हे प्राणी जरा जास्त वजनदार आहेत. त्यांना जंगलात बघायला मिळेल अशी मला आशा वाटत होती; पण ते जिथे सापडतात ते जिगमे दोरजी राष्ट्रीय उद्यान सहज भेटीदाखल येणाऱ्या पाहुण्यांसाठी किंवा हिवाळ्यात येणाऱ्या ट्रेकर्ससाठी तयार केलेलं नाही. भूतानमध्ये परदेशी पर्यटकांना दर दिवशी भरावे लागणारे २५० डॉलर्स मी भरत असल्यामुळे रानटी तकिनच्या शोधातली मोहीम अशक्य महागडी झाली असती.

तकिनच्या जन्माच्या एका लोकप्रिय लोककथेत द्रुकपा कुनली नावाच्या भूतानच्या एका आश्रयदात्या संताचा उल्लेख आहे. त्याचा उल्लेख खूपदा 'दैवी माथेफिरू' असा केला जातो. अनादरयुक्त आणि अपमानकारक वर्तनाच्या उफराट्या तर्कानं बौद्ध धर्माच्या पवित्र तत्त्वज्ञानाचा प्रचार करणारा एक थोर गुरू म्हणून त्याला मानलं जातं. तिबेटमधला तो एक भटका भिक्खू होता. रांगडा अवतार, चांग नावाच्या मद्याची आणि सुंदर स्त्रियांची आवड यासाठी तो ओळखला जाई. त्याचं ताठर लिंग हे भूतानमधलं एक शुभचिन्ह असून, कित्येक घरांची प्रवेशद्वारं त्यानं सुशोभित केली जातात. ते प्रजननाचं प्रतीक तर आहेच, शिवाय ते दुष्ट शक्तींनादेखील दूर ठेवतं. आपल्या अनेक गीतांमधून तो स्वतःच्या शिश्नाची तुलना दोर्जेशी म्हणजे पवित्र वज्राशी करतो, तर त्याच्या अनेक प्रेमिकांची योनिमुखं पद्म किंवा कमळ होतात. बौद्ध धर्माच्या तत्त्वज्ञानात निपुण असलेल्या द्रुकपा कुनलीचा मुख्य उद्देश हा इतरांना ज्ञानप्राप्तीसाठी मदत करण्याबरोबरच राक्षसांना नामोहरम करणं हा होता. कीथ डाऊमन यांनी 'द डिव्हाइन मॅडमन : द सब्लाइम लाइफ ॲन्ड सॉन्ज ऑफ द्रुकपा कुनली' या 'गुप्त' चरित्राचा अनुवाद केला आहे. त्यात दात खाणाऱ्या आणि गळ्यातून गलगंड बाहेर डोकावणाऱ्या क्रूर राक्षसांच्या चिकार कहाण्या आहेत. लामाच्या लिंग उत्थापनामुळे ते पळून जात. या चरित्रात रानटी जनावरांच्या अनेक लोककथा आहेत आणि त्यातच तकिनचा जन्म कसा झाला याची कथा आहे.

एके दिवशी, द्रुकपा कुनली एका गावात गेला. तिथल्या लोकांनी त्याच्याकडे चमत्कार दाखवण्याची विनंती केली. त्या बदल्यात रात्रीच्या जेवणात गावानं आपल्याला एक गाय आणि एक बोकड खाऊ घालावं अशी त्यानं मागणी केली. विक्षिप्त साधू अशी त्याची ख्याती ऐकून असलेल्या यजमानांनी त्यानं सांगितल्याप्रमाणे केलं आणि दोन्ही प्राण्यांचं मिळून एक कालवण शिजवण्यात आलं. द्रुकपा कुनलीची भूक अनावर असे. त्यानं समोर ठेवलेलं सगळं मांस खाऊन टाकलं.

मग जेवण झाल्यावर सगळी हाडं गोळा केली आणि ते सापळे एकत्र जोडले. बोटांची चुटकी वाजवत त्यानं दोन्ही प्राण्यांचा मिळून एकच प्राणी तयार केला आणि त्याला जीवदान दिलं. म्हणूनच तकिन हा प्राणी गाय आणि बोकडाचं मिश्ररूप असल्यासारखा दिसतो.

या दैवी माथेफिरूला सर्व प्रकारचं मांस खायला आवडे; पण जेवणं झालं रे झालं की, तो खाल्लेला पक्षी किंवा प्राणी पुन्हा जिवंत करत असे. द्रुकपा कुनलीच्या बहुतेक सर्व चित्रांमध्ये त्याला धनुष्य-बाण हाती घेतलेल्या शिकाऱ्याच्या रूपात दाखवलं जातं. त्याच्यामागोमाग एक कुत्राही असतो. त्याच्या अनेक कथा म्हणजे मांसाहारी आहाराच्या नैतिक विरोधाभासाचं प्रतीक आहेत. क्वचित कधी त्याच्या चमत्कारांची परिणती अगदी अनपेक्षित असे. जसं की, एकदा एका कोंबडीच्या पिल्लाला पुन्हा जिवंत केल्यावर त्याला एकच पाय आहे, असं दिसून आलं. त्याचं कारण म्हणजे दुसरा पाय पातेल्यात तसाच राहिला होता. आणखी एका कथेनुसार, द्रुकपा कुनलीला एका लोभी सरदारानं पकडलं आणि मांसावर कर भरायची मागणी केली. या लामानं मग ११० कस्तुरीमृग एकत्र केले आणि त्यांना हाकत झोंगमध्ये घेऊन आला. हरिणांना मारलं तर आपल्याला पाप लागायची भीती आहे, अशी तक्रार जेव्हा त्या सरदारानं केली, द्रुकपा कुनलीनं ताबडतोब त्यांची मुंडकी उडवली आणि धडांवरची कातडी सोलून काढली. तो रक्तपात बघून हादरलेल्या सरदाराने कर गोळा करायला नकार दिला. आपला मुद्दा पुरेसा सिद्ध झाल्यावर लामाने ती मुंडकी आणि कातडी पुन्हा चढवली आणि हरणांना जंगलात सोडून दिलं; मात्र हे करत असताना काही मोठी मुंडकी लहान धडाला आणि लहान मुंडकी मोठ्या धडाला चिकटली.

अशा लोककथांमधून उत्क्रांतीची प्रक्रिया सुचवली जाते. तसंच माणसं व इतर सस्तन प्राण्यांमधल्या संबंधांवर भर दिला जातो. विशेषतः, एका जातीच्या प्राण्याचा दुसऱ्या जातीतल्या प्राण्याच्या रूपात पुनर्जन्म होतो, ही बौद्ध श्रद्धादेखील त्यातून दिसून येते. द्रुकपा कुनली एकदा एका मठात आला आणि त्यानं गाढवाची प्रार्थना केली. ते बघून तिथल्या भिक्खूंना चांगलाच धक्का बसला.

*...हे महत् दयाळू पशो!*
*तुला क्वचितच मिळतो चारा किंवा पाणी*
*अति ओझी वाहणारा, अति भार सोसणारा तू,*
*तुझ्या मार खाणाऱ्या पाठीकडे बघत आम्ही प्रार्थना करतो की,*
*तुझ्या झुकत्या खांद्याचे आशीर्वाद आम्हाला मिळोत*

भिक्खूंनी त्याला विरोध केला आणि त्याऐवजी त्याने आपल्या मृत रिंपोछेसाठी (गुरू) प्रार्थना केली पाहिजे, अशी मागणी केली. त्यावर द्रुकपा कुनलीनं उत्तर दिलं की, अनेक वर्षांपूर्वी तिबेटच्या प्रवासात असताना त्यांच्या रिंपोछेनं आपल्या बरोबरच्या प्राण्यांवर जास्त ओझं लादलं आणि त्या कर्मामुळे त्याला पुढचा जन्म गाढवाचा मिळाला.

थिंफूवरून येणाऱ्या महामार्गावरून खाली उतरून पुनाखा खोऱ्यात शिरत असताना आम्ही एका ठिकाणी थांबतो. इथे द्रुकपा कुनलीनं एका भयंकर राक्षसाला हरवून त्याला एका खडकाखाली पकडून ठेवलं. मग त्यानं इथे खालच्या टेकडीवर नदीकडे तोंड करून एक स्तूप बांधला. नंतर या मठाचा विस्तार करून तिथे चिमी ल्हाखांगचं देऊळ तयार झालं. द्रुकपा कुनली या रांगड्या संताच्या प्रक्षोभक ज्ञानाच्या स्मरणार्थ ते उभारण्यात आलं. निपुत्रिक स्त्रिया खूपदा या देवळात येतात असं तांडीन सांगतो. प्रजननदेवतेला आवाहन करण्यासाठी हातात एका मोठ्या शिश्नाची प्रतिकृती घेऊन त्या स्त्रिया मठाला प्रदक्षिणा घालतात. गाभाऱ्याच्या भिंती लिंगांच्या भित्तिचित्रांनी आणि चिन्हांनी सजलेल्या आहेत. त्यातल्या बऱ्याचशा लिंगांमधून अग्नी किंवा वीर्याची चिळकांडी बाहेर येताना दाखवली आहे.

नदीच्या प्रवाहाच्या वरच्या दिशेनं एक तासभर प्रवास केल्यावर आम्ही पुनाखा झोंगला पोहोचतो, १९५५ सालापर्यंत ही देशाची राजधानी होती. नंतर राजा आणि त्याचं सरकार थिंफूला गेले; मात्र आदरणीय जे खेन्पो या भूतानच्या आध्यात्मिक गुरूंचं मुख्यालय अजूनही पुनाखालाच आहे. इथल्या बौद्धविहारात कमीतकमी एक हजार भिक्खू राहतात आणि पूजापाठ करतात. राज्याभिषेक समारंभ आणि शाही लग्नांसाठीचं स्थळ म्हणून याच विहाराचा वापर होतो.

आम्ही त्या झोंगच्या टप्प्यात येतो तसं तांडीन आमच्या ड्रायव्हरला वांगचुकला थांबायला सांगतो आणि या तीर्थस्थळाची विविध वैशिष्ट्यं आम्हाला दाखवू लागतो. म्हो छु आणि फो छुच्या संगमावर पुनाखा झोंग बांधला आहे. म्हो छु स्त्री आहे आणि फो छु पुरुष. झोंगच्या रचनेतून हत्तीचा आकार कसा दिसून येतो त्याचंही तांडीन वर्णन करतो. त्या दोन नद्या म्हणजे हत्तीचे सुळे आहेत आणि मठाची इमारत त्याच्या सोंडेवर बांधली आहे. पलीकडच्या टेकड्या म्हणजे त्या हत्तीचं मस्तक आणि धड आहेत. हत्ती हे बुद्धाचं दैवी प्रतीक आहे, तशीच सत्तेची निशाणी आहे.

समुद्रसपाटीपासून सुमारे १,२०० मीटरवर असलेलं पुनाखा थिंफू किंवा पारोपेक्षा बरंच उबदार आहे. नदीच्या काठावर चक्रवाक (शेल्डक) आणि पाणकावळे (कॉर्मोरँट्स) गोळा झालेले दिसतात. प्रवाहाच्या वरच्या दिशेला थोड्याच अंतरावर असलेली जागा म्हणजे अतिशय धोक्याच्या कक्षेत असलेले पांढऱ्या पोटाचे

बगळे (हेरॉन) सापडणाऱ्या मोजक्या ठिकाणांपैकी एक. या जातीचे २५०पेक्षा कमी पक्षी अस्तित्वात आहेत. त्यातले तीस पुनाखाच्या वरच्या बाजूला असलेल्या फो छु नदीच्या काठावर राहतात.

झोंगची भव्य वास्तुरचना आणि दगड-माती दाबून भरलेल्या त्याच्या प्रचंड भिंती बघून ऐतिहासिक भक्कमपणाची जाणीव होते, तर एकावर एक चढत गेलेल्या सोनेरी नक्षीच्या छपरांमुळे त्या वास्तूला हलकेपणाचा स्पर्श झाला आहे. अमीता आणि मी एक लाकडी, कॅन्टिलिव्हर्ड पूल ओलांडून एक उभा जिना चढतो आणि मुख्य फाटक ओलांडून एका प्रशस्त, फरशीचा दगड टाकलेल्या अंगणात प्रवेश करतो. त्याच्या एका टोकाला एक डेरेदार रानअंजिराचं झाड आहे. रिकाम्या, पांढरा रंग दिलेल्या भिंती अति नक्षीकाम केलेल्या सज्जांपुढे आणि खिडक्यांपुढे उठून दिसत आहेत. मरून रंगाचे अंगरखे घातलेले भिक्खू मुक्यानं ये-जा करत आहेत तर आतल्या गाभाऱ्यातून नगाऱ्याचे आणि मंत्रपठणाचे आवाज येत आहेत. झाडाच्या फांद्यांवर मैना चिवचिवाट करत आहेत.

बौद्ध धर्म सर्व रूपांतल्या सजीवांच्या रक्षणाचा नुसता प्रचार करतो असं नव्हे तर प्राणी, पक्षी, वनस्पती आणि झाडांना आपल्या म्हणी आणि बोधकथांमध्ये स्थानदेखील देतो. पुनाखा झोंगच्या मुख्य गाभाऱ्यातल्या भिंती गौतम बुद्धाच्या आयुष्यातल्या विविध घटनांच्या उजळ भित्तिचित्रांनी रंगलेल्या आहेत. त्यात त्याच्या आईला पडलेल्या पांढऱ्या हत्तीच्या स्वप्नाचाही समावेश आहे. तिच्या उदरात दैवी गर्भ रुजल्याचा तो इशारा होता.

बुद्धाच्या पार्थिव अस्तित्वातल्या चार महत्त्वाच्या घटनांपैकी प्रत्येक घटना सावली धरणाऱ्या झाडांच्या फांद्यांच्या आश्रयानं घडली. त्याचा जन्म लुम्बिनीला सालवृक्षाच्या सावलीत झाला. त्याला ज्ञानप्राप्ती झाली ती बोधगयेला पिंपळाच्या झाडाखाली. त्यानं आपलं पहिलं प्रवचन सारनाथला एका वनराईत दिलं आणि अखेर कुशीनगरला दोन सालवृक्षांखाली तो मरण पावला.

पुनाखाच्या भित्तिचित्रांमध्ये दिसणारी एक सर्वांत लोकप्रिय जातककथा किंवा बोधकथा म्हणजे 'चार मित्रांची गोष्ट'. तांडीनकडून आम्हाला ती गोष्ट कळते ती अशी, एका फळझाडाचा सगळीकडे प्रसार होण्यात चार जंगली प्राण्यांनी आपापला वाटा उचलला. पक्ष्यानं झाडाचं बी खाल्लं आणि विष्ठेद्वारे जमिनीवर टाकून दिलं. सशानं माती खणून त्यात ते बी पुरलं. माकडानं त्याला आपल्या विष्ठेचं खत घातलं. हत्तीनं सोंडेतून त्या बीवर पाणी शिंपडलं आणि ते झाड चांगलं मोठं आणि रसरशीत होईपर्यंत तो तिथे राखण करत उभा राहिला. अनेक वर्षांनी उंच फांदीवरचं फळ तोडण्यासाठी चौघा मित्रांना पुन्हा परस्पर सहकार्य करावं लागलं. या जातककथेचं चित्र पाहिलं तर त्यात एक हत्ती, माकड, ससा आणि पक्षी

एकमेकांच्या पाठीवर चढलेले दिसतात. भूतानच्या राजमातांपैकी एक - आशी दोरजी वांगमो वांगचुक यांनी 'ट्रेझर्स ऑफ द थंडर ड्रॅगन' या आपल्या चरित्रात्मक पुस्तकात म्हटल्यानुसार 'ही जातककथा निसर्गचक्राच्या दृष्टीनं परस्पर सहकार्याचं महत्त्व, तसंच सर्व लहान-मोठ्या सजीवांमधले, सर्व महाभूतांमधले संबंध आणि परस्परावलंबित्व अधोरेखित करते.' या गोष्टींमुळे संवर्धननीतीला कशी चालना मिळाली आहे यावरही त्या पुढे जाऊन भर देतात. त्या लिहितात, 'भूतानमधल्या बौद्धधर्माचं वैशिष्ट्य म्हणजे पूर्वीच्या बोन धर्मातून त्यानं अनेक प्रथा सामावून घेतल्या आहेत. तसंच त्याच्या सर्वजीववादी श्रद्धा फार बळकट आहेत. त्या केवळ झाडांना आणि जंगलांनाच नव्हे तर पर्वत, नद्या, तलाव, खडक, गुहा आणि इतर नैसर्गिक रूपांनादेखील देवत्व प्रदान करतात.'

पुनाखावरून पूर्वेला प्रवास करत आम्ही अंधार पडल्यावर फोब्जीखा खोऱ्यात येतो. वरच्या उतारांवर हिम भुरभुरताना दिसतं, तर रस्त्याचे काही भाग बर्फानं झाकले गेलेले आहेत. प्रतिपदेचा चंद्र आकाशात चमकत असला तरी अगदी मंद प्रकाश देतो आहे आणि आमच्या गाडीच्या दिव्यांच्या उजेडात रस्त्याची कड सोडून आणखी काहीही दिसत नाही. दुसऱ्या दिवशी सकाळी उठल्यावर मात्र आम्हाला एखाद्या जादुई नगरीत आल्याचा भास होतो. हॉटेलच्या खोलीचे पडदे बाजूला केल्यावर मला एक रुंद पहाडी खोरं समोर पसरलेलं दिसतं. बर्फाच्या पांढऱ्याशुभ्र चादरीखाली ते झाकून गेलं आहे. चहूबाजूंनी वनाच्छादित पर्वतांनी वेढलेलं, मोकळ्या कुरणांमधून वळणं घेत जाणारे नागमोडी झरे असलेलं ते भूदृश्य म्हणजे थांगका चित्रांमधल्या स्वर्गाच्या चित्रणासारखं रमणीय दिसत आहे.

दर हिवाळ्यात काळ्या मानेचे क्रौंच (ग्रस निग्रीकोलीस) लडाख आणि तिबेटमधल्या दुर्गम जलप्रदेशातून फोब्जीखाला स्थलांतर करतात. हिवाळ्यात इथल्या आच्छादित पाणथळ प्रदेशात राहण्यासाठी ते हिमालय ओलांडून येतात. सध्या केवळ दहा हजार काळ्या मानेचे क्रौंच शिल्लक आहेत. त्यांच्या उन्हाळ्यातल्या प्रजनन प्रदेशांना विकासकामं, प्रदूषण, हवामान बदलांचे परिणाम आणि रानटी कुत्र्यांमुळे होणारी कत्तल या सगळ्यांपासून धोका आहे. फोब्जीखाला मात्र त्यांचं रक्षण केलं जातं आणि त्यामानानं ते सुरक्षित असतात. अर्थात ते जिथे अन्न टिपतात त्या गोठलेल्या दलदलीच्या प्रदेशात गुरंदेखील चरण्यासाठी आणली जातात. या क्रौंच पक्ष्यांचा आहार निवडक असतो. ते वनस्पती आणि कंदमुळं खातात. तसंच गोगलगायी, लहान मासे, उभयचर प्राणी आणि सरपटणारे प्राणीही खातात.

दरीच्या खोबणीत सूर्यप्रकाश पसरतो आणि बर्फ वितळायला सुरुवात होते. प्रचंड आकाराच्या पक्ष्यांचे थवे सर्व दिशांना कित्येक किलोमीटर अंतरावर पसरलेले आम्हाला दिसतात. रात्री ते मोठ्या संख्येनं गोळा होतात तर दिवसा अन्न मिळवायला

जोडीनं किंवा लहान थव्यांनी सगळीकडे पसरतात. पूर्ण वाढ झालेले असतील तर ते साधारण दीडेक मीटर उंच असतात, त्यांची मान लांब आणि काळ्या रंगाची असते तर कपाळावर एक लाल चट्टा असतो. मोठ्या चोचीच्या क्रौंचांच्या तुलनेत यांची चोच पातळ आणि निमुळती असते. त्यांचं सुडौल शरीर पांढऱ्या पिसांनी झाकलेलं असतं तर मागच्या बाजूला काळ्या पिसांचा एक मस्त झुबका असतो. त्यांचे लांबुळके पाय बघून ते पायांना काठ्या लावून चालत आहेत असा भास होतो. उडताना ते जेव्हा पंख पसरून आकाशात विहार करू लागतात तेव्हा ते पाय मागे एखाद्या सुकाणूसारखे पसरलेले दिसतात.

आमच्या हॉटेलपासून थोड्याच अंतरावर नांगरलेल्या शेतात दाणे टिपणारी क्रौंचांची एक जोडी आम्हाला दिसते. ते बार्लीचे विखुरलेले धान्यकण टिपत आहेत. नर आणि मादी एकसारखेच दिसतात; पण पिल्लं मात्र त्यांच्या फिकट तपकिरी रंगामुळे सहज वेगळी ओळखू येतात. स्वभावत:, एकगामी असलेले हे क्रौंच आयुष्यभर एकाच जोडीदाराबरोबर राहतात. त्यावरून त्याला लोककथांमध्ये काही अद्‌भुतरम्य प्रेमळ संदर्भ चिकटले आहेत. त्यांच्या प्रियाराधनेच्या पद्धती बऱ्याच तपशीलवार असतात. मिलनापूर्वी मादीला आकर्षित करण्यासाठी नर उड्या मारत आणि पंख फडफडवत एक तालबद्ध नृत्य करतो. काळ्या मानेच्या क्रौंचाचा हाकारा एखाद्या भोंग्याच्या निनादासारखा असतो. सॅक्सोफोनवर वाजवलेल्या तारस्वरातल्या सुरांच्या मेडलीसारखा तो एखाद किलोमीटरपेक्षाही जास्त अंतरावरून ऐकू येऊ शकतो.

फोब्जीखामधल्या गांगतेय गोम्पामध्ये, दरीच्या वरच्या बाजूला असलेल्या एका टेकाडावर दर नोव्हेंबर महिन्यात क्रौंचांच्या आगमनाप्रीत्यर्थ एक वार्षिक उत्सव साजरा केला जातो. त्यांचं स्थलांतर हा एक शुभशकुन मानला जातो. इथे आल्यावर आणि वसंत ऋतूत इथून परत जाण्यापूर्वी हे ऐटदार पक्षी गोम्पाला तीन प्रदक्षिणा घालतात असं म्हटलं जातं. काळे-पांढरे पोशाख घालून आणि चोच असलेले मुखवटे लावून प्रथेप्रमाणे करायच्या नृत्यात भिक्खू क्रौंचांची भूमिका वठवतात. भूतानचा राष्ट्रीय पक्षी डोमकावळा असला आणि राजेशाही मुकुटावर तो विराजमान असला तरी नैसर्गिक वारसा जतन करण्याच्या आणि त्याचा उत्सव साजरा करण्याच्या देशाच्या प्रयत्नाचं प्रतीक हे इतर कोणत्याही सजीवापेक्षा काळ्या मानेचा क्रौंच हेच आहे.

निसर्गरक्षणासाठी काम करणाऱ्या द रॉयल सोसायटीने फोब्जीखाला काळ्या मानेच्या क्रौंचांचं एक माहिती केंद्र स्थापन केलं आहे. तिथे या प्राण्यांचं जीवशास्त्र आणि वर्तनाची तपशीलवार माहिती देणाऱ्या गोष्टी, तसंच त्यांच्या स्थलांतरमार्गाचे नकाशे मांडून ठेवले आहेत. 'बर्ड्स ऑफ हेवन' नावाचा एक लघुपट त्या केंद्रात

दाखवला जातो आणि तिथे काही दुर्बिणीदेखील आहेत. आलेल्या पाहुण्यांना त्या दुर्बिणी वापरून क्रौंचांना त्रास न देता त्यांचं निरीक्षण करता येतं. केंद्राच्या शेजारीच एक पिंजरा आहे. त्यात एका जखमी मादीला ठेवलं आहे. दोन हिवाळ्यांपूर्वी तिच्या एका पंखाला इजा झाली. स्वत:च्या थव्यापासून वेगळी झाल्यामुळे ती आता तिबेटला स्थलांतर करू शकत नाही आणि वर्षभर भूतानमध्येच राहते.

फोब्जीखामधून परत जाताना आम्हाला उन्हानं उजळून निघालेल्या जंगलातल्या मैदानावर, रस्त्याच्या कडेला उभे असलेले तीन क्रौंच दिसतात. आई-बाप आणि त्यांचं एक पिल्लू. अंड्यातून बाहेर आल्यावर सहा महिन्यांतच ही पिल्लं उडत हिमालय ओलांडू शकतात, हे खरं असलं, तरी त्यांची वाढ पूर्ण व्हायला आणि आपापले जोडीदार निवडायला त्यांना दोन वर्षं लागतात. फोब्जीखा खोऱ्यातून चढून आम्ही एका खिंडीत येतो. तिथे आम्हाला मोकळ्या कुरणात चरणारे डझनावारी याक दिसतात. तांडीन सांगतो, 'हे गुराखी आणखी उत्तरेकडच्या उन्हाळी कुरणांच्या प्रदेशातून इथे स्थलांतरित झाले आहेत आणि जाडजूड काळी लोकर असलेले त्यांचे याक हिमबाधा झालेल्या गवतावर आणि बांबूवर उपजीविका करत आहेत. तांडीन हसतहसत आम्हाला याक आणि रेड्याची एक लोककथा ऐकवतो. एकेकाळी ते दोघे मित्र होते आणि त्यांनी भागिदारीत एक व्यवसाय चालू करायचं ठरवलं. 'तू जर मला तुझ्या अंगावरचा कोट दिलास तर मी तिबेटला जाईन आणि इथे विकण्यासाठी काही गोष्टी घेऊन येईन.' याक रेड्याला म्हणाला. अजाण रेड्यानं आपला कोट काढून मित्राला दिला आणि मित्र पर्वत ओलांडून निघाला. मात्र याकनं दिला शब्द पाळला नाही आणि तो परतला नाही. म्हणून तर त्याच्या अंगावरची लोकर इतकी जाडजूड असते आणि तो इतक्या उंचीवर राहतो. त्याउलट रेड्याच्या अंगावर अजिबात केस नसतात किंवा अगदी कमी असतात आणि तो सखल प्रदेशात राहतो. थोडा वेळ थांबून तांडीन पुढे म्हणाला, 'म्हणूनच रेडा सतत चिडक्या चेहऱ्यानं खांद्यावरून मागे वळून पाहत असतो. अजूनही तो आपल्या फसव्या मित्राला शोधत असतो.'

याकचे कळप पाळणं हा व्यवसाय फार जिकिरीचा आणि बराचसा निष्फळच आहे; मात्र एवढ्यातच या भटक्या गुरख्यांना उत्पन्नाचं एक नवीन साधन मिळाल्याचं तांडीन आम्हाला सांगतो. ते ऑफिकॉर्डीसेप्स सिनेन्सिस किंवा कॅटरपिलर फंगस गोळा करतात. क्वचित 'हिमालयातलं व्हायाग्रा' म्हणून ओळखला जाणारा हा प्रकार दैवी माथेफिरूच्या कल्पनेतूनच आला असावा की काय असं वाटतं. पिशाच्ची पतंगाला (घोस्ट मॉथ) परजीवी बुरशी लागते. ती बुरशी मूळ पतंगाला मारून त्या अळीच्या कोरड्या पडलेल्या कवचातून बाहेर वाढू लागते. यार्त्सा गोम्बू नावानंदेखील ओळखला जाणारा हा प्रकार पारंपरिक चिनी औषधातला

महत्त्वाचा घटक आहे. तो शक्तिवर्धक मानला जातो आणि रोगप्रतिकारशक्ती वाढण्यापासून ते बीजिंग ऑलिंपिकमध्ये चिनी धावपटूंना सुवर्णपदक मिळवून देण्यासाठी उपयोगी ठरण्यापर्यंत सर्व गोष्टींचं श्रेय त्याला देण्यात येतं. त्याची गुणवैशिष्ट्यं काहीही असली आणि त्यातली बरीचशी अतिशयोक्तिपूर्ण वाटत असली तरी ऑफिकॉर्डीसेप्सच्या किरकोळ विक्रीची किंमत एक लाख डॉलर्स प्रति किलोग्रॅम एवढी असू शकते. यार्त्सा गोम्बू जरी तिबेटमध्ये सापडत असलं तरी सबंध हिमालयात त्याचा अतिवापर झाला आहे. भूतान आणि नेपाळमधली उंचावरची ठिकाणं हे आता त्याचे प्रमुख स्रोत आहेत. सरकारी नियमांमुळे कॅटरपिलर फंगस गोळा करण्यावर निर्बंध आले आहेत. त्यामुळे गुराखी जमाती हिमरेषेजवळ असलेल्या आपापल्या पारंपरिक अति-उंचीवरच्या कुरणांमध्ये ते गोळा करू शकतात. तांडीनच्या म्हणण्यानुसार, हे घबाड हाती आल्यामुळे याक पाळणारे काही गुराखी अचानक खूप श्रीमंत झाले आहेत.

फोब्जीखावरून त्रोंग्साला जाणाऱ्या सहा तासांच्या रस्त्यावरून जाताना आम्हाला काळे पर्वत लागतात. तिथे भूतानमधली काही दाट वनं आहेत. खडकांचा काळपट रंग आणि पुष्कळ सावली देणारी झाडं यामुळे त्या प्रदेशाला असं नाव मिळालं आहे. हा सबंध प्रदेश जिगमे सिंग्ये वांगचुक राष्ट्रीय उद्यानांतर्गत येतो. खालच्या होअरी ओक, मेपल आणि बुरांशाच्या कमानीवर मोठ्या आकाराची हेमलॉकची झाडं वाढलेली दिसतात. शिवाय रस्तेबांधणीमुळे जिथे जिथे भूस्खलन झालं त्या भागावर वेगानं वाढणाऱ्या आल्डरने कब्जा मिळवलेला दिसतो. या जंगलांमधून एक कुप्रसिद्ध राक्षसी वास्तव्य करते असं रस्त्याकडेच्या एका रेस्टॉरंटमध्ये चहा प्यायला थांबल्यावर तांडीन आम्हाला सांगतो. तिचं नाव आहे नेयला धुएम. ती एका सुंदर स्त्रीचं रूप घेऊन येते. ज्याची तिच्यावर नजर जाईल तो संपला. तो सांगतो, 'खूप खूप वर्षांपूर्वी गार्बी लंगखार्लो नावाचा एक संदेशवाहक होता. भूतानमधला तो सर्वांत चपळ माणूस होता. त्रोंग्सापासून वांगड्यू फोड्रंगपर्यंत सरकारी निरोप पोहोचवण्याचं काम तो करत असे. वेळ वाचवायला म्हणून गार्बी काळे पर्वत ओलांडून जाणाऱ्या जवळच्या रस्त्याचा वापर करत असे. एकदा जंगलातल्या निर्जन प्रदेशातून जाताना त्याला झऱ्याच्या काठी वाकून बसलेली एक स्त्री दिसली. ती पाण्यात काहीतरी धूत आहे असं त्यानं पाहिलं. मंत्रमुग्ध होऊन त्यानं तिला, 'तू कोण आहेस? इथे काय करते आहेस?' असे प्रश्न विचारले. त्या स्त्रीनं उत्तर दिलं, 'मी नेयला धुएम. मी बैलाची आतडी धूत आहे.' तिच्या भेटीनं अस्वस्थ होत गार्बी आपल्या वाटेनं पुढे निघाला; पण त्या बाईच्या विचारांनी तो झपाटून गेला. त्रोंग्साला पोहोचल्यावर तो राज्यकर्त्याला पत्र देऊन आराम करण्यासाठी म्हणून लवंडला तेव्हा त्याला अचानक आठवलं की, आपला

जन्म बैलाच्या वर्षात झाला आहे. दुसऱ्या दिवशी सकाळी, गार्बी लंगखार्लो मरण पावला होता.'

नेयला धुएमच्या भीतीनं कोणीही या जंगलात प्रवेश करायची किंवा काळ्या पहाडातली झाडं तोडायची हिंमत करत नाही, असं तांडीन आणि आमचा ड्रायव्हर वांगचुक दोघंही अगदी ठासून सांगतात. खोऱ्यात आणखी खालच्या बाजूला तांडीन एका वनाच्छादित सोंडेकडे बोट दाखवतो. ती सोंड निमुळती होत एका बिंदूपर्यंत गेली आहे आणि तिच्यावर झाडांच्या एकावर एक ओळी असलेले मंडप दिसत आहेत. 'तो नेयला धुएमचा महाल.' आम्हाला सांगण्यात येतं. भरून आलेलं आभाळ, आसपासच्या सोंडेच्या एकावर एक पडणाऱ्या सावल्या आणि त्या एकत्र येऊन तयार झालेले पॅगोडासारख्या शंकूंच्या आकाराचे भीतिदायक आकार, असं सगळं बघून भोळ्या प्रवाशांवर हल्ला करण्यासाठी पाळत ठेवून बसलेली एखादी सुरेख राक्षसी या ठिकाणी असूही शकेल असं वाटतं.

त्रोंग्सा ही देशातली सर्वांत मोठी झोंग आहे. ती भूतानच्या मध्यभागी वसलेली असून, हा भाग राजकीय आणि आर्थिकदृष्ट्या कायमच महत्त्वाचा राहिलेला आहे. सरत्या दुपारी त्या झोंगला भेट देताना तिरंदाजी स्पर्धेत भाग घेणाऱ्या काही माणसांशी आमची कुंपणाबाहेरच्या मैदानात गाठ पडते. द्रुकपा कुनलीचं धनुष्य साध्या बांबूपासून तयार केलेलं होतं. त्यातून तो जादुई बाण सोडत असे. त्याची वाट बघणाऱ्या प्रेमिकांकडे जायचा रस्ता ते बाण त्याला दाखवत. इथे जमलेली माणसं मात्र आधुनिक पद्धतीचं, उच्च तंत्रज्ञान असलेलं धनुष्य वापरतात. त्यात पुली आणि प्रतिभार वापरलेला आहे. १४० मीटर लांब अंतरावर असलेल्या लक्ष्याचा ते वेध घेऊ शकतं. जे आपलं लक्ष्य बरोबर टिपतात, त्यांना आपापल्या बायकांसाठी घरी घेऊन जायला रंगीत स्कार्फ मिळतात. तिरंदाजी हा भूतानचा राष्ट्रीय खेळ आहे. हल्ले करणाऱ्या घुसखोरांपासून प्रत्येक झोंगचं रक्षण करावं लागत असे त्या काळापासून हा खेळ अस्तित्वात आहे. फाटकाबाहेर सायप्रसचं एक उंच झाड आहे. तांडीन त्या झाडाच्या खोडात रुतलेल्या डझनावारी बाणांकडे बोट दाखवतो. झोंगच्या भिंती दीड मीटरपेक्षाही जाड आहेत. त्यांना ठरावीक ठिकाणी अरुंद फटी आहेत. त्या फटींमधून तिरंदाज नेम धरू शकतात. आज त्रोंग्सा झोंगवर हल्ले करणारे घुसखोर म्हणजे आसाम मकाऊच्या टोळ्या (मकाका आसामेन्सिस). ऱ्हेसस माकडांची ही अधिक काळ्या वर्णाची आणि अधिक अवजड शरीराची आवृत्ती आहे; मात्र ऱ्हेसस माकडांप्रमाणे या मकाऊंनादेखील अन्न चोरण्यासाठी तोडफोड करून प्रवेश मिळवण्याची खोड आहे. येणाऱ्या पाहुण्यांना देवळाचं दार बंद ठेवावं असा सूचनावजा इशारा देणारी एक पाटी त्रोंग्साच्या मुख्य गाभाऱ्याच्या दारावर लावली आहे. शिवाय माकडांना हाकलण्यासाठी झोंगच्या सर्व बाजूंनी

विजेच्या तारेच्या कुंपणाचं एक गुंतागुंतीचं जाळंही उभारण्यात आलं आहे.

दुसऱ्या दिवशी त्रोंग्सावरून उतरताना आम्हाला वाटेत ७२० मेगावॉटचा मांगदेछू जलविद्युत प्रकल्प लागतो. भूतानमध्ये बांधत असलेल्या दहा मोठ्या जलविद्युत प्रकल्पांपैकी हा एक आहे. पुढे गेल्यावर अनेक वसाहती लागतात. उतारांवर मजगी घालून शेतं तयार केली आहेत. अक्षुण्ण वनांच्या (व्हर्जिन फॉरेस्ट) पट्ट्यांची जागा संत्र्याच्या बागांनी घेतली आहे. भूतानच्या या भागात निंबूवर्गीय झाडं हे महत्त्वाचं पीक आहे. संत्र्यानं भरलेले ट्रक पठारी प्रदेशाकडे चालले आहेत. तिथून ती संत्री भारत आणि बांग्लादेशात निर्यात केली जातात.

एक लहानसा पूल ओलांडल्यावर जवळच्या कड्यावर लटकत असलेलं मधमाश्यांचं पोळं तांडीन आम्हाला दाखवतो. मोठ्या हिमालयी मधमाश्या (अप्सिस दोरसाटा लाबोरिओसा) ज्या सहसा आगीमाशा म्हणून ओळखल्या जातात त्या भूतानमध्ये पुष्कळ प्रमाणात आहेत; मात्र त्यांनी तयार केलेला मध विषारी असू शकतो; कारण तो विषारी फुलांमधून, विशेषतः, बुरांशाच्या विशिष्ट जातीपासून गोळा केला असण्याची शक्यता असते. भूतानमधल्या व्यावसायिक मधुमक्षिकागृहांसाठी युरोपियन मधमाश्या वापरल्या जातात खऱ्या; पण जंगली मध गोळा करण्याचे नियम कडक आहेत आणि तो केवळ औषधी वापरासाठी विकला जातो. या मोठ्या मधमाश्यांनी टोळीच्या रूपात हल्ला केला तर ते धोकादायक ठरू शकतं. महामार्गाच्या एका भागात गाडीतून जाणाऱ्यांनी आपापल्या खिडक्या लावून घ्याव्यात अशा सूचना देणारे फलक लावले आहेत. याआधी मात्र पुनाखा झोंगला आम्हाला मुख्य दरवाज्यावर असलेल्या छपराच्या कोरीव वाशांवर अनेक मोठमोठी मधमाश्यांची पोळी लटकताना दिसली होती. तिथे या जंगली मधमाश्या भिक्खूंच्या सहवासात गुण्यागोविंदानं राहताना दिसत होत्या.

त्या कड्यांवरची मधमाश्यांची पोळी दाखवून झाल्यावर तांडीन आम्हाला पिवळ्या पार्श्वभागाचा एक हनीगाईड पक्षी दाखवतो. मधमाश्यांच्या अंड्यांवर उपजीविका करणारा तो एक लहानसा, चळवळ्या, हिरवट-करडा पक्षी आहे. सबंध मार्गावर आम्हाला पुष्कळ पक्षी बघायला मिळतात. त्यात विशेषतः ठिपकेवाले फोर्कटेल आणि लाल तुऱ्याचे थिरथिरा (रेडस्टार्ट) पक्षी आहेत. तसाच सार्वत्रिक आढळणारा शीळ कस्तूर व्हिसलिंग थ्रशदेखील आहे. कालीज फिजंट (लोफुरा ल्युकोमेलानोस लथामी) च्या उपजातीचे काही पक्षीदेखील आम्हाला दिसतात. पश्चिम आणि मध्य हिमालयात सापडणाऱ्या कालीजपेक्षा याचा पिसारा अधिक गडद रंगाचा असतो. पुढे गेल्यावर आम्ही एका धबधब्याचा फोटो काढायला थांबतो तेव्हा अमीता एकदम हाक मारते. एखादं हेलिकॉप्टर जात असावं तसा डोक्यावरून एक मोठा, गडगडाटी आवाज येतो. वर पाहिलं तर दोन महाधनेश

पक्षी दरी ओलांडून उडताना दिसतात. धबधब्याशेजारी असलेल्या रानअंजिराच्या झाडावर ते अन्न टिपत बसले होते. फांद्यांमध्ये आणखी एक जोडी बसलेली आहे आणि सावध नजरेने आम्हाला न्याहाळते आहे. त्यांच्या लांबलचक, बाकदार चोचीवर असलेल्या, बाहेर डोकावणाऱ्या केशरी शिरस्त्राणामुळे त्या पक्ष्याचा वरचा भाग जास्त मोठा असल्याचा भास होतो.

महाधनेश (बुसेरोस बिकोर्निस) हे हिमालयाच्या खालच्या भागातल्या काही मोठ्या पक्ष्यांपैकी आहेत. त्यांचे पंख रंगीबेरंगी असून, पंखांचा आवाका एक मीटरपेक्षाही जास्त असतो. सबंध आग्नेय आशियात ते पसरलेले आहेत, तसंच दक्षिण भारताच्या मलबार समुद्रकिनाऱ्यापुरता मर्यादित असाही त्यांचा अधिवास आहे. हे महाधनेश कलकलाट करणाऱ्या जथ्थ्यानं एकत्र उडतात आणि एकमेकांकडे बघून कर्कश सूर काढतात किंवा मोठमोठ्याने आवाज काढतात.

जसे आम्ही रॉयल मानस राष्ट्रीय उद्यानाच्या राखीव क्षेत्रात प्रवेश करतो तशा मानवी वसाहती कमी होऊ लागतात आणि त्याजागी घनदाट जंगलं दिसू लागतात. हे उद्यान म्हणजे भूतानमधलं सर्वांत जुनं वन्यजीव अभयारण्य असून, भारतातल्या मानस व्याघ्रप्रकल्पाला लागून आहे. साधारण समान आकाराची असलेली ही दोन उद्यानं मिळून दोन हजार चौरस किलोमीटरचं क्षेत्रफळ व्यापतात. एवढ्या उंचीवर म्हणजे समुद्रसपाटीपासून दीड हजार मीटरपेक्षा कमी उंचीवर चीर पाइन वृक्षांची जागा हेमलॉक आणि देवदार घेतात. जेवणासाठी एका बांबूच्या बनापाशी थांबल्यावर आम्हाला सोनेरी माकडांची पहिली टोळी भेटते. हे चपळ वानरगण संकोष आणि मानस नद्यांच्या मधल्या जंगलाच्या एका अरुंद पट्ट्यात वास्तव्य करून असतात. हिमालयातल्या करड्या वानरांच्या तुलनेत ते जास्त लहान आणि शिडशिडीत असतात. त्यांच्या अंगावर फिकट सोनेरी रंगाची लव असते. हेमंत ऋतू आणि हिवाळ्यातल्या विणीच्या हंगामात ती लव रंग बदलून तांबूस सोनेरी रंगाची होते. सर्व वानरांप्रमाणेच त्यांचे चेहरेदेखील काळे असून, दोन्ही बाजूचे कल्ले त्यावर उठून दिसणाऱ्या विरुद्ध रंगाचे असतात. इतर जातीच्या वानरांच्या मानानं त्यांच्या शेपट्या अधिक जाड आणि लांब असतात आणि एखाद्या मखमली गोंड्यांप्रमाणे खाली लटकत असतात.

बौद्ध तत्त्वज्ञानात माकडांची तुलना माणसाच्या अस्थिर मनाशी केली गेली आहे. चिंतनासाठी लागणाऱ्या स्तब्धतेला हे मन विरोध करत असतं. एका फांदीवरून दुसऱ्या फांदीवर उड्या मारत फिरणाऱ्या सोनेरी वानरांना बघताना ही उपमा अगदी योग्य वाटते; मात्र या सौम्य प्रवृत्तीच्या वानरगणांच्या चेहऱ्यावर ध्यानमग्न भाव असतात. ट्रेचीपिथेकस जीईला (मूळ नाव प्रेसबायटिस) १९५६ साली वेगळी प्रजाती म्हणून मान्यता देण्यात आली. ज्या माणसानं सोनेरी वानरांचा पहिला

फोटो काढला त्याच्यावरून त्यांचं नाव ठेवण्यात आलं. तो माणूस होता निसर्गतज्ज्ञ इ. पी. जी. 'द वाइल्ड लाइफ ऑफ इंडिया' हे त्याचं पुस्तक म्हणजे निसर्गविषयक लिखाणाचा अभिजात नमुना आहे. त्या पुस्तकानं राजकारणी आणि सामान्य जनता दोघांनाही निसर्गसंवर्धनाचं काम हाती घ्यायला प्रेरित केलं. संकोष आणि मानस नद्यांच्या मध्ये असलेल्या पहाडांमधल्या जंगलात 'पांढरी वानरं' असल्याचे कसलीही पुष्टी नसलेले अहवाल ऐकिवात आल्यावर जी हा प्रदेश पिंजून काढायला निघाला. व्यवसायानं चहामळेवाला असलेला जी आपला बराचसा मोकळा वेळ स्थिर आणि हलत्या चित्रांचे कॅमेरे घेऊन वन्यजीवांच्या मागे घालवत असे. १९५३ साली जीला संकोष नदीजवळ सोनेरी वानरांच्या दोन टोळ्या सापडल्या.

> ...मी त्यांचं चित्रण करत असताना एक मोठा नर या फांदीवरून त्या फांदीवर उड्या मारत खाली येऊ लागला. अखेर तो फक्त काही फूट अंतरावर येऊन थांबला. धमकी दिल्यागत त्यानं माझ्याकडे पाहिलं आणि मग तो पुन्हा झाडाच्या शेंड्यावर जाऊन बसला. मला घाबरवण्यासाठी ही हल्ल्याची बतावणी केली असावी असं समजून मी होतो तिथे स्तब्ध उभा राहिलो. ती जनावरं अगदी निरुपद्रवी आणि भित्री वाटत होती. नंतर मला असं कळलं की, सामान्यपणे आढळणारी आणि आपल्याला अगदी परिचयाची असणारी ऱ्हेसस माकडं करतात तशी काही ही वानरं भाताच्या पिकावर धाडी घालत नाहीत.

जीने आपल्या या शोधाबद्दल झूलॉजिकल सर्व्हे ऑफ इंडियाला आणि झूलॉजिकल सोसायटी ऑफ लंडनला कळवलं. १९५६ साली एक सर्वेक्षण समिती पाठवण्यात आली. त्यांनी सहा नमुने ठार करून आणले. मग त्यांची कातडी सोलून आणि निरीक्षण करून ही नवीन प्रजाती असल्याचं नक्की करण्यात आलं. काही वर्षांनी जी पुन्हा त्या भागात आला आणि त्यानं मानस नदीच्या काठी अनेक आठवडे काढले. तिथे त्याला सोनेरी वानरांच्या आणखी दहा टोळ्या सापडल्या. आपल्या पुस्तकात तो हिमालयाच्या पायथ्याच्या टेकड्यांचं पर्यावरणदृष्ट्या असलेलं महत्त्व अधोरेखित करतो. मानसच्या गवताळ कुरणांमध्ये दुआर प्रदेश उतरताना दिसतो तोच हा भाग. या प्रदेशाच्या सौंदर्याबद्दल आणि टेकड्यांमधून वाहणाऱ्या नदीच्या संथ प्रवाहाबद्दल जी भरभरून लिहितो. तो लिहितो : 'एखाद्या मासेमाराच्या आळवणीला दिलेलं उत्तर असावं, एखाद्या कलाकाराचं स्वप्न असावं तसं हे ठिकाण आहे. वन्यजीवसंवर्धकाची अजूनही न फळलेली ती आशा आहे.'

दुर्दैवानं काही दशकांतच या शांत, अनाघ्रात प्रदेशाला धोका उत्पन्न झाला

आणि तो प्रदेश जवळजवळ नष्ट झाला. सन १९८० आणि १९९०च्या मधल्या काळात आसाममधल्या अनेक लष्करी गटांनी, विशेषत:, युनायटेड लिबरेशन फ्रन्ट ऑफ आसाम (ULFA- उल्फा) आणि बोडो लिबरेशन टायगर फोर्स यांनी भारत सरकारविरुद्ध सशस्त्र उठाव केला. राज्याच्या पोलिसांबरोबर आणि निमलष्करी दलांबरोबर गनिमी काव्यानं लढताना या अतिरेक्यांनी मानसच्या जंगलात माघार घेऊन भूतानमध्ये छावण्या उभारल्या. तिथून त्यांनी भारतीय लक्ष्यांवर हल्ले सुरू केले. वन्यजीवांची बेकायदेशीर शिकार करून स्वत:च्या अन्नाची आणि पैशांची सोय करत त्यांनी अपहरणाचा आणि खंडण्या वसूल करायचा सपाटा लावला.

'द व्हॅनिशिंग' या आपल्या पुस्तकात प्रेरणा बिंद्रा सांगतात, 'मानसमधून वाघ आणि गेंडे अगदी नाहीसे झाले होते. शेकडो हत्तींची कत्तल झाली होती. अगदी मुसळधार पावसात गस्त घालण्यासाठी वापरल्या जाणाऱ्या 'वनविभागाच्या' हत्तींनादेखील गोळ्या घातल्या होत्या, जाळलं होतं, ठार केलं होतं. या सर्व कालावधीत वन्यजीवांचं रक्षण करण्यासाठी अतिशय शूर कर्मचारी तिथे ठाण मांडून होते आणि दुर्दैवानं त्यातल्या काहींना आपले प्राणही गमवावे लागले.' बाबूलाल ओराओन नावाच्या एका वनरक्षकाची बिंद्रा विशेष तारीफ करतात. 'एक गंजकी .३१५ रायफल खांद्यावर टाकून' तो उभा असल्याचं वर्णन त्या करतात. 'ती काही केवळ देखावा म्हणून वापरलेली प्राचीन पण मौल्यवान अशी शोभेची वस्तू नव्हती. त्यानं वारंवार, उद्यानाच्या शत्रूंविरुद्ध अतिशय क्रूरपणे वापरलेलं ते शस्त्र आहे. आपल्या कारकिर्दीत त्याच्या १००हून अधिक चकमकी झाल्या असतील. ३२ बेकायदेशीर शिकाऱ्यांना त्यानं ठार केलं आहे.' माजी पंतप्रधान इंदिरा गांधी यांच्याकडून ओराओनला शौर्यपदक मिळालं.

भूतानमध्ये भारतीय अतिरेक्यांच्या उपस्थितीकडे संशयानंच पाहिलं गेलं. जंगलातल्या त्यांच्या छावण्यांमुळे राज्याच्या एकछत्री अमलाला धोका निर्माण झाला होताच, शिवाय राजासाठी त्या उद्यानाचं विशेष महत्त्व होतं. मानस नदीकडे तोंड करून असलेल्या उंचावरच्या किनाऱ्यावर, नदी जिथे टेकड्यांमधून बाहेर पडते तिथे एक साधासा महाल उभा आहे. राजपरिवाराचं हे हिवाळ्यातलं आवडतं वसतिस्थान आहे. ते खूपदा मानसमध्ये तीन ते चार आठवडे येऊन राहतात.

बंडखोरांमुळे उद्यानातल्या प्राण्यांचा नाश होण्याव्यतिरिक्त सरहद्दीवर राहणाऱ्या भूतानी नागरिकांच्या सुरक्षेला गंभीर धोका उत्पन्न झाला होता. तांडीनच्या सांगण्यानुसार, विविध लष्करी गटांशी वाटाघाटी करण्यात आल्या. त्यांना वारंवार इथून निघून जायला सांगण्यात आलं; पण त्यांनी नकार दिला. सन २००३-०४ च्या हिवाळ्यात हा दबाव तीव्र झाला आणि घुसखोरांना भारतीय सरहद्दीपर्यंत माघारी पाठवण्यासाठी शाही भूतानी लष्कर पावलं उचलेल असा इशारा देण्यात आला.

'शांततामय मार्गानं उपाय निघावा यासाठी आवश्यक असे सर्व प्रयत्न करण्यात आले आणि त्याच वेळी अमेरिकेच्या नेव्ही सीलसारख्या असणाऱ्या विशेष कमांडो तुकडीसह लष्कर तयार ठेवण्यात आलं होतं.' तांडीन आम्हाला सांगतो. 'किती घुसखोर आहेत हे शोधून काढण्यासाठी वाटाघाटी करणाऱ्यांनी छावण्यांमधून संत्री वाटली आणि आपण किती फळं वाटली ते मोजून त्यांनी शत्रूचा एकूण आकडा काढला.'

अतिरेक्यांचा प्रश्न सुरुवातीला मोठ्या प्रमाणात बौद्ध पद्धतीनं हाताळला गेला. करुणामय संवादाचा मार्ग निवडण्यात आला; मात्र एकदा लष्करानं घुसखोरांवर कारवाई सुरू केल्यावर कसलीही दयामाया दाखवली नाही. चौथ्या राजानं या हल्ल्याला मान्यता दिली आणि त्याचं नेतृत्व केलं. या मोहिमेचं सांकेतिक नाव होतं ऑपरेशन ऑल क्लिअर. १२०पेक्षा अधिक अतिरेकी मारले गेले आणि मोठ्या संख्येनं त्यांना बंदीवान करून भारतीय अधिकाऱ्यांकडे सुपूर्द करण्यात आलं. लढाईत पंधरा भूतानी सैनिक मृत्युमुखी पडले. थिंफूच्या वरच्या बाजूला दोरचू ला इथे या लढाईत मरण पावलेल्यांच्या स्मरणार्थ १०८ स्तंभ उभारण्यात आले. भूतानच्या पहिल्या लढाईचं ते स्मारक ठरलं.

अतिरेक्यांचा 'सुपडा साफ' केल्यावर उद्यानाचं पुनरुज्जीवन करण्याच्या कठीण कामाला सुरुवात झाली. भारताच्या हद्दीच्या आसपास आसामच्या इतर भागांतल्या अभयारण्यातून कित्येक गेंडे आणि हत्ती आणले गेले. यथावकाश वन्यजीवांचं पुनरुत्पादन चालू झालं आणि रानरेडे, हरणं आणि चक्क वाघही पुन्हा दिसू लागले. बिंद्रांच्या अहवालानुसार काही बेकायदेशीर शिकाऱ्यांचंदेखील पुनर्वसन करण्यात आलं आणि त्यांची नेमणूक वनरक्षक म्हणून करण्यात आली. एकेकाळी ज्या वन्यप्राण्यांची ते शिकार करत असत त्यांच्याच रक्षणाचं काम त्यांना देण्यात आलं. आज मानसनं आपलं बहुतेक सर्व नैसर्गिक वैभव परत मिळवलं आहे; मात्र काही चिंता अजूनही शिल्लक आहेत. भूतानच्या हद्दीतल्या उद्यानाला भेट देण्यासाठी आवश्यक परवाना मिळवणं हे कठीण काम आहे. त्यांनी आम्हाला वनविभागाच्या मुख्यालयाच्या आणि महालाच्या आजूबाजूला असलेल्या लहानशा परिसरातच फिरण्याची परवानगी दिली. 'सुरक्षितता' हा मुख्य काळजीचा मुद्दा आहे असं आम्हाला सांगण्यात आलं. महालाशेजारी एक लष्करी तुकडी तैनात आहे. आम्हाला जंगलात शिरण्याची मनाई असली तरी मुख्य कुंपणाभोवती आम्ही फिरू शकत होतो. तिथली कित्येक माणसाळलेली सांबरं आमच्याकडे आत्मसंतुष्ट कुतूहलानं बघत होती. समुद्रसपाटीपासून फक्त १०० मीटर उंचीवर असणारं हे जंगल पर्वतात अधिक उंचीवर असणाऱ्या जंगलांपासून खूप वेगळं झालं होतं. रेशमी सुताची प्रचंड झाडं (बोम्बॅक्स सिईबा) ऐन बहरात होती. त्यांच्या लालबुंद चिवट

फुलोऱ्याकडे जंगली मैना आणि करण पोपट (अलेक्झांड्राइन पॅराकिट्स) आकर्षित होत होते.

गेल्या काही वर्षांत, पक्षी निरीक्षकांचे अनेक गट घेऊन तांडीन मानसला आला आहे; पण भूतानच्या या भागात पर्यटक तसे दुर्मिळ असतात. उद्यानाच्या पलीकडच्या भागातून जीप सफारी घेऊन इकडे येणाऱ्या भारतीय पर्यटकांच्या गटांना पानबांग या सर्वांत जवळच्या गावाच्या सरहद्दीपलीकडे १२ किलोमीटरपर्यंत जाण्याची परवानगी आहे.

या मार्गावर फार कमी वन्यजीवन बघायला मिळतं. बरेचसे पर्यटक काँक्रीटमध्ये तयार केलेल्या, पिवळ्याजर्द आणि काळ्या रंगात रंगवलेल्या वाघाबरोबर सेल्फी काढायला उद्यानाच्या प्रवेशद्वाराशी रांगा लावून उभे होते. कलकलाट करणारी कुटुंबं आणि पिकनिकसाठी आलेल्या जथ्थ्यांनी भरलेला तो वाहनांचा ताफा म्हणजे भारतातल्या राष्ट्रीय उद्यानांवर असलेल्या 'इको-टुरिझम' च्या अखंड वाढत्या दबावाचं निराशाजनक चित्रच होतं. वन्यजीव अभयारण्यं जनतेसाठी बंद केली पाहिजेत, तरच प्राण्यांना तगून राहण्यासाठी अवकाश मिळेल, याविषयी माझी अधिकाधिक खात्री पटत चालली आहे. वनरक्षकांव्यतिरिक्त फक्त शास्त्रज्ञ आणि संवर्धनविषयक संशोधन करणाऱ्या खऱ्याखुऱ्या निसर्गतज्ज्ञांनाच प्रवेशाची परवानगी दिली पाहिजे. बाकी इतर सर्वांसाठी काळजीपूर्वक राखलेली आणि नियंत्रित केलेली सफारी उद्यानं उभारता येतील. तिथे बंद पिंजरे ठेवावेत, ज्यातून हमखास वाघ बघता येतील. तसं केलं नाही तर संरक्षित प्राणी-पक्षी असलेल्या नैसर्गिक अधिवासाचं जतन करण्याचं महत्त्व लवकरच नष्ट होईल आणि त्याला बहुतेक करून कारणीभूत असेल ती वनसंवर्धनाविषयी कमीतकमी आस्था असलेल्या आणि अतिजास्त संख्येनं आलेल्या मानवी पाहुण्यांची उपस्थिती.

मानसमधला आमचा पहिला दिवस निराशाजनकच गेला; पण दुसऱ्या दिवशी सकाळी मात्र आम्ही हवेनं फुगवायचा तराफा घेऊन नदीवरून विहरत जायचं ठरवलं. आमच्या सोबतीला स्थानिक निसर्गतज्ज्ञ कुनली आहे. त्याचं नाव त्याच दैवी माथेफिरूवरून ठेवलेलं आहे. तो अगदी प्रसन्न आणि दक्ष वाटाड्या आहे. रिव्हर राफ्टिंग हा पानबांगला सुरू झालेल्या सामाजिक विकास प्रकल्पाचा एक भाग आहे, असं तो सांगतो. काही वर्षांपूर्वी आपण अमेरिकन मासेतज्ज्ञांच्या जोडीनं एका संशोधन प्रकल्पात भाग घेतला होता, असंही कुनली सांगतो. नदीतल्या माहसीर माशांच्या स्थलांतराचा आणि विणीचा अभ्यास करण्यासाठी त्या तज्ज्ञांनी जीपीएस उपकरणांचा वापर करून त्यांना टॅग केलं होतं आणि त्यांचा मागही ठेवला होता.

मोटारी जाऊ शकतील असा नवीन पूल पानबांगला एवढ्यातच बांधण्यात आला; पण तो जुना स्टीलचा पादचारी पूल अजूनही तसाच आहे. त्यावर लावलेल्या

प्रार्थनापताका वाऱ्याबरोबर डुलत असतात. खालच्या पाण्यात कुनली मूठभर खारे अन्नपदार्थ टाकतो. लगेच माहसीरचा एक मोठा जथ्था तिथे अवतरतो आणि काही काळ अन्न मिळवण्यासाठी झटापट होते. बरेचसे मासे सुमारे पाच ते सहा किलो वजनाचे दिसत आहेत; पण आणखी बऱ्याच मुठी भरून अन्न पाण्यात उधळल्यावर एक प्रचंड २० ते २५ किलो वजनाचा माहसीर पाण्याच्या पृष्ठभागाखाली अवतरतो. नदीत 'सोनेरी' आणि 'चॉकलेटी' अशा दोन्ही रंगांचे माहसीर आहेत, असं कुनली सांगतो; मात्र हा फरक काहीसा स्वैर म्हणायला हवा; कारण सोनेरी आणि रुपेरीपासून ते कळकट हिरव्या रंगापर्यंत माशांचे रंग बदलत जातात. कित्येक वर्षं भूतानमध्ये मासेमारीवर बंदी आहे; पण मानससारख्या नद्यांवर 'पकडा आणि सोडा' पद्धतीच्या मासेमारी क्रीडाप्रकाराला चालना देण्याचे प्रयत्न चालू आहेत.

कुनली आणि आमचा नावाडी दोघांनीही आम्हाला हेल्मेट आणि लाइफ जॅकेट्स घालायला लावली असली तरी नदीच्या या भागात जवळपास अजिबात खळाळ (रॅपिड्स) नाहीत. नदीच्या प्रवाहाबरोबर तरंगत जाणं हा जंगलाचं निरीक्षण करण्याचा सर्वांत आनंददायी मार्ग आहे. वेलींची आणि रानकेळ्यांची दाट जाळी बघून मला इथून पूर्वेला असलेल्या अरुणाचल प्रदेशातल्या जंगलांची आठवण होते. फुलझाडांच्या आणि बांबूच्या टवटवीत हिरव्या गर्दीतून भक्कम मुळं असलेली राक्षसी जंगली झाडं उभी राहिली आहेत. हिवाळ्यात नदीची पातळी कमी होते. दोन्ही बाजूंना असलेल्या दगड-मातीच्या पट्ट्यात पावसाळ्यात फुगून वाहणाऱ्या प्रवाहाच्या कमाल पातळीच्या खुणा दिसत आहेत.

खळाळत्या संगमापलीकडे आम्ही प्रवाहाच्या खालच्या दिशेनं जाऊ लागतो तेव्हा शराटी (आयबिस बिल) पक्ष्यांची एक जोडी आम्हाला मागे टाकून विरुद्ध दिशेला उडत जाते. हवेत उडताना त्यांच्या पंखांचा कात्रीसारखा आवाज येतो. हिवाळ्यात मानसनदीकडे येणारी सामान्य समुद्र बदकं (कॉमन मरगॅन्झर) नदीच्या उथळ भागात तरंगत असतात. तेवढ्यात कित्येक महाधनेश डोक्यावरून उडत जातात. त्यांच्या उडण्याचा तालबद्ध आवाज दबक्या टाळ्यांसारखा वाटतो. नदीच्या काठावर अचानक झालेल्या हालचालीकडे माझं लक्ष जातं. तिकडे दोन उदमांजरं खडकांवरून धडपडत येत पाण्यात उडी मारतात. पोहत आमच्यापासून दूर जाणारी ती मांजरं प्रवाहाचाच एक भाग वाटतात आणि अखेर पाण्याच्या पृष्ठभागाखाली सूर मारून ती नाहीशी होतात. पुढे गेल्यावर कुनली अर्धवट पाण्याखाली गेलेल्या एका खडकावर ऊन खात बसलेल्या घोरपडीकडे बोट दाखवतो. हे सरपटणारं जनावर एक मीटरपेक्षा जास्त लांब वाढू शकतं आणि भूतानच्या थंडर ड्रॅगनच्या सर्वांत जवळ जाणारी अशी ही जमात म्हणता येईल. आम्ही मगरींविषयी विचारणा केली असता इथल्या पाण्यात त्या अजिबात नाहीत, असं कुनली आम्हाला

खात्रीपूर्वक सांगतो. मानस नदीचं नाव हिंदू पुराणातल्या नागदेवतेवरून आलं आहे. नाग लोकांची ही राणी आपल्या भक्तांचं सर्पदंशापासून रक्षण करते. या उद्यानात अजगर आणि कोब्रांचं वास्तव्य असलं तरी आमच्या भेटीत त्यांच्यापैकी कोणी दिसून येत नाही.

यथावकाश आमचा तराफा शाही महालाच्या टप्प्यात येतो आणि निरिच्छेनंच आम्ही वल्ही मारत किनाऱ्याकडे जातो. प्रवाहाबरोबरीनं वाहणाऱ्या थंड वाऱ्यांनंतर वाळूवरून आणि पांढऱ्या खडकांवरून परावर्तित होणारं, डोळे दिपवून टाकणारं कडक ऊन भयंकर तप्त वाटतं. डोक्यावरच्या झाडांवर पाठीवर काळी लव असलेल्या वानरांची एक टोळी आहे. त्यांचा आकार सोनेरी वानरांएवढाच असला तरी अंगावरची लव अधिक गडद रंगाची आहे आणि दिसायला ते काहीसे अजागळ दिसतात.

भूतानमधला आमचा प्रवास जवळपास संपत आला असला तरी आणखी एक प्राणी बघायचा राहिला आहे. कुनली आणि कामावर असलेले आणखी दोन वनरक्षक आम्हाला किनाऱ्यावरून पुढे उंच गवताळ प्रदेशात घेऊन जातात. थोडं अंतर चालून आम्ही झऱ्याच्या कोरड्या पडलेल्या पात्रापर्यंत जातो तेव्हा सुटी वाळू आमच्या टाचांना स्पर्श करून जाते. वरच्या जंगलातून मृत झाडांचे बुंधे आणि फांद्या खाली वाहून आल्या आहेत. लख्ख सूर्यप्रकाशात त्या उलट्या फिरलेल्या सापळ्यांप्रमाणे दिसत आहेत. समोर गवतात कुबड आलेले खांदे आणि उतरती पाठ अशी एक काळ्या रंगाची आकृती दिसते आहे. पुष्कळ वेळानं ते जनावर स्वत:चं मोठं डोकं वर उचलतं. डोक्यावर शिंगांची एक मोठी जोडी आहे.

मानसमध्ये सामान्यपणे रानरेडे (बूबालस आर्नी) आढळत असले तरी हिमालयाच्या इतर भागातल्या पायथ्याच्या टेकड्यांना लागून असलेल्या बहुतेक जंगलांमधून ते नाहीसे झाले आहेत. शेकडो वर्षांपूर्वी आग्नेय आशियात आणि भारतीय उपखंडात ही अवाढव्य जनावरं प्रचंड संख्येनं होती; पण आता मात्र सुमारे तीन हजारच जनावरं आहेत, तीही बहुतेक सगळी आसाममध्ये. पृथ्वीवरच्या इतर कोणत्याही सस्तन प्राण्यांपेक्षा त्यांची शिंगं मोठी असतात आणि वजन एक टनाहून जास्त असू शकतं. समोर दिसत असलेला तो एकटा बसलेला रेडा हा एक चांगल्यापैकी वजनदार नमुना आहे; मात्र आता त्याच्या आयुष्यातला ऐन भराचा काळ संपलेला दिसतो. वनरक्षकांच्या म्हणण्यानुसार एकेकाळी हा रेडा त्याच्या कळपातला सर्वांत सामर्थ्यशाली नर होता. काही आठवड्यांपूर्वी एका तरुण प्रतिस्पर्ध्यानं त्याला घालवून दिलं. जखमी झालेल्या, मार खाल्लेल्या अवस्थेतला तो म्हातारा रेडा माघार घेऊन नदीपलीकडे गेला आणि आता एकटाच राहतो.

रानटी रेडे भयंकर धोकादायक असू शकतात आणि खूपदा आपण डिवचलं नसेल तरी हल्ला करतात. या रेड्याला आमच्या असण्यानं काही त्रास होतोय असं

वाटत नाहीये; पण तरी तो दुर्मुखलेल्या नजरेनं आमच्याकडे बघतोय. त्या लोककथेत सांगितल्याप्रमाणे आपल्या अंगावरचा कोट याकला देऊन टाकल्यामुळे या रेड्याच्या उघड्या पाठीवरची काळी कातडी त्याच्या मणक्यावर आणि पार्श्वभागाच्या हाडावर घट्ट ताणून बसलेली दिसते. पायांवर आणि चेहऱ्यावर केसांचे काही पुंजके उगवलेले दिसतात; पण त्याच्या काळ्याभोर रंगामुळे त्याला एक नागवी, दुबळी कळा आलेली आहे.

रेडा हे सर्वांत जास्त बदनाम झालेलं आणि अतिशय कमी कौतुक वाट्याला आलेलं जनावर आहे. खरं म्हणजे आपल्याला आठवतंय तेव्हापासून त्यांना पाळलं गेलं आहे. निवडक प्रजननाद्वारे पाळीव पाणरेड्यांचा (बूबालस बुबालिस) आकार कमी झाला आहे आणि त्यांची शिंगंही लहान झाली आहेत. त्यामुळे त्यांना हाताळणं सोपं झालं आहे. मानस आणि काझीरंगासारख्या थोड्याफार उद्यानांमधून शिल्लक असलेल्या काही रानटी कळपांचा पाळीव म्हशींशी संकर होऊन त्यांची जनुकं सौम्य झाली आहेत. हिंदू लोक गायीला पवित्र मानत असले तरी म्हशींना असला कोणताही आदर मिळत नाही. वास्तविक, इतर पाळीव प्राण्यांपेक्षा त्या खूप जास्त दूध देतात आणि दक्षिण आशियातलं ते मुख्य दुभतं जनावर आहे. पुराणकथांनी या पशूंना राक्षसांच्या पंक्तीला बसवलं आहे. त्यांना दुष्टवर्गात टाकून क्रूर आक्रमकतेचं प्रतीक करून टाकलं आहे. दुर्गा, महाकाली किंवा नंदादेवी अशा विविध अवतारांमध्ये देवी माता महिषासुराशी युद्ध करून त्याला ठार करते आणि पृथ्वीची धोक्यातून आणि अराजकातून मुक्तता करते. हिमालयाच्या काही भागांत, विशेषत: नेपाळमध्ये रेड्याचा बळी देणं ही सामान्य प्रथा आहे. त्यात राक्षसाच्या वधाचा पुनराभिनय केला जातो.

आमच्यासमोर उभं असलेलं हे जनावर स्वत:ची काहीही चूक नसताना माणसांचं सावज झालं आहे. माणसांनी या प्रजातीला आपल्या ताब्यात घेऊन, त्याचा संकर घडवून त्याच्यातले रानटी गुणधर्म काढून टाकले आहेत आणि एकीकडे त्याच्यावर अमानवी भीती आणि नैतिक न्यायनिवाडे लादले आहेत. या टोकापासून त्या टोकापर्यंत मोजली तर दोन मीटर अंतर भरेल एवढी, बिचव्यासारखी वळणदार शिंगं असलेला तो मानसमधला एकाकी रेडा नदीच्या पूर्वकिनाऱ्यावर तडीपार करण्यात आला आहे. तो किती काळ तग धरून राहील हे सांगणं मुश्किल आहे. जरी या संतापी कुटुंबप्रमुखाला आता त्याच्या कळपाचं संरक्षण नसलं तरी त्याच्यावर हल्ला करण्याअगोदर वाघसुद्धा दोनदा विचार करेल. जसजसे आम्ही त्या रेड्याकडे बघत आहोत आणि तोही आमच्यावर नजर लावून आहे, तसतसा त्याच्या आविर्भावात एक करुण झुंजारभाव दिसू लागतो. जणू काही आपल्या रानटी जमातीचा तो एकमेव उत्तरजीवी असावा.

▲
सूर्यास्ताच्या वेळी कैलास पर्वताची
उत्तर बाजू

एव्हरेस्ट पर्वताच्या पार्श्वभूमीवरचा
खुंबू हिमनद
▼

▲
काला पत्थरवरून
सूर्योदयाच्या वेळेस दिसणारा
अमा दाब्लाम

मुक्तिनाथ इथून सूर्योदयाच्या
वेळेस दिसणारा धौलगिरी
▼

▲
मॉन्सूनच्या ढगांआड
दडलेला नंगा पर्बत

तेंगबोचे बौद्धविहार इथून
दिसणारा अमा दाब्लाम
▼

▲
सूर्यास्ताच्या वेळी
पोखरावरून दिसणारे माचापुचेरे

छो ओयू – पुढच्या बाजूला
ग्योको सरोवरांपैकी
एक सरोवर आणि काठानं
दगडांच्या अनेक लहान
लहान राशी दिसत आहेत.
▼

▲
थांगसिंगच्या वरच्या बाजूला असणाऱ्या सोंडेवरून दिसणारं कांचनगंगा

थोरंग ला - सूर्योदयाच्या वेळी.
▼

◀ गंगापूर्णा –
पुढच्या बाजूला एक सरोवर दिसत आहे. आत्ता साठ वर्षांपूर्वीपर्यंत हिमनदीचं पात्र इथपर्यंत पसरलं होतं.

▲
रायकोट हिमनदी,
फेअरी मिडोजमधून दिसणारी सोंड

सिक्कीममधला एक
पावसाळी झरा
▼

▲
रुद्रप्रयाग येथील २०१३ साली आलेल्या पुराआधीचा अलकनंदा आणि मंदाकिनी संगम. तो जुना पूल आता तिथे उरलेला नाही.

दारवा खिंडीच्या खाली असलेल्या गवताळ कुरणात एका झऱ्याजवळ फुललेली फ्रिम्युलाची फुलं
▼

◀ गढवालमधील उकिमठजवळ एका पर्णाच्छादित पट्टिताश्मावरून वाहणारा हंगामी धबधबा

लडाखमधील झन्स्कार नदीकाठी असलेला हिरव्यागार शेतांचा आणि चिनार वृक्षांचा पट्टा ▼

▲ देवसाई पठारावरचे मेंढपाळ आणि त्यांचे कळप

दगडांची रास -
सोनगढ दरी, गढवाल

'ख्यामार छु'च्या काठाने असलेली
शिलाचित्रं, लडाख

सिक्कीम येथील 'गोएचा ला'च्या
खालच्या बाजूला असलेली
दगडांची रास

नेपाळ येथील सोलू-खुंबू दरीत
आढळणारी शिलाचित्रं

▲
ब्रह्मकमळ, गढवाल

एपिफिटिक ऱ्होडोडेण्ड्रॉन
(बुरांश), सिक्कीम
▼

▲
बुरांशाचे जंगल,
सिक्कीम

कवठी चाफा (मॅग्नोलिया),
अरुणाचल प्रदेश
▼

▲
हिमालयन गिधाड
(ग्रिफॉन), गढवाल

कांचनगंगाखालच्या प्रदेशातल्या
जंगलात दिसणारा रक्तकृकण
(ब्लड फिजंट), सिक्कीम
▼

▲
कॉलर्ड घुबड,
ओकव्हिल

पिका, सोनगढ दरी, गढवाल.
त्याच्या कानाचा एक तुकडा
गेलेला आहे. कदाचित एखाद्या
शिकारी प्राण्यानं
हल्ला केला असावा.
▼

▲ भराल किंवा निळा मेंढा, सोनगढ दरी, गढवाल

सेरो, ईगलनेस्ट वन्यजीव अभयारण्य, अरुणाचल प्रदेश ▼

▲ हिमालयन तपकिरी अस्वल - एक आई आणि तिचा मोठा झालेला बछडा, देवसाई पठार

ढोलाच्या तालावर नाचणारे गावकरी, अगोडा गाव, गढवाल ▼

◀ चंद्रपुरी गावात जितू बगड्वालचा पोवाडा सादर करणारे ढोलवादक आणि दमुनवादक, गढवाल

▲ नंगा पर्बतच्या खालच्या रायकोट दरीतले बाप-लेक

गुज्जर गुराखी आपल्या म्हशींना घेऊन स्थलांतर करताना, गढवाल ▼

नवजात रेडकू घेऊन जाणारा ▶
गुज्जर गुराखी, गढवाल

▲
पारोच्या वरच्या बाजूला असलेला
ताक्तसांग बौद्धविहार
(टायगर्स नेस्ट), भूतान

पाली गावातला
पांडवलीला प्रयोग,
गढवाल
▼

सोनेरी वानर, रॉयल मानस नॅशनल पार्क, भूतान

गोमुखाच्या आकारातली पाण्याची तोटी, मुक्तिनाथ, नेपाळ

रानरेडा, रॉयल मानस नॅशनल पार्क, भूतान

६

# पूर्वजांच्या सफरी

## मानवी अस्तित्वाच्या खुणा

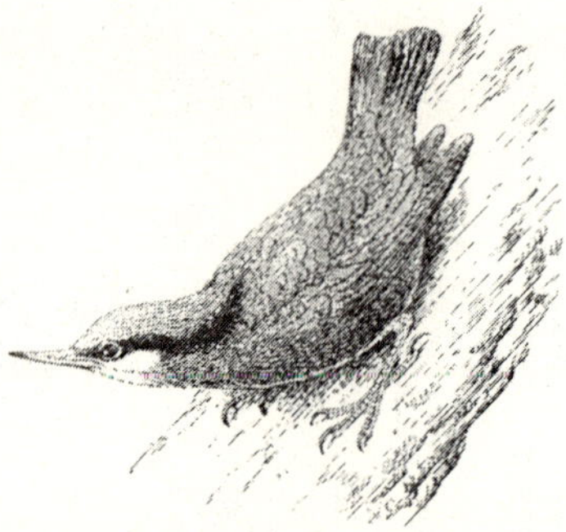

# ३४

## आगमनाचा पुरावा

हिमालयातल्या मानवी वसाहतींचं नेमकं मूळ निश्चितपणे ठरवणं अशक्य आहे; पण विविध दिशांनी, विविध कारणांसाठी आणि इतिहासातल्या वेगवेगळ्या कालखंडात मानव पर्वतांमध्ये प्रवेश करता झाला, असं गृहीत धरणं तर्काला धरून होईल. हिमनद्या मागे सरकू लागल्यावर स्थलांतर करणाऱ्या वनस्पती आणि प्राणी जसे वरवर सरकू लागले, तसंच अगदी सुरुवातीच्या काळातला भटका मानवदेखील भक्ष्याच्या शोधार्थ वितळत्या बर्फाच्या मागोमाग गेला असणार. लडाख आणि इतरत्र असलेल्या शिलाचित्रांवरून असं दिसतं की, पहिले शिकारी मानव मध्य आशियातून प्रवास करत तिबेटचं पठार ओलांडून उत्तरेकडून आले. शुष्क हवामानामुळे हे प्रदेश हिमायनापासून वाचले. जसजसं खिंडी आणि आडव्या दऱ्यांपर्यंत पोहोचणं शक्य होऊ लागलं तसतसं सुरुवातीच्या काळातल्या भटक्या प्रवाशांनी जिथे जंगलांचे अवशेष शिल्लक होते अशा दक्षिण पर्वतरांगा ओलांडल्या असाव्यात. कमी उंचीवर असलेल्या या दुर्गम मुलखांमध्ये पक्षी आणि सस्तन प्राण्यांची पुष्कळ विविधता होती. चफ (कावळ्याची एक जात) आणि डोमकावळ्यांऐवजी त्यांना लावा पक्षी आणि कृकण पक्षी दिसले. भराल आणि रान मेंढ्याऐवजी हरणं आणि डुकरं होती. दोन शिखरांमधल्या बर्फानं वेढलेल्या खळग्यावरच्या थंड आणि विस्तृत गवताळ प्रदेशातून खाली उतरताना हा भाग स्वर्गासारखा वाटला असणार. इथे प्यायला पुष्कळ पाणी होतं, जाळायला इंधन होतं आणि शिकार

करून खायला अन्नही होतं.

कसंही बघितलं तरी आपण उशिराच आलो होतो. हिमालयात आपलं आगमन सात हजार पासून ते दहा हजार वर्षांपूर्वीपर्यंत कधीही झालं असावं असा अंदाज आहे; मात्र नक्की एखादी तारीख सांगणं अवघड आहे; कारण कुठेही जीवाश्मांच्या नोंदी नाहीत किंवा हाडांचं वय अथवा मूळ तपासता येईल अशा कोणत्याही कवट्या कुठल्याही गुहांमध्ये अथवा सामुदायिक थडग्यांमध्ये मिळालेल्या नाहीत. शिवापिथेकस या आपल्या एकाच पूर्वजाचं वर्णन केलेलं आढळतं. बारा दशलक्ष वर्षांपूर्वी हा प्राचीन नरवानर (प्रायमेट) शिवालिक पर्वतरांगांमधल्या जंगलांमध्ये भटकत होता. हा प्राणी वर चढून हिमालयात आला, असं सुचवणारा कोणताही पुरावा नाही.

अनुवांशिकीतज्ज्ञ डेव्हिड राईश आपल्या 'हू वी आर ॲन्ड हाउ वी गॉट हिअर' या ग्रंथात सुरुवातीच्या काळातल्या मानवाच्या भटकंतीविषयी लिहितात. त्यात त्यांनी आफ्रिका, युरोप आणि आशिया खंडातून बाहेर पडणारे प्राचीन रस्ते आखणाऱ्या गुणसूत्रांची उकल केली आहे. भटकी वंशावळ घेऊन आपले पूर्वज सबंध पृथ्वीवर कसे फिरले, हे ते स्पष्ट करून सांगतात. याआधी गृहीत धरली गेली त्याहून ही वंशावळ बरीच जास्त गुंतागुंतीची असल्याचं ते दाखवून देतात. ऑस्ट्रॅलोपिथेकस या पहिल्या होमिनाईडचं जन्मस्थळ आफ्रिका होतं, तर त्याच्या वंशवृक्षाच्या इतर शाखा युरोप, मध्य आशिया आणि पार सायबेरियाच्या भूप्रदेशाचा पूल ओलांडून अमेरिकेपर्यंत पसरल्या होत्या. प्लायोसिन आणि प्लायस्टोसिन कालखंडात आदिमानवाच्या कित्येक प्रजाती किंवा उपप्रजाती पृथ्वीवर फिरत होत्या आणि त्यांचा एकमेकांशी संकर होत होता, असा दावा प्राचीन सांगाड्यांच्या अवशेषांच्या डीएनए नमुन्यांच्या आधारे राईश करतो. त्यातले काही नमुने अगदी एखाद्या हाडाइतके लहान आहेत.

पुराणकथा आणि लोककथांमधून याला समांतर अशी कथानकं मिळतात. माणसाच्या उत्पत्तीच्या कथा पूर्वजांच्या शरीरसंबंधांविषयी भाष्य करतात. मध्य नेपाळमधल्या काली गंडकी पाणलोट क्षेत्रात राहणारे उत्तर मगर जातीचे लोक आपल्या पूर्वजांविषयीच्या अनेक कथा सांगतात. नृवंशवैज्ञानिक मायकल ओपिट्झ यांनी नोंदवलेल्या एका कथेनुसार, पर्वतातून रोज रात्री एक अनामिक आकृती बाहेर येत असे आणि एका तरुणीशी संभोग करत असे. यथावकाश ती तरुणी गरोदर राहते. तिचे आई-वडील तिच्याकडे विचारणा करतात तेव्हा आपण एका रहस्यमय प्रियकराबरोबर शय्यासोबत केल्याचं ही कन्या मान्य करते; मात्र तिला त्याचा काहीही ठावठिकाणा माहीत नसतो. पुढल्या रात्री तिनं त्याच्या घोट्याला एक लांब दोरी बांधावी म्हणून तिचे आई-वडील तिच्या मागे लागतात. सकाळी

तो निघून गेल्यावर ते दोरीचा माग काढत जातात. ती दोरी त्यांना एका अरुंद घळईकडे घेऊन जाते. वरून लटकणाऱ्या एका खडकाखाली त्यांना ती दोरी एका शुष्क नडगीच्या हाडाला बांधलेली आढळते. अशा पद्धतीनं तो प्रियकर म्हणजे एखादा राक्षस किंवा भूत असावं, अजून हे जग सोडून न गेलेला एक अस्वस्थ आत्मा असावा, असा निष्कर्ष ते काढतात. यथावकाश ती स्त्री जुळ्या अर्भकांना जन्म देते. या मिलनातून जन्माला आलेले दोन मुलगे म्हणजे पहिले मगर शिकारी होय. मग ते रानडुकराच्या शोधार्थ निघून जातात.

वर दिलेल्या पद्धतीनंच अनुवंशशास्त्रज्ञ डीएनए साखळीवरून आपल्या पूर्वजांचा माग काढत शुष्क हाडांपर्यंत जातात आणि कोण कोणाबरोबर शय्यासोबत करत होतं ते शोधून काढतात. त्याची उत्तरं सोपी कधीच नसतात. डेनिसोव्हान्ससारख्या 'पिशाच योनीतल्या जनसंख्ये'बरोबर मानसिक निरीक्षण नोंदी करणं, हाही कधी कधी त्या विज्ञानाचा एक भाग असतो. डेनिसोव्हान्स ही एक काल्पनिक किंवा तात्पुरती गृहीत धरण्यात आलेली जमात असून, ती निएंडरथल जमातीची समकालीन आहे; मात्र त्यांच्या अस्तित्वाचा एकमेव पुरावा म्हणजे अल्ताई पर्वतातल्या डेनीसोव्हा गुहेत सापडलेलं बोटाचं एकुलतं एक हाड. जगभरातल्या विविध जनसंख्येकडून गोळा केलेल्या डेटाशी प्राचीन डीएनए नमुन्यांची तुलना करून राईश आणि त्यांच्या सहकाऱ्यांनी आदिमानव आणि इतर वानरवर्गीय जमातींमधल्या लक्षणीय संकराचे पुरावे उभे केले आहेत.

सुमारे दहा ते अकरा हजार वर्षांपूर्वी होमो सेपियन्स तिबेट पठारावर शिकार आणि अन्न गोळा करत भटकत होते. नंतर सहा शतकांहून अधिक काळ लोटल्यावर त्यांनी तिथे कायमच्या वसाहती अखेर वसवल्या. तिथे आलेल्या पहिल्या रहिवाशांनी विरळ हवेशी जुळवून घेणारं जनुकीय रूपांतर स्वत:बरोबर आणलं, असं सुचवणारा पुरावा राईश सादर करतात. ते लिहितात, 'गेल्या काही वर्षांतला सर्वांत उल्लेखनीय जनुकीय शोध म्हणजे लाल रक्तपेशींमध्ये कार्यरत असणाऱ्या जनुकात घडून आलेलं उत्परिवर्तन. या उत्परिवर्तनामुळे तिबेटमध्ये अति उंचावर राहणाऱ्या लोकांची आसपासच्या विरळ प्राणवायू असलेल्या वातावरणातदेखील जोमानं वाढ होते...' या उत्क्रांतीविषयक वैशिष्ट्याचा डेनीसोव्हांपर्यंत मागोवा घेत ते असं सुचवतात की, माणसं तिबेटमध्ये राहू लागल्यावर हे उत्परिवर्तन झपाट्यानं घडून आलं. अर्थात हिमालयातल्या सुरुवातीच्या रहिवाशांच्या डीएनएचा अभ्यास केला तरच हा अंदाज तपासून बघता येईल, हे ते मान्य करतात.

ट्रान्स-हिमालय प्रदेशातून, पर्वतांच्या दक्षिण बाजूला झालेल्या स्थलांतराला तिबेटी लोकांच्या मौखिक इतिहासातून आणि लोककथांमधून पुष्टी मिळते. अर्थात या प्रवासाचा आरंभ ठरवणं कठीण आहे; पण सोलू-खुंबूमधल्या शेर्पांसारख्या

काही जमाती अगदी ५०० ते ६०० वर्षांपूर्वी पर्वत ओलांडून इथे आल्या असाव्यात. खालच्या बाजूच्या पर्वतरांगांकडे माणसं त्याहून पुष्कळ आधी येऊ लागली असण्याची शक्यता असून, हिमालयातल्या कित्येक आदिवासी जमातींची कुलपरंपरा तिबेटपर्यंत मागे नेता येते.

दक्षिण आशियाबद्दल 'लहान लहान लोकसंख्या मोठ्या प्रमाणात एकत्र येऊन तयार झालेला प्रदेश' असं विधान डीएनए विश्लेषणाचा आधार घेऊन राईश करतात. जिथे भौगोलिक सीमारेषांमुळे जमाती अलग राहतात अशा हिमालयासाठी तर ही बाब विशेष खरी आहे. त्यानंतर जातिव्यवस्थेसारख्या सामाजिक रचनेमुळे 'लोकसंख्या गतिरोध' तयार झाला. भारतीय इतिहासाचं पारंपरिक कथन पाहिलं तर आर्य, कुशाण, सिथियन, ग्रीक आणि इतर जमाती अशा आक्रमकांच्या लाटा विविध कालखंडांत पर्वत ओलांडून येत गेल्या आणि अफगाणिस्तानमधल्या बॅक्ट्रियाच्या सीमेपासून, काश्मीरपासून ते गंगेच्या पठाराच्या खालच्या भागापर्यंत उत्तर भारतात स्थायिक झाल्या.

हिमालयातल्या तांत्रिकांनी सांगितलेल्या असोत की उत्तराधुनिक काळातल्या अनुवंश शास्त्रज्ञांनी, उत्पत्तीच्या कथा पार प्रागैतिहासिक काळापर्यंत मागे जातात आणि आपल्या आदिमाया आणि आदिपित्यांच्या कामक्रीडांचं दर्शन घडवतात. मगर जमातीच्या उत्पत्तीविषयी एका तरुणीची आणि तिच्या गुप्त प्रियकराची जी कथा आहे तिच्या आणखी एका आवृत्तीनुसार, ती तरुणी आणि तिचे आई-वडील त्या दोरीचा माग घेत पर्वतातल्या एका घळीत कसे पोहोचतात त्याचं वर्णन आहे. तिथल्या खडकांआड एक देव लपलेला असतो. दरवेळेस त्यांनी दोरी ओढली की तो वेदनेनं ओरडतो. ती दोरी त्याच्या अंगठ्याला बांधलेली असते. त्यानं तिथून बाहेर पडावं आणि आपल्या मुलीशी लग्न करावं, अशी मागणी तिचे आई-वडील करतात तेव्हा मात्र तो दैवी प्रियकर त्याला नकार देतो. मग वाटाघाटी करून तो एक तोडगा काढतो. अनौरस गर्भ राहिल्याची भरपाई म्हणून तो त्या मुलीच्या कुटुंबाला एक नांगर आणि शेतीची इतर अवजारं देऊ करतो. त्यातूनच पुढे शेतीची सुरुवात होते.

ख्रिश्चन धर्मासकट कित्येक पारंपरिक पुराणकथांमध्ये देवांपासून गर्भ राहिलेल्या मानवी मातांच्या कहाण्या आहेत. अमानवी शक्तींपासून होणाऱ्या उत्पत्तीची कल्पना आणि त्यातून येणारी घमेंड ही फार भुरळ पाडणारी गोष्ट आहे. तेवढीच परिचित वाटणारी हिमालयातल्या लोककथांमधून आढळणारी आणि विविध संस्कृतींमध्ये पुन्हा-पुन्हा ऐकू येणारी आणखी एक कहाणी म्हणजे मानव आणि प्राणी यांच्यात होणाऱ्या समागमाची कहाणी. अशा समागमातून संकरित राक्षस जन्माला येतात. जाणतेपणी म्हणा किंवा अजाणतेपणी म्हणा, आपण स्वत:ला एकतर देवांचे

किंवा मग राक्षसांचे किंवा क्वचित दोघांचे वंशज मानतो. दुर्दैवानं आपले पूर्वज राक्षसी होते का दैवी होते, हे सिद्ध करता येईल अशा स्थितीला अजून डीएनए विश्लेषण पोहोचलेलं नाही.

उत्तर पाकिस्तानात मी हुन्झाकडून एक लोककथा ऐकली. गर्भ राहिलेल्या एका किशोरवयीन मुलीची ती कथा होती. हे कसं झालं अशी विचारणा जेव्हा तिच्या आई-वडिलांनी केली तेव्हा आपल्याला कोणाही पुरुषानं स्पर्श केलेला नसून आपण अजूनही कुमारिका आहोत असं तिनं ठासून सांगितलं. यथावकाश जेव्हा ते मूल जन्मलं तेव्हा त्याच्या सबंध अंगावर बोकडाच्या अंगावर असते तशी लव होती. सावध होऊन आणि काहीसं गोंधळून त्या आई-वडिलांनी गावातल्या मांत्रिकाकडे धाव घेतली आणि त्याला याचं स्पष्टीकरण विचारलं. त्यानं त्या मुलीला काही प्रश्न विचारले तेव्हा त्याला असं समजलं की, ती पर्वतात उंचावर शेळ्यांचा एक कळप चरायला घेऊन जात असे. तहान लागल्यावर तिनं शोधलं तर तिला एका खडकाच्या उथळ खळग्यात पाण्याचा स्थिर तलाव दिसला. हे ऐकल्यावर त्या मांत्रिकानं असा निष्कर्ष काढला की, ते पावसाचं पाणी असून, त्यात मारखोरची लघवी मिसळली गेली होती. ते पाणी पिऊन त्या मुलीला रानटी बोकडाचा गर्भ राहिला होता.

३५

# वानरवर्गीय शिकारी

खांद्यावर सैलसर गाठ बांधलेले सुती कापडाचे बिनबाह्यांचे अंगरखे घालून ते शिकारी जराही आवाज न करता दोन झाडांमध्ये जाळी बांधतात आणि वनाच्छादित टेकड्यांवर ती पसरत जातात. आग्याच्या झाडाच्या दणकट, लवचिक तंतूंपासून, तसंच कांचनाच्या आणि इतर जंगली वेलींपासून विणलेल्या दोऱ्या वापरून ही जाळी तयार केलेली असतात. प्रत्येक जाळं सुमारे दोन मीटर लांब आणि एक मीटर रुंद म्हणजे साधारण एखाद्या ब्लँकेटएवढं असतं. त्याची छिद्रं साधारण आठ सेंटिमीटर व्यासाची असतात. अशी अनेक जाळी एकत्र जोडून पानांमध्ये मिसळून जातील अशा पद्धतीनं लावली जातात. खुद्द जंगल हेच झाडाझुडपांचं एक जाळं आहे आणि मॉन्सूनमध्ये उगवणाऱ्या झुडपांच्या आणि वनस्पतींच्या दाट गुंत्यात ही जाळी जवळजवळ अदृश्य होऊन जातात. दाट जंगलांनी आच्छादलेले डोंगरउतार जिथे अरुंद घळ्यांमध्ये उतरत असतात तिथे हे मानवी शिकारी जराही आवाज न करता आपला शिकारीचा आखाडा तयार करत असतात. शिकारीची मोहीम फत्ते व्हावी म्हणून वनदेवतांना कोंबडीच्या पिल्लांचे बळी देऊन अगोदरच प्रसन्न करून घेतलेलं असतं. बायका-पोरं मागे तळावरच राहिलेली असतात. दुधारी पाती असलेल्या धारदार कुऱ्हाडी घेऊन फक्त पुरुषमाणसं सावज पकडायला आलेली असतात.

अंगरखे आणि जास्तीचे कपडे काढून टाकून ते अनवाणी शिकारी एक

लंगोट वगळता जवळजवळ नागडे होतात. माकडांच्या सौम्य चीत्कारांची नक्कल करत ते आपल्या भक्ष्याला हाळी घालतात. ज्या माकडांच्या मागावर जायचं ती सावध होऊ नयेत म्हणून हे शिकारी एकमेकांशीदेखील शिट्टीच्या भाषेत बोलतात. भक्ष्य नजरेच्या टप्प्यात आलं किंवा माकडं हालचाल करू लागली की शिट्टीच्या कर्कश्श इशाऱ्यांनी शिकारी सावध होतात. यथावकाश, मोहिमेला सुरुवात होते. पारध्यांमधली सावज उठवणारी माणसं 'हुर्रर' असा आवाज करत हात हलवू लागतात. धोक्याची जाणीव होऊन ऱ्हिसस माकडं एकत्र येऊन रिंगणात उभी राहतात. मग कमी उंचीच्या झुडपांमधून ती मेटाकुटीनं वर चढू लागतात आणि अखेर कर्कश्श 'मृत्यू शीळ' घालत शिकारी त्यांचा पाठलाग करत त्यांना जाळ्याकडे घेऊन जातात.

तयारीला कित्येक तास लागले तरी प्रत्यक्ष शिकारीला लागणारा वेळ त्यामानानं कमी असतो. ही माणसं झाडाझुडपातून, दगडांवरून आणि आडव्या पडलेल्या झाडांवरून उड्या मारत धावत असतात. माकडांना आधी आश्चर्याचा धक्का बसतो, मग गडबड, गोंधळ झाल्यामुळे ती सैरभैर होतात आणि मग त्यांची गाळण उडते. उंचावरच्या फांद्यांवर चढून सुरक्षित राहण्याऐवजी ती निसटून जाण्यासाठी जिवाच्या आकांतानं माणसांपासून दूर थेट टेकडीवरून खाली पळत सुटतात; पण लवकरच आपण अडकलोय हे त्यांच्या लक्षात येतं. सैलसर विणलेल्या जाळ्यात नर, माद्या, पिल्लं आणि अर्भकं सगळे पक्के अडकून बसतात. एकमेकांत गुंतलेल्या तंतूंच्या जाळ्यातून धडपडत पुढे जायचा प्रयत्न करू लागतात. जाळ्यातून ते निसटायच्या आधीच शिकारी वेढा घालतात आणि कुऱ्हाडींनी त्यांची कत्तल सुरू करतात. कवट्यांचा चुरा होतो, पाय तुटतात आणि धारदार लोखंडामुळे हमखास मृत्यू ओढवतात. माकडं किंचाळत असतात, भयंकर घाबरून दात विचकत असतात आणि त्यांच्यावर हल्ला करणारे शिकारी सफाईदारपणे ती टोळी खतम करतात.

आपण या दृश्याची केवळ कल्पनाच करू शकतो; कारण राउटे जमातीतले शिकारी बाहेरच्या माणसांना शिकार बघायला यायची परवानगी देत नाहीत. आपल्या शिकारीवर नजर ठेवून असणाऱ्या जंगली जीवात्म्यांची आणि यक्षांची खप्पा मर्जी होईल अशी त्यांना भीती असते. प्रत्यक्ष रक्तपाताइतकेच सावजाच्या पाठलागाचे आध्यात्मिक पैलूही महत्त्वाचे असतात. जरी शिकार क्रूर आणि हिंसक असली तरी जीवधारणेच्या प्राचीन कथनामधून त्याचं समर्थन केलं जातं. राउटे जमातीचा निसर्गाच्या एकात्मतेवर विश्वास आहे. ते माकडांना स्वत:चे 'धाकटे भाऊ' मानतात; पण त्याचबरोबर देवानं या हलक्या जातीच्या माकडांना निर्माण केलं ते आमच्या जमातीतल्या लोकांचं अन्न म्हणून असंही ते निक्षून सांगतात.

जाना फॉर्टियर या अमेरिकन मानववंश शास्त्रज्ञाचं 'किंग्ज ऑफ द फॉरेस्ट' नावाचं पुस्तक धोक्याच्या कक्षेत आलेल्या आदिवासी शिकाऱ्यांच्या संस्कृतीचा आणि परंपरांचा धांडोळा घेतं. त्यांना नैसर्गिक आणि अमानवी पर्यावरणाविषयी असलेल्या ओढीबद्दल त्या लिहितात. राउटे जमातीतली जीवात्मवादी माणसं नैसर्गिक जगाशी एक निकटचं व्यक्तिनिष्ठ नातं टिकवून असतात. इतर प्रजातींना आणि चक्क दगड किंवा नद्यांसारख्या अचेतन गोष्टींनादेखील ते व्यक्ती मानतात आणि त्यांच्याशी थेट संबंध प्रस्थापित करतात. एखाद्या प्राण्याबद्दल बोलताना कोणताही राउटे 'हे काय आहे?' असं न विचारता 'हा/ही कोण आहे?' आणि 'तिचं/त्याचं माझ्याशी काय नातं आहे?' असं विचारतो. उदाहरणार्थ, एखाद्या पक्ष्याला नुसतंच 'पक्षी' असं न म्हणता 'पक्षीदादा' (मानको ब्वा) असं म्हटलं जातं. त्यामुळे राउटे लोकांनी आम्ही जंगलात राहणारी सगळी देवाचीच लेकरं आहोत, असले उद्गार काढणं अगदी नैसर्गिकच असतं.

शिकार झाली की राउटे शेकोटी पेटवतात आणि आपल्या सावजांचे केस आणि कातडी सोलून काढतात. मग त्यांचं मांस कापलं जातं आणि त्याचे वाटे केले जातात. ते टोळीत सगळ्यांना वाटून दिले जातात. ज्या शिकाऱ्यानं 'पहिला घाव घातला' त्याला शिकारीचं मुंडकं दिलं जातं आणि शिकारीपूर्वीची पूजाअर्चा आणि विधी करणाऱ्या मांत्रिकाला नेहमी माकडाची मांडी दिली जाते. बरगड्या आणि खांद्यांपासून ते यकृत आणि हृदयापर्यंत काहीही वाया घालवलं जात नाही. अगदी रक्त आणि आतडीदेखील खाल्ली जातात. टोळीतल्या प्रत्येक सदस्याला तिचा किंवा त्याचा वाटा मिळतो. विधवा स्त्रिया आणि वयामुळे शिकारीत भाग घेऊ न शकणाऱ्या म्हाताऱ्यांनादेखील मिळतो. बहुतेक सगळं मांस त्याच दिवशी खाल्लं जातं. जर काही जास्तीचं उरलं तर त्याच्या पट्ट्या कापून त्या वाळवल्या जातात.

हिमालयात प्रथम आपली वसाहत वसवणारे मानव राउटे जमातीसारखे शिकारी आणि चयनोपजीवी भटके असणार. आज नेपाळ आणि ईशान्य भारतात केवळ काही पृथक जमाती शिल्लक आहेत. जंगली श्वापदांचं मांस हा या आदिवासी शिकाऱ्यांच्या आहाराचा अजूनही महत्त्वाचा भाग आहे. अर्थात भक्ष्याच्या प्रजातींमध्ये प्रचंड घट होत असल्यानं खाता येण्याजोगी जनावरं शोधणं अधिकाधिक कठीण होत चाललं आहे. निसर्गसंवर्धनाच्या कडक नियमांमुळे शिकार ही गुपचूप करायची गोष्ट झाली आहे. पिकांचं संरक्षण करायला किंवा पूरक आहार म्हणून कधी कधी शेतकरी वन्यजीवांची शिकार करतात. त्यासाठी शॉटगन्स आणि नळीच्या पुढच्या भागातून बार भरायच्या बंदुका ही सर्वसामान्यपणे वापरली जाणारी शस्त्रं आहेत. त्यातली बरीचशी विनापरवाना असतात. तसंच सापळे आणि जाळी अजूनही

मोठ्या प्रमाणात वापरली जातात.

फॉर्टियरचं राउटे जमातीतलं फील्डवर्क १९९० साली पश्चिम नेपाळच्या जंगलात सुरू झालं. नेपाळ आणि भारताला अलग करणाऱ्या महाकाली नदीच्या काठानं हे जंगल आहे. अर्थात या चयनोपजीवी शिकाऱ्यांना सरहद्दींबद्दल विशेष फिकीर नसते. पूर्व कुमाऊंमध्ये राहणाऱ्या बनराजी शिकाऱ्यांशी त्यांचा जवळचा संबंध आहे. क्वचित शिकार करणारे गावकरी रानडुकरं आणि हरणांना मारतात. त्याउलट राउटे मुख्यत: ऱ्हेसस माकडांची आणि वानरांची शिकार करतात. त्यांचा संबंध हनुमानाशी जोडलेला असल्यामुळे बहुतेक हिंदूंना या शिकारी काहीशा नापसंत असतात. शेतकऱ्यांची मात्र त्याला हरकत नसते; कारण माकडांपासून त्यांच्या शेतांना धोका असतो.

महाभारत लेख रांगांमधल्या अर्ध उष्णकटिबंधीय आणि समशीतोष्ण जंगलांमध्ये भटक्या राउटेंची वस्ती असते. ऋतुमानानुसार आणि अन्नाच्या उपलब्धतेनुसार ते पर्वत ओलांडून स्थलांतर करतात. माकडांचा माग काढण्याव्यतिरिक्त ते जंगलातून कंदमुळं, फळं, बोरांसारखी फळं आणि कठीण कवचाची फळं गोळा करतात. तारूल (डायोस्कोरेया बेलोफिला) ही त्यांची आवडती भाजी आहे. पिष्टमय मुळं असलेली ही रानटी सुरणाच्या जातीची भाजी राउटेंना टिकून राहायला मदत करते. त्याशिवाय ते पालेभाज्यांच्या शेकडो जाती, खाजकोयलीच्या पानांपासून ते कांचनवेलींच्या शेंगांपर्यंत अनेक रानभाज्या आणि खाद्य म्हणून वापरता येतील अशा अळंब्यांसारखी कवकं गोळा करतात. जंगली वनस्पतींपासून अन्नाव्यतिरिक्त त्यांना वनौषधीदेखील मिळतात आणि त्या वापरून जखमेतून वाहणारं रक्त, पोटाचे विकार आणि इतर रोग बरे करता येतात.

राउटे आणि बनराजी जमाती लाकडी भांड्यांवरच्या कोरीव कामासाठीही प्रसिद्ध आहेत. तांदूळ आणि ज्वारी - बाजरीच्या बदल्यात ते ही भांडी विकतात. असे व्यवहार घडत असले तरी मुळात हा समाज एकलकोंडा आणि गुप्तपणे राहणाराच आहे. त्यांचा बराचसा वेळ ते जंगलातच घालवतात. पारंपरिक पद्धत पाहिली तर हे चयनोपजीवी शिकारी रात्रीच्या वेळेस हळूच एखाद्या गावात जात आणि झोपडीच्या दाराशी एखादं रिकामं लाकडी भांडं किंवा वाडगा ठेवून येत. एखादा शेतकरी मग ते धान्यानं भरून ठेवत असे. दुसऱ्या दिवशी रात्री राउटे हळूच आपला मोबदला घेऊन भांडं तसंच मागे सोडत असत. अशा प्रकारे ते शेती करणाऱ्या समाजांपासून अलग राहूनही आपल्या आहाराला पूरक असे तांदूळ आणि धान्य गोळा करत राहिले. ती लाकडी भांडी बिअर तयार करण्यासाठी वापरली जातात आणि बिअर दिवसभर प्यायली जाते. ती जेवढी नशेसाठी तेवढीच पोषण मिळवण्यासाठी आणि टिकाव धरण्यासाठी आवश्यक असते. आजकाल या शिकारी जमातींचा

इतर समाजांशी जास्त संपर्क येत असला तरी अजूनही ते आपला खासगीपणा जपतात आणि बाहेरच्यांच्या संपर्कात येण्यासाठी टाळाटाळ करतात.

मानववंश शास्त्रज्ञ आणि सामाजिक कार्यकर्ता असलेल्या दोर बहादूर बिस्ताची भटक्या राउटे शिकाऱ्यांच्या एका गटाशी १९७२ साली निसटती गाठ पडली होती. त्याच्या मते, मध्य आणि पश्चिम नेपाळमधले गावकरी या जंगलनिवासी जमातीकडे संशयानं आणि भीतीनंच पाहतात. कधी कधी त्यांना 'वनमानुष' म्हणजे जंगलातला माणूस म्हणून संबोधलं जातं. यतिसाठीही हेच संबोधन वापरलं जातं. बिस्ता लिहितो, 'मला भेटलेले आणि मी ज्यांच्याशी बोललो असे बहुतेक सगळे, बहुतेक गावकरी असं मानत होते की, राउटेंकडे खूप प्रभावी जादुई शक्ती आणि मंत्र असतात. माकडांना पकडताना ते कायम त्याचा वापर करतात. एकेकट्या किंवा कमी संख्येनं फिरणाऱ्या माणसांवर, विशेषतः, स्त्रियांवरदेखील ते या शक्ती वापरू शकतात.' राउटेंनी लहान मुलांना पळवून नेऊन मनुष्यबळी दिले, अशा कसलीही पुष्टी नसलेल्या 'अफवा' ऐकायला मिळाल्याचंही तो नोंदवतो. स्थिरस्थावर झालेल्या समाजानं संशयाच्या आहारी जाऊन भटक्या शिकाऱ्यांना कसं बाजूला ठेवलं आहे ते यावरून दिसून येतं.

राउटे भाषा आणि बनराजी भाषा या वैशिष्ट्यपूर्ण असून, हिंदी आणि नेपाळीसारख्या संस्कृतोद्भव भाषांपेक्षा तिबेटो-बर्मनला अधिक जवळच्या आहेत. ट्रान्स-हिमालय प्रदेशाशी असणारा हा भाषिक दुवा त्यांच्या वांशिकतेशी मिळताजुळता दिसतो; मात्र इतर अनेक सांस्कृतिक रीतीरिवाज आणि परंपरांप्रमाणे त्यांची भाषादेखील नाहीशी होण्याचा धोका आहे. त्यांच्या लोकसंख्येचा अंदाज बघितला तर या जमाती किती लहान आहेत ते दिसून येईल. नेपाळ आणि भारताच्या सरहद्दीवरच्या प्रदेशात केवळ ७०० राउटे राहतात, तर बनराजींची संख्या दोन -तीन हजारां-पेक्षा अधिक नाही. सांस्कृतिक वारसा नष्ट झाल्याचा निष्कर्ष तर आधीच निघाल्यात जमा आहे. तरीही लक्षणीय चिकाटी दाखवत ते अजूनही टिकून आहेत आणि जंगलातून आपल्या 'धाकट्या भावांचा' पाठलाग करत आहेत.

फॉर्टियर एक राउटे लोककथा सांगतात. वानरांचे चेहरे काळे कसे झाले आणि ऱ्हेसस माकडांचे पार्श्वभाग लाल का आहेत, त्याची ती कथा आहे. त्यांच्यापैकी एका शिकाऱ्यानं सांगितल्यानुसार, सीतामाईच्या स्वयंपाकघरातून अन्न चोरायला आलेली माकडं तिला खूप त्रास देत होती. एक वानर तिला खूपच सतावू लागलं तेव्हा तिनं काजळीनं माखलेला एक तवा उचलला आणि त्याला फेकून मारला. त्यामुळे त्याचा चेहरा काळा झाला. नंतर जेव्हा एका ऱ्हेससनं तिला त्रास दिला तेव्हा तिनं चुलीवर ठेवलेली एक गरम कढई उचलली आणि त्याच्या ढुंगणावर मारली. त्यामुळे त्याचा पार्श्वभाग तापून तांबडालाल झाला.

रामायणातल्या राम-सीतेच्या वनवासाचं वर्णन करणाऱ्या कथेच्या चौकटीत ही लोककथा बसवली आहे. यावरून शिकाऱ्यांच्या कथा त्याहून अधिक प्रभावशाली मिथककथांमध्ये कशा मिसळून जातात ते दिसून येतं. मुख्य प्रवाहात मिसळून जाणारे असे काही घटक असूनही राउटेंची सांस्कृतिक स्वायत्तता जाणवण्याइतक्या प्रमाणात टिकून आहे. तसंच, त्यांच्या स्वत:च्या देवांनाही काही धक्का लागलेला नाही. उदाहरणार्थ, बेऱ्ह ही सूर्यदेवता. ती नरही नाही आणि मादीही नाही; पण तिचं अस्तित्व आकाशात सतत आहे.

हिमालयातल्या बहुतेक सर्व आदिवासी जमातींप्रमाणे राउटे भौगोलिकदृष्ट्या आणि सांस्कृतिकदृष्ट्यादेखील अक्षरश: काठावरचं आयुष्य जगतात. दक्षिण आशियातल्या आधुनिक समाजाला चयनोपजीवी शिकारी किंवा कोणत्याही प्रकारच्या भटक्या जमाती फारशा सहन होत नाहीत. विकासाचा एकंदर रेटा त्यांना मुख्य प्रवाहात आणायचा प्रयत्न करतो, त्यांचे देव मिटवून टाकतो, त्यांची भटकंती थांबवतो आणि त्यांची भाषा नष्ट करतो. आदिवासी संस्कृतीचं समर्थन करणाऱ्यांवर सहसा रानटीपणाचा कैवार घेतल्याचे, या समाजाला आर्थिक, सामाजिक प्रगतीपासून, विशेषत: शिक्षणापासून वंचित ठेवल्याचे आरोप होतात. तरीही त्यांची सांस्कृतिक ओळख, भाषा आणि स्थानिक ज्ञानाचा होणारा ऱ्हास हे कधीही भरून न येणारं अपरिमित नुकसान आहे.

ही द्विधावस्था दोर बहादूर बिस्ताने स्पष्टपणे मांडली आहे. तो लिहितो : 'स्थिरस्थावर झालेल्या अर्थव्यवस्थेत विलीन होण्याची राउटेंना चांगली संधी आहे असं दिसतं..' पुढे जाऊन तो स्पष्ट करतो की, आत्ता ते तयार करत असलेले कोरीव लाकडी वाडगे जाऊन मोठ्या प्रमाणावर उत्पादित होणारी प्लॅस्टिक आणि धातूची भांडी येणं अपरिहार्य आहे. तसं झालं की त्यांना केवळ शिकारीवर तग धरून राहणं अवघड होऊन जाईल. बिस्ता असं भाकीत करतो की, 'नेपाळमधल्या इतर अनेक आदिवासी टोळ्यांबाबत जे झालं तसंच ह्यांच्या टोळीतल्या बायकादेखील आधी आपल्या जमातीबाहेर लग्न करतील. राउटे स्त्रियांकडे बघता त्यांना समाजाबाहेर नवरे मिळणं अवघड जाणार नाही. हा अदमास जरा दु:खदच म्हणायला हवा; पण सध्याच्या परिस्थितीत मला इतर कोणतीही शक्यता दिसत नाही.'

# ३६

## बोंफूचा कथाकार

ज्वालांच्या धुरकट वलयात आमचे चेहरे सावल्यांनी झाकोळून गेले आहेत. निव्वळ योगायोगानं भटकत इथे एकत्र आलेल्या आणि धुमसत्या लाकडाच्या जेमतेम उबेभोवती जमलेल्या आम्हा अनोळखी लोकांमध्ये इथला अनामिक अंधार हीच काय ती समान गोष्ट आहे. आमचा कॅम्प पूर्व हिमालयात समुद्रसपाटीपासून दोन किलोमीटर उंचीवर आहे. मार्चअखेरीस आर्द्रतेचं रूपांतर धुक्यात होत असल्यामुळे सूर्यास्तानंतर अचानक गार होऊ लागतं.

'आमची माणसं पर्वतांची पूजा करतात,' कोणी काही न विचारताच कथाकार सांगू लागतो, '.. आणि दगडांचीही.'

आमच्या आजूबाजूला सर्वत्र सजीव आत्मे वावरत आहेत. नद्यांमध्ये, ढगात, जंगलात लपून राहिलेल्या गुहांमधून, वाऱ्यात, पावसात, पक्ष्यांमध्ये आणि कीटकांमध्ये सर्वत्र ते वास करून आहेत.

'जंगली मध गोळा करायला जातो तेव्हा आम्ही नेहमी रात्री जातो. ज्या कड्यावरच्या खडकांना ते पोळं लटकत असतं त्याच्या पायथ्याशी जाळ पेटवतो. धुरातून वर चढत जाताना आम्ही मधमाश्यांसाठी गाणी म्हणतो आणि त्यांना सांगतो, 'आम्ही तुम्हाला कसलीही इजा करणार नाही आहोत. आम्ही फक्त देवाला वाहायला म्हणून मध गोळा करतोय.'

कथाकाराचा आवाज चांगला मोठा आणि दमदार असला तरी कुठे सुरुवात

करावी हे न कळल्यासारखा तो भांबावलेल्या सुरात बोलायला लागतो. तो एक पन्नाशीचा, आडव्या अंगयष्टीचा माणूस आहे. त्याचं एकंदर रूप थोराड आणि मोकळंढाकळं असलं तरी नजर मात्र बारीक दिसते आहे. त्यावरून तो धुरामुळे डोळे बारीक करून बघतो आहे की काय असं वाटावं. करड्या रंगाचा ट्रॅकसूट आणि त्यावर काळा विंडचिटर असा त्याचा पोशाख आहे. डोक्यावर लोकरीची दुमडलेली टोपी आहे आणि पाय अनवाणी आहेत. त्याचे तीन सोबतीही आमच्या बरोबर बसले आहेत; पण बोलण्याचं काम हा एकटाच करतो आहे.

दोर्जी खांडू हिंदीमध्ये बोलतो आणि मधूनच इंग्रजी शब्द पेरतो. 'आजकाल, सगळीकडे 'हवामान बदल' आहे, तो मला सांगत असतो; मात्र तो अधिक व्यापक अर्थानं बोलतो आहे. नुसतं हवामानच नव्हे तर राजकारण, पैसा, समाज अशी एकूण जगातच उलथापालथ चालू आहे. तरीही इथे जंगलात भूतकाळात जगल्यासारखं वाटू शकतं. स्वत:चे विचार जुळवत खांडू उत्पत्तीविषयी बोलू लागतो :

'आमचा पहिला पूर्वज एक शूर शिकारी होता. त्याला रानटी जनावरांची चांगली जाण होती, वनौषधी आणि खाद्य झाडपाल्याची संपूर्ण माहिती होती. एके दिवशी उंच डोंगरात शिकार करत असताना त्यानं एका रानडुकराला बाण मारला. ते जनावर जखमी झालं आणि मग तो शिकारी रक्ताच्या खुणांचा माग काढत जंगलातून त्याला शोधत निघाला. कित्येक दिवस तो डोंगरकड्यांवरून, दऱ्या-खोऱ्यातून प्रवास करत होता. अखेर पर्वत मागे टाकून तो आसामच्या पठारावर पोहोचला. तिथे एकदाचं त्याला ते रानडुक्कर दिसलं आणि मग त्याला शिकाऱ्यानं ठार केलं. आमच्या या पूर्वजानं असू ग्याप्तोंगनं मिळालेली शिकार कापून शिजवली. त्या मांसावर स्वादासाठी रानटी औषधी वनस्पती आणि मसाले लावले. मग त्यानं आपली मेजवानी आसाममधल्या लोकांबरोबर वाटून घेतली. त्यांना ती खूपच स्वादिष्ट वाटली. त्यानंतर त्याला दरवर्षी डोंगरातून खाली यायचं आमंत्रण मिळू लागलं. अशा प्रकारे आमचे पूर्वज पठारी भागात राहणाऱ्या लोकांबरोबर व्यापार करू लागले. तिबेटमधून आणलेलं मीठ आणि उंचावरच्या जंगलातून आणलेल्या वनौषधींच्या बदल्यात ते आसाममधल्या तांदळाचा आणि इतर उत्पादनांचा विनिमय करू लागले..'

गप्पागोष्टी चालू राहतात. शेकोटीच्या धुराची वलयं जशी एकमेकांत गुंफून रात्रीच्या अंधारात वळसे घेत जातात तशी एका कथेतून दुसरी कथा निघत राहते. दोर्जी खांडू हा एक उत्स्फूर्त कथाकार आहे. त्याच्या हातवाऱ्यांमुळे तिथे एक सूचक मूकनाट्य उभं राहून रानातल्या कथा आणि लोककथांचा इतिहास जिवंत होतो. अंधारात आम्हाला आसपासच्या जंगलातून रात्रीचे आवाज ऐकू येत आहेत.

नेमक्या चार सुरावटी असलेला कंठेरी घुबडाचा (कॉलर्ड आउलेट) हाकारा , रानरातव्याची (रात्री आवाज करणारा एक पक्षी) एकसुरी किटकिट आणि भुंकणाऱ्या हरणाचे इशारा देणारे घोगरट चीत्कार ऐकू येत आहेत.

'आम्ही शेर्दूकपेन जमातीचे आहोत,' खांडू अभिमानाच्या सुरात सांगतो. 'हे पहाड आणि ही जंगलं आमची आहेत. आमचा पूर्वज असू ग्याप्तोंग हा एका तिबेटी राजाचा आणि आसामी राजकन्येचा पुत्र होता. खूप पूर्वी राजानं आपल्या नवरीला पठारी प्रदेशातून तिबेटला घेऊन येण्यासाठी एका मंत्र्याला पाठवलं. तो प्रवास खूप महिने चालला. वाटेत तो मंत्री आणि राजकन्या मोहाला बळी पडले. शाही लग्नसमारंभानंतर नवीन राणी अगोदरच गर्भवती असल्याचं राजाच्या लक्षात आलं. त्यानं मंत्र्याला जाब विचारला. मोहिमेतल्या एकाकीपणामुळे आपला निग्रह डळमळीत झाल्याचं त्यानं कबूल केलं. राजा कनवाळू असल्यामुळे त्यानं आपल्या मंत्र्याला आणि पत्नीला क्षमा केली; मात्र जेव्हा मूल जन्माला आलं तेव्हा त्याचं मस्तक कुत्र्याचं होतं आणि त्याला बोकडासारखी शिंगं होती. ताबडतोब त्या कुरूप जीवाला जंगलात धाडून देण्यात आलं. तिथे त्याचं राक्षसात रूपांतर झालं. पुढे राजा-राणीला दुसरा मुलगा झाला तोच असू ग्याप्तोंग. मोठेपणी तो एकदम सुदृढ आणि देखणा शिकारी झाला; मात्र तिबेटच्या राजाला दुसऱ्या एका पत्नीपासून झालेला थोरला मुलगा होता. सिंहासनाचा वारसदार तोच होता. म्हणून मग राजानं असू ग्याप्तोंगला आसामच्या डोंगरपायथ्याच्या टेकड्यांपर्यंतच्या पर्वतांच्या खालच्या रांगा देऊन टाकल्या...'

अरुणाचल प्रदेशात सव्वीस मोठ्या जमातींचा निवास आहे. त्यातल्या प्रत्येक जमातीची स्वत:ची भाषा आणि चालीरीती आहेत. त्याव्यतिरिक्त, सुमारे शंभरेक उपजमातींनी नद्या आणि डोंगरसोंडांनी विभागले गेलेले प्रदेश व्यापले आहेत. गुवाहाटी ते तवांग महामार्गाला लागून असलेल्या पश्चिम कामेंग जिल्ह्यात शेर्दूकपेन जमात राहते. सगळी मिळून ती फक्त साडेतीन हजार ते चार हजार माणसं असली तरी शेर्दूकपेन जमातीचा दबदबा मोठा आहे. अरुणाचल प्रदेशचे पहिले मुख्यमंत्री प्रेम खांडू थुंगोन याच जमातीतले होते.

ईगलनेस्ट वन्यजीव अभयारण्याच्या दक्षिण उतारावर बोंफू नावाच्या ठिकाणी आमची छावणी पसरली आहे. ही जागा शेर्दूकपेन जमातीचं तीर्थस्थान आहे. आज सकाळी, पाच वाहनांमध्ये गर्दी करून, जंगलातल्या एका खडबडीत जीपरस्त्यावरून वाहनं हाकत, दोर्जे खांडू आणि त्याचे सोबती पहिल्यांदा आले तेव्हा आधी मला ते चुकून तिबेटीच वाटले. ते तिबेटी झेंडे नाचवत होते आणि थांबतील तिथे बौद्ध विधी पार पाडत होते. सुगंधासाठी म्हणून ते पाइनच्या फांद्या जाळत होते आणि रस्त्यावर सगळीकडे प्रार्थनापताकांच्या माळा लावत येत होते. अखेर जेव्हा आम्ही

स्वत:ची ओळख करून दिली तेव्हा आपण तिबेटी नसून थुंगरे गावातल्या शेर्दूकपेन जमातीचे असल्याचं त्यांनी स्पष्ट केलं.

'आमच्या गेल्या एक-दोन पिढ्यांनीच बौद्ध धर्म स्वीकारला.' खांडू सांगतो. '१९५९ सालच्या मार्च महिन्यात दलाई लामांनी तिबेट सोडला. साधारण त्याच वेळेस. तवांगच्या वरच्या बाजूला असलेल्या बुम ला वरून ते नेफा ओलांडून याच रस्त्यानं गेले. तेव्हा ते अगदी तरुण होते. विशीत असतील; मात्र एवढ्या लांबच्या प्रवासानं ते खूप आजारी आणि अशक्त झाले होते. सबंध रस्ता त्यांनी याकच्या पाठीवर बसून पार केला. आमच्या लोकांनीच त्यांना आणि इतर निर्वासितांना मदत केली. तिबेटमधून त्यांची सुटका झाली त्याचा आज सोळावा स्मरणदिन.'

दलाई लामांच्या हद्दपारीच्या प्रवासाचा आपण पुन्हा माग काढत जात आहोत असं बोंफू इथे शेकोटीभोवती बसल्यावर शेर्दूकपेन आम्हाला सांगतात. त्यांच्यासाठी ही वार्षिक तीर्थयात्राच झाली आहे. इथे जंगलात त्यांनी एका पवित्र प्रार्थनाभिंतीच्या आसपासचे (मेन वॉल) बांबू आणि वेली बाजूला केले आहेत. ती भिंत ते पांढऱ्या रंगात रंगवतात आणि त्यावर गडद रंगात श्लोक आणि चिन्हं काढतात. धातूच्या पन्हळीदार पत्र्यांपासून तयार केलेल्या तात्पुरत्या आडोशाखाली तेलाचे दिवे जळत आहेत. उद्या बोंफूला ३००पेक्षा अधिक लोक येतील अशी अपेक्षा आहे. त्यात लामांचाही समावेश आहे. ते प्रार्थना आणि इतर विधी करणार आहेत. दलाई लामांच्या आगमनाचा स्मरणोत्सव साजरा करण्यासाठी ते सगळेजण मग एकत्र पर्वतांच्या पायथ्याशी असलेल्या मोकळ्या सपाट प्रदेशात, केलांगला जातील.

'केलांगला दलाई लामाजींनी एक झाड लावलं होतं,' खांडू आम्हाला सांगतो. 'पण त्यांनी ते रोप जमिनीत उलटं म्हणजे मुळं वर हवेत करून लावलं. दलाई लामाजी म्हणाले, जर हे झाड जगलं तर त्याचा अर्थ माझी माणसं तिबेटला परततील..'

त्या भाकिताचं महत्त्व अधोरेखित व्हावं म्हणून तो काही सेकंद थांबतो आणि मग पुढे सांगू लागतो..

'त्या रोपाचा आता मोठा वृक्ष झाला आहे. माझ्या हातांच्या कवेत आता त्याचं खोड मावत नाही आणि त्याच्या फांद्या सगळीकडे पसरल्या आहेत. जशी काही त्यांची मुळं आभाळात गेलेली असावी. इथून गेल्यावर आम्ही काही दिवस केलांगमध्ये पूजा करायला आणि नदीत अंघोळ करायला थांबू. आमच्याबरोबर बरेच म्हातारे लोक आहेत. त्यांना दलाई लामाचा प्रवास आठवतो आहे. ते झाड दिसलं की त्यांच्या डोळ्यांत अश्रू उभे राहतात.'

शेर्दूकपेन जमात हिमालयात मध्यभागी राहते. उंच पहाडी भागात वास्तव्य करणाऱ्या मोनपा जमातीच्या आणि सखल प्रदेशात ब्रह्मपुत्रा नदीच्या उत्तर काठाच्या

बाजूने राहणाऱ्या बोडो जमातीच्या मधोमध ते राहतात. शेर्दूकपेन प्रदेशातलं सर्वांत मोठं गाव म्हणजे रूपा. एकेकाळी इथे राहणाऱ्या त्यांच्या पूर्वजांनी आपल्या प्रदेशातून प्रवास करणाऱ्या व्यापाऱ्यांवर कर लावला होता. त्या बदल्यात ब्रिटिशांनी त्यांना चांदीचे रुपये देऊ केले आणि म्हणून या गावाचं नाव रूपा पडलं. शेर्दूकपेन जमातीचं वास्तव्य जसं तिबेटमधल्या उंच उंच प्रदेशातल्या खिंडी आणि पठारी भागातली उष्णकटिबंधीय जंगलं यांच्या मधोमध आहे, तसंच त्यांच्या संस्कृतीतही बौद्ध श्रद्धा आणि जीवात्मवादी परंपरांचा मिलाफ झालेला आढळतो.

पिढ्यान्‌पिढ्या त्यांनी झुम शेतीचा अंगीकार केला आहे. त्यात जंगल तोडून, जाळून त्या राखेत पिकं काढली जातात. आज शेर्दूकपेन जमातीकडे कायमची बागायती शेती आहे. ते उगवत असलेल्या भाजीपाल्याबद्दल, विशेषत:, टोमॅटोबद्दल ते प्रसिद्ध आहेत; मात्र त्यांची मुळं अजूनही जंगलात आहेत. दलाई लामांच्या हद्दपारीच्या मार्गावरून वाटचाल करायची त्यांची तीर्थयात्रा म्हणजे जंगलाकडे परत जाण्याचा एक बहाणा असावा, असं वाटतं. त्यांच्या सहवासात घालवलेल्या दोन दिवसांत ते मला जंगलातल्या वनस्पती आणि नेचे गोळा करताना, रानभाज्या वापरून रुचकर पदार्थ तयार करताना दिसतात. समुद्रकिनाऱ्यावर वापरायच्या छत्र्यांएवढी मोठी नेच्यांची झाडं, वर चढणाऱ्या वेलींच्या आणि झुडपांच्या हिरव्या वेलबुट्टीदार पडद्यामधून पांढऱ्या फुलोऱ्याच्या पताका उधळणारी मॅग्नोलियाची झाडं अशा जंगलातल्या भरमसाठ सुपीक वाढीचा ते खऱ्या अर्थानं आनंद लुटताना दिसतात. मला कधी ते शिकार करताना दिसले नाहीत तरी त्यांच्याकडे बंदुका आणि प्राणी पकडायचे सापळे आहेत, असं आमचा वाटाड्या खात्रीनं सांगतो. नक्कीच ते एखादं भुंकणारं हरीण किंवा आणखी एखादा मोठा प्राणी मारणार असतील. काही वर्षांपूर्वी त्यांनी एका मिथुनला गोळ्या घातल्या होत्या, असं तो आम्हाला सांगतो. आदल्या दिवशी काढलेला सेरोचा फोटो मी दोर्जी खांडूला दाखवतो. त्यावर लगेचच हा प्राणी कुठे सापडला असं तो विचारतो. आम्ही आत्ता वन्यजीव अभयारण्यात असलो तरी तो प्राणी शोधून काढायला दोर्जी उत्सुक असल्याचं उघड आहे. सरकारी नियम काहीही असले तरी, हे आपलं जंगल आहे आणि इथे आपल्याला हवं ते आपण करू शकतो, असं खांडू आणि त्याच्यासारखे इतर लोक मानतात.

भारतातल्या इतर कोणत्याही राज्यापेक्षा अरुणाचल प्रदेश जास्त वनाच्छादित आहे आणि तिथे प्रजातींची विविधताही सर्वांत विपुल प्रमाणात आहे. असं असलं तरी सर्वदूर पसरलेल्या मानवी शिकाऱ्यांचा त्रासही तिथे जास्त आहे. आदिवासी शिकाऱ्यांनी पूर्व हिमालयातल्या कित्येक प्रदेशातलं वन्यजीवन नष्ट केलं आहे, धोक्याच्या कक्षेतल्या कित्येक प्रजातींसकट पक्ष्यांची आणि प्राण्यांची स्वैर कत्तल

केली आहे. जॉर्ज शॉलर लिहितो त्याप्रमाणे, 'इतिहासात कित्येक वेळा असं झालं आहे की, कोणत्याही प्रजातीचे शेवटचे उरलेले वंशज एखाद्या भुकेल्या शिकाऱ्याच्या पोटात गडप झाले आहेत आणि त्यांचा समाधीलेख म्हणजे काय? तर केवळ एक ढेकर.'

शेर्दूकपेन जमातीला बाहेरच्या जगाचं वारं लागण्यापूर्वी शिकार हीच त्यांची जीवनशैली होती. असू ग्याप्तोंगच्या कथेतून समोर येणारं कथानक त्यांची नाळ जंगलाशी जोडतं. हिमालयापासून आसामपर्यंत एका वंशाचा माग काढत जाणारा, एका मिथकात वर्णन केलेल्या पाठलागातून त्यांच्या स्वत:च्या स्थलांतराचा शोध घेत जाणारा तो एक आदिम प्रवास आहे. डुक्कर हे आदिवासी शिकाऱ्यांचं नुसतं आवडतं सावज नसून, जमिनीतून कंदमुळं खणून काढताना एकीकडे त्याच्या सुळ्यांनी जमीन नांगरण्याकडे म्हणजेच भटकंतीकडून शेतीकडे झालेल्या स्थित्यंतराचं ते एक प्रतीक आहे. रानडुकरं सहसा जंगलाच्या सरहद्दीवर राहतात आणि रात्री शेतकऱ्यांच्या शेतांवर धाडी घालतात. स्वत:चा नैसर्गिक अधिवास आणि मानवानं मशागत करून वसवलेले प्रदेश ह्यांच्यामधल्या निर्वासित इलाख्यात ते राहतात. सरहद्दीवरून फेऱ्या घालणारं जनावर म्हणजे खांडूच्या कथेतलं जखमी डुक्कर त्या शिकाऱ्याला पर्वत ओलांडून पलीकडे घेऊन जातं आणि शेर्दुकपेन जमातीला एकांतातून बाहेर काढून सखल प्रदेशातल्या बोडोसारख्या जमातींच्या संपर्कात आणतं. उंचावरच्या प्रदेशातल्या औषधी वनस्पतींमध्ये आणि तिबेटमधल्या मिठामध्ये मुरवलेलं डुकराचं मांस वाटून घेतल्यामुळे त्यांच्यात व्यापारी करार तयार होतो. पहाडी आणि पठारी प्रदेशात एक व्यवहारी दुवा तयार होतो.

'मिथ्स ऑफ द नॉर्थ-ईस्ट फ्रन्टियर ऑफ इंडिया'मध्ये वेरियर एल्विन यांनी बऱ्याच शेर्दुकपेन कथा समाविष्ट केल्या आहेत. त्यांच्या बऱ्याच लोककथांमधून शिकारीची परंपरा आणि इतर सजीवांना ठार करण्याची मनाई करणारा बौद्ध लामांचा कडक हुकूम यातला विरोधाभास उघड होतो. त्यातल्या एका बोधकथेत एल्विन सांगतात :

> एकेकाळी दोन भाऊ होते. थोरला भाऊ होता लामा आणि धाकटा शिकार करून पोट भरणारा. शिकारी जेव्हा मांस घेऊन घरी येत असे तेव्हा लामानं ते खाणं अपेक्षित नसलं तरी तो ते खात असे. मात्र एके दिवशी त्याला पश्चात्ताप झाला आणि तो म्हणाला, 'आता इथून पुढे तू शिकारीला जाऊ नकोस. दुसऱ्यांचे प्राण घेणं हे पाप आहे.' त्यावर त्याचा भाऊ म्हणाला, 'पण, माझ्या उपजीविकेचं एकमेव साधन मी सोडून कसं देऊ?' बराच वेळ त्यांनी वाद घातला. अखेर लामा

> म्हणाला, 'मी तांबड्या हरिणाचं रूप घेतो. जर तू मला मारू शकलास तर तू एक थोर शिकारी होशील आणि तुला पाप लागणार नाही. जर तू मला मारू शकला नाहीस तर मात्र तुझ्या माथी खूप मोठं पाप लागेल.' शिकारी कबूल झाला.

कुत्र्याला सोबतीला घेऊन आणि हातात धनुष्य घेऊन शिकारी भावाच्या शोधार्थ निघाला. कित्येक दिवस त्या हरणाचा जंगलातून पाठलाग केल्यावर अखेर त्यानं आपलं सावज गाठलं.

> शिकारी एका झऱ्यापाशी वाट बघत बसून राहिला आणि कुत्र्याला त्यानं हरणाच्या पाठलागावर सोडलं. थोड्या वेळानं ते हरीण पाण्यापाशी आलं. शिकारी त्याला म्हणाला, 'दादा, मी बाण मारू की नको?' लामानं उत्तर दिलं, 'बंधो, तू हा बाण मारू नकोस. आजपासून मी मनुष्यरूप सोडून देत आहे. आता मी हरणाच्या रूपातच जंगलात राहीन.' या लामापासून हरणांच्या कुळाची सुरुवात झाली.

ईगलनेस्ट अभयारण्याच्या उत्तरेकडच्या उतारावर राहणाऱ्या बुगून जमातीची एक लोककथा देखील एल्विन नोंदवतात. या जमातीचे लोक चणीनं लहान असून, ती जमातही कमी समृद्ध आहे. ढगांत वास्तव्य करणाऱ्या बहीण -भावामुळे ढगांचा गडगडाट आणि विजेचा कडकडाट होतो अशी त्यांची समजूत आहे. दोघेही अजून कौमार्यावस्थेत आहेत. मात्र भावाला आपल्या बहिणीविषयी लालसा उत्पन्न झाली आहे. त्यांच्या भांडणामुळे वादळ घोंगावू लागतं; कारण ती मुलगी त्या पोराच्या अगम्यगमनी वासनेचा प्रतिकार करत असते. तिच्या केसातला आकडा जमिनीवर पडतो तेव्हा वीज चमकते आणि झाडं जमीनदोस्त करून टाकते.

अरुणाचल प्रदेशातल्या बऱ्याचशा आदिवासी लोककथांमधून सामाजिकदृष्ट्या निषिद्ध गोष्टींमधून उत्पन्न होणारा आणि निसर्गाच्या सुफलतेशी विसंगत असणारा लैंगिक ताण दिसून येतो. स्त्रिया प्राण्यांना आणि राक्षसांना जन्म देतात, तसंच अंड्यातून किंवा राक्षसींच्या गर्भाशयातून माणसं बाहेर येतात. ढगांच्या गडगडाटाची आणि विजेच्या कडकडाटाची अशीच काहीशी गोष्ट सांगणाऱ्या आणखी एका बुगून लोककथेत, एक भाऊ-बहीण डोंगरांमध्ये एकत्र राहत असतात. तो मुलगा त्या मुलीला जंगलातून स्वत:साठी फळं घेऊन यायला सांगतो. ती फळं गोळा करायला जाते तेव्हा तिला त्या झाडात एक अस्वल फळं खाताना दिसतं. अस्वलाला ती त्यातली काही फळं द्यायची विनंती करते. ते अस्वल मात्र त्यासाठी

आधी समागमाची मागणी करतं. अस्वलाच्या कामुक आवाहनांना शरण गेल्यावर यथावकाश ती त्याच्या प्रेमात पडते आणि तिच्या भावाला फळांचा नियमित पुरवठा होत राहतो. ती मुलगी अस्वलासाठी गाणं म्हणू लागते, 'ही फळं किती मधुर आहेत, ती माझ्या भावाकरता आहेत. तू मात्र त्याहून मधुर आहेस; कारण तू माझ्याकरता आहेत.' वासनेच्या आवेगात ते अस्वल आपल्या पंज्यांनी तिचे कपडे फाडत राहतं. तिच्या भावाला संशय येऊ लागतो. अखेर आपल्या बहिणीचा पाठलाग करत तो जंगलात जातो आणि बाण मारून तिच्या अस्वल प्रियकराला ठार करतो.

मुळात या गोष्टी आदिवासी बोलींमध्ये सांगितल्या गेल्या असल्या तरी एल्विन त्यांचं इंग्रजीत भाषांतर करतात आणि दोर्जी खांडू आमच्याशी हिंदीत बोलतो. तू ही भाषा कशी शिकलास असं विचारल्यावर खांदे उडवत तो उत्तरतो, 'लष्करातल्या लोकांकडून.' अरुणाचल प्रदेशात, विशेषत:, पायथ्याच्या टेकड्यांकडून सीमारेषेपर्यंत जाणाऱ्या वाटेवर हजारोंच्या संख्येनं भारतीय लष्कराच्या तुकड्या तैनात आहेत. बोंफूपासून केवळ काही किलोमीटर अंतरावर असलेल्या तेंगा इथे लष्कराची सर्वांत मोठी छावणी आहे. स्वातंत्र्य मिळाल्यावर लवकरच लष्करी अभियंत्यांनी या जंगलातून जाणारा मूळ रस्ता बांधला होता. व्हिंटेज डॉज पॉवर वॅगन हे रूपा इथे पोहोचलेलं पहिलं वाहन होतं, अशी आठवण खांडू सांगतो.

त्याआधी इथल्या स्थानिक प्रशासकानं गावात फिरता यावं म्हणून एका जीपचे भाग सुटे करून ते बोमडिलाला नेले होते.

बोंफूला शेकोटीभोवती बसल्या-बसल्या खांडू रानडुकरांच्या, मध गोळा करायच्या आणि तिबेटी राण्यांच्या सहज घडून आलेल्या व्यभिचाराच्या कहाण्यांपासून हळूहळू लांब जातो. तो आता जसवंत सिंगच्या शौर्याची कथा सांगू लागतो. गढवाल रायफल्समधला तो एक भारतीय सैनिक होता. १९६२च्या युद्धात से ला पर्यंत पोहोचण्यासाठी लढाई चालू असताना त्यानं चिनी सैन्याला बहात्तर तास अडवून धरलं होतं.

'जसवंत सिंगनं चिन्यांना फसवून आणखी बरेच भारतीय शिपाई खिंडीचं रक्षण करत आहेत, असं भासवलं. त्यानं त्याच्या बंकरमध्ये विविध ठिकाणी स्टेन गन्स लावून ठेवल्या होत्या. एका ठिकाणाहून दुसऱ्या ठिकाणी असं फिरत फिरत तो चिनी सैनिकांवर बंदुकांचा मारा करत होता. रात्री तो बकऱ्यांच्या गळ्याभोवती कंदील बांधत असे आणि त्यांना डोंगरउतारावर मोकळं सोडत असे. जेणेकरून ते गस्त घालणारे भारतीय शिपाई आहेत, असं हल्लेखोरांना वाटावं. जसवंत सिंग मोनपा जातीच्या एका मुलीच्या प्रेमात पडला होता. ती त्याच्यासाठी रोज जेवण घेऊन येई आणि तो जेवत असताना बंदुकांचा मारा चालू ठेवत असे. तीन दिवस

असं लढल्यावर आपल्याला केवळ एकाच माणसानं रोखून धरल्याचं चिनी सैनिकांना समजलं. त्यांनी त्याला मागून घेराव घातला आणि त्याच्यावर हल्ला चढवला. तो मेला तेव्हा चिनी कमांडर इतका चिडला होता, की त्यानं त्याचं मुंडकं कापलं आणि तिबेटला परत पाठवून दिलं. नंतर ते मस्तक परत पाठवण्यात आलं आणि जसवंत सिंग विख्यात झाला.

से लाच्या उत्तरेकडे त्याच्या स्मरणार्थ नाव दिलेल्या जसवंतगढला एक युद्धस्मारक आहे. जसवंत सिंगची शौर्यकथा या भागातल्या लोकांसाठी आणि भारतीय लष्करासाठीदेखील एक सामर्थ्यवान दंतकथा होऊन राहिली आहे. भविष्यातला कोणताही चिनी हल्ला परतवून लावण्यासाठी लष्कराला तिचा आधार वाटला आहे. इथे नेमणूक झालेले सर्व अधिकारी आणि सैनिक जसवंत सिंगला मान देतात. हुतात्मा म्हणून त्याचा आदर केला जातो आणि त्याच्या चौकीची लष्कराकडून एखाद्या मठासारखी देखरेख ठेवली जाते. ज्याप्रमाणे एखाद्या देवतेला नैवेद्य दाखवला जातो आणि विविध प्रकारे भक्ती करून तिला प्रसन्न केलं जातं, तसंच जसवंत सिंगला चहा आणून देण्यासाठी आणि त्याच्या बुटांना पॉलिश करण्यासाठी वर्षभर सैनिकांची नेमणूक केली जाते.

'जसवंत सिंगच्या आयुष्यावर बॉलीवूडचा एक सिनेमाही येत आहे,' खांडू उत्साहानं आम्हाला सांगतो. 'त्याच्या प्रेयसीचं काम करायला एका शेर्दुकपेन मुलीचीच निवड झाली आहे. त्या मुलीचं नाव आहे सेला. या खिंडीवरूनच ते ठेवलं आहे.'

इथले पर्वत ओलांडून जाणाऱ्या, नागमोडी आणि तीव्र वळणं असलेल्या, तीव्र चढ-उतारांवर वळसे घेत जाणाऱ्या रस्त्यांइतक्याच हिमालयातल्या कथाही गुंतागुंतीच्या असू शकतात. शेर्दुकपेन कथाकारांच्या गोष्टी मात्र कायम जंगलाकडे जाणाऱ्या असतात. दाट झाडीतून वाट काढत जाणाऱ्या, झाडाझुडपांनी वेढलेल्या असतात. आपल्या गटातल्या म्हाताऱ्या माणसांप्रमाणे दोर्जी खांडूनं कंबरेला एक जड डाओ लावलेली आहे. तो एक धारदार सुरा असून, त्याच्या मदतीनं तो आमच्या कॅम्पजवळच्या वेली आणि लहान झुडपं साफ करतो. बोंफूच्या प्रार्थनाभिंती सजवण्यासाठी ते बुरांशाची डझनावारी फुलंही तोडतात.

संध्याकाळी स्त्रिया गाऊ लागतात आणि हातात हात धरून सामूहिक आवाजाच्या तालावर ताल धरत नाचू लागतात. त्या आम्हाला 'आरा' प्यायला बोलावतात. तांदळाच्या बिअरपासून गाळलेली ती एक कच्ची दारू आहे. मला आश्वस्त करत त्या सांगतात, 'औषधी आहे ती. जंगलातल्या औषधी वनस्पतींपासून तयार केली आहे. आम्ही आमच्या मुलांनासुद्धा देतो. अगदी ती तीन दिवसांची असतात तेव्हाही. अगदी काही थेंब.. एखाद्या माशाच्या तोंडात मावेल एवढीच.'

आम्हाला नाचगाण्यात सहभागी व्हायची गळ घालत त्यांच्यातला दुसरा एक माणूस आम्हाला पुन्हा यायचा आग्रह करतो आणि खिकसभा उत्सवाच्या वेळेस थुंगरे गावाला भेट द्यायला सांगतो.

'तो आमचा सगळ्यात महत्त्वाचा सण आहे. सगळे शेर्दुकपेन जिथे कुठे गेले असतील तिथून त्यांना घरी यावं लागतं. मग आम्ही नद्यांमधल्या, जंगलातल्या आणि डोंगरातल्या सगळ्या आत्म्यांना आवाहन करतो. त्यांची पूजा करून त्यांना प्रसन्न करतो, जेणेकरून पुढलं वर्षभर ते आमच्या जमातीचं रक्षण करतील.'

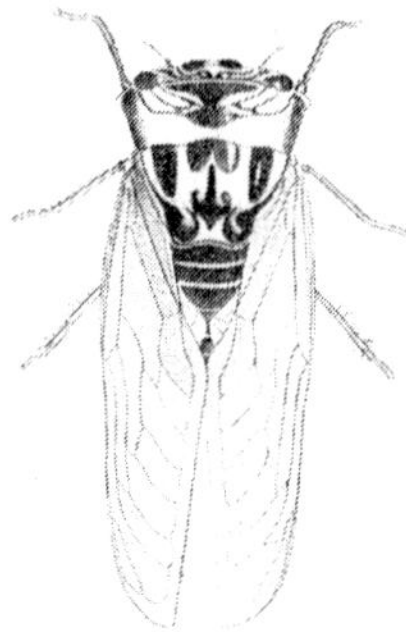

३७

# ढोल सागर

हिमालयातल्या कित्येक माणसांची वंशावळ तिबेटपर्यंत मागे नेता येते; पण त्याहून अधिक माणसं उत्तर भारतातल्या पठारी प्रदेशातून डोंगराळ भागात आली आहेत. नेपाळ, उत्तराखंड आणि हिमाचल प्रदेशातली बहुतेक गावांत हिंदू बहुसंख्य आहेत. त्यांच्यात अनेक कुळं आणि जाती आहेत आणि त्या प्रत्येकाच्या उत्पत्तीच्या आणि स्थलांतराच्या आपापल्या कहाण्या आहेत. कित्येक पिढ्या इथे वास्तव्य करून असलेले आणि आपले पूर्वज इथे पहिल्यांदा केव्हा आणि कसे आले ते आठवत नसलेले लोकदेखील आपण दुसरीकडून कुठूनतरी इथे आलो असणार हे मान्य करतात.

विस्थापितपणाची ही जाणीव हिमालयीन समाजातल्या सांस्कृतिक स्मृतीमध्ये पक्की रुजली आहे. रोजच्या आयुष्याला आणि विशेष प्रसंगांनादेखील जिवंतपणा बहाल करणाऱ्या समजुती, रीतीरिवाज आणि कथांमधून ती बाहेर येताना दिसते. नेहमी दिसून आला नाही किंवा उघड व्यक्त झाला नाही तरी हिमालयातल्या कित्येक कथांमध्ये, विशेषत:, महाभारत आणि रामायण या थोर महाकाव्यांचं स्मरण आणि पुनर्कथन करणाऱ्या कथांमध्ये हद्दपारीच्या जाणिवेचा एक अंत:स्तर मिसळलेला असतो. नायकाची वनांकडे किंवा डोंगरांकडे होणारी रवानगी हा या दोन्ही काव्यांमधला मुख्य गाभा आहे. हिमालयातल्या हिंदूंना, विशेषत:, गंगेच्या पाणलोट क्षेत्रात राहणाऱ्या हिंदूंना मायभूमीचा त्याग केल्याच्या कहाण्या जवळच्या

वाटतात. अलग होण्याची, एकाकी पडण्याची वास्तव आणि काल्पनिक अशा दोन्ही प्रकारची जाणीव, त्यातून येणाऱ्या क्लेशकारक चिंता आणि समूळ उखडलं गेल्यामुळे येणारा झुंजारभाव यातून सरंजामशाही उतरंडी जन्म घेतात आणि ग्रामीण समाजजीवनावर अधिराज्य गाजवतात.

केदारनाथला जायच्या रस्त्यावर दरीच्या पुष्कळ पुढच्या बाजूनं ऐकू येणारा गडगडाट आपल्या तावडीत आलेले दगडगोटे घुसळून काढणाऱ्या, पूर आलेल्या नदीच्या गर्जना करणाऱ्या प्रवाहात मिसळून जातो. मंदाकिनी ही गंगेची सर्वांत सुंदर आणि मोहक उपनदी असून, चार वर्षांपूर्वी हिमसरोवराचा विध्वंसक उद्रेक होऊन वाहून आलेल्या खडी आणि गाळातून वाट काढत ती वाहत असते. रस्त्याचे काही भाग गायब झाले आहेत आणि आम्ही नदीच्या पात्राला समांतर असलेल्या खडबडीत आडमार्गावरून जात आहोत. १३ जून, २०१३ या दिवशी आलेल्या एका जबरदस्त फ्लॅश फ्लडनं स्टीलचे पूल उखडून कोट लटकवायच्या चेपलेल्या हॅंगरसारखे बाजूला फेकले. मंदाकिनीच्या काठावर बांधलेली गावांमधली घरं आणि यात्रेकरूंची विश्रांतीगृहं त्याच्या उधाणलेल्या प्रवाहात कोसळली. भाताच्या पिकानं हिरवीगार झालेली मजगी शेतं आता ओळखू येईनाशी झाली आहेत. जमिनीवरून झाडं उखडली गेली आहेत, बांधाच्या भिंती उद्ध्वस्त झाल्या आहेत आणि मातीची जागा वाळू आणि खडीनं घेतली आहे. उंचावरच्या डोंगराळ प्रदेशात पाऊस पडत आहे आणि गडगडाटाला एक अनिष्टसूचक लय आहे, जणू आणखी येऊ घातलेल्या नैसर्गिक आपत्तींचा इशाराच ते आपल्याला देत आहेत.

रस्त्याकडेच्या एका धाब्यावर लवकरच मासे आणि भाताचं जेवण करण्यासाठी थांबावं असा आग्रह दत्ता राम पुरोहित आमच्याकडे धरतात. त्या धाब्यावर नावाची कसलीही पाटी नाही आणि एका गंजक्या पत्र्याच्या छपराखाली फक्त एक-दोन बाकडी टाकलेली आहेत.

'हे मासे थेट नदीतून येतात. अनेक वर्षांपूर्वी मी जेव्हा फील्डवर्क करायला यायचो तेव्हा नेहमी इथेच जेवायचो.'

ते खोपटं इतकं जुनं असेल असं वाटत नाही; पण छताचे वासे काजळी साठून काळे झाले आहेत. तिथला मालक म्हणजे एक केस पिकलेला सत्तरीतला म्हातारा आहे. पोचे आलेल्या स्टीलच्या थाळ्यांमध्ये तो आम्हाला अन्न वाढून देतो. तिखटजाळ रश्शात उताणे पोहत असलेल्या माशांची आतडी काढून ते साफ केलेले असले तरी त्यांचं डोकं तसंच ठेवलेलं आहे. त्यामुळे त्यांच्या बंद तोंडावरून ते नदीच्या तळाशी राहून अन्न मिळवणारे मासे (बॉटम फीडर्स) असणार, हे माझ्या लक्षात येत आहे. कदाचित ते लोच मासेही असू शकतील. एखाद-दोन मोठे मासे मधोमध कापून अर्धे केले असले तरी त्यातले कोणीही १५ सेंटिमीटरपेक्षा

जास्त लांबीचे नाहीत. नदीच्या उथळ पाण्याच्या खडकाळ भागात ते पकडले असावेत. जेवताना गप्पा मारणं अवघड जातंय; कारण दातात अडकलेले नाजूक पण त्रासदायक काटे बोटांनी काढावे लागत आहेत.

प्राध्यापक पुरोहित हे उत्तराखंडमधले एक अग्रणी लोकसाहित्यवेत्ते आहेत. श्रीनगरमधल्या हेमवती नंदन बहुगुणा गढवाल विद्यापीठात इंग्रजी विभागाचे ते प्रमुख आहेत. विल्यम वर्डस्वर्थ आणि नॉरथॉर्प फ्रायची वाक्यं ते उद्धृत करत असले तरी त्यांचं पहिलं प्रेम आणि आवड ही गढवालचा लोकमंच आहे. ते नुसतेच विद्वान आहेत असं नाही तर उत्तराखंडमधल्या नृत्यनाटिकांच्या आधुनिक आवृत्त्यांची निर्मिती आणि दिग्दर्शन करण्याचं कामही करत आहेत. कोरलेली दाढी आणि डोक्यावरची मजेदार लाल हॅट बघता पुरोहित प्राध्यापक न वाटता एखादे उमदे अभिनेते वाटतात. त्यांची विनोदबुद्धी संसर्गजन्य आहे, मग ते एखादा विनोद सांगत असोत किंवा राज्यकर्त्या वर्गाची रेवडी उडवत असोत. त्यांच्याकडे आवडींचा आणि कल्पनांचा उत्स्फूर्त खजिना असल्यामुळे अतिशय वेगानं ते विषय बदलू शकतात. एका क्षणी ते चंद्र कुंवर भरतवाल या सुप्रसिद्ध कवीचं गाव दाखवतात. 'निसर्गदेवतेनं तिच्यावर प्रेम करणारं हृदय कधीही भग्न केलं नाही!' अशी ढग, पक्षी आणि फुलं यांच्या प्रणयी प्रतिमांनी भरलेली काव्यं त्यांनी लिहिली. त्यानंतर थोड्याच वेळात पुरोहित पूर्व कुमाऊंमधली एक लोककथा ऐकवतात. त्यात चार पराक्रमी नायक काठमांडूला जातात आणि एका शक्तिशाली देवतेचा लाकडी मुखवटा घेऊन येतात. मग सहजगत्या ते त्यांच्या स्वतःच्या शैक्षणिक क्षेत्रातल्या करिअरची कथा सांगू लागतात.

'वास्तविक, माझा भूगोल शिकायचा बेत होता,' ते सांगतात. 'आणि माझ्या एका शिक्षकांनी मला प्रोत्साहनही दिलं; पण माझ्याकडे पैसे नव्हते. त्याऐवजी मी आमच्या चोप्रा गावाच्या पोस्ट ऑफिसात सरकारी नोकरी पकडावी म्हणून घरचे मागे लागले. त्याचवेळेस मला नाटकामध्येही रुची होतीच. जवळच्या एखाद्या गावात रामलीला असली की मी रोज रात्री जात असे. मग नंतर मी लक्ष्मणाची भूमिका करायला लागलो. दोन वर्षं टपाल खात्यात नोकरी केल्यावर हैदराबादमध्ये इंग्रजीत एम. ए. करण्यासाठी फेलोशिप मिळण्याची एक संधी असल्याचं माझ्या कानावर आलं. सगळ्यांनी मला सावध केलं, तुझं शिक्षण हिंदी माध्यमात झालंय. तुला इंग्रजीत एम.ए. करायला कधीच जमणार नाही. माझ्यासाठी हे आव्हान होतं आणि मी त्यांना खोटं ठरवायचा निश्चय केला.'

जेवणानंतर आम्ही चंद्रपुरी गावाकडे जातो. तिकडे ढोल वाजत आहेत. गाडीरस्त्यापासून एका कोनात वळलेला तीव्र चढाचा एक रस्ता चढून आम्ही देवळाच्या चौकात येतो. जितू बगड्वालच्या शौर्यकथा सांगणाऱ्या नृत्यनाटिकेसाठी

विधिमंडप म्हणून तो चौक सजवला आहे. पवाडे किंवा महाकाव्य गाणारे भाट हे मध्य हिमालयातल्या मौखिक परंपरेचा भाग आहेत. ग्रामसमित्यांकडून त्यांचे खेळ आयोजित केले जातात. आज प्रयोगाचा दुसरा दिवस असून, हे प्रयोग दोन आठवडे चालणार आहेत.

गावातले भाट शौर्यकथा सांगताना आपल्या कथाकथनाला ढोल-ताशांची दमदार जोडही देत असतात. तालवाद्यांची ही जोडी खांद्यावर पट्ट्यांच्या मदतीनं अडकवली जाते आणि ती वाजवायला दोन माणसं लागतात. ते दोघे एकत्र उभे राहून किंवा चालत ते वाद्य वाजवतात. ढोल हे त्यातलं प्रधान वाद्य आहे. पितळ आणि तांब्यापासून तयार केलेलं आणि दोन बाजू असलेलं हे वाद्य एखाद्या मोठ्या पंपाच्या आकाराचं असतं. त्याला हरणाच्या चामड्यापासून तयार केलेली कातडी लावलेली असते. ढोलाच्या उजव्या बाजूला वादक सहसा 'नर' बाजू म्हणतात. ती एका लाकडी दांडूनं वाजवली जाते आणि तिचा आवाज जरासा वरच्या पट्टीतला असतो. डावी बाजू 'मादी' असते आणि डाव्या हाताच्या तळव्यानं ती वाजवली जाते. कडक थापेपासून ते हळुवारपणे कुरवाळण्यापर्यंत विविध प्रकारे आघात करून ती वाजवतात. ताशा ढोलापेक्षा लहान असतो. त्याचा आकार नगाऱ्यासारखा असून, त्याला एकच बाजू असते. पाया उथळ लाकडी असून वाजवायची बाजू गायीच्या चामड्यानं झाकलेली असते. दोन काठ्या घेऊन ताशा वाजवला जातो.

गढवालमधल्या ढोलताशांच्या सांगीतिक परंपरेला 'ढोल सागर' असं म्हणतात. माझा भाऊ ॲन्ड्र्यू ऑल्टर लोकसंगीताचा अभ्यासक असून त्यानं गढवाली ढोल-ताशावादनाचा अभ्यास केला आहे. तो पुरोहित यांच्याबरोबर अगदी जवळून काम करतो. त्यांनी तयार केलेल्या दस्तावेजानुसार ढोल आणि ताशा वादनाचं कौशल्य आणि ज्ञान म्हणजे संगीतकारांच्या अगदी सुरुवातीच्या पिढीनं पुढच्या पिढीला दिलेली पवित्र नियमावली समजली जाते. एकत्रित करून प्रकाशित करण्याचे अनेक प्रयत्न होऊनदेखील 'ढोल सागर' हे अलिखित, श्राव्य लिखाणच राहिलं आहे आणि हिमालयाच्या स्वर्गीय संगीताचा एक भाग होऊन गेलं आहे. विश्वातल्या पहिल्या नादापासून म्हणजे भगवान शंकराच्या डमरूच्या नादापासून ते जन्माला आलं. सृजनाची लय त्यानं बसवली. ढोल सागरमधल्या अनेक तालांपैकी आणि वैविध्यपूर्ण स्वरांपैकी प्राणी आणि पक्ष्यांच्या चौसष्ट आवाजांच्या नोंदी आहेत. त्यांचं रूपांतर ढोलाच्या ठेक्यात करण्यात आलं असून, त्यात बोकडाच्या अशुभसूचक शिंकेपासून ते पाईनच्या पोकळ खोडाला भोक पाडणाऱ्या सुतारपक्ष्याच्या चोचीच्या खडखड आवाजापर्यंत सगळे आवाज आहेत. ते ऐकून रातकिडे (सिकाडा) आपले आतले पंख शरीरावरच्या ठिसूळ कायटीनवर घासतात तेव्हा येणाऱ्या नादाची

आठवण होते. ('हम राम राम राम राम राम राम तम गम तम किंवा खिनी खिनी ता ता तानी ताझे झे ता झी गी ता...') कोरड्या पानांची सळसळ, उड्डाण करणाऱ्या तित्तर पक्ष्याच्या पंखांची फडफड किंवा पाइनच्या शंकूफळाचा राळेसारखा पेट घेताना होणारा चटचट आवाज, असे सगळे आवाज हे ढोलवादक काढतात.

चंद्रपुरीला मी आणि पुरोहित यांनी पाहिलेला जितू बगड्वालचा पवाडा पानवर राजपुतांमध्ये लोकप्रिय आहे. जितू बगड्वाल हा नायक म्हणून आवडण्यासारखा असला तरी शूर वीर मुळीच नाही; मात्र तो सामर्थ्यशाली जमीनदारांच्या कुळातला आहे. बेफिकीर आणि अविचारी असा जितू लग्न करून पर्वतरांगांच्या पलीकडे दूरवरच्या गावात गेलेल्या आपल्या बहिणीला भेटायला निघतो. वाटेत एका बुगियाल कुरणात थांबून तो आपली बासरी बाहेर काढतो आणि एक अवखळ, मोहक धून वाजवू लागतो. ते संगीत ऐकून पऱ्या आणि वनदेवतांच्या झुंडी तिकडे आकर्षित होतात. त्यांचा आकर्षकपणा आणि सौंदर्य मायावी असून, ते सगळे दुष्टात्मे असतात. ते त्याला आपल्याबरोबर घेऊन जायची धमकी देतात; पण जितू त्या द्विधा परिस्थितीतून मार्ग काढतो. तो सांगतो की, मी भातलावणीसाठी बहिणीला घरी घेऊन येईन, असा शब्द दिला आहे. त्यानंतर तो परत येऊन पऱ्यांसाठी बासरी वाजवण्याचं आश्वासन देतो; मात्र तो नंतर आलाच नाही, हे बघून पऱ्या जितूच्या गावात पोहोचतात, तेव्हा तो शेत नांगरत असतो. पऱ्या त्याला वेढा घालतात आणि डासांच्या रक्तपिपासू थव्यासारखं त्याचं रक्त शोषून घेतात. या लोककथेत कुटुंबनिष्ठेवर आणि बहीण-भावाच्या ताटातुटीवर भर आहे. तसाच या पहाडांच्या धोकादायक रहस्यांविषयी आणि संगीताच्या, विशेषत:, बासरीच्या ताकदीविषयी इशाराही दिला आहे.

ढोलाच्या तालावर भाट कथा सांगू लागतो आणि गावातल्या नर्तकांचा एक गट जितूच्या आणि त्याच्या भावांच्या भूमिका वठवू लागतो. पांढरे सुती कुडते, चोळणा आणि पागोटी असा त्यांचा पोशाख आहे. गळ्यात त्यांनी रंगीबेरंगी फुलांच्या माळा घातल्या आहेत आणि कंबरेभोवती कंबरपट्टे बांधले आहेत. देवळासमोरच्या मोकळ्या चौकात किंवा मंडनमध्ये फरशीचा दगड घातला आहे आणि हे नर्तक अनवाणीच आहेत. एका भावाची भूमिका करणारा एक नर्तक गिरक्या घेत नृत्य करतो तर बाकीचे नट आपली पाळी येईपर्यंत देवळाशेजारी जमिनीवर बसून राहतात. तो नर्तक संगीतानं चक्क झपाटून गेला आहे. त्याच्या चेहऱ्यावरून घाम वाहतो आहे आणि गिरक्या घेताना धुंदावलेली नजर शून्यात स्थिरावली आहे.

'ढोलवादनामुळे एक तंद्री लागते,' पुरोहित सांगतात, 'पण तो नर्तक तेवढा ग्रहणशील हवा. एखादा नट नुसता अभिनय केल्याचा आव आणत असेल तर

अगदी सहज सांगता येतं; पण प्रत्यक्षात जेव्हा एखादं पात्र त्याच्या अंगात शिरतं तेव्हा वेगळीच गोष्ट असते.'

एखादा आत्मा अंगात येणं ही गोष्ट गढवालमध्ये अगदी सामान्य आहे आणि नृत्य हा झपाटण्याचा मुख्य गाभा आहे. हे झपाटलं जाणं केवळ संगीतामुळेच नव्हे तर दयाळू किंवा दुष्ट देवतांनी देखील ते झपाटले जाऊ शकतात. अंगात येण्याचे बहुतेक सगळे प्रकार शुभ समजले जातात; कारण त्यातून अमानवी शक्ती आपल्या जगापर्यंत संदेश पोहोचवत असतात. त्यात शुभशकुन असतात, आशीर्वाद असतात आणि भविष्यवाणीही असते. या सगळ्यात ढोल हे त्या अंगात येण्याचं साधन असतं. ढोलातून तयार होणाऱ्या कंपनांद्वारे मापन करता येण्याजोगा काळ आणि अनंतकाळ यातली हद्द स्पष्ट होत असते.

हिमालयात एवढ्या मोठ्या प्रमाणात ढोल वापरले जाण्याचं एक कारण म्हणजे त्यांचा आवाज लांब अंतर कापून, दऱ्या ओलांडून, एका डोंगरातून दुसऱ्या डोंगरापर्यंत ऐकू जातो. ढोल हे मिरवणुकीत वाजवण्याचंदेखील वाद्य आहे. पहाडी प्रदेशातल्या बऱ्याचशा सार्वजनिक समारंभात, लग्नांपासून तीर्थयात्रेपर्यंत डोंगर-दऱ्यांची चढ-उतार करत प्रवास करावा लागतो. ढोलवादक अशा मिरवणुकीत सर्वांत पुढे असतात. सबंध मिरवणुकीची गती त्यांच्यामुळे आखली जाते आणि समारंभात सहभागी होणारी मंडळीही उत्सवी मन:स्थितीत शिरतात. पहाडातल्या शांततेत ढोलाचे ठोके देवतांना जागृत करतात आणि त्यांना नृत्यासाठी आवाहन करतात. माझा भाऊ लिहितो त्याप्रमाणे :

> गढवालमधले संगीत कलाकार वापरत असलेल्या संगीतवाद्यांपैकी ढोल हे वाद्य एकंदर कलाकृतीच्या, कार्याच्या आणि आध्यात्मिकतेच्या दृष्टीनं सर्वांत महत्त्वाचं आहे. ढोल हे एक भौतिक संगीतवाद्य आहे, तसंच अमानवी शक्तीचं एक प्रतीकही आहे. त्यातून येणारे संगीताचे स्वर मंगल आहेत, तसेच सामर्थ्यवानही आहेत आणि म्हणूनच नैसर्गिक आणि अमानवी अशा दोन्ही 'वापरांसाठी' योग्य आहेत. अशा रीतीने हे वाद्य भौतिक आणि आध्यात्मिक, नैसर्गिक आणि अमानवी, तसंच स्वरनिर्मिती आणि खुद्द स्वर यांच्यामधल्या आंतरसंवादाचं प्रतीक आहे. सर्वच वाद्यं काही ना काही प्रकारे स्वरांचं एकच आध्यात्मिक जग उलगडत असली तरी ढोलाला नैसर्गिक जग आणि देवतांची कक्षा यातल्या दुव्याचा अधिक बळकट प्रतीकात्मक संदर्भ आहे.

ढोल सरहद्दींना आव्हान देतात आणि प्रादेशिक मर्यादांची कसोटी बघतात.

ऐतिहासिकदृष्ट्या बघितलं तर युद्धकाळात त्यांचा वापर युद्धभूमीवरच्या जागा निश्चित करण्यासाठी, शत्रूला घाबरवण्यासाठी आणि योद्ध्यांना लढण्याची स्फूर्ती देण्यासाठी केला जाई. गढवाल हे नाव इथे असलेल्या असंख्य किल्ल्यांवरून पडलं आहे. सबंध प्रदेशात पसरलेल्या किल्ल्यांमधले कित्येक किल्ले आता भग्नावस्थेत आहेत. एकेकाळी शत्रूपक्षातल्या दोन इलाख्यातून एकमेकांशी स्पर्धा करणारे ढोलाचे ठोके इथे ऐकू येत असत.

ढोलांना विधी परंपरांमध्ये महत्त्व आहे. त्यांचे ठोके पावनभाव जागृत करणारे असतात. तरीही गुप्त भय, अस्वस्थता, काहीतरी गढूळण्याची चिंता अशी द्विधा मन:स्थितीदेखील ढोलामुळे जागृत होते. ढोल तयार करताना प्राण्यांची जी कमावलेली कातडी वापरली जाते त्यातूनही काही प्रमाणात ही अवस्था उत्पन्न होत असते. जातीव्यवस्थेच्या विषम नियमांनुसार आणि कलंकानुसार मेलेल्या प्राण्यांची कातडी सोलणारे, ती कमावणारे लोक हिंदू समाजाच्या सर्वांत खालच्या पायरीवर असतात आणि अस्पृश्य गणले जातात.

काही असो, ढोलवादक ढोल वाजवत गात असतात, तेव्हा त्या संगीतानं आणि ते कथन करत असलेल्या पवित्र कथांमुळे ते 'शुद्ध' झाल्याचं मानलं जातं, असं पुरोहित सांगतात. ढोलाच्या तालावर भाट, नर्तक आणि प्रेक्षक दोघांना नियंत्रित करत असतात. शेवटी तेच या लोककथांचे रक्षक असतात. त्यांच्या एकत्रित आठवणींच्या तिजोरीत त्या कथा सुरक्षित राहिलेल्या असतात. रोजच्या आयुष्यात या माणसांना उच्चजातीय हिंदूंनी वाळीत टाकलेलं असलं तरी सणासुदीला, लग्नसमारंभात लोकमंचावर ढोल वाजवण्यासाठी ढोलवादक जास्त पैशांची आणि जास्त अधिकाराचीही मागणी करू शकतात. एकोणिसाव्या शतकात फ्रेडरिक 'पहाडी' विल्सनला कस्तुरीमृग आणि इतर 'खाण्याजोगे रानटी प्राणी' शोधून काढायला हिमालयातल्या काही शिकाऱ्यांनी मदत केली. ते गंगोत्रीजवळच्या ढोलवादक समाजातले होते. ढोलाच्या कातडीसाठी आवश्यक ते चामडं मिळवायला त्यांच्या शिकार कौशल्याचा अर्थातच खूप उपयोग झाला.

वाद्यासाठी वापरल्या जाणाऱ्या साहित्यापेक्षा त्याचं प्रत्यक्ष सादरीकरणदेखील सामाजिक संकेतांना हलवून त्यांना अस्वस्थ करण्याचं काम करतं. एरवी, नागरी समाजाच्या नियमांमुळे आणि रीतीरिवाजांमुळे ताब्यात राहिलेल्या अनाहूत अभिलाषा ढोलवादनामुळे उत्तेजित होतात. जसजसे त्याचे ठोके अंगात भिनत जातात तसतसं आपल्या आदिम अस्तित्वातून कुणीतरी डोकं वर काढू लागतं. आपलं शरीर त्याला बेलगाम आवेगानं प्रतिसाद देऊ लागेल अशी अखंड भीती वाटत राहते.

आम्ही बघत असलेलं जितू बगड्वालचं प्रकरण एका बळीवर येऊन संपतं. हातात भोपळा घेऊन एकटा पुरुष नर्तक देवळाच्या चौकाला फेऱ्या घालू लागतो.

भोपळ्यांचे विविध प्रकार हे तीर्थप्रसादाचं प्रतीक असून, एखाद्या प्राण्याचा शिरच्छेद सूचित करण्यासाठी हे भोपळे अर्धे कापले जातात. जसजसा ढोलाच्या ठोक्यांचा आवाज वाढत तीव्र होत जातो, तसतसा त्या चौकाभोवती गिरक्या घेत तो नर्तक भोपळा अखेर जमिनीवर फेकतो. जमिनीवर पडल्या-पडल्या त्याचे तुकडे-तुकडे होतात आणि कोणाचीतरी कत्तल झाल्याचा हिंस्र आभास निर्माण होतो.

नवऱ्यामुलाची वरात असो, यात्रेकरू एखाद्या देवतेला तिच्या उंच पहाडातल्या घरी, तिच्या देवळाकडे घेऊन जात असोत, आगमनाचा आणि प्रस्थानाचा इशारा-देखील ढोलवादनातून मिळतो. 'मिरवणुकीत वापरले जाणारे ठेके लोकांना तीव्र चढाचे डोंगररस्ते चढून जायला मदत करतात. दूरवरच्या कड्यांवरून ऐकू येणारे ढोलांचे प्रतिध्वनी गढवालच्या भूप्रदेशात मिसळून जातात.' ढोलाची अदृश्य कंपनं इथल्या जमिनीला जेवढा आकार आणि चढ-उतार प्रदान करतात तेवढाच खडकांना, मातीला, बर्फाला आणि हिमालाही करतात. त्याखेरीज वास्तव आयुष्याच्या पारदर्शक पटलाखाली लपलेल्या विश्वांचे नकाशेही ते आपल्यासमोर ठेवतात. ऐतिहासिक आणि पौराणिक उत्पत्तिस्थानं ढोलांच्या जादुई तालबद्ध वादनातून जिवंत होत असतात.

चंद्रपुरीवरून मी आणि पुरोहित उखिमठकडे जाऊ लागतो. ते एक देवालयांचं गाव असून, देवतांचं आणि केदारनाथच्या पुजाऱ्यांचं हिवाळी वसतिस्थान आहे. उखिमठच्या पलीकडे चार किलोमीटरवर असलेल्या पाली नावाच्या गावात आज रात्री पांडव नाचणार आहेत, असं आम्हाला सांगण्यात आलं आहे. 'पांडवलीला' हे नृत्यनाटिकांचं एक चक्र आहे. त्यामध्ये लोकमंचाच्या माध्यमातून महाभारतातले प्रसंग वठवले जातात. हा विधी पूजा आणि करमणूक दोन्हीचा मिलाफ असतो. तसाच तो जाती आणि कुळाच्या ओळखी पुन्हा एकदा पक्क्या करण्याचाही मार्ग असतो. गढवालमधले लोक जेव्हा पांडवलीलेविषयी बोलतात, तेव्हा ते निव्वळ एखादं सर्वसामान्य नाटक किंवा नृत्याविष्कार नसून दैवी दर्शन असतं.

हिमालयाचा भूप्रदेश हा त्या भागातल्या सांस्कृतिक आणि आध्यात्मिक वारशाचा एक अविभाज्य भाग आहे. केदारनाथावरची हिमाच्छादित शिखरं आणि हिमनद्या पुराणकथा आणि लोककथांसाठी एक भौगोलिक पार्श्वभूमी तयार करतात. हिमालयातल्या लोकांची पावन आणि धर्मनिरपेक्ष कल्पनाशक्ती तिथून येते. आमच्या आसपास सर्वत्र निसर्गाच्या परिवर्तनाची स्मृतिचिन्हं आहेत. स्थलांतर, तीर्थयात्रा, वनवासाच्या बहुस्तरीय कथा आहेत. उखिमठपर्यंत जाताना वाटेत रस्त्याच्या कडेला आम्हाला एक लहानसा धबधबा लागतो. पर्णांकित पट्टीताश्मापासून तयार झालेल्या खडकावरून वाहणारा तो एक हंगामी झरा आहे. खडकावरचे प्रवाही आकृतिबंध

खाली कोसळणाऱ्या धारेशी काटकोनात आहेत. प्रत्येक तत्त्वाला गती प्राप्त झाली असून, ते आपापल्या वेगाने वाहत आहे. वरच्या बाजूला वळलेल्या दगडाच्या पृष्ठभागावरून पाणी खळाळत खाली येत आहे. वाऱ्याच्या झुळकेबरोबर धुक्याचे काही तंतू आमच्याभोवती पिंगा घालत आहेत. ही अशी दृश्यं पुराणकथांमधल्या यात्रांसाठी, आपलं प्रारब्ध निसर्गाच्या कृपाश्रयाच्या हवाली करून वनवासी होणाऱ्या साधु-संतांच्या कथांसाठी मंच तयार करण्याचं काम करतात.

आम्ही उखिमठला पोहोचतो तोच नेहमीपेक्षा लवकर अंधार दाटून येतो. अचानक सुरू झालेल्या वादळामुळे उंचावरच्या पर्वतरांगा ढगांच्या अनिष्टसूचक थरांमागे गुडुप होऊन जातात. डोक्यावर विजा कडाडू लागतात आणि हलका पाऊस पडू लागतो. पालीला जायची तयारी होईपर्यंत मात्र ढग गायब झालेले असतात. नोव्हेंबर महिन्यातली रात्र अजूनही थंड असते. पुरोहितनं आणि मी वाट दाखवायला म्हणून नौतियाल नावाच्या एका माणसाला बरोबर घेतलं आहे. उखिमठला आम्ही ज्या विश्रांतीगृहात राहतो आहे तिथला तो एक रखवालदार आहे. अरुंद रस्त्यावरच्या वळणांमधून वाट काढत जाणारे गाडीचे पुढचे दिवे आणि दोन्ही बाजूला मागे पडणारे पाइनचे वृक्ष असा आमचा प्रवास चार किलोमीटरपेक्षा जास्तच भासतो. अखेर उखिमठचे दिवे पार मागे राहिल्यावर नौतियाल मला रस्त्याच्या कडेला एका ओसाड शाळेसमोर, विटांच्या राशीशेजारी गाडी उभी करायला सांगतो.

डोंगराच्या सोंडेवरून एक रस्ता पालीला जात असला तरी खाली एखादं गाव असेल असं वाटण्याजोगं तिथे काहीच नाही. पुरोहितच्या मोबाइलवरच्या उजेडात डझनभर वेड्यावाकड्या पायऱ्या असलेला एक तीव्र उतार उजळून निघतो. इथून पलीकडच्या उतारांवर विखुरलेली, विजेच्या दिव्यांनी लखलखणारी प्रत्येक वस्ती एखाद्या नक्षत्रासारखी दिसते. नदीच्या या बाजूला अंधार सोडून आणखी काही नाही. आम्हाला पांडवलीलेविषयी माहिती पुरवणाऱ्यांची काहीतरी चूक झाली असावी, असा मी विचार करू लागतो. तेवढ्यात खालून कुठूनतरी ढोलाचा अस्पष्टसा आवाज मला ऐकू येतो.

पुरोहित कधीच पालीला आलेला नाही; पण पंधरा मिनिटांनी जेव्हा आम्ही एकदाचे ठरल्या ठिकाणी येऊन पोहोचतो तेव्हा अनेक गावकरी त्याला ओळखतात आणि आमचं उत्साहानं स्वागत करतात. खेळ नुकताच सुरू होतो आहे. भाट स्तवन गाऊन पांडवांना नृत्यासाठी बोलावतो. अंगणाच्या एका बाजूला घातलेल्या गालिच्यावर शेकडो बायका बसल्या आहेत. छताच्या वाशांना तात्पुरते प्रखर झोताचे दिवे लावले आहेत. पुरुषांची बसायची व्यवस्था वेगळ्या सज्जात केली आहे. आम्हालाही तिथेच पुढच्या रांगेतल्या दोन जागा दिल्या जातात. समोरच्या

अंधारात मला शेकोटीच्या लपलपत्या ज्वाळा दिसतात. त्याशेजारीच वादक बसले आहेत. ढोलाच्या आवाजाची पट्टी आणि सूर बरोबर लागायला हवा असेल तर मधलं धातूचं पिंप उबदार राहायला हवं.

काही मिनिटांतच आमच्या उजवीकडच्या दारातून प्रवेश करत पांडव तिथे अवतरतात. मोकळ्या अंगणाभोवती फेरे घालायला लागलेल्या नर्तकांवर ढोलाच्या धीम्या गतीचा अंकुश आहे. ढोलाच्या तालावर त्यांच्या हालचाली चालू आहेत. हात मनगटातून वळत मादक हालचाली करत आहेत, तर अनवाणी पावलं फरशीच्या दगडावर ढोलाचा ताल उमटवत आहेत. युधिष्ठीर, अर्जुन, भीम, सहदेव आणि नकुल या पांडूच्या पाच उमद्या पुत्रांचं भाट गुणगान गातो. त्यांची नावं आणि गुणवैशिष्ट्यं कथन करताना त्याचा स्वर आदर आणि क्लेशानं भारलेला आहे. त्याच्या गाण्याचं प्रत्येक कडवं अपरिहार्यपणे आम्हाला युद्धाकडे घेऊन जातं. महाभारताच्या गाभ्यात वसणारी ती युद्धाची अंतिम आणि भयानक शोकांतिका.

पांडवांच्या जोडीला इतरही पात्रं येतात. त्यात अर्जुनाचे अमर सारथी भगवान श्रीकृष्णही आहेत. त्यांच्या डोक्यावर मुकुट आहे, अंगात धोतर आणि खांद्यावर तलम उत्तरीयही आहे. हनुमानदेखील आहे. जरी त्याचा संबंध रामायणाशी अधिक लावला जात असला तरी इथे गढवालमध्ये पांडवलीलेत वानरदेवतेची महत्त्वाची भूमिका असते. अर्धा विदूषक आणि अर्धा वनदेव म्हणून तो वावरतो. वनवासात असताना पांडव ज्या वनात तेरा वर्षं राहतात त्या वनातला तो देव असतो. पांडवांची पत्नी द्रौपदी इतर अनेक स्त्रियांबरोबर अंगणात येते. त्यात कृष्णाची बहीण आणि अर्जुनाची पत्नी सुभद्रादेखील असते.

गढवालमधले पांडवलीलेचे बहुतेक सर्व खेळ क्षत्रिय जातीचे लोक आयोजित करतात आणि तेच त्यातल्या भूमिकाही वठवतात. ते स्वत:ला पिढीजात लढवय्ये समजतात. आपण पांडवांचे थेट वंशज आहोत असं ते मानतात. युद्धातल्या पांडवांच्या पराक्रमी कृत्यांमुळे एखाद्या क्षत्रियाच्या अस्मितेला खतपाणी मिळतं. त्यांच्या दृष्टीनं पांडवलीला हे पूर्वजांच्या आराधनेचं एक रूप आहे, त्यांच्या भक्तीचा आणि स्मरणाचा तो एक विधी आहे. गावात पांडवांच्या मंगलमय उपस्थितीमुळे त्यांच्या शौर्याच्या वारशाचं स्मरण केलं जातं. धाडस, एकनिष्ठा आणि सदाचरणाचे आदर्श अधोरेखित केले जातात. गमावलेलं राज्य मागे सोडून डोंगरात वास्तव्य करण्यासाठी ते हिमालय चढून आले त्या घटनेचं ते सादरीकरण असतं.

भाट गात असलेले शब्द कधीही कागदावर उतरलेले नाहीत. त्याऐवजी ते ढोलवादकांच्या एका पिढीच्या स्मृतीतून दुसऱ्या पिढीच्या स्मृतीत हस्तांतरित केले जातात. त्यांची भाषा ग्रामीण गढवाली भाषा असते. प्रेक्षकांना समजतील असे रोजचेच शब्द आणि वाक्प्रचार त्यात असतात. प्रयोगाच्या बारा रात्रींच्या कालावधीत

सादर करण्यात आलेले भाग गावकऱ्यांना महाभारताच्या महान, अमर्याद कथासागराचं स्मरण करून देतात. एखाद्या संगीतिकेत असतात तसे हावभाव करत, नकुल आणि सहदेव पायांच्या चपळ हालचालीने मल्लविद्येचा सराव करताना दिसतात. समोरासमोर तोंड करून त्यांचं नृत्य चालू असताना, त्या प्रखर शारीरिक चढाओढीमुळे, पुढे येणाऱ्या खऱ्याखुऱ्या लढायांची चाहूल लागते. नंतर जेव्हा पांडव आपापली शस्त्रं उचलतात तेव्हा 'शत्रू कोण' ते दाखवायची गरजच उरत नाही. ते आता त्यांच्या चुलत भावंडांशी म्हणजे कौरवांशी युद्ध करणार आहेत, हे सगळ्यांनाच कळून चुकतं.

क्षत्रिय किंवा गढवालमध्ये ज्यांना रजपूत म्हटलं जातं ते या प्रयोगांना पैसा पुरवतात. ते एकतर जमीनदार असतात किंवा राजकीय नेते. परंपरागत चालत आलेल्या क्षेत्रातून, तसंच गावाबाहेरच्या नोकरीतून म्हणजे सैनिक म्हणून, बांधकाम कंत्राटदार म्हणून, टॅक्सी ड्रायव्हर किंवा हॉटेलचालक म्हणून काम केल्यानं त्यांच्याकडे संपत्ती आणि अधिकारदेखील आलेला असतो. ते कोणत्याही करिअरमध्ये किंवा व्यवसायात असोत, या खेळात भाग घेतल्यामुळे त्यांना आपल्या मुळांकडे परत येता येतं आणि आपल्या जातीला मिळालेल्या लढाऊ वारशाचा उत्सव साजरा करता येतो. गरिबी आणि बेकारीमुळे पुरुषांना मोठ्या संख्येनं डोंगराळ भाग सोडून देहराडून आणि दिल्लीसारख्या शहरांमध्ये काम करणं भाग पडलं आहे. कित्येकांनी सैन्यात प्रवेश मिळवला आहे. त्यामुळे पूर्वजांनी इकडे परत येण्याची घटना त्यांच्यासाठी अधिकच मार्मिक आणि अर्थपूर्ण होते. त्यांच्यावर उलट्या स्थलांतराची सक्ती होऊन, त्यांना पहाडी प्रदेशातून पठारी प्रदेशात हद्दपार व्हावं लागलं आहे.

पांडवलीलेत नृत्य करणाऱ्या बऱ्याचशा पुरुषांकडे वडिलांकडून किंवा आजोबांकडून आपापल्या भूमिका वारशाने चालत आल्या आहेत. असं असलं तरी पांडवांचा आत्मा मनात आणि शरीरात उतरवण्याची क्षमता त्यांच्याकडे असणं आवश्यक आहे. ते निव्वळ एखादी भूमिका वठवणारे अभिनेते राहत नाहीत. प्रत्येक नट ज्या पौराणिक पात्राची भूमिका वठवत असेल त्याचा तो अवतार मानला जातो. तो नट स्वत: प्रत्यक्ष अर्जुन किंवा भगवान कृष्ण होतो आणि त्याला नाचताना बघणारेही त्याला तसंच मानतात. त्याची स्वत:ची एरवीची ओळख पुसली जाते. नाचताना अनेक वेळा पांडव आपले तळवे उंचावून प्रेक्षकांना आशीर्वाद देतात आणि प्रेक्षक त्यांना हात जोडून नमस्कार करतात.

या विधीचा बहुआयामी अर्थ जाणून घ्यायचा असेल तर पांडव केवळ पौराणिक कथानायक नसून, अमानवी आहेत, अर्धे मानव आणि अर्धे देव आहेत, हे समजून घेणं महत्त्वाचं आहे. एका शापामुळे त्यांच्या कुळाचा मुख्य पुरुष पंडू मूल जन्माला घालू शकत नाही. त्यामुळे ही पाचही भावंडं दैवी बीजातून जन्माला आली.

आकाशाचा सर्वशक्तिमान देव इंद्र हा अर्जुनाचा पिता, युधिष्ठिर हा धर्माचा पुत्र आणि भीमाचा पिता म्हणजे वायुदेव. पहिले तिन्ही पांडव कुंतीच्या पोटी जन्माला आले तर धाकटे दोघे नकुल आणि सहदेव हे पंडूच्या दुसऱ्या पत्नीचे म्हणजे माद्रीचे मुलगे. त्यांचे दैवी पिता म्हणजे जुळे अश्विन बंधू, उषादेवीचे सोबती.

शेजारच्या गावांमधले पाहुणे किंवा दूरवरचे नातेवाईक असे आणखी लोक जसजसे पालीला येऊ लागतात तसतसं त्यांचं स्वागत करून त्यांना आत घेतलं जातं. पांडवलीला बघायला येणारा प्रत्येक माणूस तिथे काही एक देणगी देतो. त्यातून त्या प्रयोगाचा खर्च निघतो. आयोजकांपैकी एकजण, गावातला कोणीतरी बुजुर्ग एका खातेवहीत नावं आणि रकमा लिहितो. कार्यक्रम संपता संपता या देणग्या जाहीर करून त्यांची दखल घेतली जाते. प्रेक्षकातल्या प्रत्येकाचं स्वागत कुंकुमतिलक लावून होतं. हळद आणि सिंदूरमध्ये बुडवलेल्या झेंडूच्या फुलांनी ते पवित्र समजले जाणारे रंग आमच्या कपाळावर मधोमध लावले जातात. तांदळाच्या काही दाण्यांबरोबर लावलेले तिलकाचे तांबडे-पिवळे कण भक्ती आणि ईश्वरनिष्ठा सूचित करतात.

नांदी झाली की पांडव देवळाकडे जातात आणि तेलाचे दिवे, उदबत्त्या लावून देवांसमोर आरती करतात. खेळ चालू असतानाच्या कालावधीत म्हणजे एक ते तीन आठवड्यांच्या काळात नर्तकांनी ब्रह्मचर्य पाळणं, केवळ शाकाहार घेणं आणि दारू न पिणं अपेक्षित असतं. तसंच, ते नियमितपणे पूजाअर्चा करतात आणि दिवसातून दोनदा अंघोळ करतात. फक्त एक व्यसन गुपचूप करायला परवानगी असते, ते तंबाखूचं व्यसन – हळूच हसत पुरोहित माझ्या कानात कुजबुजतो. नर्तक देवळाभोवती गोळा झाले की एक पंडित सगळे विधी करतो. एक कलाकार म्हणून नव्हे तर एक पुजारी म्हणून त्याची एरवीची भूमिका तो पार पाडत असतो. प्रत्येक नर्तकाला तो गोमूत्राचे काही थेंब एका लहानशा पितळी भांड्यातून प्यायला देतो. या विधीमुळे सर्व नर्तक पाळत असलेल्या इतर व्रतांच्या जोडीला चुकून काही व्रतभंग झाला असेल तर त्याचं क्षालन होतं.

पांडवांचे पोशाख म्हणजे रंगीत नक्षी आणि आकृतिबंध काढलेली पारंपरिक गढवाली पोशाखांचीच अधिक ऐटबाज आवृत्ती असते. पुरुषांचा पोशाख म्हणजे पांढरी सलवार आणि लाल किनारीचे लांब बाह्यांचे कुडते. प्रत्येकानं एक आटोपशीर पागोटं घातलं आहे. त्यांच्या कंबरेभोवती भगवे कंबरपट्टे आहेत. पाच भावंडांमधल्या सर्वांत ताकदवान भावानं - भीमानं एक जाडजूड लोकरी अंगरखा घातला आहे. त्यामुळे त्याची बलदंड शरीरयष्टी उठून दिसते आहे.

सबंध प्रयोगात विदूषकाचा पोशाख घातलेला, माकडाची शेपूट असलेला आणि वानरासारखा चेहरा दिसेल अशी रंगरंगोटी केलेला हनुमान विनोदनिर्मिती

करत वातावरण हलकं करत राहतो. जरी तो गंभीर प्रसंगातल्या नृत्यात भाग घेत असला तरी अधूनमधून तो मोकाट सुटतो आणि प्रेक्षकातल्या स्त्रियांनी देऊ केलेली केळी ओढून घेतो. अंगणाच्या एका बाजूला बसलेला एक माणूस वेगवेगळे आवाज करून आणि फिस्कारून त्याची खोडी काढतो. हनुमान दात विचकून पुन्हा उलट फिस्कारून दाखवतो आणि एखाद्या माकडासारखा चीत्कार करतो. प्रेक्षकांतली पोरंसोरं आणि इतर लोक या खोडकर खेळाकडे बोट दाखवत हसतात.

पांडवलीलेतल्या कित्येक गोष्टी केवळ गढवालचं वैशिष्ट्य आहेत. नृत्यनाटिकांमधून जरी महाभारतातले प्रसंग सादर केले जात असले तरी प्रत्येक प्रयोगात स्थानिक दृष्टीने त्या महाकाव्याचा अर्थ लावला जातो. गढवालमध्ये अतिशय लोकप्रिय असलेले गेंड्याच्या शिकारीसारखे काही प्रसंग महाभारताच्या दुसऱ्या कोणत्याही आवृत्तीत येत नाहीत. अभिमन्यू ज्यात मारला जातो त्या चक्रव्यूहासारखे प्रसंग मात्र बहुतेक सर्व प्रस्तुतींमध्ये समान आहेत. अशा तऱ्हेनं स्थानिक आवडीनिवडी आणि दृष्टीकोनानुसार गावातले कलाकार आपापले प्रयोग निवडून बसवतात.

सर्व स्त्रीभूमिका पुरुष वठवतात. त्याला अपवाद असतो तो आईच्या म्हणजे कुंतीच्या भूमिकेचा. गावातलीच एखादी वृद्ध स्त्री ती भूमिका करते. तिनं पारंपरिक काळा लोकरी झगा आणि लेहंगा घातलेला असतो आणि डोक्याला पांढरी ओढणी बांधलेली असते. पांडव तिला हाताला धरून, जपून घेऊन जातात किंवा हातांनी उचलून नेतात. जेव्हा जेव्हा तिनं समोर असण्याची आवश्यकता नाही तेव्हा तेव्हा ती ऊब मिळावी म्हणून एक गोधडी पांघरून बसून राहते. स्त्रियांचे पोशाख करणाऱ्या पुरुषांनी लाल साडी नेसलेली असते आणि लोकरी जाकीट घातलेलं असतं. डोक्यावरून पदर घेतलेला असतो. गडद लिपस्टिक आणि डोळ्यांना काजळ लावून, कानातले, बांगड्या आणि माळा असे त्या पोषाखाला साजेसे दागिनेही ते घालतात. यातला प्रत्येक माणूस पाली गावातलाच असतो आणि त्यांचे कुटुंबीयही हा खेळ बघायला आलेले असतात. असं असलं तरी बायकांचे कपडे घातल्यामुळे कुठेही अवघडलेपण किंवा कामुक हावभाव नसतात. लिंगाबाबत असंदिग्दता आहे म्हणून प्रेक्षकांमधली कोणीही मुलं, स्त्रिया किंवा पुरुष अस्वस्थ झालेले दिसले नाहीत. इतर सर्व नटांप्रमाणेच हे पुरुषदेखील आपण वठवत असलेल्या पात्रामुळे झपाटून गेलेले असतात आणि अगदी सहजपणे पुरुषातून स्त्रीच्या भूमिकेत प्रवेश करतात.

आरती झाल्यावर द्रौपदी आणि इतर स्त्रिया अंगणाभोवती फेर धरतात. त्यांचं शरीर डौलदारपणे हलत असतं आणि चेहऱ्यावर गाढ तंद्री लागल्यासारखा भक्तिभाव प्रकटलेला असतो. त्यांचे कुठलेही हावभाव अतिशयोक्त किंवा व्यंगात्मक नसले तरी स्त्रियांच्या भूमिका करणाऱ्यांपैकी एक तरुण पुरुष इतरांपेक्षा अधिक बायकी

वाटतो आहे. त्याचं 'लचकणं आणि मुरडणं' अगदी हुबेहूब असल्याची टिप्पणी पुरोहित करतो. ढोलवादक जशी लय वाढवतो तशी द्रौपदी पुढे होते आणि थरथरू लागते. तिचं शरीर कापू लागतं आणि मग ती हात झुलवत आणि जमिनीवरून उड्या मारत एका उन्मादात नृत्य करू लागते.

स्त्रियांच्या परंपरागत आदर्शवादी चित्रणाचा कथेत महत्त्वाचा वाटा असतो. पतिव्रता आणि आपल्या मुलांवर प्रेम करणारी कुंती आदर्श मातेचं प्रतिनिधित्व करते, तर द्रौपदी म्हणजे साक्षात कालीमातेचा अवतार समजली जाते. आपल्या शीलाच्या अपमानाचा सूड घेण्यासाठी आणि रक्ताची तहान भागवण्यासाठी ती पांडव आणि कौरवांमध्ये युद्ध घडवून आणते. या दोन पात्रांकडे कसं बघितलं जातं त्याचं विश्लेषण पांडवलीलेचा अभ्यास करणारे मानववंशशास्त्रज्ञ विल्यम झॅक्स यांनी केलं आहे :

> वृद्ध, वत्सल कुंती मातृत्वाशी, लैंगिक विनयशीलतेशी, पालनपोषणाशी, विशेषतः, पावित्र्याशी जोडली गेली आहे; तर खतरनाक आणि लैंगिकदृष्ट्या सक्रिय असणारी द्रौपदी अगदी स्पष्टपणे काली म्हणून ओळखली जाते. क्वचित नाट्यपूर्ण असे नरबळीही तिनं घेतले आहेत. उग्र, रक्तपिपासू देवता आणि लैंगिकदृष्ट्या सक्रिय असणारी मादी एकीकडे तर दयाळू, शाकाहारी देवता आणि पोषणकर्ती, अलैंगिक आई दुसरीकडे, अशा दोन विरुद्ध टोकांना ही सून आणि सासूची जोडी दिसते. त्यांच्यातला समान दुवा म्हणजे दोघींनाही वैयक्तिक आणि कौटुंबिक सन्मानाविषयी असणारी आस्था.

पालीच्या पांडवलीलेचं वैशिष्ट्य म्हणजे नायकांना फुलं वाटणाऱ्या माळ्याचं आगमन. यापूर्वी बघितलेल्या एकाही पांडवलीला प्रयोगात किंवा महाभारताच्या अभ्यासलेल्या सोळा आवृत्त्यांमध्ये असा प्रसंग पाहिल्याचं पुरोहितला आठवत नाही. ही इथली स्थानिक भर दिसते आहे. माळ्याची भूमिका तिशीतला एक चष्मिस माणूस करतो आहे. तो आयोजक समितीचा सदस्य आहे. डोक्यावर कसंबसं बांधलेलं पागोटं, कुडता, धोती आणि पाठीवर खऱ्या आणि खोट्या अशा दोन्ही प्रकारच्या फुलांनी भरलेली टोपली अशा अवतारात तो नृत्यात सहभागी होतो, पांडवांच्या गळ्यात हार घालून त्यांना झेंडूची फुलं वाहतो.

नाटकाच्या एकंदर युद्धमय पार्श्वभूमीवर फुलवाल्यामुळे जरा रंगीबेरंगी करमणूक करणारा मध्यांतर होतो. प्रेक्षकांमधल्या कित्येक स्त्रिया आपापले मोबाइल फोन बाहेर काढून त्याचा व्हिडिओ रेकॉर्ड करतात. त्यानंतर लवकरच निरोप घेण्याचा

एक दुःखद प्रसंग सादर होतो. आपापली शस्त्रं खांद्यावर घेण्यापूर्वी पाचही नायक कुंतीचे आशीर्वाद घेत असतात. त्यातल्या बहुतेकांकडे लाकडी सोटे असतात. गावातल्या पुजाऱ्यांनी ते मंतरून पवित्र केलेले असतात. सोट्याच्या टोकाला पानं आणि गुलाबांच्या पाकळ्यांनी सजवलेले लोण्याचे गोळे असतात. त्यातून पांडवांचा शुद्ध हेतू आणि धर्माचं प्रामाणिक पालन सूचित होत असतं. युधिष्ठिर, भीम, नकुल आणि हनुमान या प्रत्येकाकडे एक गदा असते. अर्जुन आपलं धनुष्य परजत असतो, तर सहदेवाच्या हातात एक पाटी असते. त्यावरून शिक्षण हेच त्याचं शस्त्र असल्याचं सूचित होत असतं.

लढाईची ही शस्त्रं दिसल्या-दिसल्या ढोलाची लय पुन्हा बदलते. गावातल्या चौकाभोवती प्रदक्षिणा घालत नायक लढाईला जायची तयारी करतात. आज रात्रीच्या प्रयोगाच्या शेवटी वाजणारे ढोलाचे ठोके ते युद्धावर गेल्याची सूचना देतात. अशा प्रकारे लोककला मंच पुराणकथा आणि मिथककथांमध्ये प्राण ओतून त्यांना ढोलाच्या ठोक्यांच्या तालावर जिवंत करतात. प्राचीन असोत किंवा समकालीन, हिमालयीन नायकांचे नमुने हे वादक, लढवय्ये, गुराखी, शेतकरी आणि शूर गिर्यारोहक अशा विविध लोकांच्या सांस्कृतिक अस्मितेचं आणि परंपरेचं प्रतीक आहेत.

# ३८

## चोमोलुंगमाची प्रजा

खराब हवामानामुळे लुकलाला जाणाऱ्या सर्व विमानांना उशीर झाला आहे आणि ती रद्द होऊ शकतील असा इशाराही आम्हाला देण्यात आला आहे. मॉन्सून लांबल्यामुळे आत्ता ऑक्टोबरच्या सुरुवातीलाही नेपाळ अभ्राच्छादित आहे. एव्हाना मी आशा सोडून दिली आहे; पण अचानक हवाई कंपनीच्या काउन्टरवरचे कर्मचारी हालचाली करू लागतात. पहाटेपासून दुर्मुखलेल्या चेहऱ्यानं आपापल्या डफल बॅगांवर बसून राहिलेले प्रवासी विस्कळीत झालेल्या रांगांमध्ये उत्सुकतेनं उभं राहण्याची धडपड करू लागतात. माझी बॅग रांगेच्या पुढे टाकत आणि दोन अडेलतट्टू जर्मनांना वळसा घालत मी बोर्डिंग पास मिळवतो. सुरक्षा तपासणी कशीतरी उरकतात; पण गेटपाशी पोहोचल्यावर आणखी एक मोठी रांग आहे. आमचं विमान खरंच उडणार आहे अशी अजून कोणालाच खात्री वाटत नाहीये. यथावकाश आम्ही विमानात चढतो.

डोर्नियर हे बारा सीट असलेलं विमान नेपाळच्या अगदी लहान-लहान विमानतळांसाठी आणि छोट्याशा धावपट्ट्यांसाठी एकदम कामाचं आहे. गेल्या वर्षभरात मी अशाच एका विमानातून जोमसोमला गेलो होतो. एखाद्या चोचीसारखं, मोठं नाक असलेल्या बेढब विमानानं मुस्तांगवरून विरुद्ध दिशेनं वाहणाऱ्या सोसाट्याच्या वाऱ्यातून उड्डाण केलं. त्यावेळेस मोठा गडगडाटी आवाज करत ते थरथरलं आणि मग हवेतल्या हवेत एक यू-टर्न घेऊन धौलगिरीच्या खालच्या बाजूच्या

डोंगरउताराला वरचेवर स्पर्श करून पुढे गेलं.

लुकलावरून आम्ही अखेर निघतो तेव्हा आमचा वैमानिक ढगांमधल्या फटी शोधत पुढे जाताना दिसतो. खिडकीतून पाहिल्यावर काठमांडू खोरं धुक्याच्या दुलईत अदृश्य होताना दिसतं आणि जेम्स हिल्टनच्या लॉस्ट होरायझनमधल्या सुरुवातीच्या प्रकरणांची मला आठवण होते. त्यात युरोपियन लोकांनी भरलेलं एक विमान दुर्घटनाग्रस्त होऊन तिबेटमध्ये उतरतं. आमच्या विमानातल्या प्रवाशांमध्ये सहा स्पॅनिश आणि त्यांचा एक वाटाड्या शेर्पा, रंग मोडल्याबद्दल माझ्यावर अजूनही खार खाऊन असलेले दोन जर्मन आणि हातात उलटीच्या पिशव्या घेऊन कसनुशा चेहऱ्यानं बसलेलं एक ब्रिटिश जोडपं आहे.

पंचेचाळीस मिनिटांचा आमचा प्रवास फारसं काही अघटित न घडता पार पडतो. अर्थात, हिल्टनच्याच शब्दांत सांगायचं तर 'दुथडी भरून वाहणाऱ्या प्रवाहातून जाणाऱ्या वल्ह्याच्या होडीसारखं ते विमान हवेत गटांगळ्या खाऊ लागल्यामुळे' 'आतडं पिळवटून निघाल्याच्या' काही मोजक्या घटना सोडल्या तर समोर कुठलेही पर्वत दिसत नाहीत. फक्त मॉन्सूनचे काळेकुट्ट ढग आहेत. क्षितिजाची कोणतीही खूण अजिबात दिसेनाशी झाल्यावर मी कादंबरीतल्या एखाद्या पात्रासारखा नशिबापुढे शरणागती पत्करतो आणि 'कोणताही मार्ग धरला तरी वैमानिकाला योग्य काय ते ठाऊक असेल', अशी स्वतःची समजूत करून घेतो.

यथावकाश, डोर्नियर एक तीव्र वळण घेतं आणि त्याची इंजिनं जरा आणखी जोराचा खडखडाट करतात. कॉकपीटच्या काचेतून बघितल्यावर ढग बाजूला झालेले दिसतात. थेट समोर एक वनाच्छादित डोंगरउतार आहे. एका बाजूला धबधबे कोसळत आहेत. मजगीची शेतं विमानाच्या पंख्याच्या बरोबरीला आली आहेत. काही क्षणांतच धावपट्टी समोर येते; पण अजूनही ती आमच्या खालच्या बाजूला नसून वरच्या बाजूलाच दिसते आहे. डांबराची एक बारीक पट्टी स्कीजंपसारखी किंवा अतिशय तहानलेल्या कुत्र्यासारखी डोंगराच्या सोंडेवरून वळून खाली येते. 'वैमानिकाला योग्य काय ते ठाऊक असल्यामुळे' तो त्या डांबराच्या पट्टीच्या खालच्या टोकाला लक्ष्य करतो. काही सेकंदांत हमखास धपकन असा आणि चाकं घसरल्याचा एक आवाज येऊन आमचं विमान अखेर खाली उतरतं. धावपट्टीच्या तीव्र चढामुळे विमानाची गती कमी व्हायला मदत होते.

सोलू-खुंबू प्रदेशात प्रवेश करण्यासाठी एकमेव सोयीचं ठिकाण म्हणजे लुकला. दरवर्षी इथून जाणाऱ्या हजारो गिर्यारोहकांना ते वाट करून देतं. मुळात एडमंड हिलरी यांच्या देणगीतून बांधण्यात येणाऱ्या शेर्पा विद्यालयासाठी आणि इस्पितळासाठी लागणारं बांधकाम साहित्य आणायला हा विमानतळ बांधला. आता तो एव्हरेस्टचं आणि त्याच्या बेस कॅम्पचं प्रवेशद्वार झाला आहे; मात्र एकंदर आणि विशेषतः,

मॉन्सून संपताना असलेलं लहरी हवामान आणि धूसर दृश्यमानता यामुळे विमानं बऱ्याचदा रद्द होतात. जणू हे सिद्ध करण्यासाठीच की काय, मी आल्यानंतर ढगात गुरफटलेला लुकला विमानतळ तीन दिवस बंद होता.

काठमांडूमधल्या ट्रॅव्हल एजंटने विमानातून उतरल्यावर 'उंच शेर्पा' शोधा असं मला सांगितलं आहे. 'इबीसी' ट्रेकसाठी तोच माझा वाटाड्या असणार आहे. माझी डफल बॅग ताब्यात घेऊन मी 'अरायव्हल हॉल' मध्ये नजर टाकतो. थोड्याच वेळात मला चुलदिम दोर्जी शेर्पा दिसतो. त्याच्या बहुतेक सगळ्या देशबांधवांपेक्षा तो बराच म्हणजे सुमारे सहा फूट उंच आहे. तो चौपन्न वर्षांचा असून, त्याची चेहरेपट्टी अगदी सौम्य आहे आणि त्याच्या हालचालींमधून कसलीही घाईगडबड जाणवत नाही. आम्ही हस्तांदोलन करतो तेव्हा त्याच्या वागण्या-बोलण्यात एक शांत आत्मविश्वास जाणवतो. अस्खलित इंग्रजी बोलणारा चुलदिम सौम्य सुरात; पण जराही न अडखळता बोलतो. ट्रेकिंगसाठी तो अगदी योग्य सोबती आहे हेही पुढे जाऊन लक्षात येतं. एक अनुभवी गिर्यारोहक असून आणि सांगण्यासारख्या पुष्कळ गोष्टी जवळ असूनही त्याला बढाया मारायची गरज पडत नाही. चुलदिम भरपूर माहिती, निरीक्षणं आणि मतं व्यक्त करत असतो. त्याच्या सोबतीला दा लाखपा नावाचा एक तरुण हमाल आहे. तो माझी डफल बॅग वाहून नेतो.

निघण्यापूर्वी आम्ही विमानतळाशेजारच्या पॅराडाइज लॉजमध्ये न्याहारी करतो. भिंतीवर एडमंड हिलरीचे फोटो लावलेले आहेत आणि त्यांच्या फ्रेम्सवर काथाचे रुमाल पांघरले आहेत. एका फोटोत हिलरी लॉजच्या मालकाबरोबर उभा आहे. तो फोटो अनेक वर्षांपूर्वीचा म्हणजे लुकलाला जेव्हा प्रथम हवाईमार्ग सुरू झाला तेव्हाचा आहे. लॉजचे मालक मूळचे खुंडे नावाच्या गावातले आहेत, असं चुलदिम सांगतो. त्याच्या स्वतःच्या खुमजुंग गावाशेजारीच हे गाव आहे. खुमजुंगला शेर्पा हॉस्पिटल आणि शाळा बांधण्यात आली.

'तू एव्हरेस्ट चढलायस?' मी विचारतो.

खांदे उडवत मान डोलावून चुलदिम म्हणतो, 'फक्त दोनदा.'

त्याचं हे नम्र उत्तर ऐकून मला हसू आल्याशिवाय राहवत नाही. हसून तो पुढे म्हणतो, 'आजकाल प्रत्येकजण सांगतो, मी नऊ वेळा चढलो, दहा वेळा चढलो..'

सन १९५० मध्ये जेव्हा बिल टिलमन आणि चार्ली ह्यूस्टन यांनी सोलू-खुंबूला भेट दिली तेव्हा या खोऱ्यात प्रवेश करणारे ते पहिले युरोपीय होते. एखाद्या डोर्नियरमध्ये बसून येण्यापेक्षा काठमांडूबाहेरून सबंध ट्रेक करत ते इथे आले तेव्हा 'पानगळतीच्या किंचित आधी नंदनवनात शिरावं तसं वाटलं' असा शेरा ह्यूस्टनने मारला. तोपर्यंत पूर्व नेपाळमधल्या या दुर्गम खोऱ्यांमध्ये परदेशी लोकांना प्रवेश निषिद्ध होता. काठमांडू सरकारने बाहेरच्या लोकांसाठी देश बंद

ठेवला होता; मात्र शेर्पांचं अगोदरच सगळीकडे नाव झालं होतं. विसाव्या शतकाच्या सुरुवातीला अनेक तरुण सोलू-खुंबूवरून स्थलांतरित होऊन नेपाळच्या सीमेपलीकडे दार्जिलिंगला स्थायिक झाले. त्यातले बहुतेक शेर्पा मजूर म्हणून रोजंदारीवर, रिक्षा ओढायचं आणि हमाली काम करतात. एव्हरेस्टवरच्या सुरुवातीच्या सगळ्या मोहिमा दार्जिलिंगपासून सुरू होऊन तिबेटमार्गे पर्वताकडे जात असत. त्यात १९२१ सालच्या चार्ल्स हॉवर्ड-बरीच्या नेतृत्वाखाली गेलेल्या पहिल्या टेहळणी पथकाचाही समावेश होता. लांबलचक आणि वळसा घालून जाणाऱ्या या मार्गावरून जाताना दार्जिलिंगच्या रस्त्यांवरून भरती केलेल्या हमालांची फौज लागे. या आद्य मोहिमांमध्ये सोलू-खुंबूच्या काटक पहाडी माणसांचं योगदान अमूल्य ठरलं आणि तेव्हाच शेर्पांच्या कहाण्या आणि आख्यायिकांचा जन्म झाला.

स्वत: एक सुप्रसिद्ध गिर्यारोहक असलेल्या बिल टिलमनने शेर्पांचं खूप कौतुक केलं आहे. त्यानं स्वत: आपल्या मोहिमांवर आंग थार्के आणि तेनसिंग नोर्गेसारख्या शेर्पांची नेमणूक केली होती. शेर्पांची मायभूमी बघता यावी, या इच्छेनं प्रेरित होऊन त्यानं सोलू-खुंबूला भेट दिली. इतर अनेकांप्रमाणे त्यानंही त्यांच्या मनोधैर्याचं आणि वृत्तीचं कौतुक केलं आहे. 'त्यांची सोबत हा आनंदाचा भाग होता आणि त्यांचं नेतृत्व करणं हा सन्मान होता.' टिलमननं लिहिलं.

एव्हरेस्टला जायचा दक्षिणेकडचा मार्ग नेपाळने खुला केल्यावर तो अधिक सोपा असल्याचं लक्षात आलं; पण त्यासाठी अजूनही पुष्कळसा प्रवास पायी करावा लागत होता. शेकडो हमालांची गरज भासत होती. मूळच्या दार्जिलिंगच्या शेर्पांसाठी हे घरी परतण्यासारखंच होतं. कित्येक काळानंतर त्यांना आपल्या मूळ गावांना भेटी देता आल्या. टिलमन आणि ह्यूस्टनने या भागात केलेल्या पहिल्या ट्रेकनंतर तीनच वर्षांत तेनसिंग आणि हिलरीनं एव्हरेस्टचं शिखर गाठलं. ह्यूस्टननं भाकीत केल्याप्रमाणे अपरिहार्य 'घसरणीला' अगोदरच सुरुवात झाली होती. त्यानंतर सदुसष्ट वर्षांनी मी लुकलामधून बाहेर पडून नामचे बझारकडे जाणाऱ्या रस्त्यावरून जाऊ लागतो तेव्हा ते सुरुवातीचे, शोध घेत प्रवास करत जायचे दिवस म्हणजे आता एक दूरस्थ मृगजळ झाल्याचं स्पष्ट दिसून येतं.

एव्हरेस्ट बेस कॅम्प हा आज नेपाळमधल्या सर्वांत लोकप्रिय प्रवासी कार्यक्रमांपैकी एक झाला आहे. ऑक्टोबर आणि नोव्हेंबरमध्ये पृथ्वीवरच्या प्रत्येक गोलार्धातून परदेशी लोकांचे थवेच्या थवे या मार्गावरून पायपीट करताना दिसतात. हिमालयातल्या भूप्रदेशाविरुद्ध स्वत:ची परीक्षा बघत, भूतकाळातल्या धाडसी मोहिमांच्या आठवणी काढत आणि त्या तुलनेत वर्तमानात असलेल्या सुविधांचा उपभोग घेत ते जात असतात. शिखर सर करण्याचे बहुतेक सगळे प्रयत्न वसंत ऋतूत आणि उन्हाळ्याच्या सुरुवातीच्या काळात केले जातात. तेव्हा दिवसही मोठा असतो आणि हवाही

उबदार असते; मात्र मोकळं आकाश आणि डोंगररांगांचे स्पष्ट देखावे यामुळे मॉन्सूननंतरचा हंगाम हा ट्रेकिंगसाठीचा सर्वांत लोकप्रिय काळ असतो.

आता सोलू-खुंबूच्या वरच्या बाजूच्या दऱ्या १९७६ साली स्थापन झालेल्या सागरमाथा राष्ट्रीय उद्यानाचा एक भाग आहेत. जागतिक वारसास्थळ म्हणून मान्यता मिळालेला हा वन्यजीवसंरक्षण प्रदेश सुमारे २७५ चौरस किलोमीटरचं क्षेत्रफळ व्यापतो. भोटे कोसी आणि दूध कोसी नद्यांच्या संगमाच्या लगेच खाली सुरू होऊन नेपाळ आणि तिबेटमधली हद्द आखणाऱ्या हिमालयातल्या महालंगूर हिमल रांगांपर्यंत तो पसरला आहे. लुकलापासून चालत चार ते पाच तासांच्या अंतरावर असलेल्या मोंजोवरून ट्रेकर्स या उद्यानात प्रवेश करतात. पाइन, स्प्रूस, बुरांश आणि भोजवृक्षाची घनदाट अरण्यं वृक्षरेषेपर्यंतचे डोंगरउतार आच्छादून टाकतात. मी मोनाल आणि रक्तकृकण (ब्लड फिजंट) दिसतायत का यावर नजर ठेवून असलो तरी वाटेवरची रहदारी पाहता आमची या प्रजातींशी गाठ पडण्याची शक्यता फारच कमी दिसते. आणखी वर गेल्यावर आम्हाला खूप सारे हिमकुक्कुट (स्नोकॉक) आणि इतर पक्षी दिसतात. त्यात सोनेरी गरुड आणि खरूचिपासून (केस्ट्रेल) ते थिरथिरा (रेडस्टार्ट) आणि ॲक्सेंटॉरपर्यंत बऱ्याच जाती आहेत. शिवाय गोक्यो सरोवरात काही बदकंही दिसतात. मला ट्रेकवर दिसलेले  जंगली सस्तन प्राणी म्हणजे गोरक्षेपच्या लॉजशेजारी दगडी भिंतीत घर करून राहणारा एक वीझल (सर्वांत लहान आकाराचा मांसाहरी सस्तन प्राणी) आणि थारचे म्हणजे गडद लालसर लोकर असलेल्या जंगली बोकडांचे अनेक कळप, एवढेच. हिवाळ्यात जंगली जनावरं जास्त ठळकपणे दिसून येतात, असं चुलदिम म्हणतो. खुमजुंगजवळ हिमबिबटे आणि काळी अस्वलं, तसंच लांडगे सापडतात. सागरमाथा राष्ट्रीय उद्यानाच्या जंगलांतून कस्तुरीमृग आणि लाल पांडे राहतात; पण ते दुर्मिळ असून क्वचितच दिसतात असंही तो सांगतो.

नामचेच्या वरच्या बाजूला असलेल्या डोंगर सोंडेवर, जिथे एव्हरेस्टची पहिली झलक दिसते तिथे तेनसिंग नोर्गेचा एक ब्रॉन्झचा पुतळा उभा आहे. त्याच्या मुलाने आणि इतर कुटुंबीयांनी सन २०१४मध्ये त्याच्या स्मरणार्थ तो पुतळा उभारला. २९ मे, १९५३ रोजी एडमंड हिलरीने घेतलेल्या सुप्रसिद्ध फोटोच्या या त्रिमितीय आवृत्तीत तो हातातली बर्फात वापरायची कुऱ्हाड उंचावून विजयी मुद्रेनं उभा आहे. पुतळा प्रचंड आकाराचा असून, त्याभोवती एका बुटक्या भिंतीचं कुंपण आहे. त्या भिंतींवर तेनसिंगचं चरित्र सांगणारे, तसंच चोमोलुंगमाचं सांस्कृतिक आणि आध्यात्मिक महत्त्व विशद करणारे शिलालेख आहेत. 'एव्हरेस्टपासून एक दिवस पायपिटीच्या अंतरावर' त्सा-चू नावाच्या तीर्थस्थळी जन्माला आलेला तेनसिंग, थामे नावाच्या गावी लहानाचा मोठा झाला. नामचेपासून चालत तीन तासांच्या अंतरावर तिबेटला

जाणाऱ्या व्यापारी मार्गावर हे गाव आहे. 'टायगर ऑफ द स्नोज' या आपल्या आत्मचरित्रात लिहिल्यानुसार तेनसिंग वयाच्या अठराव्या वर्षी घरातून पळून दार्जिलिंगला आला. काही वर्षं रोजंदारीवर मजूर म्हणून काम केल्यावर एरिक शिप्टनने १९३५च्या एव्हरेस्ट मोहिमेसाठी त्याची निवड केली. नामचेला उभारलेल्या भव्य स्मारकाचं उद्घाटन तेनसिंगच्या १००व्या जयंतीला करण्यात आलं. एक गिर्यारोहक म्हणून त्याचं श्रेष्ठत्व साजरं करणारं ते स्मारक आहेच; पण एका अंगमेहनत करणाऱ्या मजुरापासून ते पृथ्वीवरचा सर्वांत प्रसिद्ध माणूस होण्यापर्यंतचा प्रवास करणाऱ्या एका अनामिक शेर्पाची ती कहाणी आहे. असाच आणखी एक पुतळा दार्जिलिंगच्या हिमालयन माउंटेनिअरिंग इन्स्टिट्यूटमध्ये उभारलेला आहे. हिमालयातल्या एका नायकाच्या चरित्रलेखनाचा तो एक भाग आहे.

एव्हरेस्टवर चढाई करणं हे सोलू-खुंबू भागातलं मुख्य कथानक आहे. त्या धाग्याभोवती इतर अनेक कथा गुंफल्या गेल्या आहेत. ही कथा काही सर्वांत जुनी किंवा शेर्पांची सर्वांत पवित्र अशी दंतकथा नसली, एवढ्यातच तिचा उगम झालेला असला तरीही तिच्यात फार मोठी ताकद आहे. तेनसिंगच्या उदयामुळे शेर्पांची ओळख आकाराला यायला मदत झाली, त्या जमातीतल्या लोकांना जगण्याचं ध्येय मिळालं आणि अस्मिताही मिळाली. सुरुवातीच्या मोहिमांपासून आत्तापर्यंत एव्हरेस्टवर चढाई करण्यातली शेर्पांची भूमिका ही परदेशी आणि स्थानिक गिर्यारोहकांमधल्या गुंतागुंतीच्या आणि वादग्रस्त सहकार्याची राहिली आहे. त्याचे प्रचंड पडसाद इथे आणि जगभरात उमटले आहेत. चोमोलुंगमा, सागरमाथा, एव्हरेस्ट. कोणत्याही नावानं ओळखलं गेलं तरी सोलू-खुंबूमधल्या लोकांच्या दृष्टीनं ते केवळ पृथ्वीवरचं सर्वोच्च शिखर नाही. ते त्यांचं ध्येय आहे, त्यांची देवता आहे आणि त्यांच्या संस्कृतीचा तो आधारस्तंभ आहे. ढगांमागे किंवा मध्येमध्ये येणाऱ्या सोंडेमागे तो पर्वत लपलेला असला तरी एखादी भौगोलिक गोष्ट तिच्या आसऱ्यानं राहणाऱ्या प्रजेसाठी एक ओळखचिन्ह कशी बनून जाते याचं स्मरण करून देणारं ते अस्तित्व आहे.

पंधराव्या किंवा सोळाव्या शतकाच्या सुमारास कधीतरी शेर्पा जमात सोलू-खुंबूला स्थायिक झाली असा इतिहासतज्ज्ञांचा कयास आहे. तिबेटवरून त्यांनी इथे स्थलांतर केलं. सुरुवातीच्या काळात ५७१६ मीटर उंचीची नागपा ला ओलांडून पलीकडच्या प्रदेशाशी व्यापार आणि विवाहसंबंध चालू ठेवून त्यांनी ट्रान्स-हिमालय प्रदेशाशी असलेली नाळ शाबूत ठेवली. काही गावकरी भिक्खूंचं आयुष्य जगत असले तरी याक आणि मेंढ्यांचे कळप पाळणं हे शेर्पांचं मुख्य काम होतं. अति उंचीवरच्या प्रदेशात पिकांच्या वाढीचा हंगाम कमी कालावधीचा असतो आणि बटाटा आणि बकव्हीट एवढीच पिकं निघतात. एकंदर सर्वच दृष्टीनं तिथे राहणं

निरुत्साहाचं होतं. सोयीसुविधा कमी होत्या, हिवाळे कडक होते आणि जेमतेम उपजीविका होईल यापेक्षा अधिक काही मिळवण्याच्या संधी नव्हत्या.

शेर्पांची दोन 'आत्मचरित्रं' आहेत; पण त्यातलं एकही त्या त्या शेर्पानं स्वत: लिहिलेलं नाही. जेम्स रॅमसे उलमन या अमेरिकन लेखक आणि गिर्यारोहकानं तेनसिंग नोर्गेचं 'टायगर ऑफ द स्नोज्' सांगून लिहून घेतलं. दुसरं आहे आंग थार्केचं 'मेमॉयर्स दूऊं शेर्पा.' (Memoires d'un Sherpa) त्याचा इतिहास अधिकच गुंतागुंतीचा आहे. १९५४ साली आंग थार्केला यशस्वी फ्रेंच अन्नपूर्णा मोहिमेसाठी फ्रान्सचा सर्वोच्च सन्मान Légion d'honneur मिळाल्यावर हे पुस्तक मुळात फ्रेंचमध्ये प्रकाशित झालं. आठ हजार मीटर उंचीचं अन्नपूर्णा शिखर सर करणारे मॉरिस हेर्झोग आणि लुई लाकेनल हे दोघे पहिले मानव ठरले. दार्जिलिंगमध्ये राहणाऱ्या बेसिल पी. नॉर्टन या इंग्रज माणसानं म्हणे हे चरित्र लिप्यंतरण करून लिहून काढलं. मोहनलाल मुखर्जी नावाच्या मित्राच्या तोंडी भाषांतरावरून त्यानं आंग थार्केची गोष्ट लिहिली. खुद्द आंग थार्केला इंग्रजीही बोलता येत नव्हतं आणि फ्रेंचही. २०१६ साली हे चरित्र गिर्यारोहकांची पुस्तकं, दंतकथा आणि लोककथा या प्रकल्पांतर्गत इंग्रजीत भाषांतरित होऊन प्रकाशित झालं; मात्र त्याच्या पूर्वपीठिकेबद्दल अजूनही पुष्कळ प्रश्न अनुत्तरित आहेत; कारण बेसिल पी. नॉर्टन कोण होता ते कोणीच शोधू शकलेलं नाही. ते टोपणनाव असण्याची बरीच शक्यता आहे.

तेनसिंग आणि आंग थार्केचं म्हणणं आत्मचरित्रात स्पष्ट आणि प्रांजळपणे येत असलं तरी काही भाग अर्थातच खूप जास्त संपादित केलेले आणि काही बाबतीत तर मुलाखत घेणाऱ्यानंच वाढवून आणि अधिक सजवून लिहिल्यासारखे वाटतात. त्याचं एक कारण पश्चिमेकडच्या वाचकांना संपूर्ण संदर्भ देता यावा हे असलं तरी युरोपीय गिर्यारोहकांच्या शौर्याची वाहवा करणं हे त्यामागचं जास्त मोठं कारण आहे. असं असलं तरी शेर्पा समाजाबद्दल थेट त्यांच्याचकडून आली असावी अशी बरीच माहिती त्यात आहे. उदाहरणार्थ, आंग थार्के आणि तेनसिंग या दोघांच्याही आया तिबेटवरून खुंबू भागातल्या पुरुषांशी लग्न करून आल्या होत्या, हे आपल्याला कळतं. आंग थार्केचा जन्म खुंडे इथे झाला असला तरी बालपणीचा सहा वर्षांचा काळ त्यानं नागपा लाच्या तिबेटकडच्या बाजूला, आपल्या अविवाहित मावशीकडे काढला. तो आणि त्याचे वडील क्येत्राक या व्यापारी गावाकडे जाण्यासाठी सतत नागपा ला ओलांडून जात. गेल्या काही वर्षांत चीनने नागपा ला बंद करून टाकली आहे. चुलदिमच्या म्हणण्यानुसार खिंडीच्या पलीकडच्या बाजूला एक मोठा लष्करी तळ उभारला आहे आणि जो कोणी खिंड ओलांडायचा प्रयत्न करेल त्याला अटक केली जाते. आता जरी सरहद्द बंद केली असली तरी एक शतकापूर्वी जेव्हा आंग थार्के लहानाचा मोठा होत होता तेव्हा खुंबूच्या

लोकांना उर्वरित नेपाळपेक्षा तिबेटविषयी अधिक प्रेम वाटत असे.

'आम्ही जवळपास दरवर्षी तिबेटला जात असू आणि कधी कधी त्याहीपेक्षा अधिक वेळा जात असू. तिबेटी लोकांशी आमचं बंधुत्वाचं नातं होतं. त्यांचा आणि आमचा वंश एकच आहे. कित्येक शतकांपूर्वी आमच्यावरही तिबेटची सत्ता होती. आमच्यातले कित्येक लोक तिबेटला स्थायिक झाले आहेत. आत्तापर्यंत तिकडे केलेल्या असंख्य प्रवासांमध्ये मी कितीतरी मित्रमंडळींना भेटी दिल्या आहेत. त्यांच्याकडे मला नेहमीच घरच्यासारखं वाटलं आहे.'

आंग थार्के स्वत:चा ट्रान्स-हिमालयी वारसा मान्य करत असला तरी शेर्पा आणि तिबेटी संस्कृतीतले काही फरकही तो सांगतो. शेर्पा लोक बौद्धधर्मीय असल्याचं सांगताना तो लिहितो, '.. आम्ही चेटूक आणि प्रेतविद्येलाही पुष्कळ महत्त्व देतो. शिवाय मला असं वाटतं की, लामांचे किंवा धर्मगुरूंचे आदेश पाळण्यापेक्षा तांत्रिकांचा सल्ला घेऊन त्यांच्या सूचनेनुसार वागायला आम्ही अधिक तयार असतो...' कित्येक प्रसंगी लामांनी डोंगर चढण्याच्या कल्पनेलाच मुळात विरोध केला आहे. जो कोणी सर्वोच्च, सर्वांत पवित्र डोंगरांची शिखरं सर करून ती भ्रष्ट करेल त्याच्यावर पहाडी देवतांचा कोप होण्याचा धोका आहे. शेर्पांनी असल्या घोषणांकडे दुर्लक्ष केलं असलं तरी उंच हिमालयाकडे जाताना त्यांनी दक्षता बाळगली आणि देवांचा कोप होऊ नये म्हणून सर्वतोपरी काळजी घेतली.

बौद्ध लामांविषयी तेनसिंगचा दृष्टीकोन आंग थार्केपेक्षा अधिक दोलायमान आहे. त्याचे मामा रोंगबुक मठात रिंपोछेचे होते आणि त्याची मावशी संन्यासिनी होती. तेनसिंग तेरा भावंडांतला एक होता. लहानपणी त्याला अनुयायी म्हणून तेंगबोचेला पाठवण्यात आलं होतं. तिथली कडक शिस्त आणि भिक्खूंचं आयुष्य असह्य होऊन तो लवकरच तिथून पळाला. त्यानंतर त्याला नेहमीच लामांविषयी संशय वाटत असे. तो लिहितो, 'आमच्यातले काही लामा खरोखरच पूज्य आहेत. त्यातले काही थोर विद्वान आणि गूढविद्या अभ्यासक आहेत. इतरांविषयी मात्र यांना साधा याकचा कळप तरी हाकता येईल की नाही अशी शंका येते. मग मानवी आत्म्यांची गोष्ट तर लांबच राहिली. ते भिक्खू झालेत याचं एकमेव कारण म्हणजे कमीत कमी काम करून त्यांना उत्तमोत्तम राहायला मिळतं हेच असल्याची खात्री पटते.'

शेर्पांवरचे कित्येक तात्त्विक अभ्यास प्रसिद्ध झाले आहेत. 'लाइफ ॲन्ड डेथ ऑन माउंट एव्हरेस्ट : शेर्पाज् ॲन्ड हिमालयन माउंटेनिअरिंग' या शेरी ओर्टनरच्या पुस्तकातून आंग थार्केच्या तांत्रिक विद्येवरच्या विधानांना पुष्टी मिळते. विसाव्या शतकाच्या सुरुवातीपर्यंत, १९१६ साली जेव्हा तेंगबोचेची स्थापना झाली तेव्हा ना शेर्पांचे मठ होते, ना त्यांचे निवासी लामा होते. सणासुदीला, लग्नसमारंभांमध्ये

आणि अंत्यविधीसाठी जे काही विधी करावे लागत त्यासाठी ते हौशी धर्मगुरूंवर आणि तांत्रिकांवर अवलंबून असत. मोठ्या प्रमाणात मठ उघडल्यावर तिबेटमधल्या लामांनी लगेचच सोलू-खुंबूमध्ये रूढ असलेल्या जीवात्मवादी आणि गूढवादी चालीरीती पुसून टाकायला सुरुवात केली. ते 'अधिक शुद्ध' पातळीवरचे धार्मिक आदेश देऊ लागले. ओर्टनर सुचवतात त्यानुसार, कर्मठ तिबेटी समजुतींच्या आणि रीतीरिवाजांच्या प्रभावामुळे शेर्पांमध्ये कदाचित आपलं सांस्कृतिक स्थान आपल्या आर्थिक आकांक्षांना साजेसं उंचावण्याची ओढ निर्माण झाली असावी. त्यातूनच नेपाळमधल्या प्रबळ हिंदू संस्कृतीपासून स्वतंत्र होण्याचा निश्चयही पक्का होत गेला.

आजही, खुमजुंगसारखी गावं वार्षिक उत्सवांचे विधी करायला तेंगबोचेवरून लामांना आमंत्रण धाडत असले तरी त्यांची भिस्त विवाहित किंवा हौशी धर्मगुरूंवर असते. विरोधाभास असा की, सोलू-खुंबू प्रदेश एवढा समृद्ध असूनही तिथून मिळणारा स्थानिक आधार भिक्खूंना टिकून राहता येईल यासाठी पुरेसा नसतो. सर्वांत मोठा बौद्धविहार असलेलं आणि प्रत्येक एव्हरेस्ट मोहीम जिथे लामांचे आशीर्वाद घ्यायला जाते ते तेंगबोचे परदेशी लोकांच्या देणग्यांवर मोठ्या प्रमाणात अवलंबून आहे.

शेर्पांचे लामांविषयीचे क्वचित शंकेखोर विचार एका खुंबू लोककथेतून दिसून येतात. ओर्टनर ती कथा सांगताना लिहितात :

> एकेकाळी एक खूप थोर आणि पूज्य लामा होता. त्याच्याकडे एक दिरन्मू म्हणजे राक्षसी आली. ती दिरन्मू एका सुंदर स्त्रीच्या वेशात आली होती. तिच्या हातात चांगचं एक भांडं होतं. मागून एक बकरा येत होता. तिनं लामाकडे पुढीलपैकी एक पर्याय निवडण्याचा हट्ट धरला - बोकडाला ठार करायचं, चांग प्यायची किंवा तिच्याबरोबर संभोग करायचा. चांग पिणं त्यातल्या त्यात कमी वाईट वाटल्यामुळे लामानं तो पर्याय निवडला; मात्र ते प्यायल्यावर तो चांगलाच झिंगला. त्या झिंगलेल्या अवस्थेत त्यानं तो बकरा मारला आणि त्या स्त्रीशी संभोगही केला.

तेनसिंगच्या आत्मचरित्रात एक उपहासात्मक कथाही येते. त्यात सॉसेज् शिजवत असलेल्या एका स्त्रीच्या घरी दोन लामा येतात. ते मंत्र म्हणत प्रार्थना करत असताना घटकाभर ती बाई स्वयंपाकघराबाहेर जाते. ताबडतोब त्यातला एक लामा सॉसेज् उचलतो; मात्र ते खाण्याअगोदर ती बाई परत येते. लामा ते

आपल्या टोपीखाली लपवतो. त्यांची प्रार्थना आणि मंत्रपठण चालू असताना भिक्खूंच्या टोपीखालून ते सॉसेज् सटकू लागतात. त्याचा सोबती त्याला सावध करायचा प्रयत्न करतो; पण तो लोभी लामा आणखी जोरजोरानं प्रार्थना करू लागतो आणि वेड्यासारखा सगळीकडे नाचत सुटतो. नाचतो ते कोणत्याही धार्मिक कारणाने नव्हे तर गरम सॉसेजमुळे त्याची टाळू भाजत असते म्हणून.

डोळे उघडे ठेवून निरीक्षण करणारा, बौद्धधर्मीय चुलदिम मनगटाभोवती जपमाळ गुंडाळून आमच्याबरोबर चालत होता. जाताना वाटेनं तो प्रार्थना म्हणत जात होता. चालताना स्तूप आणि प्रार्थना भिंती माझ्या उजव्या बाजूला असतील याची खबरदारी घेत होता. खुमजुंगला चुलदिम आणि त्याची पत्नी किंजू यांच्या मालकीच्या आणि ते चालवत असलेल्या मंडला लॉजमध्ये मी मुक्काम केला. प्रवेशद्वाराच्या बाहेर उभा राहून त्यानं माझं लक्ष गावाच्या वरच्या बाजूला असलेल्या खडकाळ डोंगराकडे वेधलं.

'ते खुंबिला आहे,' त्या ओसाड दातेरी शिखराकडे बोट दाखवत तो म्हणाला. 'आमची पहाडी देवता. कोणालाही या शिखरावर चढायला परवानगी नाही. जेव्हा जेव्हा आमच्याकडे पूजा असते तेव्हा पहिला नैवेद्य आम्ही कायम खुंबिलाला दाखवतो, मग पद्मसंभवला आणि मग इतरांना दाखवतो.' खुंबू खोऱ्यावर छत्र धरून उभ्या असलेल्या अमा दाबलामसारख्या प्रचंड आकाराच्या, बर्फाच्छादित शिखरांनी परिपूर्ण अशा प्रांतात असूनही शेर्पा त्यांच्या सर्वांत जवळच्या डोंगराला प्राधान्य देतात हे नवलच आहे. खुंबिला हे खुमजुंगवर सावली धरणारं एक काळोखं आणि भीतिदायक शिखर आहे. त्याकडे बघून मनात भीतीची आणि भक्तीची भावना उत्पन्न होते. लामांनी कित्येक तांत्रिक समजुती उखडून टाकल्या असल्या तरी स्थानिक देवता म्हणून खुंबिलाचा समावेश मुखवटा नृत्यात आणि विधींमध्ये, विशेषतः, जूनमध्ये होणाऱ्या दुमजे उत्सवात केला जातो.

आपल्यासारख्या बौद्धांना इतर सजीवांचा जीव घेणं निषिद्ध आहे असं कित्येक प्रसंगी चुलदिमनं ठासून सांगितलं होतं. असं असलं तरी, तो आणि त्याचे कुटुंबीय नियमितपणे मांसाहार करतात. एवढ्यातच मी काठमांडूचा दशाईन उत्सव बघून आलो. तिथे नैवेद्यासाठी शेकडो म्हशी, बकऱ्या आणि मेंढ्या कापल्या जातात, असं जेव्हा मी त्याला सांगितलं तेव्हा त्याच्या चेहऱ्यावर घृणा आणि पश्चात्तापाची एक वेदनादायी भावना चमकून गेली. दोन आठवड्यांच्या ट्रेकच्या काळात त्यानं प्राण्यांना मारणं हे पाप असल्याची मला पुन्हा-पुन्हा आठवण करून दिली. एक गोष्ट त्यानं वारंवार सांगितली - काही वर्षांपूर्वी हिंदू खाटकांनी म्हशींचे कळप नामचेपर्यंत नेले होते. गावापासून थोड्याच अंतरावर त्यांनी एक तात्पुरता खाटीकखाना उभारला आणि तिथल्या लॉजेस आणि रेस्टॉरंट्सना ते ताजं मांस

पुरवू लागले. त्यांच्या मेन्यूवर स्टेक सिझलर्स आणि बफ बर्गर्सची जाहिरात केलेली असे.

'त्यांनी म्हशी कापायला सुरुवात केल्यावर खूप वाईट घटना घडायला लागल्या. मग आम्ही त्या लोकांना पळवून लावलं,' चुलदिमने मला सांगितलं. 'आता ते लुकलाच्या खालच्या बाजूला कुठेतरी प्राण्यांना मारतात आणि तिथून ते मांस वर आणतात.'

तिबेट आणि भूतानसारख्या ठिकाणी जिथे बौद्ध अहिंसातत्त्व आणि मांसाहार अशा दोन्ही गोष्टी असतात तिथे काही एक नैतिक मुरड घालण्याची गरज असते. चुलदिमनं सांगितलं की, दर हिवाळ्यात खुमजुंगमधलं प्रत्येक कुटुंब तिबेटी खाटीक जातीच्या लोकांकडून एक याक कापून घेतं. या जातीचे लोक पशुसंहाराचा कलंक स्वतःच्या माथी घ्यायला तयार असतात. ते मांस मग घरात लटकावलं जात असे. 'थंडीमुळे ते खराब होत नाही किंवा त्याला वासही येत नाही. जेव्हा जेव्हा आम्हाला मांस शिजवायचं असे तेव्हा तेव्हा आम्ही त्याचा एक तुकडा कापून घेत असू. ते जवळजवळ सबंध हिवाळाभर पुरत असे.' याकचं रक्त बटाट्याच्या पिठात आणि मसाल्यांत मिसळून तयार केलेले सॉसेजेस हा आपला आवडता पदार्थ असल्याचंही चुलदिमनं मला सांगितलं. पूर्वीच्या काळी खडतर हवामानात राहणाऱ्या आणि साधनसंपत्तीची कमतरता असणाऱ्या लोकांसाठी करुणा आणि टिकाव धरून राहणं या दोन्हींत केलेल्या अशा तडजोडी तर्काला धरूनच होत्या. सध्या मात्र शेर्पांच्या परंपरांपुढे नवी आव्हानं आहेत.

'दुर्दैवानं आता तिबेटी खाटीक फारसे राहिलेले नाहीत,' हळहळत चुलदिम म्हणाला. 'अर्थात आता आमच्याकडे याक तरी कुठे आहेत म्हणा.'

त्यानं पुढे सांगितलं, 'काही वर्षांपूर्वी नागपा ला बंद करण्यापूर्वी तिबेटी व्यापाऱ्यांचा एक गट खिंड ओलांडून इकडे आला आणि त्यांनी तिबेटला नेण्यासाठी खुमजुंगहून बहुतेक सगळे याक खरेदी केले. गावकरी आपले प्राणी विकायला एका पायावर तयार होते; कारण सागरमाथा राष्ट्रीय उद्यानाच्या हद्दीत सरकारने चराईला बंदी घातल्यामुळे ते आता त्यांच्या अर्थव्यवस्थेचा महत्त्वाचा भाग उरले नव्हते.

'आजकाल लोक फक्त देखाव्यासाठी याक पाळतात,' चुलदिम म्हणाला, 'आणि त्यातल्या काही माद्या वाहतुकीसाठी वापरल्या जातात.'

इतर कोणत्याही देवतेपेक्षा चोमोलुंगमामुळे सोलू-खुंबू भागात समृद्धी आली आहे, ही गोष्ट नामचे बझारमध्ये जितकी स्पष्ट दिसून येते तितकी इतर कुठेच दिसून येत नाही. एकेकाळी जिथे याकची तसंच हिमालयाच्या पलीकडच्या बाजूनं मीठ आणि

लोकरीची खरेदी-विक्री होत असे ते दुर्गम बाजारपेठेचं गाव आता ट्रेकर्स आणि गिर्यारोहकांचं केंद्र झालं आहे. नॉर्थ फेस कंपनीची इथे शोरूम आहे आणि ती थेट अमेरिकन मॉलमधून इथे आणल्यासारखी दिसते. अशी सामग्री पुरवणारी इतर डझनावारी दुकानं गॅसच्या शेगड्या, गिर्यारोहणाचे बूट, चढाईसाठी वापरले जाणारे दोर, काराबिनर (दोऱ्या जोडण्यासाठीचे हूक), पाणी शुद्ध करणाऱ्या गोळ्या आणि शून्याखाली २० अंश तापमानापर्यंत चालणाऱ्या ममी बॅग्ज (स्लीपिंग बॅग्ज) इत्यादी विकत असतात. नामचेमध्ये शाखा असलेली शेर्पा ॲडव्हेंचर गियर ही आणखी एक कंपनी आहे. त्यांचं घोषवाक्य आहे, 'आधुनिक ब्रँड, प्राचीन ज्ञान' आणि त्यांच्या वेबसाइटवर लिहिल्याप्रमाणे :

> शेर्पा ॲडव्हेंचर गियर ही कंपनी २००३ साली मे महिन्यात ताशी शेर्पा यांनी एव्हरेस्ट शिखराच्या अनामिक नायकांचं चालतंबोलतं स्मारक म्हणून स्थापन केली. गेली कित्येक दशकं, हिमालयाच्या खडतर डोंगरउतारांवर एखादा शेर्पा सोबती मिळाल्यामुळे गिर्यारोहकांना कृतज्ञ वाटत आलं आहे. हा शेर्पाच वाट तयार करतो, सामान वाहतो. तोच डोंगराच्या शिखरावर आणि पायथ्याशी दोऱ्या बांधून तयार ठेवतो.
>
> याच हेतूने, अति उंचावर चढाई करणाऱ्या विख्यात गिर्यारोहकांच्या कौतुकाला पात्र ठरेल अशी साहसी मोहिमांची सामग्री तयार करून शेर्पा ॲडव्हेंचर गियर त्यांचा सन्मान करू बघत आहे.

शेर्पांच्या ओळखीचं असं व्यापारीकरण होणं अगदी साहजिक आहे; कारण व्यापार कायमच त्यांच्या रक्तात होता. शिवाय हिमालयातल्या व्यापाराचं केंद्र कित्येक शतकं नामचे बझारला होतं. सोलू-खुंबूमधली जनता पश्चिमेकडच्या मागण्यांना विकली गेली, असं कोणी म्हणू शकेल; पण गरिबी आणि वंचितावस्थेकडून उत्पन्नाच्या स्वयंपोषक स्रोतांकडे जाणारा हा सर्वांत उघड मार्ग होता.

काही असलं तरी नामचेमधल्या गडबड-गोंधळामुळे हरवायला होऊ शकतं. चुलदिमनं मला इशारा देऊन ठेवला होता, 'ती जागा अगदी काठमांडूमधल्या थमेलसारखी आहे. तुम्हाला तिथे काय वाट्टेल ते विकत मिळेल.' ट्रेकिंगची सामग्री विकणाऱ्या दुकानांव्यतिरिक्त इथे एव्हरेस्टची तैलचित्रं विकणाऱ्या आर्ट गॅलऱ्या आहेत, मोका, कापुचीनो देणारे बरिस्ता आहेत आणि खुंबू कोल्श, शेर्पा ब्रुअरीची क्राफ्ट बियर, तसंच खुक्री रम विकणारा एक आयरीश पबही आहे. रस्त्यावरचे फेरीवाले तिबेटी कलाकुसरीच्या वस्तू आणि स्वस्तातली सुव्हेनियर्स विकत असतात, तर थाय फूट मसाजपासून हर्बल स्मूदीपर्यंत सगळं काही पैसे

टाकून मिळतं.

नामचेमध्ये विकल्या जाणाऱ्या वस्तूंच्या विविधतेपेक्षाही अधिक लक्षणीय गोष्ट कोणती असेल तर यातल्या बहुतेक सर्व गोष्टी हमालांनी इथे वाहून आणलेल्या असतात. खुंबूला उर्वरित नेपाळशी जोडणारा एकही गाडीरस्ता नाही. बांधकाम साहित्य आणि स्वयंपाकाच्या गॅसचे सिलिंडर वाहून आणणाऱ्या रशियन बनावटीच्या एखाद-दोन मालवाहू हेलिकॉप्टर्सचा अपवाद वगळता कोकचा किंवा रेड बुलचा प्रत्येक कॅन कोणाच्यातरी पाठीवरून इथे आणला गेला आहे. खेचरांच्या आणि याकच्या रांगाच्या-रांगा सामान ओढत आणत असतात. त्यात तांदूळ आणि डाळीच्या पिशव्यांसकट सगळं काही असतं; पण वाहतुकीचं मुख्य साधन आजही मानवी कामगारच आहेत.

ट्रेकिंग कंपन्यांनी कामावर ठेवलेले हमाल प्रत्येकी जास्तीतजास्त ३० किलो सामान उचलू शकतात. म्हणजे सहसा दोन ग्राहकांच्या डफल बॅग्ज होतात. याक आणि खेचरांवर ६० किलोपेक्षा जास्त वजन लादलं जात नाही; पण सर्वांत ताकदवान हमाल सहसा तिघांचं सामान म्हणजे ९०-१०० किलो वजन वाहून नेतात. त्यांच्या स्वत:च्या वजनापेक्षा ते निदान ३० टक्क्यांनी तरी जास्त असतं. एवढी अशक्य वाटणारी ओझी सुखरूप आणि नीट तोलून नेण्यासाठी ते बांबूचे त्रिकोणाकृती सांगाडे वापरतात. त्याला ते बिअरचे क्रेट, मँगो ज्यूसची खोकी, साखरेची आणि दुधाच्या पावडरची पोती किंवा इतरही जे काही वाहून न्यायचं असेल ते बांधतात. नवीन लॉज बांधण्यासाठी वापरल्या जाणाऱ्या स्टीलच्या तुळया आणि चक्क रेफ्रिजरेटरदेखील ही माणसं पाठीवरून वाहून नेतात.

'हमालांना वजनाप्रमाणे पैसे मिळतात,' चुलदिम सांगतो. 'सध्याचा लुकलावरून नामचेला यायचा भाव आहे किलोमागे साठ रुपये.'

याचा अर्थ, निदान एक दिवस घेणारा आणि चांगली दमछाक करणारा १४ किलोमीटरचा चढ चढला तर एका हमालाला ५४०० रुपये मिळू शकतात. नेपाळमध्ये मिळणारी कमी मजुरी पाहता वरवर ही बऱ्यापैकी रक्कम वाटते; मात्र ज्याने कोणी या लोकांना तीव्र चढाच्या नागमोडी रस्त्यानं धडपडत नामचेला जाताना पाहिलं आहे त्याला हे कष्ट अमानुष असल्याचं लक्षात येईल. निसरड्या, वर-खाली होणाऱ्या जमिनीवरून जाताना ओझं स्थिर धरून ठेवण्याच्या प्रयत्नात हमालांच्या मानेचे आणि खांद्यांचे स्नायू आणि स्नायूबंध ताणले जातात. वाटेत दर काही वळणांवर थांबून ते आपलं ओझं ओबडधोबड लाकडी फळ्यांवर टेकवतात. सबंध हिमालयातला मानवी श्रमांचा वापर हे एक कठोर वास्तव आहे. इतरत्र कुठेही माणसं पाठीचं धिरडं करणाऱ्या इतक्या टोकाच्या परिस्थितीत स्वत:च्या शरीराला ढकलत नाहीत.

मुळात एव्हरेस्टसारख्या पर्वतांवर ओझी वाहून नेऊन शेर्पांनी नावलौकिक मिळवला आणि अति उंचावरच्या हवामानात तग धरून राहण्याच्या क्षमतेबद्दल प्रशंसाही कमावली; मात्र या प्रदेशात आणि सोलू-खुंबूच्या जनतेत घडून आलेल्या बदलांचा एक भाग म्हणजे सर्वाधिक ओझी उचलणारी माणसं आता शेर्पा नसून त्यांच्यापेक्षा गरीब माणसं आहेत. ती कमी उंचीच्या प्रदेशातून आणि इतर जिल्ह्यांमधून, विशेषत:, कमी संपन्न असलेल्या तमांगमधून येतात.

निव्वळ पहाडी साहसाच्या आवडीपोटी शेर्पा डोंगर चढतात. जराही पैसे न घेता ते आनंदानं ओझी वाहून वर नेतील अशी स्वार्थी समजूत सुरुवातीच्या काळातल्या काही युरोपियन गिर्यारोहकांनी बाळगली खरी; पण ही खुळचट, आदर्शवादी गैरसमजूत मुळीच सत्य नाही, असं ओर्टनर स्पष्ट करतो. मोहिमांमध्ये जसजशा माणसांच्या उतरंडी तयार होऊ लागल्या तसा शेर्पा सरदारांनी आधी इतर हमालांशी संपर्क साधला आणि सोलू-खुंबूमधल्या माणसांनी पहिलं काय केलं असेल तर अति उंचीवरची चढाई वगळता एरवी स्वत:ची ओझी कमी केली. त्यात फारसं आश्चर्य वाटायला नको. जवळजवळ प्रत्येक व्यवसायात सर्वांत कष्टप्रद कामं तरुण आणि कमी पैसे मिळणाऱ्या कामगारांकडे देण्याचा प्रघात आहे. शेर्पादेखील विद्यापीठातल्या प्राध्यापकांपेक्षा काही वेगळे नाहीत. ज्येष्ठतेबरोबर त्यांच्या जबाबदाऱ्या हळूहळू कमी होत जातात आणि तात्पुरती नोकरी असलेल्या, कनिष्ठ प्राध्यापकांवर शिकवण्याचा सर्वांत जास्त भार टाकला जातो.

तेनसिंग आणि आंग थार्केला कामाची अत्यंत गरज असली तरी परदेशी गिर्यारोहकांबरोबरच्या संबंधातून त्यांना केवळ मोबदला किंवा शिफारसपत्रं यापेक्षा अधिक काहीतरी हवं होतं, हे ते आपापल्या आत्मचरित्रातून स्पष्ट करतात. इतर कोणाहीप्रमाणे त्यांना समानतेची वागणूक आणि आदर हवा होता. सुरुवातीच्या मोहिमांमध्ये 'साहेब' आणि 'कुली' असत. सुरुवातीच्या काळात प्रसिद्ध झालेल्या गिर्यारोहणाच्या बहुतेक सर्व नोंदींमधून या वसाहतवादी संज्ञा वापरल्या जात. तरीही पहिल्यापासूनच शेर्पांनी आपला स्तर उंचावायच्या वाटाघाटी चालू ठेवल्या होत्या. स्वत:चा दर्जा उंचावून त्यांनी तो 'साहेब' पेक्षा नक्कीच खालच्या पातळीवरचा, पण 'कुली' पेक्षा पुष्कळ उंचावर नेऊन ठेवला. जितक्या जाणीवपूर्वक आणि कौशल्यानं ते बर्फात पायऱ्या खोदून डोंगर चढण्यासाठी दोर बांधतात त्याच पद्धतीनं शेर्पांनी अंगमेहनत करणारे बिगारी मजूर ते विश्वासू सहकारी आणि डोंगर वाटाडे या दर्जापर्यंत स्वत:ची वाढती प्रगती करून घेतली. ओर्टनरच्या म्हणण्यानुसार १९७०पर्यंत मोहिमेत वापरल्या जाणाऱ्या संज्ञा हळूहळू बदलत गेल्या. त्यामुळे परदेशी 'साहेबांना' मोहिमेचे 'सदस्य' म्हटलं जाऊ लागलं आणि 'कुली' हे मानहानिकारक संबोधन जवळपास कोणीच वापरेनासं झालं.

आंग थार्के आणि तेनसिंग नोर्गे जरी नंतर 'सरदार' म्हणजे शेर्पा नेते झाले तरी दोघांनाही युरोपियन मोहिमांमधल्या आपल्या संदिग्ध दर्जाची जाणीव होती. ब्रिटिशांइतके सामाजिक दर्जाबद्दल काटेकोर नसणाऱ्या फ्रेंच आणि स्विस गिर्यारोहकांच्या वागण्यातला आपलेपणा आणि गोडवा त्यांना आवडे. तेनसिंग लिहितो :

> स्विस आणि फ्रेंच लोकांनी मला आपला सोबती म्हणून वागवलं आहे. ते मला ज्याप्रकारे बरोबरीचा दर्जा देतात तसा ब्रिटिशांकडून मिळणं शक्य नाही. ब्रिटिश दयाळू आहेत, शूर आहेत. ते नेहमी नि:पक्षपाती आणि न्याय्य वागतात; पण तरीही त्यांच्यात आणि बाहेरच्या माणसात नेहमीच एक सीमारेषा असते. एका साहेबात आणि त्याच्या नोकरात असते तशी. ज्यांनी कोणत्याही सीमारेषेशिवायचं जग अनुभवलेलं असतं अशा आम्हा शेर्पांसारख्या पौर्वात्यांना हे अवघडही जातं आणि त्याची फार अडचणही होते.

शेर्पा आणि साहेबांमध्ये अगदी सुरुवातीच्या मोहिमांमध्येदेखील पुष्कळ मतभेद झाले, संप झाले, बेसकॅम्पवर बेबनाव डोकं वर काढू लागले. गिर्यारोहणावरची बरीचशी पुस्तकं या मतभेदांचं पश्चातबुद्धीच्या आधारे उदात्तीकरण करतात. खुद्द शेर्पा मात्र ते अपमान आणि अनादर सहसा विसरले नाहीत. विशेषत:, १९५३ सालची यशस्वी एव्हरेस्ट मोहीम कडवट भावनेनंच सुरू झाली. काठमांडूमधल्या एका रिकाम्या गॅरेजमध्ये शेर्पांची राहण्याची सोय केली होती. त्याला शौचालय नव्हतं. त्याला उत्तर म्हणून शेर्पांनी ब्रिटिश दूतावासाच्या भिंतींवर लघवी करायला सुरुवात केली. या मोहिमेचं नेतृत्व करणारे पायदळ अधिकारी कर्नल जॉन हंट शिष्टाचाराला घट्ट धरून राहिले आणि शेर्पांशी त्यांनी मैत्री केली नाही. एव्हरेस्ट शिखर यशस्वीरीत्या सर करून काठमांडूला परतल्यावर तेनसिंगने विजय साजरा करणाऱ्या दूतावासातल्या कार्यक्रमात भाग घेतला नाही; कारण तिथल्या कर्मचाऱ्यांनी यापूर्वी त्याला परत पाठवून दिलं होतं आणि त्याला तुच्छतेची वागणूक दिली होती.

चुलदिमच्या करिअरचा प्रवासही बऱ्यापैकी नमुनेदार असल्याचं दिसून येतं. त्याचा जन्म १९६१ साली झाला. वयाच्या चोविसाव्या वर्षी त्याची पहिली नोकरी १९८५ सालच्या नॉर्वेजियन एव्हरेस्ट मोहिमेवर होती. त्यानं हमाल म्हणून काम सुरू केलं आणि हळूहळू एकेक पायरी चढत शिखरावर जाणाऱ्या तुकड्यांना अति उंचीवरची मदत पुरवण्याचं काम करण्यापर्यंत त्यानं मजल मारली. त्यानं बरीचशी चढाई एव्हरेस्टवरच केली आहे. शिखरावर जरी चुलदिम 'फक्त दोनदा'

पोहोचला असला तरी शिखराच्या प्रत्येक बाजूनं तो निदान डझनभर वेळा तरी उतरला असेल. त्यात नॉर्थ कोल आणि कांगशुंग बाजूनं केलेल्या अनेक प्रयत्नांचाही समावेश आहे. त्यानं ब्रिटिश, अमेरिकन, चिली आणि जपानी तुकड्यांबरोबर काम केलं आहे. करिअर संपता संपता त्याला काही व्यावसायिक मोहिमांवरही नेण्यात आलं. एव्हरेस्टव्यतिरिक्त चुलदिम मकालू, अन्नपूर्णा ३ आणि हंगच्छी देखील चढून गेला आहे. सगळ्यात अवघड मोहीम कोणती होती, असं मी विचारल्यावर तो म्हणाला, 'कांगशुंग बाजूची. ती बाजू खूप असुरक्षित आहे आणि हिमवादळांपुढे हार मानणारीही आहे.'

वीस वर्षं गिर्यारोहण केल्यावर अखेर २००५ साली त्यानं ते काम सोडलं; कारण त्यानं ते करत राहावं अशी त्याच्या पत्नीची इच्छा नव्हती. एवढ्या वर्षांत पहाडावर जीव गमवावा लागलेले कित्येक शेर्पा त्याला ठाऊक आहेत. आपलं नशीब जोरावर असल्यामुळेच आपण वाचलेल्या लोकांमध्ये आहोत, याची तो जाणीव ठेवून आहे. काही काळ त्यानं माउंटन ट्रॅव्हल्स या नेपाळच्या पहिल्या ट्रेकिंग एजन्सीत वाटाड्या म्हणून काम केलं आणि मग स्वत:चं लॉज चालू केलं.

काठमांडूला स्थलांतरित होऊन आपापल्या ट्रेकिंग आणि गिर्यारोहण कंपन्या काढणाऱ्या इतर शेर्पांच्या मार्गानं न जाता चुलदिमनं खुमजुंगलाच राहायचं ठरवलं; मात्र त्याचा थोरला मुलगा आता मुंबईत राहून काम करतो. तिथे त्याची कॉर्पोरेटमधली नोकरी आहे. पहिली पत्नी वारल्यावर चुलदिमनं पुन्हा लग्न केलं आणि आता त्याचा दुसरा मुलगा सहा वर्षांचा आहे. कित्येक तरुण शेर्पा गिर्यारोहण करत असले आणि व्यावसायिक मोहिमांमधून चांगला पैसा कमावत असले तरी त्याहून कितीतरी अधिक शेर्पा सोलू-खुंबू प्रांत सोडून भारतात किंवा परदेशी इतरत्र काम करत आहेत, असं त्यानं आवर्जून सांगितलं. गिर्यारोहण आणि ट्रेकिंग वगळता या भागात नोकरीच्या संधी फार कमी आहेत. साहसी पर्यटनाचा धंदादेखील 'छेत्री आणि बहुन' (क्षत्रिय आणि ब्राह्मण) या नेपाळमधल्या पैसेवाल्या, प्रबळ जातींनी आपल्या ताब्यात घेतला आहे अशी चुलदिमची सततची तक्रार होती. आमच्या गप्पांमधलं पालुपद हेच होतं.

'कित्येकदा कोणी ट्रेक बुक केला की एखादा शेर्पा तुमच्या गटाचा म्होरक्या असेल असं त्यांना सांगितलं जातं,' चुलदिम उपहासानं हसत म्हणतो. 'परदेशी लोक शेर्पा वाटाडे मागतात आणि पर्यटन कंपन्या तसं वचनही देतात. मग ट्रेकच्या साधारण आठवडाभर आधी तो ट्रॅव्हल एजंट असं लिहून कळवतो की, तो शेर्पा आजारी पडला आहे किंवा काही कौटुंबिक कारणानं त्याला घरी बोलावून घेतलं आहे. कधी कधी तर हे छेत्री किंवा बहुनच स्वत:ला शेर्पा म्हणवतात आणि परदेशी लोकांना त्यातला फरक कळत नाही.'

चुलदिमनं एकाहून जास्त वेळा केलेली आणखी एक तक्रार म्हणजे खुमजुंग आणि खुंडेमधल्या लोकांना सरकारचा पाठिंबा नसणं. 'राजकारणी लोक हेलिकॉप्टरमध्ये बसून येतात आणि भरपूर आश्वासनं देतात; पण काहीच घडत नाही,' तो म्हणाला. '२०१५ साली भूकंपामुळे खूप नुकसान झालं आणि आमच्या भिंतींना मोठमोठ्या भेगा पडल्या. आम्हाला चार भिंतींमध्ये झोपायचीही भीती वाटायला लागली. म्हणून आम्ही सरकारकडे मदत मागितली; पण त्यांनी आम्हाला काहीही दिलं नाही. आम्हाला आपापली घरं स्वत:च परत उभी करावी लागली.'

नामचेला बरीच सरकारी कार्यालयं असली तरी बाकीच्या देशापासून वेगळं पडल्याची एक भावना सतत जाणवते. त्याउलट नेपाळमधल्या इतर ठिकाणांच्या तुलनेत सोलू-खुंबूची चांगली भरभराट झालेली दिसते. पर्यटनातून जिथे नोकऱ्या किंवा गुंतवणुकीच्या संधी उपलब्ध होत नाहीत अशा गरीब प्रांतांपेक्षा सोलू-खुंबूला कदाचित कमी विकासनिधी लागत असावा.

नामचेवरून चालत खुमजुंगला जायला दोन तासांपेक्षा कमी वेळ लागतो; पण या दोन्ही वसाहतींमधला विरोधाभास त्यांना अलग करणाऱ्या अंतराहून कितीतरी मोठा आहे. खुंडे आणि खुमजुंगला अनेक लॉजेस आहेत; पण ही दोन्ही गावं अजूनही शेतीप्रधान आहेत. बटाटा आणि बकव्हीट ही इथली मुख्य पिकं असून, ती एकाच लहानशा हंगामात काढली जातात. एकेकाळी याक हे अर्थव्यवस्थेचा महत्त्वाचा भाग होते; पण सध्या त्यांचं शेण हे सर्वांत मौल्यवान उत्पादन आहे; कारण ते इंधन म्हणून वापरलं जातं. गावाच्या आजूबाजूच्या टेकड्यांमध्ये सगळीकडे लहान मुलं आणि वृद्ध माणसं याकच्या विष्ठेच्या शोधात डोंगरउतार पिंजून काढताना दिसतात. गोळा केलेलं शेण थापून आणि वाळवून त्याच्या गोवऱ्या केल्या जातात. सागरमाथा राष्ट्रीय उद्यानामुळे लाकडाची कमतरता आहे. गावकऱ्यांना फक्त वर्षातल्या दहा दिवसांसाठी पुरेल एवढं सरपण गोळा करायची परवानगी आहे आणि प्रत्येक घराला दिवसाला दोन भाऱ्यांची मर्यादा आहे. मृत झालेल्या फांद्या आणि झाडं तोडण्यासाठी परवानगी असलेले जंगलाचे भाग उद्यानाचे अधिकारी सतत बदलत राहतात. त्यामुळे बऱ्याचदा त्यांना आठ ते दहा किलोमीटर अंतरावरून लाकूड वाहून आणावं लागतं.

खुमजुंगमधल्या पहिल्या दिवशी चुलदिम मला एक बौद्धविहार बघायला घेऊन गेला. २०१५च्या भूकंपात झालेल्या नुकसानानंतर आता त्याची पुनर्बांधणी चालली होती. दोन रंगारी भित्तिचित्रांवर काम करत होते; पण बाकी ती इमारत ओसाड पडली होती; कारण इथे कोणीच लामा राहत नाही. सणावारांच्या वेळेस तेंगबोचेवरून त्यांना इथे बोलावणं धाडावं लागतं. विहाराच्या ताब्यात असलेली मौल्यवान गोष्ट म्हणजे ती यतिची सुप्रसिद्ध टाळू. २५० रुपयांच्या तिकिटावर

त्या विहारातल्या रखवालदारानं स्टीलचं कपाट उघडून धुळीनं भरलेली एक काचेची पेटी बाहेर काढली आणि जगभर फिरून आलेले ते अवशेष मला दाखवले.

सन १९५०मध्ये जेव्हा त्याचा पहिला फोटो काढण्यात आला तेव्हा यतिच्या त्या टाळूनं पुष्कळ लक्ष वेधून घेतलं. मेंदीनं रंगवावी तशी त्याला एक लालसर छटा आहे आणि डोक्यावरच्या राठ केसांचा मध्यभागी व्यवस्थित भांग पाडला आहे. त्याच्या त्या त्रिकोणाकृती आकारामुळे बीभत्स हिममानवाच्या कित्येक अद्‌भुतरम्य कलात्मक प्रतिमा जन्माला आल्या आहेत. एव्हरेस्ट सर केल्यावर एडमंड हिलरींनी यतिच्या शोधाची मोहीम काढली. उपलब्ध असलेल्या काही नोंदींनुसार, टाळूच्या चाचण्या करण्यासाठी ती परदेशी नेऊ देण्याच्या बदल्यात खुमजुंगच्या गावकऱ्यांनी एडमंड हिलरींकडून शेर्पांसाठी एक शाळा आणि हॉस्पिटल बांधायचं वचन घेतलं. ती यतिची टाळू वास्तविक एका सेरो (एक बोकडासारखा किंवा काळविटासारखा दिसणारा प्राणी) च्या कातडीपासून तयार झाली असल्याचं शिकागोच्या फील्ड म्युझियम ऑफ नॅचरल हिस्ट्रीमधल्या शास्त्रज्ञांनी सिद्ध केलं.

१९७५ साली पीटर बोर्डमन, डग स्कॉट आणि डगल हॅस्टन यांच्याबरोबर एव्हरेस्टची नैर्ऋत्य बाजू चढून जाणाऱ्या परतेंबा शेर्पानं आपल्या मूळ गावी - खुमजुंग इथे एक शेर्पा हेरिटेज हाऊस म्युझियम चालू केलं आहे. चुलदिमच्या लॉजपासून ते जवळच आहे. चांग तयार करण्याचं लाकडी भांडं, ताक घुसळून लोणी काढण्याची रवी अशा घरगुती वापराच्या आणि शेतातल्या जुन्या पण मौल्यवान वस्तू गोळा करून परतेंबानं एका पारंपरिक शेर्पा घरातलं चित्र उभं केलं आहे. सोलू-खुंबू हा एव्हरेस्टला जाणारा महामार्ग होण्याआधीचं ते चित्र आहे. दुर्दैवानं २०१५ सालच्या भूकंपात संग्रहालयाच्या भिंती कोसळून ते उद्‌ध्वस्त झालं. आता त्याच्या पुनर्बांधणीसाठी आणखी पैसा उभा राहीपर्यंत ते बंदच ठेवलं आहे.

ऑक्टोबरमधल्या एका प्रसन्न सकाळी चुलदिमची पत्नी किंजू आणि एक म्हातारी शेजारीण बाहेर उन्हात बसून नवीन बटाटे सोलत आहेत. आमचा हमाल दा लाखपा देखील त्यांच्यात सामील होतो आणि काठोकाठ भरलेल्या एका मोठ्या प्लास्टिकच्या टबाशेजारी बसतो. लॉजच्या शेजारीच असलेल्या शेतातून ते बटाटे नुकतेच खणून काढले आहेत. बहुतेक सगळे बटाटे साधारण गोल्फच्या चेंडूच्या आकाराचे आहेत. त्यांची सालं काढून काळजीपूर्वक साठवली जातात, विशेषतः, हिवाळ्यात जेव्हा चाऱ्याची कमतरता असते, तेव्हा वाळवून याकना खाऊ घातली जातात. तापमान कमी व्हायला लागलं रे लागलं की, बटाटे आणि गाजरासारख्या इतर भाज्या गोठून जाऊ नयेत म्हणून जमिनीखालच्या एका खड्ड्यात

ठेवून दिल्या जातात.

किंजू सोलत असलेले बटाटे किसून वाळवले जातील आणि मग त्याचं पीठ केलं जाईल. शेर्पांच्या स्वयंपाकात बार्ली किंवा बकव्हीटपेक्षा बटाट्याचं पीठ अधिक वापरलं जातं. दुपारच्या जेवणात मला नूडल्स आणि भाज्या घातलेलं थुकपा सूप दिलं जातं आणि चुलदिम एकप्रकारचा 'लगदा' खात असतो. बटाटा, बकव्हीट आणि बाजरीचं ते मिश्रण असून त्याचा रंग आणि पोत चॉकलेट पुडिंगसारखा असतो. चव मात्र एखाद्या खारट लापशीसारखी असते. खाऊन झाल्यावर तोंडात किंचित कडवट चव राहते. चुलदिम बोटांनी तो लगदा उचलून कोंबडीच्या रश्शात मिसळतो. हे इतकं दिलखुलास जेवण सभ्यपणाचे शिष्टाचार पाळत जेवणं सोपं नाही; पण पहाडी प्रदेशात कराव्या लागणाऱ्या कष्टांसाठी त्यातून भरपूर इंधन मिळतं यात शंकाच नाही.

'एक बशीभर हा लगदा खाऊन बघा, तुम्ही थेट एव्हरेस्टवर पोहोचणार.' किंजू गमतीत म्हणते.

बोलण्याचं बरंचसं काम किंजू नवऱ्याला करू देत असली तरी चुलदिम इथे नसताना लॉज सांभाळण्याइतकं इंग्लिश तिला बोलता येतं. त्यांचा मुलाच्या त्सेरिंग ताशीच्या शाळेला सध्या सुट्टी आहे आणि तो बराचसा वेळ लॉजच्या मुख्य जेवणघरात टीव्हीवर कार्टून बघण्यात घालवतो. स्पंजबॉब, स्क्वेअर पॅन्ट्स आणि इतर पाश्चिमात्य कार्टून्सच्या बरोबरीनं तो भारतातले लहान मुलांचे पुष्कळ कार्यक्रम बघतो. ते कार्यक्रम बघून बघून तो हिंदी शिकला असल्याचं चुलदिम सांगतो.

दुपारनंतर किंजू त्सेरिंग ताशीला खासगी शिकवणीला पाठवते. 'शाळेत जे काही शिकलाय ते विसरू नये म्हणून,' चुलदिम सांगतो. 'मुंबईतल्या माझ्या थोरल्या मुलाला एवढ्याच वयाची एक मुलगी आहे. त्सेरिंग ताशीला आम्ही त्याच्याकडे राहायला पाठवावं म्हणून तो मागे लागलेला असतो; पण त्यानं इतक्यात तिकडे जावं असं आम्हाला वाटत नाही. काही काळ खुमजुंगमध्ये राहून हेच आपलं घर आहे हे त्याला समजणं आवश्यक आहे.'

'तोही तुझ्यासारखा गिर्यारोहक होईल असं वाटतं तुला?' मी विचारतो.

चुलदिम मान हलवून किंजूकडे नजर टाकतो. त्यानं अधिक सुरक्षित आणि कमी धोक्याचा व्यवसाय निवडावा असं त्याच्या आईला वाटतं, असं तो सुचवतो. त्सेरिंग ताशीला यशस्वी भवितव्य हवं असेल तर ते खुंबू खोऱ्याच्या बाहेरच कुठेतरी आहे याविषयी कोणाही पालकाच्या मनात शंका दिसत नाही. लॉजच्या भिंतीवर एव्हरेस्ट शिखरावर उभ्या असलेल्या चुलदिमचे आणि हिमालयाच्या अति उंच प्रदेशाचेही फोटो लावले आहेत; मात्र ते आता एका भूतकाळातल्या

अस्तित्वाचा भाग वाटतात. तो एक अभिमान वाटण्याजोगा पण धोक्याचा वारसा असून, पुढच्या पिढीकडे हस्तांतरित होण्याची शक्यता फारच कमी आहे.

कित्येक शतकं उन्हाळ्यात याक, बकऱ्या आणि मेंढ्या खुंबूच्या वरच्या बाजूला अति उंचावरच्या चराई कुरणांमध्ये नेल्या जात. तिथेच आता शेर्पा हजारो पर्यटकांचे कळप घेऊन जातात. ते त्याच वाटांवरून जात असतात. एकेकाळी जिथे प्राणी चरत असत त्या प्रत्येक कुरणापाशी आता परदेशी पाहुण्यांना राहण्यासाठी ट्रेकिंग लॉजेस बांधली आहेत. खुमजुंगवरून चुलदिम आणि मी फोर्त्सेला जायला निघतो. दूध कोसी नदीच्या पलीकडे वसलेलं ते शेर्पांचं आणखी एक मोठं गाव आहे.

फोर्त्सेला आम्ही ज्या लॉजमध्ये राहतो ते एका एव्हरेस्टवीराचं आहे. तिथल्या जेवणघरात गिर्यारोहणाची जुनी साधनसामग्री ठेवलेली एक शोकेस आहे. त्यात तीस किंवा अगदी चाळीस वर्षांपूर्वीच्या मोहिमांमध्ये वापरलेलं सामान आहे. त्यात हेल्मेट्स आहेत, क्रॅम्पन्स आहेत (बर्फात वापरायच्या बुटांना लावायचे खिळे), बर्फातले नांगर आहेत (स्नो अँकर्स), ऑक्सिजनचे रिकामे सिलिंडर आहेत, इंधनासाठी वापरायचे धातूचे जेरी कॅन्स आहेत आणि त्यावर १९८१ मधल्या तारखेचा शिक्का आहे. या प्रांतात कित्येक दशकं चालू असलेल्या गिर्यारोहणामुळे आत्तापर्यंतच्या मोहिमांमधून मागे राहिलेले कपडे आणि उपकरणं वापरून इथे एक कार्गो कल्ट (दुर्गम भागात सतत येणाऱ्या आणि आपलं काम झाल्यावर परत जाणाऱ्या परदेशी पाहुण्यांच्या कपड्यांचं, सवयींचं अनुकरण करणारा पंथ) चालू झाला आहे. गिर्यारोहणाचे असे अवशेष या सर्वच खोऱ्यांमध्ये पसरलेले दिसतात; पण विशेषत:, एव्हरेस्टच्या उंचावरच्या कॅम्पमधून ते जास्तच आढळतात. तिथे एवढ्यातच पार पडलेल्या स्वच्छता मोहिमेमध्ये डोंगरांमधून टनावारी कचरा गोळा करण्यात आला.

फोर्त्सेला आमच्या लॉजबाहेर असलेल्या शेतावर अलेक्स लोव चॅरिटेबल फाउंडेशन एक नवीन सुविधा केंद्र बांधत आहे. तरुण शेर्पांना तिथे गिर्यारोहणासंबंधित मूलभूत गोष्टींचं प्रशिक्षण दिलं जाईल. अर्धवट बांधून झालेल्या त्या इमारतीवर फलक लावला आहे : 'आधारभूत सामाजिक उपक्रमांद्वारे चढाईच्या जबाबदार पद्धतींना प्रोत्साहन देऊन नेपाळी गिर्यारोहकांची आणि अति उंचीच्या प्रदेशात काम करणाऱ्या कामगारांची सुरक्षितता वाढवणं हे २००३मध्ये स्थापन झालेल्या खुंबू गिर्यारोहण केंद्राचं ध्येय आहे.' यथावकाश या केंद्रात प्रशिक्षण भिंत आणि वर्गखोल्याही असतील. पाहुणे मार्गदर्शक तिथे बर्फावरची चढाई, शोध आणि बचाव, निर्मनुष्य ओसाड प्रदेशात वापरायची औषधं याविषयीचे वर्ग घेतील. अशा पद्धतीचे उपक्रम हे सहकारी तत्त्वावरच्या गिर्यारोहणाचा एक भाग आहेत. एव्हरेस्टवरच्या सुरुवातीच्या

काळात जेव्हा शेर्पांना अगदी कमी प्रशिक्षण दिलं जाई आणि त्यांनी आपापली सोय बघावी अशी अपेक्षा असे, त्याच्याशी तुलना करता खुंबू गिर्यारोहण केंद्रासारखे उपक्रम या क्रीडाप्रकारात अधिक व्यावसायिक दृष्टीकोन आणतात.

एव्हरेस्ट बेस कॅम्पला जाणाऱ्या जवळच्या आणि ठरावीक मार्गानं जाण्याऐवजी चुलदिम, लखपा आणि मी दूध कोसी नदीच्या मागेमागे गोक्यो सरोवरापर्यंत जातो. हा आडवळणी रस्ता कमी गर्दीचा असून, एवढ्यात लुकलाला येणारी बरीच विमानं रद्द झाल्यामुळे जवळपास सगळा रस्ता आमचाच आहे. छो ओयूची दृश्यं इथून अगदी स्पष्ट दिसत आहेत. डोंगरवाटा त्यामानानं रिकाम्या असल्या तरी डोक्यावर डझनावारी हेलिकॉप्टर्स इकडून तिकडे जात आहेत. एव्हरेस्ट आणि इतर शिखरांची हवाई दृश्यं दाखवण्यासाठी ती पर्यटकांना लुकलावरून इथे आणून परत नेत आहेत. अति दमणूक झालेल्या किंवा अति उंचीमुळे श्वासाचा त्रास होत असलेल्या ट्रेकर्सचा बचाव करण्यासाठीदेखील हेलिकॉप्टर्स वापरली जातात. आत्ता मात्र बहुतेक सगळा मजेचा फेरफटका चालू आहे. थोड्या वेळानं त्या इंजिनांची सततची घरघर त्रासदायक आणि अनाहूत वाटू लागते.

फोर्त्सेवरून जसे आम्ही वर चढत जातो तसे वाटेत लुझा इथे एका लहानशा लॉजमध्ये जेवायला थांबतो. चुलदिमची बहीण इथली मालकीण आहे. उबदार जेवणघरात येऊन बसल्यावर ती आम्हाला डाळ-भात वाढते. खिडक्यांमधून माध्यान्हीचा सूर्य आत शिरत असतो. वाटेवरच्या प्रत्येक माणसाशी चुलदिमची ओळख दिसते आहे. सागरमाथा राष्ट्रीय उद्यान स्थापन होण्यापूर्वी खुंडे, खुमजुंग आणि फोर्त्सेमधल्या कुटुंबांना या खोऱ्यातल्या विविध भागांमध्ये गुरं चराईचे विशेष अधिकार होते. अजूनही इथल्या दगडी भिंतींवर प्रत्येक कुटुंबाच्या गोठ्याची खूण केलेली आढळते. माचेर्मोच्या आधी आम्ही शेवटची काही झाडं मागे सोडतो; पण डोंगरउतार दारूहळदीच्या (बारबेरी) खुरट्या झुडपांनी झाकलेले आहेत. ऱ्होडोडेण्ड्रॉन अँथोपोजॉनची बहुतेक सगळी फुलं आता फिकी पडली आहेत आणि त्याचा झाडोरा तांबूस-केशरी रंगाचा झाला आहे. हवेत त्याचा गोडमिट्ट सुगंध भरून राहिला आहे. प्रत्येक लॉजच्या अंगणात एक वेदी आहे. त्यावर ज्युनिपर आणि बुरांशाच्या फांद्या धुमसत आहेत आणि त्याचा धुरकट सुगंध वाऱ्याबरोबर वाहत आहे.

माचेर्मोला आम्ही आल्यावर काही मिनिटांतच आमच्या लॉजबाहेरच्या याकच्या कुरणात एक हेलिकॉप्टर उतरतं. ते हेलिकॉप्टर खाली लुकलाकडे जाणं अपेक्षित होतं; पण ढगांनी सगळी दरी बंद करून टाकली आहे. तेव्हा वैमानिकानं आजची रात्र माचेर्मोतच काढायचं ठरवलं आहे, असं आम्हाला समजतं. त्याच्याबरोबरचे प्रवासी म्हणजे विशीतली तीन तरणी जपानी पोरं आहेत. ती

गडबड करत जेवणघरात येतात, कोक मागवतात, इन्स्टाग्राम आणि फेसबुकवर फोटो टाकता यावेत म्हणून एव्हरेस्ट लिंकची वाय-फाय स्क्रॅच कार्ड्स घेतात. सोलू-खुंबू प्रांतातल्या बहुतेक सर्व लॉजमध्ये इंटरनेट आहे. इकडे हे जपानी आयफोनवर काहीतरी करत असताना त्यांच्या वैमानिकाला अचानक चिंतातुरतेचा झटका (anxiety attack) येतो. चेहरा पांढरा पडून त्याला धाप लागते. चुलदिम आणि लॉजचे मालक त्याला लसणीचं सूप घ्यायला सांगून झोपायला धाडतात. त्यांचे उपचार लागू पडलेले दिसतात; कारण दुसऱ्या दिवशी सकाळी मी उठतो तेव्हा आकाश निरभ्र असतं आणि ते हेलिकॉप्टर पहाटेच निघून गेल्याचं मला कळतं.

उंचावरच्या या दऱ्याखोऱ्यांमधून सगळ्यांपासून अलग असणं आणि सगळ्यांशी जोडलेलं असणं याचं एक अजब मिश्रण दिसून येतं. एकविसावं शतक इथे येऊन घुसलं तर आहे; पण खुद्द पर्वत मात्र प्राचीन आणि दुर्गमच राहिले आहेत. फेसाळ प्रवाहाची दूध कोसी नदी न्गोझुंबा हिमनदातून उगम पावते. गोक्योला ट्रेकिंगचे अनेक मार्ग एकत्र येतात आणि या सर्वांत मोठ्या सरोवराच्या उत्तर टोकाला निदान एक डझनभर तरी लॉजेस आहेत. बहुतेक सगळी राहण्याची सोय अगदी साधी आहे. चार भिंती, एक खिडकी, दोन पलंग आणि छताला एक विजेचा दिवा. सौरऊर्जेवर वीजनिर्मिती केली जाते. सामाईक शौचगृहं अगदी बकाल असतात आणि प्लंबिंग वगैरे कामचलाऊ असतं. न्याहारीच्या मेनूत पॅनकेक्सपासून मुसलीपर्यंत सर्व काही असतं आणि दुपारच्या किंवा रात्रीच्या जेवणासाठी मोमो, तळलेले बटाटे आणि डाळ-भात असे पदार्थ असतात.

गोक्योपासून पुढे दीड दिवस चालत गेल्यावर आम्ही छो ला ओलांडतो. तिथे आदल्या रात्री नुकताच बर्फ पडून गेला आहे. बर्फ काही सेंटिमीटरच असला तरी खिंडीच्या तोंडापर्यंत पोहोचायच्या आमच्या धडपडीत खडबडीत हिमोढावरून चालणं अधिकच खडतर होऊन बसतं. आणखी थोडा जरी बर्फ जमा झाला असता तरी खिंड बंद झाली असती. त्याचं कारण, लॉजमालकांनी रस्त्यावरचं बर्फ काढल्याशिवाय खिंड ओलांडायला हमाल नकार देतात. सुदैवानं ही वाट चुलदिम आणि लखपा दोघांच्याही परिचयाची आहे. त्यामुळे खिंडीच्या पलीकडच्या बाजूला उतरणारी छो ला हिमनदी ओलांडणारा आमचा पहिलाच गट आहे.

लोबुचे इथे उतरून आम्ही एव्हरेस्ट बेस कॅम्पला जाणाऱ्या मुख्य रस्त्याला लागतो. इथून पुमोरी आणि नुप्त्सेचं प्रेक्षणीय दृश्य, तसंच डोंगर सोंडेमधून डोकावणाऱ्या एव्हरेस्टची मधूनच झलकही दिसत असते. दुसऱ्या दिवशी सकाळी आम्ही गोरक्षेपकडे जाऊ लागतो. खुंबूमधली ही सर्वांत उंच म्हणजे ५,१६४ मीटरवरची वसाहत आहे. गोरक्षेपचं भाषांतर सहसा 'कावळ्यांचं कब्रस्तान' असं

केलं जातं; पण चुलदिम माझी चूक सुधारत सांगतो - 'गोरक' म्हणजे 'डोमकावळा'. एवढ्या उंचीवर सर्वसामान्यपणे आढळणारे पक्षी म्हणजे पिवळ्या चोचीचे चफ (कावळ्यासारखा दिसणारा एक पक्षी). त्यांचे पंख कावळ्यांसारखेच काळे असतात; पण ते कावळ्यांपेक्षा अधिक चपळ असतात. त्यांचे थवे वाऱ्यावर लहरत जाताना दिसतात. ७,९०० मीटर उंचीवर असलेल्या एव्हरेस्टच्या दक्षिण कोलपर्यंत चफ जाऊ शकतात आणि कॅम्प क्रमांक ४ वरच्या उरल्यासुरल्या अन्नावर उपजीविका करतात.

'जर आपण लक्ष ठेवलं नाही तर कधी कधी ते अन्नाच्या पिशव्याही फोडतात,' असं म्हणत चुलदिम चेहरा वाकडा करतो. 'मला हे पक्षी अजिबात आवडत नाहीत. असं म्हणतात की, एखादा पर्वत चढणारा माणूस पहाडातच मेला तर हे पक्षी त्याचे डोळे काढून घेतात.'

आपापल्या बॅकपॅक्स गोरक्षेपला सोडून दुपारी आम्ही बेस कॅम्पकडे जायला निघतो. तासाभराची ती चढाई तशी सोपी आहे. खुद्द एव्हरेस्ट डोळ्यांसमोरून दिसेनासा झाला असला, तरी खुंबू हिमप्रपात स्पष्ट दिसतो आहे. बर्फातल्या भेगांमुळे तयार झालेल्या उंचवट्यांच्या पायऱ्या हिमनदीच्या खालच्या बाजूला लटकत आहेत आणि तिथे बर्फात तयार झालेले उंचवटे पांढऱ्याशुभ्र तंबूंच्या रांगांसारखे दिसत आहेत. आम्ही बेस कॅम्पला पोहोचतो तेव्हा तो ओसाड पडलेला दिसतो; कारण गिर्यारोहणाचा हंगाम कित्येक महिन्यांपूर्वीच संपला आहे. हिमनदावरच्या चढ-उतारांची पुनर्रचना झाल्यामुळे त्या तंबूंचा आधार तुटून बाजूला सरकला आहे. दरवर्षी इथला कॅम्प परत हलवून सहसा वेगवेगळ्या ठिकाणी न्यावा लागतो. चुलदिम हसत हसत मला सांगतो, 'कधी कधी तर तुम्ही इथे कॅम्प लावता, डोंगर चढता आणि परत खाली येता तेव्हा तुमचा तंबू जिथे सोडून गेला होतात तिथून सहा फूट उंचावर किंवा सहा फूट खाली दिसतो.' त्याचं कारण हिमनद सतत हलत असतो.

दुसऱ्या दिवशी पहाटे ५ वाजता लॉजमधून बाहेर पडल्यावर आजूबाजूचे पर्वत पहाटेच्या पहिल्या प्रकाशात उजळून निघालेले नसून चंद्रप्रकाशात उजळलेले आहेत हे कळायला मला किंचित वेळ लागतो. सूर्योदयाला अजून एक तास अवकाश आहे. चंद्रबिंब अर्धच दिसत असलं तरी सबंध दरी उजळून निघेल इतकं ते तेजस्वी आहे. भोवती रिंगण करून उभ्या असलेल्या सर्व शिखरांवर त्याची दुधाळ दीप्ती सांडली आहे. आमच्या अगदी समोर पुमोरीची गोठलेली बाह्याकृती दिसते आहे. त्याचं बर्फाच्छादित शिखर चंद्रप्रकाश परावर्तित करत आहे. त्या गोठलेल्या मनोऱ्याखाली जिथे एकमेकांत गुंतून गेलेल्या सोंडेच्या दुमडत्या सावल्या

पडतात तिथे मला काला पत्थरची गडद शंकाकृती दिसते. तेच आमचं गंतव्य स्थान आहे. आमच्या समोरच्या चढावरून गाडीच्या पुढच्या दिव्यांची लटपटती मिरवणूक अगोदरच पुढे सरकताना दिसते आहे. ट्रेकर्सचे जथ्थे तांबडं फुटतानाच्या एव्हरेस्टचं दृश्य बघायला निघाले आहेत.

गोरक्षेपमधलं सरोवराचं शुष्क पात्र चंद्रप्रकाशात मिठागरासारखं दिसत आहे. चांदणं इतकं लख्ख आहे की चुलदिमबरोबर पुढे जाताना मी माझ्या डोक्यावरचा दिवा बंद करतो. तापमान गोठणबिंदूच्या कितीतरी खाली आहे. खडकांना बर्फाची किनार तयार झालेली दिसते आहे. सुदैवानं आकाश अगदी निरभ्र आहे आणि गेला आठवडाभर सतत आमचा पाठलाग करणारे ढग एकदाचे गायब झाले आहेत.

काला पत्थरकडे जाणाऱ्या नागमोडी वाटेनं आम्ही चढू लागतो. माझा श्वास जड होतो. नऊ दिवस एकत्र ट्रेकिंग केल्यानंतर चुलदिम आणि मी चट्कन एकमेकांच्या पावलावर पाऊल टाकून चालू लागतो. चढतानाच्या संथ, एकसारख्या तालाशी आम्ही आमची गती जुळवून घेतो. दर दहा पावलांवर विश्रांतीसाठी थांबून एखाद-दोन क्षण आम्ही श्वास घ्यायला थांबतो आणि मिळालेली गती जाऊ नये म्हणून लगेच पुढे चालायला लागतो. काला पत्थरची समुद्रसपाटीपासूनची उंची ५,६४३ मीटर आहे. एवढ्या उंचीवर मला ऑक्सिजनची कमतरता नक्कीच जाणवणार आहे; पण एव्हरेस्टचं शिखर इथून आणखी ३,२०५ मीटर उंचावर आहे, अशी मी स्वत:लाच आठवण करून देतो. जसजसे आम्ही चढत काला पत्थरकडे जाऊ लागतो तसतसं त्याचं शिखर आणि नैर्ऋत्य बाजू दिसू लागते. बर्फाच्या पांढऱ्या सफेद रेषांमुळे डोंगरकड्याच्या माथ्याला सुरकुत्या पडलेल्या दिसतात, तर उघडेबोडके दगड आकाशाहून अधिक गडद रंगाचे दिसू लागतात. आकाशात कुठलेही तारे दिसत नसले तरी लेझरच्या एखाद्या ठिपक्यासारखा दिसणारा शुक्र रात्रीच्या अंधारातून डोकावत राहतो. एव्हरेस्टसकट इतर कोणत्याही पर्वतापेक्षा नुप्त्सेचं त्या दृश्यावर अधिराज्य आहे. खालच्या बाजूला हिमनदांनी झाकलेल्या आणि एका टोकदार विषम आकाराच्या शंकूप्रमाणे उभ्या राहिलेल्या नुप्त्सेमुळे ल्होत्से आपल्या नजरेपासून लपलेलाच राहतो.

फिकट होत जाणारा चंद्रप्रकाश उजळत्या उषेमध्ये झिरपत जाताना पहाटेच्या या प्रहरी काळ जणू थांबल्यासारखा वाटतो. रात्र संपली आहे का दिवस सुरू होत आहे ते सांगणं काही काळ कठीण होऊन बसतं. अखेर आम्ही जेव्हा काला पत्थरच्या शिखरावर पोहोचतो तेव्हा तीस किंवा त्याहून अधिक माणसं सोंडेच्या काठावरून दगडांच्या राशीतून धडपडत येताना दिसतात. सगळेच मोक्याची जागा

मिळवण्याच्या खटपटीत आहेत. सगळ्यात उंचावरच्या जागेसाठी धडपड करण्याऐवजी मी एक अरुंद कड ओलांडतो. तिथे दगडांच्या किंचित झुकलेल्या पायऱ्यांमुळे पूर्वेकडे तोंड केलेला एक उघडा सज्जाच तयार झाला आहे. माझी बोटं गार पडली आहेत; पण चढून आल्यामुळे बाकी शरीरात अजूनही ऊब आहे. शिवाय गरम कपड्यांचे थर चढवून मी तयारीनिशी आलो आहे. चुलदिमनं मात्र फक्त एक पातळ जॅकेट घातलं आहे. त्याच्याकडे हातमोजे नाहीत. त्यानं लॉजकडे परत जावं, असं जेव्हा मी सुचवतो तेव्हा त्याला हायसं वाटलेलं दिसतं आणि तो आनंदानं आल्या वाटेनं परत फिरतो.

ग्रॅनाईटच्या त्या गादीवर जमेल तितकं आरामशीर बसण्याचा प्रयत्न करत मी काही फोटो घेतो आणि मग कॅमेरा बाजूला ठेवतो. माझ्याबरोबरचा एक ट्रेकर जवळच्याच दुसऱ्या एका खडकावर पद्मासनात बसला आहे. एव्हरेस्टच्या वरच्या उतारांवर असलेल्या बर्फाच्या मऊ धाग्यांसारखे, वाऱ्यानं उडत आलेल्या बर्फाचे चुकार पुंजके पर्वताच्या बाह्यकडेच्या जोडीनं पहिला प्रकाशकिरण अंगावर घेतात. सूर्याच्या मंद किरणशलाका डोंगराच्या कडांवरून कोन साधतात. विरळ होत जाणाऱ्या वातावरणात एक फिका आकार तयार होतो. सूर्य कुठून उगवेल याचा विचार करत शरीरात थोडीफार शिल्लक असलेली ऊब राखून ठेवण्यासाठी मी स्वत:भोवती मिठी मारतो. बेढब मोत्यासारखा, दुधी रंगाचा चंद्र पश्चिमेकडे अदृश्य होताना मला उजव्या खांद्यावरून दिसत असतो. चोमोलुंगमा देवीकडून आपल्याला एखादा साक्षात्कार होईल, अशी जणू वाट बघत मी खडकांवर दबा धरून बसून राहतो. चढण्याच्या श्रमांनंतर आता माझी नाडी आणि श्वास पूर्ववत होऊ लागतात.

काही मिनिटांतच पुमोरी पेटतो. त्याचा हिममुकुट सोनेरी होऊ लागतो. त्यानंतर सीमारेषेपलीकडे तिबेटमध्ये असणारं आणि एव्हरेस्टच्या उत्तर कोलशी जोडलेलं चांगत्से शिखर पेटतं. अजूनही महालंगूर पर्वतरांगांमागे लपलेले त्याचे पूर्वेकडचे उतार उगवत्या सूर्यामुळे प्रज्वलित होतात. त्यानंतर लगेचच दक्षिणेकडे अमा दाबलाम जळू लागतो. त्याचं निमुळतं शिखर म्हणजे जणू तुपाच्या दिव्यातली जळती वात असावी तसं दिसतं. कॅमेरा हातात घेऊन मी हा प्रत्येक क्षण टिपायचा प्रयत्न करतो. तेवढ्यात एव्हरेस्टमागचं आकाश जाणवण्याइतकं उजळल्याचं माझ्या लक्षात येतं.

आत्तापर्यंत सूर्यानं आपलं रहस्य आमच्यापासून दडवून ठेवलेलं असतं; मात्र दक्षिण कोलच्या थेट वरच्या बाजूला तो उगवताना दिसतो. नजर भोवंडून टाकणाऱ्या वर्तुळाकारात तो वेगानं वर चढत जातो. ते वर्तुळ त्याच्या वाटेत येणारी प्रत्येक

गोष्ट नष्ट करत जातं. काही सेकंदांतच काला पत्थरवर उभे असलेले आम्ही सर्वजण सूर्यतेजात न्हाऊन निघतो. आपापले डोळे झाकून घेत आम्ही त्याची हवीहवीशी ऊब अंगावर घेत राहतो. ट्रेकर्सची गर्दी फुगून आता पन्नासच्या पुढे गेली आहे. अजून कित्येकजण शिखराकडे चढत येत आहेत. तरीही त्या अलौकिक क्षणी मला संपूर्ण एकांतात असल्यासारखं वाटत आहे. सृजनाच्या त्रिकालदर्शी नजरेत विरघळून गेल्यासारखं वाटत आहे.

त्यानंतर सकाळच्या पुढच्या प्रहरात गोरक्षेप सोडून आम्ही पुन्हा लेबोचेची वाट धरतो आणि मग आणखी खाली थोक ला इथे उतरतो. खुंबू हिमनदाच्या नाकाडाच्या किंचित खाली ते आहे. हिमनदीतून आलेल्या गाळानं वेढलेलं हे खडकाळ कुरण एव्हरेस्टवर प्राण गमावलेल्या शेर्पा आणि परदेशी गिर्यारोहकांचं स्मारक झालं आहे.

१९७० सालच्या जपानी स्की मोहिमेदरम्यान खुंबू हिमप्रपातावर झालेल्या हिमवादळात सहा हमाल मरण पावले. त्यांच्या स्मरणार्थ इथले पहिले स्तूप बांधण्यात आले. तेव्हापासून एव्हरेस्टवर मृत्युमुखी पडलेल्यांच्या सन्मानार्थ इथे डझनावारी दगडांच्या राशी आणि स्तूप उभे करण्यात आले. बरीचशी प्रेतं पहाडात उंचावर बर्फात गाडली गेली आहेत. त्यातली काही खाली आणून त्यांचं दहन करण्यात आलं. उरलेली काही दफन करण्यासाठी घरी नेण्यात आली. इथे विविध देशांचे प्रतिनिधी दिसून येतात. दगडांच्या साध्यासुध्या राशीपासून ते पितळी विटा आणि भित्तिलेखांसकट तपशीलवार बांधलेल्या रचनेपर्यंत सर्व प्रकारची स्मारकंही इथे बघायला मिळतात. त्यातलं सर्वांत मोठं स्मारक स्कॉट फिशरचं आहे. तो अमेरिकन माउंटन मॅडनेस या कंपनीचा गाईड होता. १९९६ साली एव्हरेस्टवर त्याचा मृत्यू झाला. त्याचं वर्णन जॉन क्रॅक्वेरच्या 'इनटु थिन एअर' या बेस्टसेलरमध्ये केलं आहे.

थोक ला मधल्या स्मारकांना एक उदासीनतेची झालर आहे. त्याचं एक कारण म्हणजे इथे असणारी दगडांच्या राशींची संख्या आणि दुसरं म्हणजे ओसाड, भणाणता वारा असलेला हा भूप्रदेश. मृतांपैकी बहुतांश लोक या पहाडांमधलेच आहेत. परदेशी साहसवीरांना मदत करता-करता त्यांनी आपले प्राण दिले आहेत. त्यांच्या त्यागावरून गिर्यारोहणातले धोके अधोरेखित होतातच; पण त्यांच्या समाजाविषयी ते ग्वाहीदेखील देत असतात. या समाजाच्या पूर्वजांचं इथल्या शिखरांशी कुठलंही वैर नव्हतं, ना त्यांना ती शिखरं गाठायची आकांक्षा होती. तरीही युरोपियन आणि इतर गिर्यारोहकांच्या जीवघेण्या ध्येयांमुळे शेर्पांचंही भवितव्य निश्चित झालं. निषिद्ध

समजली जाणारी पर्वताची उंची गाठून ते आपल्या उपजीविकेची सोय करू लागले. दर हिवाळ्यात बोचऱ्या वाऱ्यांमुळे आणि हवामानामुळे दगडांच्या राशी झिजत जातात, अगदी डोंगर झिजतात तशाच. या एकाकी, दुर्दैवी शोधासाठी ज्या माणसांनी आपल्या जिवाची बाजी लावण्याचा धोका पत्करला त्यांच्या स्मृतीही त्याबरोबर विरत जातात.

७

# पैलतीराच्या काठावर

## अज्ञाताच्या वाटेवर

# ३९

## पंडित

१८७४ सालची गोष्ट. तिबेटच्या पठारावर कुठेतरी पंडित एकटाच चालतो आहे. पुढे दोन फर्लांगावर त्याला त्याच्या काफिल्याची धूसर आकृती दिसते आहे. तीस मेंढ्यांचा एक कळप समोरच्या विस्तीर्ण गवताळ प्रदेशापलीकडे विखुरला आहे. त्या मेंढ्या त्याची सगळी साधनसामग्री आणि अन्नधान्य वाहून नेत आहेत. त्यांच्या सोबतीला चार याक आणि एखाद-दोन शिंगरं आहेत. त्यांच्या पाठीवरच्या खोगीरांवर त्याचे लडाखी नोकर पुढे झुकून बसले आहेत आणि चक्क पेंगत आहेत.

हवा थंड असली तरी उन्हं अगदी डोक्यावर आली आहेत. पंडिताचा चेहरा आणि हात गरम होत चालले आहेत. डोळे बारीक करून तो समोर डोलणाऱ्या क्षितिजाची पाहणी करतो. होकायंत्राकडे बघण्याची त्याला गरजच नाही. ते पूर्वेकडे ल्हासाला चालले आहेत. दूरवर त्याला कियांगचा म्हणजे रानटी गाढवांचा एक कळप दिसतो. त्यांचे मातकट तपकिरी आकार शुष्क पठारात मिसळून गेले आहेत. आणखी पुढे गेल्यावर त्याला लांब पाय आणि रुंद, वर्तुळाकार शिंगं असलेली मार्को पोलो मेंढ्यांची एक जोडी दिसते. डोक्यावर एक खरूचि घिरट्या घालत आहे. त्याची नजर जमिनीवर सरपटणारे आणि बिळात राहणारे प्राणी शोधते आहे. त्याचे फडफडते पंख त्याला हवेत तरंगत ठेवत आहेत. अचानक तो पक्षी गुरुत्वाकर्षणाला शरण जातो आणि आकाशातून खाली झेपावतो. गवतातून एखादा व्होल (उंदरासारखा एक प्राणी) किंवा सरडा उचलायला त्याच्या नख्या

सरसावलेल्या आहेत.

एका तालात चालत जाताना पंडित एकीकडे जपमाळ ओढतो आहे. अर्थात तसं करताना तो देवाचं नाव घेत नसून केवळ संथ पडत जाणारं एकेक पाऊल मोजतो आहे. लेहच्या बाहेरच्या बाजूला असलेल्या एका बौद्धविहाराजवळ उन्हात दंडवत घालत असलेल्या दोन यात्रेकरूंशी त्याची प्रवासाच्या सुरुवातीलाच गाठ पडली होती. एखाद्या इंचवर्मसारखं (एक प्रकारची अळी) ओणवं होऊन मग दोन हातांवर जमिनीला समांतर होत त्यांनी स्वत:ची अपार भक्ती व्यक्त केली होती. तुम्ही कुठे चालला आहात, असं विचारल्यावर त्यांनी 'कांग रिनपोचे' असं उत्तर दिलं होतं. पूर्वेकडे ३०० मैलांवर असलेला कैलास पर्वत. आपण आणि आपला लहानसा काफिला दिवसाला आठ ते दहा मैलाच्या टप्प्यांनी प्रवास करतो आहोत, तर हे यात्रेकरू सूर्योदयापासून सूर्यास्तापर्यंत एखादा मैल अंतर कापू शकतील असा हिशोब पंडितने केला.

त्रेचाळीस वर्षांचा पंडित हा एक बुटका, काटक इसम असून, त्याची मुद्रा कळकट आणि डोळे पाणीदार आहेत. त्याची एकंदर अंगयष्टी आणि बांधा बघता त्याची चिकाटी दिसून येते. दिसायला अगदी साधासुधा असला तरी त्या काळातला तो सर्वांत महान हेर आणि शोधप्रवासी आहे. ब्रिटिश राजचा तो गुप्तहेर असून, सबंध हिमालयभर त्यानं केलेल्या गुप्त यात्रांची तुलना लिव्हिंगस्टन आणि स्टॅनलीच्या शोधयात्रांशी केली जाते. लंडनच्या रॉयल जिओग्राफिकल सोसायटीच्या सभागृहात त्याच्या प्रवासाच्या नोंदी वाचल्या गेल्या असून, त्यांना अभूतपूर्व दाद मिळाली आहे. निव्वळ 'पंडित' या नावानं ओळखल्या जाणाऱ्या या माणसाचं पूर्ण नाव अधिकृतरीत्या गुप्त ठेवण्यात आलं आहे. मूठभर माणसं वगळता इतर कोणालाच त्याची खरी ओळख नाही.

रॉयल जिओग्राफिकल सोसायटीचे उपाध्यक्ष आणि स्कॉटिश प्राच्यविद्याविशारद सर हेन्री यूल यांनी अज्ञात सत्याच्या शोधार्थ निघालेला भूगोलवेत्ता म्हणून पंडितचं कौतुक केलं आहे. 'तो काही नुसतं प्रदेशवर्णन करणारं स्वयंचलित यंत्र नव्हे.' यूलनं सांगितलं, 'किंवा मोठ्या संख्येनं असलेल्या, सर्वसाधारण कुवतीच्या स्थानिक नोकरांपैकीही तो नाही. इतर कोणत्याही माणसापेक्षा त्यानं केलेल्या निरीक्षणांमुळे आशिया खंडाच्या नकाशात खूप मोठ्या संख्येनं महत्त्वाच्या ज्ञानाची भर पडली आहे आणि त्याच्या नोंदवह्या फार रोचक प्रवासपुस्तिका झाल्या आहेत.'

तरुणपणी पंडित प्रथम घर सोडून काश्मीर आणि लडाखला प्रवासाला गेला. तिथे त्यानं श्लागिन्टवाईट बंधूंची सोबत केली. त्या प्रदेशाचं पहिलं सर्वेक्षण त्यांनी १८५६-५७मध्ये केलं. बाकीचा भारत तेव्हा शिपायांच्या बंडाळीत गुंतला होता. श्लागिन्टवाईट बंधूंनी 'रिपोर्ट ऑफ अ सायन्टिफिक मिशन टु इंडिया ॲन्ड

हाय एशिया, ॲन ॲटलस ऑफ पॅनोरमाज आणि 'व्ह्यूज ॲन्ड मॅप्स' प्रकाशित केलं. युरोपात पोहोचलेल्या हिमालयाच्या पहिल्या काही प्रतिमा त्या ग्रंथात होत्या. त्यापूर्वी कित्येक दशकं आधी १८१२ साली पंडितच्या काकांनी विल्यम मूरक्रॉफ्टला कैलास-मानसरोवराच्या मोहिमेसाठी सोबत केली होती. त्यांचं शौक किंवा तिबेटी वंशाचं कुटुंब कित्येक पिढ्या ट्रान्स-हिमालयन व्यापारात गुंतलेलं होतं. दीर्घ पल्ल्याचे प्रवास, स्थलांतराची ती अस्वस्थ ऊर्मी आणि त्याच्या जोडीला वारशानं मिळालेली तग धरून राहण्याची सहजप्रवृत्ती हे पंडितच्या रक्तात आहे.

'पंडित' या पदवीचा अर्थ आहे ज्ञानी माणूस. सहसा हे गुणविशेषण किंवा उपाधी ब्राह्मण पुजाऱ्यांसाठी राखून ठेवलेली असते. हा पंडित मात्र जातीच्या व्याख्येत बसणारा नाही. त्यानं अनेक वर्षं कुमाऊंच्या शिक्षणखात्यात काम केलं आणि मग त्याची नेमणूक मिलाममधल्या स्थानिक माध्यमाच्या शाळेत मुख्याध्यापक म्हणून झाली. लवकरच एक शोधप्रवासी म्हणून पसरलेल्या त्याच्या ख्यातीने सर्व्हे ऑफ इंडियाचं लक्ष वेधून घेतलं. त्यांना तिबेटचा नकाशा तयार करायचा होता. त्यावर देखरेख करणाऱ्या कॅप्टन टी. जी. मॉन्टगोमरी यांच्या म्हणण्यानुसार ल्हासातल्या अधिकाऱ्यांनी गोऱ्या संशोधकांना प्रवेश करायला मनाई केली होती :

> एखादा युरोपियन गुप्त वेशात जरी आला तरी आशियाई लोकांबरोबर प्रवास करताना लक्ष वेधून घेतोच. जर का त्याची उपस्थिती लक्षात आली तर आजकाल भडका उडण्याची शक्यता असते. असा भडका शांत करण्यात येणाऱ्या अडचणी आणि इतरही अनेक कारणांमुळे सध्या युरोपीय लोकांच्या प्रवासावर बंदी आली आहे. त्याउलट ब्रिटिश सरकारची आशियाई प्रजा ब्रिटिश साम्राज्याच्या हद्दीच्या पुष्कळ पलीकडे असलेल्या देशात कोणत्याही पीडेशिवाय प्रवास करण्याबद्दल प्रसिद्ध आहे. व्यापार आणि इतर कारणाने भारत आणि मध्य आशियामध्ये, तसंच भारत आणि तिबेटमध्ये त्यांची सतत ये-जा चालू असते, तेही कुठल्याच संशयाला जागा न देता.

ग्रेट ट्रीगॉनॉमेट्रिकल सर्व्हे ऑफ इंडियाचे सर्वेक्षण प्रमुख आणि अधीक्षक कर्नल जे. टी. वॉकर यांनी पंडितची त्याच्या सख्ख्या आणि चुलत भावाच्या जोडीनं नेमणूक केली. तिघा पहाडी मनुष्यांना देहराडून आणि मसूरीला नेण्यात आलं. तिथे त्यांना सर्वेक्षण आणि हेरगिरी अशा दुहेरी कलांचं प्रशिक्षण देण्यात आलं. कोणादर्श (सेक्स्टन्ट - अवकाशातील एखादी वस्तू आणि क्षितिज यांच्यातला कोन मोजणारं यंत्र) कसा वापरायचा आणि तो वापरून अक्षांश, रेखांश, तसंच

समुद्रसपाटीपासूनची उंची या गोष्टी नेमक्या कशा मोजायच्या हेही त्यांना शिकवण्यात आलं. पेस-स्टिक वापरून पंडितची ढांग पुन्हा-पुन्हा मोजण्यात आली. जोवर दोन पायांचा वापर नकाशाशास्त्राच्या उपकरणांसारखा करून नेमकेपणानं मैलभर अंतर मोजता येत नाही तोवर हा प्रकार चालला. त्याची नेमणूक करणाऱ्यांनी त्याला मोजणीसाठी एक साधं, गुप्त साधन दिलं. त्याला दिलेली जपमाळ बौद्ध किंवा हिंदू जपमाळांप्रमाणे १०८ मण्यांची नसून बरोबर शंभर मण्यांची होती. बहुतेक सर्व मणी पॉलिश केलेल्या खड्यांपासून तयार केलेले होते; पण प्रत्येक दहावा मणी म्हणजे पवित्र अशा रुद्राक्षाची बी होती. ती इतर मण्यांहून थोडी मोठी आणि जास्त खडबडीत पोताची होती. त्यामुळे पंडितला त्यानं पालथी घातलेली अंतरं बिनचूक आणि गुप्तपणे मोजता आली.

त्याचबरोबर झऱ्यांचे आणि नद्यांचे मार्ग, वाटेत भेटलेल्या माणसांच्या रीतीभाती, स्थानिक शासकाचे अधिकार आणि फतवे, कोणती पिकं काढली जातात, कोणती नफा मिळवून देतात, कर आकारण्याची साधनं आणि पद्धती, सरकारी आणि खासगी संपर्काच्या पद्धती इत्यादी जे काही समोर येईल ते एखाद्या भूगोलवेत्त्याच्या नजरेनं बघायला त्याला सांगण्यात आलं. अशा पद्धतीची माहिती गुप्तपणे गोळा करायला धूर्त, जागरूक स्वभावाची आणि सहप्रवाशांच्या गप्पांकडे कान देण्याच्या क्षमतेची आवश्यकता होती. गरज पडेल तेव्हा पंडित उत्कृष्ट सोंग वठवत असे. डोकं भादरून आणि लामाची कफनी घालून बौद्ध भिक्खू म्हणून जायचं किंवा एखाद्या लडाखी व्यापाऱ्यासारखं दिसावं म्हणून खोटी बारीक वेणी लावायची. जिथे कुठे जाईल तिथे अनोळखी लोकांचा विश्वास संपादन करण्याची पंडितकडे उपजत क्षमता होती. क्वचित एखाद्या दुर्मिळ प्रसंगी त्यानं घेतलेला मुखवटा दूर झाला तरी आपली ओळख लपवणं त्याला जमत असे. अनेकवेळा त्याला तिबेटी अधिकाऱ्यांनी पकडलं, त्याची ओळख पटवणाऱ्या तपशिलांना आव्हान दिलं; पण दरवेळेस पंडितने कैद होण्यापासून किंवा फासावर जाण्यापासून स्वतःची सुटका करून घेतली.

कित्येक तास खडतर मार्गानं चालून आल्यावर पंडित एका रुंद डोंगरसोंडेच्या टोकावर येतो. तिथून दूरवर त्याला हिमालयाची दक्षिणेकडे पसरलेली शिखरं दिसतात. क्षितिजाला लागून पांढऱ्या तंबूंची रांग असावी तशी ती दिसत आहेत. पुढे एक सरोवर आहे. गेल्या दोन दिवसांत झालेलं हे पाण्याचं पहिलं दर्शन. किनाऱ्यावर स्तूपांचा एक लहानसा समूह बांधलेला दिसत आहे. काही पवित्र अवशेष आहेत आणि त्या जोडीला बौद्ध पंक्ती लिहिलेल्या दगडांची भिंत. आपलं प्रार्थनाचक्र हातात घेऊन पंडित त्याचं वरचं झाकण उघडतो आणि आत तांब्याच्या झाकणाखाली लपवून ठेवलेलं होकायंत्र बाहेर काढतो. दिशा निश्चित झाल्यावर

तो प्रार्थनाचक्रात लपवून ठेवलेल्या कागदाच्या एका तुकड्यावर ठिकाणं आणि अंतरं नोंदवून ठेवतो.

मेंढ्या सरोवराच्या काठावर पोहोचेपर्यंत पंडित त्यांना गाठतो. स्तूपांजवळ आल्यावर तो आणि बाकीचे लडाखी त्यांच्या पाठीवरची खोगीरं काढून घेतात आणि आतल्या वस्तू बाहेर काढतात. त्यांचे तंबू याकच्या केसांपासून आणि त्यापासूनच गुंफलेल्या दोऱ्यांनी विणलेले असतात. तंबू उभारण्यासाठी वाळुंजाच्या फांद्या, तर त्याला टेकू द्यायला येताना वाटेत गोळा केलेली काळविटाची शिंगं वापरतात. मेंढ्याच्या जठरापासून तयार केलेली पाण्याची कातडी पिशवी घेऊन एकजण तलावाकडे जातो. थोड्याच वेळात तो एक नाउमेद करणारी बातमी घेऊन परत येतो. सरोवर मचूळ असून, त्याचं पाणी पिण्याजोगं नाही. त्यांच्याकडे आता पाण्याची एकच पिशवी राहिली आहे आणि ताज्या पाण्याचा पुढचा स्रोत सापडेपर्यंत ती पुरवावी लागणार आहे.

सुदैवानं जनावरांना चरायला तिथे पुरेसं गवत आहे आणि चूल पेटवायला इंधन म्हणून भरपूर शेण आहे. एका पोत्यात पंडित याकची, कियांगची आणि काळविटाची विष्ठा गोळा करतो, तर एक लडाखी स्वत:जवळची आगपेटी काढून जाळ पेटवतो. जाळ चांगला फुलावा म्हणून कोरड्या गवताच्या काड्या त्यात टाकत राहतो. जळक्या शेणाचा कडू-गोड सुगंध त्यांच्या आसपास दरवळतो आणि तलावावर धूर पसरू लागतो. या मार्गावर आणखी कोणाची चाहूल लागत नसली तरी त्यांना डाकूंविषयी इशारा देण्यात आला आहे. पँगॉन्ग सरोवराच्या ईशान्येकडे आपापले कळप घेऊन चाललेले चांगपा जातीचे भटके लोक ही तीन दिवसांपूर्वी त्यांना भेटलेली शेवटची माणसं.

पंडितबरोबरचे चाकर किटलीत चहा उकळत ठेवतात आणि पंडित गुप्तपणे आपली साधनं बाहेर काढू लागतो. एका आटोपशीर लाकडी पेटीच्या तळाशी असलेल्या चोरकप्प्यात ती लपवून ठेवली आहेत. ती तंबूतच ठेवून तो आपल्या सोबत्यांबरोबर चुलीपाशी जमतो. त्यांचं रात्रीचं जेवण म्हणजे लोण्याच्या चहात मिसळलेलं कोरडं बार्लीचं पीठ किंवा त्साम्पा. गुठळ्या गुठळ्या असलेल्या या कांजीमुळे चांगलीच भूक भागते. कळपातली एक मेंढी जरा अशक्त झाल्याचं पंडितच्या ध्यानात आलं आहे. जर ती लवकर बरी झाली नाही, तर हे लोक तिला कापतील आणि मग त्यांची अनेक दिवसांच्या मांसाची सोय होईल. लडाखमध्ये खरेदी केलेल्या मूळ कळपापैकी अखेर फक्त तीन मेंढ्या ल्हासाला पोहोचतील. बाकीच्या वाटेत खाल्ल्या जातील किंवा इतरांशी व्यापार करताना कामी येतील. काफिल्यात कुत्र्यांची एक जोडीही स्वत:हून सामील झाली आहे आणि चुलीजवळ घुटमळते आहे. त्यांना खाऊ घालायला मात्र काही अन्न शिल्लक नाही. त्यांच्या

सावध, भुकेल्या डोळ्यांमध्ये आगीच्या ज्वाळांचं प्रतिबिंब लुकलुकताना दिसतं.

लडाखी लोक रात्रीचे झोपायला गेल्यावर पंडित त्याच्याकडचा कोणादर्श बाहेर काढतो आणि चांदण्यांनी भरलेल्या आकाशाकडे नजर टाकतो. रात्रीचा गार वारा सुटला आहे. नांगराला जोडलेल्या तंबूचं कापड सळसळत आहे. चुलीत आणखी शेण घालून तो त्यावर फुंकर घालतो आणि पाण्याचं एक भांडं त्यावर उकळायला ठेवतो. जमिनीत एक उथळ खड्डा खणून त्यात चहा प्यायला वापरतात तसली एक लाकडी बशी पंडित ठेवतो. खड्ड्यामुळे तिला वारा लागत नाही. त्यानंतर तो त्याच्या पिशवीतून बरेचसे कवडीचे शंख बाहेर काढतो. त्यावरच्या मेणाच्या खपल्या खरवडतो. प्रत्येक शंखात पाऱ्याचा गुप्त साठा आहे. पंडित तो पारा बशीत ओततो. चांदणं वगळता उर्वरित उजेड म्हणजे शेणाच्या चुलीचाच अंधूक प्रकाशच काय तो आहे. या प्रवासाच्या सुरुवातीला पंडितकडे एक धारदार उजेडाचा कंदील होता. त्याचा प्रकाश चांगला लख्ख होता आणि तो वाऱ्यानं विझतही नसे; मात्र इथे येण्यापूर्वी त्यांना जी शेवटची वसाहत लागली तिथे पिसवांची लागण झालेल्या सराईमध्ये एका तिबेटी अधिकाऱ्याची नजर त्या कंदिलावर पडली. त्यानं तो विकत घ्यायचा आग्रह धरला. संशय टाळण्यासाठी नाईलाजानं पंडितला तो कंदील त्याला विकणं भाग पडलं.

मिणमिणत्या उजेडात तो सहा इंच त्रिज्येचा इलियट कोणादर्श उघडतो. मृगशीर्ष नक्षत्राच्या पट्ट्यात असलेल्या सर्वांत तेजस्वी ताऱ्याशी एप्सायलन ओरिओनिसशी कोन साधून तो, तो कोणादर्श ठेवतो. तो तारा अल्निलम म्हणूनही ओळखला जातो. कोणादर्शाच्या भिंगातून त्या ताऱ्याचा गडद निळा रंग अधिकच उठून दिसतो. लाकडी बशीतल्या पाऱ्याचा कृत्रिम क्षितिजासारखा वापर करून पंडित नोंदी करतो. आपल्याजवळच्या पॉकेटवॉचमध्ये तो वेळ बघतो, मग प्रार्थनाचक्रातल्या एका कागदाच्या तुकड्यावर तपशील लिहून घेतो. हे काम फार संथ आणि किचकट आहे, विशेषतः, अंधारात करायला; मात्र पंडितनं या ढोबळ तंत्रज्ञानावर पकड मिळवली आहे. काम झाल्यावर तो पारा पुन्हा शंखात भरतो आणि मेणानं ते परत बंद करून टाकतो.

एव्हाना पाणी तापू लागलं आहे. पंडित काळजीपूर्वक आपल्या पेटीतून एक थर्मामीटर काढतो. तो हवेचं तापमान बघतो. ते गोठणबिंदूच्या तीन अंश खाली आहे. तापलेल्या पाण्याच्या भांड्यात थर्मामीटर ठेवून तो पाणी उकळायची वाट बघतो. कोटाच्या आत थंडीनं कापत लटपटत्या ज्वाळांवर हात धरतो. अखेर अनंतकाळ वाट पाहिल्यावर पाण्याचा उत्कलन बिंदू तो १८६ अंश असा नोंदवतो आणि त्यांच्या तळाची समुद्रसपाटीपासूनची उंची मोजतो. ती असते १४,१०० फूट.

मघाशी तिन्हीसांजा झाल्या-झाल्या वाऱ्याबरोबर येणाऱ्या लांडग्यांच्या वासानं कुत्री भुंकू लागली होती. आता ती गप्प झाली आहेत. एखादा लोकरीचा गुंडा असावा तसा घोळका करून बसलेल्या मेंढ्या आणि याक जवळच स्थिरस्थावर झाले आहेत. तलावाच्या पाण्याच्या चकचकीत पार्श्वभूमीवर चांदण्यात स्तूपांच्या रेखाकृती उठून दिसत आहेत. तंबूत परतण्यापूर्वी काही क्षण थांबून पंडित आकाशाकडे निरखून बघतो. तिथे मिठाच्या खड्यांसारखं चांदणं विखुरलं आहे. तो कान देतो; पण तंबूला आधार देणाऱ्या दोऱ्यांचा वाऱ्यानं कंप पावल्यानं येणारा आवाज सोडून त्याला आणखी काहीच ऐकू येत नाही. आपसूक पंडित आपला मोहरा दक्षिणेकडे वळवतो. पठाराच्या कडेपलीकडे हिमालय अंधारात बुडून गेला आहे. भावनेचा एक आवेग आपल्याला मागे खेचत असल्याचा भास त्याला होतो. एक उत्स्फूर्त प्रतिक्षिप्त जाणीव त्याला घरी बोलावू लागते.

इथून आग्नेयेला थेट सरळ रेषेत शंभर मैलांपेक्षाही कमी अंतरावर पंडितचं जन्मगाव आहे; मात्र मध्ये हिमालय वाट अडवून उभा असल्याने प्रत्यक्ष प्रवास करायचा तर बराच वेळ लागेल. मनातल्या मनात पंचचौलीची दिमाखदार आकृती त्याला रेखाटता येते. लहानपणी रोज सकाळी मुन्सियारीवरून दिसणारी पाच हिमाच्छादित शिखरांची ती रेषा. घराच्या ओढीच्या आणि जुन्या आठवणींच्या व्याकूळ करणाऱ्या लाटांमध्ये त्या दृश्याची स्मृती त्याला चिंब करून जाते. ठरल्या ठिकाणी जायच्या ऐवजी कुमाऊंला जायची अनावर ऊर्मी दाटूनही आपण ल्हासाकडेच वाटचाल करायला हवी हे पंडित जाणून आहे. तिथून तो त्सांग पोच्या प्रवाहाबरोबर पूर्व तिबेटमध्ये जाणार आहे आणि मग तवांगला पुन्हा हिमालय ओलांडणार आहे. सबंध प्रवासाला जवळपास एक वर्ष लागेल. लेहवरून ल्हासाला जाणाऱ्या उत्तरेकडच्या मार्गाचं सर्वेक्षण करणं हे त्याला नेमून दिलेलं काम आहे. हा मार्ग अक्साई चीनच्या अति उंचावरच्या वाळवंटातून आणि चांग थांगच्या उत्तरेकडच्या उंचावरच्या मैदानी प्रदेशापासून दक्षिण पठाराला वेगळं करणाऱ्या तलावांच्या प्रदेशावरून जातो. हा प्रदेश म्हणजे 'नकाशावरचा सर्वांत विस्तीर्ण रिकामा प्रदेश' आहे. डोलणाऱ्या गवताळ प्रदेशांचा आणि गोठलेल्या दलदलीचा एक विस्तृत पट्टा.

थंडीनं काकडत पंडित आगीच्या उरल्यासुरल्या धुगधुगीसमोर अंगाचं मुटकुळं करून बसतो आणि पुन्हा एकदा आपलं पॉकेटवॉच बघतो - दुपारचे ४.३०. त्याचं घड्याळ ग्रीनविच मध्य सौरकाल (मीन टाइम) दाखवत आहे. इथे तिबेटमध्ये वेळ कसा जातो त्याची काही गणतीच नाही. तंबूत परतल्यावर गोठलेल्या बोटांनी तो घड्याळ परत फिरवतो. पायातले बूट काढून टाकून ब्लँकेट आणि गोधडी पांघरून घेताना त्याला वय झाल्याची जाणीव होते. दीर्घ पल्ल्याच्या प्रवासातले

कष्ट त्याच्या शरीरानं सोसले असले तरी त्याचे सांधे आता दुखू लागले आहेत. पूर्वीपेक्षा थंडीचाही त्रास अधिक तीव्रतेनं होऊ लागला आहे. त्याच्या शय्येखालची जमीन कठीण आणि कडक आहे. आजकाल झोप यायला वेळ लागतो. अंधारात पडल्या पडल्या त्याचे विचार इतर प्रवासांकडे, यापूर्वीच्या तिबेट मोहिमांकडे धावू लागतात. गुप्तपणे करायच्या त्याच्या पहिल्या सर्वेक्षणावेळी त्याला मिलामच्या वरच्या बाजूला असलेला किंगरी बिंगरी पास ओलांडायचा होता; पण तो बर्फानं आणि हिमवर्षावानं पूर्ण झाकून गेला होता. त्यानंतर तो वाट काढत नेपाळला गेला आणि अखेर किरोंगला त्यानं हिमालय ओलांडला. तिथून तो शिंगत्सेला पोहोचला आणि तिथून ल्हासाला गेला. मग उलटा परत फिरून कैलास पर्वताला पोहोचला, तेव्हा तो नुकता वयाच्या तिशीत होता. अंगात पुष्कळ धमक होती आणि बेदरकार साहसी वृत्ती होती. त्या प्रवासात त्यानं एका नेपाळी व्यापाऱ्याचं सोंग घेतलं होतं. त्यानं आपल्या वहीत लिहिल्याप्रमाणे, 'ठिकठिकाणच्या वस्त्यांवरचे लोक मला तू कोण आहेस असं विचारत. मी नेहमी सांगायचो, मी एक बिसाहारी व्यापारी आहे. या भागात मला खुमू म्हणतात. पती नुबरी आणि मुक्तिनाथला मी निरबिसीच्या भरपूर मुळ्या खरेदी केल्या आहेत. त्या मी दुसऱ्या मार्गानं मानसरोवराला पाठवून दिल्या आहेत आणि आता इथे फक्त पूजा करायला आलो आहे.'

भोटिया वंशाचा असल्यामुळे सहसा पंडित तिबेटीच वाटत असे. तो तिबेटी भाषा आणि त्याचबरोबर हिंदुस्तानी, उर्दू आणि नेपाळीदेखील अस्खलित बोलत असे. तसंच त्याला थोडंफार इंग्रजीही बोलता येत असे. माणसांशी त्याची सहज दोस्ती होई. मग ते काळवीट आणि कियांगची शिकार करणारे पूर्व तिबेटमधले सशस्त्र खांपा असोत किंवा यारखंड आणि खोतानमधले मुसलमान व्यापारी असोत. स्थानिक प्रशासक किंवा चौकस मठाधिपती, महसूल अधिकारी आणि शिपायांनी चौकश्या केल्या तर तो पटेल असं खोटं बोलत असे. काल्पनिक मूळ गावं आणि प्रवासाचे मार्ग घेऊन त्यातून कहाण्या रचत असे. एकोणिसाव्या शतकाच्या शेवटी सर्व्हे ऑफ इंडियाने इतर बरेच गुप्तहेर नेमले होते. त्यात पंडितच्या भावाचा आणि चुलतभावाचा, तसंच 'मुन्शी' नाव घेतलेल्या अब्दुल हमीदचाही समावेश होता. पंडितच्या बरोबरीनं देहराडूनला प्रशिक्षण देण्यात आलेला मिर्झा शुजादेखील त्यात होता. तो नंतर सबंध हिंदूकुश आणि काराकोरम फिरला. दरम्यान, इकडे दार्जिलिंगमध्ये शरतचंद्र दास (बाबू नावाने ओळखले जाणारे) हे एक बंगाली शाळामास्तर होते. ते दोनदा ल्हासाला जाऊन आले. १८७० साली त्यांनी गुप्तहेरांची एक फळी नेमून त्यांना प्रशिक्षण दिलं होतं. त्यात किंथुप नावाच्या एका लेपचा जातीच्या माणसाचा समावेश होता. त्सांग पो म्हणजेच ब्रह्मपुत्रा हे शोधणाऱ्या सुरुवातीच्या काही लोकांपैकी तो एक होता. त्यासाठी त्यानं विशिष्ट खुणा केलेले लाकडी

ओंडके नदीच्या प्रवाहात सोडले होते. नंतर मात्र त्यानं लावलेल्या शोधाची खात्री पटण्याअगोदरच तिबेटी लोकांनी त्याला पकडून गुलाम केलं.

यातल्या प्रत्येक माणसानं एका मोठ्या खेळासाठी आपल्या जीवाची बाजी लावली. आपली सत्ता आणि आपला प्रभाव टिकावा म्हणून जगाच्या छाताडावर उभं राहून एकमेकांशी स्पर्धा करणाऱ्या ब्रिटिश आणि रशियन साम्राज्यांमधला तो एक व्यर्थ, वेडसर खेळ होता. पंडित मात्र इतरांप्रमाणे नुसताच गुप्तहेर नव्हता तर एक उत्तम दर्जाचा भूगोलवेत्ता होता. जिथे यापूर्वी फार कमी लोक जाऊन आले होते तिथे त्यानं प्रवास केला. वाटेतली ठिकाणं आणि माणसं समजून घ्यायचा प्रयत्न केला. निषिद्ध असणाऱ्या सीमारेषा ओलांडणारा गुप्तचर म्हणून त्याची नेमणूक झाली असली तरी पंडितने सर्वसामान्य हेरगिरीच्या पलीकडे जाऊन अनेक गोष्टींचा मागोवा घेतला, हिमालयाची आणि त्या पलीकडची रहस्यं उलगडू बघितली. तो ब्रिटिशांशी पक्का एकनिष्ठ होता आणि ब्रिटिशांनीही त्याच्या सेवेच्या मोबदल्यात त्याला भरपूर निवृत्तिवेतन आणि जहागिरी दिल्या; मात्र त्याची उद्देश्यं त्याच्या सोबत्यांसारखीच सतत बदलत राहत. वाटेत जे काही सापडेल त्याबद्दल त्याला अमाप कुतूहल होतं. आपल्या ज्ञानाच्या कक्षा तो रुंदावत राहत असे.

'आशिया के पीठ पर' या पुस्तकात शेखर पाठक आणि उमा भट्ट यांनी पंडितचं अधिकृत चरित्र एकत्र गुंफलं आहे आणि त्याच्या शोधमोहिमांविषयीचे रॉयल जिओग्राफिकल सोसायटीचे अहवाल पुनर्प्रकाशित केले आहेत. यात पंडितच्या नोंदवह्यांमधले काही भाग आहेत. त्यात भरपूर वर्णनात्मक उतारे सापडतात आणि त्यावरून पंडित किती चाणाक्ष निरीक्षक आणि उत्कृष्ट कथाकार होता ते आपल्याला दिसून येतं. अंतरं आणि समुद्रसपाटीपासूनची उंची याव्यतिरिक्त तो आपल्या बरोबरच्या प्रवाशांच्या सवयी आणि त्यांचं एकंदर रंगरूप यावर टिप्पणी करतो. उदाहरणार्थ, वाटेत भेटलेल्या ल्हासाच्या अधिकृत संदेशवाहकांविषयी तो लिहितो :

> .. ही माणसं कायम निस्तेज आणि थकलेली वाटत. त्यांना सतत एवढं अंतर दौडत जावं लागतं आणि रात्री काय किंवा दिवसा काय, वाटेत अजिबात थांबता येत नाही. जेवणासाठी आणि घोडे बदलण्यासाठीचा काय तो अपवाद. तसंच त्यांनी अंगावरचे कपडे कधीही काढू नयेत म्हणून त्यांच्या अंगरख्याचा छातीवरचा पट्टा सीलबंद केलेला असतो. ज्या अधिकाऱ्यासाठी संदेश आहे तो अधिकारी वगळता इतर कोणालाही ते सील तोडायची परवानगी नसते. ... ८०० मैल दौडत आलेल्या कित्येक निरोप्यांना मी बघितलं आहे. त्यांचे चेहेरे फुटलेले असत, डोळे लालसर झालेले, खोल गेलेले असत आणि शरीरं उवांनी भरलेली

असत. त्याचं कारण - अंगावरचे कपडे उतरवायची परवानगी नाही असं ते सांगत.

पंडित हवामानाविषयीही बोलतो :

ल्हासा, शिंगत्झे आणि ल्हासा प्रदेशात इतरत्र राहताना मला कधी वीज चमकताना पाहिल्याचं किंवा विजेचा कडकडाट ऐकू आल्याचं आठवत नाही. चौकशी केल्यावर मला कळलं की, हिवाळ्यात यापैकी काहीच होत नाही; पण पावसाळ्यात मात्र थोड्याफार विजा चमकतात.

इथे राहणारे लोक बर्फाला दुष्ट समजतात आणि थंडीत हिमवर्षाव कमी झाला की त्याला त्यांच्या मुख्य धर्मगुरूंचा आणि लामांचा चांगुलपणा कारणीभूत आहे असं समजतात. एक फुटाहून जास्त बर्फ पडला तर तो अपशकुन मानतात, देवांचा कोप झाला आहे असं समजतात आणि त्यांना शांत करण्यासाठी धर्मगुरूंवर पुष्कळ पैसे खर्च करतात. बर्फाला ते 'खा' असं म्हणतात. 'खा' या शब्दावरून ते नाव पडलं आहे आणि त्याचा अर्थ आहे 'काहीही नाही.'

हे सर्व हिंदुस्तानी भाषेत देवनागरी लिपी वापरून लिहिलेलं आहे. हस्ताक्षर सहज वाचता येण्याजोगं असून, लिखाण चोखंदळपणे केलं असल्याचं जाणवतं. त्यातून नेमकं निरीक्षण करण्याप्रति आणि नि:संदिग्ध तपशील पुरवण्याप्रति समर्पण दिसून येतं. मॉन्टगोमरी आणि सर्व्हे ऑफ इंडियाच्या इतर अधिकाऱ्यांनी या नोंदवह्यांची भाषांतरं केली. वाटेत भेटलेल्या लोकांच्या मिथककथा, लोककथा आणि रीतीरिवाज नोंदवताना पंडित तिबेटी लोकांच्या अंत्यविधी संस्कारांचं आणि खाणीतून सोनं काढण्याच्या पद्धतींचं वर्णन करतो. तसंच, तो कित्येक धोकादायक गाठीभेटींविषयीही लिहितो.

यामडोकचो तलावाच्या काठानं जात असताना आमची गाठ दरोडेखोरांच्या एका टोळीशी पडली. त्यातल्या एकानं माझ्या घोड्याचा लगाम पकडला आणि मला खाली उतरायला सांगितलं. घाबरून मी माझा घोडा त्याच्या ताब्यात देण्याच्या बेतात होतो, तेवढ्यात माझ्या सोबतीला असलेल्या मुहम्मेदननं त्याच्याकडचा चाबूक उगारला. ते बघून त्या दरोडेखोरानं एक लांब तलवार काढली आणि तो मुहम्मेदनकडे धावला. त्या अनुकूल क्षणाचा फायदा घेऊन मी माझा घोडा पुढे दामटला. दरोडेखोरांना

> आम्हाला पकडता न आल्यामुळे त्यांनी गोळीबार चालू केला; पण त्याचा काही उपयोग झाला नाही. आम्ही देमालुंग गावात सुखरूप येऊन पोहोचलो.

ल्हासाला पोहोचल्यावर आधीच्या प्रवासात भेटलेल्या एका प्रांताधिकाऱ्याची पंडितला ओळख पटली आणि पकडले जायच्या आत त्यानं स्वत:ची ओळख लपवायची व्यवस्था केली.

> एव्हाना एक दिवस ल्हासाच्या रस्त्यावर किरोंग जोंगपोनला बघून मी चांगलाच सावध झालो होतो. तसंच, इकडच्या भागात दगाबाजीला कशी ताबडतोब शिक्षा दिली जाते ते बघून मी अधिकच सतर्क झालो होतो. सारा आणि देबांग विहाराच्या धर्मगुरूंमध्ये भांडणं लावून राजद्रोही कृत्य करणाऱ्या चिनी माणसाला दिलेली शिक्षा मी बघितली होती. त्याला सर्व जनतेसमोर आणण्यात आलं (त्याला ठार करण्याची पेकिनने आज्ञा दिल्यावर) आणि जराही न डगमगता त्याचा शिरच्छेद करण्यात आला. तेव्हा सावध होऊन मी माझी राहण्याची जागा बदलली आणि पुन्हा क्वचितच सार्वजनिक ठिकाणी दिसलो.

पंडितच्या नोंदवह्यांमधल्या असंख्य पानांमधून त्याचं चारित्र्य आणि व्यक्तिमत्त्व त्याच्याच शब्दांतून समोर येतं. त्या जोडीला त्यानं पालथ्या घातलेल्या भूप्रदेशांची वर्णनंही येतात. त्याची स्वत:ची कथा आणि उंच हिमालयातल्या कथा एकात एक गुंतत जातात. जणू काही ते भौगोलिक तपशील त्याच्या स्वत:च्या चरित्राचाच एक भाग असावेत. तो त्या कथनाचा विषयही आहे आणि तोच निवेदकही आहे. त्यानं पालथ्या घातलेल्या पहाडांचं दुसरं नाव म्हणजे पंडित आहे.

आपला हा शेवटचा प्रवास असेल हे आत्ता अंधारानं वेढलेल्या तंबूत पडून राहिलेल्या पंडितला ठाऊक आहे. यातून तो जगला-वाचला तर त्याचे ब्रिटिश मालक त्याला सन्मानानं निवृत्त होऊ देतील. त्याला या अनामिक सेवेतून मुक्त करत ते त्याचं नाव आणि त्याची ओळख त्याला परत देतील.

पंडित नैन सिंग रावत हा अमर सिंग रावत यांचा मुलगा. त्याचा जन्म १८३० साली जोहार-भट्टकुरा इथे ईशान्य कुमाऊंच्या एका दुर्गम कोपऱ्यात झाला. त्याचे आई-वडील जोहार खोऱ्यातले धनगर आणि व्यापारी होते. लहानपणी नैन सिंगला औपचारिक शिक्षण मिळालं नाही; कारण त्या भागात शाळाच नव्हती. मात्र तो आपापलाच लिहाय-वाचायला शिकला. नंतर तो शिक्षक आणि अखेर

मुख्याध्यापक झाला. सन १८६३ ते १८७७ या काळात तो सर्व्हे ऑफ इंडियाच्या नोकरीत होता. त्यानं केलेल्या प्रवासांच्या आणि सर्वेक्षणांच्या सन्मानार्थ त्याला आश्रयदाता पदक (पेट्रन्स मेडल) मिळालं. लंडनमधल्या रॉयल जिओग्राफिकल सोसायटीकडून देण्यात येणारा तो सर्वोच्च सन्मान आहे. त्यांनी त्याला सोन्याचा एक कालमापक (क्रोनोमीटर) देखील दिला. राणी व्हिक्टोरियाने त्याला भारतातील साम्राज्याचा मित्र (ऑर्डर ऑफ कम्पॅनियन ऑफ द इंडियन एम्पायर) अशी पदवी बहाल केली आणि द सोसायटी ऑफ जिओग्राफर्स ऑफ पॅरिसनेदेखील त्याचा सन्मान केला. नैनसिंगची शेवटी ट्रान्स-हिमालय मोहीम १७ फेब्रुवारी, १८७५ ला संपली. आसाममधल्या उदलगुडीजवळ त्यानं ब्रिटिश हद्दीत पुन्हा प्रवेश केला तेव्हा त्यानं सबंध तिबेटभर १,३१९ मैल पायपीट केली होती.

४०

# एक्रेस्ट हाउस

गवतानं आच्छादलेल्या एका सोंडेच्या टोकावर ते अवशेष विखुरले आहेत. शेळ्या-मेंढ्या आणि गुरांनी ते गवत पार मुळापर्यंत खाऊन टाकलं आहे. थंड हवेच्या ठिकाणी असलेल्या कित्येक दुर्लक्षित बंगल्यांप्रमाणे ही पडझड झालेली वास्तूदेखील पंचमहाभूतांना शरण गेली आहे. सुमारे दीड शतकाहून अधिक काळ मॉन्सूनच्या वादळांना तोंड दिल्यानंतर आता ती कोसळली आहे. प्रवाळ आणि कालवांच्या जीवाश्मीभूत अवशेषांपासून तयार झालेले कडे आणि सुळके या अधिक जुन्या रचना तिच्या दोन्ही बाजूंना आहेतच. त्यांच्याप्रमाणेच वास्तूच्याही दगडी भिंती आणि चुनखडकाचा गिलावा खरवडून निघाला आहे. इमारतीचे वासे आणि तुळया आता सरपणासाठी आणि इमारती बांधण्यासाठी वापरल्या आहेत. दारं-खिडक्यांच्या चौकटीदेखील गायब आहेत. एखाद्या राक्षसी समुद्री प्राण्याच्या सांगाड्याप्रमाणे त्या इमारतीची निव्वळ उघडी हाडं शिल्लक आहेत. पोकळ भोकं आणि भेगांनी ती भरून गेली आहेत. प्राचीन लाटांप्रमाणे वारा आणि धुकं अगदी सहज त्यातून ये-जा करत आहे.

भिंतींवर डझनभर नावं लिहिलेली दिसत आहेत : निशा, मोहन, रेणू, ललित, वासिम. रंग उडालेल्या सफेदीवर प्रेमिकांनी आणि एकेकट्या माणसांनी आपापली निशाणी मागे सोडली आहे. त्यासाठी धनगरांनी आणि पिकनिकसाठी आलेल्या लोकांनी मागे सोडलेल्या, विझलेल्या शेकोटीतले कोळसे काहींनी वापरले आहेत,

तर इतरांनी फेल्टपेन वापरलं आहे किंवा चक्क भिंतीचा गिलावा खरवडून आपली नावं लिहिली आहेत. प्रत्येक पृष्ठभागावर हे असलं लिखाण आहे. त्यात बहुतेक करून नावं किंवा मग नावाची आद्याक्षरं आहेत. क्वचित इथे भेट दिल्याची तारीख आहे. मुन्ना. बॉबी. टिंकू अशी टोपणनावं वाचून केवळ हा माणूस कोण असेल अशी कल्पना करता येते. अमुक माणूस इथे येऊन गेला असल्या क्षणिक दाव्यापलीकडे या असल्या सह्यांमधून नक्की काय हेतू साध्य होतो? असं असलं तरी अशी शेकडो नावं या ओसाड घराला चक्क शोभून दिसतात; कारण पार्क इस्टेटच्या या घरात एकेकाळी सर जॉर्ज एव्हरेस्ट राहत होते. खुद्द या माणसाचं नाव हिमालयातल्या सर्वांत उंच शिखरावर कोरलं गेलं आहे.

सन १८३० ते १८४३ या काळात एव्हरेस्ट भारताचे सर्व्हे जनरल होते. वयाच्या सोळाव्या वर्षी त्यांनी ईस्ट इंडिया कंपनीबरोबर आपल्या करिअरची सुरुवात केली आणि लवकरच १८०२ साली विल्यम लॅम्बटन यांनी सुरू केलेल्या ग्रेट ट्रिगॉनॉमेट्रिकल सर्व्हेमध्ये ते रुजू झाले. सन १८२३ मध्ये लॅम्बटन मरण पावल्यावर एव्हरेस्ट यांनी अधीक्षक पदाची सूत्रं हाती घेतली आणि महाकमानीच्या (ग्रेट आर्क) मोजणीला आणि तिचा नकाशा तयार करायला सुरुवात केली. केप कोमोरीनपासून ते हिमालयाच्या पायथ्याशी असलेल्या टेकड्यांपर्यंत भारताच्या मेरूदंडावर ही कमान एखाद्या त्रिकोणाकृती मणक्यासारखी पसरली आहे. सन १८३३ ते १८४३च्या दरम्यान जॉर्ज एव्हरेस्ट मसूरीला पार्क इस्टेट इथे राहिले. हाथी पाँव (हत्तीचा पाय) या नावानं ओळखला जाणारा एव्हरेस्ट हाउसच्या आजूबाजूचा भाग म्हणजे मुख्य गावाच्या पश्चिमेला असलेला वनाच्छादित प्रदेश आहे. त्याच्याशेजारीच 'बीबीघर' नावाची एक इमारत बांधून एव्हरेस्टने आपली 'स्थानिक अंगवस्त्रं' तिथे ठेवली होती अशा अफवा आणि लोककथा आहेत; मात्र ही कहाणी तशी खरी नसावी; कारण सर्व्हेअर जनरल यांनी जागेपणीचा सर्व काळ एकतर विकोणमापी (थिओडोलाइट) घेऊन कामं करण्यात, नाहीतर मलेरिया किंवा तत्सम आजारानं अंथरूण धरण्यातच घालवलेला दिसतो. घराच्या परसदारी मूळ बेंचमार्क दाखवणारी एक शिला आहे. त्यावर दारूहळदीचं (बारबेरी) झुडूप उगवलं आहे. वायव्येकडे पाच किलोमीटरवर, जवळच्या बेनोग तिब्बा शिखराखाली एव्हरेस्टनं बांधलेल्या, गढवालच्या हिमाच्छादित शिखरांकडे तोंड करून उभ्या असलेल्या वेधशाळेचे अवशेष आहेत.

आपल्या करिअरच्या अखेरीस एव्हरेस्टला त्याचं ऑफिस आणि घर ३० किलोमीटर खाली देहराडूनला हलवावं लागलं. आजही सर्व्हे ऑफ इंडियाचं मुख्यालय तिथेच आहे. जॉन केच्या द ग्रेट आर्कमध्ये ब्रिटिश सर्वेक्षकांच्या मोहिमांविषयी माहिती दिली आहे, तसंच, एक तरुण लेफ्टनंट म्हणून एव्हरेस्ट त्या सर्व्हेत कसा सामील झाला तेही सांगितलं आहे. त्याला आपल्या कर्तव्याविषयी प्रचंड

आस्था होती; पण माणूस म्हणून तो तसा त्रासदायक होता. अगदी लहान वयातसुद्धा पायारेषेच्या नेमक्या लांबीपासून ते स्वत:च्या नावाच्या उच्चारापर्यंत प्रत्येक गोष्टीत तो काटेकोर आणि चोखंदळ होता. के सांगतो त्यानुसार त्याच्या आडनावाचा उच्चार 'एव्हरेस्ट' असा नसून 'इव्ह-रेस्ट' असा होता. जॉर्ज एव्हरेस्ट तपशिलांविषयी अतिशय हेकेखोर होता आणि अनौपचारिक वर्तनासाठी त्याच्याकडे अजिबात वेळ नसे. बरोबरच्या एका अधिकाऱ्यानं एकदा सहज त्याचा उल्लेख 'कंपासवाला' असा केला. सर्वेक्षकासाठीचा तो अँग्लो-इंडियन बोलीभाषेतला शब्द होता. ते ऐकून एव्हरेस्ट खूप चिडला आणि त्यानं माफीचा आग्रह धरला.

डून शाळेचा माजी मुख्याध्यापक आणि गिर्यारोहक जॉन मार्टिन यानं एव्हरेस्टच्या करिअरचा एक संक्षिप्त वृत्तान्त हिमालयन जर्नलसाठी लिहिला. त्यात त्यानं हेन्री लॉरेन्सचे एव्हरेस्टविषयीचे उद्गार उद्धृत केले आहेत. 'विज्ञानाच्या इतिहासातलं सर्वाधिक विस्मयकारक काम त्यानं पूर्ण केलं.. इतर सर्व मोजमापांना लांबीच्या आणि तितकंच अचूकतेच्याही बाबतीत मागे टाकणारं काम त्यानं केलं.' त्याच्या लहरी स्वभावाची मार्टिन दखल घेत असला तरी त्याच्याविषयी तो एक सहानुभूतिपूर्ण चित्र उभं करतो. भारतातला बहुतेक सर्व काळ तो भयंकर आजारी होता आणि एकदा तर हजाराहून जास्त जळवा चावल्याने 'बेशुद्ध होईपर्यंत रक्तपात' झाल्याची तक्रार त्यानं केली होती. त्या काळातला तो एकदम लोकप्रिय उपचार होता. तरीही, क्वचित कधीतरी एव्हरेस्टला आपल्या व्याधींचा आणि चिडचिडीचा विसर पडत असे. सर्वेक्षण करत असलेल्या टेकड्या आणि दऱ्याखोऱ्यांबद्दल तो काव्यात्मक वर्णनं करत असे : 'हाथीपाँव गावातल्या माझ्या ऑफिसातून खाली पाहिलं की देहराची सुरेख दरी दिसते. जणू कसल्यातरी जादूनं तिथली मशागत केलेली पिकं वाढताना बघणं हे एक सुरेख आणि रोचक दृश्य असे. १ ऑक्टोबर, १८४३ रोजी जेव्हा मी हाथीपाँव सोडलं तेव्हा तिथे शेतं आणि फळबागा भरभरून वाढल्या होत्या. सुदैवानं तोपर्यंत माझी पायारेषा अगोदरच मोजून झाली होती.'

लेखक, भटका साधू म्हणता येईल असा, मसूरीला स्थायिक झालेला बिल ऐटकेन मात्र एव्हरेस्ट या माणसाविषयी बोलताना फारशी दयामाया दाखवत नाही. 'त्याच्या कामाबद्दल तो खूप मोठ्या स्तुतीस पात्र आहे, हा मुद्दा वादातीत; पण एक माणूस म्हणून त्याच्या कमतरता इतक्या डोळ्यांवर येणाऱ्या होत्या की, सर्वोच्च शिखराला त्याचं नाव देण्याऐवजी लोकांच्या मनावर त्यानं जो वाईट ठसा उमटवला असेल त्याबद्दल निंदा करण्यासाठी त्याच्या नावाचं स्मरण व्हायला हवं.'

सन २०१३मध्ये ऑक्टोबर महिन्यात मसूरी पहाडी लेखक उत्सवाच्या दरम्यान मला एव्हरेस्ट हाउसला भेट देण्याची संधी मिळाली. माझ्या सोबतीला इतिहासतज्ज्ञ

आणि पंडित नैन सिंग रावतच्या चरित्राचे लेखक शेखर पाठक होते. त्याखेरीज आमच्याबरोबर लव्हराज सिंग धरमशक्तू हे कुमाऊंचे गिर्यारोहक होते. त्यांनी सात वेळा एव्हरेस्ट सर केलं आहे. तसा मी अनेकवेळा पार्क इस्टेटला गेलो असलो तरी हिमालयातल्या दोन समकालीन शोधप्रवाशांच्या नजरेतून वसाहतवादी काळाचे अवशेष बघणं हे विशेष साक्षात्कारी होतं. त्यांच्यापैकी एकानं सबंध शैक्षणिक कारकिर्दीत पर्वतांवर संशोधन आणि लेखन केलं आहे, तर दुसऱ्यानं विविध मार्गांनी पृथ्वीवरच्या सर्वोच्च शिखरावर चढाई केली आहे.

शेखरला ताबडतोब त्या ठिकाणाचं महत्त्व लक्षात आलं. तिकडे बोट दाखवत तो म्हणाला : 'या वास्तूची डागडुजी आणि नूतनीकरण करायला हवं. जगात इतरत्र कुठेही हे ऐतिहासिक स्मारक झालं असतं. इथे पर्यटकांची गर्दी लोटली असती. तेही केवळ जॉर्ज एव्हरेस्टमुळे नव्हे तर सर्व्हे ऑफ इंडियाचं वारसास्थळ म्हणून.'

द ग्रेट आर्क हा पूर्णत: वसाहतवादी दृष्टीकोनातून उभारलेला प्रकल्प होता आणि त्यात उपखंडाची लांबी-रुंदी मोजण्यासाठी बळजबरीने मजूर लावण्यासारख्या मुस्कटदाबी करणाऱ्या पुष्कळ योजना राबवल्या गेल्या, हे शेखर मान्य करतो. असं असलं तरी त्याचं म्हणणं असं, 'शेवटी द सर्व्हे ऑफ इंडियानं एकंदर मानवी ज्ञानसागरात आणि भूगोलासंबंधीच्या आपल्या समजुतींमध्ये भर घातली. १७६७ साली प्लासीच्या लढाईनंतर दहाच वर्षांत त्याची सुरुवात झाली.' प्लासीच्या लढाईत ब्रिटिश ईस्ट इंडिया कंपनीच्या सैन्यानं बंगालच्या नवाबाचा आणि त्याच्या फ्रेंच सहयोग्यांचा पराभव केला आणि भारतातल्या वसाहतवादी शक्तींमध्ये प्रमुख स्थान मिळवलं. आपल्या भावी मुलखाचे नकाशे तयार करणं, हा ब्रिटिश राजच्या महत्त्वाच्या प्रकल्पांपैकी एक होता. हे बघितलं की वैज्ञानिक शोधप्रवास आणि नकाशाशास्त्र या ब्रिटिश साम्राज्यामागच्या महत्त्वाच्या प्रेरणा कशा होत्या, ते लक्षात येईल.

शेखर पाठक हा एक उंच, सडपातळ शरीरयष्टीचा माणूस असून, भरपूर हातवारे करत बोलतो. बोलताना त्याच्याकडचा माहितीचा अमाप साठा तो खुला करत असतो. त्यानं पीपल्स असोसिएशन फॉर हिमालय एरिया रिसर्च (PAHAR-पहार) नावाची संस्था स्थापन केली आहे. संस्थेच्या संक्षिप्त नावाचा हिंदीतला अर्थ पर्वत असा आहे. सुरुवातीच्या काळातलं त्याचं काही संशोधन कुली-बिगार चळवळीवर होतं. विसाव्या शतकातच्या सुरुवातीच्या काळात काही कार्यकर्त्यांनी पहाडी भागात होणाऱ्या मजुरीच्या सक्तीविरोधात अहिंसक आंदोलन केलं होतं. कुमाऊंमधल्या गावातल्या पुरुषांवर ब्रिटिश अधिकाऱ्यांसाठी विनामोबदला हमाली करण्याची सक्ती केली जाई. गेली चार दशकं दर दहा वर्षांनी शेखर उत्तराखंड राज्यात असकोटपासून

अराकोटपर्यंत पदयात्रा काढतो आणि ग्रामीण समाजांच्या अवस्थेचा आणि त्यांच्या प्रश्नांचा आढावा घेतो. विशेषतः, पर्यावरणाशी संबंधित अडचणी जाणून घेत तो हिमालयाच्या वारशाबद्दल जागृती निर्माण करतो. सन २००७ मध्ये शेखरला पद्मश्री पुरस्कार मिळाला. सन २०१५मध्ये हिमालयातल्या साधनसंपत्तीच्या 'लूटमारीचा', तसंच, लेखक व विचारवंतांवर होणाऱ्या हल्ल्यांविषयी सरकारच्या तटस्थ भूमिकेचा निषेध म्हणून त्यानं आपला पुरस्कार परत केला. तो कुमाऊं विद्यापीठात प्राध्यापक आणि नेहरू शिष्यवृत्तीधारक असल्याने विल्यम मूरक्रॉफ्टसारख्या सुरुवातीच्या काळातल्या हिमालयीन शोधप्रवाशांचा त्यानं अभ्यास केला आहे. विल्यम मूरक्रॉफ्टच्या तिबेटमधल्या प्रवासाचा त्यानं मागोवा घेतला आणि पंडितच्या पायवाटेवरूनदेखील तो चालत गेला.

'पँगॉन्ग सरोवराच्या पूर्वेकडून कैलास पर्वताच्या पलीकडे असलेल्या पर्वतरांगांपर्यंतचा पट्टा 'नैन सिंग रांगा' म्हणून ओळखला जात असे आणि सन १९६१ पर्यंत त्याचं नाव नकाशावर दिसत होतं,' शेखर मला सांगतो. 'त्यानंतर ते नाव काढून टाकण्यात आलं कारण इंटरनॅशनल जिओग्राफर्स युनियनला (आंतरराष्ट्रीय भूगोलतज्ज्ञ संघटना) असं वाटलं की, पर्वतांना एखाद्या माणसाचं नाव देऊ नये.'

असं असलं तरी एव्हरेस्टचं नाव तसंच राहिलं आहे. 'ते बदलून कधी चोमोलुंगमा होईल का?' असं मी शेखरला विचारल्यावर क्षणभर तो चाचरतो आणि मग विचार करत म्हणतो, 'बहुधा नाही होणार; पण एकाहून जास्त नावं असण्यात गैर काय आहे, नाही का? ते अधिक लोकशाहीला धरून होईल. आम्ही नेपाळीत त्याला सागरमाथा असंही म्हणतो.'

लवराज सिंग धर्मशक्तूची एकंदर अंगयष्टी आणि पवित्रा बघून तो गिर्यारोहक असल्याचं सहज लक्षात येतं. अडचणीच्या आणि धोकादायक ठिकाणी जाऊन आलेल्या माणसांत असतो तसा शांत आत्मविश्वास त्याच्यात जाणवतो. आमच्या गप्पा ऐकल्यावर एव्हरेस्ट हाउसचं एक वारसास्थळ म्हणून पुनरुज्जीवन करण्यात यावं, हे तो मान्य करतो. 'जेणेकरून त्या पर्वताशी ज्याचं नाव जोडलं गेलं आहे त्या माणसाची माहिती भावी पिढ्यांना होईल.'

मुन्सियारीजवळच्या बोना गावात लहानाचा मोठा होताना 'आठवीत जाईपर्यंत मी एव्हरेस्टविषयी ऐकलं नव्हतं,' असं तो सांगतो. 'तेव्हा बचेन्द्री पाल ही त्या शिखरावर जाणारी पहिली स्त्री ठरली. त्यानंतर बऱ्याच काळानं मला समजलं की, या पर्वताचं नाव एका इंग्रज माणसावरून ठेवलं आहे.'

पार्क इस्टेटला असलेल्या अवशेषांभोवती पसरलेल्या कचऱ्याकडे आणि त्या जुन्या वास्तूवर ओरखडे उठवणाऱ्या विध्वंसक कृत्यांकडे बोट दाखवत लवराज मान हलवत म्हणतो, 'हे बघा ही घाण. एव्हरेस्टवर पसरलेल्या कचऱ्यासारखीच

ही घाणही स्वच्छ करायला हवी आहे.'

सन २०१२मध्ये लवराज एव्हरेस्टवर चढाई करणाऱ्या एका आंतरराष्ट्रीय 'पर्यावरण मोहिमेत' सहभागी झाला होता. पर्वतावरचा कचरा हटवणं हा त्या मोहिमेचा उद्देश होता.

नंतर २०१७ साली त्यानं तेल आणि नैसर्गिक वायू महामंडळाच्या (ओएनजीसी) एव्हरेस्ट मोहिमेचं नेतृत्व केलं. 'खुंबू धबधब्याच्या वरच्या बाजूला, कॅम्प २ वर उंचावरच्या वातावरणाशी जुळवून घेत असताना आम्ही दीड हजार किलो कचरा गोळा केला आणि तो काठमांडूला नेण्यासाठी हेलिकॉप्टर्स भाड्यानं घेतली.' पर्वतावर मागे सोडलेल्या कचऱ्याची जबाबदारी गिर्यारोहकांनी घ्यायला हवी, असं त्याला वाटतं. एशियन ट्रेकिंगच्या दावा स्टीव्हन शेर्पाबरोबर काम करणारा लवराज पर्वताचं जतन करण्यासाठी कटिबद्ध आहे.

'आता जेव्हा आम्ही पर्वत चढून जातो तेव्हा मानवी विष्ठेसाठी वेगळ्या पिशव्या वापरतो. त्यांना दुहेरी झिप असते आणि आतमध्ये रसायनं असतात. पिशवीवर प्रत्येक गिर्यारोहकाचं नाव लिहिलेलं असतं. शौचाला गेल्यावर आम्ही ती विष्ठा पिशवीत गोळा करतो आणि आमच्याबरोबर ठेवतो.'

लवराज विविध दिशांनी एव्हरेस्ट चढून गेला आहे. त्यात रोंगबुक हिमनदीवरची उत्तर बाजू आणि कांगशुंग बाजूचाही समावेश आहे. कांगशुंगला दगड पडून त्याला इजा झाली होती. त्यानं नंदाकोट आणि कांचनगंगासारख्या इतरही मोठ्या शिखरांवर चढाई केली आहे. तरी, 'एव्हरेस्ट हे सर्वांत कठीण आव्हान आहे. विशेषत:, खुंबू हिमप्रपात आणि ल्होत्से बाजूला खूप धोके आहेत' असं आजही त्याला वाटतं.

भारताचा सर्वांत यशस्वी गिर्यारोहक असलेला लवराज सीमासुरक्षा दलात (बॉर्डर सिक्युरिटी फोर्स - बीएसएफ) अधिकारी आहे. त्याला अनेक पुरस्कार मिळाले असून, त्यात तेनसिंग नोर्गे पुरस्कार आणि पद्मश्री पुरस्काराचाही समावेश आहे. त्याची पत्नी रीना कौशल धर्मशक्तू हीदेखील गिर्यारोहक असून, दक्षिण ध्रुवावर स्किईंग करणारी पहिली भारतीय स्त्री आहे.

हिमालयातल्या पंडित नैन सिंग रावत यांच्याच प्रदेशातून आलेल्या लवराजने शोधमोहिमा आणि साहसी मोहिमांची परंपरा पुढे चालू ठेवली आहे. मात्र, तू प्रथम नैनसिंगबद्दल ऐकलंस का जॉर्ज एव्हरेस्टबद्दल? असं मी विचारल्यावर तो हसतो.

'अर्थातच एव्हरेस्टबद्दल,' तो मान्य करतो. 'मी जेव्हा मोठा होत होतो तेव्हा पंडित नैनसिंगबद्दल कोणीच बोलत नसे. ते आमच्या भागातले एक लोकप्रिय सर्वेक्षक असले तरीही. मग पुष्कळ नंतर त्यांनी केलेल्या कामगिरीबद्दल त्यांचा सन्मान झाला तेव्हा आम्हाला त्यांच्या कामविषयी कळलं.' देहराडूनच्या सर्व्हे

ऑफ इंडियाच्या मुख्यालयात सर जॉर्ज एव्हरेस्ट यांच्या अर्धपुतळ्याशेजारीच आता पंडितचा पुतळा उभारला आहे.

शेखर पाठकच्या संशोधनामुळे आणि लिखाणामुळे इतिहासातली ती रिकामी जागा भरून आली आहे. तो लिहितो : 'जॉर्ज एव्हरेस्ट निवृत्त झाल्यानंतर बऱ्याच काळानं नैनसिंगनं सर्व्हे ऑफ इंडियासाठी काम केलं. ल्हासावरून उत्तरेकडच्या मार्गानं त्सांग पोच्या काठानं पूर्वेला गेल्यामुळे त्यानं चोमोलुंगमा कधीच बघितलं नाही; मात्र हिमालयाचा नकाशा तयार करण्यात नैनसिंगनं इतरांइतकाच हातभार लावला आहे. एव्हरेस्टचं नाव पर्वताला दिलं असलं तरी इतरांच्या योगदानाची दखल घेणंही महत्त्वाचं आहे. आता त्यातले बरेचसे विस्मरणात गेले असले तरीही.'

जुन्या बंगल्याचा तो रिकामा सांगाडा बघून शेखर पुढे म्हणतो, 'गूगल नकाशे आणि सॅटेलाईटकडून येणाऱ्या प्रतिमांमुळे सर्व्हे ऑफ इंडियाला आता फारसं काही करण्याजोगं उरलेलं नाही. त्यांनी आपला वारसा जतन करण्याकडे आणि त्याचा प्रसार करण्याकडे लक्ष केंद्रित करायला हवं. अखेर एक संस्था म्हणून पाहिलं तर ती रॉयल जिओग्राफिकल सोसायटीपेक्षाही जुनी आहे. त्यांच्याकडे कागदपत्रं, जुने नकाशे आणि ऐतिहासिक साधनांचा खजिना आहे.'

दरम्यान, एक ऐतिहासिक ठिकाण आणि पर्यटनस्थळ म्हणून पार्क इस्टेटचं जतन करण्याची धडपड मसूरी महानगरपालिका करत आहे. स्वातंत्र्यानंतर सत्तर वर्षं उलटून गेली तरी वसाहतवादी कालखंडाचा निषेध करायचा का स्मरण करायचं यावर आपला वाद चालू आहे. भारताच्या आणि हिमालयाच्या इतिहासाचा तो एक महत्त्वाचा भाग असला तरी.

त्या वास्तूचं पुनरुज्जीवन करण्याचे अर्धवट प्रयत्न झाले आहेत. त्यात कित्येक वर्षांपूर्वी मुख्य इमारतीच्या आतल्या बाजूला शौचालय बांधण्याचा भयानक निर्णय घेतला गेला, जेणेकरून स्त्री-पुरुष पर्यटक आजूबाजूच्या प्रदेशात घाण करणार नाहीत. दुर्दैवानं तिथे वाहतं पाणीच नव्हतं. त्यामुळे काही काळ एव्हरेस्ट हाउसला दुर्गंधी संडासाची कळा आली होती. त्याच सुमारास बेनोग तिब्बाला असलेल्या वेधशाळेचे अवशेष तोडून जवळच एक देऊळ बांधण्यात आलं.

त्यापूर्वी १९७० आणि १९८०च्या दशकात एव्हरेस्ट हाउसजवळच्या टेकड्या आणि सोंडा खाणकामामुळे उद्ध्वस्त झाल्या; कारण क्रोल पट्ट्यातून चुनखडकाचे साठे बाहेर काढले गेले. युगानुयुगं टेथीस समुद्रातल्या शिंपल्यांचे आणि प्रवाळांचे प्रागैतिहासिक अवशेष एकावर एक जमून दबले गेले. त्यातून कॅल्शियम कार्बोनेट हा मौल्यवान भूगर्भीय स्रोत तयार झाला. सुदैवानं नागरी विचारांच्या काही नागरिकांनी हाथीपाँवचं रूपांतर निकृष्ट जमिनीत करणाऱ्या खाणकामाला विरोध केला. भारताच्या

सर्वोच्च न्यायालयानं मसूरीमधल्या टेकड्यांच्या प्रदेशातल्या सर्व खाणकामावर बंदी आणली. यथावकाश तिथे गवत आणि झुडपं पुन्हा उगवू लागली आहेत; पण खाणकामाच्या पट्ट्यांचे काही व्रण अजून शिल्लक आहेत. कदाचित एखाद्या विक्षिप्त म्हाताऱ्यानं जिथे नकाशांवर त्रिकोण चितारले असतील त्या एकोणिसाव्या शतकातल्या बंगल्यांपेक्षा भूगर्भीय अवशेष जतन करण्यास अधिक पात्र असावेत. अखेर कधीतरी ते एव्हरेस्ट हाउस भिंतींवरच्या लिखाणासकट ढासळेल आणि ज्या जमिनीतून उभं राहिलं त्याच जमिनीत विरघळून जाईल; मात्र निदान नजीकच्या भविष्यात तरी नेपाळमधल्या एका पर्वताच्या कृपेनं त्या कंपासवाल्याचं नाव चुकीच्या उच्चारात का होईना पण टिकून राहील.

## ४१

# मृत्युकक्षेतील पिशाचं

बोचऱ्या वाऱ्यामधून वाट काढत डोंगराच्या सोंडेवरून एक एकाकी आकृती खाली उतरत आहे. त्याचे पाय गुडघ्यापर्यंत बर्फात रुतत आहेत. पावलागणिक तो केवळ काही इंचानं पुढे सरकत आहे. इतर सर्व शिखरं आता खाली राहिली आहेत आणि शिखराकडे जाण्याची संथ धडपड त्या प्रदेशाच्या भव्यतेपुढे जवळपास व्यर्थ वाटत आहे. मावळत्या सूर्यप्रकाशात तो प्रदेश पितळेसारखा लखलखत आहे. त्या गोठलेल्या, अवघड चढावरून जाणारा हा एकाकी गिर्यारोहक एवढीच काय ती त्या प्रदेशातली जिवंतपणाची खूण.

'मी चालत राहिलो, चालत राहिलो, चढत राहिलो, कित्येक तास. तासन्तास. शिखरापर्यंत पोहोचल्याशिवाय हार मानायची नाही हे मी आधी केलेल्या चढायांमधून शिकलो होतो आणि मी कधीच हार मानली नव्हती ... पण, हे काहीतरी वेगळंच होतं. माझ्या थकलेल्या शरीराला पुढे ढकलणारी ही एक विलक्षण, अथक ऊर्मी होती.'

डोंगर चढण्याचा शेवटचा टप्पा; विशेषत:, तो आठ हजार मीटरपेक्षा अधिक उंचीवरच्या 'मृत्युकक्षेत' असेल तर ते आव्हान नेहमीच एकट्यानं पेलावं लागतं. इतक्या जास्त उंचीवर मानवी शरीराचा झपाट्यानं ऱ्हास होत असतो. तो एकाकी गिर्यारोहक आता कधीही कोसळेल असं वाटू लागतं. बर्फात वापरायच्या त्याच्या काळ्या चष्म्याच्या काचांमध्ये शिखराच्या दातेरी रेखाकृतीचं प्रतिबिंब दिसत आहे.

त्याच्या कातडीवर फोड आलेले असून, ती सोलवटून निघाली आहे. तोंड कोरडं पडलं असलं तरी त्याचा श्वास दाढीपर्यंत येऊन गोठून जातो आहे. तो सर्व काही मागे सोडून आला आहे. त्याचा चढाईसोबती मागे फिरला आहे. त्याच्याकडे बाटलीत घालून आणलेला ऑक्सिजन नाही, अन्न नाही किंवा पाणीही नाही. आठवणी पुसल्या गेल्या आहेत आणि केवळ वर्तमान शिल्लक आहे. अगदी युद्धाचा, आपल्याला कैद केल्याचा आणि नजरबंदीत ठेवल्याचाही त्याला आता विसर पडला आहे. या क्षणी त्याला केवळ समोरचं अजून न चढलेलं शिखर दिसत आहे.

> माझ्या विचारात, माझ्या स्वप्नांमध्ये, माझ्या अख्ख्या आयुष्यात केवळ डोंगरच होते! .. मी एका घळीतून खाली उतरलो, डावीकडचे काही दगड ओलांडले; पण लवकरच माझ्यासमोर एका खडकाची उभी बाजू आली. ती चढून जाणं मला केवळ अशक्य वाटू लागलं. मला आता स्वत:ला सरळ उभं ठेवणंही कठीण जात होतं. मी तसाच खडकांवर बसून राहिलो. प्रचंड ग्लानी आल्याचं जाणवत होतं आणि झोपून जावंसं वाटत होतं; पण मला तसंच पुढे जाणं भाग होतं. माझं शेवटचं बक्षीस समोर चमकत होतं. कसलीतरी गूढ ऊर्मी मला पुढे खेचून नेत होती. तिची राक्षसी शक्ती न थांबता माझ्या एका पावलापुढे पुढचं पाऊल टाकून घेत होती.

सन १९५३मध्ये हर्मन बुअलनं केलेली नंगा पर्बताची चढाई आजही हिमालयातल्या गिर्यारोहणातली सर्वाधिक लक्षणीय कामगिरी समजली जाते. त्या काळातलं परंपरागत शहाणपण आणि चढाईचे डावपेच मोडीत काढत तो पाचव्या कॅम्पवरून आपापला शिखराकडे जायला निघाला आणि एक्केचाळीस तासांच्या दिव्यातून जिवंत राहिला. त्यात रात्रभर एका बर्फाच्छादित कठड्यावर उभं राहण्याचाही समावेश होता. ज्या काळी वैद्यकीय विज्ञानाला ऑक्सिजनच्या कमतरतेमुळे आणि प्रचंड थंडीमुळे होणाऱ्या परिणामांची अजूनही स्पष्ट कल्पना नव्हती, तेव्हा तो पुढे जात राहण्यासाठी पेर्व्हीटीन नावाच्या अँफेटॅमिन गोळ्या खात होता. तसंच, रक्ताभिसरण वाढवून हिमदंशापासून बचाव करू शकेल असं पॅडूटीन नावाचं दुसरं एक औषधदेखील घेत होता. त्या गोळ्यांमुळे त्याला भ्रम होत असे आणि अति उंचावर होणाऱ्या स्थितिभानरहित अवस्थेत भरच पडत असे. त्यामुळे नंगा पर्बत उतरणं म्हणजे भ्रमिष्टावस्थेतलं एक दु:स्वप्न होऊन बसलं. बेस कॅम्पला परतल्यावरच तो त्यातून बाहेर आला. पॅडूटीन घेऊनही त्याच्या पायांना प्रचंड हिमदंश झाला होता. पर्वतावरून उचलून त्याला खाली न्यावं लागलं; मात्र बुअलने काढलेला, शिखरावर रोवलेल्या,

टायरो प्रांताचा झेंडा लावलेल्या बर्फाच्या कुऱ्हाडीचा फोटो तो तिथे येऊन गेल्याचं सिद्ध करत होता.

नंगा पर्बताच्या शिखरावर उभं राहण्याव्यतिरिक्त या पर्वताच्या प्रचंड आकारमानाचा आणि गुंतागुंतीच्या रचनेचा पूर्ण अंदाज यायला हवा असेल तर त्याचं हवेतून दर्शन घ्यायला हवं. पाकिस्तान इंटरनॅशनल एअरलाइन्सचं इस्लामाबादवरून स्कर्दूला जाणारं आमचं विमान सिंधू नदीचा मार्ग धरून, पर्वताच्या पश्चिमेला वळसा घालत पुढे जातं आणि पर्वताच्या तिन्ही मुख्य बाजू आळीपाळीनं समोर येतात. दक्षिणेला रूपल बाजूची ४,६०० मीटरची भयंकर दिसणारी भिंत आहे. ती भिंत माझेनो सोंडेनं वेढलेली आहे. बर्फ आणि खडकांपासून तयार झालेली ती एक संरक्षक तटबंदीच आहे. त्या तटबंदीच्या पलीकडच्या बाजूला, पर्वताच्या पश्चिम बाजूला लागून दियामीर बाजू आहे. तीव्र उताराच्या खडकाळ कड्याने आणि हिमनदीने खरवडून निघालेला बर्फाचा एक मोठा खंदक तिथे आहे. ईशान्येकडे वळून विमान एकदम एक तीव्र वळण घेतं आणि आणखी एक भिंत ओलांडतं. त्या भिंतीपलीकडे विमानाच्या पंखाच्या थेट खाली उत्तर किंवा रायकोट बाजू वर येताना दिसते. (सहसा हे नाव राखीओत असं चुकीचं लिहिलं जातं.) नंगा पर्बतचं मुख्य शिखर (८,१२६ मीटर) शिखरांच्या सोंडेच्या दक्षिण टोकावर वसलं असून, साधारण उत्तरेकडून दक्षिणेकडे पसरलेलं आहे. त्याच्या पूर्वेला बर्फानं आच्छादलेला विस्तीर्ण भूप्रदेश आहे. हिमालयाच्या कमानीच्या वायव्य टोकाला पसरलेल्या, पृथ्वीवरच्या नवव्या सर्वोच्च पर्वताचं महाकाय आकारमान आणि रापलेलं रंगरूप या हवाई दृष्यातून दिसून येतं.

विमानानं स्कर्दूला जायला पंचेचाळीस मिनिटं किंवा त्याहून कमी कालावधी लागत असला तरी गाडीरस्त्यानं इस्लामाबादला जायचं तर जवळपास वीस तासांचा प्रवास आहे. त्याचं कारण म्हणजे खडबडीत रस्त्याचा प्रदेश आणि सिंधू नदीचा नागमोडी प्रवाह. चीनने पाकिस्तानसाठी बांधलेला काराकोरम महामार्ग म्हणजे अभियंत्रिकीचा अक्षरशः श्वास रोखून धरायला लावणारा नमुना आहे. घळयांमधून आणि उंचावरल्या खिंडीतून वाट काढत जाणारा असला तरी त्या महामार्गामुळे त्यामानानं गुळगुळीत, दुपदरी रस्ता वाट्याला येतो. रायकोट पुलापाशी मात्र आम्ही उत्तम प्रतीच्या डांबरी रस्त्यावरून बाजूला होत एका खडबडीत, कच्च्या मार्गावर येतो. प्रवासाच्या या टप्प्यात आम्हाला आमची लॅन्ड क्रूझर सोडून एका लहान, अधिक लवचिक अशा जीपमधून जाणं भाग आहे. टाटो गावाकडे जाणारा दोन तासांचा रस्ता म्हणजे एक हजार मीटर उंचीवरून खालच्या दरीकडे झेपावणाऱ्या एका कड्याच्या उभ्या बाजूला लागून जाणारा भयानक मार्ग आहे. जाणाऱ्या-

येणाऱ्या वाहनांच्या चाकांच्या खुणा उमटून तयार झालेल्या या अरुंद, खराब रस्त्याचा बराचसा भाग इतका तीव्र चढाचा आहे की, जीप आता मागच्या मागे उलटेल असं वाटतं. एका ब्लाइंड कॉर्नरपाशी आमच्या गाडीची गाठ समोरून येणाऱ्या गाडीशी पडते आणि आमचा ड्रायव्हर अगदी सहजपणे आमची गाडी कड्यावरून काही सेंटिमीटर मागे घेतो. तिथे असणारी सुट्या खडकांची एक डगमगती भिंतच काय ती आमचा कडेलोट होण्यापासून वाचवते.

असल्या रस्त्यावरून प्रवास करून आल्यानंतर ट्रेकिंग आनंददायीच वाटणार. टाटोवरून पुढे जाणाऱ्या रस्त्यानं आम्ही नागमोडी वाटेवरून, पाइन आणि ज्युनिपरच्या जंगलातून आनंदानं पायी चालत निघतो. जीपचा तो खडतर रस्ता जवळपास तीस वर्षांपूर्वी ब्रिगेडियर अस्लम खान नावाच्या एका लष्करी अधिकाऱ्यानं बांधला, असं दीदार अली मला सांगतो. नुकताच मी त्याच्या सोबतीनं देवसाई पठारावर जाऊन आलो आहे. अस्लम खाननं हा रस्ता रायकोट दरीतून लाकूड वाहून आणण्यासाठी बांधला. जंगलातल्या कामाचं इतकं किफायतशीर कंत्राट मिळवायला काय-काय खटपटी कराव्या लागल्या आणि किती पैसे चारावे लागले हे कोणालाच खात्रीशीर ठाऊक नाही. त्या उद्योगी वृत्तीच्या अधिकाऱ्यानं मात्र झाडं तोडून आणि जीप भरभरून ती वाहून नेऊन उखळ पांढरं करून घेतलं. रायकोट खोऱ्यातली हिरवाई लुटणारा आणि स्थानिक गावकऱ्यांकडून जंगली साधनसंपत्ती हिरावून घेणारा लाकडाचा एक लोभी व्यापारी म्हणून गिलगीट-बाल्टिस्तान भागात त्याची आठवण काढली जाते. सुदैवानं त्याच्या मृत्यूनंतर स्थानिक नेत्यांच्या आग्रहावरून झाडांची बेसुमार कत्तल थांबली आणि आता कितीतरी पाइन, स्प्रूस आणि फरची झाडं पुन्हा उगवली आहेत.

दीदार आणि मी फेअरी मिडोकडे (स्थानिक भाषेत 'जूट' म्हणून ओळखले जाणारे) किंवा सुरुवातीच्या काळातले जर्मन गिर्यारोहक ज्याला 'मेर्शेनविझ' म्हणत तिकडे जाऊ लागतो. शंक्वाकृती फळं येणाऱ्या झाडांच्या अरण्यानं वेढलेली ही उंचावरची कुरणं नंगा पर्वताच्या पायथ्याशी वसलेली आहेत. खळाळते झरे आणि वनाच्छादित मोकळ्या जागा असलेला हा शांत, रम्य प्रदेश खालच्या बाजूनं वाहणाऱ्या सिंधू नदीच्या प्रवाहाशी आणि डोक्यावरच्या बर्फाच्छादित डोंगरकड्यांशी हिरवागार विरोधाभास साधतो.

फेअरी मिडोमधल्या लॉजवर - रायकोट सराईला आम्ही पोहोचतो तेव्हा नंगा पर्वताचा बराचसा भाग पावसाळी ढगांच्या दाट पडद्याआड दडलेला असून, खालच्या बाजूच्या उतारांचा केवळ एक अरुंद पट्टा दिसून येत असतो. त्या झिजलेल्या पायथ्याच्या प्रदेशातून रायकोट हिमनदी वाहत आहे. बर्फाचा तो विस्तीर्ण प्रवाह खडकांच्या आणि गाळाच्या थराखाली झाकला गेला आहे. तो एखाद्या राखेच्या

ढिगासारखा किंवा जळून गेल्यावर थंड होऊन वेडेवाकडे आकार धारण केलेल्या लाव्हारसासारखा दिसतो. गोठलेल्या कपारीतून वेगानं बाहेर पडणारा, वितळलेल्या बर्फाच्या पाण्याचा प्रवाह दिसेल इतकं जवळून हिमनदीचं मुख आम्हाला दिसत आहे. त्या प्रवाहाचा उगम गुप्त कपारींच्या गुंत्यात कुठेतरी गाडला गेला आहे. खोऱ्याच्या दोन्ही बाजूंना हिमोढाचे थर आहेत. कित्येक शतकांपूर्वी तो हिमनद इथे त्याच्या सर्वोच्च बिंदूला पोहोचला असणार. बर्फाची ही प्राचीन नदी तेव्हा खोऱ्यामध्ये आणखी पुढे सरकली असणार. रायकोट हिमनदी आता सुरुवातीच्या आकारमानापेक्षा पुष्कळच कमी झाली असली तरी सध्या पुढे सरकत असलेल्या काही थोड्या हिमनद्यांपैकी ती आहे. नाहीतर कमी उंचीच्या प्रदेशातल्या बहुतेक सर्व हिमनद्या वाढत्या तापमानामुळे मागे हटत आहेत.

वृक्षरेषेखाली जिथे भोजवृक्षांची सद्दी सुरू होते तिथपर्यंत दरीच्या दोन्ही बाजूला गडद सदाहरित वनं पसरली आहेत. ढगांच्या उदास पडद्याखाली दडलेलं यातलं बरंचसं दृश्य सावल्यांमध्ये बुडून गेलं आहे. आमच्या लॉजसमोरच्या हिरवळीवर थोडीफार गाढवं आणि बकऱ्या चरत आहेत. इतस्ततः विखुरलेल्या लाकडी झोपड्या सर्व बाजूच्या डोंगराळ कुरणांवर पसरलेल्या दिसत आहेत. पाकिस्तानातल्या आणि परदेशी पाहुण्यांच्या दृष्टीनं फेअरी मिडोज हे एक लोकप्रिय पर्यटनस्थळ झालं आहे. एकेकाळच्या दुर्गम आणि अप्रदूषित अभयारण्याचं रूपांतर आता गजबजलेल्या उन्हाळी रिसॉर्टमध्ये झालं आहे.

सन १८९५मध्ये ए. एफ. ममेरी नंगा पर्बतावर निघाले. ते गिर्यारोहणाच्या आद्य प्रवर्तकांपैकी एक असून, त्यांनी ‘वाटाड्यांविना चढाई’ हा प्रकार लोकप्रिय केला. आल्प्स ‘अति-गजबजलेला’ वाटत असल्यानं ते नंगा पर्बताकडे निघाले होते. त्यांच्या सोबतीला नॉर्मन कोली होते. ‘फ्रॉम द हिमालय टु स्काय’ (मूळ नाव - क्लाइम्बिंग ऑन द हिमालय अ‍ॅन्ड अदर माउंटन रेंजेस) या नॉर्मन कोली यांच्या पुस्तकात त्या मोहिमेतल्या घटनांचं वर्णन आहे. स्वतः ममेरी, तसंच रागोबिर आणि गोमन सिंग या दोन गुरख्यांच्या मृत्यूने या मोहिमेचा शेवट झाला. कोली उद्‌धृत करतात त्यानुसार ममेरीनं आपल्या नोंदवहीत एका अशुभसूचक आणि भविष्यवाचक टिपणात अशा दुर्घटनेची शक्यता व्यक्त केलेली दिसते : ‘सर्व जीवजंतूंचा उगम जिथे होतो त्याच्या अखेरीस या कभिन्न पर्वताचा प्रांत वसलेला आहे. त्याच्यात अनेक धोके गुप्तपणे दडून बसले आहेत.’ अखेर १९५३ साली नंगा पर्बत सर झाला. त्यापूर्वी त्याने एकतीस लोकांचे जीव घेतले आणि तो ‘खुनी पहाड’ किंवा ‘नरभक्षक’ म्हणून सर्वत्र ओळखला जाऊ लागला.

श्रीनगरवरून निघून ममेरी आणि कोली यांनी त्यामानानं कमी ओझी वाहावी

लागतील असा पहाडी पद्धतीचा मार्ग निवडला. काश्मिरी, बाल्टी आणि चिलास हमालांच्या मदतीनं ते एका अज्ञात, अनिश्चित प्रदेशात प्रवेश करत होते. आजकालच्या गिर्यारोहकांच्या दृष्टिकोनातून पाहिलं तर त्यांच्याकडे पुरेशी साधनं आणि माहिती नव्हती. डोंगरांची कितीतरी ठळक वैशिष्ट्यं आणि कमी उंचीची कित्येक शिखरं अजूनही अनामिक असून, नकाशावर उतरली नव्हती. विरळ वस्तीचा हा दुर्गम प्रदेश बाकीच्या जगापासून तुटलेला होता. तरीही ममेरी आणि कोली त्या एकांताचा आणि मोहिमेच्या अनिश्चित स्वरूपाचा आनंदच घेताना दिसतात.

'प्रथम मझेनोवरून खाली आणि मग रूपल हिमनदीवरून खाली अशा रात्रीच्या अंधारात केलेल्या बेफाम प्रवासात, मेणबत्तीच्या अंधूक प्रकाशात, अर्धवट बेशुद्धावस्थेत आम्ही घसरलो, अडखळून पडलो; पण आमच्या डोक्यात एक विचार कायम पक्का होता - तो म्हणजे, आपण पुढे जात राहायचं आहे!'

जॉर्ज ग्रॅनव्हील ब्रूस हा सुप्रसिद्ध गिर्यारोहक म्होरक्या तेव्हा एक तरुण गुरखा अधिकारी होता. मार्टिन कॉनवेच्या जोडीनं चढाई करून त्यानं अगोदरच स्वत:चं नाव कमावलं होतं. अबोटाबादमधल्या पलटणीतून काही काळ रजा घेऊन तो महिनाभर या दोघांच्यात सामील झाला होता.

> रात्रीच्या जेवणाच्या वेळी आम्हाला गेल्या चाळीस तासांतल्या खडतर भटकंतीचा विसर पडला होता. 'बास'च्या फिक्या एलच्या सर्व बाटल्या रिचवून आम्ही तो प्रसंग साजरा केला. 'बास'चं पेय म्हणजे या भागातला मौल्यवान खजिनाच आहे. आम्ही काश्मीरवरून त्या बाटल्या घेऊन आलो होतो. त्यानंतर पेटत्या शेकोटीसमोर आम्ही आपापल्या स्लीपिंग बॅग्ज उघडल्या आणि संधिप्रकाशाचं रूपांतर हळूहळू अस्मानी रात्रीत होत गेलं... हिमालयात चढाईचा आनंद घ्यायला हजारो मैल दूर येणं सार्थकी लागलं, यावर सर्वांचं एकमत झालं. तसंच आपापल्या घरी सुखसोयींचा आनंद घेत जे चुपचाप बसून राहिले आहेत, त्यांना भव्य पर्वतरांगांमधल्या बर्फात मिळणाऱ्या आनंदाची कल्पनाच नाही, यावरही एकंदर एकमत झालं.

सन १९८५च्या मोहिमेतल्या कोलीच्या नोंदी बघितल्या तर त्या रोमांचक कवितांनी भरलेल्या दिसतात. शेलीच्या भविष्यदर्शी पंक्ती उद्धृत करत तो म्हणतो :

*जिच्यावर माझी नजर फिरते आहे अशी पृथ्वीची ही नग्न भावमुद्रा,*
*आणि हे आदिपर्वतदेखील तसेच,*

*त्यांच्या प्रशांततेत सामर्थ्य नांदत आहे*
*दूरस्थ, शांत आणि अप्राप्य असं*

अति उंचीचे शरीरावर होणारे परिणाम हे एकोणिसाव्या शतकाच्या अखेरीस अजूनही एक रहस्यच होतं. खूप उंचावर गेलो तर आपल्याला काय होईल याचं ते नवल करत होते. एका ठिकाणी अर्धवट गमतीत कोली म्हणतो, 'कदाचित माउंटन सिकनेस हा आजार अति उंचावरच्या पर्वतात दबा धरून बसलेला असावा आणि कोणत्याही क्षणी पुढे येऊन आपल्या सावजावर झडप घालत असावा. आमच्या दुर्दैवानं तेव्हा तो जंतू आजूबाजूच्या वातावरणात नव्हता. त्यामुळे आमच्या अंगात त्यासाठीची प्रतिकारशक्ती तयार झाली नव्हती.'

ममेरी आणि कोली साडेसहा हजार मीटरपेक्षा अधिक उंचावर कधीच पोहोचले नाहीत किंवा नंगा पर्बत सर करण्याच्या जवळपासही पोहोचले नाहीत; पण त्याहून कमी उंचीच्या कित्येक पर्वतांची शिखरं त्यांनी सर केली. त्यांच्या मोहिमेचा हेतू मात्र एखादं ध्येय नसून केवळ बहाणाच वाटतो. अति उंचावरच्या एकाकी वातावरणाचा निव्वळ आनंद घेण्याचा, खिंडीवरून इकडून तिकडे चालत जाऊन इतर लोकही मागोमाग येऊ शकतील, अशा संभाव्य मार्गांची टेहळणी करण्याचा बहाणा.

रागोबिर आणि गोमन सिंग या दोघा गुरख्यांना ब्रूसने आपल्याबरोबर मोहिमेत सहभागी करून घेतलं आणि तो निघून गेल्यावरही ते मोहिमेत थांबले. आपापल्या पलटणीच्या शिस्तबद्ध दिनक्रमाशी तुलना करता या मोहिमेतल्या बदलानं त्यांना चांगलंच कोड्यात टाकलं असणार. रूट मार्च आणि लष्करी कवायती करण्याऐवजी ते या दोन इसमांबरोबर तीव्र चढाच्या डोंगररांगांवरून निरुद्देश भटकत निघाले होते. या दोघांची भाषाही त्यांना विशेष येत नव्हती आणि डोंगर चढण्याचा त्यांचा हेतूही जितका धोकादायक तितकाच उथळ वाटत होता. तरीही त्या दोघा गुरख्यांनी ज्या सहजतेनं आणि उत्साहानं गिर्यारोहण केलं त्याला कोलीनं दाद दिली आहे.

> रागोबिरला पुढे पाठवण्यात आलं होतं. खूप झपाट्यानं, चिकार मजा करत तो अगदी खडतर ठिकाणांहून आम्हाला खाली घेऊन गेला. त्याच्यादृष्टीनं सगळं काही छानच होतं. खाली उतरतानाचा त्याचा उत्साही चेहरा पाहिला की आपल्यावर काही संकट येऊच शकत नाही असं मला वाटे. अर्थात एका खडकाच्या तुकड्याला आपण लटकत असून, हात धरायला इथे जेमतेमच जागा आहे, असं लक्षात येईपर्यंत किंवा एका तीव्र उताराच्या घळीवर लटकणारा बर्फाचा मोठा तुकडा पोटात घुसून माझा तोल बिघडवायला बघेपर्यंतच हे वाटणं टिकलं.

नंगा पर्वताजवळच्या चिलास भागातून नेमण्यात आलेला एक माणूसदेखील इतक्या कौतुकाला पात्र ठरला.

> माझ्या मागोमाग दोरीवरून येणाऱ्या लोर खानला भरपूर मजा येत होती असं दिसलं. अर्थात यापूर्वी कधी त्याच्यावर असली अवस्था ओढवली असेल असं वाटत नाही; पण चिलासमधले हे आदिवासी लोक कमाल आहेत. मोठ्या हिमशिखरांवर आणि बर्फातून प्रथमच चढाईचा प्रयत्न करणाऱ्या कोणत्या गरीब स्विस शेतकऱ्यानं असल्या ठिकाणी आमच्या मागोमाग येण्याची हिंमत दाखवली असती? तेही पायाभोवती नुसतं गुंडाळलेलं चामडं वितळत्या बर्फात भिजून गेलेलं असताना? लोर खान क्षणभरही डगमगला नाही. मी वळून खाली बोट दाखवल्यावर तो नुसता हसला. जणू काही बर्फाच्या उतारांवर चालायची त्याला रोजचीच सवय होती.

त्या प्रसंगानंतर लवकरच लोर खान घसरून पडतो आणि त्याच्या मागोमाग रागोबिरही घसरत जातो. गोठलेल्या उतारावर आपली बर्फाची कुऱ्हाड रुतवत कोली त्यांना वाचवतो. त्याच्या सबंध पुस्तकात धोक्याचं वर्णन येतं; पण ते अगदी सूक्ष्म स्वरूपात. जणू काही ती एखादी नजरेआड करण्याचीच गोष्ट आहे. पर्वतात मरण येणं ही अगदी रोजची, खरीखुरी शक्यता होती; पण हे गिर्यारोहक त्याविषयी एखाद्या अजिंक्य वीरासारखं बेपर्वाईनं बोलतात. अखेर ममेरी आणि ते दोघं गुरखे एका हिमलोटात गाडले जातात. तेव्हाच्या कोलीच्या शोकप्रद लिखाणात एक स्थितप्रज्ञ पण भावनाविवश छटा जाणवते.

> .. ममेरी जरी आता आपल्यात नसला, त्याला ओळखणाऱ्यांच्या दृष्टीनं ही हानी कधीही भरून येणारी नसली, तो आता कधीच आपलं नेतृत्व करणार नसला आणि 'या भकास, उघड्याबोडक्या दगडांवरून, सोंडेवरच्या चौकोनी, खडतर पायऱ्यांवरून आणि कपारींमधून डोकावणाऱ्या बर्फाच्या थरावरून' चढताना तो आपल्याला प्रोत्साहन देऊ शकणार नसला तरी त्याची आठवण राहीलच... तो विस्मरणात जाणार नाही. या निर्दयी पहाडांनी त्याचा बळी घेतला आहे. या सामर्थ्यशाली पर्वतांच्या बर्फाच्छादित शिखरांवर तो विसावला आहे. 'वाऱ्यानं घडवलेल्या कंगोऱ्यांची वळणं, भेगाळलेल्या बर्फातले नाजूक चढ-उतार' त्याच्यावर छत्र धरत आहेत,

> तर- 'निष्ठुर सुळके, अमाप अवकाशात वाकून उभे असलेले मोठाले तपकिरी खडक' आणि त्याची लाडकी हिमशिखरं त्याच्या विश्रांतीस्थळी लक्ष ठेवून आहेत, त्याची राखण करत आहेत.

आकाश निरभ्र असावं अशी आशा करत फेअरी मिडोजला पहिल्या दिवशी सकाळी मी लवकरच उठतो. नंगा पर्बत मात्र अजूनही नजरेआड दडलेला आहे. पावसाळी ढगांच्या सच्छिद्र थरातून खिन्न पहाट डोकावते आहे; मात्र यथावकाश जसजशी हवा उबदार होऊ लागते आणि उघड्याबोडक्या पर्वताच्या वरच्या बाजूच्या चढावर वारे वाहू लागतात, तसे गिरक्या घेणारे ढग जणू नृत्य करू लागतात. पर्यटनासाठी केलेल्या पोस्टर्सवर दिसतो तसा उंच, निरभ्र पार्श्वभूमीवर दिसून येणारा, बर्फाच्या आणि खडकांच्या ढिगाऱ्याच्या रूपातला नंगा पर्बत आणि त्यापुढे फोटोशॉप करून लावलेलं एखाद्या गोल्फकोर्ससारखं मैदान बघण्याऐवजी एकापरीनं आर्द्रतेच्या या सरकत्या कवचाआडून, उजेड आणि सावल्यांच्या खेळात त्या पर्वताकडे बघणं अधिक नाट्यमय आणि थरारक वाटू लागतं.

नंगा पर्बताचं नाव रायकोट बाजूच्या उघड्या पृष्ठभागाला अधिक साजेसं आहे. पायथ्याच्या टेकड्यांनी तो भाग झाकलेला नाही. पर्वतावरच्या ओसाड दगडांमुळे आणि उघड्याबोडक्या आकृतीमुळे त्याला हे नाव पडलेलं नाही. ढगात आणि हिमनद्यांमध्ये गुरफटलेला तो पर्वत बघून मला कवी मुहम्मद इक्बालने हिमालयाला अर्पण केलेल्या ओळी अगदी पटतात. त्यात तो हिमालयाचं वर्णन 'बर्फाचा मुकुट ल्यालेला' असं करतो. कित्येक लेखकांनी या शिखर समुदायाची रौद्र भव्यता शब्दांत पकडायचा प्रयत्न केला आहे; पण बऱ्याचदा त्याच्या अफाट अस्तित्वाचं आणि त्याच्या भीतिदायक, रापलेल्या मुद्रेतून बाहेर पडणाऱ्या सौंदर्य आणि भयाच्या उदात्त विरोधाभासाचं वर्णन करायला सर्वसाधारण उपमा पुऱ्या पडत नाहीत.

रेखीव शंक्वाकृती फळझाडांनी वेढलेली रमणीय पहाडी कुरणं आणि हिमप्रपातांनी घायाळ झालेल्या, बर्फाच्या ढलप्यांनी झाकलेल्या पर्वताची ओबडधोबड मुद्रा यातला नाट्यमय विरोधाभास आपल्या कल्पनाशक्तीला काबीजही करतो आणि तिला थांबून विचारही करायला लावतो. बहुतेक सर्व परिकथांमधून भयानक पिशाचं आणि भीतिदायक खलनायक असतात. अधिक भित्र्या आणि पोषक जीवांविरुद्ध ते उभे ठाकलेले असतात. जर्मन गिर्यारोहकांनी या कुरणांना 'मेर्शेनविझ' असं म्हटलं; कारण त्यांना जे शिखर चढून जायची आशा होती, त्याच्या राक्षसी चेहऱ्यापुढे ही कुरणं एक मृदू, मोहक असं विरोधी वातावरण उभं करतात. रायकोट कुरणांच्या जादुई हिरवळीकडे बघून त्यांना ग्रिन्डेलवाल्ड आणि शामोनीची आठवण झाली

असणार आणि नंगा पर्बत म्हणजे आयगर, जुंगफ्राऊ आणि मॉन्ट ब्लांक अशी सगळी शिखरं एकत्र येऊन तयार झालेल्या एका प्रचंड, भीतिदायक शिखरासारखा वाटला असणार.

हिमालयातल्या लोककथांमधल्या पऱ्या सहसा युरोपातल्या कथांमध्ये असतात तशा निरुपद्रवी किंवा परोपकारी अजिबात नसतात. गिलगीटमधल्या एका लोककथेनुसार नंगा पर्बताच्या शिखरावर मोत्यांनी लगडलेलं एक झाड उगवलेलं आहे. त्या शिखरावर सतत असणाऱ्या पऱ्यांच्या आणि पिशाचांच्या मालकीचं ते वैभव आहे. एके दिवशी, एक शूर गिर्यारोहक ते नग्न शिखर सर करायला निघतो. वरती पोहोचल्यावर तो खिसे मोत्यांनी भरून घेतो; पण जसा तो खाली उतरायला लागतो तशी पऱ्यांची आणि पिशाचांची एक झुंड त्याला आपला पाठलाग करताना दिसते. घाबरून तो ते मोती फेकून देतो आणि पळून जातो. गावाकडे परतल्यावर मात्र त्याच्या लक्षात येतं की, एक परी अजूनही आपला पाठलाग करते आहे. घरी जाऊन पायातले बूट काढल्यावर आत एक एकुलता एक मोती शिल्लक असल्याचं त्याच्या ध्यानात येतं. त्या गिर्यारोहकाच्या हातातून मोती खेचून घेऊन ती दुष्ट परी अदृश्य होते.

न्याहारीनंतर आम्ही एक दिवसाच्या ट्रेकसाठी खोऱ्यात जायची तयारी करतो. खोलीचं दार कोणीतरी वाजवलं म्हणून मी दार उघडतो तर समोर संपूर्ण काळे कपडे घातलेला एक उंच, दाढीवाला माणूस हातात एके-४७ घेऊन उभा असतो. मी सावधपणे उर्दूतून अभिवादन केल्यावर तो माझा पोलीस एस्कॉर्ट असल्याचं मला सांगतो. फेअरी मिडोजच्या वरच्या भागात ट्रेकिंगला जाणाऱ्या कोणत्याही परदेशी माणसाबरोबर सशस्त्र सैनिक असणं आवश्यक असतं. २०१३ साली दियामीर बेस कॅम्पवर झालेल्या अतिरेकी हल्ल्यानंतर सुरक्षिततेसाठी ही खबरदारी घ्यायला सुरुवात झाली. अपहरणाचा फसलेला प्रयत्न वाटावा अशा या प्रकारात दहा परदेशी गिर्यारोहक आणि एक स्थानिक वाटाड्या यांना गोळ्या घालून ठार करण्यात आलं. लष्करी गणवेशात येऊन त्यांच्यावर हल्ला करणारे हल्लेखोर तालिबान अतिरेक्यांनी स्थानिक गावांमधून भरती केलेले होते.

फेअरी मिडोजला अतिरेक्यांची भीती बाळगायचं काही कारण नाही, असं दीदार मला पुन्हा आश्वासन देतो. तरीही पाइनच्या जंगलातल्या जाळीच्या ठिपक्यातून वाट काढत जाताना मागोमाग एक सशस्त्र अंगरक्षक असल्यामुळे मी अजूनही थोडा घाबरलेलोच आहे. त्याचं नाव हलिमुल्ला असून, तो गिलगीटच्या हद्दीला लागून असलेल्या एका लहानशा गावातला आहे. त्याच्याकडे भयानक शस्त्रसामग्री असली आणि एकंदर अवतार आक्रमक वाटला तरी हलिमुल्ला हा एक शांत, सरळ स्वभावाचा माणूस आहे. तो आणि दीदार दोघांच्याही सांगण्यानुसार या

भागातल्या लोकांना सहसा 'यागीस्तान' म्हणून ओळखलं जातं. ते लोक रानटी आणि बिनभरवशाचे म्हणून प्रसिद्ध आहेत; 'पण पर्यटनामुळे सगळ्यांचाच फायदा होतो. त्यामुळे ते काही त्रास देणार नाहीत.' शिवाय आमच्या सोबतीला आणखी एक तरुण आहे. त्याचं कुटुंब इथलं स्थानिक धनगर कुटुंब आहे. वाटेत आमची गाठ उंचावरच्या एका कॅम्पवरून खाली येणाऱ्या त्याच्या वडिलांशी पडते. काहीसं हातचं राखून पण मित्रत्वानं हसून ते आम्हाला अभिवादन करतात आणि हस्तांदोलन करत आमचं स्वागत करतात. गुरं राखणं हाच त्यांचा मुख्य व्यवसाय असला तरी रायकोटच्या लोकांनी पर्यटन व्यवसायात हात-पाय पसरायला सुरुवात केली आहे. मग ते घोड्यावर बसवून पाहुण्यांना फिरवून आणणं असो किंवा चहाची टपरी आणि हंगामी हॉटेल चालवणं असो.

'हिंस्र आणि तापट अशी यागी लोकांची ख्याती आहे,' आम्ही पुढे जाऊ लागतो तसा दीदार स्मितहास्य करत मला सांगतो. 'पण ते जेव्हा नाचतात तेव्हा अगदी नाजूक, संयमी हालचाली करतात. हुन्झाची माणसं त्याच्या अगदी विरुद्ध आहेत. आम्ही शांतताप्रिय, मृदुभाषक आहोत; पण नाचताना मात्र आम्ही अगदी अनिर्बंध रानटी उड्या मारतो.'

गिलगीट-बाल्टिस्तानातल्या प्रत्येक खोऱ्याची आपापली संस्कृती आणि परंपरा आहेत. रायकोट हिमनदीच्या वरच्या टोकापर्यंत आम्ही ट्रेक करत जाऊ लागतो तेव्हा बागरोट नावाच्या गावाबद्दलचे अनेक विनोद दीदार मला ऐकवतो. त्या गावातले लोक भोळेपणाबद्दल प्रसिद्ध आहेत. त्यातलीच एक गोष्ट अशी, बागरोटींचा एक गट दुथडी भरून वाहणारी नदी ओलांडायच्या प्रयत्नात असतो. ते असं ठरवतात की, पलीकडे पोहोचायचं असेल तर एकच मार्ग आहे. रात्र होईपर्यंत थांबायचं कारण नदी तेव्हा झोपी जाईल. अंधारात त्या वेगवान प्रवाहात पाय ठेवल्या ठेवल्या मात्र ताबडतोब ते पाण्यात खेचले जातात आणि बुडतात. त्यानंतर दीदार अनेक वर्षांपूर्वी घडलेला आणखी एक किस्सा सांगू लागतो. तेव्हा तिबेटमधल्या उंचावरच्या खिंडींमधून मिठाची वाहतूक होत असे. काही बागरोटींना एवढा चढ-उतार करायचा कंटाळा आला. मग त्यांनी एक नामी शक्कल लढवली आणि शेतात खडेमीठ पेरलं. त्या खडबडीत दिसणाऱ्या स्फटिकांमधून बियांसारखे कोंब उगवतील असं त्यांना वाटत होतं; मात्र पुष्कळ पीक येण्याऐवजी त्यांची शेतजमीन क्षारयुक्त आणि नापीक होऊन गेली.

अशा गोष्टींमधून एक गावरान विनोदबुद्धी दिसून येते. पहाडी मुलखातल्या खडतर परिस्थितीत त्यामुळे थोडा दिलासा मिळतो. पूर्वीच्या काळातला एकटेपणा आता रस्ते आणि इतर प्रकारच्या विकासामुळे कमी झाला असला तरी इथली माणसं अजूनही जमिनीशी नाळ टिकवून आहेत. त्यांच्या कहाण्या त्या खडबडीत,

ओसाड प्रदेशाशी जोडलेल्या आहेत. त्यांच्या कित्येक कथांमधून प्राण्यांविषयीचं प्रेमही दिसून येतं. धनगर संस्कृतीचा ते अविभाज्य भाग आहेत.

नरभक्षक झालेल्या श्री बादत नावाच्या एका आदिवासी म्होरक्याची गिलगीटमध्ये सांगितली जाणारी कहाणी लोकप्रिय असली तरी भेसूर आहे. लोककथा अभ्यासक गुलाम मुहम्मद सांगतात त्यानुसार, 'या हिंस्र सरदाराला दररोज आपल्या प्रजेकडून एक मेंढा आणून खायची सवय होती. एके दिवशी रात्री जेवत असताना त्या दिवशीचं मांस आत्तापर्यंतचं सर्वांत चविष्ट मांस आहे असं त्याच्या ध्यानात आलं.' हा प्राणी कुठून आला अशी चौकशी केल्यावर, ज्या बाईनं त्या मेंढ्याला पोसलं होतं तिला त्याच्या नोकरांनी धरून आणलं. श्री बादतनं आग्रह धरल्यावर तिनं खुलासा केला : 'या मेंढ्याची आई त्याच्या जन्मानंतर काही दिवसांतच मेली. हे कोकरू इतकं सुंदर होतं की, मला त्याचं खूप कौतुक वाटायचं. मग मेंढीबरोबर हे कोकरूही गमवायला नको या विचारानं मी माझं स्वत:चं दूध त्याला पाजलं. पार ते चरायला लागण्याइतकं मोठं होईपर्यंत.' कोकरू बाईच्या स्तनाला लुचल्यामुळे त्याचं मांस स्वादिष्ट झालं असावं अशा समजुतीने मानवी मांसही तेवढंच चवदार असेल असं श्री बादतला वाटलं. 'असा एकंदर निष्कर्ष काढून, इथून पुढे मेंढ्याऐवजी माणसांची लहान मुलं कर म्हणून देण्यात यावीत आणि रात्रीच्या जेवणात कायम त्यांचं मांस वाढलं जावं अशी त्यानं आज्ञा केली.'

कुरणात सगळीकडे शेळ्या-मेंढ्यांचे कळप विखुरले आहेत. धनगरांच्या लाकडी झोपड्या त्या दृश्याच्या रमणीयतेत भर घालत आहेत. खोऱ्यातून जितकं वरच्या बाजूला जाऊ तितका नंगा पर्बत मोठा दिसू लागतो. ढगाआडून तो आमच्या डोक्यावर उभा असतो. एव्हाना मला सर्वांत वरच्या बाजूच्या सोंडा, तसंच मुख्य शिखर आणि रायकोट शिखर यांच्यामधलं बर्फाचं विस्तीर्ण मैदान दिसू लागलेलं असतं. यथावकाश आम्ही पाइन आणि फरचे वृक्ष मागे टाकत भोजवृक्षांच्या एका अरुंद पट्ट्यात शिरतो. रायकोट हिमनदीच्या वरच्या टोकाकडे तोंड करून उभ्या असलेल्या हिमोढाच्या एका झिजलेल्या कपारीपाशी आमचा रस्ता अखेर संपतो. नंगा पर्बताच्या उत्तर बाजूकडून तीन किलोमीटरपेक्षाही जास्त रुंदीचा एक भला मोठा हिमप्रपात कोसळत असतो. हर्मन बुअल आणि इतरजण ज्या बेस कॅम्पवरून शिखराकडे निघाले तो आमच्या वरच्या बाजूला असलेल्या एका बाहेर आलेल्या सोंडेवर वसला आहे. हिमनदीच्या वरच्या वर्तुळाची शीर्षभेग चुकवत हर्मन बुअल कोणत्या मार्गानं गेला असेल ते मला लगेच लक्षात येतं.

आल्या वाटेनं परत फिरून आम्ही कुरणाच्या काठावर वसलेल्या धनगरांच्या तळावर परत येतो. थोडेफार पक्षी अवतरतात. त्यात झऱ्यात सूर मारणारा तपकिरी रंगाचा डीपर असतो आणि पंख फडफडवत उडणारा फुललेल्या तुऱ्याचा हुदहुद

(हुपू) असतो. बकऱ्या आणि मेंढ्या वगळता दुसरा कोणताही सस्तन प्राणी इथे दिसत नाहीये, अगदी मरमॉट (खारीच्या जातीचा एक प्राणी) सुद्धा नाही. कदाचित आसपासच्या कड्यांवर आणि पायवाटेपासून बाजूला असलेल्या घनदाट अरण्यात काही वन्यप्राणी असू शकतील. दोन दिवसांपूर्वी नंगा पर्वताच्या पलीकडच्या बाजूला अस्कोटेजवळ आम्ही एका श्रीमंत जमीनदाराच्या जमीनजुमल्यापाशी थांबलो. तिथे त्याचं स्वत:चं वन्यप्राणिसंग्रहालय होतं. तिथे मुख्य फाटकापाशी एका लहानशा पेटीत एक व्हिसस मेकॉक (एक प्रकारचं माकड) ठेवलेलं होतं, तर जाळीच्या पिंजऱ्यात रानमेंढा (आयबेक्स) आणि मारखोर या दोघांच्या माद्या होत्या. त्या आमच्या हातातल्या गवताच्या काड्या आणि पानं चाटत असल्या तरी त्यांच्या डोळ्यांत एक निखळ रानटीपणा होता. जणू काही सतत इथून निसटायला बघत असाव्यात. त्यांच्या मालकाच्या म्हणण्याप्रमाणे पाळीव बकऱ्याबरोबर त्यांचा संकर करण्याचा त्याचा इरादा होता; पण वर्षाचा बराचसा काळ तो पाकिस्तानबाहेर घालवतो आणि संकर करण्यासाठी त्याला योग्य जोडीदार शोधता आलेला नाही. तो नसताना इथल्या कारभाऱ्यांनी प्राण्यांची नीट काळजी घेतली नाही अशी तक्रारही तो करत होता. अगदी काही महिन्यांपूर्वी तो स्वित्झर्लंडला असताना त्याचा पाळीव कस्तुरीमृग मरण पावला होता. यातलं प्रत्येक जनावर लहान असताना जंगलात पकडून इथे पिंजऱ्यात वाढवण्यात आलं होतं. नंगा पर्वताखाली असलेल्या कुरणांमधून आणि जंगलातून ट्रेकिंग करत असताना ती पिंजऱ्यातली जनावरं या मोकळ्या, अनिर्बंध प्रदेशात फिरत आहेत, अशी कल्पना केल्याशिवाय मला राहावलं नाही.

वाटेत दीदारनं ज्युनिपर आणि पाइनच्या मृत फांद्यांवर वाढणारं एक प्रकारचं लायकेन गोळा केलं आहे. त्याचा चहा करतात असं तो सांगतो. धनगरांच्या एका झोपडीपाशी आम्ही जेवायला थांबतो. तिथला मालक पर्यटकांच्या खाण्याची व्यवस्था करत असतो. इथे आल्यावर दीदार स्वयंपाकघराचा ताबा घेतो आणि ताज्या चपात्या, डाळ आणि या उंचीवर वाढणाऱ्या एक प्रकारच्या पालकाची भाजी असं जेवण पुढ्यात आणून ठेवतो. श्री बादतच्या मांसाहाराच्या कहाण्या आठवत आणि आठ दिवस निव्वळ मटण आणि चिकनवर काढल्यानंतर शाकाहारी जेवणाचा आनंद घेताना अगदी बरं वाटतं. त्यावर आम्ही लायकेनच्या चहाचे प्याले रिचवतो. चहाच्या लाल रंगामुळे दीदार त्याला 'ज्युनिपरचं रक्त' म्हणतो. त्याची सौम्य चव किंचित आम्लकारक वाटते, एखाद्या फिक्या पण चवीचे सूक्ष्म बारकावे असणाऱ्या दार्जिलिंग चहासारखी.

संध्याकाळी आम्ही फेअरी मिडोजवरून परत आल्यावर ते ढग अखेर बाजूला

होतात आणि आम्हाला संपूर्ण पर्वताचं दृश्य बघायला मिळतं. मावळत्या सूर्याच्या प्रकाशामुळे त्याच्या शिखरावर केशरी रंग चढला आहे. आत्ता या वेळेस उद्ध्वस्त मुद्रेचा नंगा पर्बत जवळजवळ निरुपद्रवी वाटतो आहे. त्याचा एकंदर नावलौकिक प्राणघातक असा असला तरी आत्ता त्याला 'जीवघेणा पहाड' म्हणणं अन्यायाचं वाटत आहे. एखाद्या घेराव घातलेल्या किल्ल्याच्या चार भिंतींत होणाऱ्या मृत्यूंसाठी त्या किल्ल्याला जसं जबाबदार धरता येणार नाही, तसंच हिमालयाच्या वायव्य सरहद्दीचं रक्षण करणारी ही नैसर्गिक तटबंदी तिच्या चढावर प्राण सोडलेल्यांच्या मृत्यूला कारणीभूत ठरू शकत नाही. पर्वत एखाद्याला विजय किंवा पराजय बहाल करत नाहीत. ते जसे आहेत तसेच असतात. पृथ्वीच्या कवचातून बाहेर आलेले, गोठलेल्या आर्द्रतेचे थर साचलेले, ढगात लपेटलेले प्रचंड आकार. ही शिखरं चढून जाणारे स्त्री-पुरुष आपापल्या प्राक्तनाशी स्पर्धा करत, आपापली कौशल्यं, गिर्यारोहणासाठी आवश्यक अंत:प्रेरणा आणि चिकाटी पणाला लावतात. अखेर ज्या काही 'भयानक' किंवा 'राक्षसी' घटना घडतात त्या मानवी निवड, धाडस, उद्धटपणा आणि इच्छा यांचा परिपाक असतात.

रायकोट सराईच्या जेवणघराच्या भिंतीवर हर्मन बुअल आणि इतर गिर्यारोहकांचे फोटो आहेत. नंगा पर्बताची यशस्वी चढाई करताना हर्मन बुअलबरोबर असलेला हुन्झाचा हमाल आमीर मेहदीही त्यात आहे. नंतर वॉल्टर बोनात्तीबरोबर के२ शिखरावर गेलेला असताना ८,१०० मीटर उंचीवरच्या तात्पुरत्या निवाऱ्यात एक रात्र काढल्यावर मेहदीनं पायाची सर्व बोटं गमावली. इटलीच्या सरकारनं त्याला अल व्हेलोर सिव्हिले हा किताब दिला. मेहदी वयाच्या शहाऐंशीव्या वर्षापर्यंत जगला. तिथेच कार्ल मारिया हेर्लिग्कॉफरचं कृष्ण-धवल तैलचित्र आणि राइनहोल्ड मेसनरचं रंगीत छायाचित्र आहे. जवळच्या एका खिळ्याला बुटाला जोडायच्या खिळ्याच्या पट्टीची एक जोडी लटकत आहे. ती एखाद्या बेअर ट्रॅपसारखी दिसत असून, त्यावर एक चिठ्ठी जोडलेली आहे. ही जोडी रायकोट हिमनदीत सापडल्याची आणि बहुधा १९३२ सालच्या मोहिमेत तिथे पडल्याची त्यावर नोंद आहे.

दोन महायुद्धांदरम्यानच्या काळात नंगा पर्बत हे जर्मन आणि ऑस्ट्रियन गिर्यारोहकांचं प्रमुख उद्दिष्ट झालं होतं. ते त्याला 'नियतीचा पर्वत' म्हणत. एव्हरेस्ट सर करेपर्यंतच्या हिमालयातल्या गिर्यारोहणाचा व्यापक इतिहास सांगणारं 'अबोड ऑफ स्नो' हे पुस्तक लिहिणाऱ्या केनेथ मेसनने सन १९३२ ते १९३९ या काळात नंगा पर्बतावर झालेल्या जर्मन मोहिमांसाठी अनेक प्रकरणं खर्ची घातली आहेत. त्यांच्या प्रयत्नांविषयी, विशेषत:, पॉल बाऊअरच्या नेतृत्वाविषयी तो कौतुकानं लिहितो. मेसन हा सर्व्हे ऑफ इंडियाचा अधीक्षक, हिमालयन क्लबचा संस्थापक अध्यक्ष आणि ऑक्सफर्डला भूगोलाचा प्राध्यापक होता. हे पुस्तक म्हणजे गिर्यारोहणाची

बहुतांश शुष्क पण विश्वसनीय माहिती देणारा कॅटलॉग असला तरी मेसनच्या लिखाणामुळे त्यात एक दुर्मिळ वैयक्तिक स्पर्शही जाणवतो. 'विचित्र योगायोग असा की, बाऊअर आणि मी १९१५ साली फ्रान्समध्ये शंभर यार्ड अंतरावर असलेल्या खंदकातून एकमेकांशी लढलो होतो. त्यानंतर या डोंगरांनी आम्हाला एकत्र आणलं आणि आम्ही अगदी जवळचे मित्र झालो आहोत.' बाऊअर आणि इतर काही जर्मन गिर्यारोहक मेसनच्या ऑक्सफर्डच्या घरी त्याला भेटायला गेले होते आणि तिथेच राहिलेही होते. लंडनच्या रॉयल जिओग्राफिकल सोसायटीचा उपाध्यक्ष या नात्याने त्यांच्या यजमानाने त्यांना ब्रिटिश भारतात परवाने मिळवायला मदत केली होती.

युद्ध आणि गिर्यारोहण यातली साम्यस्थळं पाहिली तर एक बरीच गुंतागुंतीची आणि लांबलचक कहाणी समोर येते. बहुतेक सर्व जर्मन गिर्यारोहक युद्धखंदकातून वाचलेले होते. एवढे सारे जीव घेणाऱ्या लढाईतून आपण मात्र वाचलो, या संतापाचं आणि अपराधी भावनेचं ओझं त्यांच्या मनावर होतं. हिमालयातल्या दूरस्थ आणि अनाघ्रात पावित्र्यानं त्यातून सुटकेचा आणि पापविमोचनाचा मार्ग उपलब्ध करून दिला. त्याचप्रमाणे त्या काळातल्या मोठ्या गिर्यारोहण मोहिमांमधून एखाद्या लष्करी मोहिमेची लढाऊ वृत्ती आणि आदेशांच्या रचनेचं प्रतिबिंब दिसून येई. ते आव्हान स्वीकारणाऱ्या माणसांना गिर्यारोहणामुळे लढाईच्या भयापासून मुक्तीचा आणि उताऱ्याचा एक मार्ग मिळत असे. तसंच, लष्करी सेवेतल्या शिस्तीच्या आणि बंधुभावाच्या परिचित वातावरणात पुन्हा जाण्याची एक संधी गवसत असे. ही गोष्ट जर्मनांसाठी विशेष लागू होती. जर्मनीच्या अभेद्यतेवर विश्वास असणाऱ्या कित्येक तरुणांना लढाईचा आणि त्यातल्या पराजयाचा स्वीकार करणं जड गेलं. आधी आल्प्स आणि मग हिमालय पर्वताने त्यांचं थोडंफार सांत्वन केलं. पॉल बाऊअरचे उद्गार उद्धृत करत तो म्हणतो : 'आम्ही आमचा प्रत्येक मोकळा दिवस डोंगरात घालवावा आणि कित्येक रात्री निसर्गात खोलवर दडलेल्या रहस्यांचा शोध घ्यावा अशी अनेक वर्षं गेली.' मनात दडलेल्या पिशाचांपासून मुक्तता मिळवण्यासाठी त्यांनी पृथ्वीवरच्या सर्वोच्च शिखरांशी युद्ध पुकारलं.

या मोहिमांच्या ग्रूप फोटोंमध्ये पाहिलं तर प्रसन्न चेहऱ्याचे, जाडजूड स्वेटर आणि भक्कम बूट घातलेले तरुण उत्सुकतेनं कॅमेऱ्याकडे बघताना दिसतात; मात्र ते वागवत असलेल्या जखमांची, विनाशाचा विसर पडावा यासाठी चाललेल्या त्यांच्या घाईची कल्पना एखाद्याला येणं अवघड आहे. हिमालयात निखळ आणि प्रेरक सौंदर्य वास करत असलं तरी इथले पहाड युरोपातल्या युद्धभूमीइतकेच धोकादायक होते.

पॉल बाऊअरच्या नेतृत्वाखाली पहिली जर्मन 'टेहळणी मोहीम' प्रत्यक्षात

१९२९ सालच्या उन्हाळ्यात कांचनगंगेच्या पूर्वेला सुरू झाली. शिस्तबद्ध निश्चयाने डोंगर चढत, दहा ठिकाणी तळ टाकत ते सुमारे ७,४०० मीटर उंचीवर पोहोचले. पुढल्या वर्षी १९३० साली प्राध्यापक जी. ओ. डायऱ्हेनफर्थ यांनी कांचनगंगेला जाणाऱ्या एका खूप मोठ्या मोहिमेचं नेतृत्व केलं. गिर्यारोहणाचं चलचित्रीकरण करण्यासाठी लागणाऱ्या सिनेकॅमेऱ्यांसकट टनावारी साधनसामग्री वाहून नेणारे ५०० हमाल त्यात सहभागी झाले होते. एका हिमवादळात त्यांच्यातला सर्वांत अनुभवी शेर्पा चेतन मरण पावल्यावर त्यांनी ही मोहीम अर्धवट सोडून दिली. १९३१ साली बाऊअर आणि अकॅडेमीशर आल्पेनव्हेरेईन म्युन्शेनचे सदस्य पुन्हा एकदा सिक्कीमला आले आणि त्यांनी आणखी एक अयशस्वी प्रयत्न केला. एव्हाना द हिमालयन क्लबने दार्जिलिंगमध्ये हमाल आणि शेर्पांची नेमणूक आणि नोंद करण्याची पद्धत सुरू केली होती. त्यातले बरेचजण जर्मन मोहिमेवर मदतीला धाडण्यात आले.

नंगा पर्बत सर करण्याच्या मोहिमेची सुरुवात १९३२ साली झाली. सुरुवातीच्या प्रयत्नाचं नेतृत्व विली मेर्कलने केलं होतं. त्यात कांचनगंगावर जाऊन आलेला एकही अनुभवी माणूस नव्हता. मेसनच्या म्हणण्याप्रमाणे त्या मोहिमेला काश्मिरी हमालांनी केलेल्या चोरीचं गालबोट लागलं आणि त्याचा शेवटही पर्वतावर जाण्याजोगा मार्ग न सापडून गोंधळातच झाला. दोन वर्षांनी - १९३४ साली मेर्कल परत आला. यावेळेस हिमालयन क्लब आणि त्यांच्या शेर्पांची मदत घेऊन त्याला अधिक विश्वासार्ह चढाई करणं शक्य झालं. योगायोगानं त्यांना बर्लिनमध्ये सत्ता काबीज केलेल्या नाझी राजवटीनं पैसा पुरवला होता. साहजिकच हिटलरच्या आर्यवंशातल्या पुरुषोत्तमांविषयीच्या रम्य कल्पना जर्मन गिर्यारोहण मोहिमांमध्ये गुंफल्या गेल्या होत्या.

एवढी सगळी शिस्तबद्ध तयारी, जर्मन मार्क्स (जर्मनीचं चलन) आणि अनुभव असूनही नंगा पर्बत ताब्यात आला नाही. उलट त्यानं त्वेषानं 'उलटा वार' केला. चढाईच्या सुरुवातीलाच गटातल्या अल्फ्रेड ड्रेक्सेल नावाच्या एका माणसाला अल्टिट्यूड सिकनेसचा त्रास होऊ लागला आणि पल्मोनरी एडेमा होऊन तो मरण पावला. त्याच्या सोबत्यांनी नाझी स्वस्तिक कोरून पर्वतावरच्या एका दगडांच्या राशीखाली त्याला पुरलं आणि ते पुढे गेले; मात्र आणखी वाईट गोष्टी अजून घडायच्या होत्या.

महिन्याभरानंतर पाच जर्मन गिर्यारोहक आणि अकरा शेर्पा पर्वतात उंचावरच्या 'रुपेरी खोगीरा'वर होते. सात हजार मीटर उंचीवर असलेलं, ते तीन किलोमीटर लांब पसरलेलं बर्फाचं मैदान आहे. शिखराच्या सोंडेच्या काठावरून पलीकडे ते पसरलं आहे. कोणत्याही पूर्वसूचनेशिवाय एक भयानक वादळ आलं, तंबूंचा नाश

झाला आणि सगळा गट विखुरला. वादळाच्या आठ भयानक दिवसांत गिर्यारोहकांनी कोणत्याही आसऱ्याशिवाय, अन्नपाण्याशिवाय खाली उतरण्याचे शर्थीचे प्रयत्न केले. प्रचंड दमछाक, अल्टिट्यूड सिकनेस, हिमदंश आणि बर्फांधळेपणानं त्रस्त झालेले जर्मन आणि शेर्पा त्या संपूर्ण शुभ्र वातावरणातून आणि सोसाट्याच्या वाऱ्यातून धडपडत पर्वतावरून उतरायचा प्रयत्न करत होते.

'आमच्या काळातली सर्वांत मोठी पहाडी दुर्घटना' असं मेसन त्याचं वर्णन करतो. गेल्या कित्येक वर्षांत अशाच वादळांनी हिमालयाच्या शिखरांवर कित्येक गिर्यारोहकांचे बळी घेतले आहेत; मात्र या पिढीच्या गिर्यारोहकांनी मॉन्सूनच्या विनाशकारी परिणामांचा अनुभव तेव्हा पहिल्यांदा घेतला. विली मेर्कलसकट तीन जर्मन आणि सहा शेर्पा त्या वादळात नंगा पर्बतावर मरण पावले. त्यापूर्वीचा ड्रेक्सेलचा मृत्यू धरला तर १९३४ साली मरण पावलेल्यांचा एकूण आकडा होता दहा.

खाली थांबलेला फ्रिट्झ बेखटोल्ड नावाचा एक गिर्यारोहक आंग त्सेरिंगनं केलेल्या बचावाची ती विलक्षण कहाणी सांगतो. सोबत्यांना वाचवण्याच्या त्याच्या प्रयत्नाबद्दल जर्मन रेड क्रॉसकडून त्याला सन्मानपदक बहाल करण्यात आलं होतं.

> खाली चौथ्या कॅम्पमध्ये एक माणूस लेव्हल सॅडलवरून पुढे सरकताना दिसत होता. वादळामुळे मदतीच्या हाका पुन्हा पुन्हा ऐकू येत होत्या. ती एकाकी आकृती पुढे झाली आणि राखीकोट (रायकोट) शिखरावरून खाली उतरली. तो विली मेर्केलचा दुय्यम सहकारी आंग त्सेरिंग होता. प्रचंड थकून, भयानक हिमदंशाशी सामना करत त्यानं कॅम्प ४मध्ये आसरा घेतला. अक्षरशः, अमानवी चिकाटीनं वादळ आणि बर्फाला तोंड देत तो खाली उतरला होता. पावलागणिक तो वीरपुरुष वाटत होता. मेर्कल किंवा गेयलेकडून त्याला काहीच निरोप आणता आला नाही. त्यामुळे त्याची साधीसुधी कहाणी हीच आपल्या शूर वीरांनी आणि त्यांच्या निष्ठावान हमालांनी त्या उंच सोंडेवर दिलेल्या कडव्या झुंजीची शेवटची बातमी ठरली.

नाझी राजवटीत १९३४ सालच्या दुर्घटनेनंतर पुन्हा एकत्र येण्याच्या दृष्टीनं 'डॉईच हिमालया स्टायफ्टंग'ची स्थापना झाली. नंगा पर्बत सर करण्याच्या एकत्रित प्रयत्नाचं नेतृत्व करण्याच्या कामी अनुभवी पॉल बाऊअरची नेमणूक करण्यात आली. त्यानं मेर्केल मोहिमेतून वाचलेल्या काहीजणांची आणि इतर अनुभवी गिर्यारोहकांची भरती केली. १९३६ साली बाऊअर आपल्या संघाला पुन्हा एकदा कांचनगंगाला

प्रशिक्षण मोहिमेवर घेऊन गेला. हिमालयातल्या खडतर आयुष्याला तोंड द्यायची त्यांची तयारी व्हावी म्हणून ही मोहीम होती. मग १९३७ सालच्या मे महिन्यात भारतातल्या ब्रिटिश सरकारची संपूर्ण मदत घेऊन ते काश्मीरला निघाले. जवळजवळ एक महिना डोंगरात काढल्यावर अखेर सहा हजार मीटर उंचीवर जर्मन लोकांनी कॅम्प ४ वसवला.

बाऊअर आणि इतर काही गिर्यारोहक खाली उतरले आणि तिथून सामान वर नेऊ लागले; मात्र दुसऱ्या दिवशी ते परत आले तेव्हा कॅम्प ४ गायब झाला होता. त्याऐवजी त्या ठिकाणी एका भयंकर मोठ्या वादळातून उरलेला १५० मीटर रुंद आणि ४०० मीटर लांबीचा राडारोडा पडला होता. त्या गोठलेल्या आच्छादनाखाली सात जर्मन गिर्यारोहक आणि नऊ शेर्पा गाडले गेले होते. जवळच गिलगीटला असलेल्या टेहळणी नाक्यापाशी जासूद मदतीचा कळकळीचा निरोप घेऊन धावले; पण सुटकेची चक्रं फिरली तोवर काहीही आशा उरली नव्हती. गोठून कडक झालेल्या बर्फात खड्डे खोदले गेले. बळी गेलेली माणसं आपापल्या तंबूत आणि स्लीपिंग बॅग्जमध्ये गाडली गेलेली आढळली. '१४ जूनच्या संध्याकाळी डायऱ्या लिहिल्या गेल्या होत्या. १२ वाजून गेल्यानंतर लवकरच घड्याळं बंद पडली होती. मध्यरात्रीनंतर लगेचच हिमवादळाचा तडाखा बसला. सोळा माणसं झोपेतच गाडली गेली.' मेसन वर्णन करतो त्याप्रमाणे, 'नंगा पर्बत निष्ठुर आहे.'

त्यातून बाहेर काढलेली एक डायरी हॅन्स हार्टमनची होती. अतिउंच प्रदेशात होणाऱ्या शारीरिक परिणामांविषयीच्या त्याच्या संशोधनाचे तपशील त्या डायरीत होते. त्यातल्या सलामीच्या ओळी होत्या :

*जरी असेल हिम बोचरे आणि वेदना जीवघेणी,*
*शपथ जी घेतली, जळे तीच आग माझ्या उरी*

ज्या पॉल बाऊअरने हिमालयातलं एक महत्त्वाचं शिखर सर करण्याचे इतके निकराचे प्रयत्न केले होते आणि त्या नादात आपले इतके सारे देशबांधव गमावले होते की, त्याच्यासाठी हा फार भयानक पराभव असणार. पहिल्या महायुद्धातल्या त्याच्या लष्करी सेवेइतकाच; मात्र मोहीम चालू ठेवण्याचा त्याचा पक्का इरादा होता. त्यामुळे रायकोट शिखर आणि मुख्य शिखर ह्यांच्यामधल्या 'रुपेरी खोगीरा' कडे जाणाऱ्या त्याच मार्गानं १९३८ साली तो पुन्हा नंगा पर्बतला आला. वर जाताना त्यांना शेर्पा पिन्त्सो नुरबू आणि गेयले, तसंच विली मेर्केल यांचे गोठलेले मृतदेह सापडले. १९३४ सालापासून ते त्या पर्वतावर विसावले होते. मेर्केलच्या कोटाच्या खिशात त्याने आपल्या सहकाऱ्यांना लिहिलेलं शेवटचं, निर्वाणीचं पत्र

त्यांना मिळालं.

आत्तापर्यंत डोंगर चढलेल्या लोकांपेक्षा बाऊअर अधिक उंचावर गेला असला तरी यापूर्वी घडलेल्या दुर्घटनांची त्याला जाणीव होती. आपली टीम शिखरावर पोहोचणार नाही हे स्पष्ट झाल्यावर त्यानं त्यांना परत फिरायला सांगितलं आणि हिमालयातल्या आपल्या शेवटच्या चढाईची सांगता केली. नंतर त्यानं 'द सीज ऑफ नंगा पर्बत' नावाचं पुस्तक लिहून प्रकाशित केलं. त्यात या पर्वताविरुद्ध जर्मनांनी केलेल्या संघर्षाची कहाणी देशभक्तिपर सुरात कथन केली आहे. राष्ट्रवादाची भावना आता सहजगत्या गिर्यारोहणाशी जोडली गेली होती. यापूर्वी सर न झालेली शिखरं सर करून प्रत्यक्षरीत्या आणि प्रतीकात्मकरीत्यादेखील एखाद्या प्रदेशावर विजय मिळवण्याची इच्छा पूर्ण होत होती.

सन १९३९मध्ये बाऊअरच्या टीममधला पीटर आउफशायटर हा तरुण पुन्हा एकदा नंगा पर्बतला परतला. या वेळेस त्यानं दियामीर बाजूनं जाणाऱ्या वेगळ्या रस्त्याचा शोध घेतला. त्याच्या टीममध्ये हाइनरिश हारेर होता. आयगर शिखरावरच्या मोहिमेत त्यानं धाडस आणि कौशल्याबद्दल नाव कमावलं होतं. ते सहा हजार मीटरहून किंचित जास्त उंचीवर असलेल्या 'द पलपिट' म्हणून ओळखल्या जाणाऱ्या डोंगररांगांच्या एका पट्ट्यापर्यंत गेले आणि त्यानंतर परत फिरून गिलगीटला आले. परतल्यावर त्यांना समजलं की, इंग्लंड आणि जर्मनीचं आता एकमेकांशी युद्ध चालू झालं आहे. लवकरच त्या दोघा गिर्यारोहकांना ब्रिटिश अधिकाऱ्यांनी पकडलं आणि जर्मन शोधमोहिमांचं हे प्रकरण तिथेच संपलं. पुढे देहराडूनच्या ब्रिटिश युद्धकैद्यांच्या छावणीतून हारेर निसटला आणि दोन अयशस्वी प्रयत्नांनंतर डोंगरातून वाट काढत ल्हासाला गेला. ती कहाणी त्यानं 'सेव्हन ईअर्स इन तिबेट' या आपल्या बेस्टसेलर पुस्तकात सांगितली आहे.

दोन जागतिक महायुद्धांच्या मधल्या काळात जर्मन लोकांचं नंगा पर्बताविषयीचं वेड हे हिटलरच्या महत्त्वाकांक्षेला साजेसं देशभक्तिपर धर्मयुद्ध झालं होतं. अमेरिकन इतिहासतज्ज्ञ ली वॉलेस हॉल्ट या आधुनिक दंतकथेच्या सांस्कृतिक परिणामांची रूपरेषा स्पष्ट करतो : '१९३४ सालची नंगा पर्बत मोहीम जर्मन गिर्यारोहणाच्या इतिहासातला मैलाचा दगड ठरली आणि नंगा पर्बत 'शिकसाल्सबेर्ग देर डॉइशेन' म्हणजेच 'जर्मन भाग्यविधाता पर्वत' म्हणून ओळखला जाऊ लागला.

हॉल्टच्या सांगण्यानुसार बाऊअर आणि इतरांनी ॲडॉल्फ श्लागिन्टवाईट या ईस्ट इंडिया कंपनीने नेमलेल्या जर्मन भूगोलतज्ज्ञाच्या कहाणीवरून नंगा पर्बताकडे जाणाऱ्या दुव्याचा मागोवा घेतला होता. १४ सप्टेंबर, १८५६ रोजी महाकाय रूपल बाजूसमोर उभा राहणारा तो पहिला युरोपियन माणूस होता. त्यांच्या म्हणण्यानुसार श्लागिन्टवाईटने त्या नग्न पर्वताचा 'शोध' लावला आणि त्यानंतर त्या पर्वताने

कित्येक शूर जर्मन तरुणांना आपल्या जीवघेण्या चढ-उतारांवरून मृत्यूकडे खेचून नेलं. १९३०च्या दशकात नंगा पर्बत राष्ट्रीय ध्येयाचं प्रतीक आणि ब्रिटिश साम्राज्यावरच्या विजयाची पताका होऊन बसला. ब्रिटिशांनी त्यांना हे ध्येय गाठण्यासाठी मदतच केली असली तरी हा पर्वत ब्रिटिश भारतात असल्यामुळे तो सर करण्यामागच्या प्रेरणेत अधिकच भर पडली. पुस्तकं, सिनेमे आणि पत्रकारांच्या लिखाणातून गिर्यारोहणातल्या विजयाचा संबंध जर्मनीच्या राष्ट्रीय भवितव्याशी लावला गेला. आपल्या मायभूमीसाठी परक्या देशात लढणारे शूर वीर म्हणून गिर्यारोहकांकडे बघितलं गेलं.

पॉल बाऊअरची एक काळी, धिक्कार करण्याजोगी बाजूही हॉल्ट उघड करतो. तो एक व्यवस्थित आणि कुशल गिर्यारोहक नेता होताच. त्याबद्दल केनेथ मेसनने त्याचं कौतुकही केलंय. त्याव्यतिरिक्त बाऊअर चक्क नाझी राजवटीचा एक भागही होता. थर्ड राईशचा (नाझी जर्मन राजवट) प्रचार करण्यासाठी जर्मन लोकांच्या गिर्यारोहणाच्या कहाण्यांना योग्य तो आकार आणि दिशा देण्यात त्यानं मदत केली. हिटलरच्या प्रचारतंत्रानं क्रीडाप्रकार आणि सिनेमांचा उपयोग आपल्या ज्यूविरोधी आणि इतर वर्णद्वेषी तत्त्वप्रणालींचं समर्थन करण्यासाठी करून घेतला. १९३०च्या दशकात तयार केलेले 'नंगा पर्बत : १९३४ सालच्या जर्मन हिमालय मोहिमेचा युद्धभूमीवरचा वृत्तान्त' अशासारखे हिमालयविषयक चित्रपट उघड-उघड हा मुद्दा अधोरेखित करत होते. हिटलरच्या आधिपत्याखाली जर्मन गिर्यारोहण संस्था ही राजसत्तेच्या हातातलं बाहुलं झाली होती. नाझींनी दिलेले आदेश बाऊअर निष्ठेने तडीस नेत होता.

जी.ओ. डायऱ्हेनफर्थच्या 'देर देमॉन देस हिमालया' (हिमालयातलं पिशाच) चित्रपटाच्या सेन्सॉरशिपवरून हा मुद्दा लक्षात येतो. १९३० साली कांचनगंगाला केलेल्या मोहिमेनंतर डायऱ्हेनफर्थने 'हिमाचल : देर थ्रॉन देर ग्योटर' हा एक यशस्वी माहितीपट तयार केला होता. तो १९३१ साली प्रदर्शित झाला. १९३४ च्या दुर्घटनेवरून प्रेरणा घेऊन डायऱ्हेनफर्थने कांचनगंगाच्या पुराणकथा, तिथल्या देवता आणि राक्षसी प्राणी असं सगळं नंगा पर्बताच्या भयानक प्रदेशात आणि पावसाळी वादळांमध्ये गुंफून सादर केलं होतं. 'देर देमॉन देस हिमालया' हा चित्रपट होता. त्यात गुस्ताव डिस्सेलने काम केलं होतं. गिर्यारोहणातल्या धोकादायक आणि धाडसी गोष्टी त्यात नाट्यपूर्ण रीतीनं मांडल्या होत्या. त्यात पुष्कळ वर्णद्वेषी गृहितकं ठासून भरलेली होती. एरिका डॅनहॉफनं साकार केलेल्या जर्मन नायिकेकडे सतत लंपटपणे पाहणाऱ्या, यतिसारख्या दिसणाऱ्या एका शेर्पाचाही त्यात समावेश होता. बाकीचे शेर्पा एखाद्या बालिश गुलामासारखे (एल्फ) दाखवून डोंगर चढायला सुरुवात करण्यापूर्वी युरोपियनांच्या पाया पडताना दाखवले आहेत.

'देर देमॉन देस हिमालया'चं विशेष स्वागत झालं नाही. तो अति मेलोड्रामॅटिक असल्याची समीक्षकांची तक्रार होती; पण त्याच्या चलचित्रणाचं मात्र त्यांनी कौतुक केलं. जर्मन गिर्यारोहकांच्या वर्तुळात डायऱ्हेनफर्थने केलेलं नंगा पर्बत मोहिमेचं काल्पनिक चित्रण हा चेष्टेचा आणि उपहासाचा विषय झाला. एका उदात्त, राष्ट्रीय धर्मयुद्धाचा सवंग आणि विकृत फायदा उठवण्याचा प्रकार म्हणून त्याकडे पाहिलं गेलं. अर्थात, डायऱ्हेनफर्थ ज्यू असल्यामुळे त्या भावनेत भरच पडली.

दिग्दर्शकानं काय प्रकारचं स्वातंत्र्य घेतलं होतं याचं उदाहरण बघायचं तर क्लायमॅक्सच्या एका दृश्यात नायक डॉ. विले (उघड-उघड विली मेर्केलवर बेतलेलं पात्र) डोंगरात उंचावर त्या पिशाचाला आव्हान देतो. पुढे छायामय विशेष परिणामांचा वापर करून दाखवलेल्या एका अविश्वसनीय दृश्यमालिकेत तो डोंगराच्या एका सोंडेवरून खाली फेकला जातो. एका हिमनदीतून गडगडत जात तो एका तिबेटी बुद्धविहारात जातो. तिथे खूप सारे भिक्खू मंत्र म्हणत बसलेले असतात आणि तिथेच तो अखेरचा श्वास घेतो.

असल्या दृश्यांनी अस्सल पहाडी साहसाविषयीच्या बाऊअरच्या जाणिवा दुखावल्या गेल्याच, शिवाय राष्ट्रीय कार्याविषयीच्या त्याच्या धारणांनाही धक्का बसला. नाझी राजवटीच्या अमलाखाली पॉल बाऊअरला जर्मन असोसिएशन ऑफ स्पोर्ट्समध्ये गिर्यारोहण विभागाचा प्रमुख म्हणून बढती देण्यात आली होती. त्या अधिकारात त्यानं राईश फिल्म ऑफिसला डायऱ्हेनफर्थच्या चित्रपटावर बंदी घालण्याची शिफारस केली. त्यानं दिलेलं कारण असं होतं : 'सध्याच्या काळात थर्ड राईशच्या कारकिर्दीत राष्ट्राच्या मूलभूत नियमानुसार ज्यूंना आणि आंतराष्ट्रीय पातळीवरील ज्यू समुदायाला स्पष्टपणे नाझी जर्मनीचे विरोधक म्हणून जाहीर केलं गेलं आहे. तेव्हा आपापले संशयास्पद व्यवहार इथे राईशमध्ये आणू बघणाऱ्या ज्यू व्यावसायिकांना थारा देऊ नये. सध्या दूरवरच्या पहाडी प्रदेशाविषयी असणाऱ्या उत्सुकतेचा हे ज्यू व्यापारी उपयोग करून घेत असल्याचं उघड दिसत आहे.'

नंगा पर्बत सर करण्याचं जर्मन-ऑस्ट्रियन स्वप्न जेव्हा १९५३ साली अखेर हर्मन बुअलनं पूर्ण केलं तेव्हा ते अपयशातून साकारलेलं यश होतं. दुसऱ्या महायुद्धाच्या वेळेस त्यानं जर्मन लष्कराच्या पहाडी तुकडीत काम केलं होतं. अमेरिकन सैन्यानं त्याला युद्धकैदी म्हणून पकडलं होतं. युद्ध संपल्यावर तो इन्सब्रुकमधल्या स्वत:च्या घराजवळ वाटाड्या म्हणून काम करत होता. वर्षभर तो टायरोलियन आल्प्स आणि डोलमाईट्स पर्वतावर चढाई करत असे. १९५३ सालची जर्मन-ऑस्ट्रियन मोहीम विली मेर्केलच्या सावत्र भावाने कार्ल हेरलिग्कॉफरने आयोजित केली होती. त्या मोहिमेचं नेतृत्व १९३२ आणि १९३४ च्या मोहिमेतून वाचलेल्या पीटर

ॲश्ब्रेनेरनं केलं होतं. पॉल बाऊअर आणि त्याच्या सहकाऱ्यांना पहिल्या महायुद्धानंतर आपापल्या मनातली अस्वस्थता शांत करण्याची ओढ लागली होती. या मोहिमेत सामील झालेल्यांनीदेखील तोच संघर्ष चालू ठेवला आणि दुसऱ्या महायुद्धानंतरच्या भयानक परिस्थितीपासून मुक्ती मिळवण्याचा मार्ग शोधू पाहिला.

'नंगा पर्बत पिलग्रिमेज : द लोनली चॅलेन्ज' या आपल्या स्मृतिचित्रांमध्ये बुअल आपल्याआधी तिकडे गेलेल्या लोकांविषयीची जाणीव आणि त्यांच्या त्यागामुळे मिळालेली प्रेरणा याविषयी लिहितो. 'अशीच जिगर असलेल्या ज्या-ज्या माणसांचा पर्वतानं बळी घेतला ती माणसं आमच्या आठवणीत अजूनही जिवंत होती. मृतांचे संदेश घेऊन येणारी म्हणून ती आमच्या सोबतीला नव्हती, तर आम्हा जिवंत माणसांना मार्गदर्शक म्हणून ती बरोबर होती. आम्हाला शिखराकडे जाण्यासाठी ती मार्गदर्शन करत होती.'

बुअल आणि त्याच्या बरोबरीच्या अनेक तरुण गिर्यारोहकांना या पर्वताचा दुर्दैवी इतिहास ठाऊक होता, तसंच हेरलिग्कॉफर आणि ॲश्ब्रेनेरच्या वागण्यामागे भीतीच्या आणि ध्यासाच्या कोणत्या प्रेरणा आहेत तेही त्यांना समजत होतं. तरीही ते आपल्या ज्येष्ठांच्या सावध पण वर्चस्व गाजवणाऱ्या नेतृत्वाखाली मोहिमेवर निघाले. पूर्वेकडच्या सोंडेवर पोहोचल्यावर वादळ होण्याचा अंदाज वर्तवला गेल्याने त्यांना खाली उतरण्याची आज्ञा देण्यात आली. तेव्हा आपल्याला शिखरावर चढाई करण्याचा प्रयत्न करण्यासाठी परवानगी देण्यात यावी, असा आग्रह बुअलने धरला. त्यावर दीर्घ काळ वादावादी झाली. त्यात पुष्कळ 'कडक बव्हेरियन शब्दांचा' वापर करण्यात आला आणि त्यानंतर बेदरकारपणे ते पर्वतावर निघाले. हा क्षण निर्णायक होता. बुअलला आणि इतर तरुण गिर्यारोहकांना ऐतिहासिक पराभवाचं ओझं फेकून द्यायला, निर्विवाद शिस्त आणि अपयशाच्या परंपरेतून बाहेर पडायला अखेर जमलं होतं.

अर्थात १९५३ हे साल गिर्यारोहणासाठी फार महत्त्वाचं होतं. एकीकडे जर्मन-ऑस्ट्रियन मोहिमा रायकोट बाजूकडून आणि रुपेरी खोगीरावरून आपलं नशीब आजमावत होत्या; तर दुसरीकडे एव्हरेस्ट दक्षिण कोलवर ब्रिटिश तंबू ठोकत होते. नंगा पर्बताच्या शिखराकडे कूच करण्याच्या काही दिवस अगोदर कॅम्प ३वर बुअल एक वादळ शमण्याची वाट बघत होता. हिमवादळ चालू असताना आपले चार सहकारी इथे येऊन पोहोचल्याचं बघून त्याला आश्चर्य वाटलं होतं. प्रथम ते आपल्याला सोडवायला आलेत असंच त्याला वाटलं; पण हिलरी आणि तेनसिंगनं नुकतंच पृथ्वीवरचं सर्वोच्च शिखर सर केल्याची बातमी घेऊन ते आले होते. 'एव्हरेस्ट सर झालं होतं! ती बातमी ऐकून मी प्रचंड भारावलो होतो. आणखी एक-दोन वर्षं तरी ते भव्य शिखर पादाक्रांत होईल असं

मला अजिबात वाटलं नव्हतं. आमच्या साहसी मोहिमांनाही त्यामुळे प्रोत्साहन मिळालं होतं.'

अखेर नंगा पर्बताच्या शिखरावर पोहोचणारा बुअल हा त्या टीममधला एकमेव सदस्य ठरला. जे धोके पत्करण्याची इतरांची तयारी नव्हती ते पत्करून आणि चिकाटीच्या सर्व ज्ञात मर्यादांपलीकडे स्वत:च्या शरीराला ढकलून त्यानं हे साध्य केलं. आत्तापर्यंत नि:स्वार्थ संघभावना, लष्करी शिस्त आणि देशभक्तीच्या आदर्शांना शरण जाणं या सगळ्याचा भरपूर उदोउदो झाला होता. तसंच राष्ट्रीय अस्मितेला वैयक्तिक ध्येयांपेक्षा उच्च लेखणं हेच ऐतिहासिकपणे चालत आलेलं प्रारब्ध असल्याची एक भावना सर्वत्र होती. असं असताना हर्मन बुअलनं एकट्यानं केलेली चढाई, मग जरी ती इतरांच्या आधारावर अवलंबून असली तरी शेवटी तिचं स्वरूप एका पर्वतावर चढणारा एकटा माणूस असंच झालं होतं.

बुअलच्या यशाला मुजोरीच्या आरोपांचं गालबोट लागलं होतं. विशेषत:, आपल्या माघार घेण्याच्या आदेशाकडे दुर्लक्ष केल्यानं ॲशब्रेनेर संतापला होता. अपमानित आणि संतप्त झालेला मोहिमेचा म्होरक्या बुअलचं अभिनंदन करायलाही थांबला नाही आणि नंगा पर्बत सर झाल्याची बातमी कळाल्या-कळाल्या बेसकॅम्प सोडून निघून गेला.

आपल्या पुस्तकाच्या समारोपात बुअल लिहितो : 'वादळ शमलं आहे. हे वादळ माणसांनीच उठवलं होतं. त्यातून गरगरत वर आलेल्या धुळीच्या कुरूप लोटामुळे पर्वताची चमकती जादूही काही काळ झाकली गेली होती.' पुढे तो शिखरावरच्या स्वत:च्या एकाकी शोधयात्रेचं समर्थन करतो.

> एखादा भव्य डोंगर आणि त्यातून ते नंगा पर्बतसारखं २६,००० फूट उंचीवरचं शिखर असेल तर वैयक्तिक धोका पत्करल्याशिवाय तुम्ही चढू शकत नाही. १९५३ च्या मोहिमेचे नेते या सत्याला किंवा त्याआड दडलेल्या जबाबदारीला सामोरं गेले नाहीत. भल्या हेतूतून आलेली सावधगिरी आणि हवामानाचे चुकीचे अंदाज यावरून त्यांचा दृष्टीकोन तयार झाला होता. त्या दृष्टिकोनातून बघितलं तर, ते ज्या मार्गानं गेले त्यावरून जायचा त्यांना अधिकार होता. शिखराकडे जाणाऱ्या तुकडीनं त्यातल्या धोक्याची पूर्ण जबाबदारी घेतली. तसं करण्याचा त्यांना अधिकार होता; कारण परिस्थितीचा आणि हवामानाचा योग्य अर्थ लावण्याच्या परिस्थितीत ते होते. आमच्या निर्णयामागे कसलाही स्वैर किंवा उतावीळ विचार नव्हता. ती बुद्धिपुरस्सर पत्करलेली जोखीम होती. त्याखेरीज, त्या पर्वताला आणि त्यासाठी आपले प्राण दिलेल्यांना

> न्याय मिळावा म्हणून आम्ही जी शपथ घेतली होती तिला आम्ही बांधील होतो.

वैयक्तिक श्रद्धा आणि कौशल्याच्या जोरावर हर्मन बुअलने गिर्यारोहकांच्या कित्येक पिढ्यांपुढे एक आदर्श ठेवला आणि नंतर त्यांनी त्याचं अनुकरण केलं. मोहिमेची सांगता कडवट भावनेनं झाली असली तरी ऑस्ट्रिया, जर्मनी, तसंच ब्रिटन आणि इतर जगभर त्याचा एक हिरो म्हणून जयजयकार झाला.

त्यानंतर चार वर्षांनी १९५७ साली बुअल आणखी एका आठ हजार मीटर उंचीच्या शिखरावर उभा होता. कर्ट दिएम्बर्गर, फ्रिट्झ विंटरस्टेलर आणि मार्कस श्मक यांच्या सोबतीनं त्यानं ब्रॉड पीक (८,०५१ मीटर) ची पहिली चढाई पूर्ण केली होती. त्यानंतर काही आठवड्यांनी त्यानं आणि दिएम्बर्गरनं चोगोलिसावर चढाई करण्याचा प्रयत्न केला. ते शिखर ब्राईड पीक (७,६६८ मीटर) म्हणूनही ओळखलं जातं. पुन्हा एकदा त्यांनी अल्पाइन पद्धतीनं म्हणजे पूरक ऑक्सिजनशिवाय ही चढाई केली. एका वादळात पायाखालचा बर्फाचा कंगोरा कोसळून बुअल पडला आणि मरण पावला.

हर्मन बुअलच्या मृत्यूची बातमी ऐकून राईनहोल्ड मेसनर हा एक बारा वर्षांचा पोरगा रडू लागला. बुअल हे त्याचं दैवत होतं. त्यानंतर मेसनरने 'हर्मन बुअल : क्लाइम्बिंग विदाउट कॉम्प्रमाइज' या चरित्राचं सहलेखन केलं. ते दोघंही टायरोलियन आल्प्स प्रदेशात जन्माला आले. 'जगातला सर्वांत थोर गिर्यारोहक' या बुअलच्या लौकिकाला आव्हान देण्याचा इरादा बाळगत मेसनर लहानाचा मोठा झाला. अखेर आठ हजार मीटरपेक्षा उंच असलेली सर्वच्या सर्व चौदा शिखरं सर करणारा तो पहिला माणूस ठरला. आठ हजार मीटरपेक्षा उंच असलेलं नंगा पर्बत हे त्यानं सर केलेलं पहिलं शिखर होतं. मेसनरनं सर केलेल्या शिखरांच्या प्रचंड मोठ्या यादीतलं सर्वांत महत्त्वाचं पण सर्वांत वादग्रस्त असं ते शिखर आहे. त्या पर्वतानं त्याला जवळजवळ गुडघे टेकायला लावले, त्याच्या भावाचा गंथरचा बळी घेतला, शिवाय त्याच्या कारकिर्दीवर वादाचा कलंकही लावला. १९७० मध्ये राईनहोल्ड आणि गंथर हे दोघेजण एका जर्मन-ऑस्ट्रियन मोहिमेत सहभागी झाले. त्या मोहिमेचं नेतृत्व कार्ल मारिया हेरलिग्कॉफर या अविश्रांत काम करणाऱ्या गिर्यारोहकाकडे होतं. १९५३ची मोहीम त्यानंच आखली होती आणि आता तो चौपन्न वर्षांचा होता. राईनहोल्ड होता पंचवीस वर्षांचा आणि गंथर चोवीस वर्षांचा. ते दोघं टीममधले सर्वांत तरुण गिर्यारोहक होते. हिमालयातली ही त्यांची पहिलीच मोहीम होती. दोन महायुद्धांच्या मधल्या काळात जेव्हा जर्मन गिर्यारोहक नंगा पर्बतावर

नामोहरम होत होते तेव्हा या दोघा भावांपैकी एकाचाही जन्म झाला नव्हता. तरीही त्या पर्वताच्या गुंतागुंतीच्या इतिहासाची त्यांना पूर्ण कल्पना होती.

'द नेकेड माउंटन' या पुस्तकात राईनहोल्डनं म्हटल्याप्रमाणे लहानपणापासून त्याचं आणि गंथरचं विशेष गूळपीठ होतं. त्याचा मागोवा घेत तो एका विशिष्ट क्षणापर्यंत जातो. जालीम बापानं मारल्यामुळे कुत्र्याच्या घरात अंग चोरून बसलेला आपला धाकटा भाऊ जेव्हा त्याला सापडला तो तो क्षण. पौगंडावस्थेत प्रवेश करताना डोंगर चढणं हा सुटकेचा एक मार्ग होऊन बसला. त्या समान ध्यासानं दोघांना आयुष्याच्या सुरुवातीच्या काळातल्या आघातांमधून बाहेर काढलं.

१९७० सालच्या उन्हाळ्यात मेसनर बंधूंनी रूपल बाजूकडून जाणाऱ्या एका नव्या मार्गानं चढाई केली. त्या भयानक तटबंदीच्या माथ्यावर पोहोचेपर्यंत गंथरला अल्टिट्यूड सिकनेसचा त्रास होऊ लागला होता. मोठ्या मुश्किलीनं ते शिखराकडे जाऊ लागले; पण त्याच मार्गानं परत उतरण्याचा प्रयत्न करणं म्हणजे आत्मघात होईल हे त्यांच्या लक्षात आलं. मझेनो सोंडेच्या वरच्या उतारावर ते तात्पुरते थांबले आणि तिथून त्यांनी मदतीसाठी हाका मारायला आणि इशारे पाठवायला सुरुवात केली; मात्र शिखरावर येणाऱ्या दुसऱ्या गटाकडून, तसंच खाली थांबलेल्या इतरांकडून त्यांना काहीच प्रतिसाद मिळाला नाही. मेसनर बंधूंकडे रेडिओ नसल्यानं त्यांना हवामानाच्या अंदाजांची बातमी देता यावी म्हणून हेरलिग्कॉफरने मशालीची व्यवस्था केली होती. निळ्या ज्वाळेचं रॉकेट असेल तर हवा चांगली असल्याचा आणि तांबड्या ज्वाळेचं रॉकेट असेल तर वादळ येत असल्याचा इशारा असे. खालून जेव्हा तांबड्या ज्वाळा दिसल्या तेव्हा हवा आपल्याला साथ देणार नाही, असं त्यांना वाटू लागलं.

त्यामुळे त्यांनी पर्वताच्या पश्चिमेकडची दियामीर बाजू ओलांडली. तिथून सुरक्षितरीत्या खाली उतरता येईल असं त्यांना वाटलं. पुढे काय वाढून ठेवलं आहे याची कसलीही कल्पना नसताना ते खाली यायचा प्रयत्न करू लागले आणि मेसनर बंधू अलग होऊन गंथर दिसेनासा झाला. राईनहोल्ड भावाचा शोध घेऊ लागला, हताश होऊन पुन्हा पुन्हा त्याला हाका मारू लागला. अखेर एखादा हिमप्रपात त्याला हिमनदीवरून खाली खेचून घेऊन गेला असणार हे त्याच्या ध्यानात आलं. शोक आणि अपराधी भावनेनं विदीर्ण होत अखेर राईनहोल्डला एकट्यानेच दियामीर बाजू उतरून नंगा पर्बताचा पहिला टप्पा पूर्ण करावा लागला. त्या भयानक दिव्यातून जाताना त्यानं हिमदंशामुळे पायाची सात बोटं आणि हाताच्या कित्येक बोटांची टोकं गमावली.

मोहीम युरोपात परतल्यावर लवकरच दोषारोपांना सुरुवात झाली. आपल्याला पर्वतावर एकटं सोडल्याचा आणि गंथरच्या सुटकेसाठी पथक पाठवण्यात हयगय

केल्याचा आरोप मेसनरने हेरलिग्कॉफरवर केला. मोहिमेच्या म्होरक्यानं त्याच्यावर अब्रूनुकसानीचा दावा ठोकून त्याला कोर्टात खेचलं, तर त्याला प्रत्युत्तर म्हणून मेसनरनं त्याच्यावर मनुष्यवधाचा दावा लावला. दोघांनी नंगा पर्बतावर आपापला भाऊ गमावला होता; पण दुःख वाटून घेण्याऐवजी त्यांनी एकमेकांवरच हल्ला केला. 'आउटसायडर' नियतकालिकात लिहिणारा, गिर्यारोहणतज्ज्ञ ग्रेग चाईल्ड त्या सबंध प्रकरणाचं वर्णन करताना म्हणतो, 'आधुनिक काळातल्या गिर्यारोहणाच्या इतिहासातली ही सर्वांत विलक्षण वादावादी आहे. डझनभराहून अधिक दावे, असंख्य दोषारोप आणि प्रत्यारोप असलेलं ते हाडवैर आहे.' अनेक वर्षं हा वाद चिघळला आणि २००२मध्ये मेसनरचं 'द नेकेड माउंटन' प्रकाशित झाल्यावर पुन्हा उफाळून आला. त्यात त्यानं सहकाऱ्यांचा विश्वासघात केल्याबद्दल मोहिमेतल्या इतर सदस्यांना धारेवर धरलं आहे. या आरोपांनी संतापून जाऊन मोहिमेतून वाचलेल्या सदस्यांनी (एव्हाना हेरलिग्कॉफर मरण पावला होता) अखेर मौन सोडलं. त्यात हॅन्स सेलर आणि बॅरन मॅक्स वॉन कीनलिनचा समावेश होता. 'जे साथीदार आता स्वतःचा बचाव करू शकत नाहीत' त्यांचा मान शाबूत ठेवायला त्यांनी हे मौन सोडलं होतं. मेसनरवर त्याच्या भावाच्या मृत्यूसाठी जबाबदार असल्याचा आरोप करणारी पुस्तकं आणि लेख त्यांनी प्रकाशित केले. घडल्या अपघाताच्या परिस्थितीबद्दल तो खोटं बोलला असं त्यांचं म्हणणं होतं. सेलर आणि वॉन कीनलिनच्या म्हणण्यानुसार रूपल बाजूकडे जायला निघण्याआधी बेस कॅम्पला असतानाच मेसनरनं परत येण्याचा मार्ग ठरवला असल्याच्या बढाया मारल्या होत्या. गंथरच्या मृत्यूची जबाबदारी स्वीकारल्याचं कबूल करणारी, मेसनरने हेरलिग्कॉफरला दिलेली एक चिठ्ठीदेखील त्यांनी सादर केली. राईनहोल्डने आपल्या भावाला त्या शिखराच्या सोंडेवर एकटं सोडून दिलं आणि आंधळ्या महत्त्वाकांक्षेपोटी आणि आत्मगौरवाच्या इच्छेपोटी बेदरकारपणे तो एकटा खाली उतरला, असा दावा त्यांनी केला.

गंथरचा मृतदेह सापडला नसल्यामुळे या प्रत्यारोपांना पुष्टीही मिळेना किंवा ते नाकारताही येईनात. दरम्यान, नंगा पर्बताला झोडपून काढणाऱ्या वादळांसारख्या इकडे शाब्दिक चकमकी झडत होत्या. त्यात आणखी मत्सर आणि कडवटपणाची भर पडली; कारण मेसनर वॉन कीनलिनच्या पत्नीबरोबर, उर्सुला दीमीटरबरोबर पळून गेला होता. त्या दोघांनी १९७२ साली लग्न केलं आणि नंतर १९७७ मध्ये घटस्फोट घेतला.

१९७८ साली अजूनही शोकमग्न अवस्थेत असलेला मेसनर प्रायश्चित्त घेण्याच्या ओढीनं नंगा पर्बताकडे परतला. दियामीर बाजूकडून एकट्यानं धाडसी चढाई करून पुन्हा एकदा त्यानं तो पर्वत सर केला. भावाला गमावल्याबद्दल घेतलेलं हे टोकाचं प्रायश्चित्त होतं की गंथरच्या देहाचे अवशेष शोधण्यासाठी

केलेला व्यर्थ प्रयत्न होता, ते सांगणं अवघड आहे. झाल्या घटनांविषयी मेसनर टोकाच्या भावनिक आणि जाणिवेतून येणाऱ्या ओघवत्या शैलीत लिहितो. मधल्या काळात त्यानं गंथरचा मृतदेह शोधण्याचे बरेच प्रयत्न केले. त्याला काही प्रमाणात बंधूकर्तव्याची भावना कारणीभूत असली तरी स्वत:ला दोषमुक्त करण्याचाही उद्देश होता. अजूनही कित्येकजण मेसनरला आत्तापर्यंतचा सर्वोत्कृष्ट गिर्यारोहक मानतात; मात्र हिमालयाशी झालेल्या त्याच्या पहिल्या दुर्दैवी भेटीचं सावट त्याच्या सर्व उल्लेखनीय कामगिऱ्यांवर कायमच राहील. आपल्या कृत्यांचं समर्थन करताना मेसनर लिहितो : 'नंगा पर्वताच्या चढाईमुळे त्या मागोमाग आलेल्या बऱ्याच मन:स्तापाला आणि आरोपांना मला तोंड द्यावं लागलं. दियामीर बाजूकडून खाली उतरण्याच्या निर्णयाची जबाबदारी माझ्या एकट्याची आहे. तो निर्णय बरोबर होता का नाही हे कोणालाच समजू शकत नाही. जरी खूपजणांनी त्यावर मतं व्यक्त केली असली तरी खरी गोष्ट अशी की, आमच्याकडे दुसरा कोणताही पर्याय नव्हता.'

२००५ मध्ये ग्रेग चाइल्डने नोंदवल्याप्रमाणे गंथर हरवल्यानंतर पस्तीस वर्षांनी पाकिस्तानी आणि स्पॅनिश गिर्यारोहकांच्या एका गटाला दियामीर हिमनदीवर एका गिर्यारोहकाचे मस्तकविरहित, शुष्क अवशेष सापडले. त्या वर्षीचा उन्हाळा विशेष कडक होता. त्यामुळे हिमनदीचा पृष्ठभाग वितळून आतले भेसूर अवशेष उघडे पडले होते. आता हा अज्ञात बळी त्या खुनी पहाडावर मरण पावलेल्या डझनावारी गिर्यारोहकांपैकी कोणीही असू शकला असता. बहुतेक सगळा मृतदेह सडून तिथे आता फक्त हाडं आणि गोठलेल्या मांसाचे काही अंश शिल्लक होते. त्याचा एक बूट आणि कपड्यांच्या काही चिंध्या तशाच होत्या. त्या गिर्यारोहकांनी सांगितल्यानुसार त्यानं घातलेला चामड्याचा लोवा बूट १९७० साली मेसनर बंधूंनी वापरलेल्या ब्रॅन्डचाच होता.

पुढे चाइल्ड कथन करतो त्याप्रमाणे, राईनहोल्ड ताबडतोब पाकिस्तानला निघाला आणि चढाई करून त्या हिमनदीपर्यंत पोहोचला. तिथे त्यानं आपल्या भावाच्या मृतदेहाच्या अवशेषांची ओळख पटवली. नंतर घेतलेल्या डीएनए नमुन्यांवरून तो मृत गिर्यारोहक गंथरच असल्याचं निस्संशय सिद्ध झालं. हिमनदी हळूहळू पुढे सरकत असल्याचं लक्षात घेता राईनहोल्डने सांगितलेल्या घटनांची सत्यता पटत होती. अर्थात म्हणून त्याच्यावर आरोप करणाऱ्यांची तोंडं पूर्णपणे बंद झाली नाहीत.

बौद्ध विधी करून ते अवशेष दहन करण्याअगोदर आणि नंगा पर्वताच्या पायथ्याशी एक स्मृतिस्तंभ उभारण्यापूर्वी राईनहोल्डनं जाहीर केलं, 'एस् ईस्ट माईन ब्रूडर!' (हा माझा भाऊ आहे!). भावाचा पाय एखाद्या ममीसारखा जतन करून ठेवणारा बूट त्यानं स्वत:बरोबर परत नेला आणि टायरोलियन आल्प्समध्ये दफन केला. त्याच्या यातना अखेर शांत झाल्या होत्या.

# ४२

## अस्वस्थ गिर्यारोहक

इतर खेळांना असतात तसे डोंगर चढताना बघायला प्रेक्षक नसतात. शिखर सर केलेला एखादा गिर्यारोहक जेव्हा घरी परततो तेव्हाच त्याचं किंवा तिचं स्वागत टाळ्यांनी आणि क्वचित जल्लोष करणाऱ्या गर्दीमार्फत केलं जातं. जीवनाच्या सर्व मर्यादा ओलांडून पर्वत चढण्यामागे एखाद्या गिर्यारोहकाची जी काही प्रेरणा असेल ती असेल; पण गिर्यारोहण हे विरक्ती आणि सर्वसंगपरित्यागाचं अगदी टोकाचं रूप आहे. तरीही विरोधाभास असा की, बहुतेक सगळे गिर्यारोहक त्या सगळ्यापासून दूर पर्वत चढून जाताना 'सर्वाधिक चैतन्यमय' वाटल्याचं नमूद करतात. ते करताना मृत्यू त्यांचा कायमचा सोबती असेलही; पण त्याच्या मर्यादा तपासून बघताना आणि त्यातून तग धरून राहताना मिळणारा आनंद अनेकांना असे धोके पत्करायला भाग पाडताना दिसतो, मग ती परिस्थिती कितीही प्रतिकूल असली तरी.

गिर्यारोहणाचं स्वरूप कितीही आर्षकालीन वाटत असलं तरी वास्तविक तो ध्यास संपूर्णपणे आधुनिक आहे. सुमारे २०० वर्षांपूर्वीपर्यंत केवळ शिखरावर पोहोचण्यासाठी म्हणून एखादा डोंगर चढावा, असं कोणालाच वाटलं नव्हतं. सुरुवातीच्या काळातला शिकारी मानव भक्ष्याच्या शोधात डोंगरकडे चढून गेला असावा. धनगर किंवा गुराखी आपापल्या कळपांना घेऊन उंचावरच्या कुरणांकडे गेले असावेत; मात्र पलीकडच्या दरीत उतरण्यासाठीचा अपवाद वगळता एरवी

हिमरेषेच्या पलीकडे जाण्यात काही अर्थ वाटला नसावा. गिर्यारोहणाला कधी कधी माणूस आणि निसर्गातलं द्वंद्व असं संबोधलं जात असलं, तरी गिर्यारोहण हा बऱ्याचदा मानवी शरीराच्या भौतिक मर्यादा आणि समाजाच्या जाचक निर्बंधांविरुद्ध असलेला एखाद्या व्यक्तीचा संघर्ष असतो. गिर्यारोहण हे तत्त्वत: औद्योगिक युगाचं अपत्य आहे. स्टीलची अवजारं, नायलॉनचे दोर, कृत्रिम धाग्यांपासून तयार केलेले कपडे आणि बाटलीतला ऑक्सिजन यावर तो क्रीडाप्रकार अवलंबून असतो म्हणून नव्हे, तर तो मुख्यत्वे असमाधानाच्या एका सुप्त जाणिवेतून आलेला असतो. गिर्यारोहण करणारे सहसा आपण स्वत:साठी तयार करून ठेवलेल्या यांत्रिक, डिजिटल जगातल्या जाचक नियमांपासून आणि चाकोरीपासून मुक्त होऊ बघत असतात. चढाईच्या शारीरिक कृतीतून, तसंच सामाजिक नीतीनियम आणि जबाबदाऱ्या नाकारून अस्तित्वविषयक अस्वस्थतेपासून सुटका मिळवण्याची खात्री गिर्यारोहणात असते. सहसा शोधयात्रेचा आणि ज्ञानाची तहान भागवण्याचा एक मार्ग म्हणून त्याची भलावण केली जात असली तरी तत्त्वत: ती कृती उघडउघड विरोधाची आणि गाडीप्रवासापासून ते सेन्ट्रल हीटिंगपर्यंतच्या तयार अनुभवांना नाकारण्याची असते.

सुरुवातीच्या काळातल्या एव्हरेस्ट मोहिमा या आधुनिक काळातल्या पहिल्या अंतिम लढाईच्या (आर्मगेडॉन) म्हणजे पहिल्या महायुद्धाच्या भेसूर जखमा बऱ्या करण्याचा आणि त्यातून मुक्ती मिळवण्याचा ध्यास होता, असं 'इनटु द सायलेन्स' या आपल्या अत्यंत महत्त्वाच्या पुस्तकातून पटणारे तपशील देत वेड डेव्हिस दाखवून देतात. ते लिहितात, 'शांतता काळातून उद्‌भवलेली एक विशिष्ट आणि अनपेक्षित गोष्ट म्हणजे घर सोडून इतरत्र कुठेही जाण्याची अनेक अनुभवी सैनिकांची इच्छा.' युद्धखंदकांमुळे झालेले आघात, बॉम्बहल्ले, मशिनगन्स आणि विषारी वायू यामुळे मागे उरलेली अस्वस्थता, अशा गोष्टींनी या 'हरवून गेलेल्या पिढीला' वारंवार छळलं होतं. चार्ल्स हॉवर्ड बरी, जॉर्ज फिंच, एडवर्ड नॉर्टन आणि जॉर्ज ले मॅलरी अशा लोकांना यांत्रिक लढाईपासून जास्तीत जास्त दूर असलेल्या हिमालयामुळे एक प्रकारचं भावनिक विरेचन मिळालं. हे सर्वजण 'महायुद्धा'तून वाचलेले होते. काळजात तोफगोळ्याचा तुकडा घुसावा तशा ते औद्योगिक संघर्षाच्या क्लेशांच्या आणि यातनेच्या खुणा बाळगून होते. हिमालयात आपल्या प्राक्तनाचा शोध घेत येणाऱ्या जर्मन गिर्यारोहकांच्या बाबतीतही हीच गोष्ट खरी होती.

आधी आपल्या मायदेशात, मग स्कॉटिश पर्वतांमध्ये, मग आल्प्समध्ये आणि अखेर हिमालयात उभे डोंगरप्रदेश पालथे घालण्याची गरज इतर कोणाहीपेक्षा ब्रिटिशांना अधिक वाटत होती. पृथ्वीवरचं सर्वांत पहिलं खरोखर औद्योगिकीकरण झालेलं राष्ट्र असल्यामुळे कदाचित त्यांना गिर्यारोहणाचं एवढं वेड असावं. त्यांच्याकडे

चिमण्या होत्या, कारखाने होते, रेल्वेमार्ग, वाफेची इंजिनं आणि प्रगतीच्या नावाखाली खिळे ठोकून वेल्ड केलेली लोखंडी जहाजं होती. आधुनिक समाजातल्या निनावीपणातूनच केनेथ मेसन आणि त्याच्या देशबांधवांनी हिमालयन क्लबची स्थापना केली. 'आयुष्यात काहीतरी केलेल्या माणसांची एक मजबूत संघटना' तयार करण्याचं त्यांचं ध्येय होतं. नंगा पर्बतावर धडपडत चढणारा ममेरी असो, नंदादेवीच्या अभयारण्यात घुसणारे शिप्टन आणि टिलमन असोत किंवा डग स्कॉटसारखे सत्तर आणि ऐंशीच्या दशकातले विद्रोही संस्कृतीतले, नरभक्षक राक्षसांशी झुंजणारे गिर्यारोहक असोत, ब्रिटिश गिर्यारोहक एका उच्चतर ध्येयाच्या शोधात पारंपरिक करिअरच्या असेंब्ली लाइन्स आणि व्यवस्थापकीय फ्लोचार्ट्सपासून दूर भटकत गेले होते.

गिर्यारोहणाच्या साहसाविषयी मानवाला अगदी सुरुवातीच्या काळात असलेल्या ध्यासाची पाळंमुळं शोधणारं रॉबर्ट मॅकफर्लेनचं 'माउंटन्स ऑफ द माइंड' हे पुस्तक युरोपियन लोकांच्या उंच प्रदेशांविषयीच्या आणि डोंगराळ प्रदेशातल्या शास्त्रीय, अद्‌भुतरम्य आणि आध्यात्मिक कल्पनांपर्यंत मागे जातं. पृथ्वीवरचे उंच प्रदेश ही एक आधुनिक समस्या आणि एक निरंतर ध्यास कसा होऊन बसला आहे यावरही मॅकफर्लेननं चिंतन केलं आहे. तो लिहितो : 'पश्चिमेकडच्या वाढत्या काल्पनिक गरजेला डोंगरांमध्ये उत्तर सापडताना दिसतं. अधिकाधिक लोकांना त्यांची ओढ वाटत आहे आणि त्यातून त्यांना एक जबरदस्त समाधान मिळत आहे.' पुढे जाऊन मॅकफर्लेन असं म्हणतो, 'स्विचच्या खटक्याला किंवा डायलच्या फिरवण्याला प्रतिसाद न देणारीही काही पर्यावरणं असतात. त्यांचा स्वत:चा एक ताल असतो, अस्तित्वाची एक साखळी असते. हिमालयासारख्या रानटी आणि दुर्गम जागा आपल्याला याची आठवण करून देतात. त्या स्मृतिभ्रंशातून डोंगर आपल्याला बाहेर काढतात.'

विसाव्या शतकातल्या दोन जागतिक महायुद्धांनंतर भ्रमनिरास आणि आधुनिकतेपासून वाटणाऱ्या तुटलेपणाची अस्वस्थ भावना विकसित जगात पसरू लागली. साम्यवादी राजवटी असलेल्या पूर्व युरोपातल्या देशांमध्ये तिची स्पंदनं विशेष जाणवू लागली. औद्योगिक विकासाविषयीचा भ्रमनिरास आणि समाजवादी हुकूमशाहीमुळे सोव्हिएत अमलाखाली असलेल्या देशांमधले कितीतरी गिर्यारोहक, आपापल्या आकांक्षा आणि आदर्श हिमालयीन भूप्रदेशांमध्ये बघत होते. पोलिश आणि युगोस्लाव्हियन गिर्यारोहकांवर लिहिलेल्या बर्नडेट मॅकडोनल्डच्या पुस्तकांमधून हे दिसून येतं. विशेषत:, पोलिश गिर्यारोहक नेपाळमधल्या मोहिमेसाठी पुरेसे पैसे साठवता यावेत म्हणून कारखान्यांच्या चिमण्या रंगवण्याची कामं करून गुजराण करत. मॅकडोनल्डने केलेली त्यांची वर्णनं बघता त्यांनी स्वत:कडच्या मर्यादित स्रोतांचा आणि संधींचा वापर आपली स्वप्नं प्रत्यक्षात आणण्यासाठी कसा केला

ते दिसतं. ब्रिटन, अमेरिका किंवा जपानसारख्या देशातून आलेल्या, व्यवस्थित पाठबळ असलेल्या गिर्यारोहकांपेक्षा पूर्व युरोपातल्या गिर्यारोहकांना शिस्तभंग करणाऱ्या नवनवीन शकली लढवून मदत गोळा करावी लागली. परदेशी चलनाच्या तुटवड्यामुळे पोलिश गिर्यारोहक जमिनीमार्गे दक्षिण आशियात सॉसेजेस, बोहेमियन स्फटिक, च्युइंगम आणि दारूची तस्करी करत. काठमांडूला गेल्यावर चढाईचे परवाने, हमाल आणि इतर खर्चासाठी लागणारा पैसा ते त्यातून उभा करत. पोलंड आणि इतरत्र असलेल्या दडपशाही राजवटींच्या हातातून सत्ता जाऊ लागली तेव्हा त्या राजवटींना विरोध करण्यात गिर्यारोहक आघाडीवर होते, असा दावा मॅकडोनल्ड करतो. 'गिर्यारोहणात येणारं यश आणि त्यातून पोलिश गिर्यारोहकांमध्ये निर्माण झालेली आशावादी भावना यातून ऐक्य चळवळीची वाढती लोकप्रियता आणि प्रभाव दिसून येत होता. प्रत्येक नागरिकाला आपापली क्षमता नव्यानं लक्षात आल्यावर काहीही अशक्य वाटेनासं झालं. पोलिश गिर्यारोहक हे त्याचं पुरेसं बोलकं उदाहरण आहे.'

गिर्यारोहणाचा इतिहास आणि संस्कृती पाहिली तर आधुनिक समाजव्यवस्थेतल्या अमानुष परिस्थितीविरुद्ध गिर्यारोहकांनी कायमच उठाव केल्याचं दिसून येतं. तरीही बऱ्याचदा त्यात वैयक्तिक असमाधानाचाही भाग असतो. मानसिकदृष्ट्या बघितलं तर एखादा डोंगर जीव दडपून टाकणाऱ्या अडथळ्यापासून ते धवल रंगाच्या उमेदीपर्यंत अनेक गोष्टींचं प्रतिनिधित्व करू शकतो; मात्र बहुतेक गिर्यारोहकांच्या निरीक्षणानुसार आतल्या भागातल्या प्रदेशांचं आव्हान अधिक मोठं असतं. निसर्गातलं सगळं क्रौर्य आणि औदार्य ही मानवी शरीरापासून, मनापासून वेगळी अशी बाह्य घटना नसून, आपल्या मनोवस्थेचा अविभाज्य घटक आहे.

एक प्रश्न सतत विचारला जातो तो म्हणजे : गिर्यारोहकांना डोंगर का चढावासा वाटतो? अर्थातच, त्याला पुष्कळ उत्तरं आहेत; पण कित्येक गिर्यारोहकांना ते व्यसन जडलेलं असतं. 'व्हेअर द माउंटन कास्ट्स ईट्स शॅडो' या मारिया कॉफेच्या पुस्तकात गिर्यारोहणामागे असलेल्या प्रेरणांचा, तसंच एखाद्या गिर्यारोहकाच्या मृत्यूने कुटुंब आणि मित्रमंडळी कशी उद्ध्वस्त होऊ शकतात त्याचा ऊहापोह केला आहे. उन्मादक आणि त्याचबरोबर विषण्ण करणाऱ्या गिर्यारोहणाच्या गुणधर्मांचे तपशीलही त्यांनी मांडले आहेत. पर्वतामुळे 'उन्मादी' अवस्था प्राप्त होते, तर घरी परतल्यावर सहसा प्रचंड विषण्णता येते. राईनहोल्ड मेसनरने काढलेले उद्गार कॉफे उद्धृत करतात : 'चिकाटी, भीती, वेदना, थंडी, जीवन आणि मरण यामधली अवस्था हे अनुभव इतके तीव्र स्वरूपाचे असतात की आपल्याला ते पुन्हा पुन्हा हवेसे वाटतात. त्याचं व्यसन लागतं. नवलाची गोष्ट अशी की, आपण सुरक्षित परत येण्याचे प्रयत्न करतो आणि परत आल्यावर पुन्हा एकदा त्या

धोक्याकडेच जायची ओढ लागते.'

आधुनिक युगात जाणवणाऱ्या असमाधानामागे आपलं निसर्गापासून दूर जाणं बरंचसं कारणीभूत आहे. साहसाच्या शोधार्थ जाण्याव्यतिरिक्त कित्येक गिर्यारोहक व्यापक अर्थानं बघता निसर्ग अभ्यासकही असतात. सन १९२२ आणि १९२४ अशा दोन्ही एव्हरेस्ट मोहिमांमध्ये सहभागी झालेल्या आणि जनरल ब्रूस आजारी पडल्यावर १९२४ मध्ये नेतृत्वाची जबाबदारी घेणाऱ्या एडवर्ड 'टेडी' नॉर्टनने रोंगबुक हिमनदीकडे जाणाऱ्या लांबच्या रस्त्यावरून जाताना बराचसा वेळ पक्ष्यांचे, सस्तन प्राण्यांचे आणि वनस्पतींचे नमुने गोळा करण्यात घालवला. शास्त्रीय संशोधनात तो इतका काटेकोर होता की, त्यानं सजीव प्राण्यांचा वध करण्याबद्दल तिबेटी लामांनी तीव्र आक्षेप घेतला. नंतर एव्हरेस्टवर चढाई करताना, साडेआठ हजार मीटर इतक्या विक्रमी उंचीवर पोहोचताना तिथली दृश्यं नोंदवून ठेवण्यासाठी नॉर्टन रंगाची एक पेटी आणि स्केचबुक घेऊन गेला होता. त्यानं जलरंगात काढलेली चित्रं ही हिमालयातल्या उंच प्रदेशाच्या चित्रांमधली अतिशय सुरेख चित्रं आहेत. उजेड आणि पोत याविषयीची पारखी नजर त्यातून दिसून येते. त्याहून विलक्षण बाब अशी की, दरवेळेस चित्रावर त्याची सावली पडली की, कुंचल्यावरचं आणि कागदावरचं पाणी गोठून जात असे.

मोहिमेच्या प्रकाशित झालेल्या नोंदी बघितल्या तर त्या बहुधा नेहमीच वाटेतल्या पर्यावरणाची दखल घेताना दिसतात. मग तो माश्यांचा थवा असो किंवा गोरली (रोझफिंच) पक्ष्यांचा थवा असो, नेमोनचे ताटवे असोत, पाइनसारखी संरक्षक झाडं असोत किंवा घिरट्या घालणारे ससाणे असोत. सहसा या रानटी प्रजातींचं निरीक्षण आणि त्यांच्यावर केली जाणारी टिप्पणी डोंगरात उंचावर असणाऱ्या चेतनारहित परिस्थितीशी विसंगत असल्याचं दिसून येतं. रंगीबेरंगी फुलझाडं आणि हिरवाईऐवजी तिथे काळे पहाड आणि पांढराशुभ्र बर्फ असतो. सर्वाधिक उंचीवर सहसा निसर्ग शून्यावस्थेत असल्यासारखा असतो. क्वचित त्याचं आपल्यापेक्षा कित्येक पट भव्य, पण अदृश्य स्वरूप त्यातून सूचित होत असतं. निसर्ग हा देवासाठीचा समानार्थी शब्द होऊन जातो.

कठोर बोलणं आणि एकमार्गी निश्चय असूनही कित्येक गिर्यारोहक तत्त्ववेत्ते आणि कवी आहेत. त्यांना निसर्गाविषयी एक अद्भुतरम्य कौतुक आहे. 'अल्पाइन वॉरिअर्स' मध्ये बर्नडेट मॅकडोनाल्ड, नेक झापलोत्निकचा एक उतारा उद्धृत करतो. त्याचा 'पॉट' (रस्ता) नावाचा ग्रंथ म्हणजे सोव्हिएत गिर्यारोहण पंथाचा जणू जाहीरनामाच आहे. उंचावरच्या ठिकाणांशी असलेल्या एका गूढ दुव्याचं त्यात वर्णन आहे.

> उंचावरच्या पर्वतांमधली अखंड अस्वस्थता हळूहळू तुमचा ताबा घेते. जीवनाच्या नैसर्गिक प्रवाहातून ती आलेली असते आणि एव्हाना आपण त्या प्रवाहाला जवळजवळ विसरून गेलेलो असतो... जेव्हा जाणवतं की, पृथ्वीमातेनं आपल्याला जन्म दिला आहे, आपण या ओसाड दऱ्यांचाच एक भाग आहोत. हिरव्यागार कुरणांचा, तुटक्या हिमवाहांचा, खळाळत्या नदीचा आणि चांदण्यांचा सडा पडलेल्या काळ्याभोर आकाशाचाही आपण एक भाग आहोत. जेव्हा तुम्ही याबद्दल जागरूक होता तेव्हा हे एकाकी रस्ते तुम्हाला सर्वोच्च शिखरांकडे, घुमणाऱ्या वाऱ्यातून जिथे आकाश आणि पृथ्वी एकमेकांना भेटतात तिकडे पुन्हा पुन्हा खेचू लागतात.

ब्रिटिश गिर्यारोहकांपैकी फ्रँक स्मिथने गिर्यारोहणाच्या करिअरची निसर्ग अभ्यासकाच्या जोडव्यवसायाशी यशस्वी सांगड घातली. इलेक्ट्रिकल इंजिनिअरिंगचं शिक्षण घेतलं असलं तरी गिर्यारोहण आणि लिखाणासाठी लागणाऱ्या भटक्या आयुष्यासाठी लवकरच स्मिथनं ते सोडून दिलं. कांचनगंगाच्या पहिल्या हिमालय मोहिमेवर असताना ते चढत असलेल्या भव्य पर्वताच्या स्वर्गीय वैभवानं तो भारावून गेलाच; पण बेस कॅम्पकडे जाताना लागलेल्या अर्धउष्णकटिबंधीय वनांच्या विपुलतेनंही तो प्रभावित झाला. नंतर १९३१ साली कामेत सर केल्यावर स्मिथ आणि त्याच्या सहकाऱ्यांनी एक उंचावरची खिंड ओलांडून गढवालमधल्या भ्युंदर खोऱ्यात प्रवेश केला. आपल्या 'द व्हॅली ऑफ फ्लॉवर्स' या पुस्तकातून त्यानं हे ठिकाण विख्यात केलं.

> जसजसे आम्ही उतरू लागलो तसतशी तिथली फुलं आणखी मादक होत गेली. शेवटी तर आम्ही फुलांच्या महासागरात गुडघ्यापर्यंत बुडून गेलो होतो. त्यात आकाशी रंगाच्या पॉपीच्या फुलांपासून गडद वारुणी रंगाच्या पोटेन्शियापर्यंत वैविध्य होतं. आम्ही आपापल्या शर्टांची काजी भरून घेतली आणि हॅट्स सजवल्या. एखाद्या अनोळखी माणसानं आम्हाला पाहिलं असतं तर लांबून अप्सरा किंवा पऱ्या आहेत असं समजून तो फसलाच असता; मात्र जवळून नीट बघितलं तर फुलांच्या महिरपीखाली बर्फाळ प्रदेशातल्या सूर्यप्रकाशामुळे रापलेल्या, होरपळलेल्या आणि भेगाळलेल्या चेहऱ्यांवर वाढलेले दाढीचे खुंट त्यांना दिसले असते. शिवाय ट्रायकोनी कंपनीचे खिळे मारलेले गिर्यारोहणाचे बूट हे काही अप्सरांना आणि पऱ्यांना साजेसे जोडे नव्हेत.

स्मिथवर भ्युंदर खोऱ्याचा दीर्घकालीन प्रभाव पडला. सन १९३७मध्ये तो पहाडी फुलांमध्ये राहण्याच्या आणि आजूबाजूची बरीच शिखरं सर करण्याच्या उद्देशानं तिथं एक महिन्यासाठी आला. त्याच्या मुलानं टोनी स्मिथनं 'माय फादर फ्रँक' नावाचं एक मार्मिक जीवनचरित्र लिहिलं आहे. त्यात त्यानं दोन मोठ्या मोहिमांदरम्यानच्या काळातल्या परिस्थितीचं वर्णन केलं आहे. मायदेशी इंग्लंडमध्ये असताना स्मिथला बागकामाची चांगलीच आवड उत्पन्न झाली होती. याआधी दोनदा केलेल्या एव्हरेस्ट प्रवासात त्यानं बिया आणि कंद गोळा करायचा प्रयत्न केला होता. एडिन्बर्गच्या वनस्पती उद्यानाला भेट दिल्यावर स्मिथची तिथल्या प्रमुखांशी ओळख झाली. त्यांनी त्याला हिमालयातून बिया आणि वनस्पती इकडे आणण्यासाठी प्रोत्साहन दिलं आणि त्यासाठी लागणारं साहित्यही पुरवलं. काही प्रमाणात त्याचं उद्दिष्ट धंदेवाईकही होतं; कारण खास परदेशातून आणलेल्या बिया, गड्डे आणि कंद यांची बाजारपेठ तयारच होती. फलोत्पादन करणाऱ्यांना ते विकून मोहिमेचा खर्च भरून काढता येईल, अशी स्मिथला आशा होती.

फ्रँक स्मिथचं लिखाण ओघवतं आणि पारदर्शक असलं तरी तो स्वत: एक गुंतागुंतीचं व्यक्तिमत्त्व असलेला, गोंधळलेला माणूस होता. आयुष्यात त्यानं भरपूर कीर्ती कमावली आणि गिर्यारोहणावरची त्याची पुस्तकं बेस्टसेलर ठरली. तो एक उत्तम फोटोग्राफरही होता आणि एक लोकप्रिय व्याखाता म्हणून नाव कमावून होता. 'द माउंटन सीन' सारखी मोठ्या आकारातली छायाचित्रांची पुस्तकं, साहसी प्रवासाच्या नोंदी ठेवणारी कामेत कॉन्कर्ड आणि कॅम्प सिक्ससारखी त्याची पुस्तकं यशस्वी ठरली आणि त्यामुळे त्याच्या बरोबरच्या गिर्यारोहकांमध्ये संतापाची भावना पसरली. त्याच्यावर संधिसाधू असल्याचे आणि बढाईखोरपणाचे आरोप झाले. पिढीजात श्रीमंती नसल्यामुळे स्मिथला आपल्या कुटुंबाची जबाबदारी उचलावी लागत होती. त्याच्या उद्योगी स्वभावावर अल्पाइन क्लबमधल्या टॉम लॉन्गस्टाफसारख्या लोकांनी टीकाही केली. गढवाल आणि भ्युंदर खोरं पालथं घालणारा तो पहिला इंग्रज होता. आयुष्यातल्या इतर सर्व गोष्टींप्रमाणे गिर्यारोहण करणाऱ्या समाजावरदेखील ब्रिटिश वर्णव्यवस्थेची बहुपदरी सावली पडली होती. लिखाण करून आणि व्याख्यानं देऊन ज्यांना उदरनिर्वाहाची सोय करावी लागे त्यांच्याकडे पिढीजात श्रीमंती असल्यामुळे असल्या उद्योगात रमणं परवडणारे लोक तुच्छतेनं बघत.

स्मिथच्या बऱ्याचशा लिखाणात दु:खाचा एक सूर जाणवतो. अगदी तो हिमालयातल्या भूप्रदेशांच्या सौंदर्याचा आस्वाद घेत असतो तेव्हाही. त्याचा मुलगा आणि चरित्रलेखक म्हणतो त्यानुसार, तो फार गांजलेला होता आणि सहसा दु:खीच असायचा. घरातून दीर्घ काळ बाहेर राहिल्याचा त्याच्या पहिल्या लग्नावर

विपरीत परिणाम झाला. तो दूर डोंगरात फिरत असताना किंवा भाषणांच्या दौऱ्यावर असताना त्याच्या पत्नीने कॅथलीनने त्यांचे तीनही मुलगे बरेचसे एकहाती वाढवले. जेव्हा जेव्हा तो घरी परत येई तेव्हा त्याला आईकडे जास्त लक्ष द्यावं लागे. स्वत:च्या मुलाला आणि सुनेला ती चिकार छळत असे. भ्युंदर खोऱ्यात त्याने केलेली अधिकची भटकंती म्हणजे घरगुती ताणापासून आणि कुटुंबाकडे दुर्लक्ष केल्याच्या अपराधी भावनेपासून सुटका करून घ्यायचा मार्ग दिसतो. स्मिथ दूर गढवालमध्ये असताना त्याच्या तिसऱ्या मुलाचा जन्म झाला. यापूर्वीच्या मोहिमांसारखे युरोपियन सोबती बरोबर घेण्याऐवजी व्हॅली ऑफ फ्लॉवर्सला जाताना त्यानं दार्जिलिंगवरून चार शेर्पा बरोबर घेतले. वनस्पती गोळा करण्यासाठी आणि आसपासच्या शिखरांवर चढून जाण्यासाठी मदत म्हणून त्याला ते हवे होते. भ्युंदर खोऱ्यातल्या एकांतात त्याला आपल्या नातेसंबंधांवर, तसंच मनाला छळणाऱ्या आणखी मोठ्या प्रश्नांवर चिंतन करण्यासाठी अवकाश मिळाला. 'आयुष्यात पहिल्यांदा मला विचार करायला मिळाला,' असं लिहून पुढे त्यानं आणखी तपशिलात मांडलं :

> माझ्या आसपास फक्त पहाडातली शांतता होती. ती शांतता इतकी निखळ होती की, माझ्यातलं काहीतरी उचंबळून वर येऊ बघत होतं. जणू एखाद्या अमर्त्य स्वरसंगतीचे सूर पकडायचा ते प्रयत्न करत असावं. ... तर, आपण एखाद्या डोंगरावर सौंदर्याच्या शोधात जातो, अधिक भव्य अशा मुक्ततेच्या शोधात जातो, देहाच्या पिंजऱ्यातून वरच्या झरोक्याकडे घेऊन जाणारं ते सौंदर्य असतं. शुष्क, धुळकट मैदानांच्या, निळ्या पर्वतरांगांच्या आणि अखंड हिमवर्षावाच्या किंचित पलीकडे तिथून दिसू शकतं. म्हणून आपण डोंगर चढतो. खडतर परिस्थितीत ताकद पणाला लावत, कष्ट, गैरसोय आणि धोका सहन करत आपण चढतो. जेणेकरून शरीराला वश करून आपल्याला सौंदर्याकडे बघण्याची दृष्टी मिळू शकेल आणि सर्व भौतिक कल्पनांच्या पलीकडे जाऊन आत्मसमाधान सापडेल. मग त्या सौंदर्याच्या आणि समाधानाच्या माध्यमातून आपल्याला शांतता लाभेल.

गढवालमधल्या वास्तव्याचा काळ संपल्यावर स्मिथच्या सोबतीला त्याचा मित्र पीटर ऑलिव्हर आला. त्याच्या सोबतीनं स्मिथनं नीलकंठ आणि मना शिखर या दोन महत्त्वाच्या चढाया केल्या. त्या वर्षी पानगळीच्या दिवसांत जेव्हा स्मिथ इंग्लंडला परतला तेव्हा त्याचं लग्न संपुष्टात आलं. गढवालमधल्या आनंदी मुक्कामाची जागा बाह्यजग आणि अंतर्मनातल्या द्वंद्वानं घेतली आणि मानसिकदृष्ट्या कलाटणी

देणाऱ्या एका वळणावर तो पोहोचला. सर फ्रान्सिस यंगहसबंड हे त्याचे रॉयल जिओग्राफिकल सोसायटी आणि अल्पाइन क्लबमधले गुरू होते. तो दोन वर्षांचा असताना त्याचे वडील वारले. त्यानंतरच्या छळवादी संगोपनाविषयी तक्रार करताना यंगहसबंड यांना लिहिलेल्या पत्रात स्मिथ म्हणतो : 'माझ्या आईने मूल जन्मालाच घालायला नको होतं. ती अतिशय संतापी आणि खुनशी पद्धतीची धर्मवादी आहे. माझ्या शरीरावर आणि मनावर तिनं ताबा मिळवला होता. मी सतत त्याविरुद्ध संघर्ष करत राहिलो.' शाळेत आणि घरी दोन्हीकडे स्मिथला अरेरावीला तोंड द्यावं लागलं. ख्रिश्चन असहिष्णुतेच्या मगरमिठीत तो लहानाचा मोठा झाला. 'माझी एक आया मला अंधाऱ्या कपाटात कोंडून ठेवायची आणि सैतान तुला पकडायला येतो आहे असं सांगायची. मग मी जसा मोठा झालो तसं समागम ही अतिशय नीच दर्जाची आणि भयानक गोष्ट आहे, देवाकडून झालेली चूक आहे असं माझ्या मनावर बिंबवलं गेलं.'

खुद्द यंगहसबंडला देखील कर्मठ ख्रिश्चन धर्माच्या पिशाचांशी आणि कडवट लग्नसंबंधाशी लढा द्यायला लागला होता; मात्र फ्रँकने पत्र लिहिलं तोपर्यंत हिमालय मोहिमांमधल्या त्या वृद्ध, अनुभवी माणसात एक गूढ परिवर्तन घडून आलं होतं. तो पौर्वात्य तत्त्वज्ञानाचा आणि मुक्त प्रेमाच्या संकल्पनेचा समर्थक झाला होता. हा थोर शोधप्रवासी लैंगिक मुक्तीच्या फायद्यांविषयी पाहुण्यांना कसं प्रशिक्षण देत असे त्याचं वर्णन यंगहसबंडच्या चरित्रलेखकाने पॅट्रिक फ्रेंचने केलं आहे. स्मिथच्या बरोबरीनं वेरियर एल्विन नावाचा एक बाजू बदललेला मनुष्यही होता. महात्मा गांधींनी त्याला ब्रह्मचारी राहण्याचा आग्रहाचा सल्ला दिला होता. यंगहसबंडला भेटल्यावर मात्र तो मिशनरी एक लोककथा अभ्यासक झाला. भारतात परत येऊन त्यानं लगेचच कोसी नावाच्या एका आदिवासी तरुणीशी लग्न केलं.

वेस्टरहॅममधल्या करंट हिल या यंगहसबंडच्या घरी फ्रँक स्मिथची नोना मिलरशी पहिली गाठ पडली. ती एक नर्स असून मूळ न्यूझीलंडची होती. लेडी यंगहसबंडची काळजी घेण्यासाठी तिची नेमणूक केलेली होती. नोनानं गथरी नावाच्या एका व्यावसायिकाशी लग्न केलं होतं; पण म्हणून ती फ्रँकच्या प्रेमात पडल्यावाचून राहिली नाही. त्यानंतर १९३८ साली स्मिथ एव्हरेस्टवर जायला निघाला तेव्हा ते जहाजानं एकत्र मुंबईला गेले. नोना आपल्या कुटुंबाला भेटायला पुढे न्यूझीलंडला गेली आणि परत मुंबईला आली. तिथून इंग्लंडच्या परतीच्या प्रवासात ते दोघे पुन्हा एकत्र आले.

स्मिथने चढाई केलेल्या कोणत्याही लोकप्रिय शिखरापेक्षा भ्युंदर खोऱ्यात घालवलेला काळ त्याच्या आयुष्याला कलाटणी देणारा ठरला. प्राचीन हिमनद्यांबरोबर वाहून आलेल्या हिमोढांमध्ये, फुलझाडांच्या विविध प्रजातींच्या वसाहतीत

वनस्पतीशास्त्राचा अभ्यास करत त्यानं तो काळ घालवला होता. रानजाई, कोलंबाइन, सेंट जॉन्स वॉर्ट आणि बालसामसारखी फुलं गोळा करत असताना त्याला खूप मोठा बदल घडवणारा साक्षात्कार झालेला दिसतो. तो लिहितो :

> पश्चिमेकडचे देश पूर्वेकडच्या देशांपेक्षा स्वत:ला वरचढ समजतात त्याचं मुख्य कारण म्हणजे ते यांत्रिक बाबतीत अधिक पुढारलेले आहेत; मात्र यांत्रिकतेची सांगड ते आध्यात्मिक प्रगतीशी घालत राहिले तर अवघड होऊन बसेल. गढवालमध्ये माझी खऱ्याखुऱ्या नागरी संस्कृतीशी गाठ पडली; कारण तिथे मला समाधान आणि सुख मिळालं. काळाच्या गुलामीत जखडून न राहिलेलं आयुष्य मी पाहिलं. पैसा आणि भौतिक गोष्टींवर आनंद अवलंबून असतो या कल्पनेत ते आयुष्य अडकलेलं नाही. साध्या राहणीत आणि साध्या गोष्टींमध्ये किती आनंद असतो ते व्हॅली ऑफ फ्लॉवर्समध्ये जाऊन राहीपर्यंत माझ्या कधी लक्षातच आलं नव्हतं... आपल्या आजूबाजूच्या वातावरणाच्या मापदंडांशी जुळवून घेणं हा सुख मिळवण्याचा सर्वोत्तम मार्ग आहे.

गढवालमध्ये ज्या चार शेर्पांच्या सोबतीनं स्मिथनं काही आठवडे घालवले त्याचा त्याला वाटणाऱ्या समाधानाच्या जाणिवेत मोठा वाटा होता. 'माझे सोबती असे काही होते.. की, मी हमाल म्हणून त्यांचा विचार करूच शकत नाही. त्यांच्यापेक्षा चांगले सोबती मला मागूनही मिळाले नसते. त्यांनी अगदी उदारपणे आपापला वाटा उचलला. माझ्या आयुष्यातल्या सर्वांत आनंदात घालवलेल्या सुट्टीच्या मजेत आणि यशात त्यांचा मोठा सहभाग होता.'

अशा प्रकारच्या आणि इतर अनेक परिच्छेदातून स्मिथच्या पूर्वीच्या लिखाणात झालेला बदल दिसून येतो. याआधीच्या लिखाणात त्यानं बऱ्याचदा स्वत:ला वरचढ समजणारे आणि वर्णद्वेषी विचार व्यक्त केलेले दिसतात. कांचनगंगाच्या त्याच्या पहिल्या हिमालय मोहिमेत त्यानं चहामळे मालकांच्या आणि ब्रिटिश वसाहतींमधल्या इतर लोकांच्या पूर्वग्रहांची पोपटपंची केलेली दिसते. कामेत कॉंकर्डमध्ये एकूणच त्यानं भारतीयांवर आणि पर्वतावर बळी गेलेल्या काही ठरावीक हमालांवर मानहानिकारक शेरे मारले आहेत. लेवा नावाचा त्याचा शेर्पा सरदार शिखरापर्यंत त्याच्या सोबतीला आला होता. तो तिथे मरणाच्या दारात जाऊन परत आला आणि त्याला भयंकर हिमदंश झाला होता. गढवालचा आणखी एक हमाल केसर सिंग शिखरावर जाणाऱ्या दुसऱ्या एका तुकडीबरोबर वर चढला. पायात बूट घालण्याऐवजी त्यानं ते जाड्याभरड्या कॅनव्हासच्या थरानं गुंडाळून घेतले. त्या

दोघांच्या एकनिष्ठेबद्दल आणि सेवेबद्दल स्मिथने त्यांचं कौतुक केलेलं असलं तरी दुबळ्या मनाचे आणि आतल्या गाठीचे म्हणून त्यांची संभावनाही केली आहे. सुरुवातीची ही पुस्तकं वाचली तर स्मिथच्या मतांना क्षमा करणं कठीण जातं. कोणत्याही दृष्टीनं पाहिली तरी ती अवमानकारकच आहेत; पण १९३७ साली भ्युंदर खोऱ्यात परत आल्यावर त्याच्यात बदल घडून येतो.

स्मिथच्या जोडीनं डोंगर चढलेल्या शेर्पांपैकी त्याला वांगडी नोरबूचं सर्वांत जास्त कौतुक होतं. १९३० सालच्या कांचनगंगा मोहिमेपासून स्मिथनं हाती घेतलेल्या जवळजवळ प्रत्येक हिमालय मोहिमेत ते एकत्र होते. कांचनगंगाच्या चढाईच्या वेळेस वांगडी एका कपारीत पडला आणि तीन तास तिथे अडकून राहिला. मग त्याची सुटका करण्यात आली. नंतर १९३३ साली एव्हरेस्टवर जाताना न्यूमोनिया होऊन वांगडी मरणाच्या दारात जाऊन परत आला; पण बरं वाटल्यावर ताबडतोब तो उत्तर कोलवर ओझी उचलायला आला. त्या मोहिमेचा म्होरक्या ह्यू रटलेज वांगडीला 'खरीखुरी घोडेकाठी .. एकदम ताकदवान' असं म्हणायचा तर टिलमनने आपल्या वहीत त्याच्याविषयी नोंदवून ठेवलं होतं, '.. तो एक उत्तम माणूस आहे आणि एखाद्या तुकडीचं नेतृत्व करण्याची त्याच्यात क्षमता आहे. '

'द व्हॅली ऑफ फ्लॉवर्स'मधला एक साक्षात्कारी क्षण म्हणजे त्यांनी पहिल्यांदा तंबू ठोकला तो. 'वांगडी माझ्याकडे आला तेव्हा त्याच्या कठोर चेहऱ्यावर खुशीचं स्मितहास्य होतं. हाताच्या एका हालचालीसरशी भोजवृक्षांच्या दिशेनं, दरीवरून आणि रातबनच्या उजळलेल्या शिखरांकडे निर्देश करत तो म्हणाला, 'रामरो, साहिब!' त्याचं अगदी बरोबर होतं. ते दृश्य फार सुरेख होतं.' नंतर फुलं गोळा करताना किंवा शेकोटीभोवती बसल्यावर बऱ्याचदा वांगडी गाऊ लागायचा. स्मिथ त्याचं वर्णन करतो. त्या संगीताचं चक्क काही नोटेशनही त्यानं दिलं आहे. तसंच गाण्याच्या बोलांचं असं भाषांतरही आहे : 'अमाप समाधानानं मी शेकोटीपाशी बसलो.'

भ्युंदर खोऱ्यात स्मिथने पुष्कळ फोटो काढले. त्यात एक फोटो त्याचा आणि त्याच्या शेर्पा सोबत्यांचा आहे. स्मिथ मध्यभागी बसलेला असून, त्याच्या डावीकडे वांगडी आणि पसांग आहेत. तरुण वयाचे तेवांग आणि नोरबू उजवीकडे आहेत. कॅमेऱ्याकडे बघणाऱ्या स्मिथच्या डोळ्यांत एक शांत समाधान दिसत आहे. सगळे शेर्पा गंभीर चेहऱ्यानं उभे आहेत. कदाचित औपचारिक वाटावं म्हणून तसे अवघडलेले भाव त्यांनी आणले असावेत; पण वास्तविक त्यांच्यात तशी सहजता आहे. वांगडीच्या चेहऱ्यावर सर्वांत गंभीर भाव आहेत. त्याचा मालक त्याचं वर्णन 'आत्तापर्यंत मी बघितलेली सर्वांत कठोर मुद्रा' असं करतो. अर्थात त्यावरून

त्याचा स्वभाव दिसून येत नाही, असंही तो पुढे जाऊन म्हणतो. गिर्यारोहण मोहिमांच्या इतर कित्येक ग्रूप फोटोंसारखी या फोटोत उतरंड दिसून येत नाही. पाचही जण मांडी घालून जमिनीवर बसले आहेत. स्मिथने हा शॉट कसा लावला असेल याची फोटो बघणाऱ्याला सहज कल्पना करता येते. त्यानं तिवईवर कॅमेरा ठेवला असेल, मग टायमर दाबला असेल, डोक्यावरची हॅट काढली असेल आणि चट्कन मधली जागा पकडली असेल.

'द व्हॅली ऑफ फ्लॉवर्स'मध्ये समाधान हा शब्द पुन्हा पुन्हा येतो. त्यामुळे स्मिथ आणि सगळे शेर्पा खरोखरच खूप मजेत होते, याची कल्पना न करणं कठीण होऊन जातं. रातबन आणि इतर अनेक अनामिक शिखरं ते चढून गेले असले तरी एखाद्या मोठ्या मोहिमेचे कष्ट आणि ताण याचा त्यात जराही मागमूस नव्हता. वाटेत आलेल्या थोड्याफार कठीण प्रसंगांमुळे उद्‌भवलेले धोके एव्हरेस्ट किंवा कामेतवरच्या हिमवादळांमुळे आणि कपारींमुळे उद्‌भवलेल्या धोक्यांपेक्षा पुष्कळ कमी होते. स्मिथला ते 'ईश्मे साहिब' म्हणत. 'ईश्मे साहिब' आणि हमालांमधला विशेषाधिकारांवर आधारित फरक तसाच राहिला असला तरी स्मिथ आणि वांगडीमध्ये निखळ मैत्रीचे बंध तयार झाले होते असं जाणवतं.

अति उंचावर विशेष कौशल्य आणि बांधिलकी दाखवणाऱ्या शेर्पांना हिमालयन क्लबकडून टायगर मेडल मिळतं. वांगडी नोरबू ते पदक मिळवणाऱ्या पहिल्या दहा लोकांपैकी एक होता. 'द स्टोरी ऑफ वांगडी नोरबू'या लेखात नंदिनी पुरंदरे आणि दीपा बलसावर यांनी त्याच्या आयुष्याचं इतिवृत्त लिहिलं आहे. १९२९ साली पॉल बाउअर बरोबर कांचनगंगा चढून गिर्यारोहण मोहिमांची सुरुवात करणारा आणि नंतर अनेक महत्त्वाच्या मोहिमा पार पाडलेला तो अनुभवी शेर्पा होता. १९३४ साली ज्या दुर्दैवी नंगा पर्बत मोहिमेत चार जर्मन गिर्यारोहक आणि सहा शेर्पा उंच पर्वतावर झालेल्या वादळात मरण पावले त्या मोहिमेतही तो सहभागी होता.

वांगडी आणि इतरांनी गढवालमध्ये सुखाचा काळ व्यतीत केल्यानंतर लवकरच दुर्दैवी प्रसंग ओढवला. स्मिथ आणि त्याच्या सहकाऱ्यांसाठी स्वयंपाक करणाऱ्या आचाऱ्याची, पासंग भोटियाची पुढच्या वर्षी १९३८च्या एव्हरेस्ट मोहिमेसाठी निवड करण्यात आली. उत्तर कोलवर त्याला हृदयविकाराचा झटका आला. तो अर्धवट कोमात असल्यामुळे आणि त्याचं शरीर अर्धवट लुळं पडल्यामुळे गटातले बरेच सदस्य आणि हमाल त्याला तिथेच सोडून जायची तयारी करत होते. त्याचं कोठ्यावरचं नियंत्रण गेलं असल्यामुळे कपडे खूप खराब झाले होते. त्यामुळे सगळ्यांना बरीच घाण वाटत होती. बेसकॅम्पकडे निघताना शेवटचा निरोप घेताना एका हमालानं पासंगचा चेहरा कपड्यानं झाकला; पण एक तरुण शेर्पा त्याच्या

सुटकेला धावून आला. आंग थार्केनं आपल्या आठवणीत लिहिल्याप्रमाणे, 'त्याचे हात-पाय बांधून त्याला स्वत:च्या पाठीवर घेणं एवढंच मी करू शकत होतो..' अखेर आंग थार्केला खोल बर्फात धडपड करताना बघून आणखी दोन शेर्पाही मदत करायला तयार झाले. मग पासंगला एका लांब दोरखंडाला बांधण्यात आलं, 'आणि उतरण्यासाठी पुरेशी जागा सोडली. आमच्यापैकी दोघांनी दोराचं वरचं टोक पकडलं आणि तिसरा पासंगच्या बरोबरीनं सपाट ठिकाण सापडेपर्यंत घसरत गेला. मग बाकीचे दोघे घसरत खाली आले.' ते त्याला बेसकॅम्पपर्यंत आणि नंतर दार्जिलिंगलाही परत घेऊन आले खरे; पण पासंगचं शरीर लुळंच राहिलं आणि त्यानंतर लवकरच तो मरण पावला.

एक वर्षांनं दुसऱ्या महायुद्धामुळे गिर्यारोहणाला खीळ बसली. शेर्पांचा कडकीचा काळ सुरू झाला. वांगडी दार्जिलिंगमध्ये हमाल म्हणून काम करत राहिला. यथावकाश १९४७ आली आंद्रे रोशच्या नेतृत्वाखाली केदारनाथला जाणाऱ्या स्विस गढवाल मोहिमेसाठी सरदार म्हणून त्याची नेमणूक करण्यात आली. एका भयानक अपघातात वांगडी त्याच्या चढाईच्या दोरात अडकून बसला आणि बर्फाच्या उतारावरून २०० मीटर खाली घसरत गेला. त्याचा पाय मोडला, कवटीला फ्रॅक्चर झालं आणि बुटाला जोडलेल्या धातूच्या पट्टीचं टोक लागून गुडघा बाहेर आला. इतर गिर्यारोहकांनी त्याला मॉर्फीन दिलं आणि आडोशाला असलेल्या एका कपारीत नेलं. त्याला तिथेच सोडून ते मदत आणायला गेले. परत आल्यावर मात्र त्यांना तो सापडेना. आपल्याला इथे टाकून दिलं आहे असं समजून, तहानेनं व्याकूळ होऊन आणि यातना आणखी लांबू नयेत म्हणून वांगडीनं चाकूनं स्वत:चा जीव घ्यायचा प्रयत्न केला होता. छातीवर वार करून घेऊन त्यानं स्वत:चा गळाही कापून घेतला होता. दरम्यान, त्या मोहिमेवर असलेला तेनसिंग नोर्गे आणखी दोन शेर्पांना घेऊन डोंगरावर धावत गेला. त्यांना गळा कापून रक्ताच्या थारोळ्यात पडलेला वांगडी सापडला. सुदैवानं त्यानं कोणतीही महत्त्वाची धमनी कापली नव्हती. त्यानंतर लवकरच रोशदेखील तुकडीतील इतर अनेक सदस्यांना घेऊन मदतीला आला. त्याचं वर्णन करताना तो म्हणतो, 'एस्किमो स्लेजला जसे कुत्रे जोडलेले असतात तसं आम्ही त्या जखमी माणसाभोवती स्वत:ला बांधून घेतलं. आमच्यापैकी तिघेजण पुढे होते, दोघं वाट काढण्यासाठी म्हणून दोन बाजूंना होते आणि चौघं त्याला मागून धरण्यासाठी म्हणून मागच्या बाजूला होते.' अशा तऱ्हेनं वांगडीला बेसकॅम्पला नेण्यात आलं. अखेर तो त्या प्रसंगातून वाचला. दार्जिलिंगला परत जाण्यापूर्वी औषधोपचारांसाठी त्याला मसूरीच्या एका हॉस्पिटलमध्ये नेण्यात आलं. एकंदर अनुभवामुळे तो शरीरानं पांगळा आणि मनानं उद्ध्वस्त झाला होता. त्यानं पुन्हा कधीच गिर्यारोहण केलं नाही. १९५२ मध्ये तो मरण पावला.

सन १९४९मध्ये फ्रँक स्मिथ परत भारतात आला आणि दार्जिलिंगला गेला. त्याला गढवालमध्ये पुन्हा एकदा चढाई करण्याचा परवाना हवा होता. भारत आता स्वतंत्र झाला होता आणि नवीन सरकार गिर्यारोहणाचे परवाने देण्याविषयी फारसं तत्पर नव्हतं. गेली काही वर्षं स्मिथनं आल्प्स आणि कॅनेडियन रॉकीजमध्ये चढाई करण्यात घालवली होती. आता मात्र तो पन्नाशीला टेकला होता आणि दशकभरापूर्वी होता तितका तंदुरुस्त राहिला नव्हता. दीर्घ काळ विभक्त राहिल्यानंतर कॅथलीनने नाईलाजानं त्याला घटस्फोट दिला होता. त्यामुळे त्याला आणि नोनाला अखेर लग्न करणं शक्य झालं होतं.

वयाच्या अठ्ठेचाळिसाव्या वर्षी स्मिथने केलेल्या हिमालय मोहिमेचा शेवट एका दुर्घटनेत झाला. तो सेरेब्रल हिवतापानं आजारी पडला. अल्टिट्यूड सिकनेसमुळे होणाऱ्या सेरेब्रल एडेमासारखा त्याचा मेंदू सुजला. तो आपल्या जुन्या मित्राला वांगडी नोरबूला भेटल्याची कुठे नोंद नाही; पण ते दोघे दार्जिलिंगमध्ये भेटले असणार. तेनसिंग नोर्गेशीही त्याची पुनर्भेट झाली. १९३८च्या एव्हरेस्ट मोहिमेमुळे त्यांची ओळख होती. 'टायगर ऑफ द स्नोज'मध्ये तेनसिंग स्मिथच्या आजारपणाची आठवण सांगतो. 'तो आता पूर्वीसारखा राहिला नाही हे सर्व लोकांच्या एकदमच लक्षात आलं... आणि तो केवळ वयाचा भाग नव्हता.' दार्जिलिंगमधले कलाकार एम. सैन यांच्या स्टुडिओला भेट देताना गेस्टबुकमध्ये सही करायला सांगितल्यावर स्मिथला स्वत:चं नाव आठवेना. शिवाय मे महिन्याचा मध्य चालू असताना त्यानं डिसेंबरची तारीख टाकली.

काही दिवसांनंतर तो आणि तेनसिंग चौरस्त्यावर म्हणजे दार्जिलिंगमधल्या प्रोमोनेडवर चालत असताना स्मिथ खूप विचित्र वागू लागला आणि बर्फात वापरायच्या कुऱ्हाडीची मागणी करू लागला. पहिल्यांदा तेनसिंगला ती गंमतच वाटली. 'पण तो कुऱ्हाडीची मागणी करतच राहिला. अगदी गंभीरपणे करत राहिला. आम्ही कुठेतरी डोंगरावर आहोत असं त्याला वाटत होतं. त्याची तब्येत चांगलीच बिघडली असल्याचं तेव्हा माझ्या लक्षात आलं. त्यानंतर लवकरच त्याला हॉस्पिटलमध्ये दाखल करण्यात आलं. मी भेटायला गेलो तेव्हा त्यानं मला ओळखलंच नाही. शून्य दृष्टीनं टक लावून बघत तो पलंगावर पडून होता आणि मोठमोठ्या डोंगरांवर केलेल्या चढाईच्या गप्पा मारत होता.'

फ्रँकच्या आजारपणाची बातमी नोनाला समजली तेव्हा ती ताबडतोब विमान पकडून भारतात आली. तिथे आल्यावर स्मिथला भ्रम झाल्याचं तिनं पाहिलं. विमानानं ते इंग्लंडला परतले. त्याला हॉस्पिटलमध्ये दाखल करण्यात आलं; मात्र हिवताप एव्हाना फार पुढे गेला होता. त्यानंतर काही दिवसांतच फ्रँक मरण पावला. मरताना आपण हिमालयात उंचावर चढत आहोत असाच भ्रम त्याला

होत होता.

जो माणूस आयुष्यभर असमाधानाशी झगडला त्याला डोंगरात खराखुरा आनंद सापडला होता. १९३० सालच्या एप्रिल महिन्यात दार्जिलिंगला त्यानं पहिली भेट दिली. तेव्हा रंगली रंगलीयोट इस्टेट इथे असलेल्या प्लांटर्स बंगलोच्या हिरवळीवर बसून स्मिथनं आपल्या भावना मांडल्या आहेत : 'तिथे वरती बसल्या बसल्या चहाच्या मळ्यात असलेल्या संध्याकाळच्या शांततेत, एकमेकांत गुरफटलेल्या हर्ष आणि खेदाच्या सूक्ष्म भावना मी पहिल्यांदा अनुभवल्या. पहाडांविषयी मनात प्रेम घेऊन, एखाद्या स्वप्नाचा आनंद बाळगून, अज्ञाताविषयी आशा ठेवून, आयुष्यात पार पाडावीत अशी किती साहसं आहेत आणि त्यांच्या मागावर जाण्यात आयुष्य किती कमी पडतं हे जाणवल्याचं दु:ख उरात घेऊन जे जन्माला येतात त्या सर्वांना या भावना जाणवतात.'

# ४३

# नंदापुत्री

यात्रेकरूंच्या बस आणि टॅक्सींमुळे खच्चून भरलेल्या, गावातून जाणाऱ्या मुख्य महामार्गाच्या तुलनेत उत्तर काशी या देवळांच्या गावातल्या आतल्या गल्ल्या शांत आणि स्वच्छ आहेत. दोन्ही बाजूंच्या भिंतींच्या फटीतून उगवलेल्या गवताच्या झुबक्यांवर एक तांबडी गाय चरते आहे. घराकडे जाणाऱ्या चंद्रप्रभा ऐटवलला तिचे शेजारी हात जोडून आदरानं अभिवादन करतात. अनेक जण तिला दीदी म्हणून ओळखतात. भारतातल्या सर्वांत ख्यातनाम गिर्यारोहकांपैकी ती एक आहे. आता वयाच्या सत्त्याहत्तराव्या वर्षी चंद्रप्रभा निवृत्त झाली असली तरी एकेकाळी अनेक दशकं उत्तर काशीच्या नेहरू इन्स्टिट्यूट ऑफ माउंटेनिअरिंग (NIM)मध्ये ती प्रशिक्षक होती. सन १९८१मध्ये झालेल्या स्त्री-पुरुषांच्या पहिल्या एकत्र आणि यशस्वी नंदादेवी मोहिमेची ती उपनेता आणि सदस्य होती. गढवालमधली अनेक महत्त्वाची शिखरं तिनं सर केली असून, त्यात कामेत, अबि गामिन, केदार घुमट, रातबन आणि भृगुपंथचा समावेश आहे.

एका बुटक्या कमानीखालून जात चंद्रप्रभा घरात शिरते. तिचा भाचा आणि त्याच्या कुटुंबीयांबरोबर ती राहते. मोहिमांवरच्या फ्रेम केलेल्या फोटोंनी दिवाणखाना सजवला आहे. इतर गिर्यारोहकांच्या जोडीनं ती गिर्यारोहणाच्या पोशाखात, बर्फात वापरायचा काळा चष्मा घालून कॅमेऱ्यासमोर उभी राहिलेली दिसत आहे. काही फोटोंमध्ये ती माजी पंतप्रधान इंदिरा गांधींच्या हस्ते पुरस्कार स्वीकारताना दिसत

आहे. तिला मिळालेली बक्षिसं आणि प्रमाणपत्रंही तिथे लावली आहेत. त्यात तेनसिंग नोर्गे जीवनगौरव पुरस्कार, अर्जुन पुरस्कार आणि भारत सरकारच्या पद्मश्री सन्मानाचा समावेश आहे. ज्या गिर्यारोहणानं तिला ही बक्षिसं मिळवून दिली आहेत त्यातल्या दुर्गम, खडतर परिस्थितीची कल्पना उत्तर काशीतल्या तिच्या आरामशीर आणि सुरक्षित घरात बसून करणं केवळ अशक्य आहे; मात्र चंद्रप्रभाच्या आवाजातल्या आत्मविश्वासातून, तिच्या सौम्य पण निश्चयी मुद्रेतून ती ताकद आणि चिकाटी दिसून येते. तीच ताकद आणि चिकाटी तिला पृथ्वीवरच्या सर्वाधिक अनाघ्रात, दुर्गम शिखरावर घेऊन गेली.

'वयाच्या तिसाव्या वर्षापर्यंत मला गिर्यारोहणात जराही रस नव्हता,' ती म्हणते. 'ते काय असतं हेही मला ठाऊक नव्हतं. मी शारीरिक शिक्षणातली पदवी घेतली होती आणि धरचुलाला मुलींच्या सरकारी शाळेत शिक्षिका म्हणून नोकरी करत होते. तेव्हा १९७२ साली मला NIMमध्ये होणाऱ्या गिर्यारोहणाच्या प्राथमिक अभ्यासक्रमात भाग घेण्यासाठी बोलावणं आलं.'

त्याआधी तीन वर्षांपूर्वी तिला त्या अभ्यासक्रमात नाव नोंदवण्याचा आग्रह करण्यात आला होता. नंतर ती अर्ज केल्याचं साफ विसरून गेली होती. शेवटी तो अनुभव घेताना मात्र चंद्रप्रभाला खूपच मजा आली. चढाईमध्ये तिनं उत्तम कौशल्य दाखवलं. सन १९७५मध्ये तिनं NIMमध्ये आणखी प्रगत अभ्यासक्रम पूर्ण केला आणि बंदरपूंछ (६,३१६ मीटर) हे पहिलं मोठं शिखर सर करण्यात ती यशस्वी झाली; मात्र बेस कॅम्पखाली असलेल्या सोनगड नदीत बुडून एका विद्यार्थ्याचा मृत्यू झाला आणि या प्रशिक्षण मोहिमेला गालबोट लागलं.

नेपाळ, इंडिया आणि तिबेटमधल्या सरहद्द प्रांतात जन्म होऊन लहानाची मोठी झाल्याने गिर्यारोहण चंद्रप्रभाच्या वृत्तीतच मुरलेलं होतं. लहानपणी घरच्या शेळ्या-मेंढ्या चरायला नेताना तिला खडबडीत, उघड्या डोंगरकड्यांवर चढायची आणि सरपणाचे किंवा चाऱ्याचे जड भारे उचलायची सवय होती. त्या वयात विरळ हवा आणि घराजवळचे तीव्र चढ तिनं गृहीतच धरले असले तरी आसपासच्या शिखरांवर आपण कधी चढू शकू असं तिच्या डोक्यातही आलं नव्हतं.

हिमालयातलं खडतर आयुष्य असूनही लहानपणीच्या तिच्या आठवणी अगदी साध्यासुध्या, खेडवळ आनंदाच्या आहेत. एकोणिसाव्या शतकातले शोधयात्री पंडित नैनसिंग रावत यांच्याच भागात राहणारं आणि त्यांच्याच समाजातलं तिचं कुटुंब आहे. चंद्रप्रभाचे आई-वडील ब्यान्सी शौक या भटक्या जमातीतले होते. ही धनगर-गुराखी जमात असून, उन्हाळ्यात ते काली नदीच्या नेपाळ बाजूला असलेल्या उंचावरच्या छांगरू गावात राहायला जात. शिवाय दरवर्षी हिवाळ्यात ते धरचुलाच्या घरी परत येत. नदीपलीकडे भारताच्या हद्दीत हे गाव वसलेलं आहे.

‘त्या काळी नेपाळ किंवा भारत असा विचारही कोणी करत नसे. मध्ये सरहद्द आहे हे आम्हाला ठाऊकही नव्हतं. कसलाही विचार न करता आम्ही इकडून तिकडे जायचो.’ ती सांगते.

तिचे वडील दोरजी सिंग ऐटवल आपला शेळ्या-मेंढ्यांचा कळप घेऊन तिबेटला प्रवास करत. उंच खिंडी ओलांडून कैलास पर्वताकडे जाताना वाटेत त्यांना टाकलाकोट या व्यापारी गावातून जावं लागे. विनिमयासाठी ते धान्य बरोबर घेऊन जात आणि येताना मीठ घेऊन येत. छांगरूवरून सुरू होणाऱ्या या प्रवासात त्यांना सोबत केल्याचं चंद्रप्रभाला आठवतं. येताना आणि जाताना दोन्ही वेळेस चालत तीन दिवस लागत. त्यातल्या एका प्रवासात सत्तू किंवा बार्लीचं पीठ पाठीवरच्या गोणीवर लादून चाललेला एक बोकड घसरला आणि टेकडीच्या एका बाजूनं खाली पडला, अशी आठवण ती सांगते. त्याच्या पाठीवरची गोणी फुटून त्यातून पिठाचा एक ढग बाहेर आला आणि खालच्या खडकांवर पडून ते जनावर मरून गेलं.

शौक भाषेत स्थलांतराला शब्द आहे - ‘कुंचा.’ त्या प्रवासातल्या हालअपेष्टा आणि प्राण्यांविषयी तिला वाटलेली जवळीक याविषयी चंद्रप्रभा सांगते. ‘माझ्या आईवडिलांकडे शंभराहून अधिक शेळ्या आणि मेंढ्या होत्या. शिवाय याक होते. माझ्या थोरल्या बहिणीला त्या सगळ्यांची नावं ठाऊक होती.’ आठवणी सांगत ती म्हणते. प्रत्येक जनावर हे त्याचा रंग, आकार किंवा स्वभावावरून ओळखलं जाई. जनावरांना ठरल्या वाटेवर हाकण्यासाठी त्यांच्याकडे वेगवेगळे हुकूम, शिट्ट्या आणि उद्गारांचा एक संग्रहच होता. ‘खियाल, खियाल.. ह्यून्, ह्यून् .. टी, टी!’

‘आमचं कुटुंब मांसाहारी असलं तरी आम्ही आमच्याच जनावरांना कधी मारत नसू. पाले हुए जानवरको नहीं खाते,’ तिरकस हसत चंद्रप्रभा सांगते. ‘शिवाय तिबेटी बोकड आणि मेंढ्या जास्त मीठ खात असल्यामुळे चवीला कायमच अधिक चांगल्या लागतात.’

शौक आणि भोटिया जमातीतला फरक ती स्पष्टपणे सांगते. जरी ते तिबेटो-बर्मन बोली बोलत असले आणि टाकलाकोटवासीयांच्याच वंशाचे असले तरी ‘आमच्या जमातीतले लोक बौद्ध नाहीत. आम्ही हिंदू आहोत,’ असं ती आग्रहानं सांगते.

हिमालयात उंच प्रदेशात वास्तव्य करणाऱ्या अनेक आदिवासी जमातींप्रमाणे ब्यान्सी शौक एका संदिग्ध प्रदेशात राहतात. अशा प्रदेशांच्या सीमारेषा नेहमी स्पष्टपणे आखल्या असतीलच असं नाही. एखाद्या जमातीच्या भटक्या वृत्तीतून मुळं उखडली गेल्याची भावना सूचित होत असली तरी शौक जमातीतले लोक ज्या मार्गांवरून प्रवास करतात त्या मार्गांशी ते जोडले गेलेले असतात. प्रवासाच्या

दोन्ही टोकांना असलेल्या आपल्या हंगामी वसाहतींशी ते जितके बांधले गेलेले असतात तितकेच. एका उंचीवरून दुसऱ्या उंचीकडे घेऊन जाणारा मार्ग त्यांना एका संक्रमणावस्थेतल्या मायभूमीतून घेऊन जातो. त्यांच्या फिरस्त्या ओळखीच्या पाऊलखुणा त्या भूमीत जागोजागी दिसतात. क्ष्यातम नावानं ओळखल्या जाणाऱ्या, त्यांनी रचलेल्या दगडांच्या राशी त्यांच्या वाटेच्या खुणा सांगत असतात हे खरं; पण काळजीपूर्वक रचलेले दगडांचे ढीग शौक लोकांचं क्षेत्र ठळक करतात आणि त्यांच्या स्थलांतराचं स्मारक बनून राहतात.

चंद्रप्रभानं 'पहाड की पुकार' नावानं हिंदीत आपलं आत्मचरित्र लिहिलं आहे आणि त्याचं माउंटन्स कॉलिंग नावानं इंग्रजीत भाषांतरही झालं आहे. छांगरू या तिच्या जन्मगावात असलेल्या स्लेटच्या छपरांच्या घराविषयी, तसंच गावातून जाण्या-येण्याच्या वाटांविषयी ती अगदी ओढीनं लिहिते. छांगरूमधल्या रौथॅटॉन म्हणून ओळखल्या जाणाऱ्या गावाच्या मध्यभागी असलेल्या अंगणात खेळत ती लहानाची मोठी झाली. गावातली मोठी माणसं तिथे वर्तुळाकार मांडून ठेवलेल्या लाकडी बाकड्यांवर बसून गप्पागोष्टी करत असत.

आत्मचरित्रातल्या एका प्रकरणात तिनं वडिलांच्या कर्मठ पूर्वग्रहांचं वर्णन केलं असलं तरी कोणत्याही कडवटपणाशिवाय ती तो प्रसंग कथन करते. चंद्रप्रभा लिहिते की, जेव्हा तिच्या थोरल्या बहिणीचा जन्म झाला तेव्हा दोरजी ऐटवल नाराज झाले. मुली 'साक्षात देवीचा अवतार' समजल्या जात असल्या तरी त्यांना मुलगा हवा होता. त्यांच्या पत्नीनं दुसऱ्या मुलीला जन्म दिल्यावर ते इतके निराश झाले की चार दिवस जेवले नाहीत. अखेर जेव्हा तिसऱ्या मुलीचा, चंद्रप्रभाचा जन्म झाला तेव्हा त्यांचे वडील एक आठवडा गायब होते. आपल्या आईनं पडीदेवी ऐटवलनं हा किस्सा सांगितल्याची आठवण चंद्रप्रभा सांगते खरी; पण तिच्या आठवणीतले वडील अगदी प्रेमळ आणि उदार आहेत.

कुटुंबात मुलगे नसल्यामुळे चंद्रप्रभाला अधिक स्वातंत्र्य मिळून शाळेत जाऊन शिक्षण पूर्ण करायला प्रोत्साहन मिळालं. गार्ब्यांग गावातल्या प्राथमिक शाळेत तिनं शिक्षणाला सुरुवात केली. वयाच्या सातव्या वर्षी ती शाळेतून जाताना-येताना प्रत्येकी पाच किलोमीटर चालत असे. मग मात्र माध्यमिक शिक्षण पूर्ण करण्यासाठी ती पांगूमधल्या हॉस्टेलवर राहिली. सुट्टीत घरी यायचं म्हणजे पुष्कळ ट्रेकिंग करून यावं लागे; पण ती लिहिते त्याप्रमाणे, 'पायी चालणं हेच खरं शिक्षण आहे.' शाळेच्या अभ्यासाव्यतिरिक्त हॉस्टेलवर राहणाऱ्या विद्यार्थ्यांना आपापलं जेवण स्वत: शिजवावं लागे आणि स्वत:चे कपडे जवळच्या झऱ्यात धुवावे लागत. त्यानंतर चंद्रप्रभा नैनितालला गेली आणि तिथल्या मुलींच्या सरकारी इंटर कॉलेजात तिनं नाव नोंदवलं. जेव्हा-जेव्हा ती घरी परत जाई तेव्हा-तेव्हा धनगर-

गुराखी आयुष्यात करावी लागणारी सर्व कामं ती करत असे आणि आवश्यक त्या जबाबदाऱ्या पार पाडत असे. चारा कापून वाहून नेणे, शेळ्यांना वाहून नेण्यासाठी करपंच पिशव्या तयार करता याव्यात म्हणून लोकर कातून ती विणणे, धान्य पाखडायला पाणचक्कीवर घेऊन जाणे, जमिनीचा कस वाढवण्यासाठी तसंच खत म्हणून वापरण्यासाठी वाळलेली पानं आणि बुरशी गोळा करणे, अशी कामं ती करत असे.

स्थलांतरित आयुष्यातल्या दुर्दैवी घटनांमुळे चंद्रप्रभा निश्चयी आणि लवचिक वृत्तीची झाली आणि म्हणूनच एक यशस्वी गिर्यारोहकही झाली. तिची सर्वांत मोठी बहीण बाळंतपणात वारली तेव्हा चंद्रप्रभा चौदा वर्षांची होती आणि सातवीत शिकत होती. ही खबर देणारं टपाल मिळालं तेव्हा ती पांगूवरून ७० किलोमीटरवर असणाऱ्या तिच्या बहिणीच्या गावी एकटी चालत निघाली. तिनं लिहिलेल्या गिर्यारोहणाच्या आठवणींमध्ये त्या प्रवासातल्या संघर्षाची आणि दुःखाची स्पंदनं जाणवतात. एकाकीपणा आणि सर्वांवर कुरघोडी करणारी मृत्यूची सावली याच्या वेदना तेव्हा तिला जाणवल्या होत्या.

'एखादा माणूस पर्वताची निवड करो अथवा न करो, पर्वत मात्र माणसाची निवड करतोच.' गिर्यारोहणाच्या पहिल्या अनुभवाविषयी बोलताना ती लिहिते. 'त्या दिवसांत मला जाणवलेल्या उमेदीचं आणि उत्साहाचं वर्णन मी शब्दांत करू शकत नाही. अगदी आनंदी मनानं मी सगळ्यांना मदत करायला धावायचे. माझ्या थकलेल्या सोबत्यांच्या पाठीवरची ओझी उचलून घेताना माझे खांदेदेखील कायम ऊर्जेनं आणि आनंदानं सळसळत असायचे.' पर्वताच्या शिखरावर पोहोचल्यावर वाटणारी पूर्ततेची जाणीव आठवताना ती म्हणते, 'शांतीची (शांतता आणि समाधान) एक भावना मला वेढून टाकते.'

चंद्रप्रभाची ख्याती वाढली तशी तिची नेमणूक १९७६ सालच्या इंडो-जपानी स्त्रियांच्या कामेत (७,७५६ मीटर) शिखर चढून जाण्याच्या आंतरराष्ट्रीय मोहिमेवर झाली. त्या चढाईची आठवण काढताना ती म्हणते, 'हिमालयातले गिर्यारोहक वातावरणाशी जुळवून घेण्यात कुशल असतात तर परदेशी गिर्यारोहक तांत्रिक चढाईत हुशार असतात.' सात हजार मीटरवर असलेल्या कॅम्प ४ ला पोहोचल्यावर त्यांना सोसाट्याच्या वाऱ्यामुळे मुख्य शिखरापासून मागे फिरावं लागलं. दुसऱ्या दिवशी त्यांच्यातली एक तुकडी जवळच्याच अबि गामिन (७,३५५ मीटर) शिखरावर चढाई करायला गेली. त्यात चंद्रप्रभाही सामील होती. या चढाईवर जाताना चंद्रप्रभाची नेमणूक क्वार्टरमास्टर म्हणून करण्यात आली. त्यामुळे सर्ववेळच्या जेवणाची आणि इतर सामग्रीची जबाबदारी तिच्यावर येऊन पडली. त्यात गिर्यारोहकांना आणि हमालांना सिगरेटी पुरवण्याचाही समावेश होता. १९७७ साली चंद्रप्रभा

'भारतीय महिलां'ची मोहीम घेऊन पुन्हा कामेतला आली आणि त्यांनी शिखर सर केलं.

तिची सर्वांत संस्मरणीय चढाई रातबन (६,१६६ मीटर) वरची होती. रातबन गढवालमधल्या भ्युंदर खोऱ्याच्या तोंडाशी आहे. १९७९ साली चंद्रप्रभाला इंडो-न्यूझीलंड मोहिमेचं आमंत्रण आलं. त्याचं नेतृत्व कर्नल बळवंत संधू यांच्याकडे होतं. त्या खोऱ्याच्या नैसर्गिक सौंदर्यानं तिच्यावर कायमची भुरळ घातली. खासकरून ती ब्रह्मकमळाची (सॉसुरिया ऑब्व्हालाटा) आठवण काढते. क्वचित ही फुलं हिमालयातील कमळं म्हणूनही ओळखली जातात. अर्थशास्त्रातल्या मास्टर्स पदवीची परीक्षा पूर्ण व्हायची असल्यामुळे ती एक आठवडा उशिरानं मोहिमेत सामील झाली. टीममधले बाकीचे सदस्य पहिला कॅम्प लावत असताना चंद्रप्रभा त्यांच्यात सामील झाली. वातावरणाशी जुळवून घ्यायला तिला पुरेसा वेळ मिळाला नसला तरीही शिखराकडे जाणाऱ्या तुकडीत ती सामील होऊ शकली आणि न्यूझीलंडवरून आलेल्या दोघांच्या जोडीनं ती रातबन शिखरावर पोहोचली. बरोबरीच्या काही भारतीय गिर्यारोहकांच्या तुलनेत त्यांच्या कौशल्याचं आणि सहकार्य करण्याच्या वृत्तीचं चंद्रप्रभाला कौतुक वाटत होतं.

मोहिमेवर असताना राजकारण करणारे, प्रसिद्धीच्या झोतात राहू बघणारे, भांडणं करणारे आणि जबाबदारी झटकायचा प्रयत्न करणारे, अशा लोकांवर आपल्या आत्मचरित्रातून चंद्रप्रभा टीका करते. 'तू तुझी मतं कायम अशी स्पष्टपणे मांडतेस का?' असं विचारल्यावर ती म्हणते, 'नेहमी असं नाही; पण माझ्या मनात जर काही खदखदत असेल तर मी ते बोलते. कर्नल सिंधूंच्या बाबतीतही बोलायचं तर मी त्यांच्याशी वाद घालत असे आणि माझं मत बोलून दाखवत असे.'

सन १९९१ आणि १९९३ असा दोनदा चंद्रप्रभानं एव्हरेस्ट चढायचा प्रयत्न केला; पण ती शिखरावर पोहोचली नाही. तिच्या मनात त्याबद्दल अजूनही खेद आहे. नंदादेवीवर केलेली चढाई (७,८१९ मीटर) हा तिच्या गिर्यारोहण करिअरमधला सर्वोच्च बिंदू होता आणि तिनं तोंड दिलेलं ते सर्वांत मोठं आव्हान होतं. त्या पर्वतावरचे अनुभव सांगताना ती त्या शिखराचा उल्लेख 'मां नंदा देवी' असा करते. ही देवीमाता भीतिदायकही आहे आणि पोषणकर्तीही आहे. तीन आठवडे बेसकॅम्पपासून वर असताना चंद्रप्रभा पोटदुखी आणि उलट्यांनी आजारी होती. कित्येकदा परत फिरायचा सल्ला मिळूनही ती बरं वाटावं म्हणून धडपड करत राहिली. अखेर १९ सप्टेंबर, १९८१ रोजी चंद्रप्रभा ऐटवल, रेखा शर्मा आणि हर्षवंती बिश्त या तिघी नंदादेवी शिखरावर उभ्या राहणाऱ्या पहिल्या स्त्रिया ठरल्या. त्यांच्या जोडीला त्यांचे गिर्यारोहक सोबती दोरजी लाहतू, सोनम पालजोर आणि

रतन सिंग होते. या तुकडीचं नशीब जोरावर म्हणून ते यशस्वी ठरले आणि नशीब अधिकच जोरावर असल्यामुळे तिथे तग धरून राहिले. त्यांच्यानंतर लगेचच तिकडे गेलेल्या भारतीय लष्करी पॅरॅशूट दलाच्या मोहिमेत अनेकजण दगावले.

राज्य आणि राष्ट्रीय पातळीवरच्या इतर अनेक खेळांप्रमाणे भारतातल्या गिर्यारोहणाला गटबाजी, नोकरशाही आणि भ्रष्टाचारानं पोखरलं आहे. लष्करी गिर्यारोहण मोहिमांचं सतत वर्चस्व असतं आणि नागरी गिर्यारोहकांना लालफितीच्या कारभाराला, नियमांना सामोरं जावं लागतं. चांगल्यापैकी पैसा असलेल्या आणि सोबतीला संपर्क अधिकारी असलेल्या परदेशी मोहिमांवर कधी कधी भारतीय गिर्यारोहकांना घेतात; मात्र परदेशातून आलेल्या, उत्तम यंत्रणा बाळगणाऱ्या, प्रशिक्षित गिर्यारोहकांमध्ये आणि पात्रतेएवढा पाठिंबा, मान्यता क्वचितच मिळणाऱ्या स्थानिक गिर्यारोहकांमध्ये सहसा एक ताण असतो.

गिर्यारोहण बंद करून चंद्रप्रभाला आता सुमारे एक दशकाहून अधिक काळ लोटला असला तरी ती अजूनही गिर्यारोहण वर्तुळात सक्रिय आहे. इंडियन माउंटेनिअरिंग फाउंडेशनची ती सन्माननीय सभासद असून, दिल्लीत होणाऱ्या त्यांच्या वार्षिक सभांना उपस्थित असते. २०१० साली IMFच्या जौनलीवर (६,६३२ मीटर) जाणाऱ्या स्त्री-पुरुषांच्या संयुक्त मोहिमेची प्रमुख म्हणून केलेली मोहीम ही चंद्रप्रभाची शेवटची मोहीम होती. खराब हवामानामुळे ती चढाई यशस्वी झाली नाही; पण २०१८ साली जौनलीला जाणाऱ्या आणखी एका तुकडीचं नेतृत्व करण्यासाठी नैनिताल माउंटेनिअरिंग क्लबने तिला विचारणा केली आहे. हसतहसत ती म्हणते, 'मी बेसकॅम्पपर्यंत तरी पोहोचेन का नाही ते ठाऊक नाही; पण प्रयत्न करायची इच्छा आहे.'

एखाद्या शौक स्त्रीचं आयुष्य अगदी सहजगत्या ठरावीक आणि प्रापंचिक चाकोरीत गेलं असतं. लवकर झालेलं लग्न, घरकाम, पोरं वाढवणं आणि शेळ्या-मेंढ्यांचे कळप चरायला नेणं याऐवजी गिर्यारोहणामुळे तिची त्यातून सुटका झाली आणि तिच्या आयुष्यात साहसानं प्रवेश केला. चंद्रप्रभाच्या आई-वडिलांनी तिच्यासाठी जे भविष्य योजून ठेवलं होतं ते स्वीकारण्यात तिला कधीच समाधान वाटलं नव्हतं. शौक लोकांच्या स्थलांतराच्या ठरलेल्या मार्गापलीकडे प्रवास करता यावा असं स्वप्न उराशी बाळगून ती शिक्षण आणि अध्यापनाच्या कामाला सामोरी गेली. आपल्या पूर्वजांनी केलेल्या प्रवासातून मुक्त होऊन तिनं भारतभर भ्रमण केलं आहेच. शिवाय ती जपान आणि न्यूझीलंडलाही जाऊन आली आहे. हिमालयाशी एक उच्च पातळीवरचं नातं प्रस्थापित केलेली चंद्रप्रभा आजही पहाडकन्या आहे. तिला आपल्या मुळांचा अभिमान आहेच; पण परंपरेचे उंबरठे ओलांडून पलीकडे जायचा तिचा निश्चयही तेवढाच पक्का आहे.

८

# हजारो देवयुगं लोटली तरीही...

हिमालयाची स्मृतिचित्रं

# ४४

## स्मृती आणि कल्पना

मी पहाडांपासून दूर असलो तरीही लांब अंतरावर ते मला दिसत राहतात. संध्यासमयी फिकट करड्या आकाशाच्या पार्श्वभूमीवर दिसावेत तसे ते ऊन-सावल्यांच्या लाटांसारखे माझ्या मनात उंचबळत असतात. मावळतीच्या रंगांचे ठसे त्यांच्या उतारांवर उमटू लागतात - बर्फाच्या मैदानांच्या एकमेकांवर जिथे घड्या पडतात तिथे करडा निळा रंग दिसतो, तर हिमनद्यांमधून आलेल्या बर्फावर गुलाबी छटा दिसून येते. लवकरच ती फिकी पडून तिथे राखाडी रंग दिसू लागतो. दरीतली हिरवीगार जंगलं वरच्या बोडक्या कड्यांसारखी गडद रंगाची दिसू लागतात आणि झाड न् झाड काळ्या रंगाच्या छटेत मिसळून जातं.

टोबीट रोश नावाचा एक कलाकार मित्र अधूनमधून हिमालयाला भेट देत असतो आणि मोकळ्या हवेत जाऊन तैलचित्रं काढत असतो. पाठीवरच्या पिशवीत रंगांची पेटी आणि घडी करता येण्यासारखं ईझल घेऊन तो ट्रेकिंग करत जातो. एवढ्या वर्षात त्यानं विविध कोनांतून आणि दिवसाच्या विविध वेळांना काढलेल्या नंदादेवीच्या चित्रांची एक मालिका केली आहे. या भटकंतीत तो चौकोरी, बिन्सर, कौसनी, ग्वाल्दम आणि औली एवढ्या ठिकाणी फिरला आहे. प्रत्येक मोक्याच्या ठिकाणी गेल्यावर एक वैशिष्ट्यपूर्ण दृष्टीकोन मिळतो. एका चित्रात जांभळ्या रंगाच्या फटकाऱ्यांमधून जुळी शिखरं मावळतीच्या उन्हात चमकताना दिसतात. आणखी एका चित्रात आसपासच्या शिखरांच्या महिरपीत, माध्यान्हीच्या उन्हात

पांढराफेक दिसणारा तो पर्वत विराजमान झालेला दिसतो. दुसऱ्या एका तसबिरीत झुंजुमुंजू होताना पूर्वेकडे तोंड करून उभं राहिलेलं, एका एकाकी रेखाकृतीच्या रूपातलं एकटं नंदादेवी शिखर दिसतं.

लंडनमधल्या स्टुडिओत परत आल्यावर टोबीट पुन्हा एकदा ते पर्वत चितारतो; पण या वेळेस ते त्याच्या स्मृतीतून आलेले असतात. इथे त्याच्याकडे कितीतरी मोठे कॅनव्हास असतात. त्यावर तो स्मृतीत असलेलं हिमालयाचं दृश्य उतरवतो. लगोलग केलेल्या निरीक्षणातून येणाऱ्या अचूकतेवर ते दृश्य अवलंबून नसतं. कल्पनाशक्तीचं वर्णन खूपदा 'अपूर्ण आठवणी' असं केलं जातं. टोबीटनं काढलेल्या पर्वतांच्या स्मृतिचित्रांमधून एक स्वप्नवत् अमूर्तता बाहेर येताना दिसते. घड्या पडलेल्या सोंडेच्या रांगा ढगांनी आणि दऱ्याखोऱ्यांनी एकत्र धरून ठेवलेल्या असतात. रंगाच्या प्रत्येक थराच्या जोडीला रंगद्रव्याचा आणि पोताचा आणखी एक स्तर वाढत जातो. मोकळ्या हवेत काढलेल्या स्केचेसमधल्या कुशल आणि वेगवान रेषांशी तुलना करता टोबीटने स्टुडिओत काढलेली चित्रं सावकाश उलगडत जातात. कित्येक आठवड्यांच्या आणि महिन्यांच्या कालावधीत दिवसागणिक ती खुलत जातात. पर्वतशिखरांवर पडलेला उजेड सोन्याच्या मुलाम्यासारखा दिसेल एवढी खोली येईपर्यंत त्यावर रंगाचा लेप जमत जातो.

जलरंगातल्या लघुचित्रांमधून हिमालयाचा गाभा पकडणारा आणखी एक कलाकार म्हणजे बिरेश्वर सेन (१८९७-१९७४). अमिताचं आणि माझं सुदैव असं की, त्याची डझनभर चित्रं आमच्या ओकव्हिलच्या भिंतींवर लावलेली आहेत. जवळजवळ पन्नास वर्षांपूर्वी आम्ही दोघांनी ती चित्रं स्वतंत्रपणे गोळा केलेली आहेत. आम्ही तेव्हा माध्यमिक शाळेत होतो. एकमेकांशी लग्न करावं असं वाटण्याच्या पुष्कळ आधीचा तो काळ होता. माझ्या आई-वडिलांनी सेन यांची अनेक चित्रं विकत आणली होती. सेन यांच्या वतीनं आमचे कलाशिक्षक फ्रँक विजली ती चित्रं विकत असत. सेन त्यांचे गुरू आणि स्नेही होते. सेनची बरीचशी चित्रं ही हिमालयाची स्मृतिचित्रं असून, आकारानं व्हिजिटिंग कार्डपेक्षा थोडीशी मोठी आहेत. ते ध्यानाचा एक प्रकार म्हणून रोज सकाळी एक लघुचित्र काढत, असं आम्हाला समजलं होतं.

या लहान लहान प्रतिमा म्हणजे त्यांच्या कल्पनेतून साकारलेली साधीसुधी पण तरल दृश्यं आहेत. एखादं उत्तुंग शिखर कुंचल्याच्या एका फटकाऱ्यातून साकार होतं. कागदावरच्या रिकाम्या भागातून ढगांचं आणि बर्फाचं सूचन होतं. ते जितके कमी तपशील चितारतात तितकं आपल्याला अधिक दिसू लागतं. एखादा ताजा कलम जोडावा तसा काहीसा तो कलाकार त्या प्रतिमेत हिमोढाची एखादी नाजूक वेलबुट्टी किंवा क्षितिजावर उठून दिसणारी एखाद्या उद्ध्वस्त बौद्धविहाराची

आकृती चितारतो. क्वचित कधी पृष्ठभागावर मानवी आकृत्या एखाद्या उद्गारचिन्हासारख्या उभ्या राहिलेल्या दिसतात. त्या दृश्यानं स्तंभित होऊन गेलेले ते यात्रेकरू किंवा भिक्खू असतात. कॅमेऱ्याच्या भिंगात उजेड पकडून, तो गाळून, यांत्रिक आणि रासायनिक साधनं वापरून त्यावर प्रक्रिया करून तयार झालेल्या छायाचित्रांच्या तुलनेत सेन यांची लघुचित्रं म्हणजे एका वास्तव दृश्याकडे बघण्याचा झरोका आहे. त्यातून त्यांनी निसर्गाच्या समग्रतेची घेतलेली दखल दिसून येते. मी या चित्रांचा कित्येक दशकं आस्वाद घेत आणि अभ्यास करत आलो असलो तरी दरवेळेस जेव्हा मी त्यांच्याकडे बघतो तेव्हा निव्वळ काही चौरस सेंटिमीटरच्या त्या रंगचौकटीत मला काहीतरी नवीन सापडत राहतं.

बिरेश्वर सेन यांनी 'इसेन्शिअल्स ऑफ आर्ट' अशा शीर्षकाचा एक निबंध लिहिला आहे. त्यात ते एक उत्तरगर्भ प्रश्न विचारतात : 'एखाद्या कवीला किंवा कलाकाराला खरोखर काय दिसतं? त्याची आणि आपली दृष्टी एकच असते का? त्या धावत्या क्षणाचा आपल्या नजरेत उमटतो तसाच तो एक वास्तवदर्शी ठसा असतो का त्याहून अधिक सखोल आणि वेगळं काहीतरी असतं?' त्यांच्या चित्रांमधून याचं लख्ख, चिंतनशील तपशिलात उत्तर मिळतं. रंगभाषेत लिहिलेले मंत्र असावेत तसं. अबनींद्रनाथ टागोर आणि नंदलाल बोस यांचे शिष्य असलेल्या सेन यांनी लखनौच्या स्कूल ऑफ आर्ट्स अँड क्राफ्ट्समध्ये अध्यापनाचं काम केलं. फ्रँक विजली त्यांचे तिथले विद्यार्थी होते. १९३२ साली त्यांची भेट निकोलस रोएरिश या रशियन निर्वासित कलाकाराशी झाली. ते कुलूमधल्या पहाडी प्रदेशात स्थायिक झाले होते आणि तिथे त्यांनी हिमालयन पद्धतीचं घर आणि स्टुडिओ बांधला होता. त्या निर्वासित कलाकाराच्या व्यक्तिमत्त्वाच्या करिष्म्यानं सेन प्रेरित झाले होते. रोएरिशच्या कामाची टॉलस्टॉयनं प्रशंसा केली होती. चित्रांच्या बरोबरीनं रोएरिश रशियन बॅलेसाठी नेपथ्यरचना करण्याचं काम करत असे. त्यात १९१३ साली झालेल्या स्त्राविन्स्कीच्या 'द राइट ऑफ स्प्रिंग'च्या प्रीमिअरचाही समावेश होता. आज अनेक संग्रहांमधून त्याच्या कलाकृती टिकून आहेत. त्यातल्या काही त्याच्या कुलूच्या घरी आहेत तर काही न्यू यॉर्क सिटीतल्या निकोलस रोएरिश संग्रहालयात आहेत. अप्पर मॅनहॅटनमधल्या गॅलरीतल्या अनेक खोल्यांमधून त्याची चित्रं दिसून येतात.

नंतरच्या आयुष्यात रोएरिशनं हिमालयाची काही अत्यंत संस्मरणीय स्मृतिचित्रं काढली. त्यातली बरीचशी त्याच्या स्वत:च्या गूढ भटकंतीतून आलेल्या रुपकात्मक प्रतिमांवर आधारित आहेत. त्या भटकंतीचं वर्णन तो 'हार्ट ऑफ एशिया' या आपल्या प्रवासवर्णनात करतो. शंभल पुराणकथांची भुरळ पडून आणि ईश्वरविद्येच्या तत्त्वज्ञानाने प्रेरित होऊन त्यानं पर्वतांचं रूपांतर प्राचीन ज्ञानाच्या, दडलेल्या सत्यांच्या

आणि हरवलेल्या परंपरांच्या प्रतीकात्मक मंडलात करून टाकलं. १९२४ मध्ये काढलेल्या दार्जिलिंगवरून दिसणाऱ्या, ढगातून डोकावणाऱ्या कांचनगंगाच्या नेत्रदीपक दृश्यासारख्या त्याच्या अतिशय वास्तववादी चित्रालादेखील एक आधिभौतिक मिती आहे. 'अर्जुन' किंवा १९४७ साली त्याच्या मृत्यूच्या किंचित आधी पूर्ण झालेली शेवटची कलाकृती 'द मास्टर्स कमांड' अशा इतर चित्रांमध्ये पहाडी भूप्रदेश दाखवलेले आहेत. तसंच त्यात काही हिंदू आणि बौद्ध आकृत्या ठळकपणे मांडल्या असून, रशियन आयकन्स (लाकडावर काढली जाणारी रशियन पद्धतीची लहान चित्रं)मध्ये वापरले जाणारे तजेलदार रंग त्यात वापरलेले दिसतात.

रोएरिशच्या पत्नीला हेलेनालादेखील आपल्या नवऱ्याप्रमाणेच आध्यात्मिक शोधाचं आकर्षण होतं. तिला लिहिलेल्या पत्रात तो म्हणतो :

> हिमालय! हेच ते ऋषिमुनींचं निवासस्थान. इथेच कृष्णाच्या पावन मुरलीचे नाद उमटले. इथेच त्या धन्य गौतम बुद्धाची वाणी घुमली. इथेच सर्व वेद जन्माला आले. इथेच पांडवांचा निवास होता. गेसर खान - इथलाच. आर्यावर्त ते हेच. शंभल इथेच आहे. हिमालय – भारताचा मुकुटमणी. हिमालय – संपूर्ण जगाचा खजिना. हिमालय – आरोहणाचं पावन प्रतीक.

४५

# घंटाघर

२९ ऑक्टोबर, २००६ रोजी भागीरथी नदीचं पाणी वाढू लागलं आणि टेहरी धरणाचा जलाशय पाण्यानं भरू लागला. नदीच्या वरच्या अंगाला असलेलं एक ऐतिहासिक गाव, तसंच इतरही खेडी आणि शेतं पाण्याखाली गेली. २६० मीटर उंच आणि सुमारे एखादा किलोमीटर लांब असलेली ही प्रचंड मोठी रचना म्हणजे जगातल्या सर्वांत मोठ्या धरणांपैकी एक आहे. ते बांधायला तीस वर्षांहून अधिक काळ लागला. कित्येक दशकं त्यावर वादविवाद आणि निषेध चालू राहिले; पण अखेरीस गंगेच्या एका महत्त्वाच्या उपनदीला बांध घालणारा हा महाकाय जलविद्युत प्रकल्प पूर्ण झाला.

पहिल्या काही आठवड्यांत, वाहत्या पाण्यामुळे हळूहळू गणेश प्रयागजवळचे स्नानघाट आणि देवळांचा समूह जलमय झाला. गणेश प्रयाग म्हणजे भागीरथी आणि भिलंगणा नदीचा संगम. आणखी काही आठवड्यांनी जुन्या पुलावरचे स्टीलचे गर्डर्स अडलेल्या प्रवाहात बुडून गेले. एकेकाळी हा पूल टेहरी आणि ऋषिकेश-गंगोत्रीमधल्या गाडीरस्त्याला जोडत असे. नोव्हेंबरच्या अखेरीस पाण्याची पातळी बसस्टॅन्ड आणि मुख्य बाजारापर्यंत पोहोचली होती. जवळजवळ सर्व घरं आणि दुकानं रिकामी असून, वर्षभर आधीच मोकळी केली होती. ज्या लोकांनी विरोध केला त्यांना बळजबरीनं बाहेर काढण्यात आलं. जे काही मौल्यवान असेल ते सगळं काढून नेलं होतं. दारं, खिडक्या, बिजागऱ्या, दिवे, पितळी नळ, पुस्तकं

आणि खतावण्या, पन्हळी असलेले धातूचे पत्रे, आणखी काही महिने शिल्लक असलेल्या दिनदर्शिका, न्हाणीघरातले आरसे आणि दिव्याचे खांब भंगारात विकून टाकले होते.

२००७ सालच्या नववर्षापर्यंत शाही महालातला पुराना दरबार अखेर पाण्याखाली गेला होता. सन १८१५ मध्ये टेहरी गढवालचे महाराजा सुदर्शन शाह यांनी नवी राजधानी म्हणून हे शहर वसवलं आणि तो महाल बांधला. महालाच्या दगडी भिंती आणि ढासळणारं वैभव त्या सरोवरानं गिळून टाकलं. सोनादेवी, भागवतपूर, मलीदेवल आणि सिरोइन या ओसाड पडलेल्या गावांना पोटात घेत प्रवाहाच्या वरच्या अंगाला कित्येक किलोमीटरवर ते सरोवर आता पसरलं होतं. पावसाळ्यात बोगदा बंद केला असता तर सरोवर आणखी वेगानं भरलं असतं; पण हिवाळ्यात भागीरथी नदीला सर्वांत जास्त ओहोटी असते. त्यामुळे पाणी अगदी हळूहळू, लक्षातही येणार नाही इतक्या सावकाश वर चढत गेलं.

पाण्याखाली गेलेली नगरातली शेवटची महत्त्वाची खूण म्हणजे घड्याळाचा मनोरा. टेहरीमधल्या इतर कोणत्याही इमारतीपेक्षा तो उंच होता. सन १८९७ मध्ये राणी व्हिक्टोरियाच्या हीरक महोत्सवाचं स्मारक म्हणून महाराजा कीर्ती शाह यांनी तो बांधला. फिकट पिवळ्या रंगाचा, ब्रिटिश वसाहतवादी पद्धतीचा तो एक नक्षीदार मनोरा होता. उत्तर, दक्षिण, पूर्व, पश्चिम दिशेला तोंड करून असणाऱ्या, खांबाच्या आधारानं उभ्या असलेल्या कमानी आणि चार घड्याळं असलेला तो मनोरा हे एक शतकाहून अधिक काळ त्या नगराचं प्रतीक होतं. फेब्रुवारी आला आणि गेला तसा घंटाघराचा केवळ वरचा भाग शिल्लक होता. सरोवराच्या स्तब्ध, हिरव्यागार पाण्यावर राजधानीचा तो शेवटचा अवशेष मानवनिर्मित पुराला आव्हान देत उभा होता.

तिथली घड्याळं आता काढलेली आहेत. टेहरी गाव रिकामं करण्याच्या शेवटच्या घाईत ती चोरीला गेली. एकेकाळी त्यांच्याभोवती महिरपीसारखी बसलेली ती रिकामी वर्तुळं कालातीत नजरेनं धरणावर लक्ष ठेवून असलेल्या भकास डोळ्यांसारखी दिसतात. नंतर तीही पाण्याखाली गेली. १९ मार्च, २००७ रोजी सरोवराच्या पृष्ठभागानं घड्याळाच्या मनोऱ्याला पोटात घेतलं आणि पाण्याखाली गेलेल्या नगरीचे सर्व पुरावे पुसून टाकले.

सुंदरलाल आणि विमला बहुगुणांसारख्या कार्यकर्त्यांनी अनेक वर्षं त्या धरणाला विरोध केला. या धरणाचे पर्यावरणीय परिणाम, तसंच त्यासाठी द्यावी लागणारी मानवी किंमत याबद्दल ते आधीपासूनच इशारे देत होते. भागीरथीचं खोरं एका अस्थिर भूकंपप्रवण क्षेत्रात येतं. यापूर्वी गढवालमध्ये प्रचंड मोठे भूकंप झाले आहेत. आणखी एखादा भूकंप झाला तर हे धरण फुटू शकतं आणि प्रवाहाच्या

खालच्या बाजूला असलेल्या सर्व वसाहती पाण्यामुळे उद्ध्वस्त होऊ शकतात. त्यात ऋषिकेश आणि हरिद्वारसारख्या तीर्थस्थानांचाही समावेश आहे. शेकडो चौरस किलोमीटर शेतजमीन आणि जंगलं जलमय होण्याव्यतिरिक्त दोन्ही बाजूच्या सोंडेची प्रचंड झीज झाली आहे. तसंच पाण्याच्या सर्वोच्च पातळीच्या कितीतरी वर असणारी गावं अधोगमनामुळे (खचण्यामुळे) आणि दरडी कोसळल्यामुळे धोक्याच्या कक्षेत आली आहेत.

मात्र धरणामुळे झालेलं पर्यावरणाचं सर्वांत मोठं नुकसान म्हणजे त्याचा खुद्द नदीवर झालेला परिणाम. भागीरथी नदी विविध प्रकारच्या जलचरांची, तसंच वनस्पती, झाडं, कीटक, सरपटणारे प्राणी, पक्षी आणि काठावर राहणारे सस्तन प्राणी या सर्वांची जीवनवाहिनी आहे. नदीच्या आणि तिच्या उपनद्यांच्या मुक्त प्रवाहामुळे विविध प्रजाती त्यात वास करून असतात. धरणाच्या निर्मितीमुळे, माहसीरसारख्या स्थानांतर करणाऱ्या माशांना पावसाळ्यातल्या वार्षिक विणीच्या हंगामात प्रवाहाच्या वरच्या बाजूला जायला अडथळा होतो. सरोवराचा आवाका धरणाच्याही वरच्या बाजूपर्यंत गेला असला तरी प्रवाहाच्या खालच्या बाजूला होणारे परिणाम ताबडतोब लक्षात येण्याजोगे होते. गंगेची पातळी आता जाणवण्याइतकी वर-खाली होत असते. आकडेमोड करून ठरवलेल्या गरजेनुसार जलविद्युत अभियंते पाणी अडवून किंवा सोडून देत असल्याने काही तासांच्या कालावधीत ती पातळी दोन ते तीन मीटर वर-खाली होते.

टेहरीमधल्या बहुतेक सर्व रहिवाशांचं पुनर्वसन जलाशयाच्या वरच्या बाजूला असलेल्या उंच सोंडेवर बांधलेल्या नवीन नगरात करण्यात आलं. 'नवं टेहरी' नावाचं हे नगर जुन्या घंटाघराची प्रतिकृति मिरवत उभं आहे. एकेकाळी खालच्या दरीत अस्ताव्यस्त पसरलेल्या घरांऐवजी आता इथे डोंगराच्या तीव्र चढ-उताराला लागून, उरलेल्या भिंतींमधून आकारलेल्या अनेकमजली फ्लॅट्सच्या निनावी रांगा दिसतात. आजूबाजूच्या गावांमधल्या इतर रहिवाशांचं आणि शेतकऱ्यांचं पुनर्वसन हरद्वारजवळच्या देहराडून खोऱ्यातल्या रिकाम्या जंगलात आणि शेतजमिनीवर केलं आहे.

टेहरी जलमय होण्यापूर्वीचे निषेधमोर्चे चालू असताना सर्वनाशाकडे वाटचाल करणाऱ्या त्या गावातल्या भिंतीवर बरीच पोस्टर्स दिसून येऊ लागली. त्यातल्या बऱ्याचशा पोस्टर्सवर दुःख, संताप, वैताग आणि अविश्वास व्यक्त करणाऱ्या कविता होत्या. त्यातल्या काही काव्यपंक्ती विख्यात कवींच्या होत्या, तर काही सामान्य माणसांनी लिहिलेल्या देखील होत्या. आपल्या भावना शब्दांत व्यक्त करायची त्यांना गरज भासली होती. त्यातल्या बऱ्याचशा ओळी हिंदीत लिहिलेल्या होत्या आणि कितीतरी गढवालीतही होत्या. हेमचंद्र सकलानी या लेखक-संपादक

महाशयांनी ती सगळी पोस्टर्स गोळा केली आणि २००६मध्ये डूबती टेहरी की आखरी कविताएँ नावाचा एक संग्रह प्रसिद्ध केला. सुंदरलाल बहुगुणांनी त्या पुस्तकाची प्रस्तावना लिहिली आहे. ते लिहितात : 'दु:ख आणि यातनांमुळे कवी रडत आहेत. त्यांचे अश्रू व्यर्थ जाणार नाहीत. नवीन पिढीसाठी आणि त्यानंतर येणाऱ्या भावी पिढ्यांसाठी एक स्पष्ट, नि:संदिग्ध संदेश मागे ठेवून, एक ऐतिहासिक दृष्टीकोन देण्याचं काम ते करत आहेत.'

जुन्या आठवणी आणि दु:खानं भरलेल्या पासष्ट कवितांचं लक्षणीय संकलन असलेला हा संग्रह म्हणजे एक जतन करून ठेवण्यासारखा दस्तऐवज आहे. एका हरवून गेलेल्या नगराचं ते साहित्यिक स्मारक आहे.

स्मृती आणि रुपकांना दिलेली आदरांजली असं हे पुस्तक निव्वळ निषेधाच्या सुराहून अधिक काहीतरी आहे. काहीतरी गमावण्यावरचं चिंतन त्यात आहे. आता अस्तित्वात नसलेल्या ठिकाणाची जाणीव त्यातून जागी होते. बऱ्याचशा कवींनी 'जलमय थडगी', 'अश्रूंचे पूर' आणि 'बुडालेल्या आशा' अशा ठरावीक गुळगुळीत प्रतिमा वापरल्या असल्या तरी इतरांनी प्राचीन पुराणकथांचेही दाखले दिले आहेत. उदाहरणार्थ, ज्या भगीरथ राजावरून नदीचं नाव पडलं त्याची कथा. त्यानं केलेल्या कठोर तपश्चर्येमुळे गंगादेवी स्वर्गातून खाली उतरली. आता ती पवित्र सरिता पुन्हा ढगांमध्ये परत जाते का काय असा प्रश्न कवींना पडला होता. स्वामी रामतीर्थसारख्या साधुसंतांचं आणि श्रीदेव सुमनसारख्या हुतात्म्यांचं स्मरण केलं होतं. देशाच्या प्रगतीसाठी आपलं सर्वस्व देऊन टाकणाऱ्या टेहरीच्या माणसांच्या त्यागाचा पुनरुच्चार केला होता. अधिक मार्मिक काव्य रचणारे कवी मंगलेश डबराल गुणानंद पाठकची कहाणी सांगतात. तो एक मार्क्सवादी लोकसंगीत गायक असून, टेहरीत रस्तोरस्ती आपली कला सादर करत असे. स्वत:कडच्या पेटीच्या साथीनं गात तो क्रांतिकारी पत्रकं वाटत असे. आयुष्याच्या शेवटी, कसलंही कौतुक वाट्याला न आलेला, दुर्लक्षित राहिलेला गुणानंद संगीत सोडून देतो. विस्मरणात गेलेल्या लोकगीताची उपमा वापरून डबराल सुचवतात की, गुणानंदाच्या काव्यपंक्तींप्रमाणेच टेहरी गावाच्या स्मृतीही यथावकाश पुसट होत जातील.

उत्तराखंडच्या सर्वांत लोकप्रिय शाहिरांपैकी एक म्हणजे नरेंद्र सिंग नेगी. त्यांनी धरणाविषयी एक शोकाकुल विलापिका लिहिली आहे. त्याचे बोल काहीसे असे आहेत, 'वयोवृद्धांचे डोळे आता मिटू देत, म्हणजे धरणामुळे झालेला सर्वनाश बघण्याआधी त्यांना शांतपणे मरण येईल.' राजन तोडरियांच्या लिखाणातदेखील काहीसा उपहास दिसून येतो. 'रात्री कोल्हे ओरडतात आणि दिवसा बुद्धिवादी सांत्वन करतात.' त्यांनी 'बुडण्याचे फायदे' नावाची एक कवितादेखील लिहिली

होती. त्यात 'नाण्यांच्या तालावर नाचत' नोकरशहा धरणाचं समर्थन करतात.

बहुतेक सर्व काव्यपंक्तींमधून दु:ख आणि काहीतरी गमावल्याची भावना पुन्हा पुन्हा डोकावते. सुरेन्द्र पुंडीर यांच्या 'एक नगर' कवितेत ते घंटाघराच्या परिचित आकृतीच्या जोडीला आणखी काय काय नाहीसं होईल त्याची यादीच देतात. 'शाही दरबाराचा घुमट', देवळातल्या घंटा, गुरुद्वारामधलं कीर्तन आणि मशिदीतून ऐकू येणारी बांग. संग्रहातल्या इतर अनेक कवींप्रमाणे पुंडीर टेहरीच्या सुप्रसिद्ध सिंगोरीचं गुणगान करतात. खव्यापासून तयार केली जाणारी आणि बौहिनियाच्या शंकूत गुंडाळून देण्यात येणारी ती एक लोकप्रिय मिठाई आहे. मासे आणि भाताचं जेवण देणाऱ्या, भागीरथी आणि भिलंगणा नद्यांच्या संगमावर असलेल्या 'बाधो की माग्री' नावाच्या एका प्रख्यात उपाहारगृहाच्या आठवणीही तो काढतो. विविध कवितांमधून पुन्हापुन्हा येणाऱ्या अशा प्रत्येक आठवणीला प्रतिसाद म्हणून टेहरीमध्ये कधीकाळी राहिलेली किंवा त्या नगरीच्या रस्त्यांवरून पुढे गेलेली कोणीही व्यक्ती स्मरणरंजनात हरवून जाते; मात्र त्या संग्रहातली सर्वांत जबरदस्त कविता म्हणाल तर ती सर्वांत साधी कविता आहे. गावातल्या लोकांची निराश मन:स्थिती पकडणाऱ्या, विनासायास उतरलेल्या, अगदी थोडक्या ओळींमधून स्मृतीचा अर्क काढून त्याचं रूपक तयार करणारी ही कविता आहे. कवितेचं नाव आहे 'प्रयत्न.' कवी आहेत नवेन्दू. धरणामुळे विस्थापित झालेल्या एका अज्ञात कवीचं ते टोपणनाव आहे.

*नदीच्या प्रवाहात पडून असलेला*
*मी एक दगड*
*माझा हेतू*
*नदीला वाहण्यापासून*
*रोखण्याचा नव्हे*
*मी तर निव्वळ*
*स्वत:ला थांबवतोय,*
*वाहून जाण्यापासून*

४६

# स्वर्गाची फाळणी

माझ्या वडिलांचा जन्म काश्मीरला झाला. मैदानी भागातल्या उकाड्यापासून सुटका म्हणून माझे आजी-आजोबा उन्हाळ्याची सुट्टी तिकडे घालवत असत. दरवर्षी एमेट आणि मार्था ऑल्टर आपल्या चार मुलांना घेऊन श्रीनगरच्या चिनार वृक्षांखाली वसलेल्या नसीमबागमध्ये किंवा पहलगामवरच्या कुरणांमध्ये तळ ठोकायचे. माझ्या वडिलांसाठी काश्मीर हे लहानपणच्या रम्य आठवणींशी जोडलेलं होतं. त्यांना त्याची ओढ लागत असे ती निव्वळ त्यांचा जन्म तिकडे झाला होता म्हणून नव्हे तर पुन्हा कधीही न गवसणारं काहीतरी हरवून गेल्याच्या जाणिवेतून.

महामंदीच्या काळात ओहायोतल्या मॅन्सफील्ड इथे असलेल्या आपल्या आई-वडिलांना लिहिलेल्या पत्रात माझी आजी पहलगामच्या सौंदर्याचं वर्णन करताना म्हणते :

> नदीच्या वरच्या बाजूला असलेल्या पाइनच्या एका सुरेख उपवनात आमचा कॅम्प आहे. आसपास इतकी लाकडं पडलेली असतात की, रोज रात्री आम्ही मोठी शेकोटी करतो. कुठल्याही एका बाबतीत एवढं श्रीमंत असणं माझ्यासाठी अगदीच नवीन आहे आणि तो अनुभव काही तितकासा वाईट नाही. .. इतक्या सुंदर ठिकाणी तुम्ही सगळे आमच्याबरोबर असता तर किती छान झालं असतं असं वाटतं. आजूबाजूला सर्वत्र

> डोंगर असल्यामुळे इथलं दृश्य अगदी अनाघ्रात आणि उदात्त दिसतं. जवळचे डोंगर पाइनच्या झाडांनी आच्छादलेले आहेत तर उंचावरच्या डोंगरांना हिमनदांची झालर आहे.

वयाच्या चौदाव्या वर्षी मी पहिल्यांदा काश्मीरला गेलो. मसूरीवरून रस्त्यानं तीन दिवसांचा तो प्रवास आहे. माझ्या वडिलांनी विकत घेतलेल्या, 'लष्करानं द्यायला काढलेल्या' (आर्मी डिस्पोजल) जुन्या विलीज जीपमधून आम्ही कुटुंबीय सूर्यानं भाजून काढलेली पंजाबातली मैदानं ओलांडून जम्मूला गेलो. मग तिथून पुढे पीरपंजाल रांगांमध्ये शिरलो. माझे आजी-आजोबा ज्या रस्त्यानं जायचे तो श्रीनगरला जाणारा जुना रस्ता आता पाकिस्तानच्या सरहद्दीमुळे बंद झाला होता. बनिहाल बोगद्यातून जाताना आम्हाला काश्मीर खोऱ्याच्या हिरव्या पट्ट्याचं, तिथल्या वनरायांचं, हिरव्यागार शेतांचं, कालव्यांचं आणि तरंगत्या बागांचं पहिलं दृश्य दिसलं. काही दिवस श्रीनगरला हाउसबोटीत राहिल्यावर आम्ही पुढे पहलगामला गेलो. तिथे माझे वडील लहान असताना राहायचे तसेच आम्हीही काही आठवडे तंबू ठोकून राहिलो. झाडावरून काढलेल्या ताज्या चेरींपासून तयार केलेला चेरी पाय आम्ही तिथे खाल्ला. केरोसीनच्या शेगडीवर एका पोर्टेबल ओव्हनमध्ये बेक केलेलं ते शुद्ध अमेरिकन डेझर्ट होतं.

माझे वडील स्वत:चं लहानपण पुन्हा अनुभवताना, काश्मीरच्या जुन्या आठवणीत रमताना मला दिसत होते. जवळजवळ गेली तीस वर्षं ते इकडे आले नव्हते. तोवर ते कधी रोमँटिक असतील असं मला वाटलं नव्हतं; पण काश्मीरमध्ये त्यांच्या व्यक्तिमत्त्वाची दुसरी बाजू समोर आली. आमच्या घरातली कवयित्री म्हणजे माझी आई तर बाबा म्हणजे व्यवहारचतुर, जीप वगैरे दुरुस्त करण्यात हुशार. काश्मीरची आमची ट्रीप म्हणजे कौटुंबिक संमेलनच होतं. माझे काका जिम आणि काकू बॅरीदेखील आमच्याबरोबर होते. शिवाय जॉन आणि टॉम ही आमची चुलत भावंडंही होती. काश्मीरच्या चित्रातल्यासारख्या निसर्गदृश्यांच्या पार्श्वभूमीवर जो, अँडी हे माझे भाऊ आणि मी शिंगरांवर बसून चक्कर मारायचो आणि लिद्दर नदीत ट्राउट मासे पकडायचो.

त्या उन्हाळ्यात आम्ही कोलाहोई हिमनदाकडे जाणाऱ्या दरीतून एक ट्रेक केला. वाटेत अधिक उंचीवरच्या कुरणांकडे जाणाऱ्या शेळ्या-मेंढ्यांचे कळप दिसल्याचं मला आठवतं. आम्ही त्या हिमनदाच्या नाकाजवळ तंबू ठोकून राहिलो. बर्फातून वाहत येणारी लिद्दर नदी तिथे अगदी बारीक धारेच्या रूपात वाहत असते. दरीच्या तोंडाशी आम्हाला कोलाहोई शिखर दिसत होतं. खडक आणि बर्फाचा तो लक्षवेधी मनोरा मावळत्या सूर्यप्रकाशात उजळून निघाला होता.

त्या रात्री शेकोटीपाशी बसल्यावर बाबांनी माझ्या आजोबांचा आणि त्यांच्या भावाचा म्हणजे 'जो' नावाच्या माझ्या चुलत आजोबांचा किस्सा सांगितला. त्या दोघांनी कोलाहोई शिखर चढण्याचा प्रयत्न केला होता. ते साल होतं १९२७. माझ्या वडिलांचा जन्म होऊन एकच वर्ष झालं होतं. अर्थात त्यांना काही ती घटना आठवत नाही; पण तो किस्सा आमच्या कुटुंबातल्या दंतकथेसारखा झाला होता. एमेट आणि जोसेफ ऑल्टर हे दोघे गिर्यारोहक नसून मिशनरी होते. १९१२ साली डॉ. अर्न्स्ट नेवे यांनी केलेल्या पहिल्या चढाईचं वर्णन वाचून ते कोलाहोई चढण्याचा प्रयत्न करण्यासाठी उद्युक्त झाले होते. पहलगामच्या वरच्या बाजूला 'अरु' इथे सगळ्या कुटुंबाचा तळ पडला होता. तिथून निघून माझे आजोबा आणि त्यांचा भाऊ शिखर सर करण्याच्या उमेदीनं बरोबर क्रॅम्पॉन्स, बर्फाच्या कुऱ्हाडी आणि दोरखंड घेऊन निघाले. आमच्या समोर आत्ता चंद्रप्रकाशात बुडालेल्या त्या उंचावरच्या डोंगरउतारांवर कुठेतरी जो आजोबा दगडांवरून घसरले आणि त्यांच्या तळहाताला आणि पायाला लागलं. त्यानंतर थोड्याच वेळात माझे आजोबा गडगडत एका कपारीत जाऊन डोक्यावर आपटले. सुदैवानं त्यांच्या बुटांच्या टाचा टप्प्यात होत्या. त्यामुळे त्यांना भावाला सुरक्षितपणे वर ओढून घेता आलं.

एमेट शुद्धीवर असले तरी गोंधळून गेले होते आणि त्यांचा टाळू दुभंगला होता. जखमी अवस्थेतले ते दोघेजण कसेबसे हिमनदावरून उतरून खाली आले; मात्र दोघांच्याही अंगातून खूप रक्त गेलं होतं. दुसऱ्या दिवशी ते २० किलोमीटर चालत अरुच्या तळावर गेले. आजी तंबूतून धावत बाहेर आली तर आपला नवरा रक्तानं माखलेल्या अवस्थेत धडपडत येतो आहे असं तिला दिसलं. 'आत आले तेव्हा ते भयानक दिसत होते,' तिनं लिहून ठेवलं आहे. पहलगाममध्ये कोणीच डॉक्टर नव्हता. शिवाय हे पेनिसिलिनपूर्वीचे दिवस होते. सुदैवानं एक पशुवैद्य त्या भागात फिरायला आला होता. त्यानं माझ्या आजोबांचा टाळू शिवला आणि त्यांना सल्फाड्रग्जचा चिकार डोस देऊन टाकला. एवढा की, त्यात एखादा घोडाही बरा झाला असता.

उन्हाळ्यात काश्मीरला जाण्याची कौटुंबिक परंपरा चालूच राहिली. माझी आजी दाल सरोवराची आणि कुरणावर वाढणाऱ्या रानफुलांची जलरंगातली चित्रं काढत असे. आमच्याकडे अजूनही त्यातली बरीच चित्रं आहेत. तसंच, एवढ्या वर्षांत त्यांनी गोळा केलेले गालिचे आणि शोभेच्या काश्मिरी वस्तूही आहेत. १९३८ साली त्यांनी काश्मीरला शेवटची भेट दिली. त्यानंतर ते मसूरीला आले. माझे आजोबा तिथल्या वुडस्टॉक शाळेचे मुख्याध्यापक होते. १९४३ साली माझे वडील वुडस्टॉकमधून शिकून बाहेर पडले आणि कॉलेजात शिकण्यासाठी भारत

सोडून अमेरिकेला गेले; मात्र पहाडांच्या आठवणीनं ते चांगलेच व्याकूळ झाले.

१९४७ साली पदवी मिळवल्यावर बाबा भारतात परत आले. तेव्हा भारत नुकताच स्वतंत्र झाला होता आणि ब्रिटिश भारत सोडून जात होते. फाळणी झाली होती. माझे आजी-आजोबा रावळपिंडीला परत आले होते. आता ते पाकिस्तानात होतं. इतिहासातल्या एका मोठ्या सामूहिक स्थलांतराच्या जोडीनं झालेल्या दंगली आणि हत्या याचे ते साक्षीदार होते. एक विदेशी व्यक्ती म्हणून माझ्या वडिलांना नवीन सरहद्द ओलांडून इकडून तिकडे जाता येत होतं. १९४७ सालच्या डिसेंबर महिन्यात त्यांनी अमेरिकन फ्रेण्ड्स सर्व्हिस कमिटी (AFSC) साठी स्वयंसेवक म्हणून काम केलं. ते काश्मिरी निर्वासितांमध्ये जाऊन मदतकार्य करत होते. परिस्थिती अजूनही अस्थिरच होती. काश्मीरमध्ये लढण्यासाठी रावळपिंडीहून ट्रक भरून पठाण हल्लेखोरांना नेलं जात असल्याची आठवण माझे वडील डायरीत नोंदवून ठेवतात. 'त्यांच्या अख्ख्या पलटणी बंदुकीच्या गोळ्यांसाठी असलेले खांद्यावर लावायचे कातडी पट्टे, बंदुका अशा नखशिखांत शस्त्रांनी मढलेल्या होत्या. आपल्या ताकदीचं प्रदर्शन करण्यासाठी ते हवेत बंदुका झाडत होते. रात्री सबंध शहरभर वेळीअवेळी होणाऱ्या फटाक्यांच्या भडिमारासारखा त्यांच्या बंदुकांचा आवाज येई. बंदुका झाडायची मजा घेणारे हे पठाण दिव्यांच्या खांबांवरच्या पोर्सेलिन विद्युतरोधकावर नेम धरत तेव्हा विद्युतप्रवाह बंद होऊन दिवेही जात असत.'

पाकिस्तानच्या नियंत्रणाखाली असलेल्या काश्मीर भागात तीन हजार हिंदू आणि शीख निर्वासित अडकले असल्याची खबर -AFSCला मिळाली होती. त्यांच्या सुटकेच्या बदल्यात पलीकडचे मुस्लीम इकडे आणावेत म्हणून नुकत्याच नियुक्त झालेल्या पाकिस्तानी अधिकाऱ्यांचं मन वळवता येईल अशी आशा AFSCला वाटत होती. त्यासाठी लागणारं बरंचसं काम म्हणजे त्यांच्या सुटकेसाठी मध्यस्थी करण्याकरता सरकारी अधिकारी आणि राजकारण्यांच्या मागे लागण्याचं होतं. अधिकाराच्या सीमारेषा अस्पष्ट होत्या आणि एकंदरच त्या भागात अनागोंदी पसरली होती. माझे वडील उर्दू बोलत असल्यामुळे AFSCला त्यांचा विशेष उपयोग होता; पण ते लिहितात : 'मी काहीच कळत नसल्याचं सोंग आणलं आहे. म्हणजे मी अजिबात उर्दू बोलत नाही आणि मला ती भाषा कळतही नाही असं मी पसरवून दिलं आहे. त्यामुळे ऐकू नयेत अशा अनेक गोष्टी मी ऐकल्या आहेत.'

यथावकाश श्रीनगरकडे जाणाऱ्या रस्त्यावर अली बेग इथल्या गुरुद्वारात असलेल्या निर्वासितांच्या छावणीला भेट देण्याची त्यांना परवानगी मिळाली. -AFSCची टीम रात्री तिथे पोहोचली आणि हातात विजेऱ्या घेऊन मुख्य फाटकातून आत शिरली. '... अजूनही माझ्या मनःचक्षूंसमोर ते दृश्य आहे,' माझे वडील सांगतात, ' जमिनीवर इतस्ततः विखुरलेल्या माणसांचा खच होता. मधूनच एखाद्या धुमसत्या

शेकोटीपुरती जागा. लाकडाच्या धुराचा आणि मानवी शरीरांचा वास त्या उबदार हवेत भरून राहिला होता आणि मळमळायला होत होतं. त्यातले बरेचसे लोक झोपले होते. काही थोड्याजणांनी उठून आम्हाला अभिवादन केलं; पण रखवालदारांनी त्यांना बसायला सांगितलं.'

इकडे जिल्हा मुख्यालयात म्हणजे मिरपूरला ते उपायुक्तांना भेटले आणि आपली योजना त्यांच्या गळी उतरवण्याचा प्रयत्न केला. त्यांना सहानुभूती वाटलेली दिसली; पण ५०० 'अपहृत मुलींच्या' बदल्यात आपण निर्वासितांना सोडू असा आग्रह त्यांनी धरला. त्या मुलींना भारतीय हद्दीत अडकवून ठेवलं असल्याचा त्यांचा दावा होता. काहीसे नाउमेद होत; पण याचा फायदा करून घ्यायच्या आशेनं बाबा लाहोरला गेले. तिथे एका अमेरिकन मिशनऱ्याकडून त्यांनी एक जुनी जीप उधार घेतली आणि ते सरहद्द ओलांडून पठाणकोट आणि जम्मूला गेले. तिथे त्यांनी भारतातल्या -AFSC सहकाऱ्यांची भेट घेतली. ते जम्मूत अडकलेल्या आणि 'सुटकेची इच्छा बाळगणाऱ्या' ३०० मुसलमानांच्या संपर्कात होते. भारतीय बाजूकडून मात्र विरोधाची तीव्र भावना जाणवली. काश्मीरच्या गृहमंत्र्यांनी ठामपणे सांगितलं, 'आमच्या बाजूला बदली म्हणून पाठवण्यासाठी मुसलमान निर्वासित नाहीत.'

पाकिस्तानला परत आल्यावर त्यांची भेट श्रीयुत सना उल्लाह या नवीनच नियुक्त झालेल्या एका कॅबिनेट मंत्र्यांशी झाली. 'आम्ही तिथे असताना ते बिचारे निदान तीनदा तरी भावनाविवश झाले असतील. दुसऱ्या दिवशी दुपारी भेटल्यावर पुन्हा तोच प्रकार,' माझे वडील सांगतात. 'त्यांना वाटतंय तेवढ्या मुसलमानांना जम्मूतून सुटायची इच्छा नसावी, असं थोडं जरी सुचवलं तरी त्यांचं सुरू व्हायचं. मग बायका, पोरं, कुमारिका, पुरुष, मुलगे, समाजाचे नेते आणि आणखी कोणा कोणाला डोग्राच्या राक्षसी लोकांनी कसं क्रूरपणे कैद करून ठेवलं आहे असा लांबलचक पट्टा ते सुरू करायचे.'

यथावकाश, अनेक महिने भांडल्यावर अदलाबदली झाली; पण एकूणच त्या अनुभवामुळे माझ्या वडिलांचा दोन्ही बाजूंच्या हेतूंविषयी भ्रमनिरास झाला. त्यांच्या लहानपणचं काश्मीर, ज्याला ते हिमालयातला स्वर्ग म्हणून ओळखत होते ती आता युद्धभूमी झाली होती. १९४८ साली तिथे UNने युद्धबंदीची सीमारेषा आखली होती. पुढे जाऊन ती रेषा प्रत्यक्ष नियंत्रण रेषा (लाइन ऑफ ॲक्चुअल कन्ट्रोल) म्हणून ओळखली जाऊ लागली. असं असलं तरी भारतानं काय किंवा पाकिस्ताननं काय, तिचा कायदेशीर सीमारेषा म्हणून स्वीकार केलेला नाही. काश्मीरबद्दल माझ्या वडिलांना वाटणाऱ्या नॉस्टॅल्जियाचं एक कारण या हरवल्याच्या भावनेत, जमिनीच्या वाटणीत आणि आजही चालू असलेल्या हिंसक सूडकृत्यात होतं.

२००९ साली त्यांच्या मृत्यूच्या दोन वर्षं अगोदर त्यांनी फाळणीबद्दल आणि काश्मीरबद्दल लिहायला सुरुवात केली. आठवणींना चालना द्यायला त्यांना त्यांची जुनी डायरीही सापडली. 'रावळपिंडीला एका स्टेशनरीच्या दुकानातून घेतलेली लहानशी, हिरवी, कडक बांधणीची वही. साठ वर्षांहून अधिक काळ ती मेजांवर आणि ऑफिसच्या खणात तशीच अस्पर्श राहिली.'

अधिकाऱ्यांशी केलेल्या वाटाघाटींच्या आणि पाकिस्तानातून भारतात आणि भारतातून पाकिस्तानात केलेल्या प्रवासांच्या तपशीलवार वर्णनात मध्येच असे काही क्षण येतात जेव्हा त्या काळी एकवीस वर्षांचे असलेले माझे वडील पहाडांचं काव्यमय वर्णन करू लागतात.

> अमृतसर सोडल्यावर लगेच पठाणकोटच्या रस्त्यावर ते दिसले तेव्हा आधी आम्हाला ढगच वाटले. पुढे गेल्यावर मात्र ती बर्फाच्छादित सोंड असल्याचं आमच्या लक्षात आलं. सबंध दुपारभर आम्ही त्यांच्यापर्यंत पोहोचल्याचा भास होत होता. समुद्रातून जमिनीकडे जाताना होते तशीच ही जाणीव होती. सुरुवातीला क्षितिजावर अगदी खालच्या बाजूला नुसतेच फिके पांढरे ढग दिसत होते. मग त्यांचं स्फटिकीभवन होऊन एक निश्चित धूसर बाह्यरेषा तयार झाली. जसजसे आम्ही जवळ जात होतो तसतसे ते आणखी वर जाताना दिसत होते आणि बाह्यरेषा अधिकच ठळक होत होती. सोंडेच्या आणि दऱ्यांच्या जवळ रुंद सावल्यांची महिरप दिसत होती. आम्ही पुढे गेलो तसा सूर्यास्त झाला. सूर्याचे शेवटचे किरण भिंतीवरून घरंगळत क्षणभर बर्फावर रेंगाळले आणि मग नाहीसे झाले. भिंतीचा रंग वेगानं बदलून फिकट पांढऱ्याचा निळा झाला आणि शेवटी करडा होऊन काळ्यात विसावला. त्यानंतर आमच्या डोक्यावरच्या दिव्यांच्या टप्प्यात जे येईल तेवढंच आम्हाला दिसू शकत होतं, आजूबाजूच्या पाइन आणि देवदारांचाच केवळ वास येत होता आणि आम्ही ओलांडलेल्या झऱ्यांचाच काय तो आवाज ऐकू येत होता.

४७

# धागे उलगडताना...

हिमालयासंबंधित किश्श्यांच्या बाबतीत वस्तुस्थितीपासून आख्यायिका वेगळी काढणं हे मोठंच आव्हान आहे. डोळ्यांना न दिसणाऱ्या चिकार कडे-कपारी असलेला हिमनद ओलांडताना जितक्या अनिश्चिततेला तोंड द्यावं लागतं त्या तोडीची अनिश्चितता त्यात आहे. सत्य आणि काल्पनिक कथांमध्ये, स्मृती आणि कल्पनाविश्वामध्ये किंवा हुकूमशाही पुरावे आणि समतावादी आविष्कार यात ज्या काही सीमारेषा असतील त्या पुसून टाकण्याचं काम या उंच प्रदेशातल्या लोककथा आणि दंतकथा अगदी वैशिष्ट्यपूर्ण पद्धतीनं करत असतात. विज्ञान हे कधी कधी काव्याइतकंच अनाकलनीय असू शकतं; मात्र गाण्याच्या ओळींमधून तर्कसुसंगत प्रक्षेपापेक्षा निखळ दृष्टीनं केलेली निरीक्षणं अधिक दिसून येतात. 'गलिच्छ हिममानवा'च्या विविध शोधमोहिमांपेक्षा सत्य आणि आभास किंवा तर्क आणि ढोंगीपणा यातल्या संदिग्ध छेदनाचं अधिक चांगलं उदाहरण आणखी कुठलं नसेल.

व्हॅली ऑफ फ्लॉवर्समधलं वास्तव्य संपत आलेलं असताना फ्रँक स्मिथ आणि वांगडी नोरबू निलगिरी पर्वताकडे जाणाऱ्या मार्गाची पाहणी करायला निघाले. एक उंचावरची खिंड ओलांडून समांतर खोऱ्यात प्रवेश करताना त्यांना बर्फात पावलांचे ठसे दिसले. नुकतेच उमटलेले आणि अजून उन्हामुळे वितळून न गेलेले ते ठसे विशेष मोठ्या आकाराच्या, अनवाणी मानवी पायांचे वाटत होते.

वांगडी ताबडतोब म्हणायला लागला की, ते ठसे 'बन मान्शी'चे किंवा

त्याच्या भाषेत 'मिरका'चे आहेत. स्मिथला कळावं म्हणून त्यानं तिबेटी आणि हिंदुस्थानी भाषा एकत्र करून त्याला 'कांग आदमी' किंवा 'हिमपहाड मानव' असंही म्हणून बघितलं.

काहीशा संशयानं पण जिज्ञासा जागृत झाल्यामुळे त्या ठशांच्या आकृत्या स्मिथनं पाठीवरच्या पिशवीत असलेल्या स्पेक्टॅटर नावाच्या नियतकालिकाच्या पानांवर काढल्या. त्यानं त्यांचे भरपूर फोटोही घेतले. त्यानं केलेल्या वर्णनानुसार घाबरून गेलेल्या शेर्पांचं असं म्हणणं होतं की, त्या पाऊलखुणा याकच्या आणि एका हिंस्त्र नरभक्षक श्वापदाच्या होत्या. सोलू-खुंबू भागातल्या एका दंतकथेनुसार त्या प्राण्याची पावलं उलटी होती. ते ठसे कुठून आले असावेत हे शोधण्याचा आग्रह स्मिथने धरला तेव्हा ते आपणहून सापळ्यात चालत जाण्यासारखं आहे, असं म्हणत वांगडीने त्याच्याबरोबर यायला नकार दिला. शेर्पांच्या समजुतीनुसार मिरका नुसता दृष्टीस जरी पडला तरी मरण ओढवतं आणि म्हणूनच आजवर एकाही जिवंत माणसाला तो दिसलेला नाही.

एकट्याने पुढे होत स्मिथ बर्फात उमटलेल्या पावलांचा माग काढत एका गुहेपाशी पोहोचला. तिथून पुढे ते ठसे खडकात अदृश्य झाले होते. साहेब सुखरूप परत आले म्हणून वांगडीला हायसं वाटलं खरं; पण ते उलट्या दिशेला त्या ठशांचा माग काढत गेले आणि एका तीव्र उताराच्या खडकावरून ३०० मीटर खाली असलेल्या हिमनदीवर उतरले. एकनेत्री (मोनोक्युलर) वापरून स्मिथने त्या मार्गाचा आराखडा काढला.

> एकंदर त्यांनी ज्या अडचणींवर मात केली होती आणि ते करताना जी हुशारी दाखवली होती त्यानं मी चांगलाच प्रभावित झालो. त्या बाजूकडून उतरताना श्वापदानं ओळीनं काही किचकट मार्ग अनुसरले होते. लागोपाठ असलेल्या डोंगराच्या सोंडा आणि घळणीतून नागमोडी वाट काढत तो खाली आला होता. हिमनदावरून खाली उतरण्याचा त्याचा मार्ग उत्कृष्ट होता आणि इथल्या टेहळणीच्या जागेवरून मला प्रत्येक तपशील दिसत होता. तसंच बर्फानं झाकलेल्या, लपलेल्या कपारी त्यानं किती धूर्तपणे टाळल्या होत्या तेही कळत होतं. एखादा कुशल गिर्यारोहकदेखील यापेक्षा अधिक चांगला मार्ग शोधू शकला नसता. बर्फात वापरायची कुऱ्हाड घेतल्याशिवाय तो रस्ता पार करणं अवघड आणि धोकादायकही झालं असतं. तसंच कपारी असलेल्या, बर्फाच्छादित हिमनदावरून दोराच्या मदतीशिवाय उतरणं असमर्थनीय समजलं गेलं असतं. साहजिकच हा 'हिममानव' हिमालयन क्लबचा सदस्य होण्यासाठी अगदी लायक होता.

नंतर जेव्हा स्मिथनं काढलेले फोटो डेव्हलप केले तेव्हा त्यानं त्याच्या प्रती लंडनच्या झूलॉजिकल सोसायटीला आणि नॅचरल हिस्ट्री म्युझियमला पाठवल्या. तिथे शास्त्रज्ञांचं असं एकमत झालं की, ते अर्सस अक्टॉस (त्यांची कोणती उपजाती असावी, इसाबेलिनस का प्रूइनोसस, याबद्दल मात्र अनिश्चितता होती.) या तपकिरी अस्वलाच्या पावलांचे ठसे असावेत. ते ठसे एखाद्या द्विपाद प्राण्याचे असावेत असं प्रत्यक्षात दिसत असताना त्यामागचं जराही न पटणारं स्पष्टीकरण दिलं गेलं ते असं की, अस्वलानं त्याचे मागचे पाय थेट पुढच्या पावलांच्या ठशावर ठेवले होते. त्यातून तयार झालेल्या अनियमित खुणांमुळे हा प्राणी उलट्या पावलांनी चालतो अशी समजूत बहुधा शेर्पांमध्ये पसरली असावी.

अर्थात, यातल्या कशानेच वांगडी आणि इतरांचं समाधान झालं नसतं. एका अतिमानवी, अर्ध-श्वापद आणि अर्ध-मानवी मांसभक्षी प्राण्याच्या अस्तित्वाचा पुरावा आपल्याला मिळाला आहे अशी त्यांची खात्रीच पटली होती. त्यांच्या लोककथांनुसार मिरका हा एक केसाळ प्राणी असून, तो पांढऱ्यापासून ते तपकिरी किंवा काळ्या रंगापर्यंत विविध रंगांचा होता. या विचित्र प्राण्याची मादी आकारानं किंचित लहान होती आणि 'तिचे स्तन विशेष मोठे आणि हेलकावे खाणारे असून चालताना किंवा पळताना तिला ते खांद्यावर टाकावे लागत.'

हिमालयाच्या विविध भागांमधल्या अशा कथांमधून 'यती'विषयीचं सर्वदूर पसरलेलं आकर्षण निर्माण झालं आहे. शेर्पांनी त्या प्राण्याला दिलेलं हे आणखी एक नाव. स्मिथनं आपली निरीक्षणं तपशिलात नोंदवणारा आणि ते अस्वल असावं, असं आग्रहानं नमूद करणारा एक लेख 'द टाइम्स'मध्ये लिहून प्रकाशित केला. त्यावर इंग्रज वाचकांकडून अगदी उत्सुक प्रतिसाद आला. त्यातल्या काहींनी तर आग्रह धरला की, रॉयल जिओग्राफिकल सोसायटीने या अनोख्या आणि गूढ श्वापदाचा शोध घेण्यासाठी ताबडतोब एक मोहीम काढावी.

यतीवर विश्वास ठेवावा असा कोणताही अनुभवजन्य पुरावा नसला तरी केवळ तो सापडलेला नाही म्हणून त्याचं अस्तित्व संपूर्णपणे नाकारणं किंवा अमान्य करणं तेवढंच अशक्य आहे. आपल्या धारणा काहीही असल्या तरी एखादी गोष्ट अजूनही सापडलेली नाही यावर आपल्यापैकी बहुतेकांना विश्वास ठेवावासा वाटतो. आपले तार्किक निष्कर्ष बाद ठरावेत अशी आशा वाटत असल्याची कबुली खुद्द स्मिथने गमतीत दिली आहे. 'भौतिकवादाच्या या खिन्न युगात माणसांना एखादी अद्भुत गोष्ट शोधून काढण्यासाठी पुष्कळ खटपट करावी लागते. असं असताना गलिच्छ हिममानवापेक्षा, त्याच्या बरोबर फिरणाऱ्या गलिच्छ हिमस्त्रीपेक्षा आणि एवढंच नव्हे तर त्यांच्याबरोबरच्या गलिच्छ हिमबालकापेक्षा अधिक अद्भुत

ते काय असणार?' स्मिथ लिहितो.

आधुनिक विज्ञानाची थंड आणि चिकित्सक नजर आपल्यावर असूनही मानवी कल्पनाशक्ती अज्ञात जीवांची एक झुंड तयार करते. ते जीव आपल्यात खोलवर दडलेल्या भीतीचं मूर्त रूप असतात. मानव आणि देवांच्या संकरातून जसे देवदूत आणि शूर वीर, प्रबळ प्राणी निर्माण होतात अशी आपण कल्पना करतो, तसंच पुराणकथांमधून ठासून भरलेले राक्षस आपल्या आणि इतर प्राण्यांच्या संकरातून तयार झाले आहेत. या सगळ्यातून कोणत्यातरी मार्गानं आपला इतर राक्षसी किंवा दैवी सजीवांशी संकर होऊ शकतो ही मानवजातीच्या पोटातली चिंता दिसून येते. हिमालयात जिथे आयुष्याची दोरी कायमच ताणलेली असते, तिथे असं भय आणि कल्पना खरंचच विक्राळ स्वरूप धारण करतात.

सोलू-खुंबूच्या पूर्वेला १५० किलोमीटरपेक्षाही पुढे असलेल्या सिक्कीममधले लेपचा लोक शेर्पांनी सांगितलेल्या यतीच्या कहाण्यांसारखेच काही किस्से सांगतात. त्या प्राण्यांना ते ज्याम्फी मूंग असं म्हणतात. ल्यांगसोंग तामसांग हा लोककथाकार त्या हिंस्र राक्षसाचं वर्णन लांब केस आणि उलटे पाय असलेला असं करतो. लेपचांची अशी समजूत आहे की, ही श्वापदं हिमरेषेजवळ राहतात आणि शिट्ट्यांच्या मदतीनं एकमेकांशी बोलतात. नर आणि मादी सहसा वर्षातला बराचसा काळ एकेकटे राहतात आणि फक्त विणीच्या हंगामात एकमेकांची सोबत शोधतात.

एकेकाळी अटेक नावाचा एक मेंढपाळ उंच पर्वतावर आपल्या शेळ्या-मेंढ्यांच्या कळपाला घेऊन राहत होता. एकदा एका संध्याकाळी त्यानं आपली बासरी बाहेर काढली आणि तो एक 'झपाटून टाकणारी उदास धून वाजवू लागला.' थोड्याच वेळात पलीकडच्या सावल्यांमधून एक ज्याम्फी मूंग मादी बाहेर आली. ते बघून तो सावध झाला. ते जनावर हिंस्र दिसत होतं. ती अर्थातच त्या संगीताकडे आकर्षित झाली होती. ती ऐकत असलेली बघून अटेक बासरी वाजवत राहिला. जेव्हा जेव्हा तो बासरी बाजूला ठेवे तेव्हा तेव्हा ज्याम्फी मूंग ती उचलून पुन्हा त्याच्या तोंडाला लावत असे. असं करत त्याला रात्रभर ती बासरी वाजवावी लागली. सकाळी जेव्हा सूर्य उगवला तेव्हाच ते जनावर अदृश्य झालं. रात्रींमागून रात्री उलटल्या. ते श्वापद रोज रात्री येत असे आणि अटेकनं पहाटेपर्यंत बासरी वाजवावी असा आग्रह धरत असे. थकून आणि वैतागून अखेर त्या मेंढपाळानं एक शक्कल लढवली. दुसऱ्या दिवशी रात्री ज्याम्फी मूंग आली तेव्हा अटेक एका पेटत्या शेकोटीशेजारी उभा राहून स्वत:च्या सबंध अंगाला लोणी फासत होता. त्यानं बासरी वाजवायला सुरुवात केल्यावर त्या जनावरानं त्याचं अनुकरण केलं आणि स्वत:च्या अंगावरचे केस तुकतुकीत आणि मऊ होईपर्यंत अंगाला लोणी फासून घेतलं. मग अटेकनं शेकोटीतून एक जळतं लाकूड काढून स्वत:च्या

शरीराला ऊब देत असल्याचा आव आणला. त्या केसाळ जनावरानं त्याचं अनुकरण केलं; पण क्षणार्धात तिच्या अंगावरच्या केसांनी पेट घेतला. ज्वाळांनी वेढलेल्या अवस्थेत ती बर्फाच्छादित पर्वतात पळून गेली आणि पुन्हा कधीही परत आली नाही. या कथेमुळे अंधार पडल्यावर बासरी किंवा साधी शीळदेखील वाजवली तर तो अपशकुन असतो अशी लेपचांची समजूत आहे.

हिमालयात राहणाऱ्या भीतिदायक आणि अद्भुत जनावरांच्या कहाण्या सुरुवातीच्या काळातल्या ग्रीक प्रवाशांच्या कथांपासून पुढे कित्येक शतकं झिरपत आल्या आहेत. प्लाइनीच्या 'हिस्टोरिया नॅचरलीस'मध्ये एका परिच्छेदात मेगास्थेनेसचे म्हणजे अलेक्झांडरच्या राजदूताचे उद्गार दिलेले आहेत. त्यानं इसवीसन पूर्व ३०० साली भारतातून प्रवास केला होता.

> मेगास्थेनेसच्या म्हणण्यानुसार, नुलो नावाच्या एका पर्वतावर काही माणसं राहत होती. त्यांची पावलं उलटी वळलेली होती आणि त्यांच्या प्रत्येक पायाला आठ बोटं होती. पर्वतांवर राहणाऱ्या काही मानवी जमातींमध्ये माणसांची डोकी कुत्र्यांसारखी असतात, त्यांनी जंगली श्वापदांची कातडी नेसलेली असते आणि त्यांचं बोलणं म्हणजे भुंकण्यासारखंच असतं. त्यांना नख्या असल्याने ते आपलं भक्ष्य धुंडाळून आणि त्यांची पारध करून उपजीविका करतात.

त्यानंतर बऱ्याच काळानं, जेव्हा व्हिक्टोरियन काळातल्या इंग्लंडला डार्विनचा 'ऑन द ओरिजिन ऑफ स्पिशिज' हा ग्रंथ पचवायला कठीण जात होता तेव्हा एखाद्या 'हरवलेल्या दुव्या'चा शोध सुरू झाला. मेजर एल. ए. वॅडेलसारख्या शोधप्रवाशाच्या नोंदींमधून हिमालयात शिकार करत फिरणाऱ्या केसाळ आदिमानवाविषयीच्या अफवा पुढे येऊ लागल्या. मेजर वॅडेल हे ब्रिटिश सैन्यातले डॉक्टर आणि मोठ्या सस्तन प्राण्यांची शिकार करणारे शिकारी होते. त्यांना एका उंचावरच्या हिमनदावर 'होमीनॉइडसारखे दिसणारे' पावलांचे ठसे सापडले. 'यती : द इकॉलॉजी ऑफ अ मिस्टरी' या पुस्तकात लेखक डॅनियल टेलर लिहितात, 'निसर्गाशी असलेल्या नात्याविषयी नवीन सत्यं मांडली जात होती. 'नवीन माणसांचा' समावेश नागरी संस्कृतीत केला जात होता. आत्तापर्यंत गृहीत धरली गेलेली अद्भुत आधारतत्त्वं सिद्ध केली जात होती. विज्ञानकथांना एक साहित्यप्रकार म्हणून निश्चितच मान्यता मिळू लागली होती.'

यतीच्या अलीकडच्या दंतकथा आणि लोककथा हिमालयाच्या गिर्यारोहण कथांमध्ये गुंफल्या गेल्या आहेत. त्यासाठी फ्रँक स्मिथ सर्वाधिक कारणीभूत असला

तरी आणखी दोन ब्रिटिश गिर्यारोहकही त्यासाठी जबाबदार आहेत. दोन महायुद्धांच्या मधल्या काळात या क्रीडाप्रकारावर त्यांचं वर्चस्व होतं. एरिक शिप्टन आणि बिल टिलमन ही त्यांच्या काळातली सर्वांत यशस्वी गिर्यारोहक जोडी असून, दोघंही उत्कृष्ट लेखक होते. स्मिथच्या पुस्तकांसह त्या दोघांनी लिहिलेली पुस्तकं हा गिर्यारोहण साहित्याचा आधारस्तंभ झाला आहे. 'हिमालय गिर्यारोहणाचा सुवर्णकाळ' असं ज्याला म्हटलं जातं त्या काळातलं ते साहित्य आहे. त्यातल्या प्रत्येक माणसानं आणि त्यांच्या सोबतीला आलेल्या शेर्पांनी कामेतच्या आणि नंदादेवीच्या चढाईपासून ते एव्हरेस्टच्या टेहळणीपर्यंत, तसंच सबंध हिमालयभरच्या अति उंचावरच्या विस्तृत मोहिमांपर्यंत विलक्षण अचाट कृत्यं साध्य केली आहेत; मात्र त्यांनी सांगितलेल्या कथांमुळे आणि त्यात ज्याप्रकारे त्यांनी आपल्या साहसाचं वर्णन केलं आहे, त्यामुळे या धाडसी मोहिमा चित्तवेधक आणि अविस्मरणीय झाल्या आहेत.

शेकोटीभोवती बसून कथा सांगणारा कथाकार असो किंवा नोबेल पुरस्कारविजेता कादंबरीकार, प्रत्येक कथाकाराला रहस्य, आलंकारिक भाषा, विनोद आणि समर्पक शब्दरचना वापरून आपल्या वाचकांचं चित्त कसं वेधून घ्यायचं ते ठाऊक असतं. 'शिप्टन ॲन्ड टिलमन : द ग्रेट डेकेड ऑफ हिमालयन एक्स्प्लोरेशन' या दुहेरी चरित्रात लेखक जिम पेरिन यतीच्या दंतकथेचा वापर करून, त्यांच्या कथेचे दोघे नायक इतरांचा जीव दडपून जाईल असा नावलौकिक प्रस्थापित करताना एकीकडे गिर्यारोहण संस्थेत कसे हळूहळू पुढे सरकत होते आणि काहींचे पाय खाली खेचत होते त्याचं वर्णन केलं आहे. स्मिथप्रमाणेच त्यांनीही शेर्पांकडून, विशेषत:, सेन तेनसिंग नावाच्या खोडकर, विनोदबुद्धी असलेल्या, बहुरंगी व्यक्तिमत्त्वाच्या पूर्वाश्रमीच्या लामाकडून बऱ्याच कथा ऐकल्या. टिलमनने त्याला 'परदेशी खेळाडू' असं टोपणनाव पाडलं होतं. त्याचं कारण होतं, जाकिट आणि गुडघ्यापर्यंत येणारे मोजे असा त्याचा चित्रविचित्र पोशाख. त्याउलट सेन तेनसिंग आणि इतर हमाल टिलमनच्या चेहऱ्यावरचे केस आणि आटोपशीर पण बलदंड शरीरयष्टी बघून त्याला 'भालू' (अस्वल) म्हणत असत.

स्मिथनं लिहिलेला यतीचा किस्सा १९३७ साली 'द टाइम्स'मध्ये छापून आला. त्याला उत्तर म्हणून वाचकांकडून प्रदीर्घ आणि उत्सुकतेनं भरलेली पत्रं आली. त्यानंतर शिप्टन आणि टिलमननं हिमालयाचा हा धागा विणत नेऊन दीर्घ काळ चालणारी एक मस्करी सुरू केली. पुढची पंधरा वर्षं ती चालली. दुसऱ्या महायुद्धाच्या काळात बहुतेक सर्व विनोद तहकूब झाले असले तरी यतीची कथा पुन्हा एकदा ठळकपणे वर आली, ती १९५१ साली शिप्टननं एव्हरेस्टकडे जायच्या दक्षिणेकडच्या वाटांची टेहळणी केली तेव्हा. त्या मोहिमेत त्यानं काही

पाऊलखुणांचे फोटो काढून त्याचं स्पष्टीकरण दिलं होतं :

> मेनलुंग खोऱ्यातल्या एका हिमनदावर 'यती'च्या पाऊलखुणा सापडल्या. साधारणपणे त्या खुणा वेड्यावाकड्या असून, बर्फ वितळल्यामुळे त्यांचा आकार अर्थातच मोठा झाला होता; मात्र या फोटोत दिसतो आहे त्याप्रमाणे जिथे-जिथे हिमनदावर पसरलेला बर्फाचा थर पातळ होता तिथे-तिथे त्या खुणा उत्तम टिकून राहिल्या. त्यामुळे पावलाचा आकार अगदी तपशिलात बघता येतो. त्या खुणा जिथे कपारी ओलांडून जाताना दिसतात तिथे या प्राण्यानं पलीकडे कशी उडी मारली असेल आणि तसं करताना मागे घसरू नये म्हणून आपली बोटं कशी रुतवली असतील ते आपल्याला स्पष्ट दिसून येतं.

१९५५ साली अल्पाइन जर्नलमध्ये 'हिमालयन एपरी' नावाचा टिलमनचा एक लेख प्रसिद्ध झाला. निसर्गवेत्त्याच्या शैलीची रेवडी उडवत लिहिलेला हा एक विडंबनात्मक लेख आहे. त्यातल्या 'गलिच्छ हिममानवाविषयीच्या' विविध नोंदी पेरिन पालथ्या घालतो. भविष्यात हिमालयामध्ये एका महाकाय 'अँथ्रोपॉइड' (मानवसदृश प्राणी) चा शोध लागेल असं भाकीत त्यात वर्तवलं आहे. 'द टाइम्स'ला लिहिलेल्या एका नकली पत्रात टिलमनने चक्क 'परदेशी खेळाडू' चे उद्गार नमूद केले असून, स्मिथला आणि यतीच्या शोधार्थ जाणाऱ्या इतरांनाही कोपरखळ्या मारल्या आहेत.

पेरिनच्या पुस्तकात सर एडमंड हिलरी यांचं म्हणणं प्रमाण मानलं आहे. १९५१ साली झालेल्या एव्हरेस्ट मोहिमेत ते सहभागी झाले होते. नंतर खुद्द हिलरींनीच यतीच्या लोककथेचा वापर करून मोहिमांसाठी पैसा उभा केला आणि खुमजुंगचा सुप्रसिद्ध टाळू ते अमेरिकेला घेऊन गेले. तिथे त्याची ओळख पटवून तो सेरोच्या कातडीचा एक तुकडा असल्याचं सिद्ध झालं, हे आपण पाहिलंच आहे. तरीही, १९८४ साली पेरिनबरोबर झालेल्या मुलाखतीत शिप्टननं काढलेल्या फोटोंविषयी विचारणा केली असता हिलरींनी कागदोपत्री आपलं म्हणणं स्पष्ट करून टाकलं.

> एरिक (शिप्टन) हा एक विदूषक होता हे तुम्ही समजून घेतलं पाहिजे. तो सतत काही ना काही मस्करी करत असे आणि शांतपणे खोड्या काढत असे. ही खूण बघा. त्यानं इथे स्वत:च्या हातांचे तळवे उलटे करून बोटांच्या सुरुवातीला असलेले उंचवटे बर्फात रुतवले आहेत आणि मध्ये दाबून त्याला चवड्याचा आकार दिला आहे. अशी पावलं

> असलेला कुठलाही प्राणी चालू शकत नाही! त्यानं हा सगळा बनाव रचला. त्याच्याबरोबर सेन तेनसिंग होता. तो स्वत: एरिकसारखाच मोठा विदूषक होता. त्यांनी खोडी काढली आणि माईक वॉर्डला गप्प बसून त्याला साथ द्यावी लागली. कदाचित बिल मरे सोडला तर आम्हाला सगळ्यांनाच ते ठाऊक होतं; पण आम्ही कोणीच काही बोलू शकलो नाही. एरिकनं तो प्रकार तसाच चालू ठेवला. त्याला लोकांना असं गुंडाळून टाकायला फार आवडायचं.

मजेमजेत केलेल्या या थट्टेतून इतर अनेक कथा निर्माण झाल्या आणि हिममानवाच्या शोधार्थ मोहिमा सुरू झाल्या. यतीच्या मागावर असलेला सर्वांत चिवट आणि अतिशय नीटनेटका माणूस म्हणजे टेक्सासचा करोडपती टॉम स्लिक. १९५७ ते १९५९ या तीन वर्षांच्या काळात तो दरवर्षी ओळीने नेपाळला गेला. स्लिकनं एव्हरेस्टच्या आग्नेयेला असलेल्या अरुण दरीवर लक्ष केंद्रित केलं होतं. 'पहिल्या मोहिमेत त्याला यतीच्या पावलांच्या ठशांचे, केसांचे आणि विष्ठेचे तीन संच सापडले.' डॅनियल टेलर लिहितो. 'दुसऱ्या मोहिमेत त्यांनी ॲरिझोनामध्ये पहाडी सिंह आणि अस्वलांबरोबर प्रशिक्षण घेतलेल्या ब्लूटिक ब्लडहाउंड या शिकारी कुत्र्यांना बरोबर घेतलं होतं. या मोहिमेत यतीच्या खुणांचा आणखी एक संच सापडला. तसंच यतीच्या दोन टाळूंचा आणि ममीसारख्या जतन करून ठेवलेल्या यतीच्या हाताचा अभ्यास करण्यासाठी त्यांनी दुर्गम भागातल्या चार बौद्धविहारांना भेटी दिल्या होत्या. त्यात काहीतरी महत्त्वाचा शोध लागेल असं भाकीत स्लिकनं वर्तवलं असलं तरी त्यांच्या तिसऱ्या मोहिमेतून काहीही निष्कर्ष हाती लागला नाही . त्यानंतर लवकरच विमान अपघातात स्लिक मरण पावला. गलिच्छ हिममानवाला शोधण्याच्या वेडामुळे नेपाळ सरकारला यतीच्या शिकारीवर विविध नियम आणि मानधन लादावं लागलं. खुद्द टेलर दुर्गम अशा बरून खोऱ्यात अनेक मोहिमांवर गेला आहे. हिमालयाबाबतच्या आपल्या कल्पनांमधून तो मायावी, गूढ यती भटकत असला तरी हाती आलेले बहुतेक सर्व पुरावे अस्वलांकडेच निर्देश करतात.

१९३० साली पहाडी दंतकथांमधल्या आणखी एका प्रकाराची लाट आली. तिचा संदर्भ मागे जात शॅकलटननं १९१४-१९१७ या काळात अंटार्क्टिकामध्ये केलेल्या भयंकर संघर्षापर्यंत जातो. एखाद्या 'तिऱ्हाईत मानवा'नं प्रकट होणं म्हणजे प्रचंड ताणाच्या, एकाकीपणाच्या आणि धोक्याच्या परिस्थितीत जाणवणारं एखाद्या मार्गदर्शक किंवा परोपकारी दूताचं अस्तित्व असतं. कधी कधी 'रक्षणकर्ता देवदूत' म्हणून ओळखलं जाणारं हे अस्तित्व म्हणजे गलिच्छ हिममानवाचं दुसरं टोक आहे. तो

एखादा भयानक नरभक्षक नसून एक सौम्य, दिलासादायक सोबती आहे. एखादा पेचप्रसंग सोडवायला मदत करण्यासाठी तो गिर्यारोहकाच्या मनातून प्रकट होतो.

जॉन गेगरच्या 'द थर्ड मॅन फॅक्टर'मध्ये या घटनेचं सर्वांगानं विश्लेषण केलं आहे. अनेक गिर्यारोहकांनी त्या घटनेचं वर्णन केलेलं दिसतं. पुन्हा एकदा फ्रँक स्मिथ आणि एरिक शिप्टन त्या कथेत महत्त्वाची भूमिका बजावतात. त्याला कारणीभूत ठरला तो १९३८ साली एव्हरेस्टवर घडलेला सुप्रसिद्ध प्रसंग. त्यांनी क्वचितच कधी एकत्र गिर्यारोहण केलं असेल. हा प्रसंग त्यातलाच एक. स्मिथ व्हॅली ऑफ फ्लॉवर्सला राहून आला. त्यानंतर वर्षभरानं ही घटना घडली. टिलमनही त्या मोहिमेत सहभागी झाला होता; पण ती मोहीमच अखेर अपयशी ठरली आणि त्यानंतर लगेचच झालेल्या युद्धाच्या घोषणेमुळे एव्हरेस्टबद्दलच्या ब्रिटिश महत्त्वाकांक्षांना खीळ बसली.

उत्तर कोलच्या वरच्या बाजूला चौथ्या कॅम्पवर असताना शिप्टन आणि स्मिथ वादळात अडकले. वातावरण निवळल्यावर ते ताबडतोब शिखराच्या दिशेनं निघाले खरे; पण दोघांचीही अवस्था फार वाईट होती. आपल्या नोंदीत स्मिथ म्हणतो की, आठ हजार मीटर उंचावर जाण्याची धडपड करण्याऐवजी आम्ही हॉस्पिटलात भरती व्हायला हवं होतं. काही असो, ते वर जाण्याची धडपड करत होते. मॅलरी आणि अर्विन ज्या प्राणघातक मार्गावरून गेले त्यावरूनच आपणही चाललो आहोत याची त्यांना पूर्ण कल्पना होती. अखेर शिप्टन कोसळला. त्याच्यानं पुढे जाववेना. स्मिथ मात्र पुढे जात राहिला आणि शिखरापासून ३०० मीटर अंतरापर्यंत गेला. तोपर्यंत कोणीही माणूस एवढ्या उंचीवर गेला नव्हता. मृत्युकक्षेतून वर जात असताना स्मिथला पर्वतावर एक गूढ अस्तित्व जाणवलं. 'मी एकट्याने चढत असताना पूर्णवेळ मला आपल्या सोबतीला दुसरा एक माणूस आहे असं वाटत होतं. ती जाणीव इतकी तीव्र होती की, एरवी मला वाटू शकणारा सगळा एकटेपणा तिनं पूर्णपणे दूर करून टाकला. आपल्या त्या सोबत्याशी आपण एखाद्या दोरखंडानं बांधले गेलेलो आहोत आणि समजा घसरलो तर तो आपल्याला पकडून ठेवेल, असंदेखील मला वाटू लागलं. तग धरून राहायची अंगातली क्षमता संपल्यावर आणि एव्हरेस्ट आता आवाक्याबाहेर आहे हे लक्षात आल्यावर स्मिथ एका खडकाच्या कडेवर विश्रांती घेत बसला. नंतर तो सांगतो, 'त्या कडेवर बसल्यानंतर ताकद टिकवून ठेवण्यासाठी काहीतरी खाल्लं पाहिजे असं मला वाटू लागलं. मी केंडल मिंट केकची फक्त एक लादी बरोबर आणली होती. ती खिशातून बाहेर काढली, काळजीपूर्वक तिचे दोन भाग केले. त्यातला एक भाग हातात घेऊन वळलो आणि तो माझ्या 'सोबत्याला' देऊ केला.'

हा अतींद्रिय अनुभव ऐकून केवढी खळबळ माजेल याची जाणीव असल्यामुळे

काय घडलं ते सांगायला स्मिथ राजी नव्हता. मात्र ह्यू रटलेज या मोहीमप्रमुखाने मोहिमेच्या नोंदी प्रकाशित करताना त्यात तो प्रसंग सामील करण्यासाठी स्मिथला प्रोत्साहन दिलं. तसंच, धडपडत कॅम्पकडे परतलेल्या शिप्टनने 'तिऱ्हाईत मानवाचा' कोणताही उल्लेख केलेला नसला तरी टिलमनबरोबर माउंट केनया चढून जाताना त्याला असाच काहीसा अनुभव आला होता. यतीच्या कहाण्यांपेक्षा या अनुभवाचं वेगळेपण असं की, तो फक्त परदेशी गिर्यारोहकांच्या अनुभवांशी निगडित आहे. शेर्पांची 'तिऱ्हाईत मानवाशी' गाठ पडल्याचा कोणताही उल्लेख नाही.

अर्थात कथाकाराच्या अंत:प्रेरणा आणि समुद्रमार्गे घरी जाताना आरामशीर केबिनमध्ये बसून एवढ्यातच पार पाडलेल्या साहसाचा वृत्तान्त लिहिणं यामुळे आलेलं थोडंफार कविस्वातंत्र्य मान्य करायला हरकत नाही हे झालंच. शिवाय यतीच्या असण्याचा काहीतरी 'पुरावा' असला पाहिजे, अशी आपली मागणी असते; पण तिऱ्हाईत मानव दिसण्याची घटना हा एक अर्धवट गूढ अनुभव असून, त्याला बळकटी देणारा कोणताही शास्त्रीय पुरावा नाही. ते काही असलं तरी, हर्मन बुअलपासून ते स्टीफन व्हेनाबल्सपर्यंत बऱ्याच गिर्यारोहकांनी असेच काहीसे अनुभव आणि भावना नोंदवून ठेवल्या आहेत. नंगा पर्बतावर हरवलेल्या भावाचा वेड्यासारखा शोध घेत असताना राईनहोल्ड मेसनरला एका 'तिऱ्हाईत मानवाचं' अस्तित्व टोकदारपणे जाणवत होतं. निकरानं करत असलेल्या शोधकार्यात त्या अस्तित्वाची त्याला मदतच होत होती.

आश्चर्याची गोष्ट म्हणजे, सिएटलचा एक प्रतिष्ठित गिर्यारोहक आणि अमेरिकन अल्पाइन क्लबचा माजी अध्यक्ष स्टीव्हन स्वेन्सन यालाही १९९४ साली असाच काहीसा अनुभव आला. तोदेखील स्मिथ ज्या मार्गानं एव्हरेस्टकडे जात होता त्याच मार्गावर. अतिशय थकलेल्या आपल्या गिर्यारोहण सोबत्याला कॅम्प ४ पाशी सोडून स्वेन्सन आपापलाच शिखराकडे निघाला. बरोबर जादाचा ऑक्सिजन नसतानाही त्यानं यशस्वीपणे ते शिखर सर केलं. स्वेन्सन आपल्या वृत्तान्तात लिहितो, 'मी घेत असलेल्या जीवन-मरणाच्या निर्णयांविषयी त्या अतिशय सुंदर आणि धोकादायक ठरू शकणाऱ्या जागी एकांतात मी स्वत:शीच संवाद केला.' नंतर मात्र कॅम्प ४ला परतल्यावर त्याला भ्रम होऊ लागला. 'डाव्या खांद्याच्या किंचित वरती मला एका म्हाताऱ्या आशियाई बाईचं मुंडकं दिसू लागलं. संथ, सौम्य आवाजात ती मला शेगडी कशी चालू करायची, बर्फानं भांडं कसं भरायचं आणि चहा कसा करायचा याच्या ओळीनं सूचना देऊ लागली. तिनं रात्रभर त्याला जागं राहायला मदत केली आणि दुसऱ्या दिवशी सकाळी, 'मी वर बघितलं तर समोर एका शीख माणसाचं मुंडकं डावीकडे सरकताना दिसलं. त्यानं पूर्ण दाढी राखली होती आणि फिकट निळ्या रंगाची पगडी घातली होती. भरदार भारतीय

उच्चारात, एकदम मोठ्या आणि प्रसन्न आवाजात त्यानं मला अभिवादन केलं : गुड मॉर्निंग सर! आता निघायची वेळ झाली.

ऑक्सिजनच्या कमतरतेमुळे किंवा अतिशय दमल्याने आणि भीतीने असे सततचे भास होत असतीलही; पण काहींच्या मते पहाडात आपण एकटे नसतो. अशा पद्धतीची स्पष्टीकरणं शरीरविज्ञान आणि मनोविज्ञानातले सिद्धान्त एकमेकांना जोडू बघतात; पण त्यातून निश्चित अशी कोणतीच उत्तरं मिळत नाहीत. तरीही तिऱ्हाईत मानवाच्या काय किंवा गलिच्छ हिममानवाच्या काय, सत्यतेवर प्रश्नचिन्ह उपस्थित करणं म्हणजे स्वप्नाचा अर्थ लावण्याचा प्रयत्न करण्यासारखं आहे. अस्तित्वात नसलेल्या प्राण्याचा शोध घेणं हा एक व्यर्थ उपद्व्याप वाटू शकतो; मात्र त्याचबरोबर एखाद्या कायमाराचा (ग्रीक पुराणकथांमध्ये वर्णन केलेला, सिंहाचं मस्तक, बोकडाचं शरीर आणि ड्रॅगनची शेपटी असलेला संकरित प्राणी) शोध घेण्याच्या प्रक्रियेत आपल्याला इतर अनेक गोष्टींचा शोध लागू शकतो.

हिमालयातल्या लोककथांचा बराचसा भाग मौखिक परंपरेतून येतो. त्यात कथा सांगणारा माणूस मित्रमंडळींच्या किंवा अनोळखी लोकांच्या वर्तुळात पुन्हा पुन्हा ती कथा सांगतो. अशा प्रकारे पक्ष्यांप्रमाणे किंवा माणसांप्रमाणे, झाडांप्रमाणे किंवा कीटकांप्रमाणे कथाही स्थलांतर करत जातात. त्यांच्या प्रवासाचे मार्ग तेच असतात; मात्र विविध संदर्भात त्या कथा ऐकल्या जातात, त्यांच्यात इथे-तिथे आलंकारिक तपशिलांची भर पडत जाते. ज्या परिस्थितीत त्या सांगितल्या जातात त्यानुसार त्यांचं स्वरूप बदलतं. गोष्ट सांगणाऱ्याच्या आवाजाप्रमाणेच ऐकणाऱ्याच्या कल्पनेत सत्य दडलेलं असतं. मिथक असो किंवा विज्ञान असो, आपण एकमेकांशी रूपकांद्वारेच बोलत असतो. भाषेचं मूलभूत तत्त्वच ते आहे. पर्वत जसा खडकांच्या विविध थरांनी तयार झालेला असतो तशीच एखाद्या रानटी जनावराचं गुणगान करणारी, त्याचा अर्थ लावू बघणारी किंवा अमानवी सोबत्यांचं अस्तित्व सूचित करणारी एखादी लोककथा किंवा दंतकथा तयार होते. पाटीचा दगड (स्लेट), ग्रॅनाईट, चुनखडक आणि कालानुरूप सरकणाऱ्या इतर थरांसारखेच शब्द आणि वाक्समूह एकमेकांवर चढत जातात. कथांप्रमाणे काव्याचीदेखील भिस्त सुट्या सुट्या दिसणाऱ्या बाबींवर आणि स्वप्नातून निघालेल्या अर्कावर असते.

'द वेस्टलॅन्ड' या टी. एस. इलियटच्या आधुनिकतेला वाहिलेल्या सूक्तात हिंदू आणि बौद्ध धर्मग्रंथातले अनेक संदर्भ आहेत. तसंच 'तिऱ्हाईत मानवा' वरून प्रेरित असलेला एक परिच्छेदही आहे. तो मानव म्हणजे कदाचित एखादं भूत किंवा युद्धपश्चात भ्रमिष्टावस्थेचा एक भाग असावा. १९२२ साली पहिल्या एव्हरेस्ट मोहिमेच्या आदल्या रात्री प्रकाशित झालेल्या इलियटच्या काव्यपंक्तीत शॅकलटनच्या अंटार्क्टिका दिव्याचा संदर्भ येतो खरा; पण निव्वळ हिमालयालाही

त्या पंक्ती तितक्याच लागू पडतात.

*तुझ्या सोबतीला अखंड चालत राहणारा तो तिसरा कोण?*
*मोजून बघितलं तर केवळ तू आणि मीच*
*पण समोरच्या सफेद रस्त्यावर नजर जाते तेव्हा*
*कायम असतो तो, तुझ्या सोबतीनं चालत*

# ४८

## रक्ताचा मळा

कोणत्या ना कोणत्या देवतेच्या देवळामुळे किंवा मठामुळे उठून दिसणाऱ्या रस्त्यांचं, चौकांचं, अरुंद गल्लीबोळांचं एक मंडल म्हणजे काठमांडू. नैसर्गिक आणि अलौकिक गुप्त प्रदेशांच्या एखाद्या गूढ आकृतीप्रमाणे हिमालयाचं उत्पत्तिशास्त्र या शहरी भूप्रदेशात सामावलेलं आहे. आधुनिक आणि तरीही प्राचीन असं काठमांडू शहर नेपाळमधल्या उंच पहाडांपासून बरंच वेगळं पडलं असलं तरी तिथे राहणाऱ्या लोकांच्या दृष्टीनं त्या पवित्र पंचक्रोशीत हिमालयाचं अस्तित्व सतत जाणवत राहतं. आजचा माझा वाटाड्या आहे विष्णू. नेपाळच्या सखल प्रदेशातून आलेला हा एक मध्यमवयीन हिंदू आहे. त्याचा एकंदर आविर्भाव कंटाळल्यासारखा असला तरी मदत करण्याचा दिसतो आहे. आज खरं तर त्याला कुटुंबीयांबरोबर घरीच थांबून दशैनचा नववा दिवस साजरा करायला आवडलं असतं. काठमांडूच्या धार्मिक दिनदर्शिकेतला हा सर्वांत महत्त्वाचा सण. त्याऐवजी त्यानं मला रेडाबळी दाखवायला न्यायचं कबूल केलं आहे.

सकाळी ८ वाजता खास पर्यटकांसाठी असलेल्या थामेल चौकातून आम्ही चाललो आहोत. सुव्हेनियर विकणारी दुकानं आणि हॉटेलं बंद असली तरी बरेच रहिवासी रस्त्यांवर फिरत आहेत. थामेलमधल्या बहुतेक सर्व मालमत्तेची मालकी काठमांडूच्या नेवार व्यापाऱ्यांकडे आहे. त्यांनी पिढ्यान्‌पिढ्या सबंध हिमालयभर व्यापार केला आहे. तळमजल्यावर आपापले व्यवसाय थाटून ते स्वत: वरच्या

मजल्यांवर राहतात. सोनेरी काठाच्या लाल साड्या नेसलेल्या आणि भांगात सिंदूर भरलेल्या शेकडो नेवार स्त्रिया वाळक्या पानांपासून तयार केलेले लहान-लहान द्रोण घेऊन जात आहेत. त्यात बार्ली, मका, गहू, बाजरी, बकव्हीट, तांदूळ, काळे उडीद इत्यादी नऊ विविध धान्यांचा नैवेद्य आहे. तसंच, कापलेली फळं आणि फुलंदेखील आहेत.

सकाळच्या या प्रहरी बहुतेक लोक चालत-फिरत आहेत. मधूनच एखादी कार किंवा मोटरसायकल याचकांच्या मिरवणुकीतून वाट काढत जाताना दिसते. आम्ही गजबजलेल्या चौकात येतो तेव्हा विष्णू एका तिमजली देवळाकडे बोट दाखवतो. त्याचं छप्पर पॅगोडा पद्धतीचं असून, ते देऊळ अन्नपूर्णा देवीचं आहे. ती समृद्धीची देवता आहे. अमावस्येच्या पहिल्या रात्री बिया पेरण्याचा विधी होऊन दशैनची सुरुवात होते. उत्सव चालू असताना या पेरलेल्या धान्याला कोंब फुटतात. समृद्धी यावी म्हणून ते कोवळे हिरवेगार कोंब देवीला वाहिले जातात. दशैन सण दसरा किंवा नवरात्रीसारखाच असतो. तमाम हिंदू जगतात तो साजरा केला जातो आणि प्रांताप्रमाणे त्यात थोडाफार बदलही झालेला दिसून येतो. उदाहरणार्थ, बंगालमधली दुर्गापूजा. उत्तर भारतात दसऱ्याचा सण हा जास्त करून रामायण नाटिकेशी म्हणजेच रामलीलेच्या प्रयोगांशी जोडलेला आहे. नेपाळमध्ये मात्र दशैन म्हणजे शक्तीचा किंवा दैवी स्त्रीशक्तीचा उत्सव.

'नऊ विविध धान्यांचा नैवेद्य देवीच्या नऊ अवतारांशी जोडलेला आहे,' विष्णू सांगतो. दशैन काळात ती सर्व धान्यं एकत्र रुजतात आणि त्यांची महाकाली होते. ती परमदेवता आहे. अनेक वेळा ती दहा मस्तकं आणि दहा बाहू असलेल्या अवतारात दाखवली जाते. तिच्या प्रत्येक हातात तिचं एक शस्त्र आणि विधीची अवजारं असतात. अन्नपूर्णेसारख्या पालनपोषण करणाऱ्या, वत्सल देवतेशी संपूर्ण विसंगत अशी महाकाली म्हणजे शक्तीचं हिंस्र, रक्तपिपासू रूप आहे. ती एक भयानक, सर्वशक्तिशाली देवता असून, आपल्या भक्तांकडून बळीची अपेक्षा ठेवते. सहसा बाहेर लोंबणारी रक्तरंजित जीभ, गळ्यात मानवी मुंडक्यांची माळ आणि पायाखाली चिरडलेला महिषासुर अशा अवतारात ती दाखवली जाते. देवीनं महिषासुरावर मिळवलेल्या अखेरच्या विजयाच्या स्मरणार्थ दशैन उत्सव साजरा केला जातो. महिषासुर ही एका बेफाम रेड्याच्या रूपातली दुष्ट शक्ती आहे.

गर्दी टाळायला म्हणून एका बाजूच्या गल्लीत वळल्यावर आम्हाला काही दंतवैद्यांचे दवाखाने लागतात. सर्व दुकानांची पुढची दारं बंद असली तरी दर्शनी खिडक्यांमधून गडद गुलाबी रंगाच्या हिरड्या असलेल्या खोट्या दंतपंक्तीच्या प्रतिमा आमच्याकडे बघून हसत असतात. एका निर्जन चौकातल्या वळणावर, डोक्यावरच्या विजेच्या आणि टेलिफोन तारांच्या भेंडोळ्याखाली विष्णू एका लहानशा

देवळापाशी उभा राहतो. विटांच्या भिंतीआडून ते देऊळ रस्त्यावर डोकावत असतं. त्याच्या भिंतीत शेकडो नाणी ठोकलेली दिसत आहेत. चिलखतावर धुळीचा थर साचावा तसं ते दिसतं. वाकलेले खिळे आणि पोचे पडलेली नाणी एकमेकांवर चढून खवल्यांसारखी वेडीवाकडी रचना तयार झालेली आहे. देवळाचा एखाद्या कंदासारखा दिसणारा आकार क्वचितच ओळखू येतो आहे. तो एका मेंढ्याच्या मुंडक्याचा आकार आहे, असं त्याकडे बोट दाखवत विष्णू मला सांगतो. शिवाय समोर दिसणाऱ्या घडीव लोखंडाच्या वळलेल्या शिंगांकडेही निर्देश करतो.

'समजा कोणाचा दात दुखत असेल तर ते इथे एक खिळा ठोकतात. त्यामुळे वेदना कमी व्हायला मदत होते.' तो सांगतो. अर्थात त्याचा उपयोग झाला नाही तर आसपासच्या डझनभर दंतवैद्यांपैकी कोणीही आनंदानं त्या माणसाची किडकी दाढ उपटून काढेल.

वेदनेसाठी वाहिलेल्या या देवळापलीकडे गेल्यावर एका फरशीच्या दगडावर आम्हाला रक्ताचे डाग साकळलेले दिसतात. तिथे नुकताच एखादा प्राणी मारला असावा. झेंडूच्या आणि गुलाबाच्या पाकळ्यांच्या सड्यानं ते सांडलेलं रक्त सुशोभित झालेलं दिसतं. दशैनच्या नवव्या दिवशी काही लोक 'पंचबळी' देतात, असं विष्णू सांगतो. म्हणजे रेडा, बोकड, मेंढा, कोंबडा आणि नर बदक अशा पाच वेगवेगळ्या प्राण्यांचा बळी देतात. आमच्या पुढे काही माणसं जिवंत बदकं घेऊन विकायला निघाली आहेत. चार-पाच बदकांचे पाय एकत्र धरून त्यांनी ती उलटी धरलेली दिसतात. त्यांच्या पायांची बोटं एका पातळ पडद्यानं एकमेकांना जोडलेली आहेत. बदकांच्या माना वळून, मुरगाळून केविलवाण्या दिसत राहतात. यातले बरेचसे विक्रेते भारतातल्या बिहारमधून खास दशैनसाठी आलेले आहेत. रस्त्यावरचं वातावरण एखाद्या गावातल्या जत्रेसारखं आहे. फेरीवाले फुलं आणि सिंदूर विकत आहेत, तसंच फुगे आणि स्वस्तातली प्लॅस्टिकची खेळणीही विकत आहेत. कुटुंबं एकमेकांना भेटून अभिवादन करत आहेत, पोरं उत्साहात इकडे-तिकडे धावत आहेत. असं असलं तरी त्या गडद रंगांना, आनंदाच्या उत्सवी वातावरणाला मृत्यूच्या दर्शनाची एक किनार जोडलेली आहे. प्रत्येकजण आनंदानं आणि भक्तिभावानं आपापले पूजाविधी पार पाडत असला तरी आमच्या आजूबाजूला सर्वत्र रक्तपात घडतो आहे.

दरबार चौकात प्रवेश केल्यावर आम्हाला काळभैरवाची काळ्या पाषाणातली मूर्ती सामोरी येते. ती नुकतीच गडद मुलामा देऊन रंगवली आहे. डोक्यावर कोणत्याही देवळाच्या छत्रछायेशिवाय, ऑक्टोबरच्या उन्हात तळपत काळभैरव एकटाच उभा आहे. भैरव हे शिवाचं हिंस्र, विनाशकारी पैलू दाखवणारं रूप. काही विद्वानांच्या मते मात्र ती तिबेटी देवता असून, नंतर सबंध हिमालयभर

पसरली. दरबार चौकातला तो मोठा पुतळा क्रूर जांबला आकृत्यांसारखा किंवा बौद्ध मठांमधून उभ्या असणाऱ्या, कठोर मुद्रावैशिष्ट्यं आणि बटबटीत डोळे असलेल्या राखणदार देवतांसारखा दिसत होता. भैरवाच्या एका हातात एक मोठी तलवार असून, डोक्यावरचा मुकुट मुंडक्यांनी सजवलेला आहे. महाकाली देवीसारखाच तोही राक्षसांचा नाश करणारा आणि त्याबदल्यात बळी मागणारा देव आहे. भक्तांचा जमाव एकमेकांना लोटत काळभैरवाला नमस्कार करत, त्याच्यापुढे प्रायश्चित्त घेतो आहे. याचकांनी देवाला वाहायला काळे बोकड आणले आहेत. एक माणूस आपल्याकडचं जनावर पुढे करून मूर्तीच्या उजव्या बाजूला असलेल्या एका सापटीत ठेवतो. तिथे एक खाटीक तयारीतच बसलेला आहे. त्याचे हात-पाय रक्तानं माखलेले आहेत. तो ताबडतोब हातातल्या कुकरीनं त्या जनावराचं मस्तक धडावेगळं करतो. शिरच्छेद झालेलं ते शरीर क्षणभर त्या भक्ताच्या हातात धडपड करतं आणि मग लुळं पडतं. काळभैरवाच्या पायाशी असलेल्या दगडी कुंडात रक्ताचा पाट वाहू लागतो. जसजसे आणखी बोकड पुढे येतात आणि त्यांना मारलं जातं, तसतसा दर काही मिनिटांनी हा विधी पुन्हा पार पडत राहतो.

धार्मिक आवेशाची आणि भक्तिभावाची सर्वांत टोकाची अभिव्यक्ती म्हणजे रक्ताचा नैवेद्य दाखवणे. करुणेच्या अगदी विरुद्ध टोकाची ती भावना आहेच; शिवाय आपली मानवी प्रजाती जाणीवपूर्वक केलेल्या हिंसक कृत्यांमधून जीवनाच्या इतर रूपांवर कसं वर्चस्व गाजवते, ते या क्रूर विधीतून दिसून येतं. ज्या दैवी शक्तींच्या दृष्टीनं आपली मानवजात बोकडाइतकीच क्षुद्र आहे, त्या दैवी शक्तीला प्रसन्न करण्यासाठी प्राण्याचा बळी देणं हे तो देणाऱ्या भक्ताला आणि तसं सुचवणाऱ्या पुजाऱ्याला दोघांनाही आवश्यक वाटतं. दुसऱ्या एका जीवाचं आयुष्य संपवून आपण स्वत:च्याच मर्त्यपणाची एकप्रकारे दखल घेत असतो. त्या घटनेला मिथकं आणि रूपकांचा मुलामा दिलेला असला तरी त्या बळीच्या विधीचं रूपांतर एखाद्या रंगमंचीय आविष्कारात करून आपण आपली शोकांतिकेची तहान भागवत असतो. सहभागी होणारे आणि बघे असे दोघेही त्या क्रूर विरोधाभासात, मानवी इच्छापूर्तीसाठी देवांनी मागणी केलेल्या विधीत सहभागी असतात. आर्क्टिक ड्रीम्समध्ये बॅरी लोपेझ यांनी लिहिल्याप्रमाणे, 'सजग मनाच्या वृद्धीबरोबर प्रत्येक संस्कृतीला जाणवणारी द्विधावस्था सोडवण्यात अजून एकाही संस्कृतीला यश आलेलं नाही. सबंध जीवनात अंगभूत असलेल्या रक्तरंजिततेची, भयानकतेची पूर्ण जाणीव असताना, निव्वळ स्वत:च्या संस्कृतीतच नव्हे तर स्वत:च्या अंतर्मनात अंधार दाटून आलेला असताना नैतिक आणि करुणामय अस्तित्व कसं जगायचं ही ती द्विधावस्था आहे.'

काळभैरवाच्या मूर्तीपलीकडे एका अरुंद बोळातून डझनभर रेडे हनुमान दोखा

महालाच्या कमानीकडे हाकत नेले जात आहेत. मी त्यांच्या मागोमाग जाऊ लागतो, तेव्हा प्रवेशद्वाराशी उभा असलेला एक सशस्त्र सैनिक धमकी दिल्यासारखे हातवारे करत मला घालवून देतो. एकेकाळी या प्राण्यांच्या सामूहिक बळीचं दृश्य तमाम जनतेला बघण्यासाठी खुलं असे. रक्त निघून जावं म्हणून काठमांडूच्या अग्निशामक दलाला दरबार चौक धुऊन काढावा लागे; मात्र पशुअधिकार चळवळीच्या कार्यकर्त्यांनी आणि इतर सुधारकांनी केलेल्या विरोधामुळे या कत्तली नजरेआड व्हाव्यात म्हणून आता लष्कराला खबरदारी घ्यावी लागते. धुळीनं माखलेल्या त्या सालस जनावरांच्या मिरवणुका महालाच्या आतल्या अंगणात नाहीशा होताना बघून हनुमान दोखामधली फरशीच्या दगडात बांधलेली गटारं रक्तानं भरून वाहताना माझ्या नजरेसमोर उभी राहतात. १८४६ साली काळजीवाहू महाराणी राजयलक्ष्मी शाह यांनी घडवून आणलेल्या हत्याकांडात पंचावन्न दरबाऱ्यांची हत्या केली गेली होती. तेव्हाही ती गटारं अशीच रक्तानं भरून वाहिली असतील.

गेली तीन शतकं, शाह साम्राज्य आणि राणा राजवटीच्या कारकिर्दीत नेपाळमध्ये सत्तेचं हस्तांतरण होताना जवळजवळ कायमच बंधुहत्या झाल्या आहेत. ते राजाला विष्णूचा अवतार मानत असले आणि त्याच्यावर दैवी अधिकारांचा अंमल असतो अशी समजूत असली तरीही हत्या झाल्याच. नेपाळचं वर्णन कायमच शांतताप्रिय राज्य म्हणून केलं जातं. त्या देशाला सरंजामशाही राजकारणाचा हिंसक आणि जातीयवादी वारसा लाभलेला असला तरी पर्यटकांसाठीच्या माहितीपत्रकात त्याची तुलना शांग्रीलाशी (स्वर्गभूमी) केली जाते. इथे शेवटचं रक्तरंजित प्रकरण घडलं ते २००१ साली. युवराज दिपेंद्रने आपल्या कुटुंबातल्या सात जणांची हत्या केली. त्यात राजा बिरेन्द्र आणि राणी ऐश्वर्या या त्याच्या आई-वडिलांचाही समावेश होता. दिपेंद्रने स्वत:लाही डोक्यात गोळी मारून घेतली; पण काही काळ तो बाह्य उपचारांमुळे जिवंत राहिला. त्या काळात त्याचा राज्याभिषेक होऊन बेशुद्धावस्थेतच तो राजा झाला. त्याच्या मृत्यूनंतर शाह राजघराण्याचं पुनरुत्थान करण्याचे जीव तोडून प्रयत्न करण्यात आले. बिरेन्द्रचा भाऊ ग्यानेंद्र लोकांना अप्रिय असूनही त्याला गादीवर बसवण्यात आलं; मात्र राजघराण्यात झालेल्या हत्याकांडामुळे आणि त्याचवेळेस चालू असलेल्या माओवाद्यांच्या बंडखोरीमुळे नेपाळची एकाधिकारशाही संपुष्टात आली आणि शांग्रीलाची स्वप्नं धुळीला मिळाली.

आज दशैनच्या नवव्या दिवशी पूजाअर्चेचं मुख्य केंद्र आहे - तलेजू भवानी मंदिर. दरबार चौकात हनुमान दोखा महालाशेजारी ते आहे. तलेजू भवानी ही अगदी मल्ला राजांच्या काळापासून नेपाळमधल्या राजघराण्यांची कुलदेवता आहे. सोळाव्या शतकात मल्ला घराण्यानं आपल्या देवतेसाठी हे बहुमजली देवालय बांधलं. वर्षातून एकदा ते देऊळ जनतेसाठी खुलं केलं जातं. पश्चात्ताप करू

पाहणाऱ्या लोकांची रांग चौकापर्यंत जाऊन देवळाच्या एका बाजूला वळसा घालून गेली आहे. देऊळ अनेक मजली उंच असून, त्याभोवती सज्जे आहेत. २०१५ साली झालेल्या भूकंपात या ऐतिहासिक वास्तूचं नुकसान झालं. तेव्हापासून गर्दीच्या वजनानं कोसळू नये म्हणून त्याभोवती धातूची परांची उभी करण्यात आली आहे.

दरबार चौकातल्या अनेक ऐतिहासिक इमारती भूकंपात पूर्णपणे उद्ध्वस्त झाल्या. काठमांडू नाव ज्यावरून पडलं त्या काष्ठमंडपाच्या प्राचीन इमारतीचाही त्यात समावेश होता. एकाच सालाच्या झाडापासून निघालेलं लाकूड वापरून हा मंडप बांधला गेला असं मानलं जातं. सुरुवातीला ही लाकडी वास्तू म्हणजे यात्रेकरू आणि इतर पर्यटकांसाठी निवारा आणि विश्रांतीगृह होतं. माझा वाटाड्या विष्णू सांगतो त्याप्रमाणे, एप्रिलमधल्या एका शनिवारी सकाळी जेव्हा भूकंप झाला तेव्हा काष्ठमंडपात धर्मार्थ रक्तदान मोहीम चालू होती. कित्येक रक्तदाते त्यात मरण पावले. नंतर जेव्हा गाडले गेलेले मृतदेह ढिगाऱ्याखालून बाहेर काढले तेव्हा काहींच्या हातावर शिरेत घुसवलेल्या सुया अजूनही तशाच होत्या.

भूकंपात दरबार चौकातल्या बहुतेक सर्व वारसा इमारतींचं नुकसान झालं (भूकंपाची तीव्रता ७.९ रिश्टर स्केल एवढी होती). त्यात काष्ठमंडपाशेजारी वसलेल्या सुप्रसिद्ध 'हिप्पी मंदिरा'चाही समावेश होता. १९७०च्या दशकात जगभरातले भटके या देवळाच्या पुढच्या पायऱ्यांवर बसून चरस असलेल्या चिलमी आपसात वाटून घेत. त्याची ती भव्यता, वसाहतवादी काळातली गादी बैठक, राणा घराण्यानं बांधलेलं प्रेक्षागृह हे सगळं काही अजूनही तसंच असलं तरी भिंतींना मात्र मोठे तडे गेले आहेत.

रस्त्यापलीकडे सचेतन देवीचं देऊळ आहे. ते भूकंपातून वाचलं असलं तरी वास्तूला आधार द्यायला त्याच्या सुशोभित वाशांखाली लाकडी आधार उभारण्यात आले आहेत. तिथे राहणारी देवता कुमारी देवी म्हणजे नेवार जमातीतली एक किशोरी असते. कुमारी देवता म्हणून तिची पूजा केली जाते. पाळी सुरू होण्याआधीची काही वर्षं ती त्या देवळात राहते. त्यानंतर तिच्या बदली तिच्याहून लहान अशा दुसऱ्या एखाद्या कुमारिकेची नियुक्ती होते. विटा आणि कोरीव लाकूड वापरून तिचं निवासस्थान बांधलेलं आहे. त्यातून एक अरुंद दार आतल्या अंगणात उघडतं. अधूनमधून देवी तिथे वरच्या मजल्यावरच्या खिडकीतून दर्शन देते. आत्ता काही दिवसांपूर्वीच दशैन उत्सवाच्या सुरुवातीला नवीन कुमारिकेची स्थापना झाल्याचं विष्णू सांगतो. तिची पूर्वाधिकारी आता अशा वयात आली होती की, तिची देखभाल करणाऱ्यांना आणि पुजाऱ्यांना तिच्यात 'काही विशिष्ट शारीरिक बदल दिसून आले होते. म्हणून तिचा रक्तस्राव सुरू होण्याआधीच तिच्या बदली नवीन कुमारिका आणावी असं ठरलं.'

कर्मठ हिंदू परंपरेनुसार रज:स्वला स्त्रीला कायम वेगळं ठेवलं जातं आणि तिला दूषित मानलं जातं. वास्तविक, तिच्या गर्भाशयातून येणारं रक्त हे प्रजननाचं प्रतीक आहे. नेपाळ आणि हिमालयाच्या इतर भागात होणाऱ्या पशुबळींचा संदर्भ देवीच्या गर्भाशयातून बाहेर पडणाऱ्या रक्ताशी जोडता येतो. एरवी धार्मिक आणि सार्वजनिक आयुष्यात वर्चस्व गाजवणाऱ्या पण स्त्रीशरीराच्या मासिक चक्रात सृजनाचा उगम आहे हे जाणणाऱ्या पुरुषांमध्ये विविध मिथकं आणि रूपकांद्वारे रज:स्राव एक लैंगिक दरारा आणि भीतीची भावना उत्पन्न करतो.

एखादं गोळीबार पथक आपलं कसब दाखवत असावं तशा दरबार चौकातून अचानक बंदुकीच्या फैरी ऐकू येतात. विष्णू चट्कन मला कुमारी देवीच्या देवळाच्या पार पलीकडल्या बाजूला घेऊन जातो. इथे मोकळ्यावर लष्करी पलटणीचा पशुबळी विधी चालू आहे. नेपाळी लष्करी अधिकारी आणि सैनिक तो पार पाडत आहेत. कुमारी देवीच्या देवालयाला लागून मागे एक तात्पुरता मठ उभारला आहे. त्याच्या मध्यभागी पताका आणि ताज्या हिरव्या पानांचे झुबके लटकावलेला एक उंच खांब आहे. त्याच्या पायाशी फळांचा, भाज्यांचा, तसंच मोड आलेल्या धान्यांचा नैवेद्य दाखवलेला आहे. खांबापुढे काळ्या बोकडांची चार आणि रेड्याचं एक अशी मुंडकी ओळीनं मांडलेली आहेत. त्यांची निर्जीव नजर प्रेक्षकांच्या गर्दीवर खिळलेली आहे. मला समोरचं दृश्य व्यवस्थित दिसत असल्याची खात्री करून, कसनुसा चेहरा करत विष्णू तिथून सटकतो. आपल्याला अशी मुंडकी वगैरे उडवताना बघवत नाहीत, असं तो म्हणतो. तेराईच्या सखल प्रदेशातून आल्यामुळे त्याला उंच प्रदेशातल्या आपल्या देशबांधवांचे हिंस्र विधी घृणास्पद आणि अस्वस्थ करणारे वाटतात.

ऋग्वेद आणि इतर ब्राह्मणग्रंथांतून बळीच्या कल्पनेचं स्वागत केलं असलं तरी दक्षिण आशियात पसरलेला बहुतेक सर्व समकालीन हिंदुत्ववाद बौद्ध, जैन आणि शीख लोकांप्रमाणेच प्राणिहत्या नाकारतो. हिमालयात, विशेषत:, नेपाळमध्ये मात्र पशूबळी हा हिंदू धार्मिक विधींचा महत्त्वाचा भाग आहे. सखल प्रदेशात राहणारे, नागरी झालेले रहिवासी नाक मुरडत असले तरी बोकड, मेंढे आणि रेड्यांची मुंडकी उडवणं हे धार्मिक उपचारापेक्षाही अधिक काही आहे. एखाद्या कळपाची उत्पादकता वाढावी आणि त्याची नीट व्यवस्था लावता यावी यासाठी पशूबळी हा नर प्राण्यांची कत्तल करण्याचा एक सोयीस्कर मार्ग आहे. एक किंवा दोन नर कितीतरी माद्यांना गाभण करायला पुरेसे असतात. माद्यांपासून पिल्लंही मिळतात आणि दूधही मिळतं. हिमालयातल्या मेंढपाळांसाठी हे समीकरण अगदी व्यवहार्य आणि किफायतशीर ठरतं. एका धार्मिक रिवाजामुळे उपयुक्त जनावरांमधले नर नाहीसे करण्याच्या कृत्याचं समर्थन होतं आणि आध्यात्मिक आणि आर्थिक

अशा दोन्ही गरजा पुरवल्या जातात.

तांबड्या पोषाखातला एक ब्राह्मण पुजारी त्या लष्करी अधिकाऱ्याला सूचना देतो आहे आणि त्याप्रमाणे ते एक लहानशी पूजा करून घेत आहेत. दोघेही जमिनीवर घातलेल्या विटांवर बसले आहेत. लष्करी गणवेशाऐवजी त्या अधिकाऱ्यानं पारंपरिक नेपाळी पोशाख परिधान केला आहे. त्याला 'दौरा सुरूवल' असं म्हणतात. अंगाभोवती गुंडाळायचा तो एक करड्या रंगाचा अंगरखा असून, खांद्यावर आणि कंबरेला बांधलेला असतो. पायात त्याच रंगाची सुरवार असते आणि मध्यभागी खळगा असलेली शंकूच्या आकाराची ढाका टोपी डोक्यावर असते. तो अधिकारी आणि पुजारी दोघेही अनवाणी आहेत. तसंच, प्रत्यक्ष बळी घेण्यासाठी नेमलेले दोन गुरखा शिपाईदेखील अनवाणी आहेत. त्यांनी पांढरे टीशर्ट आणि जिम शॉर्ट्स घातल्या आहेत. त्यांच्या आसपास गुरख्यांची एक पलटण समारंभाची सलामी देण्यासाठी उभी आहे. त्यांनी आसपासच्या वातावरणात मिसळून जाणारे लष्करी पोशाख घातले आहेत, डोक्यावर प्रचारकी टोप्या आहेत आणि हातात स्वयंचलित बंदुका आहेत. उघड्यावर असलेल्या देवस्थानाभोवती रक्ताचा एक रुंद डाग पसरलेला आहे. बळी दिलेल्या जनावरांचे मृतदेह इथेच ओढत आणले जातात आणि मग ते चौकातल्या एका कोपऱ्यात हळूच ठेवून दिले जातात. माश्यांपासून आणि येणाऱ्या-जाणाऱ्यांच्या कुतूहलपूर्ण नजरांपासून संरक्षण व्हावं म्हणून तिथे ते एका पांढऱ्या टारपोलिनने झाकले जातात. नंतर एक लष्करी वाहन येऊन मेलेल्या प्राण्यांची कत्तल करायला आणि लष्कराच्या मेजवानीसाठी शिजवायला म्हणून त्यांना घेऊन जाईल.

जवळच एक जिवंत बोकड आणि रेडा आपली वेळ यायची वाट बघत उभे आहेत. उदबत्त्या पेटतात, आरती होते तसा एक सैनिक एक मोठी कुकरी उचलतो आणि तिचं स्टीलचं धारदार पातं तपासून बघतो. मग त्या बोकडाला पुढे नेण्यात येतं. तो नाठाळपणा करू लागतो. ज्यांनी त्याला पकडलंय त्या माणसांना ढुशा देऊ लागतो. अखेर मूठभर चारा देऊन त्याला एकजण शांत करतो. पुजारी आणि लष्करी अधिकारी उठून उभे राहतात तसा आणखी एक सैनिक त्या जनावराची शिंगं पकडतो आणि त्याची मान खाली करतो. शेवटच्या क्षणी मात्र तो बोकड विटांवर मुततो आणि तात्पुरता तो सगळा प्रकार थांबवतो. सगळेजण स्तब्ध उभे राहून बघतात. त्याच्या फाकलेल्या पायांमधून लघवीचा ओघळ वाहत असतो. बोकड मोकळा झाल्या-झाल्या आत्तापर्यंत नुसतीच उगारलेली कुकरी एका सराईत हालचालीत खाली येते. जनावराचं मुंडकं त्या सैनिकाच्या हातात येतं आणि धड खाली जमिनीवर पडतं. त्याच वेळेस, बंदूकधारी शिपाई हवेत गोळीबार करतात. बोकडाचं ते धूड देवळाभोवती ओढत नेऊन ताडपत्रीखाली ढकललं जाताना

धूळमाखल्या विटांवरून रक्त वाहू लागतं आणि ते बोकडाच्या लघवीत मिसळतं.

काही क्षणांतच जिम शॉर्ट्स घातलेला दुसरा माणूस त्याची जागा घेतो. मघापेक्षा आणखी मोठी, अधिक रुंद आणि अधिक जड पात्याची, जवळपास एक मीटर लांबीची कुकरी तो उगारतो. क्षणभर तो खांद्यावरून मागे वळून चिंतातुर नजरेनं बघतो आणि मग स्वत:ला सावरून हातातल्या कामावर लक्ष केंद्रित करतो. एका फटक्यात रेड्याचं मुंडकं उडवणं काही सोपं नाही. अगदी गुरखा सैनिकालाही. त्या विधीच्या तयारीसाठी फळांच्या आणि भाज्यांच्या ढिगाऱ्यातून एखाद्या रग्बी बॉलच्या आकाराचा हिरवा कोहळा निवडला जातो. ताज्या पानांच्या गादीवर तो ठेवला जातो. तो सैनिक त्याचे व्यवस्थित दोन तुकडे करतो. भोपाळ्यातला पांढरा गर दिसू लागतो. त्याचा एक सोबती चट्कन पुढे होतो आणि भोपळ्याची कापलेली फोड शेंदरानं माखून टाकतो. ते रक्ताचं प्रतीक आहे.

एका ताज्या पानानं कुकरीचं पातं पुसत गुरखा आपलं लक्ष बलीवेदीवर आणण्यात आलेल्या रेड्याकडे वळवतो. दोरीनं गुंडाळलेला एक मोठा लाकडी ओंडका त्याच्या पुढच्या पायांमध्ये, गळ्याखाली येईल अशा पद्धतीनं ठेवला जातो. जेणेकरून जनावराच्या मानेतून गेल्यावर कुकरीचं पातं खालच्या विटेवर आदळणार नाही. तो तरणा रेडा चांगलाच घाबरला आहे, त्या बोकडाहूनही जास्त. आपला शेवट जवळ आल्याचं त्याला समजलेलं दिसतंय. एखाददोन मिनिटं ते सैनिक त्याला चुचकारतात. त्यातला एकजण रेड्याला शांत करण्यासाठी त्याची पाठ खाजवतो. त्यांच्या एकंदर हालचालींवरून ही माणसं जनावरांच्या सोबतीनं, आपापल्या गावात रेड्यांची आणि बकऱ्यांची काळजी घेत लहानाची मोठी झाल्याचं लक्षात येतं. जनावरांशी ती सौम्यपणे वागत असली तरी त्यांच्या निर्विकार चेहऱ्यांवर दयाही दिसून येत नाही आणि पश्चात्तापही नाही. एव्हाना गर्दी बरीच वाढली आहे. बंदूकधारी शिपाई आपापल्या शस्त्रांचे बार भरून ती पुन्हा सज्ज करतात.

लहानशी खुरटी शिंगं आणि डोळ्यांतले चिंतातुर भाव बघून तो रेडा अजिबातच राक्षसी वाटत नाही. रुंद नाक आणि नाकपुड्यांमुळे त्याच्या चेहऱ्यावर सुस्त, बावळट भाव आले आहेत. त्याच्या अंगावरची बेंगरूळ कातडी मंद काळपट रंगाची असून, पृष्ठभागावरच्या आणि खांद्याच्या ठळकपणे दिसून येणाऱ्या हाडांवर ताणली गेली आहे, तर दोन्ही बगलांमध्ये सैल पडली आहे. नेपाळच्या कोशी टप्पू वन्यजीव अभयारण्यात किंवा भूतान आणि आसाममधल्या अभयारण्यात अजूनही हिंडणाऱ्या काही रानरेड्यांच्या तुलनेत हे अगदीच लेचंपेचं आणि बैठं जनावर आहे. त्या जनावराच्या मानेच्या मागच्या बाजूवर केसांचा एक पुंजका आहे. तसाच एक पुंजका पायांच्या मागच्या बाजूला आणि पोटाखालीदेखील आहे. मागच्या दोन पायांमध्ये एखाद्या विटक्या दोरीसारखी एक मरगळलेली शेपटी

लोंबते आहे.

रेड्याचं मुंडकं उडवताना चोखताना येतो तसा कुकरीचा आवाज होतो. एखादी झडप उघडावी आणि त्या निर्वात पोकळीत हवा शिरावी तसं काहीसं वाटतं. ताबडतोब बंदुकांचे बार उडतात आणि ते जनावर धप्कन जमिनीवर पडल्याचा आवाज ऐकू येतो. हे सगळं केवळ काही सेकंदांच्या अवधीत घडतं. गर्दीतून काहीच प्रतिक्रिया येत नाही. त्या क्षणात दिसलेल्या अगदी सामान्य हिंस्रपणाने आम्ही जागीच थिजून उभे राहतो. जणू काही ही रोजचीच घटना असावी. त्यात जो काही थरार होता तो आता संपला आहे. स्टीलचं ते पातं त्या जनावराच्या कातडीतून, स्नायूंमधून, शिरा, चरबी, स्नायूबंध आणि हाडं कापत, जीवन-मरणाच्या मध्ये असलेला अदृश्य धागा कापत पुढे गेलं आहे. त्याच्या नसांमधून उडणारं रक्त शेंदराहून गडद आहे. त्या सैनिकाच्या पांढऱ्या जिम शॉर्ट्‌सवर रक्ताचे शिंतोडे उडतात. बाकीचे दोन सैनिक त्या धुडाचे खूर पकडून त्याला देवळाभोवती फरपटत नेतात. तिसरा एकजण त्याचं कापलेलं मुंडकं इतर मुंडक्यांच्या जोडीला व्यवस्थित ओळीनं मांडून ठेवतो. आणखी एक पुजारी शंख फुंकतो आणि लष्करी बॅन्ड युद्धाला साजेशी धून वाजवू लागतो. समारंभ संपताना त्या रेड्याचा मागचा एक पाय अजूनही ताडपत्रीखालून लाथा झाडताना दिसतो. सुटकेसाठीची व्यर्थ पण प्रतिक्षिप्त क्रिया करणाऱ्या त्या पायातल्या शिरा अजूनही हिसके देत असतात.

४९

# घुबडाला मिळालेला शाप

जीवनाच्या इतर रूपांविषयी वाटणाऱ्या आत्मीयतेबद्दल 'बायोफिलिया' ग्रंथात इ. ओ. विल्सन लिहितात : 'आपण म्हणजे वास्तविक आपल्याला जे स्मरतं किंवा भविष्यात कधीतरी जे स्मरू शकतं, ते असतो.' पुढे जाऊन स्पष्ट करताना ते सांगतात- दृश्य प्रतिमा, कथा, पक्ष्यांचे हाकारे, पायांमधून वाहणारा नदीचा थंड प्रवाह, अक्रोडाच्या सालीची कडवट चव, विविध फुलांचे सुवास अशा वेगवेगळ्या आठवणी मानवी मन गोळा करतं. आपल्याला अगोदरच माहीत असलेल्या गोष्टींशी आपण हे भिन्न-भिन्न तुकडे जोडून बघतो आणि आयुष्यभरात गोळा केलेल्या नवनवीन माहितीच्या तुकड्यांशी त्याची सांगड घालत जातो. अशा प्रकारे, विल्सन मनाची तुलना सतत प्रसरण पावणाऱ्या आणि प्रवाळांचे थर एकमेकांवर साचून समुद्रतळाशी तयार होणाऱ्या प्रवाळखडकांशी करतो.

इथे हिमालयात मात्र आपण वैयक्तिक आणि सामूहिक अशा दोन्ही प्रकारच्या स्मृतींची तुलना एखाद्या हिमनदाशी करू शकतो. विविध प्रकारचे बर्फाचे स्फटिक असलेला, पर्वतांवरून खाली वाहत आलेले खडक, खनिजं आणि आर्द्रता असणारा, तसंच एखाद्या कपारीत पडलेल्या अस्वलाची किंवा तेवढ्याच दुर्दैवी गिर्यारोहकाची हाडं असे गोठून गेलेल्या जीवांचे अवशेष बाळगणारा हिमनद. अर्थात हिमनद जरी अखंड पुढे पुढे सरकत असले आणि विज्ञान किंवा कलेमुळे

जगाविषयीची आपली समज पुढे जाते हा तुल्यभाव दर्शवण्यासाठी हिमनदांच्या गतीचं नेमकं उदाहरण दिलं जात असलं तरी ते काही प्रवाळांप्रमाणे जिवंत नसतात.

विल्सनच्या प्रतिपादनानुसार भाषा, तर्क आणि नैतिक मूल्यांसह ज्या प्रक्रियेतून आपण अर्थ आत्मसात करतो तो निव्वळ प्रवाळ किंवा हिमनदासारख्या रूपकांमधून तयार झालेला असतो. बोधाच्या मूलभूत पातळीवर बघितलं तर, ज्ञानाची व्याख्या ठरवण्यासाठी आणि त्याचं वर्गीकरण करण्यासाठी परस्परसंबंध असलेले आकृतिबंध तयार करता यावेत म्हणून आपण सतत आपल्याकडच्या स्मृतींच्या प्रचंड साठ्यांची एकमेकांशी तुलना करून ते ताडून बघत असतो. जैविक प्रजातींना लॅटिन नावं देणारी लिनियन टॅक्सॉनॉमी ही वास्तविक नैसर्गिक जगाविषयीची आपली समज एकत्र आणून तिच्यात एक सुसूत्रता आणणारी रूपकांची शृंखलाच आहे. उदाहरणार्थ, हिमालयात ज्यांचे जीवाश्म आढळून येतात त्या अमोनाईट्‌ससारख्या मृदुकाय (मोलस्क) प्राण्यांचं नाव अमोन या इजिप्शियन देवतेवरून पडलं आहे. त्या देवतेचं चिन्ह आहे मेंढ्याचं शिंग. त्यात अमोनाईट्‌सच्या कवचाची वळणदार आकृती दिसून येते. आपल्या बाबतीत खूपदा असं होतं की, जेव्हा एखाद्या वस्तूचं, जाणिवेचं किंवा कल्पनेचं आकलन आपल्याला होत नाही तेव्हा त्याला अनुरूप स्पंदनं आपल्या मेंदूत प्रसवतील अशा त्यासारख्याच एखाद्या गोष्टीचा शोध आपण घेत असतो. व्यक्तिसापेक्ष वास्तवाच्या आणि आपण घेत असलेल्या सत्याच्या शोधाच्या गाभ्याशी रूपकं वसलेली असतात. कित्येक शास्त्रज्ञ आणि कलाकार आपली सबंध कारकीर्द एखाद्या प्रश्नावर किंवा शोधावर प्रकाश टाकता यावा यासाठी लागणाऱ्या आदर्श रूपकाच्या शोधात घालवतात.

'नवप्रवर्तक हा आत्तापर्यंत कोणीही न केलेल्या तुलनांच्या शोधात असतो.' विल्सन सांगतात. 'युक्तिवाद, उदाहरण आणि प्रयोग या मार्गांनी आपल्या म्हणण्याचा विस्तार पक्का करण्याची तो धडपड करत असतो. महत्त्वाचं विज्ञान म्हणजे निव्वळ पहिल्यांदाच ज्याची झलक दिसली आहे असं साम्यस्थळ नव्हे. त्यातून असे काही तुल्यभाव पुढे येतात, जे आत्तापर्यंत धुंडाळल्या न गेलेल्या प्रदेशाच्या प्रवेशद्वारांचे नकाशे आपल्यासमोर ठेवतात.' अशा प्रकारे, मानवी स्मृती किंवा ज्ञान साठवणं हे नैतिक आणि जैविकदृष्ट्या अनिवार्य ठरतं. रूपकं आपल्या मेंदूतल्या चेतासंस्थेच्या स्पंदनांमध्ये सुसूत्रता आणतात. शिवाय आपल्या आत्म्यांना प्रकाशमान करतात.

सध्याच्या काळातला ख्यातनाम डार्विनवादी इ.ओ. विल्सन एक आवश्यक प्रश्न उपस्थित करतो. तो असा - नैसर्गिक निवडीच्या अंगभूत तर्काद्वारे काम

करणाऱ्या जनुकीय संरचनेचा परिणाम ही शास्त्रीय चौकसबुद्धी आणि पर्यावरण जतनामागची प्रेरणा असेल का? आपल्या स्वत:च्या, तसंच इतर प्रजातींचं जतन करणं आणि ग्रहावर जैवविविधता राखणं ही नैतिक आणि जनुकीयदेखील निवड आहे, असा दावा तो करतो.

एखाद्या उत्क्रांतीवादी शास्त्रज्ञाची करुणेची व्याख्या कदाचित एखाद्या बौद्ध गुरूच्या व्याख्येपेक्षा वेगळी असेल. तरीही, विल्सनचे शब्द दलाई लामांच्या 'पॉलिसी ऑफ काइंडनेस'मध्ये असलेल्या संवर्धनाच्या संदेशाशी खूपच मिळतेजुळते आहेत.

> बरोबरच्या मानवांशी अधिक मृदू आणि शांततापूर्ण संबंध जोपासणं जसं आवश्यक आहे तसाच दृष्टीकोन आपण नैसर्गिक पर्यावरणाबाबतही बाळगला पाहिजे. नैतिकदृष्ट्या बोलायचं तर सबंध पर्यावरणाविषयीच आपल्याला आस्था असायला हवी; मात्र हा प्रश्न केवळ नैतिकतेचा किंवा मूल्यांचा नसून खुद्द आपल्या टिकावाविषयीचा आहे.

रूपकांचे परिणाम घडून येतात ते केवळ बळी जाणाऱ्या रेड्यांवर नव्हे तर सर्व सजीव प्राण्यांवर, वनस्पतींवर, तसंच नद्या, खडक आणि पर्वतांवरही ते दिसून येतात. आपल्याला मान्य करायची इच्छा असो वा नसो, दलाई लामांनी कितीही करुणामय आवाहन केलेलं असो, बहुतेक सर्व धार्मिक कथनं आणि नैसर्गिक इतिहास यांच्यामध्ये एक अंगभूत संघर्ष अस्तित्वात असतो. माणसं जसजशी बैठ्या पद्धतीच्या, व्यवस्थेवर चालणाऱ्या आयुष्यात स्थिरस्थावर झाली तसतशी कालानुरूप विविध धारणांशी निगडित अशी प्रतीकं, विधी, श्रद्धा आणि सामाजिक नियम उत्क्रांत होत गेले. असं असलं तरीही मुळात आपली रानटी मुळं नाकारण्याचं, दाबून टाकण्याचं ते एक माध्यम आहे. या ग्रहावरची सर्वांत वर्चस्ववादी प्रजाती असल्यामुळे आणि मानवनिर्मित अर्थाच्या जाळ्यात आपण स्वत:ला मध्यभागी ठेवलेलं असल्यामुळे ज्या रानटीपणातून आपले पूर्वज अवतरले त्या रानटीपणापासून आपण जाणता-अजाणता स्वत:ला वेगळं केलं आहे. असं असलं तरीही, अधूनमधून आपल्यापैकी बहुतेकांना हरवलेल्या स्मृतींची आणि आदिम वास्तव्याच्या गूढतेची अनामिक ओढ लागते.

पृथ्वीवरच्या धोक्याच्या कक्षेत आलेल्या जीवसंहतीच्या निरीक्षणाची, स्मरणाची, माहिती लिहून ठेवण्याची, त्यांचं वर्गीकरण आणि जतन करण्याची अनावर ऊर्मी हे एक टिकाव धरण्याचं धोरण आहेच, शिवाय भूतकाळापासून दूर गेलेल्या एका हरवलेल्या जीवानं दिलेली हाक आहे. रानावनातून बाहेर पडलो असलो तरी

आपल्यापैकी कित्येकांना मानवाच्या अनाहूत कामगिरीचा स्पर्शही न झालेल्या एका नैसर्गिक जगाच्या अवशेषांची ओढ लागते. असं असलं तरी, प्रत्येक नंदनवनाकडे बघून असा एखादा इतिहास समोर येतो, ज्यातून आपण वगळले गेलेलो असतो. ते बघून आपल्याला हताश आणि असमाधानी वाटल्याशिवाय राहवत नाही.

निसर्गवेत्ता होण्याचा ध्यास क्वचित गूढतेकडे झुकणारा असला तरी तो तर्कसंगत आहे. एखाद्या अमर्त्य निर्मात्यानं हुशारीनं केलेल्या रचनेविषयी आत्मविश्वास आणि पक्की खात्री बाळगण्याऐवजी आपण जीवनाच्या सर्व रूपांमध्ये असलेल्या, आता विस्मरणात गेलेल्या आणि मागे पडलेल्या दुव्यांचा माग काढण्याचा प्रयत्न करतो. निसर्गाच्या जवळजवळ अमर्याद विविधतेचा, तसंच आपल्या स्वत:च्या मर्यादित अस्तित्वाचा उत्सव करतो. देवानं दिलेल्या नैतिकतेच्या आणि मूल्यांच्या जाणिवेतून,तत्त्ववेत्त्यांच्या किंवा संतांच्या शिकवणुकीतून निसर्गवेत्त्याची करुणा जन्मलेली नसते, तर इतर प्रजातींबरोबर असलेल्या आपल्या नात्याच्या अंगभूत जाणिवेतून, त्या जनुकीय आणि अस्तित्वविषयक दुव्यातून ती आलेली असते. 'सर्व प्राणिमात्र एकच असल्याची' ही जाणीव आपल्याला पारंपरिक धर्माच्या सीमा ओलांडून, पावन केलेल्या संस्कृतीच्या आणि समाजाच्या मर्यादा ओलांडून पलीकडे घेऊन जाते.

दिवाळीच्या काही आठवडे आधी, सकाळी झोपायच्या खोलीच्या खिडकीबाहेर गलका होऊन मला जाग आली. काय भानगड आहे ते बघायला मी गेलो तर एका पिंगळ्याला (कॉलर्ड आऊलेट) एका शीळ कस्तुराने (व्हिसलिंग थ्रश) आणि दोघा पिवळ्या छातीच्या ग्रीनफिंच पक्ष्यांनी घेराव घातलेला दिसला. पिंगळे खूपदा पक्ष्यांच्या घरट्यांवर धाडी घालून नुकत्या जन्मलेल्या पिल्लांची, तसंच पूर्ण वाढ झालेल्या पक्ष्यांचीही शिकार करतात. या पक्ष्यांनी गलका करण्याचं तेच कारण होतं. टूट-टो-टूट-टूट अशी चार सूर असलेली पिंगळ्याची शीळ ऐकू आली की बाकीचे पक्षी उत्तरादाखल आपसूकच लगोलग पुढे येतात आणि आपल्या उडत्या शिकाऱ्याला दूर हाकलायला बघतात. एखाद्या पिंगळ्याच्या शिळेची नक्कल करून एरवी हुलकावणी देणाऱ्या पक्ष्यांना बाहेर काढता येतं आणि मग त्यांची सहज ओळख पटून त्यांचं निरीक्षण करता येतं, असं योगायोगानं पक्षी निरीक्षकांच्या लक्षात आलं आहे. पक्षी निरीक्षणाच्या आनंदाशी माझी ओळख करून देणाऱ्या बॉब फ्लेमिंग ज्युनिअर यांनी प्रथम ही युक्ती मला सांगितली. तेव्हा आम्ही निळीच्या झुडपांच्या दाटीत एखाददोन पक्षी शोधायचा प्रयत्न करत होतो. दाट झाडीमुळे ते कोणत्या जातीचे पक्षी आहेत हे समजणं अशक्य होतं; मात्र बॉबनं ज्या क्षणी पिंगळ्याच्या शिळेची नक्कल

केली त्या क्षणी व्हिस्कर्ड युहिना आणि पट्टेरी गळ्याचा मिनला पक्षी झाडीतून बाहेर आले आणि भांडायला सज्ज झाले.

कॉलर्ड आऊलेट्स (ग्लाउसिडियम ब्रोडेई) हे पिग्मी आऊलेट्स म्हणूनही ओळखले जातात. ते संधिप्रकाशातले शिकारी आहेत. पहाटे आणि संध्याकाळी ते सर्वाधिक सक्रिय असतात. त्यांची उंची जेमतेम १५ सेंटिमीटर असून, एखाद्या लोकरी जाकिटावर खडबडीत वीण असावी, तशी त्यांच्या तपकिरी पिसांवर पट्टेरी नक्षी असते. त्यांच्या शिक्षकी नजरेला ती नक्षी अगदी शोभून दिसते. पश्चिमेकडे घुबडांना ज्ञानी समजलं जातं, तर भारतात त्यांना मूर्ख आणि अपशकुनी मानतात. दुर्दैवानं मानवांनी जोडलेले परस्परसंबंध आणि अंधश्रद्धा यांचा कॉलर्ड आऊलेट्सवर जीवघेणा परिणाम होतो. दिवाळीआधीच्या काही आठवड्यांमध्ये मसूरीजवळचे गावकरी घुबडांच्या विविध जाती पकडून त्या गुप्तपणे बळी द्यायला म्हणून विकतात. हिंदू पुराणकथांनुसार, घुबड हे लक्ष्मीचं पवित्र वाहन आहे. ती संपत्तीची देवता असून, दिवाळीत तिचं पूजन केलं जातं. घुबडाला मारून ती देवता आणि तिच्याबरोबर आलेलं वैभव आपल्याच घरात राहील अशी काही भक्तांची श्रद्धा असते. याच मिथककथेची आणखी एक आवृत्ती अशी की, लक्ष्मीला अलक्ष्मी नावाची एक अपशकुनी जुळी बहीण आहे. ती घुबडाचं रूप घेऊन आपलं वैभव काढून घेते. त्या पक्ष्यांना मारून आपण आपल्या वैभवाला धरून ठेवू शकतो असं मानणारा, भरकटलेल्या कडव्या भक्तांचा एक लहानसा समुदाय आहे.

झाडावरच्या आडव्या फांदीवर बसल्या बसल्या त्या पिंगळ्यानं दोषदर्शक नजरेनं माझ्याकडे पाहिलं. जणू काही त्या क्रूर आणि अन्यायी शापाला मीच जबाबदार होतो. घुबडाच्या पंखांवर बसून उडत येणाऱ्या देवीच्या कथेत निरागसपणाचा आणि काहीशा मायावीपणाचा अंश असला तरी परोपकारविषयक दृष्टांतांचं विकृतीकरण करून त्याचं रूपांतर लालसेच्या कहाणीत झालं आहे. अशा प्रकारे, हजारो वर्षांपूर्वीच्या मिथकांमधून आणि आख्यायिकांमधून खूपदा नैसर्गिक इतिहासाचा चुकीचा अर्थ लावला जातो आणि त्याचं विकृतीकरण केलं जातं. जसजसं या कहाण्यांचं पुनर्कथन केलं जातं, त्या नव्यानं सादर केल्या जातात, तसतशी माणूस आणि इतर प्रजातींमधल्या नात्यात बऱ्याचदा अधिकाधिक फूट पडत जाते आणि पावन स्वरूप दिलेल्या वैरभावात ते गुरफटत जातं.

मसूरीपासून चाळीस किलोमीटरवर जगत्ग्राम या ऐतिहासिक गावाजवळ यमुना हिमालयातून बाहेर पडते. नदीच्या पूर्व काठावर अश्वमेध यज्ञाचं स्थळ आहे. प्राचीन भारतातले राजे आजूबाजूच्या प्रदेशावर वर्चस्व स्थापन करायला हा यज्ञ करत. तिसऱ्या शतकात राज्य करणाऱ्या शिलावर्मन नावाच्या राजानं

एका घोड्याला मोकळा सोडून, त्याला मन मानेल तसं भटकू दिलं. खोगीराविना फिरणाऱ्या त्या घोड्यानं जेवढा प्रदेश पालथा घातला तेवढ्या प्रदेशावर त्या राजानं हक्क सांगितला. अखेर त्या घोड्याची कत्तल करून त्याला जिथे शिजवण्यात आलं ती जागा भारतीय पुरातत्त्व खात्यानं जतन करून ठेवली आहे. एकेकाळी इथे पसरलेल्या मूळच्या जंगलांची जागा आता आंब्याच्या आणि लिचीच्या वनरायांनी घेतली आहे.

नदीपलीकडे पश्चिम दिशेला पाच किलोमीटरपेक्षाही कमी अंतरावर कालसी इथे ग्रॅनाईटच्या शिळेवर अशोकाच्या काळातला एक फतवा कोरलेला आहे. 'देवानांपिया पियादसी' (सर्व प्राणिमात्रांवर प्रेम करणारा) म्हणून ओळखल्या जाणाऱ्या त्या मौर्य सम्राटाने ब्राह्मी लिपीतल्या संदेशातून बौद्ध धर्माचा, अहिंसेचा उपदेश जाहीर करत प्राणिहत्येला मनाई केली. हा फतवा ख्रिस्तपूर्व २५० साली कोरण्यात आला आणि त्यात हत्तीच्या एका कोरीव आकृतीचाही समावेश आहे. या दोन्ही स्थळांची प्राचीनता, त्यांचं एकमेकांशी असलेलं सान्निध्य आणि परस्परविरोधी संदेश बघता विधिवत बळी देणं आणि करुणा यात दीर्घ काळ चालत आलेला ताणच दिसून येतो.

हिमालय हा एक पवित्र प्रदेश असल्याची रूढ कल्पना म्हणजे पर्यावरण आणि आध्यात्मिक मिलाफाचं एक मनमोहक दृश्य वाटू शकतं. दुर्दैवानं, पर्वतांना पौराणिक महत्त्व देऊन आणि त्यांच्या चढ-उतारांवर धार्मिक चिन्हं आणि कथा पेरून माणसांनी सृष्टीच्या विनाशचक्राला एक गती दिली आहे. उष्ण झरे, गुहा किंवा खडकांच्या विलक्षण रचना, तसंच नद्यांचे उगम आणि संगम ही यात्रेची लोकप्रिय ठिकाणं होऊन गेली. बहुतेक वेळा ही स्थळं विश्रांतीगृहांनी, खाण्याच्या टपऱ्यांनी आणि पार्किंगच्या जागांनी गजबजलेली असतात. ती इथल्या सौंदर्याला आणि अलगतेला झाकोळून टाकतात.

धार्मिक पर्यटन हा हिमालयातला सर्वांत वेगानं वाढणारा आणि सर्वांत कमी नियमावली असलेला धंदा झाला आहे. तिबेटमधल्या कैलास पर्वताची परिक्रमा ही बौद्ध आणि हिंदू यात्रेकरूंची सर्वांत पवित्र यात्रा आहे; पण त्या यात्रेचा बहुतांश मार्ग - ज्यूसची फेकून दिलेली पाकिटं, बिस्किटांचे कागद, एरोसोलचे डबे, सॅनिटरी पॅड्स, सिगारेटची थोटकं आणि पेप्सीच्या प्लॅस्टिकच्या बाटल्या अशा कचऱ्यानं भरलेला आहे. गंगेच्या मुखाजवळ असलेल्या दुर्गम भागातल्या देवळांकडे पठारी प्रदेशातून असंख्य बस भरभरून भक्तगण येतात. हे यात्रेकरू उंच प्रदेशातल्या देवी-देवतांना दंडवत घालतात. त्या देवता म्हणजे पावित्र्य, सौंदर्य आणि अमरत्वाच्या आदर्शांचे पुतळे असतात. पर्वत आणि

नद्यांचं मातृदेवता म्हणून भजन-पूजन होत असलं तरी त्याच तीर्थस्वरूप पाण्याच्या प्रवाहांमध्ये 'वेदिक रिसॉर्ट्स' मधून येणारं, प्रक्रिया न केलेलं सांडपाणी मिसळतं. गंगाकाठच्या अनेक तीर्थस्थळांना एखाद्या कचराकुंडीची कळा आलेली आहे. कशातरी बांधलेल्या, अनेकमजली आणि दांभिक नावं असलेल्या हॉटेलांनी नदीकाठावर अतिक्रमण केलं असून 'जैविकदृष्ट्या संवेदनशील क्षेत्रा'च्या नियमांची उघडउघड पायमल्ली केली आहे. एकेकाळी एखाद्या श्रद्धाळू माणसाला भौतिक सुखांचा त्याग करायची प्रेरणा देणारी हिमालयातली विलोभनीय दृश्यं आता स्वत:चा उदोउदो करणाऱ्या साधूंच्या कट्टर प्रवचनांच्या घोषणा करणाऱ्या भपकेबाज फलकांमागे लपून गेली आहेत. हिमालयातल्या शाश्वत शांततेत बॉलीवूडच्या गाण्यांच्या तालावर वाजणाऱ्या डिजिटल भजनांचे प्रतिध्वनी उमटत आहेत.

धार्मिकता आणि प्रदूषण इथे हातात हात घालून जाताना दिसतात आणि देवभक्ती अधिकाधिक गलिच्छ होत चालली आहे. पहाडांकडे प्रवास करणारे यात्रेकरू आणि हे आध्यात्मिक प्रवास घडवून आणणारे लोक असं मानतात की, हिमालयातली तीर्थस्थानं त्यांची पापं धुऊन काढतील. त्याबदल्यात डोंगरांना घाणीचा नैवेद्य सोडून आणखी काहीही मिळत नाही. विध्वंसाची ही मालिका म्हणजे धार्मिक प्रतीकं त्या प्रदेशावर प्रक्षेपित केल्याचा थेट परिणाम आहे. त्यातून मानवी अनास्था, उधळपट्टी आणि हाव, तसंच निसर्गानं उदारहस्ते दिलेल्या पण मर्यादित असलेल्या देणगीचं हेतुपुरस्सर शोषण दिसून येतं. चुकीच्या योजना, ढिसाळ व्यवस्थापन आणि आध्यात्मिक आणि राजकीय सचोटीचा अभाव यामुळे नैसर्गिक साधनसंपत्तीचा ऱ्हास झाला असून, कित्येक पहाडी प्रदेश हलाखीच्या, ढासळलेल्या स्थितीत आहेत.

अर्थात पर्यावरणाच्या ऱ्हासाला निव्वळ धर्म जबाबदार नाही. अखंड वृद्धीच्या आणि प्रगतीच्या आख्यायिका रचणाऱ्या विज्ञान आणि तंत्रज्ञानाचाही त्यात तेवढाच दोष आहे. या दोन गोष्टी मोठमोठ्या धरणांच्या बांधकामाचं समर्थन करतात. कार्बनची इंधनं जाळणाऱ्या, वातावरणात प्रदूषित पदार्थ सोडून, हरितगृह परिणाम घडवून आणणाऱ्या वायूंचं प्रमाण वाढवणाऱ्या आणि त्यामुळे हिमनद्या वितळण्यास हातभार लावणाऱ्या इंजिनांच्या रचनेत आणि उत्पादनात विज्ञान आणि तंत्रज्ञानाचा वाटा असतो. जशी संघटित धर्मव्यवस्था निसर्गावरच्या अतिक्रमणाचं समर्थन करणारं एक पुराणशास्त्र जोपासते, तसंच विज्ञानाची कथनंदेखील बहुतेक वेळा शोधाकडून विटंबनेकडे घेऊन जातात.

रूपकं आपल्या जाणिवेला आकार देण्याचं काम करतात, अगदी आपल्याला

असलेली व्यक्तित्वाची आणि स्थळाची जाणीव गडबडून जाईपर्यंत. भौगोलिक अनिश्चिततेची व्यापक जाणीव हा आधुनिकतेचा एक परिणाम आहे. हे जग कोसळत आहे असं जरी वाटलं तरी त्याचवेळेस ते आकसल्यासारखंही दिसत असतं. आपण नक्की कशाचा घटक आहोत, या आश्वस्त करणाऱ्या ज्ञानापासून प्रत्येकजण तुटून गेला असल्यानं पर्वतांचं स्थळ आणि त्यांचं भौतिक अस्तित्व यांसारख्या निश्चित गोष्टी कथा-कहाण्यांच्या आणि प्रतीकांच्या माध्यमातून हस्तांतरित करता येतात. त्यावरून आपण कुठून आलो आहोत आणि कुठे जात आहोत याविषयी नवल करत राहतो. हिंदू महाकाव्यांमध्ये हनुमानासारख्या वानरदेवतेनं हिमालयाचं एक शिखर उखडून हवेतून उडत इकडून तिकडे वाहून नेल्याचा उल्लेख आहे. त्याचप्रमाणे, राक्षसांचा राजा रावण कैलास पर्वत तिबेटमधून उचलून लंकेला नेऊ देण्याची गळ भगवान शंकराला घालतो; पण इतर देव त्याचा हा प्रयत्न हाणून पाडतात. विसाव्या आणि एकविसाव्या शतकातल्या आपल्या वैश्विक वास्तवाशी स्थलांतरांच्या या प्राचीन भविष्यवाण्यांची अगदी अभद्र जवळीक दिसून येते.

हिमालयात दिसून येणारा विरोधाभास दर्शवणारी एक दुर्दैवी घटना जेमतेम पन्नासेक वर्षांपूर्वी घडून आली. २६ जानेवारी, १९६६ रोजी 'कांचनगंगा' नावाचं न्यू यॉर्ककडे जाताना वाटेत जिनिव्हाकडे उतरणारं एअर इंडियाचं बोईंग ७०७ विमान मॉन्ट ब्लांकवर जाऊन आदळलं. पंधरा वर्षांपूर्वी साधारण त्याच ठिकाणी 'द मलबार प्रिन्सेस' नावाचं एअर इंडियाचं आणखी एक विमान आल्प्स पर्वतावर जाऊन आदळलं. दोन्ही अपघातांमधून कोणीही वाचलं नाही. 'कांचनगंगा' विमानात भारताचे ख्यातनाम अणुवैज्ञानिक होमी भाभा होते. त्यांच्याबरोबर ऱ्हिसस मॅकाक्वी जातीच्या वानरांची कार्गोदेखील होती. 'द नंदादेवी अफेअर' या पुस्तकात बिल ऐटकेन सांगतात त्यानुसार अमेरिकेतल्या प्रयोगशाळेत चिरफाड करण्यासाठी त्या वानरांना नेलं जात होतं.

एअर इंडियाच्या १०१ नंबरच्या विमानाची टक्कर होऊन उरलेले अवशेष सर्व हिमनदांवर विखुरले गेले. अर्धं शतक उलटून गेल्यानंतर आजही त्या सत्यानाश झालेल्या विमानाचे अवशेष, तसंच मानवी अवयव बर्फातून बाहेर येत राहतात. भारताच्या आण्विक कार्यक्रमाची सुरुवात करणाऱ्या होमी भाभा या ख्यातनाम भौतिक शास्त्रज्ञाच्या अकाली मृत्यूमुळे शीतयुद्धासंबंधित अनेक भ्रामक सिद्धान्त पुढे आले. असं असलं तरी, नादुरुस्त उपकरणं आणि वैमानिक व जिनिव्हातले हवाई वाहतूक नियंत्रक यांच्यातला विसंवाद हे अपघाताचं कारण असावं असं दिसतं. या सगळ्यात सर्वांत गोंधळात टाकणारी गोष्ट कोणती असेल तर, उत्तर भारतात म्हणजे बहुदा हिमालयाच्या पायथ्याशी

कुठेतरी पकडलेल्या व्हिसस मॅकाक्वींना प्रयोगशाळेतल्या प्रयोगांसाठी अर्धं जग ओलांडून विमानातून नेलं जात होतं. ही वानरंदेखील जिवंत राहिली असती तर देवीनं निघून जाऊ नये म्हणून ठार करण्यात येणाऱ्या पिंगळ्याप्रमाणे विज्ञानाच्या वेदीवर बळी गेली असती.

स्विस आल्प्स पर्वताच्या पलीकडच्या बाजूला, मॉन्ट ब्लांकवर जिथे अपघात झाला त्या ठिकाणापासून शंभर किलोमीटरपेक्षाही कमी अंतरावर ग्रुइयेरेस नावाचं एक ऐतिहासिक गाव आहे. तिथले चीझचे प्रकार प्रसिद्ध आहेत. मध्ययुगीन काळातल्या त्या गावात हिमालयातल्या कलाकृतींचं एक अतिशय सुरेख संग्रहालय आहे. तेराव्या शतकातल्या सेंट जोसेफ चॅपेलमध्ये असलेला तिबेटी मूर्तिकलेचा खजिना त्या पावित्र्य काढून घेतलेल्या चर्चमध्ये मांडला आहे. तिथला एक कोपरा मॅडोनाऐवजी तारा या हरितदेवतेनं व्यापला आहे. पवित्र धार्मिक विधी करण्यासाठी वापरला जाणारा चांदीचा चषक जाऊन तिथे मानवी कवटीपासून तयार केलेला एक प्याला आला आहे. क्रूसाशेजारी आणि ख्रिस्त आणि त्याच्या अनुयायांच्या प्रतिमा मिरवणाऱ्या डागलेल्या काचेच्या खिडक्यांशेजारी वज्रं, समागम करणाऱ्या देवता अशी तांत्रिक चिन्हं नांदत आहेत. या संग्रहालयातल्या वस्तू अलेन बोर्डियर नावाच्या स्विस प्रॉपर्टी डेव्हलपरने जमा केल्या होत्या. त्यानं स्थापन केलेल्या संस्थेनं त्याच्या वैयक्तिक वस्तुसंग्रहाचं प्रदर्शन करण्याच्या उद्देशानं हे वस्तुसंग्रहालय तयार केलं. तिबेटी भिक्खूंनी म्हटलेले ध्वनिमुद्रित मंत्र त्या वास्तूच्या गाभाऱ्यात घुमत असतात. मुख्य प्रदर्शनगृहाच्या अभद्र सावल्यांमध्ये पाहिलं तर हद्दपार होऊन इथे आलेल्या त्या देवता चक्क घरी आल्यासारख्या वाटतात.

ग्रुइयेरेसमधल्या, हिमालयाचं एक स्मृतिचित्रं म्हणता येईल अशा त्या तिबेट वस्तुसंग्रहालयाकडे बघून स्थानच्युत झाल्याची झपाटून टाकणारी भावना जागृत होते. या सर्व वस्तू अपघातानेच इथे आल्या असाव्यात. तरीही त्या प्रत्येक वस्तूमागे काहीतरी एक कहाणी आहे. त्यांना काळजीपूर्वक डकवलेल्या देव-देवतांच्या नावांच्या आणि ओळखीच्या पलीकडे त्यांचं काही महत्त्व आहे. ख्रिश्चन आणि बौद्ध या दोन्ही धर्मांना यातनेचं भारी आकर्षण आहे. तेव्हा ही कथा हिंसेची आणि पापविमोचनाची आहे. सोन्यापासून तयार केलेली, शिंगांमध्ये नीलमणी गुंफलेली गरुडाची आकृती पंख पसरून उभी आहे. तिनं एका सापाला चोचीत पकडलं आहे. पद्मसंभवाची बैठी मूर्ती एका गेंड्याच्या शिंगात कोरली आहे. अर्धवट उमललेल्या कमळाच्या पाकळ्यांमध्ये बसून बुद्ध शाक्यमुनी शांतपणे ध्यान करत आहेत, तर त्यांच्यासमोर महावज्रभैरवाची एक मूर्ती आहे. क्रूर दिसणाऱ्या याकचं मस्तक असलेला आणि मानवी मुंडक्यांची रुंडमाळ

धारण केलेला हा देव धर्मरक्षक समजला जातो. त्याखेरीज कित्येक फुरबा कट्यारी तिथे मांडलेल्या आहेत. क्वचित त्या कीला नावानेही ओळखल्या जातात. त्या बलिदानाच्या साधनाचं प्रतीक आहेत. त्यांच्या मदतीनं आपल्या आत्म्यात दडलेल्या दुष्ट प्रवृत्तीला नाहीसं करण्याचा आपण प्रयत्न करत असतो.

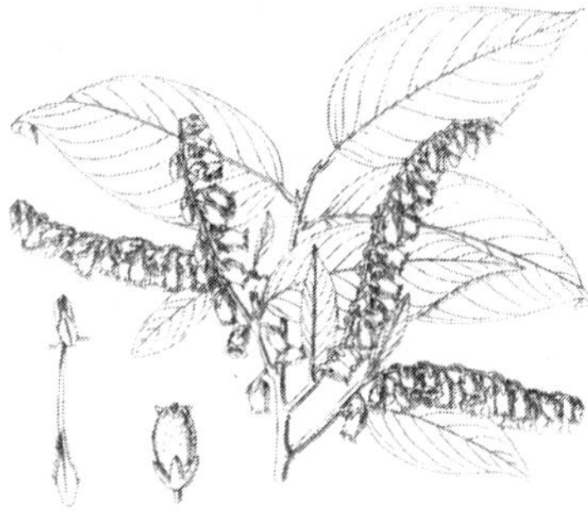

५०

# रानावनात

उंचावरच्या कुरणातून खाली येताना आम्ही एक चुकीचं वळण घेतो, बाजूच्या दरीत शिरतो आणि एका तीव्र उताराच्या, वनाच्छादित सोंडेवरून खाली उतरू लागतो. तिथे रस्ता अजिबात दिसत नाहीये; पण आमच्या वाटाड्याचं बीर बहादूरचं मात्र असं म्हणणं आहे की, तीन वर्षांपूर्वी त्यानं याच मार्गाचा वापर केला होता. पायथ्याशी पोहोचण्यापूर्वीच मुख्य खोरं आणखी पश्चिमेकडे असल्याचं स्पष्टपणे लक्षात येतं. गर्द झाडी असलेले उतार एका अरुंद घळईमध्ये सामावून जातात. विरुद्ध बाजूच्या सोंडेच्या खालच्या टोकाला लागून एक जवळपास उभा दिसणारा कडा आहे. त्याच्या वरच्या बाजूला खडक लटकत आहेत. प्रवाहाच्या वरच्या बाजूला फ्लॅश फ्लडमध्ये वाहत आलेला गाळ, मोठाले दगड आणि उखडलेली झाडं एकमेकांवर पडली आहेत. प्रवाहाच्या खालच्या बाजूला नितळ पाण्याचा झरा एका काठावरून खाली येऊन उथळ डबक्यांची साखळी तयार झालेली दिसते. तिथून काळजीपूर्वक वाट काढत आम्ही धबधब्याच्या तोंडाशी पोहोचतो. सुमारे शंभर मीटर किंवा त्याहून अधिक उंचीवरून तो खालच्या पर्णाच्छादित दरीत कोसळत असतो. आमच्याकडे दोरखंड आणि इतर योग्य सामग्री असती तरीही पुढे जाण्याचा प्रयत्न करण्यात काही हशील नव्हता.

झाडांच्या जाळीतून वाट काढत, बुरांशाच्या मुळांना आणि शेवाळानं झाकलेल्या खडकांना धरून वर चढत सोंडेच्या टोकाशी पोहोचायला आम्हाला तासापेक्षाही

अधिक वेळ लागतो. पायवाटेची एखादी खूण सापडावी म्हणून नजर टाकत जाताना अखेर आम्हाला एका वापरात नसलेल्या वाटेच्या खुणा दिसतात. उतारावरून नागमोडी वळणं घेत जाणारी ती वाट आहे. अस्सी गंगेच्या धारातळाशी जाण्याचा हाच सर्वोत्तम मार्ग असावा, असं आपली चूक कबूल न करता बीर बहादूर मान्य करतो. आमचा ट्रेक दायरा बुग्यालवरून दोडीतालला जाणारा आहे. वाटेत आम्हाला भागीरथीवरून यमुनेच्या खोऱ्यात जाण्यासाठी दारवा खिंड लागणार आहे. एरवीचा ठरलेला मार्ग आणखी वरच्या बाजूला असून, आमच्याकडच्या नकाशांवर स्पष्ट दाखवलेला आहे. असं असलं तरी या कालावधीत त्या मार्गावरचे काही भाग बर्फामुळे बंद झालेले असतात. आणखी खाली पाहिलं तर अगोरा गावात जाणारी खेचरांची एक वाट आहे; पण ती घ्यायची झाली तर १५ किलोमीटर जास्तीचा वळसा घालून आणखी जास्त वेळ चढावं लागेल. ते आम्हाला टाळायचं आहे. तेव्हा पुन्हा एकदा दरीच्या तळाशी आणि तिथून पलीकडच्या बाजूला जाण्याचा मार्ग मिळेल या आशेनं या वेळेस आम्ही एका अति वाढलेल्या सोंडेवरून धडपडत खाली उतरू लागतो.

सकाळी आम्ही एका कुरणाच्या माथ्याशी असलेल्या गुज्जर लोकांच्या तळावर थांबलो होतो. भटके गुराखी तिथे म्हशी चरायला घेऊन आले होते. वेलबुट्टीची टोपी घातलेल्या आणि दाढीच्या केसांना मेंदी लावलेल्या एका वयस्कर गुज्जर माणसानं आम्हाला ताक देऊ केलं आणि थोडा वेळ आमच्याशी गप्पा मारल्या. गेल्या वर्षी अस्सी गंगेला आलेल्या पुरात त्यांच्या स्थलांतराच्या पारंपरिक मार्गांचे काही भाग कसे वाहून गेले, या वर्षीच्या वसंतात त्यांना आपल्या म्हशींसाठी नवीन मार्ग कसे आखावे लागले ते तो सांगत होता. उत्तर भारतात सर्वसाधारणपणे गुरख्यांना गुज्जर असं नाव आहे; पण इथे उत्तराखंडमध्ये मात्र भटक्या मुस्लीम लोकांच्या एका विशिष्ट समाजाला गुज्जर म्हणतात. शिवालिक टेकड्यांवरच्या कमी उंचीवरच्या जंगलातून गढवालमधल्या बर्फाच्छादित शिखरांखाली असलेल्या तीन हजार मीटर उंचीवरच्या बुगियाल कुरणांकडे हे लोक स्थलांतर करतात. वसंत आणि हेमंत ऋतूतल्या दोन्ही दिशांकडच्या प्रवासाला दोन ते तीन आठवडे लागतात. हे प्रवास हंगामाशी मिळतेजुळते असतात. सहसा वनगुज्जर म्हणून ओळखले जाणारे हे गुज्जर लोक आपले पूर्वज काश्मीरचे असल्याचं सांगतात. एका लोककथेनुसार अनेक शतकांपूर्वी गुज्जर उत्तराखंडमध्ये आले ते स्थानिक राज्यकर्त्यांच्या आमंत्रणावरून. त्यांना ते दूध आणि लोण्याचा पुरवठा करत असत. गुज्जर जमात पिढ्यान्‌पिढ्या हिमालयातल्या जंगलांमधली साधनसंपत्ती वापरत आलेली असली तरी आजच्या घडीला त्यांच्यासमोर एक अनिश्चित आणि वेगानं बदलणारं भविष्य उभं आहे. पर्यावरण आणि विकाससंबंधित विविध दबावांखाली,

तसंच नोकरशाहीतून येणारी बंधनं आणि वनअधिकाऱ्यांच्या छळवणुकीमध्ये ते अडकलेलं आहे.

सरकार बुग्यालमध्ये प्रवेशबंदी करेल आणि आपल्या कुटुंबाला पठारावर स्थायिक होणं भाग पडेल, अशा स्वत:च्या काळज्या तो म्हातारा बोलून दाखवत असताना पलीकडेच चिकार म्हशी चरत होत्या. महिषासुराविषयी एवढ्या पुराणकथा असल्या तरी हा सालस प्राणी मुळीच धोकादायक किंवा भयंकर नाही. स्वत: शाकाहारी असणारे गुज्जर आपल्या गुरांना काळजीनं आणि दयाबुद्धीनं वागवतात. दूध हे एकच त्यांच्या उपजीविकेचं साधन असतं. मायकल बेनानव या छायाचित्रकार आणि पत्रकारानं गुज्जर स्थलांतराचा मागोवा घेत त्याविषयी 'हिमालय बाउंड' नावाचं एक पुस्तक लिहिलं आहे. त्यात त्यानं एका रेडक्याची हृदयस्पर्शी कथा सांगितली आहे. त्यानुसार, एकदा त्याचा पाय मोडला आणि चार गुराखी त्याचा जीव वाचावा म्हणून त्याला दारवा खिंड ओलांडून घेऊन गेले. अनेक महिने गुज्जर लोकांच्या सहवासात घालवल्यावर हिमालयातल्या पर्यावरणाला त्यांच्यापासून कोणताही धोका नाही, अशी बेनानवची खात्री पटली आहे. 'साध्या भाषेत सांगायचं तर, आपल्या ग्रहाला धक्का न पोहोचवता आर्थिक विकासाला प्रोत्साहन द्यायचं अशी कल्पना असेल तर, पारंपरिक आणि स्थानिक गुराखी जमातींनी काही प्रमाणात तो उपाय अगोदरच आपल्यासमोर ठेवला आहे.' असं तो लिहितो.

दायरा बुग्यालपासून पश्चिमेकडे अस्सी गंगा ओलांडून पसरलेली जंगलं म्हणजे उत्तराखंडमधला सर्वाधिक रानटी आणि ज्याला कमीतकमी धक्का लागला आहे असा प्रदेश आहे. इथल्या या खोल आणि अस्थिर दऱ्यांमध्ये वन्यजीवांची विविधता आढळते. त्यात कस्तुरीमृग, अस्वलं, तसंच चिकार संख्येनं असलेली आणि एवढ्या उंचीवर दुर्मिळ असणारी सांबरंदेखील आहेत. वाघांचं ते संभाव्य भक्ष्य असल्यामुळे ते इथे असतील तर मागोमाग वाघही एवढ्या उंचीवर येऊ शकतात. ३,०८५ मीटर उंचीवर असलेलं, दोन सोंडेच्या मधल्या खळग्यात विसावलेलं दोडीताल सरोवर ट्रेकर्समध्ये अधिकाधिक लोकप्रिय होत आहे; मात्र 'जैव-पर्यटना'ची कॅम्पसाइट या दृष्टीनं केलेल्या पण ढिसाळ योजनेमुळे त्याचं नुकसान झालं आहे. सुदैवानं तीव्र उताराच्या प्रदेशामुळे फार कमी लोक मुख्य रस्ता सोडून इकडे-तिकडे भरकटतात. अस्सी गंगेचं सबंध पाणलोट क्षेत्र तातडीनं जतन करण्याची आणि त्याचं रक्षण करण्याची आवश्यकता आहे. ही जंगलं विहित नियमावली असलेल्या राष्ट्रीय उद्यानांमध्ये मोडत नसल्याने, स्थानिक आणि स्थलांतरित जमातींचा सहभाग असणारे संवर्धनाचे नवीन मार्ग तपासून बघण्याची एकमेवाद्वितीय संधी उपलब्ध झाली आहे.

दरीकडे वाट काढत जात असताना आम्ही कित्येक अरुंद दऱ्या आणि

ओहोळ ओलांडतो. अस्सी गंगेचा अर्थ आहे 'ऐंशी गंगा.' अखेर उत्तर काशीच्या वरच्या बाजूला भागीरथी नदीला जाऊन मिळणाऱ्या या नदीला सर्व बाजूंनी अनेक उपनद्या येऊन मिळतात. गेल्या काही वर्षांत लागोपाठ आलेल्या फ्लॅश फ्लड्समुळे मुख्य खोऱ्याचे मोठमोठे भाग उखडले गेले आहेत. जंगलात लागणाऱ्या वणव्यांमुळे डोंगरकड्यांवर आणि दोडीतालखालच्या तृणाच्छादित उतारांवर छत्र धरून उभ्या असलेल्या फरच्या झाडांची अक्षुण्ण (मानवी स्पर्श न झालेली) वनं उद्ध्वस्त झाली आहेत. आम्ही जितके खाली उतरतो तितकं जंगल दाट होत जातं. जंगलांमध्ये पानझडीच्या जाती, विशेषत:, ओक वृक्ष आणि शंकूच्या आकाराची फळं येणाऱ्या झाडांच्या विविध जातींची मिश्र वाढ दिसून येते. त्यात हिमालयन यू जातीचाही समावेश आहे. उत्तराखंडच्या इतर भागांतून ही जात आता नाहीशी झाली आहे. मध्य हिमालयात आता खरोखर अरण्य म्हणता येईल, असे प्रदेशच उरलेले नाहीत. त्यामुळे प्लाइस्टोसीन हिमनद मागे सरकू लागल्यावर सात-आठ हजार वर्षांपूर्वी इथल्या पहाडांमध्ये ज्या आदिम जंगलांनी मूळ धरलं असेल त्याचे सर्वांत जवळचे अवशेष आता याच खोऱ्यात शिल्लक आहेत.

आमच्या पायाखालचा रस्ता म्हणजे माणसांनी तयार केलेली वाट नसून प्राण्यांच्या जाण्या-येण्यामुळे जंगलात तयार झालेली मोकळी जागा आहे. त्यावरून उतरताना मला सांबराच्या खुरांचे ठसे आणि प्राण्यांच्या अस्तित्वाच्या आणखीही काही खुणा दिसतात. निदान वर्षभर किंवा क्वचित त्याहूनही अधिक काळ इथून कोणी मनुष्यप्राणी गेला नसावा असं वाटतं. नेचे आणि काटेरी झुडपांमधून वाट काढत आम्ही जात आहोत. कित्येक झाडं पडलेली आहेत आणि त्यामुळे आमची वाट अडवत आहेत. यथावकाश सर्व बाजूंनी सावल्या दाटून येतात तेव्हा मला वाहत्या झऱ्याची खळखळ ऐकू येते. डोक्यावर उंच पसरलेलं आकाश म्हणजे निळ्या रंगाची एक जीर्णशीर्ण पताका असावी तसं दिसतं. वर्षातल्या या हंगामात अस्सी गंगेच्या खोऱ्याच्या अगदी आतल्या भागात दिवसाचा एखादा तास किंवा त्यापेक्षाही कमी वेळ सूर्याचे थेट किरण पोहोचतात. सर्वदूर पसरलेल्या संधिप्रकाशाला एक हिरवट वलय आहे, जणू काही त्या झाडीतून एक मंद तेज बाहेर सांडत असावं.

आम्ही दरीत पोहोचतो तोवर पुढे जाण्यासाठी खूप उशीर झालेला असतो. पाण्याचा प्रवाह नक्की कुठे ओलांडायचा याबद्दल आम्हाला कोणालाच खात्री वाटत नाही. पुरामुळे गुळगुळीत झालेल्या खडकांच्या दाटीतून वाट काढत तो सराईतपणे पुढे वाहत आहे. अस्सी गंगेकडे तोंड करून असलेल्या, नैसर्गिकरीत्या तयार झालेल्या एका मजगीवर तळ ठोकायचं आम्ही ठरवतो. इथली जमीन मात्र ओबडधोबड आणि दगडांनी झाकलेली आहे. आम्ही वाट चुकलो असलो तरी

काळजीचं काही कारण नाही. मघाशी आम्ही ज्या घळईतून उतरलो तेवढी काही ही दरी अरुंद नव्हे आणि नदीपलीकडच्या झाडांच्या गुंत्यातून बाहेर पडायचा काहीतरी मार्ग असण्याची शक्यता आहे.

माझा तंबू ठोकून झाल्यावर उजेड असेस्तोवर म्हणून मी भटकायला बाहेर पडतो. आम्ही जी डोंगराची सोंड उतरून आलो त्याच्या खालच्या टोकाला लागून ही खडकाळ मजगी पसरली आहे. पुढे जाऊन तिचं रूपांतर खालच्या नदीपात्रापर्यंत जाणाऱ्या रुंद कठड्यांमध्ये होतं. मी धडपडत खाली उतरतो तर समोर माजलेल्या तणामध्ये दिसणारा गडद रंगांचा एक झोत माझं लक्ष वेधून घेतो. इंद्रधनुषी निळे, हिरवे, तसंच लालसर तपकिरी रंग असलेली ती मोनालची विखुरलेली पिसं आहेत. ती ज्या पद्धतीनं पसरलेली आहेत ते बघून त्या मोनालला एखाद्या गरुडानं मारलं असावं असं वाटतं खरं; पण तो शिकारी एखादा पक्षी नव्हता असं लवकरच माझ्या लक्षात येतं. जवळच पडलेल्या खडकांच्या आणि गवताच्या मधोमध एका गोरालचे खूर पडलेले दिसतात. त्याला नडगीचं हाड, तसंच जोडलेलं असलं तरी त्याचे दोन तुकडे झालेले आहेत आणि त्यावरचं मांस निघून आलेलं आहे. शिकार एवढ्यातच झाली असून तिला वास येत नाहीये. पुढे गेल्यावर मला आणखी एक खूर आणि कातडीचा एक तुकडा मिळतो.

आत्तापर्यंत ओसाड वाटणाऱ्या त्या जागेला अचानक एक वेगळंच रूप आणि वातावरण प्राप्त होतं. ज्यानं कोणी त्या मोनालची आणि गोरालची बेकायदेशीर शिकार केली असेल तो दोन ते तीन दिवसांपूर्वी इथे आला असणार. आम्ही ज्या मार्गानं उतरलो तो मार्ग न घेता कदाचित तो प्रवाहाच्या खालच्या दिशेला असलेल्या एखाद्या गावातून दरी चढून वर आला असणार. उजवीकडच्या बाजूला खडकांमध्ये असलेल्या फटीतून एक खोल गेलेली घळण मला दिसते. ते खडक वेलींनी आच्छादलेले आहेत. जवळ जाऊन बघितल्यावर भुसभुशीत झालेल्या मातीत मला गोरालच्या पायांचे ठसे दिसतात. यथावकाश, शिकारीचं एक चित्र समोर उभं राहतं. ही जागा त्या पारध्याच्या चांगल्याच ओळखीची आहे. कदाचित, संध्याकाळच्या याच वेळेला तो त्या कठड्यावरच्या खडकांमागे लपून बसला असावा आणि आपल्या सावजानं खाली उतरून नदीचं पाणी प्यायला जावं म्हणून वाट बघत असावा. सावल्यांनी झाकोळून टाकलेल्या अंधूक प्रकाशात जंगलातून खाली येणाऱ्या जनावराचा तो कानोसा घेत असल्याचं दृश्य माझ्या डोळ्यांसमोर येतं. त्याच्या हातात एक जुनी मझल लोडर बंदूक आहे. त्याला स्टीलची एकच नळी असून, तिला किंचित गंज चढला आहे. बंदुकीचा चाप ओढलेला असून, चांगल्यापैकी झिजलेला तिचा दांडा शिकाऱ्याच्या बगलेत विसावला आहे. जसा तो गोराल घळण उतरून खाली येतो तसा तो शिकारी बंदूक उचलतो आणि गोराल नजरेच्या

टप्प्यात २० मीटर अंतरावर येण्याची वाट बघतो. त्यानं गोळी झाडल्यावर झालेल्या धमाक्याचा आवाज सबंध दरीत घुमतो.

गोरालची कातडी आणि आतड्यासारखे अवयव काढून घेतल्यावर त्या शिकाऱ्यानं रात्र इथेच या कठड्यावर काढली असणार. त्यानं पेटवलेल्या शेकोटीची मंद राख दोन खडकांमध्ये पसरून राहिली आहे खरी; पण मागे राहिलेली पिसं, कातडी आणि हाडं यांच्याव्यतिरिक्त मानवी अस्तित्वाचा इथे दुसरा कोणताही पुरावा नाही. तो पारधी जंगलात नाहीसा झाला आहे आणि त्याच्या बंदुकीचा प्रतिध्वनी झऱ्याच्या अखंड खळखळाटानं गिळून टाकला आहे. खाली वाळूत उतरल्यावर मला सांबराचं तीन फांद्या असलेलं एक शिंग दिसतं. ते माझ्या हाताएवढं लांब आहे. प्राण्यांच्या अवशेषांमुळे या जागेला एक गूढ कळा आली आहे. जणू काही पूर्वापार चालत आलेली कुलचिन्हं किंवा रानटी लोकांना पूज्य असलेल्या वस्तू शेतातून गोळा केलेल्या असाव्यात. हाताच्या दोन बोटांमध्ये मोनालचं पीस धरून मी ते गोलगोल फिरवतो तसा त्याचा चकचकीत निळा रंग बदलून तिथे पाचूचा हिरवा रंग दिसू लागतो. मेल्यावरही त्या पक्ष्याच्या पिसाऱ्यात एक चैतन्यमय तजेला आहे.

नंतर रात्री, पूर्ण अंधार पडल्यावर मी एकटाच बसून अस्सी गंगेच्या प्रवाहाची अखंड खळखळ ऐकत राहतो. उद्या आम्हाला कोणता रस्ता या दरीतून बाहेर घेऊन जाईल याची मला काहीच कल्पना नाही. तरीही आसपासचं अरण्य मला दिलासा देत आहे. या दडलेल्या स्थळी मला एकांत मिळतो आहे आणि माझं सांत्वनही होत आहे. तीन हजार वर्षांपूर्वी एका अनामिक कवयित्रीनं असाच काहीसा क्षण अनुभवला आणि आता विस्मरणात गेलेल्या देवतेला उद्देशून काही ओळी रचल्या. आता आपण त्या देवतेची पूजा करणं सोडून दिलं आहे. ऋग्वेदात संकलित केलेली एक प्राचीन ऋचा वनदेवतेला उद्देशून आहे. कदाचित ती देवता निसर्गवाद्यांची रक्षणकर्ती असावी.

अरण्यनी..
अरण्यनी..
हे कातर अरण्यजीवा, पर्णसंभारात दडून बसलेल्या
हे मायावी देवते, तू विचारत नाहीस, इथून जवळचा गाव कुठला?
रानावनात हरवल्यावर मला चिच्चिक पक्ष्याच्या तोंडून
रातकिड्यांचे प्रतिध्वनी ऐकू येतात,
ऐकू येतात जनावरांचे धोक्याचे इशारे. तिकडे पारधी असेल का?
मला दिसते ती एखादी झोपडी आहे का?
संध्यासमयी अरण्यात तुझं अस्तित्व भरून राहतं. गायीच्या गळ्यातल्या
घंटा

ऐकू याव्यात असा माझा व्यर्थ प्रयत्न चालू असतो.
सरपणाच्या गाडीच्या विनावंगण कुरकुरणाऱ्या चाकांप्रमाणे
किडे किरकिरतात
सावल्यांना भिऊन मला कल्पनेतले आवाज ऐकू येतात, गुराख्यांचे
हाकारे ऐकू येतात,
कुऱ्हाडीचे आवाज ऐकू येतात. शांतता. रात्री मी जंगलात एकाकी
आहे.
अरण्यनी, कोणालाही भीती न घालणारा मृदू आत्मा तू. फळांचा
आहार तुला चालतो.
एखाद्या डाकूसारखी तू दबा धरून मग घात करत नाहीस.
वन्यजीवांची तू माता, अन्नाने, सुगंधाने, मधुर वनस्पतींनी
समृद्ध तुझी चिरंजीव अरण्यं,
हे अरण्यनी, वृक्षांना आश्रय देणाऱ्या देवते,
माझ्या अर्चनेचा स्वीकार कर.

◆

# ऋणनिर्देश

हिमालयाच्या विविध भागांमधून भ्रमंती करताना आणि या डोंगररांगांच्या नैसर्गिक इतिहासावर आणि तिथल्या लोकज्ञानावर संशोधन करत असताना अनेक लोकांनी मला मदत केली. मी त्यांचा ऋणी आहे. विशेष आभार : बिल ऐटकेन, चंद्रप्रभा ऐटवल, अँड्र्यू ऑल्टर, जोसेफ ऑल्टर, दीदार अली, ईजहर अली, डेबोरा बेकर, प्रेरणा बिंद्रा, राणू बिश्त, ग्रेग चेन, कर्मा चोडेन, विवेक कृष्णा, त्सेरिंग डेके, लव्हराज सिंग धर्मशक्तू, चित्तरंजन दत्त, बॉब फ्लेमिंग ज्यु., तंडिन ग्येल्टशेन, ए. जे. टी. जॉनसिंग, हरीष कपाडिया, दोर्जी खांडू, ललिता कृष्णन, कृष्णन कुट्टी, जस्टीन लेपचा, दोर्जी ल्हातू, बेर्नडेट मॅकडोनल्ड, विराफ मेहता, रेणू ओबेरॉय, महाराज पंडित, बेंगिया मिर्नल, शेखर पाठक, सुमन पनवर, विरेन्द्र पनवर, सुधीर प्रकाश, सुरेन्द्र पुन्डीर, नंदिनी पुरंदरे, दत्ता राम पुरोहित, अनंत राय, मिका राय, गोविंद राम, एम. के. रणजितसिंग, स्टीव्ह रासमुसेन, गोपाल रावत, त्सेवांग रिगझेन, टोबिट रोश, गणेश सैली, जॉर्ज शॉलर, अक्षय शाह, दावा शेर्पा, चुलदिम दोर्जी शेर्पा, लखपा शेर्पा, मिंगमा त्शेरिंग शेर्पा, परतेम्बा शेर्पा, अजित सिंग, भृगु सिंग, दिगंबर 'टीटू' सिंग, पीटर स्मेटासेक, राबी थापा, सेजल व्होरा. अलेफमधले माझे प्रकाशक आणि संपादक डेव्हिड डेव्हिडार आणि ऐनला ओझुकुम यांचेही अनेक आभार. तसेच अमीता, जयंत, क्रिस्टन आणि शिबानी या माझ्या कुटुंबीयांचे आभार.

'अ स्कॉलर ऑफ स्टोन्स' (दगडधोंड्यांचा अभ्यासक) या प्रकरणाची आवृत्ती हिमालयन जर्नलच्या ७३व्या खंडात २०१८ साली प्रकाशित झाली आहे.

पुस्तकाच्या शेवटी मी प्रस्तुत केलेली अरण्यनी ही ऋचा आधीच्या अनेक आवृत्त्यांवर आधारित आहे. त्यात विशेषत: राल्फ टी. एच. ग्रिफिथ यांच्या ऋग्वेदाच्या भाषांतराचा आणि वेन्डी डोनिजर यांच्या 'लॉस्ट इन द फॉरेस्ट' चा समावेश आहे.